ஸீரோ டிகிரி இலக்கிய விருது—2022

தேர்ந்தெடுக்கப்பட்ட குறுநாவல்கள்

ஸீரோ டிகிரி இலக்கிய விருது—2022

தேர்ந்தெடுக்கப்பட்ட குறுநாவல்கள்

எழுத்து
பிரசுரம்

Title: Thernthedukkappatta Kurunavalgal
Compiled by: Zero Degree Publishing

Ezutthu Prachuram
(An imprint of Zero Degree Publishing)
No. 55(7), R Block, 6th Avenue,
Anna Nagar,
Chennai - 600 040

Website: www.zerodegreepublishing.com
E Mail id: zerodegreepublishing@gmail.com
Phone: 89250 61999

Ezutthu Prachuram First Edition: December 2022
ISBN: 978-93-95511-30-8
TITLE NO EP: 390

Cover Design & Layout: Vijayan, Creative Studio

ஸீரோ டிகிரி இலக்கிய விருது—2022

தேர்ந்தெடுக்கப்பட்ட குறுநாவல்கள்

எழுத்து பிரசுரம்

Title: Thernthedukkappatta Kurunavalgal
Compiled by: Zero Degree Publishing

Ezutthu Prachuram
(An imprint of Zero Degree Publishing)
No. 55(7), R Block, 6th Avenue,
Anna Nagar,
Chennai - 600 040

Website: www.zerodegreepublishing.com
E Mail id: zerodegreepublishing@gmail.com
Phone: 89250 61999

Ezutthu Prachuram First Edition: December 2022
ISBN: 978-93-95511-30-8
TITLE NO EP: 390

Cover Design & Layout: Vijayan, Creative Studio

முன்னுரை

ஜீரோ டிகிரி பதிப்பகம் வருடம்தோறும் புதிய எழுத்தாளர்களை ஊக்குவிக்கும் நோக்கோடு சிறுகதை குறுநாவல் மற்றும் நாவல் ஆகிய மூன்று வகைகளில் பரிசு போட்டி ஒன்றை நடத்தி வருகிறார்கள். இந்த வருடம் குறுநாவல்கள் பிரிவில் போட்டிக்கு வந்த கதைகளை படித்து பரிசுக்கானவற்றைத் தேர்ந்தெடுப்பதில் நானும் ஒருவனாக செயல் புரிந்தேன்.

இலக்கியம் ஒற்றை உயிர்வகை அல்ல. அது பல வினோத முகங்களைக் கொண்ட வெவ்வேறு உயிரிகளின் ஒருமித்த தோற்றம். பலர் கூடி வடம் பற்றி இழுக்கும் எழுத்துத் தேர். ஒப்புக் கொடுத்தலின் அதே அந்தப் பரிமாற்றம் இலக்கியத்திற்கும் பொருந்தும். தான் என்கிற அகவெளி ஒரு மாபெரும் கூட்டமாக ஒன்றுபடும் போது கரும்பெரு வண்ண ஆழத்தில் முற்றிலுமாகக் கரைந்து அழிவதற்கான வர்ணபலவீனத்தின் சாத்தியப்பாட்டை இலக்கியத்தின் வழியே நிறுவுவது எழுத்தால் இயலும்.

கதைகள் உற்பத்தி பண்டங்கள் அல்ல. ஒரு போதும் கதை ஒன்றினை மணி கோத்து மாலை கட்டுவது போல் உண்டு பண்ண முடியாது. கதை என்பது ஒரு இச்சை ஆகவோ பொறுத்துக் கொள்ள முடியாத உடற்கூச்சம் போன்றோ நிகழக்கூடியது. தன்னை வனைபவன் கைகளைத் தன்

கட்டுப்பாட்டில் ஆழ்த்தவல்ல பிசைந்த மண் மெல்ல மெல்ல ஒரு பாண்டமாக முற்றுப் பெற்றுத் தன்னிலிருந்து அவனை வெளியேற்றக்கூடிய ஒரு தலை கீழ் இயங்குமுறை.

என்னை பொறுத்தமட்டில் கதை சொல்லும் மனப் பிரியத்தில் இருந்தே ஒருவன் சகஜத்தில் இருந்து விடுபடுகிறான். பிறகு மீண்டும் அந்தப் பழைய புள்ளிக்குத் திரும்புவதே இல்லை. கதை சொல்லும் விருப்பமென்பது முக்கியமான கலை வினை என்றே எண்ணுகிறேன். வாய்மொழிக் கதைகளில் தொடங்கி மாபெரும் புதினங்களின் நிறைகணம் வரைக்கும் இந்த விலக்கம் பொருந்தி வருகின்றது. இந்த உலகின் பிடிபடாத பொய்களுக்குக் கூட ஒரு கதா-அந்தஸ்து வந்து விடுகிறதல்லவா?

இந்தக் கதைகள் நேர்த்தியிலும் பூர்த்தியிலும் கொண்டிருக்கக் கூடிய பிரகாசங்களையும் பிழைகளையும் கடந்த பிற்பாடும் இவை முக்கியமான முயல்வுகள் என்றே படுகிறது. உரையாடல்கள் விவரணைகள் கதையின் உட்புறப் பரவல் கதை மாந்தர்களின் உலகம் எல்லாவற்றையும் தாண்டி இக் குறுநாவல்கள் பலவற்றிலும் காணக் கிடைத்த மனோபாவ நிரவல்களை மிகவும் ரசித்தேன்.

மறக்க முடியாத சொல்-வாக்கியம்-சம்பவம் ஆகியவற்றின் சேகரமாகத் தான் வாழ்க்கையைப் புரிந்து கொள்ள முயலுகிறேன். இந்தக் குறுநாவல்களினின்றும் அப்படியான பலவும் எனக்குக் கிடைத்தன. இப்படியான போட்டிகள் அவசியம். ஜீரோ டிகிரி பதிப்பகத்துக்கும் நண்பர்கள் ராம்ஜி காயத்ரி இருவருக்கும் என் பேரன்பு. குறு நாவல் போட்டியில் வெற்றி பெற்ற எல்லோர்க்கும் என் வாழ்த்துகள். இன்னும் கதைகள் பெருகட்டும்.

வாழ்தல் இனிது

அன்போடு
ஆத்மார்த்தி
06-12-2022

பொருளடக்கம்

நீளநடுக்கோடு

அண்டனூர் சுரா

அண்டனூர் சுரா

இயற்பெயர் சு.இராஜமாணிக்கம் (29.05.1983), கந்தர்வகோட்டை, புதுக்கோட்டை மாவட்டம். பட்டதாரி கணித ஆசிரியராகப் பணியாற்றுகிறார். இதுநாள் வரை ஏழு சிறுகதைத் தொகுப்புகள், இரண்டு குறுநாவல்கள், மூன்று நாவல்கள், மூன்று கட்டுரைத் தொகுப்புகள், ஒரு சொல்லாய்வு நூல் என பதினாறு நூல்கள் வெளியிட்டுள்ளார். தமிழ்நாடு அரசின் தமிழ் வளர்ச்சித்துறை விருது, என்சிபிஎச் மற்றும் தமிழ்நாடு கலை இலக்கியப் பெருமன்றம் விருது, சௌமா இலக்கிய விருது, லண்டன் புதினம் விருது, இலங்கை உதயன் விருது, நெருஞ்சி இலக்கிய விருது உட்பட பல விருதுகள் பெற்றவர். தொடர்புக்கு 9585657108

சமர்ப்பணம்

எல்லா வகையிலும் எனக்குத் துணையாய் நிற்கும் துணைவியார்
திருமதி பானுமதி ராஜமாணிக்கம் அவர்களுக்கு

1

தகரக்கூடாரம் அது. சூரியனின் வெம்புழுதி சவ்வூடு பரவலாக தகரத்திற்குள் இறங்கிக் கொண்டிருந்தது. அறை முழுவதும் வெப்பச்சலனம். அறையோடு சேர்ந்து உடம்பும் கொதித்தது. வெக்கையால் உடம்பு வியர்க்கவும், வியர்த்த துளிகளை மேலுடம்பு உறிஞ்சவுமாக இருந்ததில், உள்ளுடம்பு குளிரெடுக்க, வெளிஉடம்பு வேகுவதாக இருந்தது.

பூமி சுற்றும் வேகத்தில் மனிதர்களும் பூமிக்குள் சுற்ற வேண்டும். ஓடும் மனிதர்களை இந்த சூரியன் விட்டுவிடுகிறது. ஒரே இடத்தில் அமர்ந்திருப்பவர்கள் மீதுதான், தன் கோர முகத்தைக் காட்டுகிறது. இத்தனை நாட்கள் வெயிலில் நனைந்ததில், உடற்சோர்வோ மனச்சோர்வோ எங்களுக்குள் நிகழ்ந்ததில்லை. ஒரே இடத்தில் உட்கார்ந்திருக்கையில், தலை வழியே பாதத்திற்கும் பாதம் வழியே தலைக்கும் வெப்பக்கனல் ஏறி இறங்கியது.

“உடம்பு சரியாகிற வரைக்கும் இங்கேதான் தங்கிருக்கணும்” என்றார் சுல்தான். நால்வரையும் நான்கு மூலையில் உட்கார வைத்துவிட்டு, கூடாரத்தின் கதவை இறுக அடைத்துச் சாத்துகையில், நாம் தங்கவைக்கப்படவில்லை. அடைக்கப்பட்டிருக்கிறோம், என்பதை உணர்ந்துகொண்டோம்.

இதற்கெல்லாம் காரணம் தோராதான். அவனுக்குத்தான் முதலில் காய்ச்சல் வந்தது. நெற்றியில் உள்ளங்கையை வைத்துப் பார்க்கையில், சுடுமணலைப் போல கொதித்தது. நெற்றி பொரிந்தும், கறுத்தும் இருந்தது. காய்ச்சலோடு நின்றிருந்தால் ஒன்றில்லை. சீக்குக் கண்ட ஒட்டகம் போல இரும வேறு செய்தான். தொடர் இருமல். குடலை உருவி வெளியே போடும்படியான இருமல். வறட்டு இருமல். அப்படியாக அவன் இருமுகையில், ஒரு கையைத் தொண்டைக்குக் கொடுத்துத் தடவிக்கொள்வதாக இருந்தான். அவ்வளவு நேரம் இருமி நிறுத்துகையில், ஒரு கைப்பிடி அளவிற்குச் சளியை வெளியே கக்கப் போகிறான், என்றே நாங்கள் நினைத்தோம். வெறும் எச்சிலை மட்டுமே துப்பினான். அந்த எச்சிலைப் பார்க்கையில், அவனுக்கு அழுகை முட்டியது. காய்ந்து கறுத்துப்போயிருக்கும் உதடுகளை நாவால் நீவிக்கொண்டான். அவனது உதடுகள் வறட்சியால் காய்ந்துவிடுவதாக இருந்தன.

பாலைவனப் புழுதிக்கும் ஒட்டகத்தோடு ஒட்டகமாக வெந்துகாயும் வெயிலுக்கு வரும் வழக்கமான உடற்கொதிப்பு என்றே நாங்கள் நினைத்தோம். மூன்றே நாட்களில் அவனது உடம்பு குன்றி, எலும்புருக்கி நோய் கண்டவனைப்போல ஆகிவிட்டிருந்தான். இதற்கு மேலும் ஒட்டகத்தோடு ஒட்டகமாக அடைந்து கிடந்தால், எலும்புதான் மிஞ்சும், என நினைத்த நாங்கள் அவனை மருத்துவமனைக்கு அழைத்துச் சென்றோம். இந்திய மருத்துவர் அவர். இந்தோனேஷியாவில் படித்து இங்கு தொழிலாற்றுவதாக இருந்தார்.

நாங்கள் மருத்துவம் பார்க்க அழைத்துச் சென்றது தோராவைத்தான். ஆனாலும் மருத்துவர் எங்கள் நால்வரின் இரத்தத்தையும் எடுத்துச் சோதனை செய்ய எழுதிக் கொடுத்தார். சிறுநீர் ஒரு சிட்டிகையில் பிடித்துவரச் சொல்லிக் கேட்டுக்கொண்டார். தொண்டைக்குள்ளும், நாசிக்குள்ளும் நீண்ட சோதனைக் குச்சியை விடுத்து தொண்டைச்சளி, மூக்குச்சளியைச் சேகரித்துக் கொண்டார்.

தோராவின் உடம்பை என்னென்ன சோதனைக்கு உட்படுத்தினார்களோ, அச்சோதனைகளுக்கு எங்கள் உடம்பையும் உட்படுத்தினார்கள். பிறகு, எங்கள் நால்வரையும் மருத்துவமனையில் ஒரு மூலையில் இடைவெளி விட்டு, அமரச் சொன்னார்கள். தோராவுக்கு விசேசமாக பானமும் சிற்றுண்டியும் வந்தன. அவனால் உட்கார்ந்திருக்க முடியவில்லை. சோர்ந்து விழுவதாக இருந்தான்.

பரிசோதனைக்குக் கொடுத்திருந்த சளி, சிறுநீர், வியர்வையின் ஆய்வக முடிவு வந்திருந்தது. எங்கள் நால்வரையும் அழைத்து ஒரே மாதிரியான மருந்து, மாத்திரைகளைக் கொடுத்து, யாரும் யாரையும் தொடக் கூடாது, யார் மூச்சுக் காற்றும் யார் மீதும் படக் கூடாது. உணவு தின்பண்டங்களைப் பரிமாறிக்கொள்ளவோ, கழுவாமல் சாப்பிடவோ கூடாது, இன்னும் பல கூடாதுகளைச் சொல்லி, எங்களை அனுப்பி வைத்தார் மருத்துவர்.

மருத்துவர் ஆணா, பெண்ணா எனத் தெரிந்துகொள்ள முடியாத அளவுக்கு உடல் முழுவதும் கவச உடை அணிந்துகொண்டு, எங்களைத் தொடாமல் மருத்துவம் பார்த்த முறையைப் பார்க்கையில், நாட்டுக்குள் இந்த நோயென்று சொல்ல முடியாத ஒரு மர்ம நோய் பரவி வருவதை எங்களால் ஊகிக்க முடிந்தது.

எங்களுக்கும் கங்காணியாக இருந்தவர் சாய்பு. முதலாளி காலிபாவுக்கு நேர் கையாள் இவர். தோராவுக்குக் காய்ச்சல் என்றதும் நடுங்காத அவரது உடல், இக்காய்ச்சல் ஒட்டகத்திற்குத் தொற்றினால் ஒட்டகம் மொத்தமும் மடிந்துபோகும், என மருத்துவர் சொன்னதும் நடுங்கியதை நான் கவனித்திருந்தேன்.

இத்தனை நாட்கள் தங்கியிருந்த இடத்திற்கும் சற்றே தூரத்தில் கட்டுமான கட்டிடத்தின் மூன்றாவது மாடியில் ஒரு பெரிய அறையில் வைத்து எங்களைப் பூட்டினார். ‘தோராவுக்குத்தானே காய்ச்சல். எங்களை ஏன் இவனுடன் சேர்த்து அடைக்கிறீர்கள்?’ எனக் கேட்டேன். கூடாரக் கிறிலை இறுக அடைத்து, அதற்குள் பூட்டை நுழைத்தபடி சாய்பு சொன்னார், “ஒரு ஒட்டகத்திற்கு சீக் வந்தால், அத்துடன் சேர்ந்து மேய்ந்த

அத்தனை ஒட்டகங்களையும் தனித்தனியே அடைப்பதில்லையா, அப்படித்தான்” என்றார்.

எங்களை அடைத்திருந்த இடம், விஸ்தாரமான நீள அகல கட்டுமானமாக இருந்தது. கீழ்த்தளம் முழுமைக்கும் பெரிய வெண்கோழிப் பண்ணை. அதிலிருந்து எந்நேரமும் கேட்கும் ‘கொக், கொக் ’ அரவம். அதற்கும் மேற்தளம் முட்டைகளைச் சேகரித்து வைக்கும் கிடங்காக இருந்தது. அத்தளத்திற்கு வாகனங்கள் அடிக்கடி வருவதும் திரும்புவதுமாக இருந்தன. அதற்கும் மேற்தளத்தில்தான் நாங்கள் அடைக்கப்பட்டிருந்தோம்.

கட்டுமானம் முழுமை பெறாத தளம் அது. வலைகட்டி, கைப்பந்து விளையாடுமளவிற்குப் பரந்த பரப்பு. அத்தளத்தின் மூலையில் கண்ணாடிப் போத்தல்கள் அடுக்கி அடைக்கப்பட்டிருந்தன. மற்றொரு மூலையில், கட்டுமானப் பொருட்கள் இருந்தன. இத்தளத்திற்கு வந்துபோக ஒரு வழி மட்டுமே இருந்தது. அந்த வழி கனமான இரும்பு கிறில் கேற்றால் அடைக்கப்பட்டு, அதற்கும் வெளியே சாய்ப்பு பூட்டிச் சென்ற பெரிய பூட்டு தொங்கிக் கிடந்தது.

அத்தளத்தில் அடைக்கப்பட்டதும், நான் முதலில் தேடியது கழிப்பறையைத்தான். தளத்தின் ஒரு மூலையில் ஒன்றரை ஆள் உயரத்திற்கு மூன்று பக்கமும் சுவரெடுக்கப்பட்டு, துருப்பிடித்த கதவொன்று போடப்பட்டு, கதவு சங்கிலி மாட்டும் இரும்பால் பிணைக்கப்பட்டிருந்தது. முட்டை சேகரிக்க வரும் ஆட்கள், அவசரத்திற்குப் பயன்படுத்திக்கொள்ளும் கழிப்பறையாக அது இருந்தது. அதை நான் திறந்து பார்த்தேன். அடிவயிறு குமட்டிக்கொண்டு வந்தது. இந்தியா என்ன, எந்த நாடாக இருந்தாலும் கழிப்பறை என்றால் இப்படியாகத்தான் இருக்கும் போலும்! கழிப்பறையின் கோப்பை இந்தியக் கலாசாரத்தைப் பறைசாற்றுவதாக இருந்தாலும் மலம் கழித்ததன் பிறகு, குதத்தையும் கோப்பையையும் துடைத்துச் சுத்தம் செய்துகொள்ள கூரையில் காகிதச் சுருள் தொங்கிக் கிடந்தது.

எங்களை அடைத்துச் சென்றிருந்த சாய்ப்பு ஒரு மணி நேரம்

கழித்து எங்களுக்குத் தேவையான பொருட்களுடன் மேலே வந்தார். ஆளுக்கொரு துண்டு, சோப்பு, சீனக் களிமண்ணால் செய்யப்பட்ட பூப்போட்ட தட்டு, எண்ணெய், இத்யாதிகளைக் கொடுத்தவர், “வேறென்ன வேணும்” எனக் கேட்டு நின்றார். “பால், ரொட்டி வேணும்” என்றேன். அதை வாங்கி வர கீழே செல்கையில், அவரது அலைபேசிக்கு ஓர் அழைப்பு வந்தது. அலைபேசியைக் காதினில் வைத்தபடி மேலே வந்தவர், எங்கள் நான்கு பேர்களுக்குமிடையில் குறுக்கும் நெடுக்குமாகக் கோடுகள் வரைந்தார். அக்கோடுகள், பார்க்க சிலுவையைப் போலிருந்தது. அக்கோடுகள் எங்கள் நால்வரையும் சற்று நேரத்திற்குள் பிரித்திருந்தன.

அலைபேசியில் எங்கள் நால்வரையும் தனித்தனியே நிற்க வைத்துப் புகைப்படம் எடுத்தவர், புலனம் வழியே அனுப்பினார். எங்கள் முதலாளி காலிபாவுக்குத்தான் அந்தப் படத்தை அனுப்பியிருக்க வேண்டும்.

“ஏன் இந்தக் கோடுகள்?” எனக் கேட்டான் யூசுப்.

“இந்தக் கோட்டை யாரும் தாண்டவோ, தொடவோ கூடாது” என்ற சாய்பு, கூடாரத்தின் மேற்கூரையை நிமிர்ந்து பார்த்தார். அவர் பார்த்த திசையில், கூரையில் பொருத்தப்பட்டிருந்த கேமராவின் ஒற்றைக்கண் தெரிந்தது.

“கலிபா சொல்லச் சொன்னார்?”

“என்ன?”

“இருபது நாட்களுக்கு நால்வரும் தனிமைப்படுத்திக்கொள்ள வேண்டுமாம். நாட்டில், இந்த நோயென்று தெரியாத மர்மக் காய்ச்சல் பரவி வருகிறதாம். மூச்சுக்காற்றால் பரவும் நோயாம் அது. யாரும் யாரையும் தொடவோ, எதையும் பகிர்ந்துகொள்ளவோ கூடாதாம். யார் மூலமும் யாருக்கும் காய்ச்சல் தொற்ற வாய்ப்பிருக்காம். உயிரைக் கொல்லும் காய்ச்சலாம். வேலை செய்யாவிட்டாலும் அரை கூலித் தருகிறாராம். ஆனால், அதில்தான் நீங்கள் உணவு எடுத்துக் கொள்ள வேண்டுமாம். உங்களில் யாரேனும் ஒருவர்

இறந்துவிட்டால், மற்ற மூவரும் சேர்ந்து இறந்த உடலை அடக்கம் செய்ய வேண்டுமாம்.”

அரபி மொழியில் சொன்ன செய்தியைச் சவுக்கத் அலி எனக்கு ஆங்கிலத்தில் மொழிபெயர்த்துச் சொன்னான். அவனது மொழிபெயர்ப்பு என் அடிவயிற்றையும் நெஞ்சுக்கூட்டையும் ஒருசேர பிசைந்தது.

மேய்ச்சலுக்கு ஓட்டிச் செல்லும் ஒட்டகங்கள் வயோதிகத்தால் இறந்து போனால், இறந்த ஒட்டகத்தை ஒரு புகைப்படம் எடுத்து, சாய்புக்கு அனுப்பி ஒட்டகம் இறந்த செய்தியைச் சொல்லிவிட்டு ஆழமாக ஒரு குழியைப் பறித்து அதைப் புதைத்துவிடுவோம். ஓர் ஒட்டகத்தைப் புதைப்பதைப் போல, சக மனிதனைப் புதைத்திட முடியுமா? மனிதனும் ஒட்டகமும் ஒன்றா? சாய்புவால் எப்படி அப்படியாகச் சொல்ல முடிந்தது? அவர் சொன்ன செய்தி செவித்துவாரத்தின் வழியே உள்ளே நுழைந்து, நெஞ்சில் கனகனத்தது.

யூசுப், நன்கு அரபி பேசுகிறவன். அவனது தாய்மொழியும் கூட அதுதான். ஆனால் எனக்கும் புரியும்படியாக ஆங்கிலத்தில் கேட்டான், “ஆகாரம் யார் தருவார்?”

“நான் வாங்கி வந்து தருவேன். ஆனால், உங்கள் கூலியில் அதற்கான தொகையைப் பிடித்துக் கொள்வேன்”, இதைச் சொல்லி முடிக்கையில், சாய்புக்கு பெருமூச்சு வாங்கியது.

2

முகமது யூசுப் பாலஸ்தானி. என் வயதுதான், ஆனாலும் ஒரு பெரிய ஒட்டகத்தின் மேற்கழுத்தைத் தொடுமளவிற்கு உயரமானவன். நான்கைந்து மொழிகள் சரளமாகப் பேசுவான். அவனது கழுத்தை மறைக்கும்படியான பெரிய தாடி. தலையில் விலா எலும்புகளைப் போல வரி வரியான கோடுகளைக் கொண்ட 'கஸ்' வகைத் துணியை அணிந்திருப்பவன். அவனைப் பொறுத்தவரைக்கும் ஒரு நாடு என்பது தேசமோ, நிலமோ, மலையோ அல்ல, மண். மண்ணை அவன், 'அத்தின்' எனச் சொல்வதாக இருந்தான். மண்ணை அள்ளுவதும், கைக்குள் மூடிக் கண்களில் ஒத்திக் கொள்வதுமாக இருப்பவன். அவன் எனக்கு அறிமுகமாகையில், 'அத்தின்' என்கிற சொல் கூடவே அறிமுகமானது. அவனது உடையைத் தட்டிவிட்டால் புழுதியாக மண் பறக்கும். அவனது சட்டைப் பையில் கூட அரைப்பிடி அளவுக்கு மண் வைத்திருப்பான். இந்த உலகில் விலைமதிப்பற்ற ஒன்று, மண்தான் என்பது அவனது புரிதல். மண்ணை பொன்னைப் போலவே பாவிப்பான்.

அப்போது நான், ஒட்டகத்தைக் கடித்துக்கொண்டிருந்த உண்ணியைப் பொறுக்கிக்கொண்டிருந்தேன். உண்ணியை நெருப்பிலிட்டு பொசுக்குகையில் அதன் பொசுங்கிய

நாற்றம் என் குடலை வாயோடு வெளியே தள்ளியது. குடல் புரட்டிக்கொண்டு வந்தது. நாசிகளை இறுகப் பொத்தினேன். பின்புறம் ஒட்டகம் தும்முவதைப் போன்றொரு சிரிப்புச் சத்தம் கேட்டது. திரும்பிப் பார்த்தேன். வாய்க்குள் எதையோ அதக்கிக்கொண்டு சிரித்தவனாக வந்தான் யூசுப். அவன் என்னைப் பார்த்துக் கேட்ட முதல் கேள்வியே, 'எந்த மண்ணைச் சேர்ந்தவன் நீ?' என்றுதான். என் அளவிற்கான ஓரளவு ஆங்கிலத்தில் அதை அவன் கேட்டிருந்தான்.

அவன் கேட்ட கேள்விக்கு நான் உடனே பதில் சொல்லவில்லை. அவனது தோற்றத்தையும் உடம்போடு சற்றும் பொருந்திப் போகாது தொளதொளவென்று தோள் முதல் கணுக்கால் வரைக்குமான உடுத்தியிருந்த உடையையும் பார்த்தபடி இருந்தேன்.

'இந்தியாவோ?' என்றவனின் பின்னே அவனது பராமரிப்பிலிருந்த ஒட்டகம் ஒன்று அவனைப் போலவே ஆடி அசைந்து நடந்து வந்தது. அவனைப் போல இந்த ஒட்டகம் நடக்கிறதா, ஒட்டகத்தைப் போல இவன் நடக்கிறானா? எனப் பார்த்தவனாய் நின்றேன். அவனது குதித்தாடும் நடை பார்க்க வேடிக்கையாகத் தெரிந்தது. என்னை அத்தனை நெருக்கமாக நெருங்கி வந்தவன், என்னை இறுகக் கட்டி அணைத்து வானத்தைப் பார்த்தான். அவனது மார்பிடத்தில் என் தலை இருந்தது.

என் பராமரிப்பிலிருந்த ஒட்டகம் அவனது ஒட்டகத்தின் மீது பாசம் பொழியவும் தலையைக் கொண்டு தலையை உரசவுமாக இருந்தது. இப்படியாகத்தான் யூசுப் எனக்கு அறிமுகமானான். என்னை நான் தமிழன், என்று அறிமுகப்படுத்திக்கொண்டேன். துபாய் மக்களுக்கு கேரளா, தமிழ்நாடு, ராஜஸ்தான் மீது நல்ல மரியாதையும் அம்மாநிலங்கள் குறித்த அறிவும் அவர்களுக்கு இருந்தது. அவன் என்னை, 'ஹை தமிள்' என அழைக்கத் தொடங்கியிருந்தான்.

யூசுப், வாரம் தவறாது ஒட்டகச் சந்தைக்குச் சென்று வருகிறவன். அங்கேயிருந்து ஜுமைரா சந்தைக்குச் சென்று, திரும்பி வருகையில், துருக்கி, எகிப்து நாடுகளின் துணிகள், சாக்லெட்,

மணலால் செய்யப்பட்ட சிற்பங்களை வாங்கிவருகிறவன். அவ்வளவு உயரமான அவனுக்குள் குழந்தைத்தனம் நிரம்பி இருந்தது. எதனுடனாவது விளையாடுவது அவனது பொழுது போக்காக இருந்தது. அதற்காக அவன் அவனது அறையில், நிறைய விளையாட்டுப் பொருட்கள் வாங்கி வைத்திருந்தான்.

எனக்கு ஒட்டகச் சந்தையைப் பார்க்க வேண்டும் போலிருந்தது. நான் இந்தியாவில் இருக்கையில் வாரம் தவறாது சந்தைக்குப் போய் வருகிறவன். என் ஊருக்கும் அருகில்தான் அந்த மாட்டுச் சந்தை. மாட்டுச் சந்தையைப் போலதான் ஒட்டகச் சந்தை இருக்குமென நினைத்திருந்தேன். அதை நேரில் சென்று பார்த்துவிடுவதன் மூலம் என் அனுமானத்தை நிவர்த்திக்க விரும்பினேன்.

என் ஆசையை யூசுப்பிடம் தெரிவிக்கையில், என்னை ஒரு நாள் ஒட்டகச் சந்தைக்குக் கூட்டிச் சென்றான். ஒட்டகங்களை மேற்கூரையில்லா வாகனத்தில் ஏற்றிக்கொண்டு சந்தையை நோக்கிக் கிளம்பியிருந்தோம். எங்களுடன் சாய்பும் வந்திருந்தார். அவர் வாகனத்தின் முன் இருக்கையில் அமர்ந்துகொள்ள, நானும் யூசுப்பும் பின்புறம் ஏறிக்கொண்டோம். வாகனம் சென்ற வேகத்திற்கு மண்புழுதி எங்கள் மீது வாரி இறைத்தது. கொஞ்ச நேரத்திற்கும்தான் அந்தப் புழுதி. ஒட்டகம் அடைப்புப் பகுதியிலிருந்து மேய்ச்சல் நிலத்தை அடைந்து பெருஞ்சாலையில் வாகனம் ஏறியதும் ஒட்டகங்கள் தம் உடம்பை ஒரு குலுக்குக் குலுக்கிக்கொண்டன. அவற்றின் மேலுள்ள புழுதிகள் காற்றில் பறந்தன. நான் என் இரு கைகளால் புழுதியைத் துடைத்துக்கொண்டு யூசுப்பைப் பார்த்தேன். அவன் தன் முகத்திலுள்ள புழுதியைத் துடைத்து, உள்ளங்கையைப் பார்த்தான். கையிலுள்ள மண்ணை நக்கினான். அவனுக்கு அவனது மண் நினைவுக்கு வந்தது. அவனது நாடு, ஊர், கிராமத்தை அவன் மண் என்றுதான் சொல்வான். அவனது மண்ணின் கதையை அவன் சொல்லத் தொடங்கினான். மண்ணின் கதை என்பது அவனது நாட்டின் கதை. அக்கதைக்குள் அவனது குடும்பத்தின் கதை இருந்தது.

3

நாங்கள் குடும்பத்தோடு பதுங்கு குழியிலிருந்து வெளியேறுகையில், கண் முன்னே வீடு எரிந்துகொண்டிருந்தது. உம்மா ரகமத், 'ஓ...'வென அலறிட்டார். ஏழு வயதுடைய ஆயிஷா மணலில் புரண்டு கதறினாள். எங்கள் தெருவே வான்வழித் தாக்குதலில் நிர்மூலமாகியிருந்தது. நாங்கள் செல்லமாக வளர்த்த ரசகுல்லா ஒட்டகம், ஸல் என்கிற செம்மறி ஆடு, சலாக் நாய், ஐந்து நெருப்புக் கோழிகள் அத்தனையும் மூச்சுத்திணறிச் செத்து, வெந்துபோயிருந்தன. வாசலில் வீற்றிருந்த பேரீச்சம் மரம், கூந்தல் பனை... தீப்பிடித்துத் தலைவிரித்து எரிவதாக இருந்தன.

எங்கள் மண்ணின் விடுதலை இயக்கத் தலைவர், யாசர் அராபத் பெயரிலான குடியிருப்பு அது. ஓர் ஒட்டகம் ஒரு நாள் நின்று மேயும் அளவுக்கான பரந்த பரப்பைக் கொண்டது. அதில் கச்சிதமாக வாழ்வதற்கு, ஒரு மாளிகையை எழுப்பியிருந்தார் வாப்பா. அவரது பத்து வருட உழைப்பு அது. சௌதியில் ஐந்து வருடம், துருக்கியில் ஐந்து வருடமென அடிமையைப் போல உழைத்து, சம்பாதித்துக் கட்டிய மாளிகை அது. பாலைப் புழுதி மாளிகைக்குள் வராத அளவிற்கான கட்டுமானம் கொண்டது.

கண் முன்னே வீடு எரிவதைக் கண்ட வாப்பா, வேர் இழந்த மரத்தைப் போலச் சரிந்தார். நாசி விடைத்து அழுகையால் பீறிட்டார். மணலில் மண்டியிட்டு கண்களை மூடியபடி வானத்தைப் பார்த்தார். அதிலிருந்து மீள முடியாது துக்கம் அவரது கண்ணை அடைத்தது. அதன் பிறகான அவரது பார்வை சிதைந்த வீட்டின் மீதே இருந்தது. வீடு எரிந்துபோனது, வீட்டோடு சேர்ந்து தானும் தன் குடும்பமும் எரிந்துவிட்டதாகவே நினைத்தார்.

ஒரு நாள் வாப்பா, உம்மாவை அழைத்து முகவாயை உயர்த்தியபடி சொன்னார். "இத்துடன், நான் இறந்துட்டேன் என நினைத்துக்கொள்ளும்..."

வாப்பாவின் அந்த வார்த்தை உம்மாவையும் என்னையும் திடுக்கிட வைத்தது. உம்மா தலையின் பர்தாவைச் சரிசெய்தவராய் வாப்பாவின் வாயைப் பொத்தினாள், "என்ன வார்த்தை இது. நம் குழந்தைகள் வேறு கேட்டுக்கொண்டிருக்கிறார்கள்" என்றவள், கண்ணீரும் கம்பலையுமாக கைகளை உதறினாள்.

"இல்லை ரகமத், நானொரு முடிவு எடுத்திருக்கேன்" என்ற வாப்பா உம்மாவின் முகத்தை வெறிக்கப் பார்த்தவராக இருந்தார்.

"எந்த விபரீத முடிவையும் அவசரகதியில் எடுக்க வேண்டாம்" என்றாள் உம்மா.

"இஸ்ரேலுக்குப் பதிலடி கொடுக்கும் பலத்தில் நம் பலம் இல்லை."

"அதனாலே...?"

"ஹமாஸ் இயக்கத்தில் சேரப்போகிறேன்" என்றார்.

"ஹமாஸ் இயக்கத்திலா? அது தீவிரவாத இயக்கமென்று உலக நாடுகள் எழுதி வருகிறதே" என்ற உம்மா, பரிதவித்தவளாய் நெஞ்சில் கை வைத்தாள்.

"வரலாறு தெரிந்த நீயுமா இப்படிப் பேசுவது? போரில் தோல்வியைத் தழுவும் விடுதலை இயக்கம் தீவிரவாதம்.

அதுவே வெற்றி பெற்றால் போராளி இயக்கம். ரஷ்யாவில் லெனின், ஸ்டாலின், கியூபாவின் பிடல் காஸ்ட்ரோ இவர்கள் ஒருவேளை தோற்றுப்போயிருந்தால் தீவிரவாதிகளாகச் சித்தரித்திருப்பார்கள். ஹமாஸ் தீவிரவாதமா, விடுதலை இயக்கமா என்பது உலகப் பார்வையில் இல்லை. இயக்கத்தின் வெற்றியைப் பொறுத்திருக்கிறது" என்றார் வாப்பா.

உம்மா, வாப்பாவைக் கரிசனத்தோடு பார்த்தார். அவருக்கு அழுகை பீறிட்டு வந்தது. வாப்பாவின் கைகளை இறுகப் பற்றி தன் முகத்தைப் பதித்தவாறு அழுதார். உம்மா அழுவதைப் பார்த்து நானும், என் தங்கையும் அழுதோம். உம்மாவைத் தேற்றிய வாப்பா, "நான் இறந்துவிட்டதாக நினைத்துக்கொள். நீயும் குழந்தைகளும் அகதி முகாமில் சேர்ந்துகொள்ளுங்கள்" என்றார்.

எங்கள் மண்ணில் வீடுகளை இழந்து தாய் தந்தை இருவரில் ஒருவரை இழந்தவர்கள் அந்த முகாமில்தான் அடைக்கலம் தேடியிருந்தார்கள். போர் ஆயுதங்களுக்குத் தடை விதிக்கப்பட்ட பகுதியாக அது இருந்தது. ஐ.நா. அமைத்திருந்த அமைதி முகாம் அது.

"குழந்தைகளின் எதிர்காலத்தைக் கொஞ்சம் நினைத்துப் பார்க்கக் கூடாதா?" உம்மா கெஞ்சினாள்.

"நம் குழந்தையின் எதிர்காலத்தை மட்டும் பார்க்காதே. பாலஸ்தீனத்தின் மொத்த குழந்தைகளும் உறக்கத்தை இழந்து நிற்கிறார்கள்."

உம்மாவால் அதற்கும் மேல் ஒன்றும் பேச முடியவில்லை. எங்கள் மண்ணின் ஒவ்வொரு குடும்பமும் ஓர் பிள்ளையைப் பெற்று மண்ணைக் காக்கும் ஹமாஸ் இயக்கத்திற்கு அனுப்புவதாக இருந்தார்கள். எங்கள் குடும்பத்தில் ஒரே ஆண் பிள்ளை நான்தான். நான் சிறுவன் என்பதால் எனக்குப் பதிலாக வாப்பா அந்த இயக்கத்தில் சேர்ந்திருந்தார்.

அவர் எங்களிடமிருந்து பிரிந்து செல்கையில் என்னையும் என் தங்கை ஆயிஷாவையும் மார்போடு அணைத்து பத்து

நிமிடங்கள் அழுது குமுறி பிரிந்துசென்றிருந்தார். அதன்பிறகு எங்களை அவர் திரும்பிப் பார்க்கவில்லை.

வாப்பா பிரிந்து சென்றதன் பிறகு போரில் இறந்து புழு மொய்த்துக் கிடந்த ஒரு சடலத்தைக் காட்டி, இவர்தான் எங்கள் வாப்பா என்று ஒரு பொய்யைச் சொல்லி அகதி முகாமில் சேர்ந்துகொண்டோம். உள்நாட்டிலேயே அகதி வாழ்க்கை வாழ்வது, எத்தகையது என்று அதை அனுபவித்த எனக்குத்தான் தெரியும்.

அகதி முகாமில் இருந்தபடி கல்வி கற்றோம். அங்கு அரபி மொழியுடன் ஆங்கிலம் கட்டாயமாக இருந்தது. ஐக்கிய நாடுகள் சபை, நிர்வகிக்கும் அகதி முகாம் அது. பதினைந்து வயது வரைக்கும்தான் இலவசக் கல்வி. பதினைந்தைக் கடந்துவிட்டால் குவைத், சௌதி, பக்ரைன், துருக்கி நாடுகளிலிருந்து வேலைக்கு ஆளெடுப்பார்கள். கட்டிட வேலைக்கென்று ஆளெடுக்கையில்தான் என் உம்மா என்னை இங்கே அனுப்பி வைத்தாள். கட்டிட வேலைக்கென்று நான் இங்கு அழைத்துவரப்பட்டவன். இங்கு ஒட்டகம் மேய்த்துக்கொண்டிருக்கிறேன்," எனத் தன் கதையைச் சொல்லி நிறுத்தினான் யூசுப். இதை அவனால் சரளமாகச் சொல்ல முடியவில்லை. நாவில் தடுமாற்றமும் தொண்டைக்குள் கேவலும் முட்டச் செய்தன.

ஒட்டகச் சந்தை மாட்டுச் சந்தையைப் போலதான் நடந்தது. குட்டி ஒட்டகங்கள் ஓரிடத்திலும் பெட்டைகள், கிடாக்கள் வேறொரு இடத்திலும் வாங்க விற்க இருந்தன. குட்டி மற்றும் கிடா ஒட்டகச் சந்தையில் கூட்டம் நெரிசலாக இருந்தது. ஏலமாக ஒட்டகங்களை வாங்கிச் சென்றார்கள். பெட்டை ஒட்டகங்களைத் தோல் பார்த்தும் பல் பார்த்தும் வயிற்றில் விழுந்திருக்கும் பள்ளம் பார்த்தும் வாங்கிச் சென்றார்கள். குட்டி, கிடாக்கள் பந்தயத்திற்காகவும் பெட்டை ஒட்டகங்கள் கறிக்காகவும் வாங்கிச் சென்றார்கள்.

நாங்கள் ஓட்டிச் சென்றிருந்த ஒட்டகம் சந்தையில் நல்ல விலைக்குப் போனதாக சாய்பு சொன்னார். இருவருக்கும்

தலா ஐம்பது தினார் கொடுத்தார். இருவரும் சுபையா நகரத்திற்குச் சென்றோம். ஒரு பாலைவன நாட்டில் எழுந்து நின்ற வான்தொடும் கட்டிடங்களும் மாளிகைகளும் பார்க்க எனக்கு வியப்பாக இருந்தது. யூசுப், எனக்கொரு கம்பளிக் குல்லா வாங்கித் தந்தான். ஈரான் நாட்டில் நெய்த குல்லா. இருவரும், ஒரு சிற்றுண்டிக் கடைக்குள் நுழைந்தோம். யூசுப் ஒட்டகப் பால் மாவில் பேரீச்சம்பழச்சாறு கலந்து பால் பருகினான். நான் பசும்பால்மாவுடன் இரண்டு ரொட்டிகள் எடுத்துக்கொண்டேன்.

இருவரும் அறைக்குத் திரும்புகையில் யூசுப்பிடம் கேட்டேன். " அதன் பிறகு உன் வாப்பாவை எப்பொழுது நீ பார்த்தாய்?"

யூசுப் ஒரு கணம் என்னைத் திரும்பிப் பார்த்தான். அவனது கண்கள் தூசி விழுந்ததைப் போல கலங்கச் செய்தன.

4

இரு நாடுகளுக்கிடையிலும் உக்கிரப் போர் நடந்துகொண்டிருந்தது. அமெரிக்கா, இங்கிலாந்து நாடுகள் இஸ்ரேல் நாட்டிற்கு வெளிப்படையாக ஆயுத உதவிகள் செய்திருந்தன. அதுநாள் வரைக்குமில்லாது, வான்வழித் தாக்குதல் பெரிய அளவில் நடந்தேறியது அப்போரில்தான். இந்தியா, ஜப்பான், சீனா நாடுகள் உடனடி போர் நிறுத்தம் வேண்டி ஐக்கிய நாடுகள் சபையில் முறையிட்டன. ஐ.நா. சபை கேட்டுக்கொண்டும்கூட காஸா எல்லையில் வான்வழித் தாக்குதல் விடாது நடந்துகொண்டிருந்தது. கணவனைத் தூக்கிக்கொண்டு ஓடும் மனைவிகள், மரித்த குழந்தையைச் சடமாகக் கையில் ஏந்திக்கொண்டு வானத்தைப் பார்க்கும் தாய்கள் என நகரம் கண்ணீரும் கம்பலையுமாக இருந்தது.

அப் போர் நடந்தேறுகையில் உம்மா, வாப்பா குறித்த கவலையில் ஆழ்ந்தாள். இப்போரால், வாப்பாவின் உயிருக்கு ஏதேனும் ஆபத்து வருமோ, எனப் பயந்தார். ஒரு நாள், அதிகாலையில் அத்தனை வேகமாக முகாமிலிருந்து வெளியேறிய உம்மா, மாலை நேரமாகியும் முகாம் திரும்பவில்லை. என் தங்கை ஆயிஷா வேலிச் சட்டகத்தில் கன்னத்தைப் பதித்தவாறு கடற்கரை வெளியைப் பார்த்தவாறு நின்றாள்.

இருட்டும் பொழுதில் உம்மா திரும்பி வந்தாள். உம்மா மெதுவாக நடக்கக்கூடியவள். ஆனால் அன்றைய தினம் அத்தனை வேகமாகத் திரும்பி வந்தாள். வந்த வேகத்தில்

ஆயிஷாவைத் தூக்கித் தோளில் கிடத்திக்கொண்டு நடந்தாள். அவள் பின்னே நான் ஓடலானேன்.

முகாமை விட்டு வெளியே செல்வதாக இருந்தால் முகாம் காவலர்களிடம் அனுமதி பெற்றாக வேண்டும். அத்தனை எளிதில் யாருக்கும் அவர்கள் அனுமதி கொடுத்துவிடமாட்டார்கள். உம்மா, என்னையும் ஆயிஷாவையும் வெளியே நிறுத்திவிட்டு, முகாம் காவலருடன் மன்றாடி, அமெரிக்க கரன்சியைக் கையூட்டாகக் கொடுத்து அனுமதி பெற்றிருந்தாள்.

நான் உம்மாவிடம் கேட்டேன். “வாப்பா எப்படி இருக்கார், அவரைப் பார்த்தீங்களா?”

“இம், பார்த்தேன். அவர்தான் அழைத்துவரச் சொன்னார்” என்றவளின் கண்கள் கலங்கின.

நான் வாப்பாவைப் பார்க்கப் போகிற மகிழ்ச்சியில் குதித்தேன். உம்மா எங்கள் இருவரையும் ஒரு பாழடைந்த கட்டிடத்திற்குள் அழைத்துச் சென்றாள். தோளிலிருந்து ஆயிஷாவைக் கீழே இறக்கி அவளது கன்னத்தில் பலம் கொண்ட மட்டும் அறைந்தாள். இதற்கும் முன்பு அவளை அப்படியாக அறைந்து நான் பார்த்ததில்லை. ஒவ்வொரு அடிக்கும் ஆயிஷா ஓலமிட்டு அழுதாள். ஏன் அடிக்கிறார், என எனக்குத் தெரியவில்லை. அவளது அழுகையைப் பார்த்து நானும் அழுதேன். பலம் கொண்ட மட்டும் அடித்தவர் அடியை நிறுத்திவிட்டு என்னையும் ஆயிஷாவையும் மார்போடு இறுக அணைத்துக்கொண்டு உடல் குலுங்கி, ஓலமிட்டு அழுதார்.

உம்மா சிரிக்கையில் அத்தனை அழகாக இருப்பாள். அழுதால் பார்க்கச் சகிக்காது. சிரிப்பதற்கென்றே படைக்கப்பட்ட முகத்தில் அப்படியான அழுகை யாரையும் கலங்கடித்துவிடும். உம்மாவின் அன்றைய அழுகை அப்படியாகத்தான் இருந்தது.

நான் ஆயிஷாவின் பூப்போன்ற கன்னத்தைத் தொட்டுப் பார்த்தேன். அவளது மென்மையான கன்னம், மிளகாய்ப் பழமாகத் தடித்துச் சிவந்திருந்தது. ஆயிஷாவை அடிக்க என் உம்மாவுக்கு எப்படித்தான் மனம் வந்ததோ, சின்னக் குழந்தை

அவள். அழுதழுது கண்ணீர் வடித்திருந்தாள். எவ்வளவு கண்ணீர்தான் அவளும் வடிப்பாள்! கண்ணீர் முழுவதும் வற்றி தொண்டை வறண்டு அவளது குரல்வளை கட்டிக்கொண்டது.

"என் கொழுந்தே, பூச்செண்டே அழுது முடித்துவிட்டாயா?" உம்மா கேட்டாள்.

அவள் வாய்திறந்து என்னவோ சொன்னாள். அவள் பேசுகையில் வெறும் காற்று மட்டுமே வந்தது. அவளை வாரி அள்ளி தோளில் கிடத்திக்கொண்டு ஒரு பிணக்கிடங்குக்குச் சென்றாள். நான் புரிந்துகொண்டேன். வாப்பா வஃபாத்.

அக்கிடங்கில் நிறைய ஜனாஸா இருந்தன. கை இழந்த, கால் இழந்த, உடல் சிதைக்கப்பட்ட பிரேதங்கள் அவை. உம்மாவின் நடை ஓரிடத்தில் நின்றது. குனிந்து கைநடுக்கத்துடன் ஒரு ஜனாஸா மீது போர்த்தியிருந்த கஃபன் துணியை மெல்ல விலக்கினார். அந்தப் பிரேதம், என் வாப்பா!

என்னையும் அறியாமல் என் தொண்டை பெருங்குரலெடுத்தது. என் உம்மா, என் வாயை இறுகப் பொத்தினாள். போரால் இறந்திருப்பது என் வாப்பா எனத் தெரியவந்தால் இத்தனை நாட்கள் வாப்பா இறந்துவிட்டதாக அகதி முகாமில் தங்கியிருந்தது குற்றம் என்றாகிவிடும். உம்மா, அதை என் காதிற்குள் சொல்லி என் வாயைப் பொத்தினாள். என் தங்கை ஆயிஷா என்ன சொல்லியும் அவளால் அழுகையை நிறுத்த முடியவில்லை. ஆனால், அவளது தொண்டை கட்டிக்கொண்டதில் அவளது அழுகை வெளியில் யாருக்கும் கேட்டிருக்கவில்லை.

கடைசியாக நான், என் வாப்பாவைப் பார்க்கையில் அவரது கால்களும் கைகளும் முழுவதுமாக சிதைந்திருந்தன. ஆனால், அவரது முகத்தில் சிறு காயமில்லை. அவரது கண்கள் என்னைத் தேடுவதைப் போலிருந்தது.

"இன்னாலில்லாஹி" என்றார் உம்மா.

"அப்படியென்றால்?" என்றேன் நான்.

"இறைவனின் பிள்ளை அவர். அவரிடமே சென்றுவிட்டார்."

5

சாய்பு, கூடாரத்திற்கும் வெளியே பூட்டிச் சென்றிருந்த கேட்டைத் திறந்துகொண்டு உள்ளே வந்தார். அவர் முழுமையாக அறைக்குள் நுழையவில்லை. தலையை உள்ளே நீட்டி, அன்றைக்கான உணவை பொட்டலமாக வைத்துவிட்டு, தான் வரைந்த குறுக்குநெடுக்குக் கோடுகள் அழியாமலிருக்கிறதா, உள்ளே வைத்துப் பூட்டிய நால்வரும் இடம் மாறாமல் அவரவர் இடத்தில் இருக்கிறார்களா, எனப் பார்த்தவராய் அவ்விடத்திலிருந்து கிளம்பினார்.

உணவு வந்ததும் தோரா எழுந்து உட்கார்ந்தான். முதுகு முறித்து நெட்டிப் பறித்தான். முந்தைய நாள் அளவுக்கு அவனது உடல் திடமாக இருந்திருக்கவில்லை. முகம் சொடுங்கியும் சோர்ந்தும் போயிருந்தது. அவனது கண்கள் ஒட்டகத்தின் கண்களைப் போல கறுத்து, பூத்துப் போயிருந்தன.

உணவு இதமான சூட்டிலும் தண்ணீர் சற்றே ஆறியுமிருந்தது. உணவை யாரும் முழுமையாக எடுக்க முடியவில்லை. ஆனாலும் எடுத்துக்கொண்ட உணவால் பசிக் கிறக்கம் சற்றே தாழ்ந்திருந்தது.

தோரா, குறுக்கும் நெடுக்குமாக வரைந்திருந்த கோட்டைப் பார்த்துக் கேட்டான், "இது என்ன கோடு?" இக்கேள்வியை

அவன், சவுக்கத் அலியைப் பார்த்துக் கேட்டிருந்தாலும் அதற்கான பதிலை நான் சொன்னேன். “இது லெட்சுமணக் கோடு”. இதைச் சொன்னதும் சவுக்கத் அலி என்னை வெறிக்கப் பார்த்தான். அவனைக் கோபமூட்ட வேண்டும் என்பதற்காகவே, அப்படி நான் சொல்லியிருந்தேன்.

சவுக்கத் அலி பாகிஸ்தானி. ஒரு வேளை, இந்தியாவில் இருந்துகொண்டு அவனை நினைத்தால், எனக்கு அவன் பரம எதிரியாகத் தெரியக்கூடுவான். இங்கு, எனக்கு அவன் நெருங்கிய நண்பன். நாங்கள் இரு நாட்டின் பெயர்களையும் பழைய நிகழ்வுகளையும் நினைவுகூராதவரை எங்களுக்கிடையில் சண்டையோ சச்சரவோ வராமலிருந்தது.

அவனது பிறந்தகம் நிராதி. பாகிஸ்தானிலிருக்கும் ஒரு சிறு கிராமம். அவனது பூர்வீகம் இந்தியாவிலுள்ள ஜுனாகத் என்பதாகச் சொன்னான். அவனது உறவினர்கள் இந்தியாவிலிருப்பதாகவும் அவனது குடும்பத்தை இந்திய பிரிவினை காலம் பிரித்துவிட்டதாகவும் சொல்கையில் அவனது மொத்த உடலும் குலுங்கியது.

அவனுக்குக் காஷ்மீர் குறித்து அவ்வளவாகக் கவலை இல்லை. அவனது கவலை ஜுனாக்கத் பற்றிதான். ஜுனாக்கத், எங்கள் கையைவிட்டுச் சென்றுவிட்டதாகவும் இந்தியா அதைத் தந்திரத்தால் கையகப்படுத்திவிட்டதாகவும் அடிக்கடி சொல்வதாக இருந்தான். இதை நான் மறித்துப் பேசுகையில் எங்கள் இருவருக்குமிடையில் சண்டை வருவதாக இருந்தது. இந்தச் சண்டையை முடிவுக்குக் கொண்டுவரும் பொருட்டு, ஒரு நாள் நாங்கள் இருவரும் புரிந்துணர்வு ஒப்பந்தம் செய்துகொண்டோம், இனி ஒரு காலமும் நாட்டின் பிரிவினை குறித்த சம்பவங்களை நினைவுகூரக் கூடாது என்று.

சவுக்கத் அலி, ஒட்டகத்தின் பருவங்களை நன்கு அறிந்தவனாக இருந்தான். பருவம் அறிந்து சினை ஊசிப் போடுவது அவனது வேலை. குட்டிகளைப் பராமரிப்பது அவனது கூடுதல் வேலையாக இருந்தது. ஒட்டகத்தின் அங்க அசைவுகள் அவனுக்கு அத்துப்படியாகியிருந்தது. ஒட்டகத்தின் தொடைச்

சப்பை மீது கையை வைப்பான். ஒட்டகம் சிறுநீர் கழிக்கும். ஒட்டகத்தின் அடிமார்பைத் தடவிக்கொடுப்பான். அது சாணம் போடும். ஒவ்வொரு ஒட்டகத்திற்கும் அவன் பெயர் சூட்டியிருந்தான். அப்பெயரைச் சொல்லியே அவன் அழைப்பான். அவனது கைகொட்டுக்கும், சீட்டியடிப்புக்கும் மேயும் ஒட்டகம் அவனைத் திரும்பிப் பார்க்கும். நாங்கள் பண்ணைக்கு இருந்த கலிபாவிடம் இருநூறு ஒட்டகங்கள் இருந்தன. அதில் இருபது ஒட்டகங்களை நான் மேய்த்துக் கொண்டிருந்தேன்.

தோரா, சுவரில் தலையைச் சாய்த்து இருமியபடி கேட்டான். அவன் எப்பவும் இப்படித்தான். அவனுக்குப் பொழுது போகாத பொழுது எங்கள் இருவருக்குமிடையில் சண்டையை மூட்டி வேடிக்கை பார்ப்பான். அப்படியாகத்தான், அன்றைய தினம் அவனது கேள்வி இருந்தது. “சவுக்கத், நீ ஏன் அடிக்கடி ஜூனாகத்தையே நினைவுகூர்கிறாய்?”

சவுக்கத் அலி என்னைப் பார்த்தான். தலையைச் சிலுப்பிக்கொண்டான். அவனுக்குள் ஒரு கதை இருந்தது.

6

என் பாட்டிக்கு வயது எண்பது. அவருக்கு இரண்டு சகோதரிகள். இருவரும் இந்தியாவில் வசித்து வருகிறார்கள். இருவரில் ஒருவர் இளவயதில் விதவையானவர். குழந்தைப் பாக்கியமில்லை. கூட இருந்து கவனித்துக் கொள்ள யாருமில்லாத தனி மரம். மற்றொருவர் குழந்தை, பேரப்பிள்ளைகளுடன் வசித்து வருகிறார்.

இந்தியாவிலிருக்கும் இரண்டு சகோதரிகளும் என் பாட்டிக்கு இளையவர்கள்., குழந்தையில்லாத பாட்டி ஜுனாகத் நகரிலும், மற்றொரு பாட்டி மகன், மகள், பேரக் குழந்தைகளுடன் இந்தியாவின் வட மாநிலப் பகுதிகளை வலம் வருகிறவர். அவரது ஒரு மகன் பொதுத்துறையில் பணியாற்றுகிறார்.

என் பாட்டி இளவயதில் நிக்காஹ் செய்துகொண்டவர். நிக்காஹ் முடிந்ததும் என் தாத்தா பாட்டியை அழைத்துக்கொண்டு வாகாவில் குடியேறிவிட்டார். அப்போது, எங்கள் நாடு இந்தியாவாகவே இருந்தது. பாகிஸ்தான் என்றொரு நாடு பிறந்திருக்கவில்லை.

அன்றைக்குப் பெண்கள் பிறந்தகத்தை விடுத்து வேறொரு இடத்திற்கு இடம்பெயர்ந்து செல்வது பெரிய விடயமில்லை.

அதுவும் மத்தியதர முஸ்லிம் குடும்பத்திற்குச் சொல்ல வேண்டியதில்லை. தன்னுடன் பிறந்த உடன்பிறப்புகளை விடுத்துச் சேர்ந்து விளையாடிய தோழிகளை மறந்து வாகாவில் ஐக்கியமாகிவிட்டார். ஆயிரத்துத் தொள்ளாயிரத்து நாற்பது, ஐம்பதுகளில் இத்தகைய போக்கு சர்வ சாதாரணம். தொழிற்முறை வாழ்க்கைக்கும் வணிகப் பயணத்திற்கும் இப்படியான இடம்பெயர்தல் தவிர்க்க முடியாத ஒன்றாகவே இருந்தது.

என் பாட்டிக்கு நீண்டகாலமாக ஓர் ஆசை இருந்தது. இரு சகோதரிகளின் அருகில் அமர்ந்து, தொட்டு உறவாட வேண்டுமென்று. அந்த ஆசை கைகூடுவதாக இல்லை. ஆனால் அலைபேசி வருகைக்குப் பிறகு, தூர இடைவெளி கொஞ்சம் தளர்ந்ததாக உணர்ந்தார். அதுவும் ஐபோன் தொழிற்நுட்பம் வந்ததன் பிறகு, அவர்களின் பந்தத்தில் பூமழை பெய்வதாக இருந்தது. மூவரும் ஐபோன் திரையில் முகம் பார்த்துப் பேச, சிரிக்க, அரட்டை அடிக்கவென இருந்ததில் அவர்கள் வெவ்வேறு பிரதேசத்தில் பிரிந்து வாழ்கிறோம் என்கிற நினைவு அறவே அற்றிருந்தது.

என் பாட்டி, ஜுனாகத்திலிருக்கும் இளைய பாட்டியிடம் அடிக்கடி தொடர்புகொண்டு பேசுபவராக இருந்தார். அப்படியாகப் பேசுகையில் முதுமையை மறந்து தன்னையொரு குழந்தையாக பாவித்துக்கொண்டார். அவர்களின் உறவுக்கும் நெருக்கத்திற்கும் இடையூறாக இருந்தது காஷ்மீர்தான். காஷ்மீரில் குண்டுவெடிப்பு, தாக்குதல் நடந்தேறுகையில் நினைத்த நேரத்தில் தொடர்புகொள்ள முடியாத நிலை இருந்தது. என் இளைய பாட்டிக்கு அவருக்கென்று தனியே அலைபேசி கிடையாது. என் பாட்டியிடம் பேச அவர் அண்டை வீட்டாரின் உதவியை நாட வேண்டியதாக இருந்தது.

காஷ்மீரில் சண்டை நடந்துகொண்டிருக்கையில் ஒரு முறை என் பாட்டி ஜுனாகத் பாட்டியைத் தொடர்புகொண்டார். அண்டை வீட்டார்கள் என் இளைய பாட்டியிடம் கடிந்து சொல்லிவிட்டார்கள். “பாகிஸ்தானிலிருந்து வரும் இந்த

அழைப்பால் எங்களுக்குப் பிரச்சனை வருகிறதென்று". அதன் பிறகு என் பாட்டியிடம் பேசவேண்டுமென்று அழைப்பு விடுத்தால், அண்டை வீட்டார்கள் அழைப்பைத் துண்டிப்பதாக இருந்தார்கள்.

அதுமட்டுமன்று, அண்டைவாசிகள் என் பாட்டியாரை ஆன்டி இண்டியனாகப் பார்க்கத் தொடங்கினார்கள். தேசப்பற்று இல்லாதவரென்றும் சொல்லியிருக்கிறார்கள். என் பாட்டிகள் மூவரும் பிரிந்து எழுபது வருடங்கள் கடந்துவிட்டன. இன்னும் அவர்களால் இணைய முடியவில்லை. ஜுனாகத், பாகிஸ்தானிடம்தான் இணைவதாக இருந்தது. ஆனால், இந்தியா தந்திரத்தால் கைப்பற்றிக் கொண்டது. அதனால்தான், என் பாட்டிகள் மூவரும் நிரந்தரமாகப் பிரியவேண்டியதாகிவிட்டது, எனச் சொல்லி நிறுத்தினான் சவுக்கத் அலி.

சவுக்கத் அலி, என்னை விடவும் ஒன்றரை மட்டம் வளர்ந்தவனாக இருந்தாலும், அவனது குடும்பம் பற்றிப் பேசுகையில் அவனையும் அறியாமல் கண் கலங்கிவிடுகிறவன். அவனது ஒரு பங்கு உறவினர்கள் இந்தியாவில் இருப்பதும், அவர்களைச் சந்திக்க ஏங்குவதும் அவனது பேச்சில் அவ்வப்போது வெளிப்படுவதாக இருந்தது. குடும்பம் பற்றிப் பேசுகையில் அவன் நிலைகுலைந்து போவதை நான் பலமுறை கண்டிருக்கிறேன். அப்படியாக நிலைகுலைகையில், அவனைத் தேற்றுவது பெரும்பாடாக இருந்தது.

7

தோராவுக்கு இருந்த அதே வறட்டு இருமல், காய்ச்சல், மூச்சுத்திணறல் சவுக்கத் அலிக்கும் இருந்தது. தோரா அளவுக்கு இல்லையென்றாலும், அவனைப் போலவே அடிவயிற்றைப் பிடித்துக்கொண்டு இருமவும், சளியில்லாத எச்சிலை வெளியே காறித் துப்பவும் செய்தான். இருவரின் இருமலையும் கவனித்திருந்த சாய்பு, அடுத்து வருகிறபொழுது கலிபாவிடம் சொல்லி மருத்துவரைக் கையோடு அழைத்து வருவதாகச் சொல்லிச் சென்றிருந்தார்.

தோரா, சவுக்கத் அலி இருவரும் உயிர் அறுந்துவிடுவதைப்போல இருமினார்கள். உலக்கையில் நெல் இடிப்பதைப் போல ஒருவர் மாறி ஒருவர் இருமினார்கள். அவர்களின் தொடர்ச்சியான இருமல் என்னை பயங்கொள்ள வைத்தது. நான் அவர்களையே பார்த்துக்கொண்டிருந்ததில் அவர்களின் காய்ச்சல் எனக்கும் ஒட்டிக்கொள்ளுமோ, என பயந்தவனாய், சுவரின் ஒரு மூலையில் ஒடுங்கினேன். நான் ஒடுங்கிய இடத்தில் ஒரு ஜன்னல் வைக்கப்படாத ஒரு திறப்பு இருந்தது. அதன் வழியே வெளியைப் பார்த்தேன். என் பார்வை நேருக்கு ஒரு பெட்ரோல் சுத்திகரிப்பு ஆலை இருந்தது. பிரம்மாண்டமான

புகைபோக்கி அது. எவ்வளவு தூரத்தில் நின்று பார்த்தாலும் தெரியும்படியாக இருந்தது. அவ்வாலையிலிருந்து வெளியேறும் புகை, மூட்டம்மூட்டமாக வானோக்கி எழுவதாக இருந்தது. நான், அதையே பார்த்தபடி இருந்தேன். அதைப் பார்த்ததில் எனக்கு என் ஊரும் நிலமும் மக்களும் நினைவுக்கு வந்தார்கள். புகைபோக்கியிலிருந்து பார்வையை என்னால் எடுக்க முடியவில்லை. நான் அதையே பார்த்துக்கொண்டிருப்பதைக் கவனித்திருந்த யூசுப், என்னை அழைத்துக் கேட்டான். “நீ ஏன் அதையே பார்த்துக்கொண்டிருக்கிறாய்?”

“அந்தப் புகைமூட்டத்தைப் பார்க்கையில், எனக்கு என் ஊர் வயல்வெளிகள் நினைவுக்கு வருகின்றன” என்றேன்.

“புகைமூட்டத்திற்கும் வயல்வெளிக்கும் என்ன தொடர்பு?” எனக் கேட்டான்.

அவனது கேள்வி, வேடிக்கையானது. இப்படியான கேள்வியை அவ்வப்போது அவன் கேட்பதுண்டு. பாலஸ்தீனியனான அவனுக்கு என் ஊர், நிலம், விவசாயம் குறித்து என்ன தெரிந்துவிடப்போகிறது? ஆறும், பசுமையும், காடும், வளம் செழிப்பும் அவனது அறிவுக்கு எட்டாப் புதிராக இருக்க முடியும். சொன்னால் புரிந்துகொள்வான். நான் சொல்லத்தான் வேணும். அவனுக்குப் புரியத்தான் வேணும்.

தோரா அளவுக்கு யூசுப்புக்கு வெளியுலக அறிவு இல்லையென்றாலும் சொல்வதைக் கவனமாகக் கேட்கிறவன். அவனுக்குச் சொல்வதைத் தொடர்ச்சியாகச் சொல்ல வேண்டும். அவனது அறிவுக்கு இதற்கு முன் எட்டாத எந்தவொரு செய்தியும் அவனை வியப்பில் ஆழ்த்தவே செய்யும். நான் சொல்லப்போகும் என் கிராமத்தின் கதை, அவனை வியப்பில் ஆழ்த்துவதில் எந்த வகையிலும் குறைந்ததாக இருக்காது, என நினைத்தவனாய்ச் சொல்லத் தொடங்கினேன்.

8

பனை மட்டையால் வேயப்பட்ட குடிசை அது. பனை மட்டைகளே அக்குடிசையின் சுவராகவும் இருந்தது. அவரது குடிசையிலிருந்து பார்க்கையில் அவ்வூரை நடுங்கச் செய்யும் ஓர் ஆழ்குழாய்க் கிணறு இருந்தது.

ஆறாயிரம் அடிகள் கொண்ட கிணறு அது. அக்கிணற்றின் அதிர்வு பத்து கல்தூரம் வரைக்கும் இருந்தது. ஆழ்குழாய் கிணற்றையொட்டியுள்ள கிணறுகளில் குடிநீர் நிறமாறியிருந்தது. தண்ணீருக்குள் வாழ்ந்திருந்த தவளை, மீன், பாம்புகள் இறந்து மிதப்பதாக இருந்தன. கிணற்று நீரின் நிறம் வெற்றிலை எச்சிலாகச் சிவந்திருந்தது.

வெறும் சோதனையைத் தவிர வேறொன்றுமில்லை, எனச் சொல்லித்தான் பூமியை அவர்கள் துளைத்திருந்தார்கள். அக்கிணற்றில் அவசரம் அவசரமாக இரும்புக் குழாய்களை இறக்கி அதைப் பெரிய மூடியைக்கொண்டு மூடினார்கள். மக்கள் நெருங்க முடியாத இடமாக அது மாறி இருந்தது. ஐந்தறிவு கொண்ட ஆடு, மாடுகளை அப்பகுதியின் வழியே மேய்ச்சலுக்கு ஓட்டிக்கொண்டு சென்றால் அக்கிணற்றுப் பக்கம்

கால்களை வைக்காதளவிற்குக் கால்நடைகள் எச்சரிக்கையாக நடந்துகொண்டன. நான்கறிவு கொண்ட காக்கைக் குருவிகள் ஆழ்கிணற்றின் வழியே பறந்து செல்லாமல் விலகியே பறந்தன. ஓரறிவு கொண்ட புல், பூண்டுகள் அவ்விடத்தில் முளைக்காது, வயோதிகரின் தலையில் விழும் வழுக்கையைப் போல அந்நிலத்தில் பாலை விழுந்திருந்தது.

முத்துக்கருப்பனுக்குச் சொந்தமான இரண்டு ஏக்கர் நிலம் அது. அந்நிலத்தையொட்டித்தான் ஆறாயிரம் அடி ஆழ்துளைக் கிணறு இருக்கிறது. ஐந்து தலைமுறை காலத்து நிலம் அது. உயிர் வாழ்தலுக்கும் மானத்தோடு வாழ்வதற்கும் அடுத்த பட்டத்தில் தந்துவிடுகிறேனெனச் சொல்லிக் கடன் வாங்குவதற்கும், அவருக்கு அந்த இரண்டு ஏக்கர் நிலம் போதுமானதாக இருந்தது.

முத்துக்கருப்பனின் பால்குடி வயதைத் தவிர்த்துவிட்டுப் பார்த்தால் மிச்ச காலங்கள் இந்த இரண்டு ஏக்கர் நிலத்திற்குள் அடைபட்டுவிடும். பனிரெண்டு வயதில் அவர் கையில் எடுத்திருந்த மண்வெட்டியைத் தள்ளாடும் எழுபது வயதிலும் கீழே வைக்காதவராக இருந்தார். அந்த வயதில் அவர் வயலுக்குச் செல்லவும் உழவு செய்யவும் வரப்பு வெட்டுவதுமாக இருந்தார். அந்நிலத்தை வைத்துதான் அவர் இரு மகள்களையும் திருமணம் செய்து கொடுத்திருந்தார்.

ஒரு நாள் விடிகாலை, ஐந்து மணி வாக்கில், தலையில் பெரிய தலைக்கட்டைக் கட்டிக்கொண்டு கோமணத்துடன் நின்றவராய் ஒரு கொட்டு மண் வெட்டவும், வரப்பில் சாத்தவும் பெருமூச்சு வாங்குவதுமாக இருந்தார். கொஞ்ச நேரம் நிற்பதும், கையில் எச்சிலைத் துப்பி கைகளை உராய்த்துக்கொள்வதும் திரும்பவும் வரப்பைக் கழித்து வரப்பில் சாத்துவதுமாக இருந்தார். அப்பொழுதுதான், நிலத்தைச் சுற்றியிருந்த மரங்களில் உட்கார்ந்திருந்த காக்கைகள் ஒரே மூச்சில் எழுந்து இறக்கைகளை அடித்துக்கொண்டு பறந்தன. இரண்டு காக்கைகள் செத்துக் கருகி கீழே விழுந்திருந்தன. காக்கையின் திடீர் பறத்தலும், கரைதலும், கருகலும் அவரைக் கலவரத்தில் ஆழ்த்தியது.

நுரையீரலைப் பொசுக்கும்படியான ஒரு துர்நாற்றம் அவரது நாசியை அறுத்தது. தலையில் கட்டியிருந்த உருமாக் கட்டை அவிழ்த்து நாசியை இறுகப் பொத்திக்கொண்டு சுற்றும்முற்றும் பார்த்தார். அடுத்தடுத்த வயலில் நின்றுகொண்டிருந்தவர்கள் நாசியை இறுகப் பொத்திக்கொண்டு வயலிலிருந்து தப்பிக்கப் பிழைக்க, தெறித்து ஓடினார்கள். முத்துக்கருப்பன் அவர்களைப் பார்த்ததும் அவருக்குள் பயம் தரைதட்டியது. அவரையும் அறியாமல் அவருடைய கால்கள் தானியங்கி உறுப்பாகின. தட்டுத் தடுமாறி நடக்க மட்டுமே முடிந்த அவர், கால்களை வெட்டி எறிவதைப் போல ஓடச் செய்தார்.

மொத்த ஊரையும் எரித்துவிடும்படியான தீ வட்டம் அந்த ஆழ்குழாய்க் கிணற்றிலிருந்து வெடித்து மேலே மேலே எழும்பியது. கை, கால் முளைத்த பூதம் எழுந்து நடந்து வருவதைப்போலதான் அத்தீயின் படலமிருந்தது. தீ வளையம் ஊரைச் சுற்றி வட்டம் கட்டியது. மொத்த ஊரையும் துடைத்தெடுக்கும்படியாகப் பெருக்கெடுத்த அப் பூதத்தீ, அவரை ஒரே அறையாக அறைந்து கீழே சாய்த்துப் பொசுக்கி விடும்படியாக விரட்டிக்கொண்டு வந்தது.

எத்தனையோ ஆண்டுகளுக்கு முன்பு ஓடிய ஓட்டம் அது. மறந்திருந்த ஓட்டத்தை மீட்டு ஓடி வருவதாக இருந்தார். விலா எலும்புகளில் முடிச்சிட்டிருந்த காற்று முடிச்சுகள் வெடிக்கும்படியாகத் தெறித்து ஓடினார். அவர் வீட்டிற்குள் வந்து விழுகையில் பேச்சு அறுந்து, மூச்சு நாசிக்கும் மேலே நிலைக்குத்தி நின்றது. அவரது அருணாக்கொடியில் தொடுக்கியிருந்த கோமணம் அவரையும் அறியாமல் நழுவிவிட்டிருந்தது. நிர்வாணமாக ஓடி வந்த அவர், குடிசைக்குள் நுழைந்து கதவைச் சாத்திக்கொண்டதும் அவரைச் சூழ்ந்த அடர் இருட்டும் மூன்று பக்கம் பனை மட்டைகளாலான சுவரும் அவருக்கு ஆடையாகின. அதன்பிறகு, குடிசைக்குள்ளிருந்து அவர் வெளியே வருவதாக இல்லை. இத்தனை நாட்கள் உழுத நிலத்தை நினைக்க அவருக்கு பயமாகவும் அருவருப்பாகவும் இருந்தது. மேகக்கூட்டமும், சமையல் அறையிலிருந்து வெளியாகும் புகையும் கூட அவரைப் பயம் மூட்டச் செய்தன.

முத்துக்கருப்பனையும் அவனது நிலத்தையும் என்னால் நீண்ட நேரத்திற்கு அசைபோட முடியவில்லை. தோராவின் தொடர்ச்சியான இருமலும் அவன் சோர்ந்து விழுந்த மயக்கமும் என் கவனத்தைத் திருப்பியது. நான் சொல்வதை நிறுத்தி, அவனை ஊடுருவிப் பார்த்தவனாக இருந்தேன்.

9

பாலைவனப் பகுதியில் பரவிக்கொண்டிருந்த மர்மக் காய்ச்சல் மற்ற நாடுகளுக்குப் பரவாமலும், தெரியாமலும் பார்த்துக்கொண்டது குவைத். ஒருவேளை தெரிய வந்தால் உலக நாடுகளுக்கிடையேயான போக்குவரத்து துண்டிக்கப்பட்டு இதனால் பொருளாதாரம் பாதிக்கப்படலாம், என்கிற கவலையில் அந்நாடு அமிழ்ந்தது.

குவைத் உலக நாடுகளுக்குப் பயந்ததைக் காட்டிலும் அந்நாட்டைச் சுற்றியுள்ள மற்ற அரபிய நாடுகளுக்கே அதிகம் பயந்தது. வெறும் ஒட்டகங்கள் மேயும் நிலமாக இருந்த இந்த மண்ணில் இப்போதுதான் விண்ணைத்தொடும் கட்டிடங்களும், பெரிய தொழிற்சாலைகளும் உருவாகி, நாட்டின் பொருளாதாரம் மெல்ல ஊற்றெடுத்து வருகிறது. சௌதி அரேபியா, பஹ்ரைன் நாடுகளுக்கு நிகராக வளர்ந்துகொண்டிருக்கும் இந்நேரத்தில் இத்தகைய மர்மக் காய்ச்சல் பரவும் செய்தி வெளியில் கசிந்தால் வளர்ச்சி மட்டுப்படுமென அந்நாடு நினைத்தது. காய்ச்சலால் பாதிக்கப்பட்டவர்களைத் தனிமைப்படுத்தவும், இரத்தம், சளி, மூத்திரம், மலத்தை எடுத்துப் பரிசோதிக்கவும் உத்தரவு பிறப்பித்தது.

எங்கள் உடல்நிலையைப் பரிசோதிக்க, இரண்டு மருத்துவர்கள் இரண்டாம் முறையாக வந்தார்கள். அவர்கள் எங்கள் நால்வரையும் ஒரே மாதிரியாகக் கையாள்வதைப் பார்க்கையில், நால்வருக்கும் மர்மக் காய்ச்சல் இருக்கக் கூடுமோ, என்கிற பயம் தொற்றிக்கொண்டது. அவர்கள் இரண்டு நாட்களுக்கு முன்பு கொடுத்திருந்த மருந்து மாத்திரைகள் கையிருப்பு இருந்த போதிலும் கூடுதலாக மருந்தும் மாத்திரைகளும் கொடுத்தார்கள். அடிக்கடி கையையும் முகத்தையும் சோப்பிட்டு கழுவச் சொன்னார்கள்.

தோரா, மருத்துவரை வெறிக்கவும் முறைக்கவுமாக இருந்தான். அவனிடம் மருத்துவர்கள் நெருங்காமல் தூரத்தில் நின்றபடி சோதித்தது அவனைக் கோபமூட்டியது. மருத்துவர்கள் சென்றதன் பிறகு, அவர்களை அவன் வறுத்துக்கொட்டினான். சவுக்கத்அலி அவனைச் சாந்தப்படுத்தும் பொருட்டு பேச்சுக்கொடுத்தான். இருவரும் நீண்ட நேரம் தூங்காமல் அளவளாவிக்கொண்டிருந்ததில், தோரா இயல்புநிலைக்கு வந்திருந்தான்.

தோரா கேட்டான். “ஜுனாக்கத் எப்படி இந்தியா வசம் சென்றது?”

வரலாற்று நிகழ்வுகள் குறித்துக் கேட்பது, அவனுக்குப் பிடித்தமான ஒன்று. வரலாற்றுக் கதைகள் யாரேனும் சொன்னால் மெய்மறந்து கேட்பவன். அவன் கேட்டிருந்த ஜுனாகத் கதையை சவுக்கத் அலியால் உடனே சொல்ல முடியவில்லை. நாங்கள் இருவரும் செய்துகொண்ட ஒப்பந்தம் அவனை எச்சரிப்பதாக இருந்தது. அவன் என்னைப் பார்த்தான். இக்கதையை நான் சொல்லலாமா, எனக் கேட்பதைப் போல பார்வையால் துருவினான். எனக்கும் கூட அக் கதையைச் சவுக்கத் அலி சொல்லிக் கேட்க வேண்டும், போலிருந்தது. நான் சமிக்ஞையால் சொல்லும், என்றேன். அவன், ஜுனாக்கத் கதையைச் சொல்லத் தொடங்கினான்.

10

ஜூ ஜூ ஜூனாகத்.

ஜெய் ஜெய் .ஜிந்தாபாத்...

பாரத மாதாவிற்கு ஜெ...

ஜூனாகத், முந்நூற்று அறுபது டிகிரியில் விழாக்கோலம் கொண்டது.

ஜூனாகத்தைத் துறைமுகக் கிராமம் என்பதா, நகரம் என்பதா? அன்றைய தினம் ஜூனாகத் நகரம் மாநகரமாகக் காட்சியளித்தது. எங்கும் படபடவென பட்டாசுகள். மேளதாளங்கள். சௌராஷ்டிரா மண்ணுக்குரிய கர்பா நடனங்கள்.

ஒரு புள்ளியில் தொடங்கியிருந்த இக்கொண்டாட்டம் ஒலியின் வேகத்தில் இந்திய தேசம் முழுமைக்கும் பரவியிருந்தது. ஜூனாகத் நகரத்தின் தெற்கு, மேற்கு எல்லைகளாகக் கொண்ட அரபிக்கடலின் ஆரவார அலைகளை விடவும் பெரிய ஆர்ப்பரிப்பை அந்த ஜூனாகத் நகரம் கண்டிருந்தது. அந்நகரத்திலிருந்து இருபது டிகிரி கோணத்திலிருந்த போர்பந்தரிலும் அதன் தாக்கம் இருந்தது. அக்கொண்டாட்டம் மெல்ல பரவி டெல்லியில் மையம் கொண்டது.

இந்தியாவின் தந்தை காந்திஜி படுகொலை செய்யப்பட்டு ஒரு வருடம் ஆகியிருக்கவில்லை. அதற்குள் இந்தியாவில் ஒரு விழாக்கோலமா? திடீர் திடீரெனக் கொண்டாட்டமா? கொண்டாடலாமா, வேண்டாமா? யாரும் யாரையும் கேட்டுக்கொள்ளவில்லை. மொத்த இந்தியாவின் ஹார்மோன்களிலும் ஜுனாகத் குறித்த ஆனந்தக்களியாட்டம் சுரந்திருந்தது. சுதந்திர தினத்தன்று கூட இப்படியொரு கொண்டாட்டத்தைக் கடகரேகையின் வடபுலம் கண்டிருக்கவில்லை.

பாபுஜீ படுகொலை செய்யப்பட்ட நாளன்று, இடைக்காலப் பிரதமராக இருந்த பண்டித நேரு சொல்லியிருந்தார். அதைச் சுற்றறிக்கையாக விட்டிருந்தார். பாபுஜீயின் துக்கம், ஒரு வருடக்காலம் துக்கத் தினமாக அனுசரிக்கப்படும். இதை அவர் கண்ணீர் கோக்க, நா தழுதழுக்க, உதடுகள் பரிதவிக்கச் சொல்லியிருந்தார். அரசு விழாக்கள் எதுவும் விமரிசையாக நடைபெறாது. விழாக்கள் கூடாது, என்று. ஆனால், அவரது உத்தரவு, ஜுனாகத் விசயத்தில் தண்ணீர் மேல் எழுதிய எழுத்தாகிப்போனது.

பிரிட்டிஷ் இந்தியாவை விஸ்தாரமாக விரித்து அதைச்சுற்றி வட்டம் கட்டினால் வட்டத்தின் மையம் குஜராத். அந்த குஜராத்திற்குள்தான் ஜுனாகத் இருக்கிறது. பூகோள ரீதியில் ஜுனாகத், பாகிஸ்தானிலிருந்து நானூற்றி ஐம்பது கிலோ மீட்டர். சூடகாம ராஜபுத்திரர்களின் தலைநகரமாக இருந்த பூமி. ராஜபுத்திரர்கள் கட்டிய ஒரு கோட்டை, ஜுனாகத் என்கிற பெயரைக்கொண்டிருந்ததால் அதற்கு அப்படியொரு பெயர், ஜுனாகத்.

ராஜபுத்திரர்களைத் தொடர்ந்து அந்நிலத்தில் முதலாம் பகதூர் ஹாஞ்சி காலூன்றி பாபி வம்சத்தை நிறுவினான். பிரிட்டிஷாரின் வருகைக்கும் முன் அது சுல்தான் கைக்கு மாறியிருந்தது. பெரிய பசால்ட் பாறையிலான பூமி. கைக்கு அடக்கமான சமஸ்தானம். அதன் ஜாதகம் மன்னன் சுல்தான் கையில் இருந்த காலம் வரைக்கும் சுல்தான் மேதகு, மாட்சிமை

தங்கிய, என அழைக்கப்பட்டு வந்தார். எப்பொழுது அதன் நிர்வாகத்தை முறைமாமன் என்கிற முறையில் முகமது அலி ஜின்னாவிடம் ஒப்படைத்தாரோ, அடுத்த நொடியே ஜுனாகத்தின் தட்பவெப்பம் தணலாக மாறியது.

'மன்னன் சுல்தான்' என குரல் எழுப்பினால் தூக்கத்தில் இருப்பவர்கள் கூட 'ஒழிக' என கொக்கரிக்குமளவிற்கு அதன் வெப்பநிலை மாறிப்போனது. முடிந்தவர்கள் மன்னனுக்கு எதிராகக் கிளர்ச்சி செய்தார்கள். முடியாதவர்கள் அவனது உருவபொம்மையை எரித்தார்கள். இரு நாடுகளும் தம் இராணுவத்தை ஜுனாகத்தில் குவித்தன.

மக்கள் கண்களில் கொந்தளிப்பு. ஜுனாகத்தின் பொழுது விடியுமா, விடியாத பொழுதென்று எங்கே இருக்கிறது? விடியும்! கிழக்கில் விடியுமா மேற்கில் விடியுமா? கற்றைக் கற்றைகளாகக் கேள்விகள். சுருள் சுருளாக கவலைகள். இரு நாடுகளிலும் ஆழ்கடல் அமைதி. இந்த அமைதிக்கு அகிம்சைவாதிகள் பச்சைக்கம்பளம் விரித்திருந்தார்கள். இந்த அமைதி நீடிக்குமா, இல்லை அறுந்து போகுமா? மக்கள் திக், திக்,.. என இருந்தார்கள்.

ஜுனாகத் மக்கள் பாவம்! இதுதான் எங்களுடையதெனச் சொல்லிக்கொள்ள அவர்களுக்கு மண் இல்லை. பொன் இல்லை, மன்னன் இல்லை. ஆட்சி இல்லை. அதிகாரம் இல்லை. எல்லாம் இருக்கிறது, பாகிஸ்தானிடம் அடமானமாக இருக்கிறது. நிலம் அடமானத்திலிருந்து திரும்புமா? திரும்பும்! மன்னனை நோக்கித் திரும்புமா, மக்களை நோக்கித் திரும்புமா? இரண்டு விரல்களை நீட்டி இரண்டில் ஒன்றைத் தொடு, என மக்கள் சுய ஆருடம் செய்துகொள்வதாக இருந்தார்கள். ஜுனாகத் கோட்டையை மக்கள் சூறையாடினார்கள். மன்னனை மேற்குத் திசையை நோக்கி விரட்டியடித்தார்கள். அவனது ஆடைகள் எரிக்கப்பட்டன.

கிர் காட்டின் முகப்பில் இந்தியா இராணுவத்தைக் குவித்திருந்தது. கிர் காடு, கிர் மலையால் ஆனது. அதன் உச்சியில் சிறுமி கைதூக்குவதைப்போல் ஒரு சிகரம். அச் சிகரத்திற்கும் தரைக்குமிடையில் ஒன்பதாயிரத்துத் தொள்ளாயிரத்துத்

தொண்ணூற்றொன்பது படிக்கட்டுகள். மன்னனது குடும்பத்துப் பிள்ளைகள் ஓடி விளையாட கட்டப்பட்ட படிகள் அவை. அதில் அமர்ந்தபடி, மக்கள் சுற்றும்முற்றும் பார்த்தார்கள். காதோடு வாய் வைத்துப் பேசிக்கொண்டார்கள்.

“ஜுனாகத் இந்தியாவுடன் இணையுமா, பாகிஸ்தானுடன் இணையுமா...?”

“யார் கண்டார், மதில் மேல் பூனைதான்!”

“திட்டமிட்டபடி ஐக்கிய நாடுகள் சபை வாக்கெடுப்பு நடத்துமா?”

“சந்தேகம்தான்.”

“ஏன்?”

“பாபுஜியை இழந்த துக்கத்தில் இந்தியா இருக்கிறதே.”

“அதற்கும் வாக்கெடுப்பிற்கும் என்ன இருக்கிறது...?”

“நன்றாகக் கேட்டாய். காந்திஜி குஜராத் மண்ணில் பிறந்தவர். இந்திய தேசத்தின் தந்தை அவர். அவருக்காக இந்திய அரசு ஒரு வருடக்காலம் துக்கம் அனுசரிக்க வேண்டாமா?”

“குஜராத் துக்கம் அனுசரிக்கட்டும். ஜுனாகத்திற்கு என்னவாம்?”

“குஜராத்திற்குள்தானே நம் ஜுனாகத் இருக்கிறது.”

“அப்படியென்றால் நாம்?”

“பாகிஸ்தானின் எடுப்பார் கைப்பிள்ளைகள்.”

“நம்மையும், நம் ஆட்சிப் பகுதியையும் இந்திய இராணுவம் மீட்டெடுத்துவிட்டதாகப் பேசிக்கொள்கிறார்களே?”

“சர்தார் படேல் அப்படித்தான் சொல்லியிருக்கிறார். ஆனால் மன்னன் சுல்தான், முகமது அலி ஜின்னாவிடம் அல்லவா சரணாகதியாகியிருக்கிறார். ஜுனாகத்தைப் பாகிஸ்தானிடம் இணைத்துக்கொள்கிறேன், என கைநாட்டு வைத்துவிட்டாரே.”

“அப்படியானால், சர்தார்ஜீயின் சபதம்?”

"தண்ணீரில் எழுதிய எழுத்துதான்."

ஒரு பெரியவர் துள்ளி எழுந்தார். "நிறுத்துமய்யா உன் பேச்சை! நீ வேண்டுமானால் பாரும். ஜுனாகத்தை இந்தியாவுடன் இணைக்காமல் படேல் ஓய மாட்டார்."

"என்ன சொல்கிறீர் பெரியவரே?"

"படேலின் நிர்வாகத் திறமையைக் கூடவே இருந்து கவனித்தவன் நான். நான் சொல்கிறேன். குஜராத் எப்படி காந்திக்குப் பிறந்த மண்ணோ, அப்படித்தான் படேலுக்கும். படேல் ஓடி விளையாடிய இடம் நம் ஜுனாகத். பொறுத்திருந்து பாரும். ஜுனாகத்தை இந்தியாவுடன் இணைக்காமல் அவர் ஓய மாட்டார்."

"காந்திஜீயின் துக்கம் குறுக்கே நிற்கிறதே...?"

"காந்திஜீயின் துக்கம் மட்டுமா குறுக்கே நிற்கிறது. ஜின்னா - சுல்தான் இருவரும் செய்துகொண்ட ஒப்பந்தம் கூடதான் குறுக்கே நிற்கிறது."

"மக்கள் ஆதரவில்லாமல் ஜுனாகத்தை எப்படி பாகிஸ்தானிடம் இணைக்க முடியும்?"

"அரசன் எவ்வழியோ குடிமக்கள் அவ்வழி."

ஒரு இளைஞன் துள்ளி எழுந்தான். "குடிமக்கள் எவ்வழியோ, அரசன் அவ்வழி என்கிறேன் நான்."

"உன் பேச்சு இந்தியா பக்கம் சாய்வதைப்போல இருக்கிறதே..."

"ஆமாம்! ஆமாம்! நான் இந்தியப் பிரஜை எனச் சொல்லிக்கொள்ள பெருமைப்படுகிறேன்."

"நான் அப்படியன்று. ஜுனாகத் தொடர்ந்து சமஸ்தானமாக நீடிக்கவே விரும்புகிறேன்."

"நல்லா இருக்கிறதே உன் பேச்சு."

"எனக்கு இந்தியா மீது சந்தேகம் வருகிறது."

"என்ன சந்தேகம்?"

“பாகிஸ்தான் இஸ்லாமிய நாடு எனத் தன்னை வெளிப்படையாக அறிவித்துவிட்டது. ஆனால் இந்தியா இதுநாள் வரை மதச்சார்பற்ற நாடு என அறிவிக்கவில்லையே...”

“ஏன் அறிவிக்கவில்லை. காந்திஜீ அறிவித்தாரே?”

“அப்படியாக அறிவித்தவரைத்தான் அவர்கள் உயிரோடு விட்டுவைக்கவில்லையே...!”

“நீ இஸ்லாம். உன் சந்தேகம் சரிதான்.”

“அப்படி அல்ல. நான் இந்துவாக இருந்தாலும் இந்தியா மீது சந்தேகப்படவே செய்வேன்.”

“என்ன சொல்கிறாய்...?”

“பாகிஸ்தானில் மதம் மட்டும்தான் பிரச்சனை. இந்தியாவில் அப்படி அன்று. மதத்தை விடவும் சாதி பெரிய பிரச்சனை.”

“மதம், சாதி இவற்றில் எது பெரியது...?”

“சாதிதான்.”

“எப்படி?”

“நீயும் நானும் மதம் மாறலாம். சாதி மாற முடியாது.”

“எனக்கு என்னவோ இந்தியாவை விட பாகிஸ்தான்தான் கட்டுக்கோப்புடன் இருப்பதைப்போலத் தெரிகிறது. பாகிஸ்தானில் ஜின்னா சொல்வது வேத வாக்கு. இந்தியாவில் ஆளுக்காள் நாட்டாமை.”

“உனது கணிப்பு சரியன்று. இந்தியாவில் கருத்து சொல்ல சுதந்திரமிருக்கிறது. பாகிஸ்தானில் அது இல்லை.”

“எப்படியிருந்தால் என்ன, திட்டமிட்டபடி மக்கள் வாக்கெடுப்பு நடந்தால் சரிதான்.”

“சந்தேகம்தான்.”

“ஏன்?”

“பாகிஸ்தான் வாக்கெடுப்பு தேவையில்லை, எனச்

சொல்லிவருகிறது.”

“ஏன்...?”

“ஜுனாகத்தை இந்தியாவுக்குத் தருகிறோம். காஷ்மீரை எங்களுக்குத் தாருங்கள், என பங்கு பேசுகிறது...”

“இது நல்லாருக்கும் போலிருக்கிறதே.”

“என்ன நல்லா இருக்கிறது! ஜுனாகத்தை இந்திய இராணுவம் அடித்துப் பிடுங்கிக்கொண்டதன் பிறகு அப்படியாகச் சொல்லி வருகிறது.”

“இந்திய இராணுவம்தான் ஜுனாகத்தைப் பிடித்துவிட்டதே, பின் ஏன் மக்கள் வாக்கெடுப்பு...?”

“ஐ.நா. பெருமன்றம் மக்களின் உணர்ச்சிக்கு மதிப்பளிக்க விரும்புகிறது.”

“அப்படியானால், திட்டமிட்டபடி மக்கள் வாக்கெடுப்பு நடந்தே தீரும். இல்லையா?”

“வாக்கெடுப்பு நடந்தால் மட்டும்தான், ஜுனாகத் ஏதேனும் ஒரு நாட்டிற்கு முழுமையாகக் கிடைக்கும்.”

ஜுனாகத் முழுமையும் சுவரொட்டிகள் ஒட்டப்பட்டன. கறுப்பும் வெள்ளையான சுவரொட்டிகள். முதல் சுவரொட்டியில் முகமது அலி ஜின்னாவின் ஊசி முகம். அவரது ஏறிய நெற்றியும் வளைந்த நாசியும் சிலரை வசீகரிக்கும்படியாக இருந்தது. அவரது புகைப்படத்திற்கு அடுத்து லியாகத் அலிகானின் பரந்த முகம். இடது ஓரம் ஒருவர் நின்றபடி கும்பிட்டுக்கொண்டிருந்தார். அவர் ஜுனாகத் மன்னன் சுல்தான். அவரது முகத்தில் கம்பீரம் தரித்த ஆடம்பரம் தெரிந்தது. தலையில் பெரிய குல்லா. கழுத்தில், கையில், விரல்களில் ஆபரணங்கள். அதற்கும் கீழாக நீண்டதொரு வாசகம். “மக்களே, பாகிஸ்தான் நாட்டுடன் தங்களை இணைத்துக்கொள்ளுங்கள். சாதி, பேதமற்ற ஆட்சியை பாகிஸ்தான் அரசால் மட்டுமே உறுதிசெய்ய முடியும். உங்கள் வாக்கு பச்சைப் பெட்டிக்கு...”

கூடவே மற்றொரு சுவரொட்டி. அதில் பாபுஜீ, நேருஜீ, படேலின் புகைப்படங்கள். "மக்களே, நீங்கள் பாரதத் தாயின் தவக்குழந்தைகள். பாரத மாதாவிற்கு ஜே. உங்கள் வாக்கு சிவப்புப் பெட்டிக்கு."

20.10.1948. காலை பத்து மணி. வாக்குச்சாவடியில் மக்கள் வரிசையாக நின்றார்கள்.

அன்றைய தினமே வாக்குகள் எண்ணப்பட்டு, முடிவுகள் அறிவிக்கப்பட்டன.

"இந்திய தேசத்துடன் தன்னை இணைத்துக்கொள்ள விரும்புபவர்கள் *1,90,870* பேர்."

இந்தியத் தலைவர்களின் முதுகெலும்பு நிமிர்ந்தது. தண்டுவடம் சிலிர்த்தது. ஜு ஜு ஜுனாகத். ஜெய் ஜெய் ஜிந்தாபாத்!

படேல், கண்களை இறுக மூடியபடி, அமைதியாக உட்கார்ந்திருந்தார். அவருடைய முழு கவனமும் இந்தியாவிற்கு எதிரான வாக்குகளின் எண்ணிக்கையை அறிந்துகொள்வதில் இருந்தது. ஜுனாகத்தை இந்தியாவுடன் இணைக்க நான் எத்தனை முயற்சிகள் எடுத்திருக்கிறேன். என்னுடன் சேர்ந்து எத்தனை பேர் உழைத்திருக்கிறார்கள். மக்களின் நம்பிக்கை பாத்திரமாக நான் எப்படியெல்லாம் நடந்துகொண்டிருக்கிறேன். எனது முயற்சிக்கு எதிராகவும் வாக்குகள் விழுமா? அப்படியாக விழும் வாக்குகள் இந்தியாவிற்கு எதிரான வாக்குகள் அல்லவா.

இந்தியாவிற்கு எதிரான வாக்குகளின் எண்ணிக்கை அறிவிக்கப்பட்டது.

"தொண்ணூற்றொரு பேர்."

இப்படித்தான், ஜுனாகத் சமஸ்தானம் இந்தியாவுடன் இணைந்தது என்பதாகச் சொல்லி நிறுத்தினான், சவுக்கத் அலி.

11

தோரா யாரென்று இவ்விடத்தில் நான் சொல்லியாக வேண்டும். தோரா ஒரு யூதன். அப்படியாகத்தான், என்னிடம் அவன் அறிமுகப்படுத்திக்கொண்டான். அவனை நான், இஸ்ரேல் நாட்டவன் என்றே நினைத்தேன். இஸ்ரேல்- பாலஸ்தீனம் இரு நாட்டிலும் வாழக்கூடியவனாக அவன் இருந்தான். அவனது தந்தை இஸ்ரேலிலும், தாய் பாலஸ்தீனத்திலும் வாழ்ந்து வருவதாகச் சொன்னான்.

தோரா, யூசுப் இருவரும் ஒரே மண்ணைச் சேர்ந்தவர்கள். ஆனாலும், இருவரும் எதிரும் புதிருமாக இருந்தார்கள். தோரா, எனக்கு முதலில் அறிமுகமானது இப்படித்தான். ஒரு நாள் நானும் யூசுப்பும் ஒட்டகங்களைக் குளிப்பாட்டிக் கொண்டிருக்கையில் வேடிக்கை பார்த்தபடி நின்றவன்தான் இந்தத் தோரா. ஒட்டகம் வாலைத் தூக்கியதும், அவனைப் பார்த்திருக்க வேண்டும், என் தலையே சுற்றிவிட்டது. பம்பரம் போலச் சுற்றி தூரத்தில் வைத்திருந்த கண்ணாடிப் போத்தலை எடுத்துவந்து ஒட்டகத்தின் சிறுநீரைப் பிடித்தவன், அதைத் தலைக்கும் மேலாகத் தூக்கிப் பார்த்தபடி குதியாட்டம்

போட்டான்.

“ஒட்டகத்தின் நீரை ஏன் பிடிக்கிறாய்?” எனக் கேட்டேன். அக்கேள்வியை அவன் காதுகொடுத்துக் கேட்பதாக இல்லை. இதுகுறித்து நீயேன் கேட்கிறாய், எனச் சொல்வதைப் போல வெறிக்கப் பார்த்தான்.

ஒட்டகத்தின் பாலைக் கறப்பதும், அதைப் பால் பண்ணையில் கொண்டுபோய்ச் சேர்ப்பதும் அவனது வேலையாக இருந்தது. அவன் பால் கறக்கும் விதம் அலாதியாக இருக்கும். நேராக நின்றுகொண்டு ஒரு காலை மடக்கி, மறுகாலின் தொடையில் வைத்துக்கொண்டு மடிக்கப்பட்ட காலின் மீது வாய் அகன்ற ஒரு பாத்திரத்தை வைத்துக்கொண்டு சற்றே குனிந்து, இரு கைகளையும் ஒட்டகத்தின் மடிக்குக் கொடுத்து மடியின் காம்பைப் பிடித்துப் பிழிகையில் பால் பாத்திரத்தில் நுரையாக வழியும்.

யூசுப்பிடம் ஒரு நாள் கேட்டேன். “தோரா ஏன் எப்பொழுதும் ஒட்டகத்தின் குறியைப் பார்த்தபடியே இருக்கிறான்”. அதற்கான பதிலை அவன் அப்போது சொல்லிவிடவில்லை. தோரா இல்லாத ஒரு நாள் சொன்னான். “தோரா ஒட்டகத்தின் சிறுநீரை விற்கிறவன்.”

அவனது பதில் எனக்கு வேடிக்கையாக இருந்தது. வியப்பில் நான் இமையை ஏற்றி இறக்கி, உதட்டைப் பிதுக்கினேன்.

“உகாண்டா, துனீசியா நாடு பெரும் வறட்சியில் தத்தளிக்கிறது. வறியவர்களான சிலர், ஒட்டகச் சிறுநீரைக் குடிப்பதை வழக்கமாகக் கொண்டிருக்கிறார்கள்” என்றான். இதைச் சொல்லும்பொழுது, என் அடிவயிறு குமட்டிக்கொண்டு வந்தது. என் குமட்டலைப் பார்த்து யூசுப் கேட்டான், “இந்திய மண்ணிலிருந்துதானே வந்திருக்கிறாய்?”

“ஆமாம்.”

“உங்கள் நாட்டவருக்குப் பசு நீர் குடிக்கும் பழக்கம்

உண்டுதானே?”

யூசுப், இப்படிக் கேட்பானென்று நான் சற்றும் எதிர்பார்க்கவில்லை. “என்ன பார்க்கிறாய், என் கேள்விக்குப் பதில் என்ன?”

“எல்லாரும் குடிப்பதில்லையே” என்றேன். யூசுப், என்னை ஏற, இறங்க ஒரு பார்வை பார்த்துவிட்டுச் சொன்னான். “ஆப்பிரிக்க நாடுகளில் தண்ணீர்ப் பஞ்சம். தாகத்தைத் தணித்துக்கொள்ள அவர்களுக்கு வேறு வழி தெரியவில்லை” என்றவன், “உங்கள் மண்ணிலிருந்து கார்ப்பரேட் நிறுவனங்கள் தண்ணீரை உறிஞ்சி எடுப்பதாகப் பத்திரிகைகளில் வாசித்திருக்கிறேன். ஒருவேளை உங்கள் நாட்டில் தண்ணீர்ப் பஞ்சம் வந்தால், அவர்களைப் போலவே நீங்களும் பசுவின் சிறுநீரையே குடிக்க வேண்டி இருக்கும்” என்றான்.

யூசுப், அப்படியாகச் சொல்வானென்று நான் சற்றும் எதிர்பார்க்கவில்லை. அவன் சொன்ன செய்தி என்னை அதிர்ச்சியில் ஆழ்த்தியிருந்தது. அவனைப் பார்த்தவனாய் உறைந்து, அமர்ந்துபோனேன்.

12

பால் வாங்கி வருவதாகச் சென்றிருந்த சாய்பு, சில ரொட்டித் துண்டுகளுடன் அறைக்குத் திரும்பியிருந்தான். அவன் அறைக்குள் முழுமையாக நுழைந்துவிடாமல், வாயிலிடத்தில் ரொட்டிகளையும் கசாயத்தையும் வைத்துவிட்டு அந்த இடத்தை விட்டு நகர்ந்தான்.

யூசுப், தனக்கு வந்திருந்த இரண்டு ரொட்டிகளில் ஒன்றைத் தோராவுக்குக் கொடுத்தான். இதற்கு முன்பு யூசுப் அப்படியாகக் கொடுத்தவனில்லை. அப்படியாகக் கொடுத்தாலும் தோரா அதை வாங்கிக்கொள்கிறவன் இல்லை. அன்றைய தினம் அப்படியாக வாங்கியதற்கு பசி மட்டுமே காரணமல்ல. இந்த நோய்நொடிக் காலத்தில், பிறரின் அன்பிற்காகப் பெரிதும் ஏங்குபவனாக இருந்தான். யூசுப் அப்படியான அன்பை பெரிதும் எதிர்பார்த்திருந்தான். யூசுப், பிறர் மீது அன்பு காட்டுவதில் கருணைத்தாய். அன்பின் பெருங்கலவையாக இருந்தான். யூசுப் கொடுத்த, ரொட்டியைப் பாலில் நனைத்துச் சாப்பிட்டதும், அவனது முகம் சற்றே தெளிந்தது.

தோரா தெளிந்துவிட்டால், அவனது வாய் சும்மா இருக்காது. கேள்விகளாகக் கேட்டு, இருவருக்குமிடையில் சண்டை மூட்டுபவன். அவனைச் சுற்றி கட்டம் கட்டியிருந்த கோடுகளைப்

பார்த்தவன் என்னிடம் “ஆமாம், லெட்சுமணக் கோடு என்றாயே, அது என்ன லெட்சுமணக் கோடு?” எனக் கேட்டான்.

நான் பதில் சொல்ல முனைவதற்குள் சவுக்கத் அலி சொன்னான், “லெட்சுமணக் கோடு என்பது புராணக் கோடு.”

“புராணப் பாத்திரங்கள், மக்களின் மனங்களைத் துண்டாடுகிறது. எங்கள் மக்கள் புராணங்களைச் சரித்திரத்துடன் இணைத்துப் பார்ப்பதில்லை” என்றான் யூசுப். தோராவுக்காகவே அவன் அப்படியாகச் சொன்னான். இதற்குத் தோரா என்ன பதில் சொல்லப்போகிறான், எனப் பார்த்தேன். அவன் ஒன்றும் சொல்லாமல், என் பக்கமாகப் பார்வையைத் திருப்பியவன், “உலகம் முழுவதும் தமிழர்கள் இருக்கிறீர்கள், ஆனால் உங்களுக்கென்று தனி நாடு இல்லையே ஏன்?” எனக் கேட்டான். இக்கேள்வி என்னைவிடவும் யூசுப்பை அதிகம் கோபம் மூட்டியது. அப்படியாக அவன் கோபப்படுவதற்கு ஒரு காரணம் இருந்தது. இக்கேள்வியை ஒருவன் யூதனைப் பார்த்துக் கேட்டதன் விளைவுதான், இஸ்ரேல் என்றொரு நாடும், பாலஸ்தீனம் - இஸ்ரேல் பிரச்சனையும்.

சவுக்கத் அலிக்கு இந்நேரத்தில் இருமல் வந்தது. அவன் தொடர்ந்து இருமியவனாய், தொண்டையைத் தடவிக்கொண்டு, மருத்துவர் கொடுத்து அனுப்பியிருந்த மாத்திரைகளில் இரண்டை எடுத்து வாய்க்குள் போட்டுக்கொண்டு இரண்டு மிடறுகள் தண்ணீர் பருகினான்.

என்னைப் பார்த்து நேரடியாகக் கேட்க முடியாத கேள்வியைச் சவுக்கத் அலியிடம் கேட்கும் வழக்கத்தைக் கொண்டவன் தோரா. அவன் கேட்டான், “உங்கள் மண்ணை பிரிட்டிஷ், பிரெஞ்சு இரு நாட்டவர்கள் காலனியாதிக்கம் செய்திருக்கிறார்கள். இருவரில் ஓரளவேனும் மனிதாபிமானம் கொண்டிருந்தது யார்.”

“காலனியாதிக்கத்தில் மனிதாபிமானம் ஏது?”

“இருவரில் இன வேற்றுமை அதிகம் பார்த்தவர்கள் யார் எனக் கேட்கிறேன்?”

“இருவரும் ஐரோப்பியர்கள். அருகாமை நாட்டினர். காலனியாதிக்கத்தில் கோலோச்சியவர்கள். இருவருமே மன்னர் வழி ஆதிக்கம், பிரித்தாளும் சூழ்ச்சி கொண்டவர்கள்.”

“எங்கள் பகுதியைப் பிரிட்டிஷார் மட்டுமே ஆண்டார்கள். அவர்கள் இனப் பாகுபாடு காட்டுவதில் பெயர்போனவர்கள். கொடுமையானவர்கள்” என்றான் சவுக்கத் அலி. பாகிஸ்தானை மட்டும் கொண்டு அவன் அப்படியாகச் சொல்லியிருந்தான்.

“பிரெஞ்சுக்காரர்கள் அளவுக்கு பிரிட்டிஷ்காரர்கள் கொடுமையானவர்கள் அல்ல” என்றான் தோரா.

“இல்லை, பிரிட்டிஷ்காரர்கள்தான் மோசமானவர்கள்” என்றான் சவுக்கத் அலி.

“இல்லை, பிரெஞ்சுக்காரர்கள்தான்” என அடித்துப் பேசினான்.

சவுக்கத் அலி, தோரா இருவருக்கும் வார்த்தைப் போர் மூண்டது.

நான் தோராவைப் பார்த்துக் கேட்டேன் “எப்படிச் சொல்கிறாய், பிரெஞ்சுக்காரர்கள் கொடுமையானவர்கள், என்று?”

தோரா சற்று நேரம் அமைதியாக இருந்தான்.

“பிரிட்டிஷ்காரர்கள் அடுத்த மதத்திற்கும் வேறொரு நாட்டினருக்கும் மதிப்பளிக்கத் தெரிந்தவர்கள். பிரிட்டிஷார், தன் ஆட்சிப் பகுதியில் டச்சு, ஆர்மேனி, யூதன், பாபிலோனி, போர்த்துக்கீசி எனப் பலரையும் அனுமதித்தவர்கள். ஆகையால்தான் அவர்களால் இந்த உலகத்தின் பெரும்பகுதியை ஆள முடிந்தது. சூரியன் மறையாத நாடு எனப் பெயரெடுக்க முடிந்தது” என்றான். நான் அவனது கருத்தை ஆமோதிக்கும் பொருட்டுத் தலையாட்டினேன்.

தோரா சொன்னான், “இந்தியாவில் மதராச மாகாணத்தில், எங்கள் இனத்தவர்கள் வைர வியாபாரியாக இருந்திருக்கிறார்கள். எங்கள் இனத்திற்கென்று, வழிபாட்டுத் தலம், இடுகாடு இருந்திருக்கிறது. ஆனால், மதராஸ் மாகாணத்தையொட்டியுள்ள பிரெஞ்சுக் காலனியத்தில் யூதர்கள், இனவெறுப்பு

காட்டுவதாக இருந்தார்கள். அங்கேயிருந்து யூதர்கள் விரட்டியடிக்கப்பட்டார்கள்" என்றவாறு முகம் சிவந்த தோரா, இனவுணர்வில், அவனது காது மடல்கள் விடைக்கச் செய்தன.

மதராஸ் குறித்தும் பாண்டிச்சேரி குறித்தும் தெரிந்து வைத்திருக்கிற தோராவை நினைக்கையில் எனக்கு வியப்பாக இருந்தது.

"அவன் சொல்வது உண்மையா?" எனக் கேட்பதைப்போல யூசுப் என்னைப் பார்த்தான்.

நான், 'ஆமாம்' என்பதாகத் தலையை ஆட்டினேன். மதராஸில் யூத வணிகக் காலனி இருந்ததும் அந்தக் காலனியில் வைர வியாபாரிகள் பலர் இருந்ததையும் நான் நினைவுகூர்ந்தேன்.

"மதராஸ்க்கு எப்படி யூதர்கள்?" கேட்டான் யூசுப்.

"அவர்கள் பாண்டிச்சேரியில் வைர வியாபாரம் செய்து கொண்டிருந்தவர்கள். பெரும் செல்வந்தர்கள். அவர்களைப் பிரெஞ்சுக்காரர்கள் விரட்டியடிக்க அவர்களுக்கு மதராஸ் பட்டணத்தில் பிரிட்டிஷார் அடைக்கலம் கொடுத்தார்கள். அவர்கள் தங்கியிருந்த இடம், சென்னை ஜார்ஜ் டவுன். அவர்கள் வாழ்ந்த தெரு இன்று பவழக்காரத் தெரு, என அழைக்கப்பட்டு வருகிறது" என்றேன்.

தோரா என்னிடம் "ஜேக்கஸ் டி பைவியா, பற்றித் தெரியுமா?" எனக் கேட்டான்.

"இவர் சென்னையின் முதல் வைர வியாபாரி, அவரா?" என்றேன்.

அவன் 'ஆமாம்' என்பதைப் போலத் தலை ஆட்டினான். யூதர்களை நான் தெரிந்துவைத்திருந்தது, அவனுக்குப் பெருமையாக இருந்தது.

"யூதர்களை விரட்டியடித்ததால் பிரெஞ்சுக்காரர்கள் கொடுமையானவர்கள் என்றாகிவிடுவார்களா?" என்ற யூசுப் முகத்தை இறுக்கமாகக் காட்டினான்.

"இல்லை, ஆர்மேனியர்களையும் அவர்கள் அப்புறப்படுத்தவே செய்தார்கள். கோஜா டேவிட் மார்க்கர். இவர் பாண்டிச்சேரியில் வியாபாரம் செய்துகொண்டிருந்த ஒரு செல்வந்தர். அவரது செல்வத்தை அபகரித்துக்கொண்டு அங்கேயிருந்து விரட்டியடித்தார்கள். அவரும் அவரது சகாக்களும் புதிதாகக் கட்டிக்கொண்டிருந்த ஜார்ஜ் கோட்டையில் தங்க வைக்கப்பட்டார்கள். கடைசிக் காலத்தில் டேவிட் மார்க்கர், அவரிடமிருந்த பெரும்பகுதி செல்வத்தைச் சென்னைப் பட்டணம் வளர்ச்சிக்காக எழுதி வைத்தார்" என்றேன்.

தோரா, தன் பற்களை நறநறவெனக் கடித்தான். பிரெஞ்சுக்காரர்களை நினைக்க அவனது கண்கள் எரிந்தன. "உலக நாடுகளை இவர்கள் காலனியாதிக்கம் செய்வார்களாம். இவர்கள் தேசத்தில் வேறின மக்கள் இருந்தால் அழித்தொழிப்பார்களாம். இது என்ன வகை காலனி தருமம்? பிரெஞ்சுக்காரர்கள் துரோகிகள், மாற்றின விரோதிகள்" என்றவன் பிரெஞ்சு மீதான கோபத்தைச் சுவரில் காட்டினான்.

"உனக்கேன், இந்த பிரெஞ்சுக்காரர்கள் மீது இவ்வளவு வன்மம்?" என்றேன்.

"யூத இனம் அழித்தொழிப்பை முதலில் தொடங்கி வைத்தவர்கள் இவர்கள்தான்" என்றவன், விரல்களை முறுக்கிக்கொண்டு பற்களைக் கடித்தபடி தரையில் குத்தினான். ஒரு நோயாளிக்கு இவ்வளவு பலம் எங்கேயிருந்து வந்தது, என யோசித்தவனாய், அவனையே பார்த்தேன். என்னை வைத்த கண் எடுக்காமல் பார்த்திருந்தவன், யூத இனம் அழித்தொழிக்கப்பட காரணமான கதையைச் சொல்லத் தொடங்கினான்.

13

பின்னொரு காலத்தில் ஆசிய நில வரைபடத்தை அழித்து, திருத்தி வரையும்படியான தீர்ப்பு அன்றைய தினம் பிறப்பிக்கப்பட்டது. தீர்ப்பை எழுதி வாசித்தவர் பிரெஞ்சு நீதிபதி லூயிஸ் ட்ரேபஸ்.

வழக்கின் விசாரணையை மிகச் சரியாகக் கணித்து, சரியான தீர்ப்பை எழுதும் பிரிட்டிஷ் நீதிபதிகளுக்கு நிகர் இவர். ஒரு வருடக் காலத் தொடர் விசாரணைக்குப் பிறகே, அப்படியொரு தீர்ப்பை அவர் எழுதியிருந்தார். இராணுவத் தளபதி கேப்டன் 'ஆல்பர்ட் டிரைபஸ்' மீதான தீர்ப்பு அது.

பிரெஞ்சு நாட்டின் மொத்த இராணுவத்தையும் தன் விரல் நுனியில் வைத்திருந்தவன் கேப்டன் ஆல்பர்ட் டிரைபஸ். தரைப்படைக்குத் தளபதியாக இருந்தவன். பிரெஞ்சு தேசத்தில், இளைய வயதில் உயர் பதவிக்கு வந்தவர்கள் இவருக்கு முன்பு யாரும் இருந்திருக்கவில்லை. துடிப்பான, மிடுக்கான இளைஞன். பிரெஞ்சு வீதியைப்போல உடல்வாகு. ஒரு துப்பாக்கியின் இரு துளைகளைப் போல இரு கண்கள்.

டிரைபஸ் குற்றவாளியாக நிறுத்தப்பட்டதும் அவனுக்கு எதிராகத் தீர்ப்பு வரப்பெற்றதும் பிரெஞ்சு மக்கள் அவமானமாகக்

கருதினார்கள். முடியாட்சியிலிருந்து குடியாட்சிக்கு நாடு திரும்பிய பிறகு திரும்பவும் நாடு முடியாட்சிக்குத் திரும்பிவிடுமோ, என்கிற பயம் மக்களின் குரல்வளையைப் பற்றுவதாக இருந்தது. நீதிபதியின் தீர்ப்பிற்குப் பிறகு அன்றைய பிரெஞ்சு தினசரிகள் டிரைபஸ் குறித்த செய்தியை வசவுச் சொற்களுடன் கூடிய தலைப்புச் செய்தியாக வெளியிட்டார்கள்.

நீதிமன்றத்தின் தீர்ப்பு அதன் காலனி நாடுகளில் எதிரொலித்தது. சிற்றுண்டி விருந்துகளில் பிரெஞ்சு அதிகாரிகள் கேலி கிண்டலுக்கு உள்ளானார்கள். மது உச்சந்தலைக்கு ஏறும்படியாகச் சிரித்து பிரெஞ்சு தேசத்திற்கு நிகழ்ந்த அவமானத்தை எண்ணி, எள்ளி நகையாடினார்கள். பிரெஞ்சு தேசக் காலனி நாடுகளின் தலைமைப் பீடங்கள் தன் அச்சாணி முறிந்து ஆட்டத்துடன் நின்றுகொண்டிருப்பதாக நகைபுரிந்தார்கள்.

ஐரோப்பிய கண்டத்தின் குடியரசு நாடாக பிரெஞ்சு இருந்தது. கேப்டன் டிரைபஸ் பற்றிய செய்தி பிரெஞ்சு நாட்டின் பரம்பரை எதிரியான பிரிட்டிஷ் நாட்டு பத்திரிகைகளில் கேலிச்சித்திரமாக வெளியானது. அதை வாசிக்கையில், டிரைபஸ் பற்றி நினைக்கையில் பிரெஞ்சு மக்களின் கோபம் அமிலமாகக் கொதித்தது.

‘ஆல்பர்ட் டிரைபஸ், ஒரு பிரிட்டிஷ்காரன்.’

‘அவன் பிரெஞ்சுக்காரனாக நடித்துக் குடியுரிமை பெற்றுள்ளான்.’

‘அவன், இராணுவத் துறைக்குள் நுழைவதற்கும் இராணுவத் தளபதி பதவியை அடைவதற்கும் பெரிய அளவில் கையாடல் நடந்தேறியிருக்கிறது.’

அவன் தரைப்படைத் தளபதியானது பிரெஞ்சு தேசக்குற்றம். பிரிட்டிஷ் நாட்டின் உளவாளி அவன். பிரெஞ்சு நாட்டின் குடியரசு ஆட்சியைச் சீர்குலைப்பது ஒன்றே அவனது தலையாய பணி. யூத எதிர்ப்பாளர்களுக்கு எதிராகக் கலவரம் மூட்டுவது அவனது கூடுதல் பணி. பிரெஞ்சு நாட்டின் இராணுவ இரகசியங்கள், இவன் மூலமாகவே பிரிட்டிஷ் நாட்டிற்குச் சென்றிருக்கின்றன. இவனுக்குப் பிரெஞ்சு நீதிமன்றம்

அதிகபட்சத் தண்டனையாக ஆயுள் தண்டனை விதிக்கிறது என்பதாக, அவனைப் பற்றிப் பத்திரிகைகள் செய்தியாக்கி இருந்தன.

டிரைபஸ் மீது வழக்குத் தொடுத்தவர்கள் முடியாட்சி மன்னன் பதினெட்டாம் லூயியின் குடும்ப உறுப்பினர்களாக இருந்தார்கள். இராணுவத் தளபதி மீதான குற்றம் நிரூபிக்கப்பட்டதைத் தொடர்ந்து சொகுசு அறைகளில் ஆடி களியாட்டம் நடத்தினார்கள். குடியரசு தோல்வியடைந்துவிட்டதாகக் கொக்கரித்தார்கள். அதிபர் ப்ளெக்ஸ் ஃபாயூரை பதவி விலகச் சொல்லி வெர்செயல்ஸ், டி லா கான்கோர்டு, பாரிஸ் நகரங்களில் ஒன்றுகூடிக் குரல் எழுப்பினார்கள்.

டிரைபஸ்க்கு அரசு அதிகாரிகள் தரப்பில் ஆதரவு இருந்தது. அவனை வெளியே ஒரு சேதாரமில்லாமல் கொண்டுவரும் முயற்சிகள் நடந்தேறின. அவர்கள் ஆளும் அரசின் அங்கத்தினராக இருந்தார்கள். இது குடியாட்சிக்கு எதிராக முடியாட்சியாளர்கள் செய்யும் சதி. சதியை முறியடிப்போம். மேல் முறையீடு செய்வோம், என்பதாகத் தீர்ப்புக்குப் பிந்தைய போக்கு இருந்தது. வழக்கு உச்ச நீதிமன்றத்திற்குச் சென்றது. கீழ் நீதிமன்றம் பிறப்பித்த தீர்ப்பை மேல் நீதிமன்றம் உறுதிப்படுத்தியது. தண்டனையை மட்டும் நீதிபதி சற்றுத் திருத்தி எழுதினார்.

“ஆல்பர்ட் டிரைபஸ் செய்த குற்றத்திற்கு, அவன் பொது வெளியில் அவமதிக்கப்பட வேண்டும். அவன் நிர்வாணமாக நிறுத்தி அடித்தே கொல்லப்பட வேண்டும்...”

இத்தீர்ப்பு வெளிவந்த நாள் முதல் பிரெஞ்சு மக்கள் கையில் கற்களுடன் பொது வளாகங்களில் கூடத் தொடங்கினார்கள். தேசத்தின் துரோகி மீது கல்லெறிதல் அத்தேசத்திற்குச் செய்யும் மரியாதை, என்பதாக, மக்கள் குடும்பத்துடன் அந்நாளை நோக்கிக் காத்திருந்தார்கள்.

ஆயிரத்து எண்ணூற்று தொண்ணூற்று ஐந்து - ஏப்ரல் 7,

ஆல்பர்ட் டிரைபஸ், நிர்வாணமாகச் சிறைச்சாலைக்கு வெளியே

இழுத்து வரப்பட்டான். தீர்ப்பு வழங்குவதற்கு முந்தைய நாள் வரைக்கும் இராணுவ மரியாதை செலுத்திய இராணுவ வீரர்கள், அவனுக்கான முதல் அவமரியாதையைச் செலுத்தினார்கள். அவர்கள் நேராக நின்று எச்சிலைக் காறி அவனது முகத்தில் உமிழ்ந்தார்கள். அதை அவன் சற்றும் பொருட்படுத்தாமல் மிடுக்குடன் நடந்து வந்தான். அவனது இரண்டு கைகளும் பின் பக்கமாகக் கட்டப்பட்டிருந்தன. கால்களில் பிணைந்திருந்த சங்கிலிகள், களைந்த தலை மயிர்கள்...

அவனுக்கான தண்டனை நிறைவேற்றுமிடம் பாரிஸ் நகரத்தின் மையம் டி லா கான்கோர்ட்டாக இருந்தது. பிரெஞ்சு தேசத்தின் கம்பீரக் குறியீடு அது. பிரிட்டிஷ் - பிரெஞ்சு இவ்விரு நாடுகளுக்கு இடையேயான நூற்றாண்டுப் போரின் வெற்றி அடையாளம் அங்குதான் நிமிர்ந்து நின்றிருந்தது. அங்கு நிறுத்தப்பட்டிருக்கும் ஓபெலிஸ்க் என்கிற நிமிர்ந்த தூணை பிரெஞ்சு மக்கள் தேசத்தின் மார்பகமாகப் பாவித்தார்கள். அதன் அருகில் முன்னிரண்டு கால்களையும் உயரே தூக்கிய குதிரை. அதன் மீது வாளுடன் அமர்ந்திருந்த தேவதை. இவ்விரண்டும் பிரெஞ்சு தேசத்தின் புருவங்கள் என்றுதான் சொல்ல வேண்டும்! அந்த இடத்திற்குத்தான் டிரைபஸ் இழுத்துவரப்பட்டான். நிமிர்ந்த தூணில் அவன் சங்கிலியால் பிணைக்கப்பட்டான்.

பொது இடத்தில் வைத்து அவமதிக்கும் நிகழ்ச்சி இடம், நாள் குறித்துப் பத்திரிகைகள் எழுதியிருந்தன. பல நாட்டினரும் அதைப் பார்க்கக் கூடியிருந்தார்கள். உள்நாட்டுப் பத்திரிகையாளர்கள் உட்கார்ந்து செய்திகள் சேகரிக்க பிரத்யேகமாக இடம் ஒதுக்கப்பட்டிருந்தது. வெளிநாட்டினருக்குத் தனி இடம். பிரிட்டிஷ் பத்திரிகையாளர்களைத் தவிர பெரும்பான்மையான நாட்டினர் அரங்கத்தில் கூடியிருந்தார்கள். அதில் தியோடர் ஹெர்ஸ் என்கிற வியன்னா நாட்டுப் பத்திரிகையாளரும் அமர்ந்திருந்தார்.

ஆல்பர்ட் டிரைபஸ் மீதான குற்றப்பத்திரிகை உரக்க வாசிக்கப்பட்டது.

“இவன் பிரிட்டிஷ் நாட்டினரால் வேவு பார்க்க அனுப்பப்பட்டவன். நம் நாட்டின் இறையாண்மையைக் குலைத்தவன். இவன் நம் தேசத்தின் துரோகி...”

அவன் மீது மூன்று விதமான அவமதிப்பு நடந்தேறியது. வசைச் சொற்களால் திட்டுதல், எச்சில் உமிழ்தல், கடைசியாகக் கற்களால் அடித்தே கொல்லுதல்..

இரண்டு அவமதிப்புகளும் நடந்தேறி மூன்றாவது அவமதிப்பு நடக்கையில் வியன்னா பத்திரிகையாளர் தியோடர் ஹெர்ஸ் திடுக்கிட்டார். அவமரியாதையின் இப்போக்கு வேறொரு விதமாகத் திரும்பியிருந்தது. இதைச் சொல்லி நிறுத்தினான், தோரா. இதற்கும் மேல் அவனால் சொல்ல முடியவில்லை. எங்கள் உடல்நிலையைப் பரிசோதிக்க, ஒரு மருத்துவர் படியேறி வந்திருந்தார்.

14

இரண்டு நாட்களுக்கு முன்பு வந்திருந்த அதே மருத்துவர்தான் அன்றும் வந்திருந்தார். எங்கள் நால்வரிடமிருந்தும் சளி, இரத்தம், மலம் எடுத்துச் சென்றிருந்தவர். இரண்டொரு நாட்களில் முடிவு வந்துவிடுமெனச் சொல்லியிருந்தார். அந்த முடிவோடுதான் அவர் வந்திருந்தார். அவருடன் கங்காணி சாய்பும் இருந்தார்.

எங்கள் நால்வருக்குமிடையில் வரையப்பட்டிருந்த கோட்டை சாய்பு சுண்ணாம்புக் கட்டியால் பெரிய, தடித்த கோடாக வரைந்தார். நால்வருக்கும் கிருமிநாசினி கொடுத்தார். கழிப்பறைக்குள் செல்லும் முன், கைகளை நாசினியால் துடைத்துக்கொள்ள கேட்டுக்கொண்டார்.

மருத்துவரிடம் நானொரு கோரிக்கை வைக்கலாமென நினைத்தேன். நாங்கள் அடைக்கப்பட்டிருந்த அறையில் ஈக்கள் அடை அடையாக மொய்த்தன. இந்த அறைக்குப் பதிலாக வேறொரு அறையில் எங்களை அடையுங்கள், எனக் கேட்டுக்கொள்ள நினைத்தேன். நான் கேட்க நினைத்ததைச் சவுக்கத் அலி கேட்கச் செய்தான். “டாக்டர், எங்களுக்கு வேறொரு அறை ஏற்பாடு செய்து தாருங்கள்?”

“ஏன் இந்த அறைக்கு என்ன?” என்றவாறு அறையை ஒரு சுற்றுப் பார்த்தார்.

“ஈக்கள் அடையாக மொய்க்கிறது” என்றேன்.

“ஈக்கள் என்ன செய்துவிடப் போகிறது. கோழிப்பண்ணைக்கு வரும் ஈக்கள் அது. கொசுத் தொல்லை இல்லை அல்லவா?”

“இல்லை” - என்றேன்.

சாய்பு, “வேறு அறை என்றால், ஆளுக்கு தனித்தனி அறைதான்” என்றார்.

“ஆம், தாருங்கள்” என்றேன்.

மருத்துவர் என்னை ஒரு கணம் ஏற, இறங்கப் பார்த்தவர், “சிறையில் இருந்த அனுபவம் உனக்கு இருக்கிறதா?” எனக் கேட்டார்.

“இல்லை” என்றேன்.

“தனியறை என்பது சிறைக்குச் சமம்” எனச் சிரித்தவர், “இதுதான் நல்லது. பேசிக்கொண்டு சிரித்துக்கொண்டு பொழுதைக் கழிக்கலாம்” என்றார்.

அந்நேரம் பார்த்து, தோராவுக்கு இருமல் வந்தது. அவன் முகத்தைக் கவச உடையால் மூடிக்கொண்டான். “இம், இப்படித்தான் முகத்தை மூடிக்கொண்டு இருமணும். ஒரு நாளைக்கு ஒரு கவசம்தான். பிறகு அதை நெருப்பில் எரித்துவிட வேண்டும்” என்றார். இத்தனை நாட்கள் அப்படியாக எரித்திருந்த சாம்பல் நான்கு மூலையிலும் இருந்தது. மருத்துவரின் பார்வை தோராவின் மீதிருந்தது. அவனைப் பார்த்தபடி பேசச் செய்தார்.

தோரா, அவரிடமிருந்து பார்வையை விலக்கிக்கொள்ள நினைத்தான். அவன் மெல்ல எழுந்து இருமிக்கொண்டும் தொண்டையைச் செருமிக்கொண்டும் கழிப்பறைக்குள் நுழைந்தான். அவன் கதவைச் சாத்திக் கொண்டதும் மருத்துவர் எங்கள் மூவருக்கும் கேட்கும்படியாகச் சொன்னார். “அவனை மர்மக் காய்ச்சல் தொற்றியிருப்பது உறுதியாகிவிட்டது. அவனிடம் முடிந்த வரைக்கும் விலகியே இருங்கள். காய்ச்சல் முத்திவிட்டது. இதை அவனிடம் சொல்லிவிடாதீர்கள். அவன் சரியாக மாத்திரை எடுத்துக்கொள்கிறானா, என்பதைக்

கவனித்துக்கொள்ளுங்கள். எடுக்கவில்லையென்றால், அவனைக் கட்டாயப்படுத்தி எடுக்க வையுங்கள்."

இதைக் கேட்க எனக்குத் திக்திக்கென இருந்தது. இந்த அறைக்குள் அடைக்கப்பட்ட முதல்நாள் சாய்பு, "மூவரில் யாரேனும் ஒருவன் செத்துப்போனால், மற்றவர்கள் சேர்ந்து பிரேதத்தை அடக்கம் செய்ய வேண்டும்" எனச் சொன்னது எனக்கு வேறு வழியில்லாமல் நினைவுக்கு வர, என் உடம்பு தடதடத்தது. இந்த அறையிலிருந்து குதித்து எங்கேயேனும் ஓடிவிட வேண்டும் போலிருந்தது. ஓடினால் என்ன நடக்கும்?. என்னைப் பிடித்துச் சிறையில் அடைப்பார்கள். தனிமைச் சிறை எத்தனை கொடுமையானது என நினைத்துப் பார்க்க, பயமாக இருந்தது.

சாய்பு நால்வருக்கும் மருந்து மாத்திரைகள் கொடுத்தார். முகக்கவசங்கள், கிருமி நாசினி, மாற்று உடை, கையுறை... இன்னும் பிற இத்யாதிகளைக் கொடுத்தார். அவர்கள் கீழே சென்று வாகனம் நகரும் சத்தம் கேட்டதும், தோரா கழிப்பறையிலிருந்து வெளியே வந்து எங்கள் மூவரையும் ஒரு பார்வை பார்த்தான்.

"மனிதனைப் போலவா நம்மை நடத்துகிறார்கள், ஒட்டகத்தை விடவும் கேவலமாக நடத்துகிறார்கள். அவர்களிடம் என்ன பேச்சு வேண்டிக்கிடக்கிறது" எனக் கோபமாகக் கத்தியவன், அடித் தொண்டையிலிருந்து வந்திருந்த வறட்டு இருமலை நான்கைந்து முறை இருமி சளியை அவர்கள் கொடுத்திருந்த ஒரு குமிழியில் துப்பினான். நான் சுவரில் ஒடுங்கியவனாய் பார்வையை வேறொரு பக்கமாகத் திருப்பிக்கொண்டு தூரத்தில் புகை கக்கிக்கொண்டிருந்த பெட்ரோல் ஆலையைப் பார்த்தபடி இருந்தேன். கடந்த இரண்டு நாட்கள், அந்த ஆலையின் புகையைப் பார்த்தபடியே கழித்தேன்.

மருத்துவர் சென்றதன் பிறகு எங்களிடம் மாற்றம் நிகழ்வதைப் புரிந்துகொண்ட தோரா, "என்னிடம் மூவரும் சரியாகப் பேசுவதில்லையே ஏன்? எனக்கு மர்மக் காய்ச்சலிருக்கும் விசயத்தை மருத்துவர் உங்களிடம் சொல்லிவிட்டாரா?" எனக் கேட்டான்.

நான், அவனுக்கு என்ன பதில் சொல்வதெனத் தெரியாது, வெறிக்கப் பார்த்திருந்தேன். "நானும் கேட்டுக்கொண்டுதான் இருந்தேன். எனக்கு மர்மக்காய்ச்சல் இருப்பது மருத்துவருக்கு எப்பொழுது தெரியும், என்னைச் சோதித்த பிறகுதான் தெரியும். ஆனால் எனக்கு அக்காய்ச்சல் என் உடம்பில் தொற்றிய பொழுதே தெரிந்துவிட்டது..."

தோரா அப்படியாகச் சொன்னதைக் கேட்கையில், எனக்கு வியப்பாக இருந்தது.

"என்னைக் கண்காணிக்கவே உங்கள் மூவரையும் என்னுடன் சேர்த்து அடைத்து வைத்திருக்கிறார்கள். நீங்கள் என்ன என்னைக் கண்காணிப்பது! நானே என்னைக் கவனித்துக்கொள்வேன். எனக்கான மருந்தை நானே எடுத்துக்கொள்வேன். என் மரணம் அவர்களைச் சந்தோசத்தில் ஆழ்த்தும். இந்த உலகம் மரணத்தைக் கொண்டாடி வருகிறது" என்றான்.

"என்ன பேசுகிறாய் தோரா?" என்றேன்.

"ஆமாம், ஆர்மேனியர்களின் மரணம் துருக்கியர்களைச் சந்தோஷத்தில் ஆழ்த்துகிறது. கருப்பின மக்களின் மரணம் வெள்ளை அமெரிக்கர்களை ஆனந்தப்படுத்துகிறது. தமிழர்களின் மரணத்தைச் சிங்களர்கள் கொண்டாடுகிறார்கள். நான் யூதன். என் மரணம், உங்களில் ஒருவரைச் சந்தோஷத்தில் ஆழ்த்தவே செய்யும்..." இதை அவன் சொல்லிமுடித்து அடிவயிற்றுக்குடல் வாய் வழியே வந்துவிடுவதைப் போல இருமினான். சீக்குப் பிடித்த ஒட்டகம் சில நேரம் இப்படியாகத்தான் இருமும். அப்படியாகத்தான் அவனது இருமல் இருந்தது. அவன் இருமி முடிக்கையில் அவனது வாயிலிருந்து சளியும் ஊநீரும் இரத்தமும் தரையில் விழுந்து தெறித்தன.

யூசுப், அவனை நோக்கி ஓடி அவனைத் தாங்கிப் பிடிக்க எத்தனித்தான். தோரா, சமிக்ஞையால் தடுத்தான். அவனுக்கெனக் கொடுத்திருந்த ஒரு துணியால், கீழே சிந்தியிருந்த இரத்தத்தைத் துடைத்து சளியையும், வாநீரையும் துணியால் சுருட்டி அள்ளி, அதன் மீது கிருமிநாசினியைத் தெளித்தான்.

நான் என் முகத்தை வேறொரு பக்கமாகத் திருப்பிக்கொண்டேன். ஆனாலும் என் மனம் குறுகுறுக்கவே செய்தது. “தோரா, மருத்துவமனைக்குப் போகலாமா?” என்றேன்.

“இதுதான் மருத்துவமனை. நான் நோயாளி. நீங்கள் எனக்கான செவிலியர்கள்” என்றவாறு சிரித்தான்.

“விளையாட்டாகப் பேசாதே.”

“விளையாட்டாகப் பேச இதில் என்ன இருக்கிறது. மர்ம நோய்க்கு உலகத்தின் பொதுமருத்துவம் இதுதான். தொற்றுநோய் வந்தவர்களைத் தனிமைப்படுத்துவது” என்றவன் மருந்துப் பெட்டியைத் திறந்து, இரண்டு மாத்திரையை எடுத்து வாய்க்குள் போட்டுக்கொண்டு, இரண்டு மிடறு சுடுதண்ணீர் பருகினான். இருமல் சற்றே தணிந்தது.

மறுநாள் எழுந்ததும் தோராவின் முகத்தைப் பார்த்தேன். முகத்தில் ஓரளவான தெளிவு இருந்தது. அவன் சொன்ன டிரைபஸ் கதையின் தொடர்ச்சியைக் கேட்க வேண்டும் போலிருந்தது. தோராவிடம் கேட்டேன் “ஆல்பர்ட் டிரைபஸ்க்கு என்ன நடந்தது? பிரெஞ்சுக்காரர்களின் கோஷம் என்னவாக இருந்தது?”

நான் அப்படியாகக் கேட்டதும், அவனது முகத்தில் புது ரத்தம் பாய்ந்தது. அவன் மெல்ல எழுந்தும், நிமிர்ந்தும் உட்காரலானான். அவன் குறித்தும் அவனது இனம், மண், நாடு குறித்து விசாரிக்கையில், எங்கேயிருந்தோ வரும் புத்துணர்ச்சியை அவனது முகத்தில் காண முடிந்தது.

15

'ஆல்பர்ட் டிரைபஸ் ஒரு யூதன்...'

'யூதன் ஒரு துரோகி.'

'யூதன் ஒரு கலகக்காரன்.'

'யூதன் கொல்லப்பட வேண்டியவன்.'

'யூதன் வீழ்த்தப்பட வேண்டியவன்.'

'யூதனை எங்கே கண்டாலும் கொன்றே தீரணும்.'

இக்குரலைக் கேட்டதும் தியோடர் ஹெர்ஸ் அதிர்ந்து உறைந்து போனார். தானொரு யூதன் என்பதைக் காட்டிக்கொள்ளாமல் கண்ணீர் துளிர்க்க, இதயம் அடைக்க, நெஞ்சுக்கூடு விதிர்விதிர்க்க உட்கார்ந்திருந்தார்.

மறுநாள், பத்திரிகைகள் யூதனுக்கு மரண தண்டனை நிறைவேற்றம் என்பதாக செய்தி வெளியிட்டன. தியோடர் ஹெர்ஸ் அந்த மாதம் முழுவதும் உலகப் பத்திரிகைகளைக் கவனித்தார். ஒரு யூதனுக்காக ஏதேனும் ஒரு நாடு, யாரேனும் ஒருவர் ஆதரவுக் குரல் கொடுக்கிறார்களா, எனக் காத்திருந்தார். அவருக்கு ஏமாற்றம்தான் மிஞ்சியது.

தியோடர் ஹெர்ஸ் கண்களில் டிரைபஸின் முகம் நிழலாடியது. அவன் சிந்திய இரத்தம் அவன் மீது காறி உமிழப்பட்ட

எச்சில், அவனது அங்கத் துடிப்பு, உயிர்த் துறப்பு அத்தனையும் கண் முன்னே விரிந்தன. ஒரு யூதனுக்காக ஒருவனேனும் குரல் கொடுக்கவில்லையே ஏன்...? கண்டனக் குரலுக்குத் தடையாக இருந்தது எது...? தானொரு யூதன் என்று தெரிந்திருந்தால் தன்னையும் அடித்தே கொன்றிருப்பார்களோ...? யூதன் எந்தவொரு தேசத்திலும் வாழத் தகுதியற்றவனோ? அப்படியானால் என் உயிர், என் சந்ததிகள், அவர்களின் சந்ததி, அவர்களுக்குப் பிறகு? அவரால் ஒன்றையும் பெரிதாக யோசிக்க முடியவில்லை. தூங்கலாமென்று கண்களை மூடினால் கண்கள் முழுவதும் இரத்தமாகத் தெரிந்தது. கனவுகள் திடுக்கிட வைத்தன.

அவரால் பத்திரிகைத் துறையில் பணியாற்ற முடியவில்லை. பணியைத் துறந்தார். அத்துறையில் பணியாற்றுகையில் பல நண்பர்கள் கிடைத்திருந்தார்கள். அவர்கள் முஸ்லிம், கிறித்தவம், புத்தம், யூதன்... என பல மதத்தினராக இருந்தார்கள். அவர்களில் யூதனை மட்டும் தனியே பிரித்தறிந்தார். அவர்களிடம் தனியே பேசினார். ஒரு யூதன் இன்னொரு யூதனை - அவன் இன்னொருவனை - இன்னும் ஒருவனை - மேலும் ஒருவனை... சந்திப்பு சங்கிலித் தொடராக நீண்டது.

ஒரு நாள் அனைவரும் சந்தித்துக்கொள்ள தேதி குறித்தார்கள். அவர்கள் கூடிய இடம் நடுக்கடலில் மிதக்கும் கப்பலின் மேற்தளமாக இருந்தது. அவர்கள் அத்தனை பேரும் செல்வந்தர்களாக இருந்தார்கள். சிலர் ஷெம் குடியினர், சிலர் பினிஷியர். அராபியர், அசிரியர், செமிடிக், பாரசீகர், பாபிலோனியர், அலெக்சாண்டிரியர், செவ்விந்தியர் என இருந்தார்கள். ஒன்றிரண்டு பேர் தங்களை மெசபடோமிய வம்சாவளி என அறிமுகப்படுத்திக்கொண்டார்கள்.

அத்தனை பேர்களையும் ஒன்றுதிரட்டியிருந்த தியோடர் ஹெர்ஸ்க்கு ஏமாற்றமே மிஞ்சியது. அத்தனை பேர்களும் ஒவ்வொரு வரலாற்றுக் குன்றுகளைத் தலையில் சுமந்து வந்திருந்தார்கள். அவர்கள் ஒரே இனமாக ஒரு புள்ளியில் குவிந்திருக்கவில்லை. ஹெர்ஸ் அதிருப்தியால் ஹீப்ரு மொழியில் கத்தினார். அவரது கத்தல் அத்தனை பேருக்கும் புரிந்திருந்தது.

அம்மொழியில் பதிலுக்கு வினையாற்றினார்கள்.

பலே! கைகளைத் தட்டிக்கொண்டு துள்ளி எழுந்தார் ஹெர்ஸ். கைகுலுக்கினார். அத்தனை பேரும் ஒருவரையொருவர் கட்டிப்பிடித்து ஆரத்தழுவினார்கள். இனமாக, கண்டமாக, நாடாக பிரிந்து ஒருவருடன் ஒருவர் கலக்காமல் விலகி நின்றவர்கள் ஹீப்ரு என்கிற மொழியால் ஒன்றுகலந்தார்கள்.

கப்பல், மத்தியத் தரைக்கடலில் மிதந்துகொண்டிருந்தது. ஆசியா, ஐரோப்பா, ஆப்பிரிக்கா மூன்று கண்டங்களும் சங்கமிக்கும் கூடுவாயில் அது. அன்றைய தினம் நிலவு ஒரு கட்டை விரலின் நகத்தைக் கிள்ளிப் போட்டதைப் போல வளர்பிறையாக இருந்தது.

கப்பலிலிருந்து இறங்கினார்கள். அவர்கள் ஒதுங்கிய இடம் துருக்கியை ஒட்டிய துறைமுகம். அவர்களின் கையில் உலக நில வரைபடம் இருந்தது. அவர்கள் அங்கிருந்தவாறு தொலைநோக்கி வழியே நிலவெளியைப் பார்த்தார்கள். அதோ அங்கு தெரிவதுதான் துருக்கி. துருக்கியும், துருக்கியின் நிலத்தில் எழுப்பப்பட்டிருந்த கட்டிடங்களும் அவர்களுக்கு வியப்பைத் தந்தன. இதைப் போன்று ஒரு கட்டிடத்தை எழுப்ப வேண்டுமானால், அந்நிலம் அவனுக்குச் சொந்தமுடையதாக இருக்க வேணும். மண்ணின் மகத்துவம் அவர்களுக்கு முதல் முறையாகப் புரியத் தொடங்கியது.

“அதோ, அதுதான் ஜெருசலேம். இந்தப் பூகோளத்தின் புண்ணிய பூமி” அவர்களின் இமைகள் ஏறி இறங்கின.

அவர்கள் ஜெருசலேம் திசையை நோக்கி நடையைக் கட்டினார்கள். அவர்களின் நடை ஓரிடத்தில் நிலைகுத்தி நின்றது. தொடர்ந்து நடந்த நடைக்குக் கொஞ்ச நேரம் ஓய்வு தேவைப்பட்டிருந்தது. அவ்விடத்தில் வட்டமாக அமர்ந்தார்கள். அவர்களின் யோசனை பலவாறு சென்றது. ‘உலகம் முழுவதும் நாமிருக்கிறோம். வருவாயைப் பெருக்கிக் கொள்ளத் தொழில் இருக்கிறது. இருந்தும் தனக்கென்று ஒரு நாடு இல்லையே, ஏன்?’ அக்கேள்வி அவர்களை வெட்குறவு செய்தது.

தியோடர் ஹெர்ஸ் உரக்கக் கத்தினான். "நமக்கென்று ஒரு தேசம் வேண்டும், மண் வேண்டும், நீர் வேண்டும், நிலம் வேண்டும், நாம் சுவாசிக்கும் காற்று நம் காற்றாக இருக்க வேண்டும்..." அவர் உச்சரிப்பதை மற்றவர்கள் பின்தொடர்ந்தார்கள்.

தியோடர் ஹெர்ஸ் முதலில் தன் ஆடையை அவிழ்த்துத் தன் மடியிலிருந்த நாணயங்களை அள்ளி மையத்தில் வைத்தார். அத்தனை பேரும் தன் பங்குக்கு வைத்தார்கள். நாணயங்கள், பொன், பொருளால் ஒரு குன்று போலக் குவிந்தது.

தியோடர் ஹெர்ஸ் கைநீட்டி உறுதிமொழி எடுத்தார்.

"நமக்கு நாடு வேண்டும்..."

"ஆம், நாடு வேண்டும்..."

"நாடு பிடிக்க ஓர் இயக்கம் வேண்டும்..."

"ஆம், இயக்கம் வேண்டும்..."

"யூத மக்களுக்கென்று நாம் உருவாக்கிக்கொள்ளும் இயக்கமே ஜியனிசம்..."

"ஜியனிசம்...", "ஜியனிசம்.."

"தேசம் இல்லாத மக்களுக்காக , மக்கள் இல்லாத தேசத்தைக் கண்டடைவோம்..."

"கண்டடைவோம்."

ஜியனிசம் என்கிற பதம் அவர்களின் மூளை வழியே இதயத்திற்குள் இறங்கியது. இறங்கிய பதம் இதயத்தை இரும்பாக்கியது.

ஹெர்ஸ் சொன்னார் "இந்தப் பணத்தை வளர்ந்த நாடுகளுக்குக் கடனாகக் கொடுப்போம். கொடுக்கும் கடனைப் போர் ஆயுதங்களுக்காகக் கொடுப்போம். கடன் கொடுக்கும் முன் தனக்கென்று ஒரு நாடு வேண்டுமெனச் சொல்லிக் கொடுப்போம். நம் கடனால் ஏதேனும் ஒரு நாட்டை வல்லரசாக்குவோம். அந்த வல்லரசின் கீழ் மற்ற நாடுகளை ஒன்றுகுவிப்போம். எந்நாட்டிற்கும் கடன் கொடுப்பவர்கள் நாமாகவே இருக்க வேணும். கொடுத்த கடனை ஒரு நாள் வட்டியுடன் திருப்பிக் கேட்போம். வட்டிக்குப் பதிலாக ஏதேனும் ஒரு நாட்டைக் கேட்போம். நம்மால் வல்லரசாகும் ஒரு நாடு, நமக்கான

நாட்டைப் பெற்றுத் தரும். நம்மின் கடைசி குரல் நமக்கென ஒரு நாடு கேட்பதாகவே இருக்க வேணும்...”

ஒருவர் சொன்னார். “எனக்குத் தெரிந்து துருக்கியில் ஓரிடம் இருக்கிறது. மக்கள் வாழத் தகுதியற்ற இடம் அது. அதை நாம் விலைக்கு வாங்கலாம்.”

இன்னொருவர், “கென்யா, உகாண்டாவைப் பிடித்தால் மொத்த ஆப்பிரிக்காவையும் வளைக்கலாம்.”

“சினாய், சைப்ரஸ், இத்தாலி இவற்றில் ஏதேனும் ஒன்று என்பது எனது விருப்பம்.”

“ஜெர்மனிக்குள் கலவரத்தை மூட்டி அந்த நாட்டைப் பிடிக்கலாம்.”

அவர்களின் யோசனைகள் பல போக்கில் சென்றன.

அவர்கள் காசா திட்டுக்கு வந்திருந்தார்கள். கண்ணுக்கு எட்டிய மட்டும் பாலைவனம், புழுதி வெள்ளம். புழுதியைத் துருவிப் பார்த்தார்கள். ஒட்டகங்கள் மேய்ந்துகொண்டிருந்தன.

தியோடர் ஹெர்ஸ் சொன்னான், “இந்த இடத்தையே விலைக்குக் கேட்கலாம்...”

“ஆம், கேட்கலாம்! தர மறுத்தால்...?”

“அடித்துப் பிடுங்கலாம்...”

“எதிரியை வீழ்த்துகையில் இதயம் சொல்லும்படி நடத்தல் கூடாது. நமக்கு நம் மூளையே பிரதானம். நமக்கென்று மண் முக்கியம்.”

தோராவால் அதற்கும் மேல் பேச முடியவில்லை. அவனது உடம்பு மருள் வந்ததைப்போல குலுங்கச் செய்தது.

நான், தோராவிடமிருந்து பார்வையை எடுத்து யூசுப்பைப் பார்த்தேன். அவன், இதயம் கனகனக்க உட்கார்ந்திருந்தான்.

16

என்னைத் தவிர மற்ற மூவரும் குவைத் மண், காலநிலை, புழுதியுடன் இரண்டறக் கலந்திருந்தார்கள். எனக்குத்தான் ஒவ்வாமையாக இருந்தது. வெயிலின் உக்கிரம் குண்டூசியாகத் தலையில் கொட்டியது. பொங்கி வழியும் இந்த வெட்டவெளியில் ஒட்டகம் மேய்க்கையில் வெயில் என்னை மேய்ந்தது. வெயில் மேய்வதோடில்லாமல் ஒட்டகம் ஒரு நாள் என் நெற்றியைப் பதம் பார்த்தது. ஒட்டகத்தின் காம்பில் பால் கறக்கையில் ஒட்டகம் விட்ட ஓர் உதையில் என் நெற்றியில் அரைவட்டமாக குழி விழுந்து, ஆறாப்புண் பிறகு மறையா வடுவானது. ஒரு வாரம் மருத்துவச் சிகிச்சையிலிருந்து வாங்கிவந்த கடனை அடைக்க ஒட்டகத்தைப் பராமரிக்கும் பணியில் இறங்கினேன். அப்போது யூசுப் கேட்டான். "உங்கள் நாட்டில்தான் ஒட்டகங்கள் இல்லையே, உன்னால் எப்படி ஒட்டகம் மேய்க்க முடிகிறது?"

அவனது அக்கேள்வி எனக்கு வியப்பாக இருந்தது. என் மீதான அன்பினாலேயே அப்படியொரு கேள்வியை அவன் கேட்டிருந்தான். "இங்கு நான் ஒட்டகத்தை ஒட்டகமாக நினைக்கவில்லை. எங்கள் ஊர் பசுக்களை மேய்ப்பதாக நினைத்து மேய்க்கிறேன்" என்றேன். அப்படியாக நான் சொன்னதற்கு ஒரு காரணம் இருந்தது. என் ஊர் அதிரும்படியாக பூமியைத்

துளைக்கும் கார்ப்பரேட் இயந்திரங்களை நினைக்கையில், எதிர்காலத்தில் என் ஊரும் மண்ணும் நிலமும் இப்படியாக பாலைவனமாகத்தான் போகிறது, என்பதை நினைத்தவனாய்ச் சொன்னேன்.

யூசுப், கேள்விகள் கேட்கத் தொடங்கிவிட்டால், கேட்டுக்கொண்டே இருப்பான். கேள்விகள் கேட்பது அவனுக்குப் பிடித்தமான ஒன்று. "உனக்கென்று சொந்தமாக மண் இருக்கிறதா?" எனக் கேட்டான்.

அவன் கேட்கும் மண் என்பது நிலம். "இருந்தது" என்றேன். "அதில் காக்கைகளும் குருவிகளும் மயில்களும் ஆலவட்டமடித்து ஆண்டு முழுவதும் கொத்தித் தின்னும் அளவுக்குத் தினைகள் இருந்தன. ஆடும் மாடும் பசுக்கூட்டங்களும் அதில் விளையும் பசுந்தளிர்களைத் தின்று அதிலேயே சாணத்தைப் போட்டிருக்கின்றன. எப்பொழுது உலக முதலாளிகளின் பார்வைக்கு எங்கள் நிலம் போனதோ, அன்று முதல் அந்நிலத்தில் ஆடு மாடுகள் மேய்வதற்குப் பதிலாக இயந்திரங்கள் மேய்வதாக இருக்கின்றன" என்றேன்.

"கொஞ்சம் புரியும்படியாகத்தான் சொல்லேன்", என்றான் யூசுப்.

17

மூன்று மாதக் குஞ்சுகளுடன் ஒரு தாய்க்கழுகு மனிதப் பார்வைக்கு எட்டாத உயரத்தில் தன் விசாலமான இறக்கையை அகல விரித்துப் பறந்துகொண்டிருந்தது. தாயானதற்குப் பிறகு தன் குஞ்சுகளுடன் இரை தேடிப் பறப்பது இதுவே முதன் முறை. ஐந்து குஞ்சுகளில் மூன்றின் கழுத்துகள் வெள்ளைப் பட்டைகளாக இருந்தன. பிணம் தின்னும் கழுகுகளில் வெண் கழுத்துக் கழுகுகள், ஆண் கழுகுகள்.

சூடான் நாட்டினையொட்டி மலைகள் சூழ்ந்த காட்டில், ஓர் உயர்ந்த மரமொன்றின் உச்சியில் கூடு கட்டி வாழ்ந்து வந்த அக்கழுகு முட்டைகளிட்டு குஞ்சுகள் பொரித்திருந்தது. ஆறு முட்டைகளிலிருந்து ஐந்து குஞ்சுகள் வெளிவந்திருந்தன. அக்கழுகிற்கும் அதன் குஞ்சுகளுக்கும் தேவையான உணவுகள் பிணங்களாக சூடானைச் சுற்றியுள்ள பகுதிகளில் நிறைய கிடைத்தன. ஆற்றின் விளிம்புகள், பள்ளத்தாக்குப் பகுதிகளில் கேட்பாரற்று பல பிணங்கள் தண்ணீரில் மிதந்தன. அப்பிணங்கள் கழுகுகளுக்குப் பெருத்த தீனியாக இருந்தன. ஒரு பிணத்தை அதன் கூட்டிற்குத் தூக்கி வந்து தாயும் அதன் குஞ்சுகளும்

தின்று கொழுத்திருந்தன. பிணங்களைத் தன் குஞ்சுகளுக்குத் தின்னக் கொடுத்து வளர்த்துவந்த அக்கழுகு, குஞ்சுகளை அழைத்துக்கொண்டு தென் மேற்கு நோக்கித் தன் பயணத்தைத் தொடங்கியது.

சூடான் தன் நிலம், வளம், வாழ்வாதாரங்களைக் கழுகு தேசத்திற்குக் கொடுத்ததன் பிறகு, அந்நாட்டில் பசியும் பஞ்சமும் பட்டினியும் தலைவிரித்திருந்தன. ஒவ்வொரு நாளும் குழந்தைகள் பசி, பட்டினியால் இறந்துகொண்டிருந்தார்கள். அப்படிச் சாகும் குழந்தைகளின் வீட்டை அடையாளம் கண்டு காத்திருந்து ஏதேனும் ஒரு குழந்தையைப் பிணமாகத் தூக்கி வந்தது. அப்படி ஒருநாள் ஒரு குழந்தைக்காகக் காத்திருக்கையில்தான் தென் ஆப்பிரிக்கப் புகைப்படக் கலைஞர் கெவின் கார்ட்டரின் கேமராவில் சிக்கிப் புகைப்படமானது.

வயிறு ஒட்டிப்போய் முதுகு மற்றும் விலா எலும்புகள் தெரிய, நடக்க சக்தியற்று, தலையை நிமிர்த்த முடியாமல் தரையோடு தரையாகக் குனிந்து சுட்டெரிக்கும் வெயிலில் தவழ்ந்த குழந்தையை இரையாக்கக் காத்திருந்தது. அப்புகைப்படம் நியூயார்க் டைம்ஸ் நாளிதழில் முதற்பக்கத்தை அலங்கரித்து, ஐம்பதாயிரம் டாலர் பரிசும் புலிட்சர் விருதும் பெற்றது.

குழந்தையுடன் கூடிய அக்கழுகினைப் படம் பிடித்து உலகின் சிறந்த புகைப்படக் கலைஞர் என அறியப்பட்ட கார்ட்டர் தற்கொலை செய்துகொள்வதற்குக் காரணமாக இருந்ததும் அக்கழுகுதான். “குழந்தையின் துன்பத்தைப் போக்காமல், துயரத்தைச் சரியான கோணத்தில் படமெடுக்கும் பொருட்டு தன் புகைப்படக் கருவியின் லென்ஸைச் சரிசெய்த கார்ட்டர், இன்னொரு கொலையாளியாகத்தான் இருக்க முடியும். புகைப்படக்காட்சியின் இன்னொரு கழுகு இவர்” என்பதாகப் பலரும் விமரிசனம் செய்தார்கள். தானும் அக்கழுகும் ஒன்றுதானோ, என்கிற குற்றவுணர்வு அவரைக் குடைந்தெடுக்க, ஒரு நாள் அவர் தற்கொலை செய்துகொண்டார்.

இதெல்லாம் அக்கழுகுக்குத் தெரிந்திருக்க வாய்ப்பில்லை. ஆனால் அதற்கும் அதன் இனத்திற்கும் தேவையான உணவு

எங்கே கிடைக்கும், எத்தனை காலத்திற்குப் பிறகு கிடைக்கும், எத்தனை காலம் வரைக்கும் கிடைக்கும் போன்ற விடயங்களை அக்கழுகு தெரிந்து வைத்துக்கொண்டு மூக்கு வியர்க்கும் திசையை நோக்கிப் பறந்துகொண்டிருந்தது.

தன் எடையை விடவும் மூன்று மடங்கு எடையைத் தூக்கிச்செல்லுமளவிற்கு வலுவான கால்களைக் கொண்ட கழுகு அது. எழுபத்து இரண்டு வகை கழுகு இனங்களில் சக இனத்தைக் கொன்று தின்னும் அசாத்தியம், பிணம் தின்னும் கழுகுக்கு மட்டுமே உண்டு. அக்கழுகின் அலகு, ஒரு பாறையைக் குடைந்தெடுக்கும் அளவிற்குக் கூர்மையானதாக இருந்தது. கழுகின் வயதைப் பிரதிபலிக்கும் அளவுகோல் அதன் அலகுதான். அலகினை முற்றிலும் இழந்தால் கழுகு இறந்துவிடும். இழந்த அலகு மீண்டும் வளரத் தொடங்கினால் அக்கழுகு பிழைத்துக்கொள்ளும். அலகினை விடவும் அதன் கால்கள் வலுவானவை. அதை விடவும் வலுவானவை, அதன் நகங்கள். அவை கத்திகளைப் போலக் கூர்மையாக இருந்தன.

சோமாலியாவின் தெருவில் விளையாடிக்கொண்டிருந்த ஒரு சிறுவனைத் தூக்கிச்சென்று, கண்களை மட்டும் கொத்தி விழுங்கிவிட்டு, அக்குழந்தையைத் தன் குஞ்சுகளுக்காகப் பத்திரப்படுத்தி வைத்திருந்த கழுகை வேட்டையாடப்போய் சோமாலியர்கள் கழுகு தேசத்தால் மிரட்டப்பட்டார்கள். கழுகுகளைப் பிடிக்கவும், கூண்டில் அடைக்கவும், வேட்டையாடவும் தடை விதிக்கப்பட்டிருப்பதால், பிணம் தின்னிக் கழுகுகளின் எண்ணிக்கை கட்டுக்குள் அடங்காமல் மலைகள் சூழ்ந்த பகுதிகள், காடுகள் என்பதையெல்லாம் கடந்து இப்பொழுது சமவெளிப் பக்கம் படையெடுக்கத் தொடங்கியிருந்தன.

இலங்கை உள்நாட்டுப் போரின் போது வானத்தில் பறந்த போர் விமானங்களை விடவும் இவ்வகை கழுகுகள் அதிகம். போபாலில் நடந்தேறிய சயனைடு கசிவு கோரச்சம்பவத்தின் போது இந்தியாவில் குடியேறிய கழுகுகள் பேரன், பேத்திகள் எடுத்து ஆப்பிரிக்க நாடுகளை நோக்கி வலசை சென்றிருந்தன. அவ்வாறு வலசை சென்ற கழுகின் கொள்ளு, எள்ளுப்

பேரன், பேத்திகள்தான் ஆலவட்டமடிக்கும் இத்தாயும் அதன் குஞ்சுகளும்.

மனித அரவம் சற்றும் தென்படாத இடங்களில் கூட்டமாக வாழக்கூடிய கழுகுகள் மனிதர்களால் பார்க்க முடியாத உயரத்தில் பறந்துகொண்டிருந்தன. மனிதப் பிணமே அதற்குப் பிடித்த உணவு. மனித குடலையும் ஈரலையும் தின்னுகையில் அதற்குள் குதூகலம் பீறிடும்.

உயரத்தில் பறந்துகொண்டிருந்த கழுகுகளின் இறக்கைகள் மற்ற கழுகுகளை விடவும் நீள, அகலத்தில் பிரமிப்பைக் கொடுத்தன. ஒரு மனிதன் கால் நீட்டிப் படுக்கும் அளவிற்கு இறக்கையின் நீளமிருந்தது. எதையும் கொத்திக்கிழிப்பதற்கு உகந்தது அதன் அலகு. கீழ் அலகு தசையைக் குத்திப் பெயர்க்கக் கூடியதாகவும், மேலலகு கொத்திக் கிழிப்பதற்கு உகந்ததாகவும் இருந்தது. அரைக் கிலோ மாமிசத்தை ஒரே கொத்தில் கொத்தி விழுங்குமளவிற்கு அதன் அலகு குறுகி வளைந்திருந்தது. மின்னல் வேகத்தில் பறக்க அதன் வாலும் இருநூறு கல் தூரம் வேகத்தில் இறங்கி இரையைத் தூக்கிச் செல்லுமளவிற்கு அதன் குதிகால்களும் இருந்தன.

மீன், தன் குஞ்சுகளைக் கண்களால் வழிநடத்துவதைப்போல, அக்கழுகு தன் நிழலில் குஞ்சுகளை வழிநடத்திக்கொண்டிருந்தது. தாயின் நிழல் தன் மீது விழுமாறு குஞ்சுக் கழுகுகள் பார்த்துக்கொண்டன. தாய் திரும்புமிடத்தில் நிழல் திரும்பியது. நிழலைப் பார்த்துக் குஞ்சுகள் திரும்பின.

கழுகளின் மொழி இறக்கைகளில் இருந்தது. இறக்கையின் ஒவ்வொரு அசைவிற்கும் ஒரு மொழி இருப்பதைக் குஞ்சுகள் அறிந்திருந்தன. வலது பக்க இறக்கை அசைந்தால், இடது இறக்கை வேகமாகத் துடித்தால், உதறினால், என ஒவ்வொரு அசைவிற்கும் ஒவ்வொரு கற்பிதங்களைக் குஞ்சுகள் அறிந்து வைத்திருந்தன. குஞ்சுகள் பறந்துகொண்டே பூமியைக் கூர்ந்து கவனித்தன. அதன் பந்து முனைக் கருவிழிகளில் விழும் பிம்பங்களைத் தன் இறக்கை அசைவுகளால் தாயிடம் பகிர்ந்துகொண்டன.

'ஒரு குளம் தெரிகிறது...'

'குளத்தில்....?'

'நிறைய தண்ணீர் இருக்கிறது.'

'அதற்குள்?'

'மீன்கள் துள்ளிக் குதிக்கின்றன'

'மீன்கள் மட்டும்தானா?'

'கரையில் ஒன்றிரண்டு கொக்குகள் நிற்பது தெரிகின்றன'

'வேறு?'

'குளத்தில் நான்கு கரைகள்.'

'கரைகளில்?'

'ஒரு கரையில் பெண்கள் குளிக்கிறார்கள்.'

'இன்னொன்றில்?'

'ஆடு, மாடுகள் தண்ணீர் குடிக்கின்றன.'

'பிறகு?'

'இன்னொரு கரையில் சிறுவர்கள் துள்ளிக் குதிக்கிறார்கள். மற்றொன்றில் தாமரைகளும் அல்லிகளும் பூத்துக் குலுங்குகின்றன.'

தாய்க் கழுகு அதன் புத்திசாலி குஞ்சுகளை நினைத்து மகிழ்ந்தது. ஆனந்தத்தில் இறக்கைகளை வேகமாக அடித்துக்கொண்டது.

'வேறு என்னவெல்லாம் தெரிகிறது?'

'எங்கும் பச்சைமயமாக இருக்கிறது.'

தாயும் அதன் குஞ்சுகளும் வட்டமிட்டவாறு வெட்டவெளியை வலம் வந்தன. அதன் கண்கள் கீழ்நோக்கி ஒரு புள்ளியில் குவிந்தன.

எங்கும் பச்சை மஞ்சள் கலந்த நிறப்பிரிகை. தங்கம் முலாம் பூசிய நெல்மணிகள். வானுயர்ந்த தென்னை, தேக்கு, பனை

மரங்கள். மலை அளவிற்குப் பெரிய வைக்கோல் போர். அதன் மீது காக்கைகுருவிகள். சிறுவர், சிறுமிகள் அதைச்சுற்றி ஓடி ஒளிந்து விளையாடுவது தெரிந்தது. களத்துமேட்டில் பெண்கள் சூழ்ந்திருந்தார்கள். ஒரு தரப்பினர் கதிர்களை அறுக்க, மற்றொரு தரப்பினர் நெல்லைத் தூற்ற, அள்ள, அளக்க, சாக்கில் நிரப்ப, வண்டியில் ஏற்ற... என இருந்தார்கள்.

பூமித்தாயின் கன்னத்தில் விழுந்த மச்சமாக உளுந்துக் குவியல். அதையொட்டி கத்தரி, வெண்டை, தக்காளி, தட்டை, பாசிப் பயறுகள். அறுவடை முடிந்த நிலத்தில் மந்தைகளாக ஆடு, மாடுகள் மேய்ந்துகொண்டிருந்தன. மாடுகள் பல இன வகை கொம்புகளைக் கொண்டிருந்தன. அலை கொம்பு. ஆட்டுக்கொம்பு. காடு பார்த்த கொம்பு. கிளிக் கொம்பு, குத்துக் கொம்பு, கூடு கொம்பு, கொள்ளிக் கொம்பு. இதுதவிர அபூர்வமான சுருட்டை, பூ, பொத்தை, மட்டி, மாடக்கொம்புகளும், முன் கொம்பு, விரி கொம்புகள்... என பல வகை மாடுகள் மேய்ந்துகொண்டிருந்தன.

ஒரு காளை ஒரு பசுவை விரட்டிக்கொண்டிருந்தது. ஒரு ஆடு நான்கு குட்டிகளுக்குப் பால் ஊட்டிக்கொண்டிருந்தது. அவை புற்கள் தந்த நிலத்திற்கு விசுவாசமாகச் சாணியைக் கொடுத்து புற்களை மேய்ந்துகொண்டிருந்தன. ஒரு காளையின் தலையில் காக்கை அமர்ந்திருந்தது. இன்னொன்றின் தலையில் கரிச்சான் குருவிகள் இருந்தன.

ஒரு பசு வாலைத் தூக்கி மூத்திரம் பெய்தது. ஒரு காளை பசு அரையின் பிளவில் நாசியை வைத்து கிளிர்ச்சி ஊட்டியது. பசு முகத்தில் வெட்கம். வெளியிடும் ‘புஸ்... புஸ்...’ மூச்சு நாசியைத் தகித்தது. பசு வெட்கத்தால் முறுக்கிக்கொண்டு ஓடியது. காளை, ஓடும் பசுவை விடாது விரட்டியது. ஓட, ஓட பசுவிற்குச் சுகமாக இருக்கிறது. விரட்டவிரட்ட காளைக்குப் பசி எடுக்கிறது.

நாவில் சுரக்க வேண்டிய உமிழ்நீர் பசுவின் பின் பக்க அரையில் சுரந்தது. காளை தன் தாகத்தை அரையில் தணித்தது. நாசியின் வெதுப்பில் பசுவின் அரைசுரப்பு. இரண்டு கால்களையும்

தூக்கி பசுவின் சப்பையில் வைத்தது காளை. பசுவின் மீது அதன் முன்னங்கால்கள் மெல்ல மெல்ல ஊர்ந்தன. காளையின் உறுமலும் பசுவின் சிணுங்கலும் ஒரு புள்ளியில் குவிய, வயிறு நிறைந்த உணர்வு பசுவிற்கு. ஒரு மாதப் பசியைத் தணித்த சுகம் காளைக்கு.

தாய்க்கழுகு கேட்டது. ‘வேறென்ன தெரிகிறது....?’

‘நிறையத் தெரிகிறது...’ என்றவாறு குஞ்சுகள் தரையைப் பார்த்தன. சிறுவர், சிறுமிகள் கடலைக் கொல்லைக்குள் நுழைகிறார்கள். சுற்றும்முற்றும் பார்க்கிறார்கள். மெல்ல உட்காருகிறார்கள். கடலைக் கொடிகளைப் பிடுங்காமல் வேரினைச் சுற்றிய மண்ணைக் கிளறி அதன் வேரிடத்தில் இருக்கும் கடலைகளை ஆய்ந்து அவரவர் பைக்குள் நிரப்பிக்கொண்டு புழுதி பறக்க ஓடுகிறார்கள்.

சோள விதை தோல் உடைந்து முளைவிடும் அரவம் ‘டப்... டப்...’ எனச் சன்னமாகக் கேட்கிறது. தென்னைகள் ஒன்றுடன் ஒன்று உரசி கைகுலுக்கி நலம் விசாரித்துக்கொள்கின்றன. சவுக்குகள் எப்படியும் வானத்தைத் தொட்டுவிட வேணும் என்கிற உத்வேகத்தில் வானோக்கி வளர்ந்திருக்கின்றன.

‘வேறு என்ன தெரிகிறது...?’

ஒரு பக்கம் உழவர்கள் காளைகள் பூட்டிய ஏரில் ஆழ உழுகின்றனர். இன்னொரு பக்கம் ஓர் இயந்திரம் நிலத்தை அகல உழுகிறது. குறுக்கு மறுக்காக வரப்புகள். வரப்புகளைக் கழித்து புதிய மண், வரப்பில் சாத்தப்படுகிறது.

தலைகுப்புறத் தண்ணீர் பாய்கிறது. ஒருவர் கிணற்றில் இரண்டு மாடுகளைப் பூட்டி சாலில் தண்ணீர் இறைக்கிறார். ஒரு பக்கம் காவிரியின் கடை மடை வரைக்கும் தண்ணீர் பெருக்கெடுத்து ஓடுகிறது. இன்னொரு பக்கம் ஊரணியின் ஓடம். இதுதவிர மின் இயந்திரங்கள் தண்ணீரை வாரி இறைக்கின்றன.

லாரிகள் நின்று மூச்சு வாங்கி, நெல் மூட்டைகளைத் தன் முதுகில் சுமந்து செல்கின்றன. இயந்திரங்கள் நெற்கதிர்களை

அடித்து வைக்கோல், நெற்கள் எனத் தனித்தனியே பிரிக்கின்றன. நிலங்களைச் சுற்றிலும் மயில், மைனா, குருவிகள். எலி வளை, நண்டு வளை பாம்பு வளையென வயற்காடுகள் முழுவதும் வளைகளாக இருக்கின்றன. மொத்த நெல்லையும் நின்று நிதானித்து உருவித் தின்னுகிறது மயில். தானொரு தேசியப் பறவை என்கிற அகங்காரம் அதற்கு. ஒரே ஒரு நெல்லை மட்டும் வாயில் கவ்விக்கொண்டு ஓடி ஒளிகிறது அணில். உயரத்தில் பறந்த கழுகுகளுக்கு ஓடும் அணில் தெரிகிறது. அது ஓடும் திசையில் கழுகின் பார்வையும் ஓடுகிறது.

உரங்களை மலையைப் போலக் குவித்து மண்வெட்டியால் கலந்து கூடையில் அள்ளி விட்டெறிகிறார் ஒருவர். இன்னொருவர் மருந்து தெளிக்கிறார். ஊர்கள் இருக்கின்றன. வீடுகள் தெரிகின்றன. தெருக்கள் வரிசையாக இருக்கின்றன. சாலைகள் வளைந்து நெளிந்து செல்கின்றன. சாலைகளில் தானியங்கள் காய்கின்றன. காக்கை குருவிகள் போட்டிபோட்டுக்கொண்டு மேய்கின்றன. ஒரு மூதாட்டி அவற்றை விரட்ட முடியாமல் விரட்டிக்கொண்டிருக்கிறாள்.

‘அம்மா, என் இறக்கை அளவிற்குப் பச்சையாக ஒன்று தெரிகிறதே, அது என்னவாம்...?’ ஒரு கழுகுக்குஞ்சு தாயிடம் கேட்டது.

‘அதுதான் வாழை.’

‘அதற்கு அடுத்து என் கால்களைப் போல வளர்ந்திருக்கிறதே அது...?’

‘தேக்கு.’

தாயும் அதன் குஞ்சுகளும் வயலில் விளைந்திருப்பதை ஒவ்வொன்றாகப் பார்த்துக்கொண்டு பறந்தன. ஓரிடத்தில் அதற்கு மூக்கு வியர்த்தது. அந்த இடத்தில் இறக்கைகளை அகல விரித்து வட்டம் கட்டி, தரையைக் கூர்ந்து கவனித்தன. கண்ணுக்கு எட்டிய தொலைவு பச்சைகளுக்கிடையில் ஓர் புள்ளியில் தார் பாலைவனம் அளவிற்கு வறட்சி தெரிந்தது.

தாய்க் கழுகும் அதன் குஞ்சுகளும் தலையை ஒரு பக்கமாகச் சாய்த்துக்கொண்டு உடம்பை மேலும் குறுக்கி ஏவுகணைகளைப் போல அவ்விடத்தை நோக்கிக் கீழே இறங்கின. அவை இறங்கிய இடம், ஆறாயிரம் அடி ஆழ்துளைக் கிணறாக இருந்தது. அதைச் சுற்றிலும் எரிவாயு வாசனையாக இருந்தது. அக்கழுகு இறங்கியதும் அம்மண்ணின் மைந்தர்களான பறவைப்பட்சிகள், அவ்விடத்திலிருந்து தப்பிப் பிழைக்க வேறொரு இடத்தைத் தேடுவதாக இருந்தன. அப்படியாக இடம்பெயர்ந்த மனிதப் பட்சியில் ஒன்றுதான் நான். அக்கழுகு தரையிறங்கிய இடம்தான் எங்கள் ஊர், என்பதாக என் மண்ணின் கதையைச் சொல்லி நிறுத்தினேன்.

18

தோரா, இன்னும் ஓரிரு நாட்களில் தான் இறக்கப்போவதாக நினைத்தான். அப்படியாக நினைப்பதற்கு ஒரு காரணம் இருந்தது. எங்களுக்குப் பணிவிடை செய்துகொண்டிருந்த சாய்பு, திடீர் மூச்சுத் திணறலில் இறந்துபோனார். அவர் மரணித்த செய்தியை, தோராதான் சொன்னான். சாய்புவின் மரணம் நோயினால் பீடிக்கப்பட்டு தனிமைப்படுத்திக் கொண்டிருந்த எங்களை ரொம்பவே பாதித்தது. எங்களின் சம்பளக் கணக்கு, வரவேண்டிய பாக்கிப் பணம் எல்லாம் அவரிடம்தான் இருந்தன.

சாய்பு நல்ல மனிதர். கங்காணியாக இருந்தாலும் மனித நேயத்துடன் நடந்துகொள்கிறவராக இருந்தார். அவரிடம் அவ்வப்போது தென்படும் குறைந்தபட்ச மனிதாபிமானம், அவரது மரணத்தின் மீது கண்ணீர்ச் சொட்டுகளை எங்களையும் அறியாமல் சிந்தவைத்தன.

தோரா, முந்தைய இரண்டு நாட்களைப் போலில்லாமல் ரொம்பவே நொடிந்துபோயிருந்தான். சாய்புவின் மரணச் செய்தியைக் கேட்டதும் மரணச் சாயம் அவனது முகத்திலும் அப்பிக்கொண்டது. அவனது உடம்பு மணிக்கொரு முறை நொடிந்து வந்தது.

தோரா இறக்கப்போவது உறுதி என்கிற முடிவுக்கு வந்தான், யூசுப். அதன்பிறகு, அவன் தோராவிடம் நெருங்கி பழகுபவனாக இருந்தான். நான் இறந்துபோனால், நீதான் என்னை அடக்கம் செய்ய வேண்டுமென, யூசுப்பிடம் அவன் கேட்டுக்கொண்டதை என்னால் காது கொடுத்துக் கேட்கமுடியவில்லை. அப்படியாகச் சொல்லுகையில் யூசுப் துடிதுடித்துப் போனான். தோராவின் இதயம் யூசுப்பின் கண்களில் துடித்ததை என்னால் பார்க்க முடிந்தது.

“தயவுசெய்து இப்படியெல்லாம் பேசாதே” எனக் கெஞ்சினான் யூசுப். இதை அவன் சொல்கையில் அவனது கண்களில் கண்ணீர் கட்டியது.

யூசுப்பின் முகத்தைச் சற்று நேரம் பார்த்திருந்த தோரா, “நம் மண் கதையை நான் கேட்க வேண்டும் போலிருக்கிறது. அக்கதையைக் கேட்கையில் என்னையும் அறியாமல் ஒரு சக்தி பிறக்கிறது. எனக்காக அக்கதையை ஒரு முறை சொல்லேன்” எனக் கேட்டுக் கொண்டான்.

யூசுப், “இப்போதைக்கு அக்கதை வேண்டாமே” என்றான்.

“சரித்திரம் பேசுகையில் யாரேனும் ஒருவருக்குக் கசக்கத்தான் செய்யும். அதற்காக அதைப் பேசாமல் இருக்க முடியுமா? நான் சொல்லாது விட்ட மீதிக் கதையை விட்ட இடத்திலிருந்து நீ சொல்ல வேணும். அக்கதையைக் கேட்டுக்கொண்டே நான் என் இறுதிமூச்சை விட வேண்டும். என் மண்ணின் கதையைக் கேட்டுக்கொண்டும், அதையே நினைத்துக்கொண்டுமிருக்கையில் எனது உயிர் என் உடலிலிருந்து பிரிவதை நான் பெரும்பேறாகக் கருதுகிறேன். அதற்காக அக்கதையை நீ சொல்லத்தான் வேண்டும்”, எனக் கேட்டுக்கொண்டான்.

யூசுப், எச்சில் விழுங்கியபடி, எங்கள் மூவரையும் ஒரு பார்வை பார்த்துவிட்டு, தோரா விட்ட இடத்திலிருந்து அக்கதையைச் சொல்லத் தொடங்கினான்.

19

தியோடர் ஹெர்ஸ், அவரது சகாக்களுடன் அரபு நாட்டை வந்தடைந்தார். ஒரு மரத்தடியின் கீழ் அமர்கையில், செம்மறி மேய்த்துக்கொண்டிருந்த ஒரு பழங்குடி அவரது பார்வைக்குத் தெரிந்தார். அவர் பின்னே, செம்மறிக் கூட்டம் வருவதாக இருந்தது. அவரை வழிமறித்துக் கேட்டார்கள். "இந்நாட்டின் பெயர் என்ன?"

"பாலஸ்தீனம்..."

"இந்நாட்டில் வாழும் மக்கள்...?"

"அரபு இனத்தவர்கள்."

பழங்குடியினரைத் தியோடர் ஹெர்ஸ் பின்தொடர்ந்தார். அந்தப் பழங்குடி முதியவர் பாலைவனம், சமவெளி, மலைகளைக் கடந்து ஜோர்டான் ஆற்றாங்கரையை வந்தடைந்தார். அவரது முகவாயில், தாடி அடர்த்தியாக முளைத்து, வயிறு வரைக்குமாக நீண்டு தொங்கிக் கிடந்தது. தலை முதல் பாதம் வரைக்குமாக அடர் ஆடையால் முகத்தை மூடியிருந்தார். அவ்வாடையில் பாலைவனப் புழுதி படிந்திருந்தது. கோதுமை ரொட்டி, மூன்று நாளைய மாமிசத் துண்டுகள் அவரது முதுகுப் பக்கம் முடிச்சாகத் தொங்கிக் கிடந்தன.

ஆற்றின் கரையில் ஒரு பேரீச்சம் மரமிருந்தது. மரத்தின் அடியில் பரந்த வட்டமான நிழல். அந்நிழலில் சந்திரனைச் சுற்றிய நட்சத்திரக் கூட்டம் போல அமர்ந்தார்கள். வட்டத்தின் மையத்தில் மேய்ப்பவர் இருந்தார். அவரது கையில் ஒரு பழங்காலத்து ஓலைச்சுவடி இருந்தது. அவ்வோலைச் சுவடி நைந்து, பதத்துப் போயிருந்தது. அதையெடுத்து ஒரு யாசகனாக வாசிக்கத் தொடங்கினார். அவர் வாசித்ததை இவர்கள் கேட்பதாக இருந்தார்கள். ஒரு மரபுவழிக் கதை அதில் எழுதப்பட்டிருந்தது. ஒவ்வொரு அத்தியாயமாக அவர் வாசிக்க இவர்கள் கேட்டுக்கொண்டு வந்தார்கள். ஓரிடம் வாசிக்கையில், அவர்களின் மொத்தக் கவனமும் அந்தப் பழங்குடி மீது குவிந்தது.

“கடவுள் ஆபிரஹாமுக்கு ஓர் உறுதி மொழியினை அளித்தார். நைல் நதியிலிருந்து மாபெரும் நதியாகிய யூப்ரடிஸ் நதி வரை உள்ள தேசத்தை உங்களின் வழித்தோன்றல்களுக்கு நான் வழங்குகிறேன்...” விவிலியம்-பழைய ஏற்பாடு- பிரிவு 15:18.

தியோடர் ஹெர்ஸ்க்கு அந்த ஒரு வரியே போதுமென இருந்தது. யூத மக்களுக்கான பிரகடன வரி என்பதாக மனதிற்குள் பூரித்தார். அவருக்கு அந்த ஓலைச்சுவடி தேவையாக இருந்தது. தியோடர் ஹெர்ஸ் முதியவரிடம் கேட்டார். “எனக்கு இந்த ஓலைச்சுவடி வேணும்.”

“இதுவொன்றே என்னிடம் இருக்கிறது. இதைத் தர இயலாது...”

மடியில் வைத்திருந்த பொற்காசுகளை அள்ளி அவர் முன் கொட்டிய அவர்கள், “எனக்கு இந்த ஓலைச்சுவடி வேணும்...” எனக் கேட்டார்கள்.

“என்னால் தர இயலாது. என்னிடம் இது ஒன்றே இருக்கிறது” என்றார்.

இதை அவரிடமிருந்து எப்படியேனும் பறித்துவிட வேண்டும் என யோசித்தார்கள். அதைக் கேட்டு அடம்பிடித்தார்கள். வாக்குவாதத்தில் ஈடுபட்டார்கள். “பெரியவரே, இந்த நிலம் யூத மக்களுக்கானது. நீங்கள் வைத்திருக்கும் ஓலைச்சுவடி அப்படியாகத்தான் சொல்கிறது...”

“இல்லை. அது வெறும் புராணக் கதை. இந்த நிலம் அரபு மக்களுடையது...”

“கிடையாது. இந்நிலம் யூத மக்களுக்கென்று ஆபிரஹாம் வழங்கிய இடம்...”

“இல்லை, இந்நிலத்தின் பூர்வீகக் குடிகள் அராபியர்கள்...”

“இல்லை. யூதர்கள்...”

மேய்ப்பவரின் பிடிவாதக் குரல் அவர்களுக்குச் சினத்தை மூட்டியது. சினம் விசனமாக நாசியில் வெடித்துக் கண்களில் தெறித்து, சண்டையாக மூண்டது. அந்த முதியவர், அவர் சுற்றிநின்ற அத்தனை பேரையும் ஒரு தடியால் அள்ளி முடிந்தார். அத்தனை பேரும் இதயம் சொல்லும்படி சண்டையிட்டுக் கிழவனிடம் தோற்று மண்டியிட்டிருந்தார்கள். தியோடர் ஹெர்ஸ், மூளை சொல்லும்படியான செயலில் இறங்கினார். அவரது கைக்கு அம்முதியவரின் இரத்தம் கிடைத்திருந்தது. அதை அள்ளிக்கொண்டு மேய்ப்பவனின் நெஞ்சில் ஏறி நின்று உரத்த குரலால் ஜியனிசம் வாசித்தார். அவரது வாசிப்பை மற்றவர்கள் பின்தொடர்ந்தார்கள்.

“முதலில் நாம் நமக்கான தேசத்தை உருவாக்குவோம். அதற்கு முன்னால் அராபியக் கலாச்சாரத்தை வேரோடு களைவோம். ஏனென்றால் நாம் யூதர்கள்...”

அவர்களின் நடை ஜெருசலேம் நோக்கி இருந்தது.

நிலைக்கண்ணாடி கீழே விழுந்து எட்டுத் துண்டுகளாக உடைந்து போனதைப் போலதான் பாலஸ்தீனம் என்கிற பூமி உடைந்து சிதறிப்போயிருக்கிறது. ரிக்டருக்குள் அடங்காத ஒரு பேரதிர்வு வந்திருந்தால் கூட இப்படியொரு அதிர்வை அதனால் ஏற்படுத்திருக்க முடியாது. ஜப்பானின் ஹிரோஷிமா, நாகசாகி என்கிற இரு நகரத்தின் முகுளத்தில் விழுந்த இரண்டு குண்டுகள் ஜப்பானியர்களின் உயிரைத்தான் குடித்ததே தவிர ஜப்பான் நிலத்தை, வாழ்வாதாரத்தை அதன் மண்ணை, அதற்குள்ளிருந்த ஈரத்தை அவ்விரு குண்டுகளால் துடைத்து

எடுக்க முடியவில்லை. ஆனால் பாலஸ்தீனம் அப்படியன்று. அந்நாடு சிதைக்கப்பட்டு நிர்மூலமாக்கப்பட்டது. ஒரு கைப்பிடி அளவு மண்ணை அள்ளினால் அதில் பாதிதான் அராபி மக்களுக்குரியதாக இருக்கிறது. மண், நீர் மட்டுமல்ல, வீசும் காற்றின் பெரும்பகுதியை இஸ்ரேல் செக்ரூட்டி ஏஜென்ஸி என்கிற இராணுவ அமைப்பு எங்கள் நாட்டுக்குரியது எனப் பங்கு பேசுகிறது.

பாலஸ்தீனம் பிரிக்கப்பட்டிருக்கவில்லை. அப்பளம் போல நொறுக்கப்பட்டிருக்கிறது. உடைந்த துண்டுகளில் ஒழுங்கில்லை. வடக்கு, தெற்கு, கிழக்கு, மேற்குத் திசைகள் இல்லை. எல்லை இல்லை. வரையறை இல்லை. பாலஸ்தீனம் ஒரே தேகம், ஒரே தேசம்.... எனக் குரல் கொடுத்தவர்களில் பாதிப் பேர் இஸ்ரேல் எல்லைக்குள் குரல்வளை நெறிக்கப்பட்டு நிற்கிறார்கள். தாயும் மகனும் பாலஸ்தீனத்திற்குள்ளும் தந்தையும் மகளும் இஸ்ரேலுக்குள்ளும் பிரிந்து போன அவலம் நடந்தேறியது. மண்ணை இழந்ததுடன் தன் நிலத்துக்குரிய மக்களில் பாதிப் பேரை இஸ்ரேலிடம் பறிக்கொடுத்துவிட்டு அதோகதியில் இருக்கிறது பாலஸ்தீனம்" எனச் சொல்லி நிறுத்தினான் யூசுப்.

20

சவுக்கத் அலி, மர்மக் காய்ச்சலிலிருந்து ஓரளவு மீண்டு வந்திருந்தான். அவனது முகம் ஒளிவட்டம் கண்டிருந்தது. அவனது அசைவுகளில் உற்சாகமிருந்தது.

தோரா போலவே சவுக்கத் அலியும் பிரிட்டிஷார் மீது நல்ல அபிப்ராயம் கொண்டவன். பாகிஸ்தான் என்றொரு நாடு தனியே பிரிவதற்கும் அப்படியொரு பெயர் தோன்றுவதற்கும் பிரிட்டிஷாரே காரணம், என்பதால் அவர்கள் மீது அவனுக்கு அப்படியொரு அபிமானம்.

"பாகிஸ்தான் நாடு பற்றித் தெரியும். அது என்ன பாகிஸ்தான்?" கேட்டான் தோரா.

"இச்சொல், பிரிட்டிஷாரின் ஆக்ஸ்போர்டு பல்கலைக்கழகத்தில் உதயமானது" என்றான்.

"எப்படி?"

"ஒரு நில ஆய்வு அறிக்கையின் தலைப்பு அது. ஆனால் அதுவே, சரித்திர நிகழ்வாக அமைந்துவிட்டது."

"எனக்கும் புரியும்படியாகச் சொல்லேன்" என்றான் யூசுப்.

லாகூர் மாகாணத்திலிருந்து ஆக்ஸ்போர்டு பல்கலைக்கழகத்திற்கு முனைவர் பட்ட ஆய்வு மாணவராகச் சென்றவர் சவுக்கத் அலி.

“உன் பெயர்தானா, அவருக்கும்?” என்றபடி, யூசுப் சிரித்தான்.

“ஆமாம், அவர் புவியியல் மாணவர். அவர் பிரிட்டிஷ் காலனிய இந்தியாவின் வடமேற்கு நிலங்களை ஆய்வு செய்து, அந்நிலத்தின் பூகோள ரீதியான அமைப்பு, மக்களின் பண்பாடு, கலாச்சாரம் இவற்றை அடிப்படையாக வைத்து, அங்கேயிருந்த மாகாணங்களில் பெயர்களைக் கொண்டு, அந்த நிலத்தட்டுக்குப் பாகிஸ்தான் எனப் பெயரிட்டு, ஆய்வேடு சமர்ப்பித்தார். அந்த ஆய்வைத் தாக்கல் செய்கையில், பாகிஸ்தான் என்கிற பெயருக்கு எதிராக பிரிட்டிஷ் மாணவர்களும் இந்திய இந்து மாணவர்களும் கலவரம் செய்தார்கள்.

இந்து மாணவர்களின் எதிர்ப்பு, வடமேற்குப் பகுதியில் பேசும் பொருளானது. அச்சொல்லை எம் மக்கள் இறுகப் பிடித்துக்கொண்டார்கள். தன் நிலத்தின் சொல்லாகவும் தன் மக்களுக்கான சொல்லாகவும் கருதினார்கள். நவாப் சலி முல்லா, அச்சொல்லை மக்களிடம் கொண்டுபோய்ச் சேர்த்தார். முகமது அலி ஜின்னா, அதை அரசியல்மயப்படுத்தினார். இதுவே, பாகிஸ்தான் என்கிற நாடாக உதிப்பதற்குக் காரணமாக அமைந்தது”, எனச் சொல்லி நிறுத்தினான் சவுக்கத் அலி.

21

அன்றைய தினம் தூங்கிவிடக்கூடாது, என்பதில் மூவரும் உறுதியாக இருந்தோம். மருத்துவர் தோராவுக்குக் கொடுத்திருந்த உயிர்க்கெடு இன்றுடன் முடிவடைவதாக இருந்தது.

தோரா, சுருண்டு கிடந்தான். அவனால், எழுந்திருக்கவோ, உட்காரவோ முடியவில்லை. அவனுக்கென்று கொடுத்துச் சென்றிருந்த பாலும் ரொட்டிகளும் அப்படியே இருந்தன. யூசுப், எப்படியெல்லாமோ அவனைக் கெஞ்சிப் பார்த்தான். தோராவால், அவனது அன்பை நிறைவேற்ற முடியவில்லை. யூசுப், எழுந்து தோராவைத் தொட்டுத் தூக்கும் பொருட்டு அவனிடம் சென்றான். அவன் அப்படியாகச் சென்றது, எனக்கும் சவுக்கத் அலிக்கும் அச்சமூட்டுவதாக இருந்தது. “வேண்டாம், செல்லாதே...” எனத் தடுத்தும் யூசுப், தோராவை நெருங்கியிருந்தான். அவனைத் தொட்டுத் தூக்கும் போது, அவனது கைகளுக்கு அடங்கும்படியாக அவனது உடல் இருந்தது.

யூசுப், தோராவை மெல்லத் தோளில் சாய்த்துக்கொண்டு அவனுக்குப் பால் புகட்டினான். அவனது தொண்டை

முடிச்சு மேலே கீழே ஏறி இறங்கியது. இரண்டு மிடறுகள் அளவிற்குப் பால் பருகியிருந்தான். அவ்வளவேதான். அதற்கும் மேல், பால் அவனது தொண்டைக்குள் இறங்காமல் கடைவாய் வழியே வழிந்தது. அவனைப் பின்புறமாக இழுத்து, சுவரில் சாய்த்து வைத்தான். சற்றுநேரம் சுவரில் சாய்ந்தபடி கால் நீட்டியிருந்தவனின் தலை, கீழே தொங்கிப்போக, தரையில் சரிந்தான். ஒரு வில்லைப் போல அவனது உடம்பு வளைந்துகிடந்தது. யூசுப், அவனது கால்களை நீவிவிட்டபடி அவனையொட்டி அமர்ந்தான்.

இஸ்ரேல்-பாலஸ்தீனம் இவ்விரு நாடுகளுமிடையே உக்கிரமாக உச்சக்கட்டப் போர் நடந்துகொண்டிருந்தது. யூதர்கள் இஸ்லாமியர்களைக் குறிவைத்து வான்வழித் தாக்குதல் நடத்திக்கொண்டிருக்கையில் யூசுப் இந்த உதவியை தோராவுக்குச் செய்வதாக இருந்தான். தோராவின் உதடுகளும் கன்ன தசைகளும் நிராதரவாய்த் துடித்தன. கன்னத்தை அரிக்கும்படியாகக் கண்ணீர் வழிந்தது. இப்போதைக்கு அவனிடம் ஏதேனும் கேட்டால் அவ்வளவேதான்! வெடித்து அழுதுவிடுவான்.

தோரா, ஒரு பொம்மையைப் போல வானத்தைப் பார்த்தவாறு தரையில் கிடந்தான். அவனது தலை, என் பக்கமாகத் திரும்பியது. சவுக்கத் அலி என்னிடம், “உன்னைத்தான் பார்க்கிறான், அவனிடம் ஏதேனும் பேசு” என்றான். அவனிடம் பேச எத்தனையோ விடயங்கள் இருக்கின்றன. அதையெல்லாம் பேசினால் கேட்கும் நிலையிலா அவன் இருக்கிறான். ஆனாலும், அவனுக்காக எதையேனும் நானும் பேசவேண்டும் போலிருந்தது.

அவன் கேட்டு, சொல்லாத கதையொன்று என்னிடம் இருந்தது. இந்தியா பாகிஸ்தான் பிரிவினைக் காலக் கதை அது. ஒரு நாடு இரண்டாகப் பிரிவினை அடைகையில், இந்தியா பாகிஸ்தான் அளவுக்கு உயிர்ச்சேதம் வேறெந்தப் பிரிவினையின் போதும் நடந்ததில்லை, என ஒரு நாள் அவன் சொல்லியிருந்தான். அந்த அளவிற்கு உயிர்ச்சேதம் நடந்தேறக் காரணம் என்ன, அந்தப் பிரிவினை எப்படி நடந்தது, என அவன் கேட்டிருந்தான்.

அக்கதையை நான் அப்போது சொன்னதில்லை. நானும் சவுக்கத்அலியும் ஒருவருக்கொருவர் செய்துகொண்ட புரிந்துணர்வு ஒப்பந்தம் அதைச் சொல்லவிடாமல் தடுத்திருந்தது. அதை இப்போது சொல்ல வேண்டும், போலத் தோன்றியது. அதற்காக நான் தொண்டையைக் கனைத்தேன். தோராவின் காதுகள் என் பக்கமாகத் திரும்பின.

22

‘ஜஸ்டிஸ் சிரில் ரெட்க்ளிப், தன் அறையில் தனியே அமர்ந்திருந்தார். அந்த அறை நூல்களால் நிரப்பியிருந்தது. இந்துஸ்தான், அதன் பரந்து விரிந்த எல்லை, பண்பாடு, கலாச்சாரம் பற்றி முழுமையாக விவரிக்கும் நூல்கள் அதில் அதிகம் இருந்தன. பாபரின் சுயசரிதை பாமர்நாமா, பாபரின் மகள் குல்பதன் எழுதிய ஹுமாயின் நாமா, அக்பரின் ஆட்சிப் பகுதியை விவரிக்கும் அப்துல் ஃபஸல் எழுதிய அக்பர்நாமா நூல்களின் ஆங்கில மொழிபெயர்ப்புகள் விரித்து மேசையின் மீது கவிழ்க்கப்பட்டிருந்தன.

அறையின் மையத்தில் மற்றொரு மேசை இருந்தது. அது சதுர வடிவிலானது. அதன் பரப்பை முழுமையாக அடைத்து இந்துஸ்தானின் நில வரைபடம் விரிக்கப்பட்டிருந்தது. நர்மதை நதிக்கு வடக்கு நிலப் பகுதிகளே இந்துஸ்தான். அதற்கான ஆதாரத்தை அவர் பல்வேறு நூல்களில் அடிக்கோடிட்டிருந்தார். இந்துஸ்தான் என்பதைத்தான் இந்தியத் தலைவர்கள் வட இந்தியா என உச்சரித்துக்கொண்டிருப்பதையும் அவர் அறிந்தே வைத்திருந்தார். மேசையில் விரிக்கப்பட்டிருந்த நில வரைபடம் 1 : 8,300,000 மைல் என்கிற அளவுகோலுடன்

வரையப்பட்டிருந்தது. பிரிட்டிஷ் அரசாங்கம் இந்தியாவில் கால் வைப்பதற்கு முன்பாக வரையப்பட்ட அக்பர் காலத்து வரைபடம் அது.

வரைபடத்தைக் குவி லென்ஸ் கொண்டு பார்த்தார் ரெட்க்ளிப். வட இந்தியா பரந்து விரிந்து வடகிழக்கு எல்லைப் பகுதி கையேந்திப் பிச்சை கேட்பதைப் போலவும், வடமேற்கு எல்லை அள்ளி முடியாத சிகை, காற்றில் பறப்பதைப்போலவும் இருந்தது.

தீபகற்பம், தீவு, வளைகுடா, விரிகுடா, கடல், பெருங்கடல், ஜலசந்தி, குன்றுகள், மலைகள், பீடபூமி, சமவெளி... அப்பப்பா! இத்தனையும் ஒருங்கே பெற்ற இந்தியாவை நினைத்ததும் அவருடைய இமைகள் ஏறி இறங்கின. பிரிட்டிஷ் சாம்ராஜ்ஜியத்தின் காலனி நாடுகளாக எத்தனையோ நாடுகள் உண்டு. இப்படியொரு நாட்டை அடிமைப்படுத்தியதைப் பெருமையாக நினைத்தார் ரெட்க்ளிப். இந்நாடு, தன் கையை விட்டுப் போகப்போவதை நினைக்கையில் ஏமாற்றம் முகத்தில் சப்பென அறைந்தது.

வரைபடத்தில் ஒவ்வொரு மாகாணமாகப் பார்த்துக்கொண்டு வந்தார் ரெட்க்ளிப். அவருடைய குறுகுறு பார்வை பஞ்சாப் மாகாணத்தின் மீது குவிந்தது. பஞ்சாப் மாகாணம் இந்தியப் பெண்ணின் உயிர்முடிச்சு முகுளம் போலத் தெரிந்தது. அதை அவர் வைத்த கண் எடுக்காமல் பார்ப்பதாக இருந்தார்.

ரெட்க்ளிப் பிரபலமான வழக்கறிஞர். பிரிட்டிஷ் சாம்ராஜ்ஜியத்தின் கீழ் இயங்கும் நீதிமன்றத்தில் நீதிபதியாக இருந்தவர். அவர் இந்திய நில வரைபடத்தை ஒரு தடயத்தைப் பார்ப்பதைப்போல பார்த்தார். அவருடைய பார்வை பஞ்சாப் மீதும் அதற்குள் ஓடும் சிந்துவின் கிளை நதியான ரவியாற்றின் மீதும் ஓடிக்கொண்டிருந்தது. அவர் கையிலிருந்த ஒரு நீள குச்சியின் உதவியால் ஆற்றின் தடத்தைக் கடந்தவராக இருந்தார். இந்திய நதிகள் பெண் பெயரில் அழைக்கப்பட, ரவி மட்டும் ஏன் ஆண் பெயரில் அழைக்கப்படுகிறது, என்பதற்கான காரணத்தைத் தேடும் முனைப்பில் இருந்தார் ரெட்க்ளிப். கிழக்கு நோக்கிப் பாயும் நதிகள் பெண் பெயரிட்டும், மேற்கு நோக்கிப்

பாயும் நதிகள் ஆண் பெயரிட்டும் அழைக்கப்படுவதைத் தெரிந்துகொண்டதும் அவர் ஒரு கணம் வியப்பின் ஆழத்திற்குச் சென்றார்.

அவரது பார்வை ரவியாற்றின் வளைவுகளில் நெழிந்து, சுழிந்து அங்குலம் அங்குலமாக நகர்ந்தது. ஓரிடத்தில் அவரது மொத்தப் பார்வையும் குவிந்தது லாகூர், பஞ்சாப் மாகாணத்தின் தலைநகரம். முகலாயர்களின் நந்தவனம் என அழைக்கப்படும் அந்நகரம், அக்பரின் பேரரசு காலத்தில் வாலாகவும் இந்திய சுதந்திரப் போராட்டத்தின் போது தலையாகவும் இருந்திருக்கிறது. இந்து, முஸ்லிம், சீக்கிய மதங்களின் சங்கமமாகவும் பிரிட்டிஷ் சாம்ராஜ்ஜியத்திற்குச் சிம்ம சொப்பனமாகவும் இருந்த லாகூர் நகரத்தை அவர் வைத்த கண் எடுக்காமல் பார்த்துக்கொண்டிருந்தார்.

லாகூர் நகரத்திலிருந்து அவருடைய பார்வை நகரவில்லை. லாகூர் நகரத்தைப் பார்ப்பதன் மூலம் அவர் பஞ்சாப்வாழ் மக்களையும் உடன்பிறப்புகளாகப் பழகிவரும் இந்து, முஸ்லிம், சீக்கிய மதத்தினரையும் பார்த்தார்.

“மிஸ்டர் ரெட்க்ளிப்.”

வெளியிலிருந்து யாரோ அழைக்கும் குரல் கேட்டது.

“யார்?”

“உங்களுக்குத் தந்தி வந்திருக்கிறது.”

“யாரிடமிருந்து...?”

“மவுன்ட்பேட்டனிடமிருந்து.”

வரைபடத்திலிருந்து பார்வையை எடுத்த அவர் கதவைத் திறந்துகொண்டு வெளியே வந்தவர் தந்தியை வாங்கிப் பிரித்துப் படித்தார்.

“மிஸ்டர் ரெட்க்ளிப் அவர்களுக்கு, 1948 ஜூன் 6ஆம் தேதி நாம் இந்தியாவை விட்டு வெளியேற வேண்டும், என இந்திய தேசிய காங்கிரஸ் நமக்கு காலக்கெடு நிர்ணயித்ததை

நீங்கள் அறிந்திருப்பீர்கள். அக்காலக்கெடு தற்போது குறைக்கப்பட்டிருக்கிறது. நாம் இந்தியாவை விட்டு வெளியேற வேண்டிய நாள் 1947 ஆகஸ்ட் 15. வரலாற்று ஆவணங்களைப் படித்துக்கொண்டிருக்காமல் உங்கள் மனசாட்சியின்படி இந்தியா பாகிஸ்தான் எல்லையை வகுக்க முழுகவனமும் செலுத்துமாறு கேட்டுக்கொள்கிறேன். காலஅவகாசம் இன்னும் இரண்டு மாதங்கள் மட்டுமே உள்ளன...”

படித்து முடித்ததும் முதலையின் வாயில் அகப்பட்டுக்கொண்ட உணர்வில் திகைத்தார் ரெட்க்ளிப். அவருக்கு வியர்த்துக்கொட்டியது. அவசரமாக அறைக்குள் நுழைந்தவர் அறையைச் சுற்றிலும் இறைந்து கிடந்த நூல்களை எடுத்து ஒரு மூலையில் அடுக்கினார்.

உள்கோட்டும் கழுத்தில் டையும் அணிந்துகொண்டு எப்பொழுதும் நீதிபதிக்குரிய பகட்டுடன் இருக்கும் ரெட்க்ளிப் அதன்பிறகு மழையில் நனைந்த கோழியைப் போலக் குறுகிப் போனார். அவர் மனம் கனத்தது. எத்தனையோ வழக்குகளுக்கு மிகத் துல்லியமான தீர்ப்புகளை வழங்க முடிந்த என்னால் இவ்விரு நாடுகளுக்கும் எல்லைகளைச் சரியாக வகுத்துக் கொடுத்து சரியான தீர்ப்பை வழங்கிட முடியுமா, என்கிற அச்சம் அவரைக் உலுக்கி எடுத்தது.

அவருக்குப் பசி தெரியவில்லை. தாகத்தை உணரமுடியவில்லை. குளிரூட்டப்பட்ட அறையில் இருந்தாலும் அவருக்கு வியர்க்கவே செய்தது. கைக்குட்டையால் முகத்தை அடிக்கடி துடைத்தவராய் இருந்தார். அவரையும் அறியாமல் அவருடைய கண்கள் கலங்கின. அவருடைய மனம் இறுக்கமாக இருந்தது. தேன்கூட்டை கலைக்கப்போகிறேன், என்கிற குற்றவுணர்வு அவரது மனதைப் பிசைந்தது.

தனக்குக் கொடுக்கப்பட்டிருக்கும், இந்த அசாதாரணப் பணியிலிருந்து விலகிவிடலாமா, என்றுகூட நினைத்தார். அவரது உடல்நிலையும் வயதும் அப்படியொரு முடிவினை எடுக்க நிர்ப்பந்தித்தது. அப்படியொரு முடிவுக்கு வந்து விட்டால் வைஸ்ராய் மவுன்ட் பேட்டன் உடனான சிநேகிதம் அறுந்து

விடுமோ, பிரிட்டிஷ் அரசாங்கம் தன் மீது வைத்திருக்கும் நம்பிக்கையைச் சிதைப்பதைப்போலாகிவிடுமோ, மனசாட்சி மார்புக் கூட்டைக் குடைந்தது. பஞ்சாப் மாகாணத்தை அவர் உருப்பெருக்கிக் கண்ணாடி வழியே தனித்துப் பார்க்கத் தொடங்கினார். பஞ்சாப் இந்திய வரைபடத்தில் ஒரு மலையின் மீது பூனை படுத்துக் கிடப்பதைப் போலிருந்தது.

லாகூர் நகரம் யாருக்கு, என்கிற கேள்வி அவரையும் அறியாமல் எழுந்தது. இதய அறுவைச் சிகிச்சை செய்யப்போகிற மருத்துவரின் மனநிலையில் அவர் இருந்தார். நிமிடத்திற்கொரு முறை கண்களைத் திறந்து இந்திய வரைபடத்தைப் பார்ப்பதும் பிறகு கண்களை மூடிக்கொள்வதுமாக இருந்தார். அரைமணிக்கொரு முறை புகைபிடித்தார். அவ்வப்போது ஒயின் அருந்தினார். அவரால் சட்டென எந்தவொரு முடிவுக்கும் வரமுடியவில்லை.

கடந்த வாரம் கூடிய எல்லை கமிசனை மறுபடியும் கூட்டி இரு நாடுகளுக்கான எல்லையை வரையறை செய்யலாமா, என்று நினைத்தார். அந்தக் கூட்டத்தில் நடந்தேறிய போர்க்குரல், கதறல், கெஞ்சல், மிரட்டல்... யாவும் அவரைத் திகிலூட்டச் செய்தன.

“லாகூர் எங்களுக்கே. லாகூர் இந்தியாவின் சொத்து.”

“பாகிஸ்தானின் இதயம் லாகூர். லாகூர் எங்களுக்கே வேண்டும்.”

ஒரே வரிசையில் அமர்ந்துகொண்டு உனக்கு, எனக்கு என அடித்துக்கொண்டதை அவர் மறுபடியும் எதிர்கொள்ள விரும்பவில்லை. நேற்றுவரைக்கும் நாடு என்றவர்கள், நாம் என ஒரு கோட்டில் நின்றவர்கள் நான், நான்... என அடித்துக்கொண்டதை நினைக்கையில் அவருக்குத் தலைசுற்றியது. அவர்களை மறுபடியும் எதிர்கொள்ள தம்மால் முடியுமா, என்கிற கேள்வி அவரிடம் எழுந்தது. பதவியை ராஜினாமா செய்துவிட்டு லண்டன் நகரத்திற்கு ஓடிவிடலாமா, என நினைத்தார். பதவிப்பிரமாணம் எடுத்துக்கொண்டபோது அவர் செய்த சத்யப்பிரமாணம் குறுக்கே வந்து நின்றது.

வங்காளம் பாகிஸ்தானுக்கு! பஞ்சாப் இந்தியாவிற்கு! என

உத்தேசக் கணக்கைத் தொடங்கினார் ரெட்க்ளிப். தொண்ணூறு சதவீதம் செயல்திட்டத்தை முடித்துவிட்ட திருப்தி மனதை நிறைத்தது. இத்திட்டத்தினை மவுன்ட் பேட்டனிடம் ஆலோசித்து அதை எல்லைக் கமிசன் உறுப்பினர்களிடம் ஒப்புதல் பெற்றிட நினைத்தார். அதை நினைக்க அவருக்கு மகிழ்ச்சியாக இருந்தது. அதைக் கொண்டாடும் விதமாக அவர் இரண்டு மிடறுகள் ஒயின் அருந்தினார்.

அவரை ஆட்கொண்டிருந்த மகிழ்ச்சி விடிந்ததும் நீர்க்குமிழியாகிப் போனது. தினசரிகள் கொண்டு வந்த செய்திகள் அவரது வயிற்றில் புளியைக் கரைத்தன. “வங்காளம் கிழக்கு மேற்கு என தானாகப் பிரிந்து கல்கத்தாவில் இந்துக்களும் டாக்காவில் இஸ்லாமியர்களும் சுதந்திரத்திற்காக போராடிக்கொண்டிருக்கிறார்கள்...” இச்செய்தியைப் படித்ததும் அவருடைய முகம் களையிழந்து வயிற்றுக்குள் அமிலம் சுரந்தது.

கர்சன் பிரபு செய்திருந்த வரலாற்றுப் பிழையால் வங்கம் தன் போக்கில் சுயசரிதையை எழுதிக்கொண்டிருப்பதாக நினைத்தார். கர்சன் பிரித்த வங்காளத்தை ஒட்டியே ரெட்க்ளிப் வட கிழக்குப் பகுதியைப் பிரிக்கத் தொடங்கினார். கல்கத்தா இந்தியாவிற்கு, டாக்கா பாகிஸ்தானிற்கு! இதைப் பிரிக்க அவருக்கு அரை நாள் கூட தேவைப்பட்டிருக்கவில்லை. செயல்திட்டத்தின் பாதியை நிறைவேற்றிவிட்ட திருப்தி அவரை ஆட்கொண்டது.

வங்காளத்தை இரண்டாகப் பிரித்ததைப் போல, அவரால் பஞ்சாப் மாகாணத்தைப் பிரிக்க முடியவில்லை. அதன் அழகு, அமைதி, ஒற்றுமை, வரலாற்றுச் சுவடுகள் அவர் முன் கைகட்டி, கண்ணீர் சிந்துவதைப் போலிருந்தது.

‘கிர்ரிங், கிர்ரிங்.’

வெளியிலிருந்து அழைப்பு மணி. ரெட்க்ளிப் மெல்ல எழுந்து கதவைத் திறந்தார். வெளியே இருவர் நின்றுகொண்டிருந்தார்கள். அவர்களின் தலையில் குல்லா இருந்தது. அவர்கள் பாகிஸ்தான் பிரதிநிதிகள் எனச் சட்டென அடையாளம் கண்டுகொள்ள முடிந்தது. மார்பில் கையை வைத்து குனிந்து நிமிர்ந்தபடி

வணக்கம் வைத்தார்கள். பதிலுக்கு ரெட்க்ளிப்பிடமிருந்து வணக்கம்.

இருவரும் தங்களை அறிமுகப்படுத்திக்கொண்டார்கள். மவுன்ட் பேட்டன் பிரபு நியமித்த எல்லைக் கமிசன் உறுப்பினர்கள் இவர்கள்.

தீன் முகமது, முகமது முனீர்.

“உள்ளே வாருங்கள். வந்த விசயம்?”

“முகமது அலி ஜின்னா உங்களிடம் இந்தக் கோரிக்கை மனுவை வழங்கிவிட்டு வரச்சொன்னார்” என்றவாறு மனுவை ரெட்க்ளிப் முன் நீட்டினார் தீன் முகமது. மனுவைப் பிரித்து வாசித்தார் ரெட்க்ளிப். அவருடைய நெற்றிச் சுருக்கங்கள் ஏறி இறங்கின.

“கூடவே வாய்மொழியாகவும் கோரிக்கையை வலியுறுத்தச் சொன்னார்.”

“சொல்லுங்கள்.”

“லாகூர் எங்களுக்கே வேணும்.”

“மதத்தினை அடிப்படையாகக் கொண்டு பிரிவினை கோருகிறீர்கள். லாகூரில் பெரும்பான்மையான மக்கள் சீக்கியர்கள், இந்துக்கள். அப்படி இருக்க நீங்கள் எப்படி லாகூர் நகரத்தின் மீது உரிமை கொண்டாட முடியும்...?”

“அப்படியானால் கல்கத்தாவை எங்களுக்குக் கொடுங்கள்.”

“இக்கோரிக்கை நியாயமாகப்படுகிறது. கல்கத்தாவைக் கேட்கும் நீங்கள் மொத்தமாக வங்கம் மாகாணம் வேணும் என்றல்லவா கேட்டிருக்க வேணும். நீங்கள் பெரும்பான்மையாக இஸ்லாம் மக்கள் வாழும் கிழக்குப் பகுதியை அல்லவா கேட்டுவிட்டீர்கள்.”

தீன் முகமது சட்டென எழுந்தார். அவருடைய கண்கள் சிவந்தன.

“மிஸ்டர் ரெட்க்ளிப், நீங்கள் மவுன்ட் பேட்டன் போலவே பேசுகிறீர்கள்.”

“எப்படி?”

“இந்துக்களுக்குச் சாதகமாக.”

ரெட்க்ளிப் தீன் முகமதுவை ஏற, இறங்கப் பார்த்து மெல்லச் சிரித்தார்.

“இதை மெஹர் சந்த் மஹாஜன், தேஜா சிங்கிடம் சொல்லுங்கள்” என்றார்.

“அவர்களிடம் இதை ஏன் சொல்ல வேணும்?”

“அவர்கள் உங்களைப் போல இந்திய தேசத்திற்கான எல்லைக் கமிசன் உறுப்பினர்கள். அவர்கள் சற்று முன் வந்தார்கள். ஒரு கோரிக்கை மனுவை நீட்டினார்கள். நீங்கள் சொன்ன அதே புளித்துப்போன வாசகத்தைத்தான் அவர்களும் சொன்னார்கள்.”

“என்ன சொன்னார்கள்?”

“நான் பாகிஸ்தானியர்களுக்குச் சாதகமாகச் செயல்படுகிறேனாம்.”

“இல்லையில்லை. நீங்கள் இந்தியர்களுக்குத்தான் சாதகமாகச் செயல்படுகிறீர்கள்.”

“இதைத்தான் அவர்களிடம் சொல்லுங்கள் என்கிறேன்.”

“ரெட்க்ளிப், நீங்கள் சமயோசிதமாகப் பேசுகிறீர்கள். நீங்கள் எடுக்கும் முடிவுகள் எங்களுக்குப் பாதகமாக இருக்குமானால் பல விளைவுகளைச் சந்திக்க நேரிடும்” என்றவாறு தீன் முகமது, முகமது முனீர் இருவரும் எழுந்து அறையை விட்டு வெளியேறினார்கள்.

நடந்து முடிந்த சம்பவங்களை நினைக்க ரெட்க்ளிப்பிற்கு இரத்த அழுத்தம் ஏறி இறங்கியது. உதடுகளைப் பற்களால் வருடிக்கொண்டார். கண்களை மூடிக் கால்களை ஆட்டியபடி ஐந்து நிமிடங்கள் உட்கார்ந்திருந்தவர், மறுபடியும் வடமேற்கு எல்லையைப் பார்க்கத் தொடங்கினார்.

லாகூர் நகரம் கண் முன்னே நிழலாடிக்கொண்டிருந்தது. அவரால் சட்டென முடிவெடுக்க முடியவில்லை. மனது திக்,திக் என இருந்தது. கொஞ்ச நேரம் தலைசாய்க்க வேண்டும்

போலிருந்தது. நாற்காலியில் உட்கார்ந்தவாறு தலைசாய்த்து கால்களை நீட்டி மெல்ல கண்களை மூடினார்.

எங்கும் போர்க்குரல். அப்பாவி மக்களின் கதறல். துகில் உரிப்பு. இரத்தம் சிந்தல். கற்பழிப்பு, குடிசைகளுக்குத் தீ வைப்பு. எங்கும் மரண ஓலம்...

திடுக்கென விழித்தார் ரெட்க்ளிப். அவருடைய ஆடை வியர்வையில் நனைந்துபோயிருந்தது. மனதிற்குள் சடசடப்பு. எத்தகைய சம்பவம் நிகழக்கூடாது என நினைத்தாரோ அது கனவாக வந்துபோனதை நினைக்கையில் மனதிற்குப் பாரமாக இருந்தது. அதற்குப் பிறகு அவருக்குத் தூக்கம் வரவில்லை.

"க்ரிங்க்... க்ரிங்க்..."

தொலைபேசியின் ரீங்காரம். எடுத்து காதினில் வைத்தார்.

"நான் மவுன்ட் பேட்டன் பேசுறேன். லாகூர் நிலைமை பரிதாபத்திற்குரியதாகிவிட்டது."

"அங்கே என்ன நடக்கிறது வைஸ்ராய்...?"

"இரண்டு தரப்பினரும் லாகூரை ஆக்கிரமிக்கிறார்கள். ஒரே கலவரம்."

"நான் என்ன செய்ய வேணும்?"

"லாகூரை யாரோ ஒரு தரப்புக்குக் கொடுத்துவிடுங்கள்."

"யாருக்கு?"

"உங்களின் மனசாட்சிக்கு அதை விட்டு விடுகிறேன்."

தொடர்பு சட்டெனத் துண்டித்துக்கொண்டது.

பஞ்சாப் மாகாணமும் அதற்குட்பட்ட லாகூர் நகரமும் அவர் முன்பு பூதாகரமாக எழுந்து நின்றது. லாகூர் இந்தியாவிற்கே, லாகூர் இந்தியாவிற்கே, என்றவாறு அவரது உதடுகள் கூக்குரலிட்டன. அவரது சட்டைப் பையில் கோத்திருந்த சிவப்பு மை பேனாவை எடுத்தார். பஞ்சாப் மாகாணத்தின் மீது மெல்லிய கோடு வரைந்தார். லாகூரை நெருங்க நெருங்க

அவரது கை நடுங்கத்தொடங்கியது. மனதிற்குள் குறுகுறுப்பு. அவருக்குள் யாரோ பேசுவதைப்போலிருந்தது.

"ஒரு கூட்டை சிதைக்கும் பாவத்தைச் செய்திருக்கிறது பாகிஸ்தான். அதனால் அதன் கூடும் எதிர்காலத்தில் சிதையவே செய்யும். அதற்கு ஒதுக்கப்படும் நகரத்தின் எண்ணிக்கையைக் குறைக்க வேணாம். லாகூர் அவர்களிடமே இருந்துவிட்டுப்போகட்டும்..."

அவரது கையிலிருந்த சிவப்பு மை பேனா, நில வரைபடத்தில் பஞ்சாப்பிற்கும் குறுக்கே வேகமாக முன்னேறியது. அவர் வரைந்த கோடு லாகூர் அமிர்தசரஸ் சாலையைத் தாண்டி வாகாவைக் கடந்து வளைந்து நெளிந்து சென்றது. லாகூர் கொஞ்சம் கொஞ்சமாக பாகிஸ்தான் எல்லைக்குள் நுழையத் தொடங்கியது; பஞ்சாபிகள் சொந்தம், பந்தம், உடைமை, கற்புகளை இழந்து அகதிகளாக எதிரெதிர் எல்லைக்குள் நுழைந்ததைப்போல...

23

தோராவுக்காக இன்று ஒரு நாள் தூங்கக்கூடாது, என நினைத்திருந்தேன். அதையும் மீறித் தூங்கிவிட்டிருந்தேன். தூக்கத்திலிருந்து திடுக்கென விழித்துப் பார்க்கையில், யூசுப், தோராவின் பக்கத்தில் அவனுக்காக மண்டியிட்டுத் தொழுகை செய்தவனாக இருந்தான். மூன்று நாட்கள் அவன் தோராவுக்காக ஐந்து வேளையும் விடாது தொழுகை செய்திருந்தான். அன்றைய தினம் அவனது தொழுகை குறித்த நேரத்தைத் தாண்டிச் சென்றிருந்தது.

என்னைப் போலவே சவுக்கத் அலியும் விடிகாலையில் கண் அயர்ந்திருந்தான். அவன் விழித்ததும் என்னை அழைத்துச் சமிக்ஞையால் காட்டினான். அவன் காட்டிய இடத்தைப் பார்த்தேன். எங்கள் நான்கு பேருக்குமிடையில் வரைந்திருந்த குறுக்கு நெடுக்குக் கோடுகள் அழிக்கப்பட்டிருந்தன.

“யார் அழித்தது?” என்றேன்.

அவன் தெரியவில்லை, என்று உதட்டைப் பிதுக்கினான். நான் தோராவைப் பார்த்தேன். அவனிடம் ஓர் அசைவும் இல்லை. அவனைச் சுற்றிலும் ஈக்கள் மொய்த்தன. அதற்கும் மேல் அவனை நினைக்கவும் பார்க்கவும் பாரமாக இருந்தது.

யூசுப்பிடம் கேட்கலாமென்று பார்த்தேன். அவன் தோராவுக்காக மண்டியிட்டு இறைவனிடம் வேண்டியவனாக இருந்தான்.

ஒரு யூதனுக்காக ஓர் அராபி அல்லாவிடம் வேண்டுவதைப் பார்க்க, நினைக்க மனதிற்கு மலர்ச்சியாக இருந்தது. அவனது வேண்டல் நிறைவேறினால் இந்த உலகம் எத்தகைய மகத்துவம் பெறும், என்பதை நினைக்கையில் மனதுக்கு இதமாக இருந்தது.

யூசுப் மெல்ல தலையை நிமிர்த்தி வேண்டலை நிறைவு செய்தான்.

“தோரா?”

அதற்கும் மேல் அவனைக் குறித்துக் கேட்க, நினைக்க என்னால் முடியவில்லை. யூசுப் ஒன்றும் சொல்லாமல் என்னைப் பார்த்தபடி இருந்தான்.

“இந்தக் கோடுகளை அழித்தது யார்?” கேட்டேன்.

யூசுப், ஒரு கணம் என்னை ஆழ்ந்து ஒரு பார்வை பார்த்துவிட்டு, தோராவின் பக்கமாகக் கண்சாடை காட்டினான்.

“யார் தோராவா?” வியப்பாகக் கேட்டேன்.

யூசுப், “ஆமாம்” என்பதாகத் தலையாட்டினான்.

“அவன் எழுந்தானா! அவனால் இது முடிந்ததா? நீ சொல்வது உண்மையா?” எனக் கேட்டேன்.

யூசுப் உதட்டிற்கு ஒரு விரலைக் கொடுத்து, சற்று நேரம் அமைதியாக இருக்கும்படி கேட்டுக்கொண்டு, தோராவைப் பார்த்தபடி இருந்தான். அவன் விழித்து எங்களைப் பார்க்க வேண்டும் என்பதைத் தவிர, எனக்கும் சவுக்கத் அலிக்கும் வேறென்ன வேண்டல், ஆசை இருக்கப்போகிறது. நானும் அவனுக்காக, என் குலதெய்வம் காளியம்மனை வேண்டிக்கொண்டு கண்களை மெல்லத் திறந்தேன்.

தோரா, யூசுப் மடியில் சாய்ந்தவாறு எங்கள் இருவரையும் ஒரு சேரப் பார்த்தவனாக இருந்தான். அவனது கால்களில் கோடுகளை அழித்த சுவடுகள் இருந்தன.

★★★

தீ நிழல்

தாட்சாயணி

தாட்சாயணி

தாட்சாயணி எனும் புனைபெயரில் எழுதிக்கொண்டிருக்கும் இவர் சொந்தப் பெயர் பிரேமினி பொன்னம்பலம். யாழ்ப்பாணத்தில் சாவகச்சேரியைப் பிறப்பிடமாகவும் வசிப்பிடமாகவும் கொண்டிருக்கிறார். கவிதை, சிறுகதை, கட்டுரை, நாவல், சிறுவர் படைப்புகள் போன்ற தளங்களில் இயங்கிக் கொண்டிருக்கிறேன். தொண்ணூறுகளில் வெளிவந்த சுபமங்களா ஈழச் சிறப்பிதழில் இவர் எழுதிய கவிதை பிரசுரமானது. இதுவரை ஏழு சிறுகதைத் தொகுதிகளும், ஒரு கட்டுரைத் தொகுதியும், ஒரு கவிதைத் தொகுதியும் வெளிவந்துள்ளன. இவரது நூல்களுக்காக இலங்கை அரசின் சாகித்திய விருதும், வட மாகாண சபையின் சிறந்த நூல் விருதுகளும் பெற்றுள்ளார். தற்போது இலங்கை நிர்வாக சேவை அதிகாரியாகக் கடமையாற்றுகிறேன். *தீ நிழல்* இவரது முதலாவது குறுநாவல்.

அத்தியாயம் 1

தூரத்தில் செவ்வாகைப் பூக்கள் தணல் தணலாகப் பூத்திருந்தன. சூரிய வெயில் படப் பட அதன் ஜாலங்கள் ஒளிர்ந்து சுடர் விட்டன. நிலவன் சுட்டுவிரலை நீட்டி அந்த மரத்தை அமிழ்தனுக்குக் காட்டினான். அமிழ்தன் பிரமிப்போடு அந்தத் திசையை நோக்கினான்.

“அந்தா பார்... சிவப்புச் சிவப்பா கத்தி மாதிரி பூத்துக் கிடக்கு. அதுதான் அடையாளம்...”

“நெடுகிலும் இப்பிடிப் பூக்குமோ அண்ணா...” இது அமிழ்தன்.

“நெடுகலும் பூக்காது. ஆனா பூக்கேக்கை இப்பிடிக் கொள்ளை, கொள்ளையாப் பூக்கும்.”

“அப்ப அந்தப் பக்கம் போனா, உண்மையா அங்க மயில் இருக்குமோ...?”

“அப்பிடித்தான் நரேன் எனக்குச் சொன்னவன். நானும் காணேல்லை...”

“அப்ப போவம், போய்ப் பாப்பம்” அமிழ்தன் நடக்கத் தொடங்கினான்.

அவன் விழிகளுக்குள் கனவுகள் மிதந்தன. மயில் என்பது பறவைகளுக்கெல்லாம் இளவரசி. அதைப் பார்க்கக் கொடுத்து வைத்திருக்க வேண்டும். மயில் இறகுகளைச் சேர்த்து வைத்துக் கொண்டு வகுப்பில் தானே ஒரு இளவரசி போல் இருப்பாள் மகிழினி. அவளிடம் சிநேகிதம் கொள்ளவாவது அவன் ஒரு மயில் இறகையேனும் தேடிச் சேகரித்தாக வேண்டும். அப்போது அந்த மயிலையும் தோகை விரித்து ஆடும்போது தான் பார்த்ததாக அவளிடம் சொல்லி அவளை வியக்க வைக்க வேண்டும்.

இன்றைக்குப் பள்ளிக்கூடம் போகவில்லை. வீடும், பள்ளிக்கூடமும் சில வேளைகளில் மனதுக்கு மகிழ்ச்சியாக இருப்பதில்லை. இப்படி எங்காவது இடங்களுக்கு நிலவன் கூட்டிக்கொண்டு போவதால்தான் உடம்பும், உள்ளமும் மலர்ந்து அவனுக்கு இலேசான பறக்கும் உணர்வு ஏற்படுகிறது. இவனை விட நிலவனுக்கு மூன்று வயது அதிகம். பள்ளிக்கூடம் முடிந்த பிற்பாடு நண்பர்கள் அறிமுகப்படுத்துகின்ற இடங்களை நிலவன் பார்த்து வைத்திருந்து சமயம் வரும்போது தம்பியைக் கூட்டிச் செல்வான்.

அந்தச் செவ்வாகைக்கு அப்பால் ஒரு சிறு காடு இருந்ததாக நிலவன் சொல்லியிருந்தான். அவனது வகுப்புப் பையன்கள் அங்கே நிறைய புதினங்களைப் பார்த்திருப்பதாகவும், பாடசாலை போகாத நாட்களில் அவர்களைத் தேடிக் கொண்டு பிள்ளை பிடிக்கிற அலுவலர்கள் வருகின்ற போது, தாங்கள் அங்கேதான் ஓடி ஒழிவதாகவும், அந்தப் பையன்கள் சொல்லியிருக்கின்றார்கள்.

நிலவனுக்கு ஒரு தரம் அவன் வகுப்புத் தோழர்களோடு அங்கு போகக் கிட்டிய பிறகு, அவன் வாய் ஓயாமல் அதைப் பற்றியே புளுகிக்கொண்டிருந்தான்.

இன்றைக்குத் திங்கட்கிழமை. இரண்டு பேரும் பாடசாலைக்குப் போகவில்லை. புத்தகப் பையை முதுகில் சுமந்துகொண்டு அந்த இடத்திற்குப் போயே தீர்வது என்ற தீர்மானத்தோடு வந்திருந்தார்கள்.

அமிழ்தனுக்கு மயிலைப் பார்க்க வேண்டும்.

புத்தகப் பை கனத்த போது, அதை இழுத்துத் இழுத்துத் தோளினுள் பாரத்தை வாங்கிக் கொண்டான். முதுகில் ஒரே வலி. இரண்டு நாள்களுக்கு முன் அப்பாவிடம் வாங்கிய அடி வலித்தது.

“அங்கை பாரடா, நரேன் நிக்கிறான்...” நிலவனது குரல் இவனை உலுப்பியது.

தூரத்தே நரேன் நின்றிருந்தான். பெரிய மனிதத் தோரணையில் அவன் நிற்க, கடவுளே கண்ணுக்கு முன் நிற்பதாய் அமிழ்தனுக்குத் தோன்றியது. துள்ளிப் பாய்ந்து முன்னால் ஓடியவனை, வெட்டப்பட்டிருந்த ஒரு மரத்தின் அடிக்கெவர் இழுத்து விழுத்தியது.

வெள்ளைச் சீருடையில் மண் கவிந்து செம்பழுப்பு நிறமாக, எழுந்து சட்டையைத் தட்டிக் கொண்டான். நிலவன், “கவனமடா, கவனம்...” என்று சொல்லிக்கொண்டே அமிழ்தனது கையைப் பிடித்துக்கொண்டான்.

செவ்வாகையைத் தாண்டி ஒரு சிறு ஒழுங்கை, அவ்வொழுங்கைக்குள் நுழைந்து உள்ளே போன பிறகு, சிறு, சிறு பற்றைகள் விரிந்த வெளி ஒன்று கண்ணுக்குத் தெரிந்தது. அதற்கும் அப்பால் சில புளிய மரங்கள் தெரிந்தன. பூவும், பிஞ்சுமாய் நின்ற புளிகளைப் பார்த்தவுடனேயே அமிழ்தனின் நாவில் எச்சிலூறத் தொடங்கியது. அவன் மயிலைப் பற்றி மறந்தே போனான்.

“அந்தா... நிறையப் புளி, நிறையப் புளி...” என்று குதூகலித்தான்

தாழ்ந்து தொங்கிய கிளைகளில் தாவிப் பிஞ்சுத் துளிர்களைப் பிடுங்கி அமிழ்தனின் கைகளுக்குள் புதைத்தான் நிலவன். கூட நரேனும் சேர்ந்து கொண்டான். அமிழ்தன் புதிய உலகமொன்றைப் பார்ப்பது குறித்து இருவருக்கும் பெருங் கொண்டாட்டமாயிருந்தது. நரேனோடு கூட உமாவும் வந்திருந்தாள். அவள் நரேனுக்கு அக்கா. அவளுக்கு அமிழ்தனின்

குதூகலத்தைப் பார்க்க உவகையாயிருந்தது.

“சின்னவருக்கு இண்டைக்குப் பெரிய புளுகம் தான்... என்ன?” என அவனது கன்னத்தைக் கிள்ளினாள். அமிழ்தனுக்குக் கூச்சமாக இருந்தது.

மயில் பற்றிய ஞாபகம் மறுபடியும் வந்தது.

“இந்தக் காட்டுக்கை மயில் இருக்குமோ அக்கா...?”

அவன் விழி விரித்துக் கேட்டான்.

“ஓ... மயில் இருக்கும், மான் இருக்கும்... புலி கூட இருக்கும் இஞ்ச...” அவள் கையை இன்னுமாய் அகட்டிக் காட்டினாள். உதடுகளுக்கிடையே குறுஞ்சிரிப்பு ஒன்று ஒளிந்திருந்தது.

“புலியும் இருக்குமோ...?” அமிழ்தன் குரலில் கொஞ்சம் பயம் எட்டிப்பார்த்தது.

“ம்ம்ம்... புலியெண்டாப் பயமோ...?”

அமிழ்தனின் உதடுகள் கவிழ்ந்து கோணி கொஞ்சம் அழுகைக்குப் போனது.

“டேய், அக்கா சும்மா சொல்லுறாடா... அழாதை” நிலவன் அமிழ்தனின் முகம் போன போக்கைக் கண்டுவிட்டுச் சொன்னான்.

“என்ன இது, வன்னிக்கை இருந்தனீங்களாம்... இப்பிடிப் பயப்பிடுறீங்கள்...”

“வன்னிக்கை எத்தினை புலியைப் பாத்தனீங்கள்...?” நரேன் நிலவனைப் பார்த்துக் கேட்டான்.

“ஒண்டையுமே பாக்கேல்லை...” நிலவன் கைகளை விரித்தான்.

“அப்ப துவக்கைப் பாத்தனீங்கள் போலை...”

கிசுகிசுப்பாய்க் கேட்டபடி உமா அமிழ்தனின் அருகில் நெருங்கி உட்கார்ந்தாள்.

அமிழ்தனுக்குக் கொஞ்சமும் ஞாபகம் வரவில்லை.

ஆனால், நிலவன் அந்த ஞாபகங்களை மீள வருவித்துக் கொண்டான்.

காட்டுக்குள் வசித்திருந்த காலம்.

அப்பா துப்பாக்கியோடு வீட்டுக்கு வந்து போய்க் கொண்டிருந்தார். அப்பாவின் நண்பர்களும் விதவிதமான துப்பாக்கிகளோடு வருவார்கள்.

சிறுவயதில் அவன் அவரது துப்பாக்கியைத் தொட்டு விளையாடியிருக்கிறான்.

அதெல்லாம் கொஞ்ச காலம்தான். நிழல் போல மங்கியிருந்த மிகக் குறுகிய காலம், அந்தக் காலம் எங்கோ போய் மறைந்து விட்டது. அப்பாவும் அதன் பின் எங்கோ மறைந்துவிட்டார். அதன் பிறகு அப்பா திரும்பி வந்தாலும் அப்பா, அப்பா அல்ல. அவர் வேறு யாரோ போல் ஆகிவிட்டார்.

அப்போதெல்லாம் அப்பா வந்திறங்குகின்ற ஜீப்பினை நிலவன் தாயின் 'ஒக்களை'க்குள்ளிருந்து பிரமிப்பாய் பார்த்துக் கொண்டிருப்பான். அப்படியான அப்பாவிடம் அப்போதெல்லாம் பாசம் இருந்தது. துப்பாக்கிக்குள்ளிருப்பது குண்டென்பது நம்ப முடியாததாயிருக்கும். அன்பைப் பொதி செய்து அதற்குள் அடைத்திருந்ததாய்த்தான் அவன் வரைக்கும் அதை நினைத்தான். ஆனால், இப்போது அவரிடம் துப்பாக்கி இல்லை. ஆனால், வெறுங்கையுடனிருக்கிற அப்பாவிடம் ஏதோ ஒரு வெடிமருந்து எப்போதும் இருந்து கொண்டேயிருக்கிறது. எந்த நேரத்தில் எப்படி வெடிப்பார் என்பதே தெரிவதில்லை. இடையில் நான்கைந்து வருஷங்கள் துப்பாக்கியோடு போனவரைக் காணவே முடியவில்லை. ஆயுதங்கள் எல்லாவற்றையும் ஏதோ ஒரு குகையில் போட்டு மூடி விட்டுப் போகலாம் என்றும், அதைப் பிறிதொரு நாளில் மீட்டெடுக்கலாம் என்றும் சின்ன வயசில் கதையோடு கதையாக சொன்ன ஞாபகம்.

நிலவனுக்கும், அமிழ்தனுக்கும் கதை சொன்ன அப்பா பிறகு எங்கே போனார்? எவ்வளவு காலமாய் அந்த ஆயுதங்களை எந்தக் குகைக்குள் புதைக்கப் போனார்...? என்பதே தெரிந்திருக்கவில்லை. அம்மா சொல்லுவாள், அப்பா எப்போதேனும் திரும்பி வரக் கூடுமென்று. அப்படி குகைக்குள் போன வேளையில் ஏதோ ஒரு மிருகம் அவரை விழுங்கியிருக்கலாம் என்றும், அதன்

வயிற்றுக்குள்ளிருந்து போராடி அதன் வயிற்றைக் கிழித்துக் கொண்டு அப்பா திரும்பி வருவார் என்றும்.

அப்பா திரும்பி வந்திருந்தார்.

ஆனால், பழைய அப்பாவைத் தேடிக் கண்டுபிடிக்க முடியாதவராக வந்திருந்தார். அம்மாவுக்கென்றால் கொள்ளை மகிழ்ச்சி. அப்படியொரு மிருகத்தின் வயிற்றைக் கிழித்துக் கொண்டு அவர் வந்திருக்கிறாரென்று. ஆனால், அப்பா மிருகமாய் மாறி வந்திருக்கிறாரென்பது இவர்கள் மட்டும் அறிந்த விடயம்.

“நீ துவக்கு பாத்திருக்கிறியா நிலவன்...” உமாதான் கேட்டாள்.

“ஓம், பாத்திருக்கிறன்...” என்றான் நிலவன்.

“நானும் பாத்திருக்கிறனோ...?” என்றான் அமிழ்தன்.

“ஓம்... நீயும் பாத்திருக்கிறாய், ஆனால் நீ அப்ப குழந்தைப் பிள்ளை...”

“நிலவன் அப்ப துவக்கைத் தொட்டுப் பாத்ததோ...?” உமா கேட்டாள்.

“தொட்டுப் பாக்கிறதோ அம்மா விட மாட்டா... அப்பா அதை எப்பிடிப் பத்திரமா வெச்சிருப்பார் தெரியுமோ...?”

“இப்பவும் அப்பாட்டைத் துவக்கு இருக்கோ...?”

அமிழ்தனின் குரலில் பயம் இருந்தது.

“இல்லை, அப்பா திரும்பி வரேக்க துவக்கு இல்லாமத்தான் வந்தவர்.”

“அப்ப சொல்லுவாரே, துவக்காலை மண்டையில போடோணும் எண்டு...”

அவன் விம்மினான்.

“அவரால ஒண்டும் செய்யேலாது... நீ பயப்பிடாதை.”

“அப்ப தும்புத்தடியாலை எங்களை அடிப்பாரே...”

அவனது கண்களில் மிரட்சி தெரிந்தது.

அழுதுவிடுவான் போலிருந்த அமிழ்தனின் விரல் பற்றியபடி உமா எழுந்தாள்.

“வாங்கோ, நாங்கள் மயில் தேடுவம்...” அவர்கள் மயில் தேடிப் போயினர்.

‘சடசட’வென்று பற்றைகள் நெரிபடும் சப்தம் கேட்டது. நாலைந்து சிறுவர்கள் பத்திலிருந்து, பதினைந்து வயது வரைக்கும் இருந்தவர்கள், தாறுமாறாக ஓடி வந்து ஒவ்வொரு பற்றைக்குள்ளும் மறைந்தனர்.

“போச்சுடா போச்சு...” உமா தலையில் கை வைத்தாள்.

“பிள்ளைபிடிகாரர் வந்திட்டாங்கள்...” அமிழ்தனையும், நிலவனையும் ஒளிந்துகொள்ளச் சொல்லிவிட்டு, நரேனும், உமாவும் பாய்ந்து திசைக்கொன்றாய் போயினர். நிலவன் அமிழ்தனின் கையை இறுகப் பற்றியபடி உயர்ந்த குற்றுச்செடி ஒன்றின் பின்னால் மறைந்தான்.

ஆண்களும், பெண்களுமாய் நான்கைந்து இளைஞர்கள் வந்து கொண்டிருந்தார்கள். அவர்களும் சலசலப்பு கேட்ட திசைகளில் பிரிந்து நடந்தார்கள்.

அமிழ்தனுக்குத் தும்ம வேண்டும் போலிருந்தது. மிகக் கிட்டத்தில் ஒரு பெண் வருவது தெரிந்தது.

தும்மலை எவ்வளவுதான் அடக்கப் பார்த்தும் அது அவன் காலை வாரி விட்டது.

“ப்ச்சும்...” அவள் அச்சு அசல் நேராக இவர்கள் இருவரையும் அண்மித்து விட்டாள்.

“இண்டைக்கு நல்லா மாட்டினம்...”

நிலவன் தானாகவே செடி மறைவிலிருந்து எழும்பினான்.

அத்தியாயம் 2

அன்று அதிகாலையிலேயே அருள்வண்ணன் கிளம்ப வேண்டி ஏற்பட்டது. ஊரிலிருந்து ஒரு வயதான பெண்மணியைச் சத்திர சிகிச்சைக்காகப் பெரிய ஆஸ்பத்திரிக்குக் கூட்டிப் போக அழைப்புக் கிட்டிற்று. இப்படி ஏதேனும் நாள்கள் அமைந்தால் தவிர மற்ற நாள்கள் எல்லாம் சோம்பலாகவே நகர்வது போலப் படும். வாடிக்கையாளரை நகரத்தில் கொண்டு போய் இறக்கினால் அங்கங்கு கிடைக்கும் சின்னச் சின்னச் சவாரியை முடித்துக் கொண்டு பத்து மணியளவில் ஊருக்குத் திரும்பலாம். ஓட்டோ எடுத்து ஓடும் வரைக்கும் இருந்த வாழ்க்கையை இப்போது நினைத்தாலும் வெறுப்பு வரும். வீட்டுக்குள் சுவரைப் பார்த்துக் கொண்டு இருந்து இரண்டு, மூன்று கடைகளில் மாறி மாறி வேலைக்கு நின்று, அந்த வியாபாரத் தந்திரங்கள் பிடிக்காமல் போய் மினிபஸ் ஒன்றில் சாரதியாகச் சேர்ந்து பாடசாலைப் பிள்ளைகள் தொடர்பாக நீதி நியாயம் கதைத்து அதிலிருந்தும் விலக்கப்பட்டு, என்ன தான் செய்வதென்று தெரியாமல் இருக்க அண்ணன்தான் "இப்பிடியே இருந்து என்ன செய்யப் போறாய்... கொஞ்சம் காசு அனுப்புறன், ஓட்டோ ஒண்டை எடுத்து ஓடு..." என்று சொல்லிக் காசை அனுப்பி வைத்திருந்தான். இவன் இப்போது இந்த நிலையில் வந்து நிற்கிறான்.

வீட்டிலிருந்து புறப்பட்ட போது எதுவுமே குடிக்காமல் புறப்பட்டது வயிற்றைக் காந்தியது. முல்லை அப்போதும் படுக்கையில் புரண்டுகொண்டிருந்தாள். இவன் நிலவனையும், அமிழ்தனையும் படுக்கையிலிருந்து விரட்டி கிணற்றடிக்கு அனுப்பி விட்டு ஓட்டோவை எடுத்துக்கொண்டு கிளம்பியிருந்தான். எப்படியும் இன்னும் கொஞ்ச நேரம் படுக்கையில் உழன்றுவிட்டு எழுந்து அவசர அவசரமாகப் புட்டினைக் குழைத்து அடுப்பில் ஏற்றியிருப்பாள் முல்லை.

சவாரி முடிந்தான பிறகு கொஞ்சம் தேநீரில் வயிற்றைக் குளிர வைக்க நினைத்து ஓட்டோவை நிறுத்தத்தில் நிறுத்திவிட்டு வீதியைக் கடந்தான். ஆஸ்பத்திரி வீதியில் மருந்துக் கடைகள் பரபரப்பாக இயங்கிக்கொண்டிருந்தன. நோயாளர்களை வார்டில் விட்டு விட்டு வந்தவர்கள்,

அவர்களைப் பார்வையிட வந்தவர்கள் என்று வீதிக்குக் குறுக்காக மருந்துக் கடைகளை நோக்கி சனங்கள் நகர்ந்து கொண்டிருந்தார்கள். இடையிடையே வெண்மையான கோட் அணிந்த மருத்துவ மாணவர்களும் பரபரப்போடு திரிந்தார்கள். எவ்வளவு உற்சாகத்தோடு இயங்குகிறது நகரம் என ஒரு பெருமூச்சோடு நினைத்துக் கொண்டான் அருள்வண்ணன். இந்த மருத்துவ மாணவர்கள் போல பொறியியல் கனவுகளோடு தானே அவனும் ஏ லெவல் படிக்கக் காலடி எடுத்து வைத்தான். எல்லாம் ஒரு கனவு போல் கடந்து போய் விட்டது.

ஆஸ்பத்திரி வீதியிலே இரண்டு, மூன்று சாப்பாட்டுக் கடைகள் இருந்தன. நடைபாதை வியாபார ஒழுங்கைக்குப் பக்கத்தில் இருந்த அமுல் கிறீம் ஹவுசினுள் நுழைந்தான். அந்த நேரத்திற்குக் கடையினுள் சனம் அதிகமாக இல்லை. உள்ளே வந்து அமரும் முன்னமே

"என்ன அண்ணை சாப்பிடுறீங்கள்...?" என்று கேட்டவாறே வந்தான் கடைச் சிப்பந்திப் பையன்.

"வடையும், பிளேன் ரீயுமப்பன்" என்றவாறே இருக்கையிலமர்ந்து வீதியை நோட்டமிட்டான் அவன். சற்றைக்குள் அமைதியாயிருந்த கடைக்குள் இளைஞர் கூட்டமொன்று உள்

புகுந்தது . யாருடையதோ பிறந்த நாளாக இருக்க வேண்டும். ஆரவாரம் காதைப் பிளக்கக் கூச்சல் கும்மாளத்தோடு அவர்கள் வந்தமர்ந்தார்கள்.

“அண்ணை, ரோல்ஸ், வடையும் எட்டு ஸ்பெஷலும்...” ஒருவன் ஓடர் பண்ணினான்.

“எனக்கு ஸ்பெஷல் வேண்டாம், நட்ஸ்தான் வேணும்...” ஒரு பெண் குரல் குறுக்கிட்டது.

“எத்தினை பேருக்கு நட்ஸ்?”

“எனக்கு...”

“எனக்கு...”

“அண்ணை, அஞ்சு ஸ்பெஷலும், மூண்டு நட்ஸூம்...” ஏற்கனவே ஓடர் பண்ணியவன் குரல் திருத்தி ஒலித்தது.

இவன் தேநீரிற்கு ஓடர் கொடுத்த பையன் இப்போது அவர்களின் முன் நின்று அவர்களின் ஓடரை மனசுக்குள் விரல்களால் குறிப்பெடுத்துக்கொண்டு நின்றான். காலம் அந்தப் பையனுக்குத்தான் எவ்வளவு சதி செய்து விட்டது என நினைத்தான். அந்தப் பையனின் அதே வயதுப் பிரிவினர் இவ்வளவு கொண்டாட்டத்தோடு இங்கு விருந்திற்கு வந்திருக்க அவன் மட்டும் வெறும் பரிசாரகனாய் இருக்கக் காரணம் என்ன...? அருள் தேநீருக்குக் காத்திருப்பதை மறந்து அவனையே ஓர் கணம் பச்சாதாபத்தோடு நோக்கினான். அவன் அதைப் பற்றிய எந்தவொரு சலனமுமின்றி கருமமே கண்ணாயிருந்தான். இவன் படிப்பை நிறுத்தி விட்டு இப்படி ஒரு கடையில் வேலைக்குச் சேர என்ன காரணம் இருக்கக் கூடும்? இவனைப் பெற்றவர்கள் எங்கே இருக்கக் கூடும்...? அவர்கள் இறந்திருந்து, அல்லது உழைக்கும் தகைமையற்று இருப்பதால் தான் இவன் இப்படியானதொரு நிலைக்கு வரவேண்டி வந்ததோ? யோசனையின் பயணத்தில் அவன் காத தூரம் கூடப் போயிருக்கவில்லை. அதற்குள் அவன் வடைத் தட்டினையும் நிரம்பித் தளும்பிய தேநீர்ப் பேணியையும் முன்னே வைத்தான். அவனிடம் ஏதாவது பேசி அவனைப்

பற்றி அறிந்துகொள்ள வேண்டுமென்று எண்ணுவதற்கிடையில் அடுத்தடுத்த மேசைகள் வாடிக்கையாளரால் நிரம்பத் தொடங்கின. அவன் அவர்களை நோக்கித் தன் கால்களின் விசையை நகர்த்தியிருந்தான்.

இவன் வடையொன்றைப் பிய்த்து வாய்க்குள் கொண்டு போன வேளையில் அந்தச் சிறுமியைக் கண்டான். கூட வந்த தகப்பனின் கையை விடாமல் பிடித்தபடி உள்ளே வர விருப்பமாயிருந்தாலும் சற்றுத் தயங்கியபடி வந்த அந்தச் சிறுமியின் வயது எட்டு அல்லது ஒன்பதிற்குள்தானிருக்கும். கண்களில் சற்று வேதனை தெரிந்தது. அந்தச் சிறுமியின் தோற்றம் அவனைப் பல வருடங்களுக்கு முன்னைய அவனது பராயத்தை நோக்கி இழுத்துச் சென்றது. சரஸ்வதி ரீச்சரின் மகள் அபிநயா இப்படித்தான் இருந்தாள். ரீச்சர் வருகின்ற போது ரீச்சரின் சேலைத் தலைப்பைப் பிடித்துக் கொண்டு பின்னால் இழுபடுவாள். ஒருவருடைய வாழ்க்கைப் போக்கு இன்னொருவரால் தீர்மானிக்கப்படும் என்பதற்கு இவனது வாழ்க்கையைத் தவிர வேறெதை உதாரணம் காட்ட முடியும். சரஸ்வதி ரீச்சரும், அபிநயாவும் ஒரு கணத்தில் இவனது வாழ்க்கையை மாற்றிவிட்டார்கள் என்றால் சரஸ்வதி ரீச்சரினதும், அபிநயாவினதும் வாழ்க்கையை ஒரு கணத்தில் மாற்றியது யார்? இந்த வாழ்க்கைப்போக்குகளை ஒரு நூலில் கட்டித் தன்னிஷ்டப்படி சுழலவிட்டிருக்கின்ற அந்த விதியை வெற்றிகொள்ள யாரால் முடியும்?

அந்தச் சிறுமியும், தகப்பனும் அவனது மேசைக்கு முன்பிருந்த இருக்கைகளில் அமர்வது தெரிய அவன் அச் சிறுமியைப் பார்த்துப் புன்னகைத்தான். அவள் தயங்கியபடியே தகப்பனின் முகத்தைப் பார்த்ததைக் கண்டு விட்டு அந்தப் பக்கமாய் நிமிர்ந்த அருளின் முகத்தில் திகைப்பு. அந்தத் திகைப்பு நீங்க முன்னமே,

“அடடே.... அருள், எவ்வளவு காலத்துக்குப் பிறகு காணுறம், இப்ப எங்கை...? என்ன மாதிரி...?” என்றான் முன்னால் அமர்ந்திருந்தவன். அந்தக் குரல் இவனது திகைப்பைக்

கலைத்துப் போட, 'தேவன்' என்ற வார்த்தை அவனது வாயிலிருந்து தன்னையறியாமலே எழுந்தது.

"என்னைக் கண்டுபிடிக்க இவ்வளவு நேரமே... அப்பிடி நிறைய மாறீட்டனோ நான்...?"

தேவன் கொஞ்சம் மாறியிருந்தான். அத்தோடு அவன் கூட இருக்கிற சிறுமி...?

"இந்தப் பிள்ளை...?"

"என்ரை மகள்தான். பேர் ஆரபி, எட்டு வயசு..."

இவனுக்குக் குழப்பமாயிருந்தது. அவன் கூட இருந்த காலங்களில் இப்படி ஒரு மகள் இருப்பதாகவோ, அவன் திருமணம் செய்ததாகவோ சொன்ன ஞாபகம் இவனுக்கு இல்லை. தடுப்பிலிருந்து வெளியே வந்து மூன்று வருஷங்கள் தான் ஆகின்றன. அப்படியிருக்க அவன் வெளியே வந்து திருமணம் செய்து குழந்தை பிறந்தது என்பதும் நம்பத் தகுந்த மாதிரி இல்லை

இது பற்றி அந்தச் சிறுமி முன்னிலையில் மேலும் கதைப்பது இசைகேடாகிப் போகலாம் என்பதனால் அதனை அத்தோடு நிறுத்திக் கொண்டான். தேவன் அறிமுகமானது ஒரு தடுப்பு முகாமில். முள்ளிவாய்க்காலில் அவர்கள் பிடித்துக் கொண்டு போகும் வரைக்கும் தேவனைப் பற்றி எந்த அறிமுகமும் அவனுக்கு இருந்ததில்லை. தடுப்புமுகாம்கள் மாற்றி, மாற்றி ஒரு வருடம் கடந்த பிறகு ஏதோ ஒரு தடுப்புமுகாமிலிருந்து இருவரும் ஒன்றாகவே மாற்றப்படுவது உணர்வில் பட்டு, அந்த நட்பு அவர்களுக்கிடையில் மலர்ந்திருக்க வேண்டும்.

ஐந்து வருடங்கள் தொடர்ந்த தடுப்பு முகாம் வாழ்வில், கடைசி நான்கு வருடங்களுக்கு அவன் கூடவே இருக்க முடிந்தது. இருந்தாலும் விடுதலைக்குப் பிறகு இருவரும் தொலைபேசி இலக்கங்களைக் கூடப் பரிமாறிக்கொள்ளாமல் தனித்தனியே போய்விட்டார்கள். ஏற்கனவே இயக்க அங்கத்தவர்கள் ஒருவரோடொருவர் தொடர்புகளைப் பேணி இயக்கச் செயற்பாடுகளை விஸ்தரிப்பதாக அவர்கள் சந்தேகப்படுவதாக

இவர்களுக்குத் தோன்றியிருந்தது. அப்படியிருக்க இவ்வளவு காலம் யார், யாரோவாக இருந்து விட்டு புனர்வாழ்வை முடித்து வெளிவரும் போது வீண் சந்தேகங்களுக்கு இடம் கொடுப்பானேன் எனும் தீர்மானத்தை இருவருமே ஏற்றுக் கொண்டதன் காரணமாக இருவரும் ரயில் பயணிகளைப் போலவே பிரிந்து அவரவர் வீடுகளுக்குப் போயிருந்தனர். அதன் பின்னர் நீண்ட மூன்று வருடங்களின் பின் பார்க்கும் போது மகிழ்ச்சி பெருகினாலும் இருவருக்கும் ஒருவர் பற்றி மற்றவரிடம் பேசிக்கொள்ள நிறையவே விடயங்கள் இருந்தன.

"உங்களுக்கு என்னண்ணே தரட்டுக்கும்.... தங்கச்சிக்கு ஐஸ்கிறீம் வேணுமோ...?" என கடைப் பையன் முன்னே வந்தான். பிறந்த நாள் பார்ட்டிக்காக வந்திருந்த அந்த இளைஞர் குழுவின் கலகலப்பு இன்னும் மறையவில்லை.

"ஐஸ் கிறீம் கொண்டு வாரும் தம்பி..." என அருள் சொல்ல தேவன் குறுக்கிட்டு.

"ஆரபிக்கு ஐஸ் கிறீம் கூடாது" என்றான்.

"ஏன், பல்லு சூத்தையாப் போச்சுதோ? எங்கை பாப்பம்" என்றான் அருள்.

"ம்ஹு᠆ம்..." ஆரபி சிணுங்கினாள்.

"பிள்ளைக்குப் பல்லெல்லாம் முத்துப் போலை கிடக்கு. பூனை தான் நகத்தாலை கீறிப் போட்டுது" என்றான் தேவன்.

"அடட..." என்று பச்சாதாபப்பட்டான் அருள்.

"ஊசி போடத்தான் நாங்கள் ஆஸ்பத்திரிக்கு வந்தனாங்கள்" என்ற தேவன், ஆரபியின் பக்கமாகத் திரும்பினான்.

"ரீயோடை, ரோல்ஸ் வாங்கித் தரட்டுமோ ஆரபி?"

அவள் இருபுறமும் தலையை ஆட்டி விட்டு "எனக்கு நெக்டோ வேணும்" என்றாள்.

தேவன் அவளுக்கு நெக்டோவும் தனக்கு ரீயும் சொல்லி விட்டு ரோல்ஸிற்கும் ஓடர் பண்ணினான். பையன் அப்பால் நகர்ந்ததும்,

“முல்லையும் பிள்ளைகளும் எப்படி இருக்கினை, அம்மா அப்பா எப்பிடி இருக்கீனை...?” தேவன் அடுத்தடுத்துக் கேள்விகளை அடுக்கினான்.

“முல்லை முன்னம் மாதிரித்தான். பெரிய வித்தியாசம் ஒண்டும் இல்லை, மருந்து பாவிச்சுக் கொண்டுதான் இருக்கிறா. மாமா இருந்த வரைக்கும் பிள்ளைகளுக்குப் பிரச்சினை இல்லை. அவரும் நான் வந்து கொஞ்ச நாளிலை போய்ச் சேர்ந்திட்டார். இப்ப பெடியள்தான் பெருங் குழப்படியாக் கிடக்கு. நானும் நேரகாலம் பார்க்காமல் உழைப்புக் கெண்டு வெளிக்கிட்டிடுவன். அவங்களை எப்பிடி உருப்படியான பெடியளா வளத்து ஆளாக்கப் போறன் எண்டு தெரியேல்லை.”

நெக்டோவும் ரோல்சும் வந்து விட்டது. தேவன் ரோல்ஸை அருளின் புறம் நகர்த்தினான். ‘சாப்பிடு’ என்றான். அவர்கள் இன்னும் கொஞ்ச நேரம் இருப்பார்கள் என்பதை உணாந்து விட்டாற்போல பையன் மற்ற மேசைகளைக் கவனிக்கப் போனான்.

“உன்ரை அம்மா, அப்பா இருக்கீனை தானை...”

“அவையளும் லண்டனுக்குப் போட்டீனை அண்ணாவிட்டை.”

“ம்ம்ம்... பிள்ளையளை வளத்து ஆளாக்குறவரைக்கும் கொஞ்சம் கஷ்டப்படத்தான் வேணும். எங்கட அம்மா, அப்பா எங்களை வளத்து ஆளாக்கவேண்டு எவ்வளவு கஷ்டப்பட் டிருப்பீனை. எவ்வளவு கனவு கண்டிருப்பீனை... நாங்கள்தான் எல்லாத்தையும் சிதைச்சுப் போட்டம்...”

“அது சரி தேவன். உன்ரை பாடு எப்பிடிப் போகுது...”

“வீட்டுத் திட்டம் கிடைச்சுக் கட்டி முடிச்சிட்டன். முதலிலை ஒரு தள்ளு வண்டிலிலை கரம் சுண்டல் வித்துக் கொண்டிருந்தன். பிறகு என்.ஜீ. ஓ ஒண்டு தந்த வாழ்வாதார உதவிலை ஒரு நிழற்குடை ஒண்டு போட்டு அதுக்குக் கீழை கொஞ்சம் பெரிசு படுத்தி என்ரை வியாபாரத்தை நடத்துறன். பள்ளிக்கூடத்துக்குப் பக்கத்திலதான் இடம். அதாலை நட்டமில்லாமப் போகுது பிசினெஸ்...”

"எப்பிடியோ, எங்கட காலமெல்லாம்தான் வீணாய்ப் போச்சுது, எங்கட பிள்ளைகளாவது நல்லாயிருக்கோணும்..." சொல்லிக் கொண்டே அவன் ஆரபியைப் பார்த்தான். அவள் நெக்டோ சோடாவில் அமிழ்ந்து போயிருந்தாள். சோடாவைக் குடித்து விட்டு "என்ரை சொண்டு சிவந்திருக்கோ அங்கிள்..." என இவனைப் பார்த்தாள்.

"ம்ம்ம்... நல்லாச் சிவந்திருக்கு..." என அவன் அவளது கன்னத்தைக் கிள்ளினான்.

"இப்ப எங்கை இருக்கிறீங்கள்...?" தேவன் கேட்டான்.

"சரசாலையிலை தான் இருக்கிறம். முல்லையின்டை காணி ஒண்டு கிடந்தது. முல்லை, மாமாவோட இருக்கேக்கை வீட்டுத்திட்டம் வந்திருக்கு. மாமா இருந்தபடியால் கட்டி முடிச்சிட்டார். இல்லாட்டில் முல்லை பிள்ளையளோடை நடு ரோட்டிலைதான் நிண்டிருக்க வேணும்."

அருள் எழும்பி இவர்களுக்கும் சேர்த்துக் காசைக் கொடுத்து விட்டு வந்தான்.

"நான் இஞ்சை கொக்குவிலிலைதான் இருக்கிறன். எதுக்கும் என்ரை நம்பரைத் தாறன். வச்சுக் கொள்ளு. அவசர அந்தரத்துக்கு உதவும். அப்பிடியே மிஸ்ட் கோல் போட்டு விடு. நானும் உன்ரை நம்பரை சேவ் பண்ணுறன்."

மூவரும் ஐஸ் கிறீம் கடையை விட்டு வெளியே வந்தார்கள். வாசலில் அவர்களை வழியனுப்பிய போது அருள் திரும்பிப் பார்த்தான். துவிச்சக்கரவண்டியை நோக்கி நடந்து போன தேவனின் ஒரு கால், நடக்கும் போது டொக் டொக்கென்ற சப்தத்தை இன்னும் எழுப்பிக்கொண்டுதானிருந்தது. நீண்ட பெருமூச்சோடு அவன் ஓட்டோ ஸ்டாண்டை நோக்கி நடக்கவாரம்பித்தான்.

அத்தியாயம் 3

செவ்வாகை மரத்தின் கீழ் நிழல் பரவியிருந்தது. இன்னும் வெயில் கடுக்கத் தொடங்கியிருக்கவில்லை. பளபளப்பான மேகங்கள் மெதுமெதுவாக சிவந்த கத்தி விளிம்பு போலும் வாகைப் பூக்களிடம் இரகசியம் பேசிக்கொண்டு சென்றன. நிலவனும், அமிழ்தனும் இன்னும் நாலைந்து சிறுவர்களும், அந்த மரத்தின் கீழ் சம்மணமிட்டு அமர்ந்திருந்தார்கள். அவர்கள் எழுந்து ஓடிவிடாதபடி கண்காணித்துக்கொண்டு இரண்டு இளம் பெண்கள் அங்குமிங்குமாய் நடந்துகொண்டிருந்தார்கள். சுற்றிப் பரந்த பற்றைகளின் மறைவிலிருந்து ஒவ்வொரு சிறிசுகளையும் ஒவ்வொருத்தராய் கையைப் பற்றிக் கூட்டி வந்து அந்த வட்டத்துக்குள் அமர்த்திக் கொண்டிருந்தார்கள். ஒவ்வொரு சிறிசுகளின் முகத்திலும் பிடிபட்டு விட்ட பதகளிப்பு தெரிந்தது. சற்றுத் தூரத்தில் உமா ஒரு பெண்ணின் பிடிக்குள் அகப்பட்டு அந்த மரத்தை நோக்கி வந்து கொண்டிருந்தாள். நரேன் எப்படியோ சுழித்துக் கொண்டு எங்கேயோ மறைந்து விட்டான். உமாவும் அந்த வட்டத்தினுள் அமர்ந்த பிறகு, ஒன்பது பேர் ஆகியிருந்தனர்.

அமிழ்தனுக்குப் பக்கத்தில் அமர்ந்த உமா மெல்ல அவனைச் சுரண்டினாள்.

“அமிழ்தனுக்கு பயம் வந்திட்டுப் போல, ஒண்டும் பயப்பிட வேண்டாம், கொஞ்ச நேரத்துக்குப் பாடம் எடுத்துப் போட்டுத் திரும்பவும் பள்ளிக்கூடத்திலை கொண்டு போய் விட்டு விடுவீனை, அவ்வளவு தான்...”

“அப்ப போலீசிலை பிடிச்சுக் குடுக்க மாட்டீனையா...?” அமிழ்தன் பயத்தோடு கேட்டான்.

“ஆர் சொன்னது அப்பிடி..?”

“அந்தா, அதிலை நிக்கிற அக்கா தான்...”

“அது சும்மா வெருட்டுவீனை, அப்பிடி ஒண்டும் செய்யாயினை...”

அமிழ்தனின் நெஞ்சுக்குள் கொஞ்சம் தண்ணீர் வந்தது. இப்போது நிலவன் முணுமுணுத்தான்.

“போலீசிட்டைப் பிடிச்சுக் குடுக்க மாட்டீனையெண்டாப் போலை சரியே...?”

“எங்கட வீட்டிலைதான் போலீசை விடப் பெரிய ஒரு ஆள் இருக்கிறார் எல்லே...?”

இப்போது அமிழ்தனின் விழிகள் இன்னும் மிரண்டன.

“அப்பாட்டைப் பிடிச்சுக் குடுத்திடுவீனையோ இவையள்...?”

“ஏனடாப்பா, அப்பாவெண்டவுடனை இப்பிடிப் பயப்பிடுறீங்கள்...?” உமாவுக்கு அவர்கள் பதில் சொல்வதற்கிடையில் அந்த இளைஞர்கள் இவர்களை நெருங்கி வந்தார்கள். “எல்லாருக்கும் பள்ளிக்கூடம் கசந்து போச்சுது என்ன...?” ஒருவனது குரல் இவர்களைப் பார்த்தே கேட்டது போலிருந்தது.

“ஏன் பள்ளிக்கூடம் போகாமலிப்பிடி ஒளிச்சுத் திரியுறீங்கள், இப்ப படுற கஷ்டம் காணாதெண்டு பிறகும் கூலி வேலைக்கோ போகப் போறீங்கள்?”

மெல்லிய பெண்ணொருத்தி சத்தமாய்க் கேட்டாள்.

எல்லோரும் பேசாமல் இருந்தார்கள்.

“உங்களுக்கு என்ன பிரச்சினை, சொல்லுங்கோ?” நிலவனையும்,

அமிழ்தனையும் கண்டுபிடித்த அந்தப் பெண் மெல்லக் கேட்டாள்.

“பள்ளிக்கூடத்திலை படிப்பிக்கிறது விளங்குறதில்லையோ?

இல்லாட்டி ஷூ இல்லையோ?, யூனிபோர்ம் இல்லையோ?

ஸ்கூலுக்கு கொப்பி வாங்கிக் கொண்டு போகக் காசு இல்லையோ? என்ன காரணம் எண்டாலும் சொல்லுங்கோவனப்பு, உதவி செய்யுறதுக்கு நாங்கள் இருக்கிறம்...”

அந்தப் பெண் அமிழ்தனுக்கருகில் வந்து அவன் தலையைக் கோதினாள்.

“என்ன தம்பி பிரச்சினை? புத்தகம், கொப்பி வாங்கக் காசில்லையே?”

அவளது பரிவில் அவன் கண்கள் கலங்கின.

“அழக்கூடாது தம்பி, உள்ளதைச் சொல்ல வேணும்.”

“நாங்கள் நெடுக ஸ்கூலுக்குப் போறனாங்கள். இண்டைக்கு மட்டும்தான் இஞ்சை வந்தனாங்கள்.”

“இண்டைக்கு மட்டுமோ...? ஏன்...?”

“தம்பிக்கு மயில் காட்டுறதுக்குக் கூட்டி வந்தனான்...”

“மயிலோ...? இஞ்சை மயில் இருக்குதெண்டு ஆர் சொன்னது?”

“நரேன் சொன்னவன்.”

“அதுக்கு பள்ளிக்கூடம் போகாமலோ வாறது?”

“பள்ளிக்கூடம் விட்ட பிறகு அப்பா, வீட்டாலை வெளிக்கிட விட மாட்டார்.”

“நேற்று எனக்கு அப்பா அடிச்சுப் போட்டார்...” அமிழ்தன் முதுகைத் திருப்பிக் காட்டினான்.

வெள்ளைச் சீருடைக்குள் அவனது பிஞ்சு உடலில் கன்றல் காயங்கள் தெரிந்தன.

அருள் ஓட்டோவை எடுத்துக் கொண்டு வீட்டுக்கு வந்து சேரப் பத்தரை மணி ஆகிவிட்டது. முல்லை இவனைக் கண்டுவிட்டுச் சமையலறைக்குள் போனாள். ஓட்டோவை நிறுத்துவதற்குள் கைபேசி கிணுகிணுத்தது.

"இதாரிது, வந்ததும், வராததுமாய்..."

என முணுமுணுத்துக் கொண்டு கைபேசியைக் காதினுள் வைத்தான். அடுத்த கணம் நிறுத்திய ஓட்டோவை ஸ்டார்ட் பண்ணி வட்டமடித்துத் திருப்பினான்.

சத்தம் கேட்டு முல்லை வாசலுக்கு ஓடி வந்தாள்.

"ஏன், சாப்பிடாமல் வெளிக்கிடுறீங்கள். புட்டெலோ அவிச்சு வச்சிருக்கிறன். சாப்பிட்டுப் போங்கோ."

"நான் என்ன இப்ப சாப்பாடு வேணுமெண்டு கேட்டனானே. உள்ளை வை. வந்து சாப்பிடுறன்..." கத்தினான்.

"சமைச்சு வச்சிருக்கிறது காணாதெண்டு, சாப்பிடுறதுக்கும் பெரிய வில்லங்கமாயெல்லோ கிடக்குது" முல்லை முணுமுணுத்தாள். அவன் குரலில் இவ்வளவு அனல் ஏன் என்று புரியவில்லை.

அருளின் மனம் கிடுகிடுவென்று கோபத்தின் உச்சிக்குப் போய்விட்டதென்பது ஓட்டோ ஓடிய வேகத்திலேயே தெரிந்தது. இவ்வளவு நேரமும் ஒரு நிதானத்தோடு வீதியின் மேடு பள்ளங்களைப் பார்த்து நிதானித்து வந்திருந்த ஓட்டோ இப்போது ஒழுங்கையின் பள்ளங்களில் விழுந்து எழும்பி நிதானமின்றி ஓடிக்கொண்டிருந்தது. பள்ளிக்கூடத்திலிருந்து ஒரு ஆசிரியர் அழைத்திருந்தார். இன்று இவனது பிள்ளைகள் பள்ளிக்கூடத்திற்கு மட்டம் போட்டுவிட்டு பற்றைக் காட்டுப் பக்கம் சுற்றியிருக்கிறார்களாம். அதிபர் இவனை அழைத்து வருமாறு சொல்லியிருக்கிறார்.

இந்த வயதில் இவர்களுடைய புத்தி ஏன் இப்படிப் போகிறது? இவர்களின் வயதில் அவன் இருந்த போது இப்படியா இருந்தான்? ஒவ்வொரு நாளும் பாடசாலைக்குப் போவதற்குக்

காத்திருந்த நாள்கள் அவை. பிறகு அவன் நிரந்தரமாகவே பாடசாலையைத் துறக்க வேண்டி வந்தது வேறு விடயம். ஆனால் பாடசாலைக்கு மட்டம் போடுவதென்பது ஒரு நாளும் நடக்கவில்லை. இப்போதே இப்படியென்றால் எதிர்காலத்தில் இவர்கள் எப்படியெல்லாம் ஆவார்கள்? ஒரு கட்டுக்கோப்பிற்குள் எப்படி இவர்களைக் கொண்டுவருவது...? யோசனையில் தாறுமாறாக ஓட்டோவைச் செலுத்தி ஒரு விதமாக பாடசாலை முகப்பை வந்தடைந்தான் அருள்வண்ணன்.

அதிபரின் அறை வாசலில் நான்கைந்து மாணவர்களோடு நிலவனும், அமிழ்தனும் நின்றார்கள். அவர்களைப் பார்த்தவுடன் ஏற்கனவே இருந்த கோபம் இன்னும் பன்மடங்கு பெருகிற்று.

“எங்கையடா ஊர் மேஞ்சிட்டு வந்து நிக்கிறீங்கள்?” இவர்களை நெருங்கிய போது பற்களை நெருமிக்கொண்டே கேட்டான்.

அமிழ்தன் மெல்ல நிலவனின் பின்னால் ஒடுங்கிக்கொண்டான்.

பாடசாலைச் சிற்றூழியன் அதிபரின் அறைக்குள் இவனை அழைத்துச் சென்றான்.

“எத்தினை நாளா சேர் உந்த விளையாட்டுக் காட்டுறாங்கள்? இனி உவங்களைக் கட்டி வச்சுத்தான் அடிக்க வேணும்.” அருள்வண்ணனின் ஆவேசம் அப்பாலிருந்த ஒன்றிரண்டு ஆசிரியர்களைத் திரும்பிப் பார்க்க வைத்தது.

“இப்பிடி உங்கட கோபத்தைக் காட்டுறதுக்காக இஞ்ச வரச் சொல்லேல்ல. பிள்ளையள் ஒழுங்காய் பள்ளிக்கூடம் போகுதுகளோ இல்லையோ எண்டதை நீங்கள்தான் பாத்துக் கொள்ள வேணும்.”

“நான் வலு கண்டிப்பாத் தான்சேர் இருக்கிறன். இதுவரைக்கும் பள்ளிக்கூடம் கட்டடிக்கிறாங்கள் எண்ட விஷயம் எனக்குத் தெரியேல்லை. இனிமேல் பாருங்கோ சேர். ஒவ்வொரு நாளும் அவங்கள் வாறாங்களோ, இல்லையோவெண்டு.”

“வீட்டை வாங்கோடா இருக்குது உங்களுக்கு...” வாசல்புறத்தில் நின்ற பையன்களைத் திரும்பிப் பார்த்துப் பற்களை நெருமினான்.

“இப்பிடி யூனிபோர்மைப் போட்டுக்கொண்டு வெளியிலை திரியுற வழக்கம் வந்ததெண்டாப் பிறகு அதுவே வாடிக்கையாப் போம். இவங்கள் ரெண்டு பெரும் இவ்வளவு நாளும் ஒழுங்காய்த்தான் இருந்தவங்கள். இனிமேலும் அப்பிடித்தான் இருக்கோணும் எண்டு எதிர்பாத்துத்தான் உங்களைக் கூப்பிட்டது. பிள்ளையளோடை கண்டிப்பா இருக்கத்தான் வேணும், ஆனால் இவ்வளவு முரட்டுத்தனம் கூடாது...” அதிபர் சொல்லிவிட்டு இன்னொரு ஆசிரியரை அழைத்தார்.

“நீங்கள் ஒருக்கால் சொல்லி விடுங்கோ மாஸ்டர்.”

நிலவனையும், அமிழ்தனையும் வகுப்புகளுக்குச் செல்லுமாறு அனுப்பிவிட்டு அந்த ஆசிரியர் இன்னொரு அறைக்கு அருள்வண்ணனை அழைத்துச் சென்றார். அந்த அறை வாசலின் மேல் விளிம்பில் உளவளப்பகுதி என்ற பளிச்சென்ற எழுத்துகள் இவனைப் பார்த்துச் சிரித்தன.

உள்ளே நுழைந்ததும், இருட்டாய் இருந்த அந்த அறையில் மின் விளக்குகளை ஒளிர விட்டு, மின் விசிறியைச் சுழல விட்டு விட்டு நிதானமாக இருக்கையில் அமர்ந்தார் ஆசிரியர்.

“இருங்கோ...” முன்னாலிருந்த இருக்கையை நோக்கிக் கையைக் காட்டினார்.

அருள்வண்ணனுக்கு அந்த இருக்கை முள் போல உறுத்தத் தொடங்கியது. அவன் பாடசாலைக்குப் போன காலங்கள் ஞாபகம் வந்தன. கடைசியாய், சந்தோஷமாய் எப்போது இந்தப் பாடசாலைக்கு வந்தோம்? ஒன்பது அல்லது பத்தாம் வகுப்பு இருக்குமா...? அதற்குப் பிறகு ஓ லெவல் எழுதி, ஏ லெவல் இங்கே தான் படித்தாலும் அந்தக் காலங்கள் சந்தோஷத்தை அனுபவிக்கத்தக்க காலங்களாய் இருக்கவில்லை.

இவனது வகுப்பினருக்கு ஓ லெவல் பரீட்சை குறித்த வருடத்தில் நடக்காமல் போனது. அடுத்த வகுப்பினருக்கு நடந்த பரீட்சையோடுதான் இவர்களும் ஓ லெவலைக் கடக்க முடிந்தது. பிறகு கொஞ்ச நாள்கள் ஏ லெவல் வகுப்பில் இருந்தான். பிறகு அதையும் விட்டு வர வேண்டியதாயிற்று.

அவ்வளவுதான் அவனுக்கும் இந்தப் பாடசாலைக்குமான பந்தம். அப்படியிருக்க இந்த ஆசிரியன், மிஞ்சி மிஞ்சிப் போனால் அவனுக்கு இவனை விடப் பத்துப் பன்னிரண்டு வயது குறைவாக இருக்கலாம். அவன் பாடமெடுக்கும் அளவிற்கு இந்தப் பையன்கள் பெரியதொரு அவமானத்தைச் சேர்த்துத் தந்து விட்டார்கள்.

நெற்றி வியர்த்த அவனைப் பார்த்த ஆசிரியர் 'ஸ்பீட்' காணாது போல கிடக்கு என்றவாறே எழுந்து மின்விசிறியின் வேகத்தைக் கூட்டி விட்டார். பிறகு "பிள்ளைகள் நல்ல கெட்டிக்காரப் பிள்ளைகளாய் இருக்கினை..." என்றார்.

"என்னதான் கெட்டித்தனம் இருந்தாலும் டிசிப்பிளின் இல்லாட்டி என்ன பிரயோசனம்" என்றான். தொடர்ந்து "நான் அவங்களை ஒரு கட்டுக் கோப்போடை ஒழுங்கா வளக்க நினைக்கிறன். அவங்கள் வரம்பை வெட்டிக் கொண்டு பிச்சு உதறிக் கொண்டு போக நினைக்கிறாங்கள்" என்றான்.

"அது இந்த வயசில சகஜம் தானை. விளையாடுற வயசில பிள்ளைகளை விளையாட விட வேணும். அதுதான் பிள்ளைகளுக்கு ஊக்க சக்தியா இருக்கும். இஞ்சை எத்தனையோ பிள்ளைகள் பள்ளிக்கூடம் ஒழுங்கா வாறதில்லை. ஆனா உங்கட பிள்ளைகள் நல்ல ஒழுங்கு..."

"அது என்ரை வளப்புச் சீர்..."

ஆசிரியரின் முகத்தில் ஒரு குறுநகை இழையோடியது.

"அது சரி, ஆனா ஒருநாளும் பள்ளிக்கூடம் தவறாம வாற அந்தப் பிள்ளைகள் ஏன் இண்டைக்குக் காட்டுப் பக்கம் போனதுகள்...?"

"ஏன் போனவங்கள்..." அவன் நிமிர்ந்தான்.

"இவ்வளவு நேரமும் அந்தப் பிள்ளைகளைத் தான் வச்சு விசாரிச்சுக் கொண்டிருந்தனான். ரெண்டு நாளைக்கு முதல் பிள்ளைகளுக்கு அடிச்சனீங்களோ...?"

"பின்ன, அடிக்காமல் என்ன செய்யிறது? சொல்வழி

கேட்டுக் கொண்டு வீட்டிலை இருக்காமல், பக்கத்து வீட்டுப் பெடியளோடை சேர்ந்து சுத்திக் கொண்டிருந்தாங்கள். பிடிச்சு நல்ல சாத்துச் சாத்தி விட்டன்” என்றான்.

“அதுக்கு இப்பிடியே அடிக்கிறது... முதுகு முழுக்கச் சின்னவனுக்கு கண்டிப் போய்க் கிடக்குது...” அருள்வண்ணனால் எதுவும் சொல்ல முடியவில்லை.

“அவன் அழுதழுது கிடந்திருக்கிறான். ஒருத்தரும் அவனைக் கவனிக்கேல்லை. பெரியவன்தான் அவனைச் சமாதானம் பிடிச்சு ‘மயில் காட்டுறன்’ எண்டு சொல்லி அழுகையை நிப்பாட்டியிருக்கிறான். அதுக்குத்தான் காட்டுப் பக்கம் போயிருக்கிறாங்கள்.”

அருள்வண்ணன் பேசாமல் இருந்தான். ஆனால் பிள்ளைகள் பிழைசெய்தால் தண்டிக்கத்தான் வேண்டும் என்ற மனநிலையில் மட்டும் அவனுக்கு மாற்றம் வரவில்லை. அவன் கட்டுக் கோப்பான இயக்கம் ஒன்றில் பயிற்சி பெற்று வந்தவன். அங்கே சட்ட திட்டங்கள்தான் முக்கியம். அந்த இயக்கம் அழிந்திருக்கலாம். அதன் இலட்சியம் தோற்றிருக்கலாம். அதற்காக அங்கு பெற்றுக்கொண்ட பயிற்சிகளை, விதி முறைகளை எப்படிக் கைவிடலாம். இல்லை, இல்லவே இல்லை. குற்றம் ஒன்று செய்தால் அதற்குத் தண்டனையை அனுபவித்தே ஆக வேண்டும். அது பெற்ற பிள்ளையாயிருந்தாலென்ன? எதிரியாய் இருந்தால் என்ன? எல்லாம் ஒன்று தான்.

அத்தியாயம் 4

அருள்வண்ணனின் பாடசாலைக் காலம் முழுவதும் போருக்குள்தான் முழுகிக் கிடந்தது. எந்த வகுப்பு ஞாபகங்களை எடுத்தாலும், அதில் ஏதாவதொரு யுத்த நெருக்குதல் புதைந்து போயிருந்தது. அவனது சின்ன வகுப்புக் காலங்கள் இனக் கலவரங்களைக் கடந்து பீதியுற்றிருந்தன. கொழும்பிலிருந்து ஆட்கள் கூட்டம் கூட்டமாக வந்திறங்கத் தொடங்கியிருந்தார்கள். அப்பாவும், தாத்தாவும் இவனுக்குப் புரியாத அரசியலைத் தங்களுக்குள் பேசத் தொடங்கியிருந்தார்கள். அப்போது இயக்கங்கள் மலர்ச்சியடையத் தொடங்கிய காலம். மாமா வீட்டுக்கு அடிக்கடி இளைஞர்கள் வந்து போவார்கள். அவர்கள் ரகசியமாய் கதைப்பதையும், திட்டங்கள் வகுப்பதையும் அவன் இடையிடையே காண நேரிடும். ஆனால், மாமா வீட்டுக்கு அடிக்கடி ஏதும் சாட்டுக்கள் சொல்லி அவன் போய் வருவதை அப்பா விரும்பவில்லை என்பதால் அவன் அதைக் குறைக்க வேண்டி வந்தது.

ஒருநாள் இவன் அப்பாவுக்கு உதவியாகத் தோட்டத்தில் நின்று கொண்டிருந்தான். சரசரவென்று ஒரு சத்தம், சாரைப்பாம்புகள் புதரில் அசைவது போல. இவன் திரும்பி யாரென்று

பார்ப்பதற்குள், பக்கத்து மரவள்ளித் தோட்டத்துக்குள்ளால் ஒரு இளைஞன் சாறத்தோடு ஓடிக்கொண்டிருந்தான். கொஞ்ச நேரத்துக்குள் ஒரு சூட்டுச்சத்தம். திகிலுற்று அவனது கையைப் பற்றிக் கொண்டு பரபரவென்று அப்பா வீட்டுக்கு வந்து விட்டார். வாழைத் தோட்டத்துக்குப் பக்கத்தில் ஒருவனது சடலம் கிடந்ததாக அடுத்த நாள் காலை அப்பாவும், தாத்தாவும் பேசிக்கொண்டார்கள். இவனுக்குத் தன் கண்ணெதிரே கண்ட அந்த மிரட்சியுற்ற முகம் திரும்பத் திரும்பத் தோன்றிக் கொண்டேயிருந்தது.

“ஆமி தான் சுட்டிருக்க வேணும். அது தான் அப்பா என்னை இழுத்துக் கொண்டோடினவர்...” இப்படித்தான் அன்று முழுக்க அவன் சிந்தையில் தோன்றிக் கொண்டிருந்தது. ஆனால், யாரும் அந்த மரணம் இராணுவத்தினால் நிகழ்ந்ததென்பதை உறுதிப்படுத்தவில்லை. பிறகு வந்த ஒரு நாளில் ரமணன் கதைத்த கதையிலிருந்து அவனைக் கொன்றதும் எங்களவர்கள்தான் என்பது அருளுக்குத் தெரிய வந்தது.

ரமணன் இப்படியான விடயங்களை அறிந்து சொல்வதில் கைதேர்ந்தவன்.

சிறுவயதிலிருந்தே அவன் அறியாத பல விடயங்களைச் சொல்லி மிரள வைப்பான். சிறுவயதில் மிகவும் கிலியூட்டிய பிள்ளைபிடிகாரர்கள் பற்றி வகுப்பில் முதன்முதல் தகவலைக் கொணர்ந்தது அவன் தான். பிள்ளைபிடிகாரர்கள் பாடசாலையிலிருந்து பிள்ளைகள் தனியே வந்து கொண்டிருந்தால் அவர்களை சாக்கில் போட்டுக் கொண்டு போய்விடுவார்கள் என்றும் ஒரு தடவை தான் அவர்களைக் கண்டு சுதாகரித்துத் தப்பி ஓடி வந்து விட்டதாகவும் சொல்வான்.

இவனோடொத்த சிறுவர்கள் பயத்தோடு அதனைக் கேட்டுக் கொண்டிருப்பார்கள். தனியே எங்கு போகவும் பயமாயிருக்கும். அவ்வாறு கொண்டு போகும் பிள்ளைகளை எங்கே கொண்டு போய்ச் சேர்க்கிறார்களென ஒரு நாள் இவன் கேட்டான். அந்தப் பிள்ளைகளைக் கொன்று புசித்து உண்ணும் நரமாமிச பட்சிணி மனிதர்கள் எங்கோ ஓரிடத்தில் இன்னும் வாழ்ந்து

கொண்டிருப்பதாகத் தன் பாட்டி சொன்னதாக ரமணன் பதில் சொன்னான். பிறகொரு தரம் இது பற்றின கதை வந்த போது அப்படிக் கொண்டு போகும் பிள்ளைகளை ஏவி வேலை வாங்குவதற்கான அடிமைகளாக அவர்கள் பயன் படுத்துவதாகத் தன் அக்கா சொன்னதாகச் சொன்னான். அதற்கும் பிறகொரு நாள் அவன் சொன்ன காரணம்தான் சில வேளைகளில் உண்மையாக இருக்குமென்று அவனுக்குத் தோன்றியது. பிள்ளைகளின் உடல் உறுப்புகளை வெட்டி விற்கின்ற மனிதர்களும் இருக்கின்ற செய்தி அது.

ரமணன் கொண்டு வந்த இன்னுமொரு கட்டுக் கதை மோகினிப் பிசாசுகள் பற்றியதாக அமைந்தது. மோகினிப் பிசாசுகள் உண்மையாகவே உலாவத் தொடங்கி விட்டனவென்றும், அவற்றுக்குக் கால்தடங்கள் ஒருபோதும் இருக்காதென்றும், பின்னால் யாரோ தொடர்ந்து வருவது போன்ற அசைவுகளை உணரலாமென்றும், அவ்வாறு உணர்ந்து திரும்பிப் பார்த்தால் அவை மறைந்துவிடுமென்றும் அவன் உணர்வுபூர்வமாகச் சொல்லுவான். ஒவ்வொரு தடவை அவன் பாடசாலைக்கு மட்டம் போடும் போதும், தான் பாடசாலைக்கு வர வெளிக்கிட்டதாகவும், அப்போது தன் பின்னால் மோகினிப் பிசாசு வரும் அரவம் கேட்டதால், திரும்பிப் போய் விட்டதாகவும் சொல்வான். இந்தக் கதைக்குக் குழலி ரொம்பவுமே பயப்பட்டாள். இவர்களுடைய இந்த பயம் அதிகமாகிவிட்ட ஒரு நாளில் சரஸ்வதி ரீச்சர் இப்படியான கதைகள் எல்லாமே பொய் என்றும், அப்படி ஒரு மோகினிப் பிசாசு இல்லவே இல்லையென்றும் பிள்ளைகள் எதற்கும் பயப்படாமல் தைரியமாக இருக்கவேண்டுமென்றும் பாடமெடுத்தா. ஆனால், குழலியின் பயம் மட்டும் கடைசி வரை போகவேயில்லை.

அப்போது தொலைக்காட்சி வந்திருந்த புதிது. எல்லா வீடுகளிலும் தொலைக்காட்சி இருக்கவில்லை. அந்த ஒழுங்கையில் ஓவசியர் வீட்டில் மட்டும்தான் அப்போது தொலைக்காட்சி இருந்தது. அவர்கள் வீட்டு கேற்றிற்கும், முன் விறாந்தைக்கும் இடையில்

பத்துப் பன்னிரண்டு அடி இடைவெளி இருக்கும். முன் வாசல் கதவிற்கு நேரே ஷோகேஸ் பெட்டி மீது தொலைக்காட்சி வைக்கப்பட்டிருக்கும். பொழுது இருட்டத் தொடங்குகிற மம்மல் வேளை தொடங்கி இரவு வரைக்கும் அந்த வீட்டைக் கடந்து போக நேரிடுபவர்கள் தொலைக்காட்சித் திரையின் பளிச்சீட்டினாற் கவரப்பட்டு சில நிமிடங்கள் நின்று பார்த்து விட்டே போவார்கள். இவனும், இவனொத்த சிறுவர்களும் அந்தக் கணங்களுக்காகவே காத்திருந்து அந்த வழியால் பொழுது பட்ட பின் போய்வருவார்கள். உள்ளிருக்கும் உயர் ரக நாயின் குரைப்பிற்கு அஞ்சி உள்ளே போகாவிட்டாலும், அடிக்கடி வீதியால் நடந்து போய் அந்த வண்ணத்திரையின் காட்சிகள் பற்றி வியந்து பேசிக்கொள்வார்கள். அப்படியொரு பெட்டியைத் தங்கள் வீட்டிலும் வாங்கி வைத்துக் கொள்ள வேண்டும் என்பதே அப்போது ஒவ்வொருவரினதும் கனவாகவிருந்தது. ரமணன் எப்போது மோகினிப் பிசாசு கதையைச் சொன்னானோ அதற்குப் பிறகு பொழுது இருண்ட வேளைகளில் அந்தப் பக்கம் உலாவி வருகிற இவனது பழக்கத்திற்கும் ஒரு முற்றுப்புள்ளி வந்தது.

அதற்குப் பிறகு மாமா வீட்டிற்கு டி.வி வந்த பிறகே அவர்களால் சுதந்திரமாய் தொலைக்காட்சி பார்க்க முடிந்தது. இவனும் அண்ணனுமாய் வேலிக் கடவைக்குள்ளால் மாமா வீட்டுக்கு டி.வி பார்க்கப் போவார்கள். அங்கு டி.வி வந்த நாளில் முதன் முதல் அன்ரனா பூட்டப்பட்ட வேளையில் இவர்கள் அங்கே பெரிய உலக அதிசயம் ஒன்றைப் பார்ப்பது போல் பிரமித்து நின்றார்கள். அன்ரனா பொருத்த வந்த பாலசிங்கமும், திலகனும் தான் அப்போது மிகப் பெரிய ஹீரோக்களாகத் தெரிந்தனர்.

இரவு தொலைக்காட்சியில் அலைவரிசை பிடிபடும் வரை நீண்ட காத்திருப்புத் தான். அன்றைய காத்திருப்பின் முடிவு கடும் ஏமாற்றத்திலேயே முடிந்தது. அந்த நாள் ஒரு பௌர்ணமி தினம். செங்காவி உடையணிந்த பிக்கு ஒருவர் அன்றைய இரவு முழுக்கத் திரையை நிறைத்துப் பிரசங்கம் பண்ணிக் கொண்டிருந்தார். விதவிதமான வண்ணக் காட்சிகளைத்

திரையில் எதிர்பார்த்துக் காத்திருந்தவர்களால் எவ்வளவு நேரம்தான் தெரியாத பாஷையில் பேசிக்கொண்டிருக்கும் பிக்குவின் பிரசங்கங்களைக் கேட்டுக் கொண்டிருக்க முடியும். இவர்களுக்குச் சலிப்படிக்கத் தொடங்கிக் கொட்டாவி விட்டபோது மாமி “நாளைக்கு வாங்கோ தம்பியவை, நல்ல நிகழ்ச்சி பாக்கலாம்...” என்று பக்குவமாய்க் கூறி வழியனுப்பி வைத்தா. வெள்ளிக்கிழமை இரவுகளிலும், ஞாயிற்றுக்கிழமை பின்னேரங்களிலும் அப்போதெல்லாம் திரைப்படங்கள் போடுவதாக ஞாபகம். பழைய காலத்துக் கறுப்பு, வெள்ளைப் படங்களையெல்லாம் அப்படித்தான் அவர்களால் பார்க்க முடிந்தது. செட்டியார் தெரு லலிதா ஜூவல்லரி விளம்பரங்கள் அப்போது மிகப் பிரசித்தம். அப்படியான ஒரு சில நகைக் கடை விளம்பரங்களை ஒரு படத்தின் இடையே திரும்பத் திரும்பப் போட்டுக் காட்டுவார்கள்.

அப்படியொரு நாள் பின்னேரப் பொழுதில்தான் இந்திரா காந்தியின் இறுதிச் சடங்குகளையும், அவர் சீக்கியன் ஒருவனால் சுட்டுக் கொல்லப்படுவதையும் டி.வி.யில் போட்டுக் காட்டினார்கள். வீட்டில் அப்பாவும், தாத்தாவும் ஏதோ கப்பலே கவிழ்ந்தாற்போல் கவலை கொண்டிருந்தார்கள். ‘எங்கட தமிழ்ச் சனத்துக்கு இனி எப்ப விடிவு வருமோ?’ என்பது போலான பெருமூச்சுக்கள் ஊரின் பல வீடுகளில் வெளிப்பட்டுக் கொண்டிருந்தன.

இந்திரா காந்தியின் மறைவிற்காக ஈழம் அனுபவித்த துக்கத்தின் காரணத்தைத் தேட முற்பட்ட பிறகு தான் தமிழ் நாட்டில் இயக்கங்கள் பெற்றுக்கொண்ட பயிற்சிகளின் தாற்பரியத்தை இவனால் விளங்கிக் கொள்ள முடிந்தது.

அந்தக் காலத்தின் இளமைத் துறுதுறுப்புக்கு ஏற்றவையாய், காமிக்ஸ் புத்தகங்கள் அமைந்தன. இவர்களுக்கு அப்பா வாங்கிக் கொடுப்பதெல்லாம் அம்புலி மாமா, ரத்னபாலா புத்தகங்கள் தான். அதுவும் எப்போதாவது ரயிலில் யாழ்ப்பாணம் போகக் கிடைத்தால், அந்த வேளைகளில் ரயில் நிலையத்தில் தொங்கிக் கொண்டிருக்கின்ற அம்புலி மாமா, ரத்னபாலா புத்தகங்களை

வாங்கிக் கொடுப்பார். அப்படி வாங்கிய புத்தகங்கள் ஒன்றுக்குப் பத்துப் பதினைந்து தடவைகள் வாசித்து முடித்துப் பக்கங்கள் மழுங்கிப் போயிருக்கும். அண்ணாதான் காமிக்ஸ் புத்தகங்களை முதலில் வீட்டுக்குக் கொண்டு வரத் தொடங்கினான். அந்தப் புத்தகங்களில் இருக்கும் ஜேம்ஸ் பாண்டின் சாகசங்கள் இவனுக்கு நிரம்பவே பிடித்துப் போயின. அந்த நாள்களில் ராணி காமிக்ஸ் என்பது மேல்தட்டு வர்க்கத்தினரின் புத்தகம் போலவும் அம்புலிமாமா, ரத்னபாலா போன்றவை தங்களைப் போன்ற நடுத்தர வர்க்கத்தினருக்கானவை எனவும் ஒரு பிரமை தோன்றியது எதற்காக என்று இன்றுவரை அவனுக்குப் புரியவில்லை.

அத்தியாயம் 5

சிறு தூறல்களாய் மழை தொடங்கியிருந்தது.

திடீரென்று வந்த அழைப்பு ஒன்றினால் மாலை மறுபடியும் அவனுக்கு யாழ்ப்பாணம் போய் வரச் சவாரி கிடைத்தது.

விரைவில் திரும்பவேண்டும் என்ற எண்ணம் இருந்தாலும் வீடு வந்து சேர்கையில் இரவு ஏழுமணியாகி, மழையும் வலுக்கத் தொடங்கி விட்டது.

ஓட்டோவை மழைபடாத வண்ணம் வீட்டுத் தாழ்வாரத்தில் நிறுத்திவிட்டுத் தன் மீது சிதறல்களாய்ச் சொட்டியிருந்த மழைத் துளிகளை ஒரு நீர்ப்பறவை போல உதறி எறிந்துவிட்டு உள்ளே வந்தான். குளிருக்குள் ஒடுங்கியபடி நிலவனும், அமிழ்தனும் சுவரோரம் ஒடுங்கியிருந்தனர். இவனைக் கண்டவுடன் அமிழ்தன், நிலவனின் முதுகுக்குப் பின் ஒடுங்கினான். ஏற்கனவே ஓட்டோச் சத்தம் வாசலில் கேட்ட போதே அவர்கள் அலேர்ட் ஆகியிருக்கலாம். அப்போதுதான் இந்தப் பாடப் புத்தகங்கள் இவர்கள் கைகளிற்கு வந்திருக்கக் கூடும் என அருள் நினைத்தான்.

அடுக்களைக்குள் பாத்திரங்களின் சத்தம் கேட்பதிலிருந்து முல்லை ஏதோ சமைத்துக்கொண்டிருக்கிறாள் என்பது

புரிந்தது. இவன் உள்ளே போய் உடுப்புகளை மாற்றிவிட்டுக் கிணற்றடியில் உடம்பை அலம்பிக்கொண்டு திரும்பி வந்தான். இப்போது, நிலவனும், அமிழ்தனும் புத்தகத்தைச் சத்தமாக வாசித்துக்கொண்டிருந்தனர். இவனுக்குச் சட்டென்று கொதியேறியது.

"நாடகமோடா போடுறியள்...? வாறன் இப்ப..."

மழையில் ஈரலித்துக் கிடந்த வேலியோரத்துப் பூவரசில் ஈரம் சொட்டச் சொட்டத் தடியொன்றை முறித்துக் கொண்டு அவன் உள்ளே வர அமிழ்தன் பயத்தில் இடறிக்கொண்டு எழுந்து அடுக்களைக்குள் ஓடி முல்லையின் பின் பதுங்கினான்.

நிலவன் சுதாகரித்துக் கொண்டு எழுந்து ஓடுவதற்கு எத்தனிக்கையில் அவன் முதுகில் சுரீர் என்று முதல் அடி விழுந்தது.

"ஐயோ, அம்மா..." அவன் வலியால் துடித்துக் கத்த உள்ளேயிருந்து முல்லை எட்டிப் பார்த்தாள். அருள் தன் மொத்த ஆட்டத்தையும் நிலவனுக்குக் காட்டிக் கொண்டிருந்தான்.

"பள்ளிக்கூடத்துக்கு மட்டம் போடுறீங்களோடா...

இந்த வயசில புத்தி இப்பிடிப் போனா இன்னும் என்ன எல்லாம் செய்வீங்களடா...?

டிசிப்பிளின் முக்கியம் வாழ்க்கையில...

இனிமேல் இப்பிடிச் செய்வியே...

செய்வியோடா... செய்வியே...?" அருள் ஆவேசம் வந்தவன் போல் விளாசிக்கொண்டிருந்தான்.

வெளியே மழை கனத்துப் பொழிய மின்னலொன்று வெட்டி முழக்கத்துக்கான ஆயத்தம் செய்தது.

"அப்பா... இல்லை அப்பா... இனிமேல் செய்ய மாட்டன்...

நோகுதப்பா... அடிக்காதையுங்கோ... விட்டிடுங்கோ..." நிலவனின் குரல் கேட்க கேட்க அமிழ்தன் முல்லையின் சட்டையை இறுகப் பற்றிக் கொண்டான்.

"எனக்கு மானம் போகுது,

இயக்கத்திலை இருக்கேக்கை எத்தினை பேர் நான் சொன்னதைக் கேட்டு நடந்தவங்கள்

இப்ப என்ரை பிள்ளையள் கூட நான் சொல்லுறதைக் கேட்கிறாங்களில்லை.

போதாக்குறைக்கு அந்த வாத்தி எனக்கு அட்வைஸ் பண்ணுறான்.

எனக்குத் தெரியாதே என்ரை பிள்ளைகளை எப்பிடி வளக்கிறதெண்டு...

நான் அடிச்சுத்தான் பிள்ளைகளை வளப்பன்,

அடி உதவுற மாதிரி அண்ணன், தம்பி கூட உதவ மாட்டான்..."

அருள் அடித்து ஓய, நிலவனின் கதறல் அனுங்கலாகி, சுவரோடு விழுந்து தன் உடலைத் தானே தடவத் தொடங்கினான்.

"எங்கை போட்டார், சின்னவர்...? அவருக்கு மயில் பாக்கோணுமாமோ...? வாரும் இஞ்சை நான் காட்டுறன் மயில்..."

அவன் தடியைச் சுற்றி விளாசிக் கொண்டு அடுக்களையை நோக்கிப் போனான்.

"அம்மா... அம்மா... என்னை அடிக்க விடாதை அம்மா..." அமிழ்தன் முல்லையின் பின் நெருங்கி நின்றுகொண்டு கெஞ்சினான்.

"ஏனப்பா சின்னப் பிள்ளையளைப் போட்டு இப்பிடிக் கொல்லுறியள்...?"

"முல்லை, இதிலை நீ தலையிடாதே... இவங்கள் என்ன செய்திட்டு வந்திருக்கிறாங்கள் எண்டு தெரியுமே உனக்கு... பள்ளிக்கூடம் போறம் எண்டிட்டு வேற எங்கையோ போய்த் திரியிறாங்கள்..."

முல்லையின் கண்கள் மிரண்டன.

"உன்ரை தம்பி பள்ளிக்கூடம் போறனெண்டு போய் வேற

இடத்தை அம்பிட்டு என்ன நடந்ததெண்டு தெரியும் தானை உனக்கு...”

“குமரன்...” முல்லை விசும்ப ஆரம்பித்தாள்.

“அதுக்குத்தான் இவங்களை இப்பவே வைக்கிற இடத்தில வச்சாத்தான் ஒரு இடமும் துலைஞ்சு போகாமல் எங்களோடையே இருப்பாங்கள்.”

முல்லை அமிழ்தனின் கையை மெல்ல விலக்கினாள்.

“ஓம்... அப்பா சொல்லுறது சரி... அவர் சொல்லுறதை நீங்கள் கேட்கத்தான் வேணும்....” அவன் திரும்பவும் தாயின் கால்களை இறுகப் பற்றினான். அவள் அவனது கைகளைப், பிடிவாதமாய் விலக்கினாள். பின்னர் அறைக்குள் நுழைந்து பாயையும் தலையணையையும் இழுத்துப் போட்டுக் கண்களை இறுக மூடிக்கொண்டு படுத்தாள். அடுத்த கணம் அமிழ்தன் வீறிட்டுக் கத்தும் குரல் ஒரு துர்க்கனவு போல அவள் செவிகளில் வீழத் தொடங்கியது.

குமரன் வெள்ளைச் சீருடையோடு “அக்கா பசிக்குது” எனக் கூவுகிறான்.

அவள் அடுப்போடு மல்லுக்கட்டிக் கொண்டிருக்கிறாள்.

“நில்லடா... சாப்பாடு கொண்டு வாறன்...” என்று சொல்ல வாய் உன்னினாலும் வார்த்தை எதுவும் வரவில்லை.

அடுப்பிலிருந்து பாற்கஞ்சியை இறக்கிச் சிறிய கிண்ணத்துக்குள் போட்டு எடுத்துக் கொண்டு அவள் வெளியே வந்த போது அவன் ஒழுங்கையின் முடிவில் போய்க் கொண்டிருக்கிறான்.

“குமரன், குமரன் சாப்பிட்டுப் போடா...” இவள் தெரு முனையைப் பார்த்துக் குரல் கொடுக்கிறாள்.

அவன் திரும்பியே பார்க்காமல் போகிறான்.

முற்றத்தில் கீரைகளுக்குத் தண்ணீர் விட்டுக் கொண்டிருந்த அப்பா, “ஏதோ மலையைப் புரட்டப் போற மாதிரிப் போறான். போகட்டும் விடு. பசிச்சாத் திரும்பி வருவான் தானை...” என்கிறார்.

நேரம் நகர்ந்துகொண்டிருக்கிறது. அவள் அப்படியே பாற்கஞ்சிக் கிண்ணத்தோடு வாசலில் அமர்ந்து விடுகிறாள்.

அவன் வரவில்லை.

பொழுது விடிவதும், மறைவதுமாயிருக்கிறது.

கிண்ணத்தோடு அவள் மட்டும் அப்படியேயிருக்கிறாள்.

பாற்கஞ்சி காய்ந்து ஒட்டி கிண்ணத்திலிருந்து பிரிக்க முடியாததாகிறது.

அப்பா நாள்கணக்காய், வாரக்கணக்காய் கீரைப் பாத்திகளுக்குத் தண்ணீர் விட்டுக் கொண்டேயிருக்கிறார். அவனது பாடசாலை மட்டும் முடியவில்லை. அவன் வரவுமில்லை.

இவள் குமரன், குமரன் என அரற்றியபடியிருக்கிறாள்.

திடீரென்று, ஒரு வாகனம் வாசலில் இரைகிறது.

குமரனின் துறுதுறுப்பான நடையின் ஒலி இவளைச் சிலிர்க்க வைக்கிறது.

பாற்கஞ்சிக் கிண்ணம் மடியிலிருந்து தெறித்து முற்றத்தில் விழுந்ததையும் உணராமல் படலையை நோக்கி ஓடுகிறாள். வாகனத்திலிருந்து வெண்துணி மூடிய உடலமொன்று இறக்கப்படுகிறது.

மூடிய வெண்துணி மீது இடையிடையே சிவப்புத் தீற்றல்கள்.

அந்தத் தீற்றல்கள் கோடுகளாய் இணைந்து சிவப்பு வரிக் கோடுகளாலான குமரனின் முகமாக இவள் “குமரன்...” என்று தலையிலடித்துக் குழற ஆரம்பிக்கிறாள்.

அத்தியாயம் 6

இந்திய இலங்கை ஒப்பந்தம் முறிவடைந்த காலங்களில் இவனது பராயம் சுயமாய் சிந்திக்கின்ற அளவிற்கு வளர்ந்திருந்தது. அதன் பிறகான காலங்களில் ஊருக்குள் அமைதி குலைந்திருந்தது. ஊரில் நிகழ்ந்த கொந்தளிப்புகள், ஊர்வலங்கள், மரண நிகழ்வுகள் எல்லாவற்றிலும் விடுதலை பற்றிய எண்ணங்கள் முளைவிடத் தொடங்கியிருந்தன. இயக்கங்களுக்கிடையேயான மோதல்களும் முறுகல்களாய் வெடிக்க ஆரம்பித்தன. ஒவ்வொரு இயக்கங்களைப் பற்றியும், இவன் ஒத்த வயதினர் “நான் இந்த இயக்கத்துக்கு சப்போர்ட், நீ எந்த இயக்கத்திற்கு சப்போர்ட்?” எனத் தாங்களாகவே அணிதிரட்ட ஆரம்பித்தனர்.

திலீபன் உண்ணாவிரதம் இருந்து சாகக் கிடந்த நாள்களில் குடாநாட்டின் நாலாபுறமெங்கும் எழுச்சி திரள, பாடசாலைகள் பாதியிலேயே நிறுத்தப்பட்டு, ஊர்வலங்களில் மாணவர்கள் திரட்டப்பட்டனர். பதாகைகளும், கோஷங்களும் இந்திய அரசுக்கெதிராக எழுப்பப்பட்ட ஊர்வலத்தில் இவனும் அண்ணனும் நண்பர்களோடு கலந்துகொண்டு திரும்பினர். பாடசாலை மணி அடித்ததும், அங்கு வந்து பார்த்து, இவர்களைக் காணவில்லையென்று திரும்பிப் போன

அப்பாவிடமிருந்து இவர்கள் முதன் முறையாக அடிவாங்கிக் கொண்டது அப்போதுதான்.

அப்போதெல்லாம் ஊருக்குள் சிறு சிறு சண்டைகள் ஏற்படுவது வழக்கமானதாயிருந்தது. கிரனைட்டுக்களைப் பெடியள் எறிந்து விட்டு ஓடுவார்கள். இராணுவம் துரத்தும். பெண்கள் தங்கள் சேலைகளுக்குள் பிள்ளைகளை முடிந்து வைக்க வேண்டி ஏற்படும்.

இந்திய இராணுவத்தோடு நிற்கும் தமிழ் இளைஞர்களைப் பார்க்க இவனுக்குப் பெரும் அசூசையாகவிருக்கும். அவர்கள் எம்மவர்கள் என்பது பார்த்தவுடனேயே தெரிந்து விடும். முகத்தை மூடிக் கறுப்புத் துணி கட்டி, தலையாட்டிகளாகவும் சிலரை வைத்திருந்தார்கள். யாராவது இயக்கத்தவர்களைக் கண்டால் தலையை ஆட்டி அவர்கள் காட்டிக் கொடுப்பார்கள்.

ரமணன் இப்படியான தலையாட்டிகளைப் பற்றியும் சொல்லுவான். தங்களுடைய சித்தப்பாவின் ஊரைச் சேர்ந்தவனும் தலையாட்டியாக இருப்பதைப் பற்றிச் சொன்னான். வெறுமனே இயக்கத்தில் இருப்பவர்களைக் காட்டிக் கொடுக்காமல் ஊரில் தனக்குப் பிடிக்காதவர்கள், தன்னை மதிக்காதவர்கள் என்று பல பேரை அவன் மாட்டிவிட்டிருந்தானாம்.

அது எப்படி நியாயம் ஆகும் என்று இவனுக்குத் தெரியவில்லை. காட்டிக்கொடுத்தல் என்பது எப்படியும் துரோகத்தின் பாற்பட்டது தானே. ஆனால், இயக்கத்தில் இருந்தவர்கள் என்று சந்தேகப்பட்டுப் பிடித்தவர்களையும், பிறகு தலையாட்டிகள் ஆக்கியிருந்தார்கள். அவர்களும் தாங்கள் தப்பிக்கொள்ள வருபவர்களில் சிலருக்குத் தலையாட்டிக் கொண்டிருந்தார்கள்.

இந்திய இராணுவம் நாட்டில் இருந்த ஒன்றரை வருட காலத்தில் நான்கைந்து துப்பாக்கிச் சூடுகளையும், சுற்றிவளைப்புக்களையும் அவனது ஊர் கண்டது. அவனது ஊரில் மட்டும் ஏழு வீரச்சாவுகள் நடந்தன. கறுப்புக் கொடிகள் எப்படியோ தெருவோரங்களில் முளைத்துவிடும். வெள்ளை நோட்டீஸ்கள் எந்தப் பக்கத்தாலோ புகுந்து வந்து வீதிகளில் சிதறுபட்டும்,

மதிற்சுவர்களில் ஒட்டப்பட்டும் கிடக்கும். ஆனால், அதைச் செய்தது யார் என்று மட்டும் யாருக்கும் தெரியாதிருந்தது. பேக்கரியில் வேலை செய்யும் தங்கன்தான் இந்த வேலை செய்திருப்பான் என்பது ஊருக்குள் பரவலான கதையாக விருந்தது.

ஆனால், முதன்முறையாக அதைச் செய்ததில் தன் அண்ணனுக்கும் பங்கு இருக்கிறது என அறிந்தபோது, அவனால் நம்பவே முடியவில்லை. அவனது அநேகமான பொழுதுகளில் அண்ணன் கூட இருந்திருக்கிறான். இவனை வெட்டிவிட்டு எப்போது அவன் இந்த நோட்டீஸ் விநியோக வேலைகளில் ஈடுபட்டிருக்க முடியும், என்பது இவனுக்குப் புரியவேயில்லை. அன்று ரியூசனுக்குப் போய்விட்டு அண்ணனோடு வந்து கொண்டிருந்த போது, புத்தகக் கட்டுகளை இவனிடம் தந்து விட்டு அண்ணன் 'ஒன்றுக்கிருக்க'வென்று வேலிக்கரைக்கு ஒதுங்கிப் போனான். இவன் ஏதோ, ஒரு சறுக்கலில் புத்தகக் கட்டை நழுவ விட்டு விட்டான்.

புத்தகங்களின் இடையிலிருந்து சொரியலாக வழுவழுப்பான நோட்டீஸ் கட்டு பிரிந்து சிதறியது. இவனுக்கு அச்சமாக இருந்தது. யாரும் கண்டுவிடக் கூடாதே என்ற ஏக்கம் மேலோங்கியது. திரும்பி வந்த அண்ணன், எதுவும் நடக்காதது போல,

"என்னடா, விழுத்திப் போட்டாய்...?" என்று கடிந்தவாறே புத்தகக் கட்டை வாரி எடுத்தான்.

"அண்ணா, நோட்டீஸ் அண்ணா..." என்ற போது, அவன் ஒரு நிமிடம் இவனைப் பார்த்துவிட்டு,

"அது ஒரு பெடியன் தந்தவன், அவனிட்டை நாளைக்குக் குடுத்திடுவன், நீ யோசனையை விட்டிட்டுப் படி என்ன?" என்றவாறே பெரிய மனிதத் தோரணையில் போய்விட்டான்.

அதற்குப் பின்னான நாட்களில் அண்ணா வீட்டுக்கு வருவதும், வராததுமாய்ப் போக வீட்டில் அம்மாவின் விசும்பல் அதிகரிக்க, அதிகரிக்க, ஏதோ வேண்டாத ஒரு விடயம் நடந்துவிட்டதாகவே அவனுக்கு எண்ணத் தோன்றியது.

அண்ணன் இயக்கத்திற்குப் போய் சரியாக ஒரு வருடத்திற்குப் பிறகு இந்திய இராணுவம் நாட்டை விட்டுப் போனது. அதுவரைக்கும், ஒழிந்து மறைந்து வீட்டிற்கு வந்து போன அண்ணன், இப்போது பகிரங்கமாகவே வந்து போகத் தொடங்கினான். படையினர் சென்ற பிறகு, ஊர் வெளிச்சம் பெற்று மலரத் தொடங்கியது. சிறிய, சிறிய அரசியல் அலுவலகங்களையும், மாணவர் அமைப்புக்களையும் இயக்கம் ஊர்கள் தோறும் அமைக்கத் தொடங்கியது. இவர்களது ஊரில் இப்போது இராணுவப் பிரவேசம் இல்லாமல் போனது. கோட்டைக்குள்ளிருந்து இராணுவம் வெளியேற முயற்சித்துக் கொண்டிருந்தது. வான்வழித் தாக்குதல்களுக்கு மட்டும் அஞ்ச வேண்டியிருந்தது. அந்தக் காலகட்டத்தில் யாழ்ப்பாணத்தில் போராட்டத்திற்கான அறைகூவல் சற்று அதிகமாகி, அதிகதிகமான மாணவர்கள் போராட்டத்திற்குள் உள்வாங்கப்பட்டனர்.

அண்ணன் இப்போது அரசியல் துறையில் இயங்கத் தொடங்கியிருந்தான். அவனது கனவுகள் எல்லாம் எப்போதும் பெரியனவாகவேயிருந்தன. வான்படை, கடற்படை, தரைப் படை எனத் தங்கள் படையணி இனி எந்த வல்லரசையும் வெற்றி கொள்ளும் அளவுக்கு வளர்ந்துவிடும் என்றும், ஏற்கனவே நான்காவது பெரிய இராணுவ பலமுள்ள நாட்டின் இராணுவத்தை வெற்றிகரமாகத் திருப்பி அனுப்பி விட்டோம் என்றும் ஊருக்குள் அவன் பிரசாரங்கள் செய்து கொண்டிருந்தான். இவனுக்கு அதையெல்லாம் கேட்க மயிர்க் கூச்செறியும்.

ஏற்கனவே இப்படியானவர்களைக் கதாநாயகர்களாகப் பார்க்கும் தன்மை அவன் மூளைக்குள் வளர்ந்துகொண்டிருந்தது. சொந்த அண்ணன் இப்படியான ஒரு நிலையில் இருக்கையில் அவன் வெளியிலிருப்பது ஏதோ ஒரு தேசத்துரோகத்தைச் செய்வது போலிருந்தது.

“உன்ரை அண்ணா இண்டைக்கு இப்பிடிப் பேசினவராமடா...” என ரமணன் வந்து சொல்லும் போது அவன் ஏதோ தன்னையே புகழுவது போல இவனுக்குப் புளகாங்கிதம் ஏற்பட்டது.

“இந்த மண் எங்களின் சொந்த மண்” என எஸ்.ஜி. சாந்தனின் குரல் இப்போது ஊருக்குள் எழும்பத் தொடங்கியிருந்தது. ஒலிப் பேழைகள் முகாம்களில் ஒலித்தது போய், நேரிடையாகவும் இந்த எழுச்சிக்கான குரல்கள் மேடைகளில் பாடத் தொடங்கி விட்டன. இவனுக்கு ஒரு முறை சாந்தனைப் பார்க்க வேண்டும் என்ற ஆவல் ஏற்பட்டது. ரமணன் ஒரு நிகழ்ச்சியில் அவரைக் கண்டுவிட்டதாகச் சொல்லிவிட்டான். அடுத்த தடவை அண்ணன் வந்த போது இவன் கேட்டேவிட்டான். அண்ணன் அதன் பிறகு ஒலிப்பதிவுக் கூடத்துக்குக் கூட்டிக் கொண்டுபோய் சாந்தன் பாடுவதைக் கேட்க வைத்ததோடு, சாந்தனோடு பேசவும் சந்தர்ப்பம் ஏற்படுத்தித் தந்தான்.

அதற்குப் பின்னான காலங்களில் இவனது ரியூட்டரிக் கொட்டகைகளில் பரப்புரைக் கூட்டம் நடக்கும். யாழ்ப்பாணத்தில் கோட்டையிலிருந்து இராணுவம் வீசிக் கொண்டிருந்த எறிகணை வீச்சுகளுக்கு அஞ்சி இடம் பெயர்ந்த மக்களுக்காக இவனும் நண்பர்களும் வீடு வீடாகத் திரிந்து அரிசி, தேங்காய் மற்றும் உடுபுடவைகளைச் சேகரித்துக் கொடுத்தார்கள். அத்தோடு அவன் தன் பகுதியிலிருந்த இயக்கத்தின் மாணவர் அமைப்பான ‘சோல்ட்டி’ல் இணைந்து கொண்டான்.

அவர்களது வகுப்பிற்கான ஓ லெவல் பரீட்சை நடக்கவில்லை. பரீட்சை குறித்த விரக்தி ஏற்படத் தொடங்கியிருந்தது. பதின்மத்தின் நிறைவை அண்டிய வயதில் நின்றவனுக்குக் கூடப் படித்த பெண்கள் மீதான கவர்ச்சியை விடப் போராட்டம் மீதான கிளர்ச்சியே அதிகமானதாயிருந்தது. அதற்குப்

போராட்டக்காரர்கள் மீது அவனையொத்த பெண்கள் காட்டிய அதீத மரியாதையும் ஒரு காரணமாயிருக்கலாம்.

அவன் வகுப்பில் அவனுக்குக் குழலி மீது கூடுதல் ஈர்ப்பு இருந்தது. குழலியின் தந்தை அந்தப் பாடசாலையிலேயே ஆசிரியராகவிருந்தார். இவன் ஒரு நாள் 'சோல்ட்டி'ன் சார்பில் 'விளக்கு' மற்றும் 'வெளிச்சம்' சஞ்சிகைகளை விற்கக் கொண்டு போனான். கடற்கரை நோக்கிய பாதையொன்றை அன்று தெரிவு செய்திருந்தார்கள். அந்த வீதியில்தான் குழலி வீடு இருக்கிறதென்று முதலில் அவனுக்குத் தெரிந்திருக்கவில்லை. அந்த வீதியில் செல்வது இவனுக்கு ஒருபோதுமில்லாத ஏகாந்தத்தை அளித்தது. ஏனோ தெரியவில்லை. அந்த வீட்டை அன்று அவன்தான் தெரிவு செய்து குரல் கொடுத்தான். ஏகாம்பரம் மாஸ்டர் உள்ளிருந்து கதவைத் திறந்த போது இவனுக்கு வேர்க்கத் தொடங்கியது.

"என்ன தம்பியவை..." என்று வந்தவரிடம் என்ன சொல்வதென்றே தெரியவில்லை.

"சேர்..." என்று இவன் இழுக்கத் தொடங்க, இவனது தடுமாறல் புரிந்து கூட வந்த நண்பன், "நாங்கள் சோல்ட்டிலையிருந்து வாறம், இந்த சஞ்சிகைகளை வாங்கிப் படிச்சீங்களெண்டா எங்களுக்குப் போராட்டத்துக்கு உதவியா இருக்கும்..." என்றான்.

அவர் அந்தப் புத்தகங்களை ஒரு வித அசூயையோடு பார்த்தார்.

"அந்தப் புத்தகங்களிலை என்ன கிடக்குது தம்பி சொல்லும்.... படிக்கிற பெடியளைக் கெடுத்து துவக்கு தூக்கச் சொல்லுற புத்தகங்கள். உதை ஏன் நான் வாங்கோணும்...?" என்றார்.

"நீங்கள் வாங்காட்டி விடுங்கோ சேர். ஆனாப் போராட்டத்தை மட்டும் குறை சொல்லாதையுங்கோ..." என்றான் இவன் ஆவேசமாக.

இருவரும் திரும்பி நடந்தபோது, வீட்டின் பின்புறம் இருந்த வளவில் போடப்பட்டிருந்த கொடியிலிருந்து உடுப்புக்களை உருவி எடுத்துக் கொண்டிருந்த குழலியின் புள்ளிச் சட்டை

இவன் கண்களுக்குள் ஒரு நொடி விழுந்து மறைந்தது.

"மறை கழண்ட மாதிரிக் கதைக்குது மனிசன். எந்த நேரம் இயக்கத்திட்டை ஆப்பிடுதோ தெரியா...?" என முணுமுணுத்தான் நண்பன்.

அவன் என்ன வாய் முகூர்த்தத்தில் சொன்னானோ, ஏகாம்பரம் மாஸ்டரை இயக்கம் பங்கருக்குள் போட்டதாகச் சொல்லிக் கொண்டார்கள். அப்போதெல்லாம் குழலியைப் பார்க்கச் சகிக்காது. துயர் உருவாகக் கண்களில் நீர் பொலபொலக்க அடிக்கடி சிவன் கோயில் பக்கம் அவள் வந்து போய்க் கொண்டிருந்தாள். அவனை வகுப்பில் காண்கின்ற வேளைகளில் 'குற்றம்' சாட்டுகிற ஒரு பார்வை. ஏதோ அவன் தான் இயக்கத்துக்குப் போட்டுக்கொடுத்த மாதிரி.

"நான்தான் இதைச் செய்ததெண்டு நினைக்கிறீரோ...?"

ஒரு நாள் நெஞ்சு பொறுக்காமல் அவளைப் பாதையில் குறுக்கிட்டுக் கேட்டுவிட்டான் அவன்.

அவள் ஒரு நிமிடம் எதுவும் சொல்லவில்லை.

பிறகு நிதானமாகக் கேட்டாள்.

"அப்பிடி இல்லையெண்டு என்னெண்டு சொல்லுறது...?"

"என்ன இருந்தாலும் அவர் எங்கட பள்ளிக்கூட மாஸ்டர், அவரை என்னெண்டு, என்னத்துக்கெண்டு போட்டுக் குடுக்கிற...?"

"அதைப் போய் உங்கட அண்ணாவிட்டைக் கேளுங்கோ..."

அப்ப அண்ணண்தான் இந்த வேலை செய்தவனோ...?

இவன் அண்ணன் வரும் நாளுக்காகக் காத்திருந்தான்.

அண்ணா இவன் கேட்ட கேள்விக்கு உடனடியாகப் பதில் சொல்லவில்லை.

"அவர் எங்கட பள்ளிக்கூட மாஸ்டர். என்னதான் அந்தாள் போராட்டத்துக்கு சப்போர்ட் பண்ணாட்டிலும் அவரை

இப்பிடி உள்ளுக்குப் போட்டிருக்கக் கூடாது" என்றான்.

"எங்கட பள்ளிக்கூட மாஸ்டர் எண்டதுக்காக நான் இயக்கத்திண்டை விதிமுறையை மீறேலுமே...?"

"அப்பிடி என்ன செய்தவரெண்டு இப்பிடியொரு பனிஷ்மென்ட் குடுத்தனீங்கள்...?"

"அவற்றை பெடியன் ஒரு பெட்டையைக் கட்டுறன் எண்டு சொல்லி ஏமாத்திப் போட்டான்..."

"அதுக்கு அவனையெல்லோ உள்ளை போடோணும்."

"அவனைக் கூப்பிட்டு விசாரிச்சாச்சு., அவன் பெட்டையைத் தான் கட்டுறதுக்கு ஓமெண்ணுறான். இந்த மனிசன் தான் 'சாதி' சொல்லிக் கட்ட விடுதில்லை. உள்ளுக்கை கொஞ்ச நாள் போட்டாத்தான் சரிவருமென்று போட்டுக் கிடக்கு."

அண்ணா போய்விட்டான். இவனுக்கு அவர்கள் செய்தது சரியா, பிழையா என்பதில் குழப்பம் இருந்தது.

"அதுகள் ஒரேயொரு பெடியன் எண்டு எவ்வளவு கனவுகளோடை வளத்திருக்குங்கள். இவையள் ஆரேன் கொத்திக் கொண்டு போறதைப் பாத்துச் சும்மா இருக்குங்களோ?"

அம்மா ஏகாம்பரம் மாஸ்டர் பக்கம்தான் நின்றாள்.

தொடர்ந்து வந்த நாள்களில், இவனது மனக்கண்ணுக்குள் குழலி அழுதுகொண்டிருப்பது மட்டும் தெரிந்துகொண்டேயிருந்தது.

அத்தியாயம் 7

இரவு பெய்த மழையின் மீதமிருந்த துளிகள் கொஞ்சம், கொஞ்சமாய் மண்ணில் வீழ்ந்துகொண்டிருந்தன.

வழக்கம் போல ஆறு மணிக்கெல்லாம் நிலவன் எழுந்து விட்டான். அமிழ்தன் மட்டும் அடித்துப் போட்டது போலக் கிடந்தான்.

அடித்துப் போட்டது போல என்று எதற்குச் சொல்வான்? உண்மையில் அடித்துப் போட்டது தானே? அருள் வண்ணன் சத்தமாய்க் கனைத்துப் பார்த்தான்.

வழமையாக அருண்டெழுந்து ஓடுபவன் ஒன்றும் பேசாமல் கிடந்தான். நிலவன் தான் பயந்து போய் அமிழ்தனின் பக்கத்திலமர்ந்து அவனைத் தட்டி எழுப்ப முயன்றான். தொட்ட கரங்கள் அனலாய்ச் சுட்டன.

அவனுக்குப் பீதி பிடித்துக் கொள்ளச் சற்றுத் தள்ளிப் படுத்திருந்த முல்லையை அசைத்து அருட்டினான்.

“அம்மா, அமிழ்தனுக்குக் காய்ச்சல் காயுதம்மா...”

“எனக்கு நித்திரை வருதுடா குமரன்...” அவள் தூக்கத்தில் உளறினாள்.

நிலவன் மறுபடி மறுபடி அவளை உசுப்ப கண்களைக் கசக்கிக் கொண்டு எழுந்து பாயில் சம்மணமிட்டு அமர்ந்தாள்.

அப்படியே கொஞ்ச நேரம் திகைத்து அமர்ந்து நிகழ்காலத்திற்கு வந்த பிறகு அமிழ்தன் புரண்டபடியே கிடப்பதைக் கண்டு அவனுக்குக் கிட்டே போய் முதுகைத் தடவி “என்ரை செல்லக் குட்டி...” என முத்தமிட்டாள்.

முதுகில் வரி வரியாய்க் கோடுகளோடு அவனது உடம்பு சுட்டது.

அமிழ்தன் வலியில் ‘அம்மா...’ என முணங்கினான்.

“என்னடா பிள்ளைக்கு, இப்பிடிக் காய்ச்சல் காயுது...”

என்று துணுக்குற்றவள் அவனைத் தூக்கி அள்ளிக்கொண்டு அருளிடம் வந்தாள்.

“அனலாக் கொதிக்குது, ஆஸ்பத்திரிக்குப் போகோணுமப்பா, வெளிக்கிடுங்கோ...”

“சும்மா சின்ன விஷயத்துக்கும் பயந்து கொண்டிராதை, அது கணச் சூடாயிருக்கும்...” என்று அருகில் வந்து அமிழ்தனின் தோளில் கை வைத்துப் பார்த்தவன் சற்றுத் திகைத்துப் போனான்.

அமிழ்தன் இப்படியிருக்கத் தான் பாடசாலைக்குப் போவதா வேண்டாமா என்ற யோசனையோடு நிலவன் அவர்களைப் பார்த்தான்.

குழந்தை நல மருத்துவரிடம் அமிழ்தனைக் காட்டுவதற்காக இவர்கள் காத்திருக்க வேண்டியிருந்தது. பெயர் பதிந்து துண்டு வாங்கிக் கொண்டு நீண்டிருந்த வரிசையில் பதினெட்டாவது இலக்கத்தில் காத்திருக்க வேண்டி ஏற்பட்டது. காத்திருந்தார்கள். அமிழ்தன் இன்னும் முல்லையின் தோளில் சாய்ந்து கொண்டிருந்தான். விட்டு விட்டு வரிசையில் கூட்டிவரப்பட்ட குழந்தைகள் சிணுங்கி அழுதுகொண்டிருந்தன. ஒன்றொன்றாய் வரிசை நகர்ந்து ஒரு மணி நேரம் தாண்டிய பின் இவர்கள் முறை வந்தது.

"பதினெட்டாம் நம்பர் வாங்கோ..." தாதியொருத்தி வெளியே வந்து குரல் கொடுத்தாள். இவன் திரும்பி முல்லையை அவசரப்படுத்தினான். அவள் எழுந்து தன்னிலிருந்து நழுவிய அமிழ்தனை நிமிர்த்தி அணைத்துக் கொண்டு இவனுக்குப் பின்னால் போனாள். இவன் அவளை முன்னால் போகவிட்டுத் தானும் பின்னாலேயே போனான். அவளால் மருத்துவர்களின் அறிவுறுத்தல்களைச் சரியான முறையில் கிரகிக்க முடியாது. அத்துடன் கொஞ்ச நேரத்திலேயே அதனை மறந்து மருந்துகள் பற்றிக் குழம்பிக் கொண்டிருப்பாள். இவன் மட்டும் வருவதெனில் அமிழ்தன் இவனோடு அணைவதில்லை. அதனால் அவளையும் அழைத்துக்கொண்டு அவனும் வரவேண்டியிருந்தது

முல்லையை முன்னிருக்கையில் அமர்த்தி அமிழ்தனின் உடல் நிலையை அந்தப் பெண் மருத்துவர் பரிசீலித்துக் கொண்டிருந்தார். சற்றுத் தள்ளி முல்லையின் பின்னால் அருள் நின்றான். சேலைக்கு மேல் வெள்ளைக் கோட் அணிந்து அமிழ்தனைப் பரீட்சித்த மருத்துவரை எங்கோ பார்த்தது போல அவன் உணர்ந்தான். மூக்குக்கண்ணாடி அணிந்திருந்ததால் சரியாக அடையாளம் காண முடியவில்லை எனத் தோன்றியது. எனினும் “என்ன செய்யுது பிள்ளைக்கு...” என அமிழ்தனோடு கதைத்த மென்குரல் அந்த மருத்துவர் யாரென்பதை இவனுக்கு அறிமுகம் செய்து விட்டது. ‘குழலி’ என் வாய் தனக்குள் முணுமுணுக்க அவளையே பிரமித்துப் போய்ப் பார்த்தான்.

ஓ.எல். பரீட்சை எழுதிய போது அடுத்த வருட மாணவர்களோடு தான் எழுத முடிந்தது. ஆனால், பரீட்சை முடிந்த பிறகு இரு பிரிவுகளுக்குமான உயர்தர வகுப்புக்களும் வேறு வேறாக ஆரம்பித்து விட்டன. குழலி விஞ்ஞானப் பிரிவில் படிக்கத் தொடங்கிவிட்டாள். ஏகாம்பரம் மாஸ்டர் வெளியில் வந்து ஏதோ ஒருபடியாக சுழித்து, மகனை இந்தியாவுக்கு அனுப்பிப் பிறகு லண்டனுக்கு அனுப்பி விட்டார். அந்த அளவில் குழலியைப் பார்க்கும்போது ஏற்பட்ட உறுத்தல் தணிந்துவிட்டாற்போலிருந்தது. அதற்குப் பிறகு அவளும் அதையெல்லாம் மறந்து இயல்பு நிலைக்கு வந்திருந்தாள்.

இவன் கணிதப் பிரிவில் சேர்ந்திருந்தான். வகுப்புகளுக்குச் செல்லும் போதே பொறியியல் பீடத்துக்குச் செல்வது போல ஒரு மிதப்பு ஏற்பட்டிருந்தது. கலை, வர்த்தகப் பிரிவில் படிப்பவர்களெல்லாம் மூளை குறைந்தவர்கள் எனும் எண்ணத்தில் ஒரு சிலருக்கு கொம்புகளும் முளைத்திருந்தன. அப்போது பார்த்து ஆனையிறவு அடிபாடு தொடங்கியிருந்தது. ரியூட்டரிகளில் அடிக்கடி வந்து பங்கர் வெட்டவும், உலர் உணவுப் பொதி சேர்த்துக் கொடுக்கவும் என்று கூட்டிப் போனார்கள்.

ஆனையிறவுச் சமர் நடந்த காலங்களில் வீதியெங்கும் போராட்டப் பாடல்கள் ஒலித்துக்கொண்டேயிருக்கும். வானத்தில்

கிபீர் விமானங்கள் குண்டுகளைப் பொழிந்தபடியிருக்கும். எறிகணைகள் இரவுகளின் அமைதியைத் துளைத்தபடி வந்து வீழ்ந்துகொண்டிருக்கும்.

சவப்பெட்டிகள் அடுக்கடுக்காக நகரத் தெருக்களில் பயணித்துக்கொண்டேயிருந்தன. ஆனையிறவை நோக்கி ஓடும் வாகனங்களும், திரும்பும் அம்புலன்ஸ் அலறல்களும் ஊரை சோகமயமாய் ஆக்கிக்கொண்டிருந்தன.

அண்ணா இப்போதெல்லாம் வீட்டுக்கு வருவது குறைந்து போய் விட்டது.

இரவுகளில் ஷெல்கள் இரைவதும், பராவெளிச்சங்கள் கடற்கரைகளில் நிறைவதும் வழக்கமாகிப் போயின.

கொழும்புக்குப் போவதற்கு கிளாலிக் கடல் நீரேரி தவிர வேறு வழியில்லாமல் போயிற்று. வெளிநாட்டிற்குப் பிள்ளைகளை அனுப்பிய பெற்றோர்கள் பிள்ளைகளோடு தொலைபேசியில் கதைப்பதற்காகவே பாஸ் எடுத்து கொழும்புக்குப் போய் வர வேண்டி வந்தது. அப்படித்தான் சரஸ்வதி ரீச்சரும் அபிநயாவோடு கொழும்புக்குப் போனா. ரீச்சரின் மகனுக்கு இவனை விட மூன்று வயதுகள் அதிகமாயிருந்தது. ஏ.எல் படிக்கும் வரை ஊரிலிருந்தான். அதற்குப் பிறகு அவன் இயக்கத்துக்குப் போய் விடுவான் எனும் பயத்தில் ரீச்சர் இருந்த காணிகளை விற்று லட்சக் கணக்கில் ஏஜென்சிக்காரனுக்குக் காசைக் கொட்டிக் கொடுத்து அவனை வெளிநாட்டிற்கு அனுப்பி வைத்திருந்தா. அவன் அப்போது ஜெர்மனிக்குப் போய்ச் சேர்ந்திருக்க வேண்டும். அவனைப் பற்றி எதுவுமே தெரியாத நிலையில் அவன் யாரிடமோ கொடுத்து விட்டிருந்த தொலைபேசி இலக்கத்தைப் பற்றுக்கோடாகக் கொண்டு சரஸ்வதி ரீச்சர் கொழும்புக்கு வெளிக்கிட்டிருந்தா. அண்ணனோடு கதைக்கவென்ற ஆசையில் அபிநயாவும் பிடிவாதம் பிடித்துப் போனாள்.

கிளாலிக் கடலின் கனத்த இருட்டுக்குள் கடற்படையின் வளையத்துக்குள் அவர்களது படகு அகப்பட்டுப் போயிற்று.

துப்பாக்கிக் குண்டுகள் துளைத்த உடலங்களோடு அடுத்த நாள் கடற்கரை அல்லோலகல்லோலப்பட்டது.

அவனுக்கு சரஸ்வதி ரீச்சரில் மிகுந்த பிரியம் இருந்தது. எந்த மோகினிப் பிசாசும் எங்கும் இல்லையென்று கூறி தைரியத்தைக் கொடுத்த சரஸ்வதி ரீச்சர். ரீச்சரின் சேலைத் தலைப்போடு ஒன்றி எப்போதும் இழுபட்டுக் கொண்டிருக்கும் அபிநயா. அவர்கள் என்ன பாவம் செய்தார்கள், இவ்வாறு அவலமாய் இறந்து போக?

அவனும், அவனது வகுப்பு நண்பர்களுமாய் அன்று முழுக்க ரீச்சர் வீட்டில் தோரணம் கட்டிக் கொண்டும், நோட்டீஸ் விநியோகித்துக் கொண்டும் இருந்தார்கள். அந்த நாள் முழுக்க மனம் இறுகிக்கொண்டே இருந்தது. வாழ்வின் எந்த இனிய நிகழ்வுகள் மீதும் பற்று வரவில்லை.

வாழ்க்கை என்பது இவ்வளவுதானா என்ற கேள்வியும், அந்த மரணங்களுக்குக் காரணமானவர்கள் மீதான ஆத்திரமும் அவனைச் சுற்றி இறுக்கியது. அவன் அதற்குப் பிறகு யோசிக்கவில்லை. அடுத்த தரம் ரியூட்டரியில் இயக்கப் பிரச்சாரம் நடந்த போது, அவன் அவர்களோடு போய்விட்டான். கைவிடப்பட்டிருந்த அவனது துவிச்சக்கரவண்டியைக் குழலி தான் கண்டு ஆசிரியரிடம் சொல்ல அதை அவர் வீட்டில் சேர்ப்பித்ததாய்ப் பிறகு அறிந்தான்.

இவனை உடனடியாகக் கொண்டு சென்ற முகாமின் வாசலில் அம்மா வந்து நின்று குழறுவது கேட்டது. இவன் எதையும் கேட்க விரும்பாது உள்ளே போய்விட்டான். அதற்குப் பிறகு பயிற்சியில் இணைந்த கொஞ்ச நாள்களுக்குக் கடைசி பௌதீகவியல் வகுப்பில் அருந்தவம் மாஸ்டர் படிப்பிக்கத் தொடங்கியிருந்த ஒளி முறிவுச் செயற்பாடுகள் வந்து வந்து போகத் தொடங்கின. இன்னும் கொஞ்ச நாள் போக அந்த நினைவுகளும் கரைந்தன. அத்தோடு படிப்பு என்ற சகாப்தமே முடிந்துவிட்டதாகத் தோன்றிற்று. அது ஒரு திங்கட்கிழமைப் பொழுது. ரியூட்டரியின் மேற்கூரையின் ஏதோ ஒரு பனஞ்சலாகையில் அன்றைய திகதியை அவன்

வெண்கட்டியால் அழுத்தி எழுதிவிட்டு வந்திருந்தான். எத்தனை வாரங்கள், எத்தனை மாதங்கள், எத்தனை வருடங்களுக்கு அது அழியாமல் இருந்திருக்குமோ தெரியாது. குழலி அங்கிருந்து படித்து முடித்து வெளியேறும் வரைக்குமாவது அது அழியாமல் அப்படியே இருக்க வேண்டுமென்று அதை எழுதியபோது அவனுக்குத் தோன்றியிருந்தது.

இயக்கத்துக்கு அவன் போகும் வரைக்கும் அதைப்பற்றி அண்ணனுக்கு என்ன எண்ணம் இருந்ததோ தெரியாது. ஆனால், தானொருவன் தனி நாடு காணப் புறப்பட்டது போதும். தம்பி வீட்டிற்காக இருக்க வேண்டும் என்ற எண்ணம் அண்ணனுக்கு இருந்திருக்கலாம். ஆனால், இயக்கத்தில் அவன் இணைந்த பிறகு அதில் அவன் தலையிடவில்லை. அது அவன் விருப்பம். அவன் விருப்பப்படி நடக்க அவனுக்கு உரிமை உண்டு என்ற மாதிரியே அண்ணன் நடந்து கொண்டான். ஆனால், பயிற்சியின் போது இவனது பொறுப்பாளர் வீமன் மட்டும் சில கேள்விகளைக் கேட்டார். அவன் இயக்கத்திற்கு வர நேர்ந்தது தற்செயலானதா அல்லது உண்மையில் மண்ணுக்கு விடுதலை வேண்டும் என்ற அர்ப்பணிப்புணர்வா...? என அறிய அவர் ஆர்வம் காட்டினார். உணர்ச்சி வேகத்தில் இயக்கத்துக்கு வருபவர்கள் பிறகு அங்கிருந்து வெளியேறத் துடிப்பதையும், இயக்கத்தில் ஒழுக்க நெறி முக்கியம் என்பதையும் கடுமையான கட்டுப்பாடுகளைப் பின்பற்ற வேண்டியிருக்கும் என்பதையும் அவர் போதித்தார்.

அவர் அந்தக் கேள்விகளைக் கேட்ட அதே இரவில், அவன் காவல் கடமையில் இருந்த போது உண்மையாகவே அந்தக் கேள்விகள் அவன் மனதை ஆக்கிரமிக்கத் தொடங்கின. உணர்ச்சி வேகத்தில்தான் அவன் இயக்கத்திற்கு வந்தானா? அது இவனது வாழ்க்கையில் திட்டமிடப்பட்ட நிகழ்வா...? அல்லது தற்செயலானதா...? எனத் தன்னைத் தானே கேட்டுக் கொண்டான். கூடவே அம்மாவின் முகமும் நினைவில் வந்தது. வயலிலும், தோட்டத்திலும் இவர்களுக்காகவே பாடுபட்ட அப்பா இனி யாருக்காக உழைக்க வேண்டும் என நினைத்துத்

தோட்டத்துக்குப் போகாமல் விடுவாரோ...?அத்தோடு குழலி. அவள் அந்தப் பனஞ்சலாகையில் அவன் விட்டு விட்டு வந்த அந்தத் திகதியைப் பார்த்திருப்பாளோ...? வழக்கமாக ரியூட்டரி சலாகைகளில் மாணவர்கள் யாரையாவது சோடி சேர்த்து வெண்கட்டியால் எழுதிவைத்திருப்பார்கள். ஆனால், இப்படி ஒரு திகதியை யார் எழுதியது, எதற்காக எழுதியது என யாராவது யோசிப்பார்களோ...? குழலி நிச்சயம் கவனித்திருப்பாள்.

குழலியைப் பற்றி இப்போது ஏனிந்த நினைப்பு எனத் தோன்றியது. குழலியை அவன் காதலிக்கின்றானா...? அப்படி இல்லை என்று சொல்ல முடியவில்லை. எனினும், இலட்சியத்தைப் பற்றிக் கொண்டு போராட வந்து விட்டவன் வேறு நினைப்புக்களை மனதில் வளர்த்துக் கொள்ளக் கூடாது என்று திரும்பத் திரும்ப வைராக்கியம் கொள்ளும் போதிலும் நெல்லறைக்குள்ளிருந்து கொண்டு பெருத்த தொந்தரவு கொடுத்துக் கொண்டிருக்கின்ற அந்துப்பூச்சி போல அவனைத் தொந்தரவு செய்து கொண்டிருந்தன அவளது நினைவுகள்.

அவள் மருத்துவபீடத்திற்குப் போகும் தகுதியைக் கொண்டிருந்தாள். விவாதப் போட்டிகளில் அவள் சார்ந்த அணியை வெற்றி பெறச் செய்வதில் முன் நிற்பவள். ஒவ்வொரு நவராத்திரிப் பூசைக் காலத்திலும் கோலப் பொறுப்பைத் தன்னுடையதாகவே எடுத்துக்கொள்பவள். பூக்களை சிநேகிப்பவள். அப்போதெல்லாம் மைதானத்தைச் சுற்றி இருந்த பெரிய வெண்தேமாக்களின் பூக்களைப் பறிப்பதில் அதீத ஆர்வம் காட்டுவாள். ஒவ்வொரு நாளும் வகுப்பிற்கு வரும்போதும் கையில் ஒரு பெரிய வெண்தேமாப் பூவை ஆய்ந்து கொண்டே வருவாள். சில நேரம் முகர்ந்து கொண்டிருப்பாள். சில நேரம் அதைத் தலையில் சூடியிருப்பாள்.

அந்தத் தேமாவின் இலைகளும், பூக்களும் சில வேளைகளில் காதல் படகுகளானதையும் அவன் அவதானித்திருக்கிறான். இதழ்களைப் பிரித்து ஒவ்வோர் இதழ்களிலும் நகங்களால் ஒவ்வொருவர் பெயரை எழுதிப் பறக்கவிட்டு, யார் பெயர் யாரிடம் சேர்கிறது எனப் பார்த்து சோடிப்பெயர் சொல்லி

ஒருவரையொருவர் பழித்திருக்கிறார்கள். அதே போல நீண்ட பெரிய தேமா இலைகளின் உள்புறத்தில் நகங்களால் சினிமா பாடல் வரிகள் சிலதை எழுதித் தூது விட்ட நண்பர்களும் இருந்தார்கள்.

அப்போதெல்லாம் 'நலம் நலமறிய பாடல்' மிகப் பிரசித்தமாயிருந்தது. மேலும் 'ஊரெல்லாம் உன் பாட்டுத் தான்' 'மண்ணில் இந்தக் காதலின்றி' போன்ற பாடல்களெல்லாம் அந்தத் தேமா இலைகளில் பவனி வந்ததை அவன் கண்டிருக்கிறான்.

அவன் இதற்கெல்லாம் அப்பாற்பட்டவன் என்பது போல் ஓர் எண்ணம் அவனிடம் எப்போதுமே இருந்து வந்தது. அது இயக்கத்துக்கு வந்த பிறகு சற்று வலுப்பட்டாற்போல் தோன்றியது. தான் சாதாரண மனிதனில்லை எனவும், அவர்களைப் போல் காதல் செய்வதற்காகப் பிறப்பவர்கள் பலபேர் இருப்பதாகவும், தன்னைப்போல் மண் விடுதலைக்காகப் பிறப்பெடுப்பவர்கள் ஆயிரத்தில் ஒருவராகவே இருப்பர் எனவும் தானும் அண்ணனும் அதற்காகவே பிறப்பெடுத்தவர்கள் எனவும் அவன் உறுதியாக நம்பினான். அண்ணனைப் போல அரசியல் வேலைகளில் ஈடுபடாமல் சண்டைக் களத்தில் நிற்பதிலேயே அவன் ஆர்வம் முழுக்க இருந்தது. அதன் விளைவாகப் புதிய புதிய களங்களைத் தேடி அவன் செல்லத் தொடங்கினான்.

அத்தியாயம் 8

"**கா**ய்ச்சல் வந்து எத்தினை நாள்...?" குழலி முல்லையைப் பார்த்துக் கேட்டாள் "இண்டைக்குத்தான் அம்மா, விடியத் தொடக்கம் காயுது...?"

அமிழ்தன் தாயின் மடியில் புரண்டபடி அனுங்கினான். அவனது உடல் நடுங்கியது.

"நேற்று மழை பட்டிட்டுப் போல..."

"அப்பிடியில்லை, நேற்றுப் பள்ளிக்கூடம் மட்டம் போட்டிட்டுக் காட்டுக்குள்ளை திரிஞ்சவங்களாம். அதுதான் காய்ச்சல் வந்திருக்கு. அப்பிடியெல்லே அப்பா..." முல்லை திரும்பி அருளைச் சாட்சிக்கழைக்க குழலி நிமிர்ந்து அவன் புறம் பார்த்தாள்.

அவனது தோற்றத்தில் சற்றே குழம்பிப் போய் கண்ணாடியைக் கழற்றியவள் கண்கள் மலர

"அருள், நீங்களோ...." என்றாள்.

அவன் புன்னகைத்துவிட்டு "உங்களை இப்பிடிப் பாக்கிறது எவ்வளவு சந்தோஷமாக் கிடக்கு" என்றான்.

"நீங்களும் தொடர்ந்து படிச்சிருந்தா இப்ப இருக்கிற நிலையே வேறை..."

அவள் ஆதங்கத்தோடு சொன்னாள்.

"அதெல்லாம் முடிஞ்சு போன கதை. இனி அதைக் கதைச்சு என்ன பிரயோசனம்...?" அவன் குரலில் விரக்தி தெரிந்தது.

"சொறி, உங்களைப் புண்படுத்தோணும் எண்டு சொல்லேல்லை, ஏதோ எனக்குத் தோன்றிச்சு... சொன்னன்" என்றவாறே மறுபடியும் அமிழ்தனைப் பார்த்தாள் குழலி.

"பிள்ளைக்குச் சரியான வேதனை போலை முகத்தில தெரியுது..." என்றாள்.

"ஓம் அம்மா, நேற்று இவர் தடி முறிச்சு நல்ல அடி குடுத்தவர்..." முல்லை குறுக்கிட்டுப் பதில் சொன்னாள்.

குழலி அதிர்ச்சியோடு அவனைப் பார்க்கக் குற்ற உணர்வோடு தலையைக் குனிந்துகொண்டான்.

"இவ்வளவு சின்னப் பிள்ளையைப் போய் ஏன் அடிக்கிறீங்கள்...?"

"அவரிலை பிழை இல்லை அம்மா, சின்னப்பிள்ளை, சின்னப்பிள்ளை... எண்டு விட்டால் பிறகு ஆரேனும் கொண்டு போனாப் பிறகு என்ன செய்யுறது...? அவர் அடிச்சதுதான் சரி... அவங்கள் ஒரு இடமும் போகாமல் என்னோடையே இருப்பாங்கள்."

குழலி இப்போது இன்னும் குழம்பிப் போன முகத்தோடு முல்லையைப் பார்த்தாள்.

"நான் எழுதித் தாற மருந்துகளை ஒழுங்காக் குடுங்கோ. பிறகு காய்ச்சல் மாறாட்டில் பிளட் டெஸ்ட் பண்ண வேண்டி வரும்..."

அவனிடம் மருந்துச் சீட்டுகளைக் கொடுத்து மருந்து வாங்க அனுப்பிவிட்டு அவள் முல்லையிடம் கேட்டாள்.

"நீங்கள் ஏதும் மருந்து பாவிக்கிறீங்களோ...?"

"ஓம், டொக்டர் ஐயா மருந்தை ஒருக்காலும் விடக் கூடாதெண்டவர்..."

"எப்ப தொடக்கம் பாவிக்கிறீங்கள்..."

"கிளிநொச்சிலை இருக்கேக்கையே அப்பா மருந்தெடுத்துத் தந்தவர். அதுக்குப் பிறகு இப்பிடித்தான்."

அருள் மருந்தெடுத்துக் கொண்டு வந்தவுடன் முல்லை அவனைப் பற்றி விசாரித்தாள். கூடப் படித்தவர்கள் பற்றிய தகவல்களையும் அவள்தான் சொன்னாள். அண்ணா இப்போது எங்கே என்று கேட்டாள். இவனும் ஏகாம்பரம் மாஸ்டர் வெளிநாடு போன கதையைக் கேட்டறிந்து கொண்டான்.

வெளியே இன்னும் நோயாளர்கள் காத்திருந்தனர்.

அவள் அவன் இப்போது இருக்கும் வீட்டின் விபரத்தைக் கேட்ட பின் தன் கைப்பையுள்ளிருந்து இரண்டு சொக்லேட்டுகளை எடுத்து அமிழ்தனுக்குக் கொடுத்தாள்.

அமிழ்தன் முகத்தில் இப்போது லேசான மலர்ச்சி தெரிய சொக்லேட்டுக்களை விரல்களுக்கிடையில் இறுகப் பற்றிக் கொண்டான்.

"நான் பிள்ளையை வீட்ட வந்து பாக்கிறன். அதுக்குள்ளே மருந்து குடிச்சு காய்ச்சலை மாத்த வேணும் என்ன...?" என்று அமிழ்தனைப் பார்த்துக் கூறிவிட்டு இவர்களைப் பார்த்துத் தலையை அசைத்தாள்.

அருள் முல்லையை அழைத்துக்கொண்டு வெளியே வந்தான்.

"அடுத்தாள் ஆர்...?" என வெளியே குரல் கொடுத்த மருத்துவத் தாதியின் குரலை மீறி இவன் மனதில் குழலியின் குரலே தொடர்ந்து ஒலித்துக்கொண்டிருந்தது.

வரும் வழியிலெல்லாம் குழலியைப் பற்றி முல்லை நச்சரித்துக் கொண்டு வந்தாள்.

குழலி இவனோடு படித்தவள் என்றால், வன்னிக்குப் போகாமல் விட்டிருந்தால் அவனும் இவளைப் போல ஓர் மருத்துவராகியிருக்கமுடியுமா? என வழியெல்லாம் அங்கலாய்த்தாள்.

அவள் மடியில் படுத்திருந்த அமிழ்தன் காய்ச்சல் அவதியிலும் அப்பா அப்படி மருத்துவர் ஆகாததற்கு ஆண்டவனுக்கு நன்றி சொல்லிக் கொண்டான். இல்லாவிட்டால் அப்பா கோபம் கொள்ளும் போதெல்லாம் இவனுக்கு ஊசி போட்டே தண்டனை கொடுத்திருப்பார்.

இவர்கள் வீட்டுக்குப் போய்ச் சேர்ந்தபோது, முற்றத்தில் உமையாள் உலாவிக்கொண்டிருந்தாள்.

இப்போதெல்லாம் அடிக்கடி அவளுக்கும் அருளுக்குமிடையே வாக்குவாதங்கள் வருவதுண்டு.

அவை அநேகமாய் குழந்தைகள் தொடர்பாகவே ஏற்படுவதுண்டு.

அருளையும், முல்லையையும் விட அதிக அக்கறையை அவள் எடுப்பதற்கான காரணங்களும் இல்லாமலில்லை.

முல்லை வாசலில் இறங்கியவுடனேயே “இஞ்சே உமா...” என உற்சாகமானாள்.

அமிழ்தன் முல்லையின் மடியை விட்டு இறங்கி உமையாளின் காலைக் கட்டிக்கொண்டு நின்றான்.

"இதென்ன பிள்ளைக்கு, உடம்பெல்லாம் கொதிக்குது?" அவனது சோர்வையும் காய்ச்சல் கனகணப்பையும் உணர்ந்து உமையாள் முல்லையைக் கேள்வியோடு பார்த்தாள்.

"காய்ச்சலெண்டு ஆஸ்பத்திரிக்குப் போனனாங்கள்."

அருள் கிணற்றடிப் பக்கம் போக முல்லை கதவைத் திறந்தபடியே கூறினாள்.

"பிள்ளைகளுக்கு நீங்கள் குடுக்கிற ஆய்க்கினைக்கு, காய்ச்சல் வராமல் விட்டாத்தான் ஆச்சரியப்படோணும்" உமையாள் தனக்குள் முணுமுணுத்தாள்.

"தங்கக் கட்டிகள் போலை ரெண்டு பிள்ளையள். இவ்வளவு காலம் பட்ட கஷ்டம் எல்லாத்தையும் விட்டிட்டு இந்தப் பிள்ளைகளை நினைச்சாலே எவ்வளவு சந்தோசமா வாழலாம். அதையெல்லாம் விட்டிட்டு, ஏதோ இலட்சியத்தைத் துலைச்சுப் போட்டு நிக்கிற மாதிரி நிண்டா ஒரு காலமும் நிம்மதியா இருக்கேலாது..."

கிணற்றடியிலிருந்து திரும்பிக்கொண்டிருந்த அருளின் காதில் இந்த வார்த்தைகள் விழுந்தன. இருந்தாலும் அதைக் காதில் கேளாத மாதிரி உள்ளே வந்தான்.

உமையாள் பல்கலைக்கழகம் போய் வந்த பிறகு பெரும் துடுக்காக மாறிவிட்டாள். அவளைக் குறை சொல்ல ஏதுமில்லை. முல்லைக்கு மேலாக நிலவனையும் அமிழ்தனையும் வன்னியின் இறுதி யுத்த காலத்தில் பொத்திப் பொத்திக் காத்தவள் அவள். சொல்வதற்கு அவளுக்கு உரிமை இருக்கத்தானே செய்யும்.

முல்லைக்கு உதவியாக உமையாளும் அடுக்களைக்குள் நுழைய, இருவருமாகத் தேனீருக்குத் தண்ணீர் கொதிக்க வைத்து அடுப்பு மூட்டத் தொடங்கினார்கள்.

அதற்குள் கதிரைக்குள் புகுந்துகொண்டு குழலி கொடுத்த சொக்லேட்டைப் பிரிக்கத் தொடங்கினான் அமிழ்தன்.

"நிலவன் என்ன சாப்பிட்டவன்...?" என்றாள் உமையாள்.

"பணிசைத் தான் வாங்கிக் குடுத்தது..." என்றவாறே பாயை விரித்து தலையணை போட்டு விரிப்பை விரித்தாள் முல்லை.

"மருந்தைக் குடுத்திட்டுப் பிள்ளையைக் கொஞ்சம் படுக்க வைக்க வேணும்."

என்றாள் தனக்குள்ளாகவே.

உமையாள் வந்தது முல்லைக்குப் பெரிதும் ஆசுவாசமாகவே இருந்தது. இல்லாவிட்டால் இன்று வெளியே போய் வந்ததே பெரும் சுமையாக அவளை அழுத்திக்கொண்டிருக்கும். சமையல் செய்ய முடியாது பெரிதும் குலைந்திருப்பாள். ஆறுதலாய்ப் பெருமூச்சு விட்டாள் முல்லை.

அத்தியாயம் 9

ஆஸ்பத்திரியில் குழலியைப் பார்த்த கணத்திலிருந்து மறுபடியும் அவன் மனம் நிலையின்றித் தவிக்கத் தொடங்கியது. அவளது வார்த்தைகள் அவனை உலுப்பிவிட்டிருந்தன. ஒருவேளை அவன் இயக்கத்திற்குப் போகாமல் விட்டிருந்தால் அவனும் இப்போது பொறியியலாளர் ஆகியிருக்கலாமோ? ரமணனைப் போல சிங்கப்பூர் போய் அம்மா, அப்பாவைக் குளிர்ச்சிப்படுத்தி ஒன்றுக்குமேல் ஒன்றாகப் பல பட்டங்களை எடுத்திருக்கலாம். இயக்கத்துக்குப் போகாமல் விட்டிருந்தால் என்ற கதை வேண்டாம். இயக்கத்திற்குப் போயிருந்தால் கூட கடைசிக் கட்டத்தில் தப்பிப் போன பல பேரைப் போல கடலுக்குள்ளால் மாறி ஏதோ ஒரு நாடு, அவுஸ்திரேலியாவோ, அந்தாட்டிக்காவோ எங்கேயோ போய்த் தப்பி பிழைத்துக் கரையேறியிருக்கலாம். இந்தத் தடுப்புமுகாம் வதைகளிலிருந்து தப்பித்திருக்கலாம். அத்தோடு பிள்ளைகளுக்கும் முல்லைக்கும் நல்ல எதிர்காலத்தைத் தேடிக் கொடுத்திருக்கலாம்.

அந்த நேரம் கஷ்டப்பட்டுப் படித்ததற்கான பலன் குழலிக்கு நன்றாகவே கிடைத்திருக்கிறது. மின்சாரம் இல்லாத

அந்த நாள்களில் லாந்தர்களையும், ஜாம் போத்தல் விளக்குகளையும் ஏற்றியே அப்போது படித்தது இவனுக்கு ஞாபகம் வந்தது. குழலியும் அப்படித்தான் படித்திருப்பாள். இவன் வகுப்புக்குப் போன அந்தக் கடைசி நாள் வகுப்பு அவளுக்கு நினைவிலிருக்குமா...? அன்றைக்கு அவன் நீலக் கோடு போட்ட சட்டை அணிந்திருந்தான். எதேச்சையாக அவளும் அன்று நீலப் பூக்கள் பரவிய பாவாடை சட்டை தான் அணிந்திருந்தாள். பனஞ்சலாகையில் அவன் எழுதி வைத்த திகதி எத்தனை நாள்களுக்கு அழியாமலிருந்தது என அவளிடம் கேட்க வேண்டும் போலிருந்தது. திடீரென்று தான் ஒரு ஏ.லெவல் மாணவன் அளவுக்குச் சிந்திக்கின்றோமோ எனத் தோன்றியது. அவள் இப்போது ஒரு மருத்துவர். கூடப் படித்தவன் எனும் அக்கறையில் அவள் கதைக்கிறாள் என்பதற்காகப் பைத்தியக்காரத்தனமான இந்தக் கேள்விகளை இப்போது அவளிடம் கேட்டுக்கொண்டிருக்க முடியுமா? அவன் வாழாத வாழ்க்கையின் தாக்கம் அவனிடம் இந்தக் கேள்விகளை உற்பத்தி செய்கிறதா என்ன? ஆனால் அவள் திருமணம் செய்தாளா இல்லையா எனும் கேள்வி இப்போது அவன் மனதில் குறுகுறுக்கத் தொடங்கியது.

உரையாடலின் நடுவே அவளது குடும்பத்தைப் பற்றி அவன் கேட்ட போது பெற்றவர், சகோதரர்களைப் பற்றிச் சொன்னாளே தவிர கணவன் குழந்தைகளென்று ஒரு வார்த்தையும் அவள் சொல்லவில்லை. இவன் அறிந்த அவளது குடும்பத்தைப் பற்றி மட்டும் சொன்னால் போதும் எனவும் அவள் நினைத்திருக்கலாம். ஆனால் அவள் நெற்றியில் மிகவும் சிறிய ஊதா நிறப் பொட்டொன்றை மட்டும் அவள் அணிந்திருந்ததிலிருந்து அவளது திருமண நிலை பற்றி யூகிக்க முடியவில்லை. அவள் இப்போது ஊரில் இல்லை. நகரத்தில் வசிப்பதாகவும் சொந்த ஊரிற்குச் சேவை செய்ய வேண்டும் எனும் விருப்பில் வாரத்தில் இரு தினங்கள் இங்கு வந்து போகிறாள் என்றும் ஊரில் அவன் அறிந்துகொள்ள முடிந்தது. அதற்கு மேல் அவள் முன்பிருந்த வீட்டின் கடற்கரை நோக்கிய பாதையில் ஒரு தரம் ஓட்டோவைச் செலுத்தி ஒரு சுற்றுச்

சுற்றி வந்தான். அந்த வீட்டில் இப்போது வேறு யாரோ குடியிருந்தார்கள். சின்னக் குழந்தைகள் சில அதில் 'பாடி வந்தேன்' விளையாடிக்கொண்டு நின்றன.

திரும்பி வருகையில் இது தனக்குத் தேவைதானா எனத் தோன்றியது. அவளது திருமணம் பற்றி அவன் ஏன் அறிய ஆவலுற வேண்டும்? முல்லையை மனமுவந்துதானே அவன் திருமணம் செய்தான். குழலி பற்றிய நினைவுகள் இனி எதற்கு என எண்ணி அவற்றைத் தூரப் போட்டான். கூடவே இயக்க நாள்கள் அவன் மனதில் விரிய ஆரம்பித்தன.

அவன் சண்டைக்களத்தில் நிற்கின்ற வேளைகளில் இரண்டு எல்லைகளுக்கு இடையில் நடக்கும் போரில் எல்லைகளைக் கைப்பற்றுதல் என்பது உற்சாகமான ஒரு போதையைத் தரக் கூடியதாயிருந்தது. அவனைச் சுற்றியிருந்த நண்பர்களிடையே அவன் வித்தியாசமானவன். காதலிகளை ஈர்ப்பதை விட நண்பர்களை வசீகரிப்பது அவனுக்கு இயல்பானதாயிருந்தது. அதற்கு அவனிடமிருந்த இரக்க குணமும் ஒரு காரணமாயிருக்கலாம்.

விழுப்புண் என்பது சண்டையில் ஒரு வீரனுக்குத் தவிர்க்க முடியாதது. அவன் முதன் முதலில் காயமடைந்ததை ஒருநாளும் அவன் மறக்கவில்லை. எறிகணைகள் கீசிக்கொண்டு வந்த பொழுதில் நிலத்தோடு, நிலம் தாழ்ந்து முன்னேறிக் கொண்டிருந்தார்கள். அப்போதே 'ரவுண்ட்ஸ்' அவன் தோளில் பட்டது. ஏதோ ஈரமாய் ஊர்கிறதே என்று தோளில் கை வைத்துப் பார்த்தபோதுதான் சூடான குருதி தன்னுடையது என உணர முடிந்தது. எதிரி முன்னேறுகிறான், அவனை விடக் கூடாது எனும் ஆக்ரோஷத்தோடே அவன் நினைவிழந்திருந்தான். அதற்குப் பிறகு அவன் கண்டது மருத்துவ முகாம் ஒன்றைத் தானே தவிர எல்லையிலிருந்த எதிரிகளையல்ல.

அந்தச் சம்பவத்திற்குப் பின் அவனது பச்சைப் புண் ஆறும் வரைக்கும் அவன் கட்டாய லீவில் இருந்தாக

வேண்டியிருந்தது. சமையல் தளத்தில் மேற்பார்வையாளனாகவும், விநியோகஸ்தனாகவும் கடமைகள் மாறிக்கொண்டிருந்தன. சமாதானப் பேச்சுக்களிடையே ஒரு தரம் ஊருக்கு வந்து போக முடிந்தது. அப்போது குழலி மருத்துவ பீடத்திற்குத் தெரிவாகியிருந்தாள். ரமணன் ஊரிலிருக்கவில்லை. சிங்கப்பூர் போயிருந்தான்.

அவனது வாழ்வின் பெருங்காலத்தை யோசித்தால் எல்லாமே யுத்தங்களில் கழிந்துவிட்டாற்போலிருக்கும். ஒரு மிருகத்தின் மூர்க்கத்துடன் பொருதிய நாட்கள். போரின் போது எதிரிகளை உயிரோடு பிடிக்கும் போது, கைப்பற்றிய ஆயுதங்களை அடுக்கி வைத்துப் பார்க்கும்போது, ஏற்படும் மகிழ்ச்சி, அது ஆயுளுக்கும் போதாது போலிருக்கும். ஒரு தரம் கைப்பற்றிய ஆயுதங்களுக்குப் பக்கத்தில் நின்று புகைப்படம் எடுத்துக்கொண்டான். கைதிகளைப் பிடித்து அடைக்கின்ற சிறு ஜெயில்களைக் கடக்கின்ற போது, அவன் மனதில் சிறு ஈரம் சுரக்கத்தான் செய்யும். எதற்காக இவர்கள் தம்மிடம் அகப்பட்டுக்கொள்ள வேண்டும்? அவர்களைத் தண்டிப்பதற்குத் தான் யார்? எனும் விசனங்கள் அவன் மனதில் தோன்றுவதுண்டு. எனினும் சரஸ்வதி ரீச்சரதும் அபிநயாவினதும் இரத்தம் தோய்ந்த உடலங்கள் மனதில் வந்து அந்த இரக்கத்தைத் தோற்கடித்து விடும்

அண்ணன் அப்போதுதான் சுதாமதியைத் திருமணம் செய்திருந்தான். சுதாமதியும் நீண்ட காலமாக இயக்கத்தில் இருந்திருந்தாள். முன்னர் மிகவும் கடுமையாகவிருந்த இயக்க நடைமுறைகள் தற்போது கொஞ்சம் தளர்ந்திருந்தன. இயக்கம் மக்களோடு பின்னிப் பிணைந்த நிலைக்கு வந்த போது, இயக்கத்திலிருந்தவர்களை வெளியிலிருந்தும், இயக்கத்திலிருந்தும் மணமுடிக்கும் சூழ்நிலை உருவானது. திருமணம் முடிப்பதற்காகத் துண்டு கொடுத்து இயக்கத்திலிருந்து விலகியவர்களும் சில சிறிய பனிஷ்மென்ட் பெற்றவர்களும் உண்டு. அதிக காலம் அண்ணனும், அண்ணியும் இயக்கத்தில் இருந்ததன் காரணமாக அவர்கள் திருமணம் முடிப்பதற்கான அனுமதி மிகச் சுலபமாகவே கிட்டியது. அண்ணன், அண்ணிக்குப்

புலித்தாலி கட்டி அவளைத் தன் துணையாக்கிக் கொண்டான். அவர்கள் இருவரும் வீட்டுக்குப் போகையில் அண்ணன் இவனையும் தன்னோடு கூட்டிப் போனான். இருவரும் இயக்கத்துக்குப் போன பிறகு தன் வம்சமே அழிந்துவிடும் என்று நினைத்துக்கொண்டிருந்த அம்மாவிற்கு இது ஒரு எதிர்பாராத சந்தோஷமாக மலர்ந்தது.

“நீயும் ஆரையேன் கூட்டி வந்தியெண்டால் எனக்குப் பெரும் நிம்மதியாய் போகுமப்பன்” என்பதிலேயே அம்மாவின் கட்டுங்கடங்காத குதூகலம் அவனுக்குப் புரிந்தது. மருமகளைத் தாங்கு, தாங்கென்று தாங்கிய அம்மா, கொஞ்ச நாள் பொறுத்து ‘இயக்கத்திற்குத் துண்டு குடுத்திட்டு என்னோடை வந்து இருக்கலாம் தானே’ என அடுத்த கட்டம் நோக்கி ஆசைப்படத் தொடங்கினாள்.

எப்போதும் துயரமும் அழுத கண்ணீர் ஆறோடுமே அம்மாவைப் பார்த்த அவனுக்கு அம்மாவின் மகிழ்ச்சியைப் பார்க்கப் புது உணர்வு பீறிட்டது.

இதுவே வாழ்க்கை என்றாகிற்று. போர்க்களமே வாழ்க்கை என்ற பிறகு அதற்குள்ளிருக்கின்ற ஒருத்திக்கு வாழ்க்கை கொடுத்தால் என்ன என்ற எண்ணம் அவன் மனதில் வளரத் தொடங்கிற்று. ஆனால், இவனுக்கு ஏற்றவளாக, இயக்கத்தில் அர்ப்பணிப்போடு செயற்படுபவளாக மட்டும் இருக்க வேண்டும் என்பதில் பிடிவாதமாயிருந்தான். அண்ணியைப் போல் கொள்கைப் பிடிப்பு உள்ளவளாக இருக்க வேண்டுமென்பதில் அவன் உறுதியாயிருந்தான்.

ஆனால், அதற்குப் பிறகு அண்ணி அதிக நாட்கள் இயக்கத்தில் இருக்கவில்லை. கொஞ்ச நாள் மருத்துவப் பிரிவில் இருந்து விட்டுப் பிறகு பிள்ளைப் பேற்றுக்காக அம்மாவுடன் போய்ச் சேர்ந்து கொண்டாள்.

அம்மா என்ன மாயம் செய்து அது நிகழ்ந்ததோ தெரியவில்லை. துண்டு கொடுத்து விட்டே விலகியதாக அம்மாவிடம் வந்து கதைக்கும் போது சொல்லியிருந்தாள்.

அதற்குப் பிறகு திருமணம் தொடர்பாக எந்த எண்ணமும் அவனிடம் இருக்கவில்லை. அண்ணி போலவே தனக்கு வருகிறவளும் இயக்கத்திலிருந்து விலகுபவளாக இருப்பதனை அவனால் ஒரு காலமும் ஏற்றுக்கொள்ள முடியாது அதை விட இயக்கத்தில் இல்லாதவள் என்றாலும் பரவாயில்லை என நினைத்தான்.

முல்லையை அவன் எதேச்சையாகத்தான் சந்தித்தான். அவளை முதன்முதல் பார்த்தபோது, இப்படி அவளைத் தன் வாழ்க்கைத் துணையாக்க நேரும் என நினைத்துப் பார்த்திருக்கவில்லை. அரசியல் துறை அலுவலகத்துக்கு அவன் உணவு விநியோகத்திற்குப் பொறுப்பான நிலையில் சென்ற ஒரு வேளையில் வாங்கில் கண்ணீரோடு காத்திருந்த அவளைக் கண்டான். இரட்டைப் பின்னலோடு நீலத்தில் கறுப்புக்கோடு போட்ட சட்டை ஒன்றோடு அவள் அமர்ந்திருப்பதைப் பார்க்க, ஏதோ ஒரு பச்சாதாபம் அவள் மீது தோன்றிவிட்டது. ஏனோ, அம்மா ஒரு கணம் அவனது நினைவில் வந்து போனாள். உள்ளிருந்த 'மனோ அண்ணை' அவளை அழைத்த போது, அவள் உள்ளே குழறியது கேட்டது.

"பச்சைப் பிள்ளையள், படிக்கிறதுக்கெண்டு பள்ளிக்கூடம் போனதுகளை ரெயினிங் எண்டுஅள்ளிக் கொண்டு போட்டு, நியாயம் கதைக்கிறீங்கள் என்ன...?" முதன்முதலில் அந்தக் குரலிலிருந்த நியாயம் அவன் மனதில் உறைத்தது.

"பதின்மூன்று வயசுப் பெடியளை கொளுத்துற வெயிலிலை விட்டு 'ட்ரெயினிங்' குடுக்கிறம் எண்டு பிடிச்சுக் கொண்டு போய்ப் பலியோ குடுக்கப் போறீங்கள்?"

பாடசாலையில் படித்துக்கொண்டிருந்த அவளுடைய தம்பியையும், இன்னும் சில பையன்களையும் ட்ரெயினிங் என்று இயக்கம் அழைத்துக்கொண்டு போனதாக, கூட வந்த பரிதி சொன்னான். அவளுக்கு ஒரே ஒரு தம்பிதானென்றும், வயசான தந்தையோடு அவள்தான் அவன் மீது அன்பு காட்டிப் படிப்பித்தாள் என்றும், தொடர்ந்து சொன்னான்.

ஆனால் அவளுடைய துரதிருஷ்டம், பயிற்சிக்காக அழைத்துச் செல்லப்பட்ட சிறுவர்கள், பயிற்சி பெற்றுக் கொண்டிருந்த வேளையிலேயே கிபீரின் குண்டுவீச்சுக்குள் அகப்பட்டுக் கொல்லப்பட்டு விட்டனர்.

அந்தச் செய்தியை அவன் அறிந்த போது, அவளது நினைவே நெஞ்சைச் சுட்டது. அவனது இதயம் நொருங்கிப் போயிற்று. உண்மையிலேயே பாடசாலைப் பிள்ளைகளை அழைத்துப் பயிற்சி கொடுத்தது தவறோ என்று தோன்றிற்று.

அதற்குப் பிறகான அடுத்தடுத்த தினங்களில் அவள் வெறி பிடித்தாற்போல் அரசியல் பிரிவு அலுவலகத்தின் வாசலில் வந்து நின்று குழறித் தீர்த்தாள். அப்படியே அவள் சித்த சுவாதீனமற்றுப் போய் விட்டதாகப் பரிதி இவனுக்குச் சொன்னான். அவள் அவ்வாறு அலுவலகத்தின் முன்னால் கத்திக் கொண்டிருக்கும் தருணங்களில் எதுவுமே செய்ய முடியாமல் போய் அந்த வயதான தந்தை அவளை அழைத்துக் கொண்டு போவதையும் அவள் தொடர்ச்சியாக மருந்து பாவிக்க வேண்டிய நிலைக்குத் தள்ளப்பட்டதையும் இவன் மேலும் அறிந்துகொண்டான். அதற்குப் பிறகு அவன் அவளைக் காணும்போதெல்லாம் பிரமை பிடித்தவளாகவே தென்படுவாள்.

அருளுக்குத் தெரிந்துபோயிற்று, அவன் வாழ்க்கை கொடுக்க வேண்டியது யாருக்கென்று. இயக்கத்துக்குத் தனது விருப்பத்தை அறிவித்தான். அண்ணனாலும், அம்மாவாலும் அவனது விருப்பத்தை ஆதரிக்க முடியவில்லை. “நீ கலியாணம் கட்டுறதெண்டால் கட்டலாம். இயக்கம், இயக்கம் இல்லையெண்டது பிரச்சினை இல்லை. ஆனா, இப்பிடி ஒரு சித்தபிரமை பிடிச்சவளைக் கட்டி நீ என்ன செய்யப் போறாய்...?”

இது அண்ணனிடமிருந்து வந்த வார்த்தைகள்.

“அந்தக் குடும்பத்தை உருக்குலைச்சதிலை இயக்கத்துக்கும் பங்கிருக்கு. பிராயச்சித்தம் பண்ணத்தான் வேணும்” அவன் தன் முடிவில் உறுதியாயிருந்தான். அம்மா அழுது மன்றாடினாள்.

இவன் இயக்கத்திற்குப் போன போது அழுத அழுகையை விட மோசமான அழுகையாயிருந்தது அது.

முல்லை எந்த நேரம் எப்படியிருப்பாள் என்று சொல்ல முடியாதிருந்தது. இவன் தனது விருப்பத்தை அவளது தந்தையிடம் சொன்னபோது நம்ப இயலாதவராய் இவனைக் கையெடுத்துக் கும்பிட்டார். வயதில் சிறிய மகனை இழந்த துயரமும், வயதுக்கு வந்த மகளுக்கு சித்தபிரமை பிடித்ததும் அந்த மனிதரைச் சின்னாபின்னமாக்கியிருந்தது. அதிகம் பேசாத அந்த மனிதரின் செய்கை ஒன்றே அவனது எண்ணத்துக்கான ஆசீர்வாதம் ஆகியது.

முல்லை முதலில் அவனை எதிரியாய்த்தான் பார்த்தாள். ஆனால், அவள் மீது அவன் காட்டிய பரிவையும், அக்கறையையும் பார்த்தபின் அவனை முழுமையாக நம்பத் தொடங்கினாள். அவளது தம்பி குமரனை இவன்தான் பறித்தான் என்பது போல் தொடரும் ஆர்ப்பரிப்பு, காலப் போக்கில் அவன் செய்வது சரி என்பதாகவும், வானத்திலிருந்து வந்த எதிரிகளால் தான் அவளது தம்பி கொல்லப்பட்டான் எனவும், அதற்காகத்தான் இவன் அவர்களைப் பழிதீர்க்கிறான் என்பதுமாக ஒரு பிரமையை உருவாக்கி விட, அவள் முழுவதுமாக இவனுக்குள் ஒடுங்கிக்கொள்ளவாரம்பித்தாள்.

அருள் மறுபடியும் ஒரு சண்டைக் களத்திற்குப் போயிருந்த வேளையில் நிலவன் பிறந்தான். இவன் உடனடியாகப் போக முடியவில்லை. முல்லையின் தகப்பன்தான் மிகுந்த கஷ்டத்தின் மத்தியிலும் அவளை ஆஸ்பத்திரிக்குக் கொண்டு போய்ச் சேர்த்திருந்தார். குண்டும் குழியுமான வீதிகளில் ஓட்டோவுக்குள்ளேயே இரண்டு, மூன்று தரம் அவள் குழறிச் சரிந்ததாகச் சொல்லியிருந்தார். மிகவும் சிரமப்பட்டே அவள் நிலவனைப் பெற்றெடுத்திருந்தாள். குழந்தை பிறந்த சில நாட்களுக்கு அவள் பிரமை பிடித்தவளாகவே இருந்தாள். தன்னுடைய குழந்தை அல்ல அது. வேறொருவருடையது என்பது போலவே அவளது அனிச்சைச் செயல்கள் யாவும் அமைந்தன. குழந்தைக்கு அவளைப் பால் கொடுக்க வைக்கவே படாத பாடுபட்டனர் தாதியர். பிறகு மருத்துவரின் அழைப்பின் பேரில் அவன் அங்கு வந்து அவளைச் சமாளித்த பிறகே அவள் நிலவனை ஏற்றுக் கொள்ளத் தொடங்கினாள். அதுவும் இறந்து போன குமரன்தான் புதிதாய்ப் பிறந்து வந்திருக்கிறான் என்று சொல்ல வேண்டியிருந்தது. அது ஒரு வித ஆறுதலை அவர்களுக்குத் தருவதாயிருந்தது. அவளது சித்தபிரமை படிப்படியாகக் குறைந்து வந்தாலும், மாத்திரையின் பிடியிலிருந்து மட்டும் அவளால் இன்னும் விடுபட முடியவில்லை.

அத்தியாயம் 10

யாருமே எதிர்பார்க்காதவாறு நிலைமைகள் மாறிக்கொண்டு வந்தன. எல்லாத் திசைகளிலும் சரிவுகள். எந்த நேரத்தில் இடம்பெயர வேண்டி வரும் என்று தெரியாமல் உரப் பை மூட்டைகளோடும், கூடாரப் படங்குகளோடும் சனங்கள் இடம் பெயர்ந்து கொண்டிருந்தார்கள். முல்லையும், தகப்பனோடும், இரண்டு குழந்தைகளோடும் கிடைக்குமிடங்களில் கூடாரம் அடித்துத் தங்கிக்கொண்டிருந்தாள். அருள் சண்டைக் களங்களிலேயே தொடர்ந்தும் இயங்கிக்கொண்டிருந்தான். முல்லைக்கும், தகப்பனுக்கும் உதவியாக உமையாள் கூட வந்து சேர்ந்திருந்தாள்.

உமையாள் முல்லைக்கு மச்சாள் முறையானவள். ஏற்கனவே அவள் தாய்க்கு இயலாமை இருந்தது. இயக்கம் பிடித்துக் கொண்டு போய் விடும் என்ற அச்சத்தினால், பதினாறு வயதிலிருந்த, அவளுக்குச் சகோதர முறையிலிருந்த ஜெயந்தனை சாமிப் படத்தின் முன் மஞ்சள் கயிற்றைக் கட்ட வைத்து மணவாளன் ஆக்கியிருந்தார்கள். அவன் ஓர் நோஞ்சானாக இருந்தான். ஒரு விதத்தில் மாற்றுத் திறனாளி. இயக்கம் போராட்டத்திற்கென எடுத்துக் கொள்ள முடியாத அளவிற்கு மனவளர்ச்சி குன்றியவன். அவனுக்கு ஆதரவு வழங்கும் சாக்கில் அவள் தன்னைப் பாதுகாத்துக் கொள்ள சந்தர்ப்பம் தேடியிருக்கலாம். இப்போது முல்லையின் குழந்தைகளோடு அவள் பொழுது கழிந்தது.

சிறு குழந்தைகளுக்குப் பால் மா வாங்க முடியாத அளவிற்குப் பொருள்களுக்குத் தட்டுப்பாடு நிலவியது. உடல் பலவீனமுற்ற பிள்ளைகளைப் பார்க்க அவனது மனம் நைந்து துயருறும். இந்த யுத்தத்தின் கொடுங்காலத்துக்குள் அந்தக் குடும்பத்தையும் அகப்படுத்திவிட்டது குறித்து அவன் வெகுவாக வருந்தியிருக்கிறான். அண்ணனைப் பல மாதங்களாக அவனால் தொடர்புற முடியவில்லை. முல்லையையும், குழந்தைகளையும் எப்படியாவது அம்மாவிடம் கொண்டு சேர்த்து விட்டால் போதுமென ஆகிவிட்டது.

“இனி, இஞ்சை நிண்டு மினக்கட வேண்டாம். நிலைமை சரியில்லை. அங்காலை போற வழியைப் பாருங்கோ.”

அவன் ஒரு தரம் அவர்களைப் பார்க்க வந்த போது, உமையாளிடமும், மாமனாரிடமும் கூறினான். அதற்குப் பிறகு அவர்கள் தாமதிக்கவில்லை.

முதன்முதல் வெளியேறிய மக்களோடு இவர்களும் அப்பால் போனார்கள். முள்வேலிகளுக்குள் சிறைபட்டார்கள்.

முல்லையின் சித்தபிரமையும், உமையாளது குடும்பத்தின் நலிவும் அவர்களுக்கு அனுதாபத்தைப் பெற்றுத்தரும் என அவன் நம்பினான்.

போர் நகரும் தன்மையிலிருந்து இனித் தோற்றுப்போவோம் என்பது அவனுக்குப் புரிந்தது. களத்திலிருந்து கடைசி வரை போராட வேண்டும் எனும் உன்மத்தம் அவனிடமிருந்தது. அதனால் தன்னால், தன் குடும்பத்துடன் மீள இணைய முடியாது என அவன் உறுதியாக நம்பினான்.

அண்ணன் இறுதிக் கட்டப் போரில் ஒரு நாள் அவசரமாக இவனைச் சந்தித்தான். “இனி இஞ்சை இருக்க ஏலாது, சுபாஸ், வேந்தன் ஆக்களோடை, நான் தமிழ் நாட்டுக்குப் போகப் போறன். நீயும் வாறதெண்டாச் சொல்லு...”

இவன் திகைத்துப் போனான். அவனால் அதை நம்ப முடியவில்லை.

நம்பி வந்த மக்கள் அனைவரையும், நட்டாற்றில் விட்டு விட்டுப் போவது சரியா...?

"இவ்வளவு தூரத்துக்குச் சனங்கள் எங்களை நம்பித்தானை வந்ததுகள். நாங்கள் சனத்தைக் கைவிட்டிட்டுப் போகக் கூடாது."

அண்ணா அவனை அனுதாபத்தோடு பார்த்தான்.

"நான் வரேல்லை. என்னெண்டாலும் கடைசி வரைக்கும் நான் போராடுவன்..."

"உயிரைக் காப்பாத்த சனங்கள் ராணுவத்திட்டை சரணடையலாம். இயக்கமும் ஆயுதமிழந்து சரணடையலாம். ஆனால், சரணடையுற இயக்கத்துக்கு என்ன நடக்குமெண்டு சொல்ல ஏலாது..." என்றான் அண்ணன்.

"ராணுவத்திட்டை சரணடையப் போன எங்கட சனத்தையே சுட்ட ஆக்கள் தானை நாங்கள், பிறகேன் அவங்களைக் குற்றம் சொல்ல வேணும்?"

இவனது வாயிலிருந்தது அவனையறியாமலே வார்த்தைகள் வந்துவிட்டன.

அண்ணா இவனை விசித்திரமாகப் பார்த்தான். அவனுக்கு இவன் மனப்போக்கு புரிந்துவிட்டது.

"என்னவோ எல்லாம் நினைச்சுக்கொண்டிருந்தம், கடைசில இப்பிடி ஆயிற்றுது. எப்பிடியாவது இதுக்குள்ள இருந்து தப்ப வேணும். அதுக்குப் பிறகு தான் என்னெண்டாலும், நான் கடல் எல்லையைத் தாண்டுற வழியைப் பாக்கிறன். நீயும் எப்பிடியாவது இங்கையிருந்து வெளிக்கிட்டுக் குடும்பத்தோட சேருற வழியைப் பார்" அவன் விருட்டென்று அங்கிருந்து கிளம்பிவிட்டான்.

அண்ணன் சொன்னதிலும் நியாயம் இருந்தது. ஆனால், எதற்காகக் குப்பி கட்டியிருக்கிறோம்? குப்பி கடிப்பதற்கு ஏன் யோசிக்க வேண்டும்? என இவனுக்குத் தோன்றிக் கொண்டேயிருந்தது.

“குப்பி என்னத்துக்குக் கட்டியிருக்கிறம், கடிக்க வேண்டியது தானை...”

இவன் சத்தமாய்ச் சொன்னான். அது காதில் கேட்டிராத தொலைவிற்கு அண்ணன் போய்விட்டிருந்தான்

அவன் சொன்னது போலவே பிறகு கடல்வழியால் அந்த யுத்த வலயத்தை விட்டு வெளியேறிவிட்டான். இவனும் சண்டை வலுக்க வலுக்க சாவுகளைப் பார்த்து மனம் மரத்துப் போனான்.

சக்கையைக் கட்டிக் கொண்டு போய் வெடித்தால் என்ன என்று கூடத் தோன்றியது. நந்திக் கடலுக்கு அப்பால் படையினரின் நடமாட்டமும் போய்ச் சேரும் மக்கள் வரிசையும் தெரிந்து கொண்டேயிருந்தது. குடும்பத்தினரோடு இணைந்திருந்த இயக்க உறுப்பினரைப் பிரித்தெடுத்து வடிகட்டி பேருந்துகளில் ஏற்றி வேறு புறம் அனுப்பிக்கொண்டேயிருந்தார்கள்.

அதன் பிறகும் அண்ணா மனசு கேட்காமல் ஒரு துண்டுக் காகிதத்தை இவனிடம் சேர்ப்பித்திருந்தான். தற்கொலையை விட வாழ்க்கையை எதிர்கொள்ளும் துணிச்சல் மேல் என்று பட்டது.

இவ்வளவு சனத்தையும் இந்த நிலைக்குக் கொண்டு வந்து விட்டு விட்டுக் கைவிட்டுப் போகக் கூடாதெனத் தோன்றியது. என்னதான் நடக்குமெனப் பார்ப்போமென்ற வேகம். இவன் குப்பி கடிக்கும் எண்ணத்தைத் தொலைத்தான். குப்பியையும், ஆயுதங்களையும் களைந்து மக்களோடு மக்களாக ஒரு துளியாக இணைந்துகொண்டான்,

“வெள்ளைக் கொடியோடை போன எங்கட ஆட்களை உவங்கள் கொண்டு போட்டாங்களாம்.”

அங்கேயிருந்த பெண்ணொருத்தி கூறிக்கொண்டிருந்தாள். நிறையக் கேள்விகள் பதிலற்றுத் திணற அவன் இராணுவக் கட்டுப்பாட்டுப் பகுதிக்குப் போவதற்குத் தயாரானான்

ஓய்வொழிச்சல் இன்றிய நாள்கள் மறைந்து வெறுமனே செயலற்றிருந்த காலங்கள் அவை. தடுப்பு முகாமுக்குள் நுழைந்த பிறகு அதன் கட்டுப்பாடுகளும், சித்திரவதைகளும் ஓய்ந்து தன்னிலைக்கு வருவதற்கு, ஒரு வருடமானது. என்ன மாதிரி இருந்த இடம் எப்படிப் போனதென்பதே தெரியவில்லை. கனவு போல ஒரு சரித்திரம் மண்மூடிப் போனது. ஊடகங்களில் வெளியாகும் சக தோழர்களின் சகிக்க முடியாத தோல்விகளைச் சுட்டும் படங்களை அவனால் கண்கொண்டு பார்க்க முடியவில்லை. கடந்த காலத்தை இன்னொரு முறை கற்பனை கூடச் செய்து பார்க்க முடியாது. ஒரு மெல்லிய நேர்கோடு எப்படிக் காலத்தை இரு துண்டுகளாகப் பிளந்தது?

அவன் இரவுகளில் நித்திரையின்றி உழன்றான்.

போர்க் காலங்களில் உயிர்கொடுத்த அத்தனை போராளிகளதும் கனவுகளைத் தேடியலைந்தான். காணாமலாக்கப்பட்ட, கைது செய்யப்பட்ட போராளிகள் மீளவும் தங்கள் ஊர் போய்ச் சேர்வார்களா என்ற ஆராய்ச்சியில் மனத்தைச் செலவளித்தான்.

முன்பொரு முறை அரசியல் பிரிவு அலுவலகத்தின் முன் முல்லை மண் தூற்றித் திட்டியது ஞாபகத்தில் வரும். அத்தோடு பதுங்கு குழிக்குள் மறைந்திருந்த பிள்ளைகளைப் பிடித்திழுத்துக் கொண்டு போய் முன்னரங்க நிலைகளில் போராட விட்டதும் ஞாபகத்தை அலைக்கழித்துக்கொண்டேயிருந்து வாழ்வைத் துரத்தியது.

அத்தியாயம் 11

அமிழ்தனுக்குக் காய்ச்சல் சற்று இறங்கியிருந்தது.

உமையாள் நின்றிருந்ததனால் பார்த்துப் பார்த்து உணவும், மருந்தும் புகட்டிக் கொண்டிருந்தாள். முல்லை சோர்வோடு சுவரில் சாய்ந்து அமர்ந்திருந்தாள்.

நிலவன் பாடப் புத்தகத்தை சத்தமாக வாசித்துக் கொண்டிருந்தான். அவனது கண்கள் அருளின் அசைவுகளைப் பயத்தோடு நோட்டம் விட்டுக் கொண்டிருந்தன.

"அப்ப, எப்ப கம்பஸ் முடியுது?" அருள் உமையாளிடம் கேட்டான்.

"செப்டம்பரோடை எக்ஸாம் எல்லாம் முடியுது. பிறகு 'தீசிஸ்' குடுத்தால் சரி" என்றாள் உமையாள்.

"ம்ம், எவ்வளவோ கஷ்டப்பட்டு வன்னிக்குள்ளாலை வெளிக்கிட்டு இப்பதான் படிக்கத் தொடங்கின மாதிரிக் கிடக்கு. அதுக்கிடையிலை படிப்பு முடியுற காலமும் வந்திட்டுது..." அவன் ஆச்சரியத்தோடு சொன்னான்

"ஆருக்குத் தெரியும், சரியான காலத்திலை படிப்பு முடியுமோவெண்டு?

இஞ்சை மே மாசம் வரத் தொடங்குதெண்டாலே பெடியள் என்ன கூத்து ஆடப் போறாங்கள் எண்டு தெரியுதில்லை. அஞ்சலிக் கூட்டம் எண்டு ஏதும் தொடங்குவாங்கள், ஆமி வரச் சரி."

"அதிலை என்ன பிழை? மே மாதம் எங்கட கனவுகளெல்லாம் நொறுங்கிப் போன மாசம். அதையும் நினைவு கூர விடாட்டில்...?"

"ஓம், நீங்கள் சொல்லுவீங்கள், அங்கை இருக்கேக்கைதான், பிஞ்சு, துளிர் எண்டு அள்ளிக்கொண்டு போய்ப் போராட வச்சீங்கள். அது காணாதெண்டு இது வேறை..."

"இயக்கம்தானை இப்ப இல்லாமல் போச்சு, ஆர் இதைத் தூண்டிவிடுறது...?"

"உங்கை, கம்பசிலை வேறை ஆர்? தமிழினப்பற்று உள்ள ஆக்கள் எண்டு ஒவ்வொரு வருசமும் ஒவ்வொரு பட்டாளம் கிளம்பும், தூண்டிவிடுறதுக்குத் தானை எங்கட தமிழ்த் தேசிய அரசியல்வாதிகள் இருக்கினை."

"அவங்கள் தங்கட உணர்வுகளைக் காட்ட வெளிக்கிடுறாங்கள், அதைக் காட்டவும் தானை வேணும். ஒண்டும் இல்லாத மாதிரி மறைக்க ஏலாது தானை."

"அப்பிடித்தான், உங்கடை போராட்ட உணர்வை மழுங்கடிக்க ஏலாதெண்டு சொல்லிக் கடைசியா முள்ளிவாய்க்காலிலை வந்து எல்லாம் முடிஞ்சு போனது தெரியும் தானை..."

நிலவன் புத்தகங்களை மூடி வைத்து விட்டு அமிழ்தனோடு விளையாடத் தொடங்கினான். அருளின் மீது அவன் கவனம் பட்டுப் பட்டு விலகியது.

"கொஞ்ச நஞ்சப் பாடே படுத்தினனீங்கள் சனத்தை, எவ்வளவு சனம் திட்டித் தீர்த்தது, கடைசில..."

உமையாள் சொல்லிக் கொண்டே போக அவன் வேகவேகமாய் உள்ளே வந்தான். உணர்ச்சிகள் கட்டுக்கடங்காமல் பெருகின.

"என்னடா, வாய் பாக்கிறாய்..." என்று நிலவனின் முதுகில் ஆங்காரமாய் அடித்தான்.

அமிழ்தன் எழுந்து ஓடி வந்து, உமையாளின் கைகளுக்குள் ஒடுங்கினான். அவன் உடல் மறுபடியும் சூடேறத் தொடங்கியது.

"உண்மையைச் சொன்னால் எதுக்குக் கோபப்படுறீங்கள்? என்னிலை உள்ள கோபத்தை நீங்கள் பிள்ளைகளிலை காட்ட வேண்டாம்..."

உமையாள் கொந்தளித்தாள். அருள் நிலவனை விட்டு விலகி அறைக்குள் போனான்.

"இவ்வளவு நாள்தான் வாழ்க்கை அழிஞ்சு போச்சுது. இனியாகிலும் ஒழுங்கா வாழ்க்கைப் பாட்டைப் பாப்பம் எண்டில்லாமல்..."

அவள் கோபமாய் முணுமுணுத்தாள். பாயில் படுத்திருந்த முல்லை கண்களைக் கசக்கிக்கொண்டே,

"ஏன் உமா அவரைக் கோபப்படுத்துறாய்? அவர் பாவம், எல்லாச் சுமையும் அவர் தானை சுமக்கிறது..." என்றாள்.

நிலவன் உமையாள் அருகில் முதுகைத் தடவிக்கொண்டே வந்து அமர்ந்தான்.

"இந்த அப்பா மோசம், நெடுகலும் எங்களை அடிக்கிறார்..." என்றான் விம்மலும், கிசுகிசுப்புமாக.

"அப்பிடிச் சொல்லக்கூடாது, பிள்ளையளின்ரை நல்லதுக்கு தான் அப்பா அடிக்கிறார்..." முல்லை அவனது முதுகைத் தடவி விட்டாள்.

"ஒரு நல்லதுக்குமில்லை..." நிலவன் முல்லையின் கைகளை உதறினான்.

"அப்பா முந்தி எப்பிடியிருந்தவர் தெரியுமே, ஒவ்வொரு நாளும் ஒவ்வொரு துவக்கோடை வருவார். அவரிட்டை நிறையத் துவக்கு கிடக்கு, அப்ப எல்லாம் பிள்ளையளிட்டை வரேக்க எவ்வளவு சிரிப்போட வாறவர்..."

"இப்ப அந்தத் துவக்குகள் எங்கை...?"

“அதை, அப்பா ஒரு இடத்தில ஒழிச்சு வச்சிருக்கிறார். ஆமி எல்லாம் போன பிறகு எடுத்து வருவார். அப்பா திரும்பவும் பழைய மாதிரி சிரிக்கத் தொடங்கிடுவார்.”

முல்லை அமிழ்தனுக்குச் சொல்லிக்கொண்டிருக்க சிறு வெறுப்போடு முகத்தைத் திருப்பிக்கொண்டாள் உமா. கூடவே சிறு பரிவும் முல்லை மேல் ஏற்பட “நீங்கள் படுங்கோ அக்கா...” என்று விட்டு அமிழ்தனைப் படுக்க வைத்து முதுகில் தடவி நெற்றியை வருடிக்கொண்டிருந்தாள்.

நிலவன் யோசனையோடு பார்த்துக்கொண்டிருந்தான்.

அருளுக்கு உமையாள் தந்த மனக்காயம் வலித்துக் கொண்டேயிருந்தது. தேவனைச் சந்திக்க வேண்டும் போலிருந்தது.

அவன் சொன்ன குறிப்பை வைத்துக் கொண்டு அந்தப் பாடசாலைக்கு அருகிலிருந்த அவனது நிழற்குடைக் கடையை இலகுவில் அடையாளம் கண்டு கொண்டான்.

மனதில் ஒரு வேதனை படர்ந்தது.

என்ன மாதிரி இறுமாப்போடு களத்தில் நின்றவனுக்கு இப்போது இப்படி ஒரு நிலையா?

தேவனுக்கு இவனைக் கண்டவுடன் முகம் மலர்ந்தது.

“அருள், வாடாப்பா, வா...”

இவன் அருகிலிருந்த சிறு ஸ்ரூலில் அமர்ந்தான்.

“எப்பிடிப் போகுது பிசினெஸ்?”

“அதுக்கென்ன, ஒரு குறைச்சலுமில்ல...”

அவன் தன் கண்ணாடிப் பெட்டிகளில் பரத்தி வைத்திருந்த சிற்றுண்டிகளை ஓர் காகிதத் தட்டில் வைத்து இவனுக்குத் தந்தான்.

“ம்ம், நல்லாயிருக்கு” அவன் சுவைத்துக் கொண்டே, மனதில் அரித்த அந்தக் கேள்வியைக் கேட்டான்.

"கம்பஸ் பக்கம் முள்ளிவாய்க்கால் நினைவுகூரலுக்கு ஏதோ ஆரவாரம் போல..." என்றான்.

"ஓமோம், பெடியள் தங்களாலை ஆன அளவுக்கு முள்ளிவாய்க்காலிலை செத்த ஆட்களை நினைவுகூரப் பாக்கிறாங்கள். உனக்குத் தெரியும் தானை, உவங்கள் அதுக்கு விடுவாங்கள் எண்டோ நினைக்கிறாய்...?"

"விட மாட்டாங்கள் தான், ஆனால், உதிலை எத்தினை பெடியள் வீணாத் தங்கட வாழ்க்கையைப் பலி குடுக்கப் போறாங்களோ தெரியாது...?"

"நாங்கள் பட்டுத் தெளிஞ்சதால எங்களுக்கு விளங்குது, அவங்கள் இள ரத்தம், இப்பிடித்தான் துடிப்பாங்கள்..."

"என்ன நடக்குதெண்டு நாங்கள் வேடிக்கைதான் பாக்க ஏலும்..."

"இதிலை என்ன சிரிப்பெண்டா, நாங்கள் போராடுற நேரம் ஒண்டும் செய்யாமல் பாத்துக்கொண்டிருந்த அரசியல்வாதிகள் சிலபேர் ஏதோ தங்கள் தான் அந்த நேரம் போராடின எண்ட மாதிரி, கம்பஸ் பெடியளைத் தூண்டி விடுவனை" என்றான் தேவன்.

அருளுக்குப் புரிந்தது, உமையாளின் ஆதங்கம் அர்த்தபூர்வமானதேயென்று.

திடீரென்று ஆரபியின் நினைவு வரவே கேட்டான்.

"ஆரபியைப் பற்றி தடுப்பிலை நீ ஒரு நாளுமே சொல்லேல்லையே தேவன் ஏன்...?"

"என்னெண்டு சொல்லுறது, எனக்கே தடுப்பாலை வந்த பிறகு தான் ஆரபியைத் தெரியும்" என்று சிரித்தான் தேவன்.

"நான் உனக்குச் சொல்ல வேணுமெண்டு நினைச்சனான், நீயே கேட்டிட்டாய்... உனக்கு நளாயினியைத் தெரியும் தானை?"

"எந்த நளாயினி, கடற்படையிலை இருந்தவள் அவளோ...?"

"ஓமோம், அவளின்ட பிள்ளை தான் ஆரபி... அவளும் தடுப்பு

முகாமிலையிருந்து வெளிலை வந்து தனிச்சுப் போய் நிண்டாள். சொந்த பந்தம் ஒருத்தரும் மிச்சமில்லை. அவள் தடுப்பிலை இருக்கேக்கை பிள்ளை எங்கையெண்டு தெரியாது. பிள்ளையைக் கொண்டு போய் சிறுவர் இல்லத்திலை சேர்த்திருக்கீனை. பிறகு கோர்ட்சிலை போட்டு பிள்ளையைத் தாயிட்டை சேர்ப்பிச்சவை. வாழுறதுக்கு எந்த ஒரு பற்றுக்கோடும் இல்லாம இருந்தவளுக்கு ஆரபி கிடைச்சது பெரிய வரம். ஆனா இனி இந்தச் சமூகத்தில சிக்கிச் சின்னாபின்னமாகாம இருக்கோணுமே. அதாலை அவள் வழியொண்டும் தெரியாமல் குழம்பிக்கொண்டிருக்கேக்கைதான் நான் அவளைச் சந்திச்சன். இயக்கத்திலை இருக்கேக்கை என்ன மாதிரி ஒரு பொசிஷனிலை இருந்தவள். இப்ப எந்த ஒரு நாதியுமில்லாமல் இருந்தாள். தன்ரை சொந்தக் காணிக்கை கொட்டில் ஒண்டு போட்டு இருந்தாள். தடுப்பாலை வந்த கொஞ்சக் காலத்திலை சி.ஐ.டி அடிக்கடி வந்து விசாரிச்சுப் போட்டுப் போகும். அதுக்கொரு நேர காலமில்லை எண்டு சொன்னாள்."

"அவங்கட விசாரணையைப் பற்றிச் சொல்லவே வேணும். அதுவும் அவள் முக்கியமான புள்ளி வேறை, விடுவாங்களே...?"

"இயக்கத்திலை எந்தப் பிரிவிலை இருந்தது? தகட்டிலக்கம் என்ன...? அதிலை வேற யார் இருந்தது...? இப்பிடித் திருப்பித் திருப்பிக் கேப்பாங்களாம். இதெல்லாம் எங்களைத் தடுப்பிலை வச்சிருக்கேக்க எத்தினை தரம் கேட்டுச் சொல்லியாச்சு. ஏதோ புதுசாகக் கேட்கிற மாதிரிக் கேப்பாங்களாம். இதெல்லாத்தையும் பாக்கிற சனத்துக்கு இரக்கம் வரோணுமெண்டால் அதுவுமில்லை. தனியொரு பொம்பிளை இன்னொரு சின்னப் பிள்ளையை வளக்குறதுக்கும், ஆமின்ரை உபத்திரவத்தாலையும் படுற கஷ்டத்தைப் பற்றி நினைக்காயினை. ஆமியோடை அவளுக்குத் தொடுப்பிருக்கிறதாய் ஒரு கதை. ஒரு நாள் என்னைக் காணேக்கை இதைச் சொல்லிச் சரியா வேதனைப்பட்டாள். இந்தச் சனத்துக்காகவோ நாங்கள் போராடின்னாங்களெண்டு. அதோட நான் தீர்மானிச்சன், இனி அவளைத் தனியா இருக்க விடுறேல்லையெண்டு. அவளுக்கு இன்னொரு கலியாணத்திலை

இஷ்டம் இல்லை. ஆனால், இப்ப இந்த நாட்டிலைதான் தனியா வாழக் கூடிய சூழல் இல்லையே. கலியாணத்தை எழுதிப் போட்டு பிள்ளையோடை அவள் என்னட்ட வந்திட்டாள்."

"அலெக்ஸிற்கு என்ன நடந்ததெண்டு தெரியுமோ...?"

"அது இன்னும் ஒருத்தருக்கும் தெரியாது. அலெக்ஸ் ஓமந்தையிலை சரணடைஞ்சதெண்டுதான் பெடியள் கதைச்சவங்கள். இப்ப நளாயினியும் அதைத்தான் சொல்லுறாள். எப்பிடியும் அவன் திரும்பி வருவான் எண்ட நம்பிக்கை அவளுக்கு இருக்கு."

"அலெக்ஸும், நளாயினியும் சேர்ந்து எத்தினை சண்டை வழிநடத்தியிருக்கீனை, இப்ப இந்த நிலையை யோசிச்சால் ரத்தம்தான் கண்ணீரா வருது..."

அவன் சொல்லிக்கொண்டே எழுந்தான்.

"எல்லாம் முடிஞ்சு போச்சு, இனி இதுகளை யோசிச்சுக் கவலைப்படுறதை விட்டிட்டு எங்கடை பிள்ளைகளின்டை எதிர்காலத்தைத்தான் பாக்க வேணும்" என்றான் தேவன்.

அத்தியாயம் 12

பாடசாலை முடிந்து வீட்டுக்கு நடந்து வந்து கொண்டிருந்தான் நிலவன்.

பாடசாலையில் மற்ற பிள்ளைகளோடு சேர்ந்து விளையாட முடியாதவாறு உடம்பு விண் விண்ணென்று வலித்தது.

வீட்டில் அமிழ்தன் வலியில் அனுங்கிக்கொண்டிருந்தது வேறு அவன் மனதைப் பிய்த்துக்கொண்டிருந்தது.

பசித்தது. வீட்டில் அம்மா எதுவும் செய்யவில்லை.

உமையாள் சித்திதான் காலையில் இடியப்பமும், சொதியும் வைத்துத் தந்திருந்தாள்.

அம்மா இரண்டு, மூன்று நாள்களுக்கு இப்படியேதான் இருப்பதுண்டு.

ஏன், இவனது வீட்டில் மட்டும், அப்பாவும், அம்மாவும் இப்படி இருக்கிறார்கள்.

அம்மா சமையல் செய்யாவிட்டால், அப்பாதான் புட்டவித்து வைப்பார்.

அப்பாவின் புட்டு இவனுக்குப் பிடிக்காது. கட்டி கட்டியாய் இருக்கும்.

அதை எப்படியும் சாப்பிட்டாக வேண்டும் என்று அப்பா வற்புறுத்துவார்.

இவனுக்கு அம்மாவின் இடியப்பம்தான் பிடிக்கும்.

அம்மா இடியப்பம் பிழியும்போது மாத்திரளைகளில் சில சில உருவங்கள் செய்வாள்.

சின்னப் பூக்கள்

சதுரம்

செவ்வகம்

வட்டம்

முக்கோணம்

என்று கைகளால் தட்டி, மாவில் உருவங்கள் செய்து அவித்துத் தரும்போது அமிழ்தனும், இவனும் பொச்சடித்துச் சாப்பிடுவார்கள்.

சித்திக்கு அது தெரியவில்லை.

வெறும் இடியப்பமும், சொதியும்தான் சமைத்தாள்.

இடியப்பம் சமித்துப் பசிக்கத் தொடங்கிவிட்டது.

பாடசாலையில் தந்த சோறு சாப்பிடப் பிடிக்கவில்லை.

பிஸ்கற் தந்தால் நல்லாயிருக்கும்.

சோறு வெறுப்பாயிருந்தது.

ரீச்சர் இவன் சாப்பிடாததைக் கண்டுபிடித்துவிட்டா.

கண்களில் ஊறிக் காய்ந்து போயிருந்த கண்ணீரும், சளியும் கூட ரீச்சருக்கு விளங்கியிருக்க வேண்டும். கொஞ்ச நேரம் தனியே கூப்பிட்டுக் கதைத்தா.

பிறகு அப்பாவிடம் கதைப்பதாய்ச் சொன்னா.

இவன் உடனடியாகவே தலை அசைத்து மறுத்துவிட்டுச் சாப்பாட்டை விழுங்கத் தொடங்கினான்.

வகுப்புகள் முடிந்து நடக்கத் தொடங்கியபோது வீட்டுக்குப் போகப் பிடிக்கவில்லை.

நரேனைக் கூட்டிக்கொண்டு மயில் பார்க்கப் போனால் என்ன எனத் தோன்றியது.

வீட்டுக்குப் போகாவிடில் அப்பா முதுகுத் தோலை உரித்து விடுவார்.

அப்பா வீட்டில் இல்லாவிட்டால் எவ்வளவு நல்லது எனத் தோன்றியது.

முன்பு அப்பா வர முன்னர் எந்தக் கஷ்டமும் இல்லாமல் இருந்தது நினைவுக்கு வந்தது.

அப்பா வராமலிருக்க என்ன வழி...?

யோசித்தான்.

அப்பாவிடம் துவக்கு இருந்ததாகவும் ஒரு குகைக்குள் அதனை ஒழித்து வைத்திருப்பதாகவும், அம்மா சொல்லியிருந்தாள்.

புலிகளை இராணுவம் பிடிக்குமென்று நரேன் சொன்னான்.

அப்பா முன்னர் ஒரு புலியாக இருந்தவர்.

அவர் ஆயுதங்களை ஒரு குகைக்குள் போட்டு மூடி வைத்திருக்கிறார்.

பல்கலைக்கழகத்தில் தீபம் ஏற்றினால் இராணுவம் பிடிக்குமென்று சித்தி சொன்னாள்.

ஏற்றத்தான் வேண்டுமென்று அப்பா சொன்னார்.

ஏற்றக்கூடாதென்று இராணுவம் சொன்னது.

யோசித்துக் கொண்டே நடந்தவன் அந்தச் சந்தியில் நின்றான்.

எந்தத் திசையில் செல்வதென்று குழப்பமாக இருந்தது.

கிழக்குத் திசையில் போனால், அவன் வீட்டுக்குப் போகலாம். மேற்குத் திசை ஒரு இராணுவ முகாமுக்குச் சென்றது.

எந்த வழியில் செல்வதென யோசித்தபடியே முதுகின் கன்றலைத் தடவினான். வலித்தது.

அதற்குப் பிறகு அவன் யோசிக்க எதுவும் இருக்கவில்லை.

மேற்குத் திசை நோக்கி அவன் கால்கள் நடக்கவாரம்பித்தன.

முற்றும்.

வளையம்

அபுல் கலாம் ஆசாத்

அபுல் கலாம் ஆசாத்

சவூதி அரேபியாவிலும் ஐக்கிய அரபு அமீரகத்திலும் முன்னணி மின்தூக்கி நிறுவனங்களில் பொறியியல் பிரிவில் மேலாளராகப் பணிபுரிந்தவர். இப்போது சென்னையில் வசிக்கிறார். இவருடைய சிறுகதைகள் கிழக்கு பதிப்பகம் நடத்திய சென்னையர் சிறுகதைப் போட்டிகளில் தேர்வாகியுள்ளன. இவருடைய நாவல் ஸீரோ டிகிரி இலக்கிய விருது 2021 இல் ஆறுதல் பரிசுக்குத் தேர்வானது. தென்றல், சொல்வனம், திண்ணை இணைய இதழ்களில் சிறுகதைகளும் கட்டுரைகளும் எழுதியுள்ளார். கானா, கஜல், ஹஜ், மின்தூக்கி, உடல் வடித்தான், ஆக்கிரமிப்பு ஆகிய நூல்கள் அச்சுப் பிரதிகளாகவும், ஈற்றடி என்றும் இனிப்பு, துபை வெண்பா தொண்ணூறு, மின்தூக்கி, ஆக்கிரமிப்பு ஆகிய நூல்கள் கிண்டில் பதிப்பாகவும் வெளிவந்துள்ளன. திரைப்படங்களில் இடம்பெறும் சண்டைக்காட்சிகள் குறித்தும், பன்னாட்டுக் குத்துச்சண்டைப் போட்டிகள் குறித்தும் இணைய இதழ்களில், சமூக ஊடகங்களில் அவ்வப்போது எழுதுகிறார்.

குறிப்பு:

குத்துச்சண்டை வீரர் ஃப்ளாயிட் மேவெதர் தன்னுடைய மெய்க்காவலுக்காகச் செலவிடும் தொகை, ஆண்டுக்கு *7,50,000* அமெரிக்க டாலர்கள். பிரிட்னி ஸ்பியர்ஸ் தன்னுடைய மெய்க்காவலுக்காகச் செலவிடும் தொகை, ஆண்டுக்கு *6,00,000* அமெரிக்க டாலர்கள். ரிஹானா செலவிடும் தொகை, ஆண்டுக்கு *5,00,000* அமெரிக்க டாலர்கள்.

1. விக்ராந்த், ஆண்டு 2018

“பாய்ஜீ, நான் உளவாளி அல்லன்; கொலையாளி. மன்னிக்க வேண்டும், என்னால் இத்தனை தொழில்நுட்பம் பழக இயலாது” - பணிவான குரலில், இலக்கணச் சுத்தமாக உருதுவில் பாய்ஜீயிடம் சொன்னேன். பாய்ஜீக்கு இலக்கண சுத்தமாக உருதுவில் உரையாடுவது மிகவும் பிடிக்கும். அவருடைய சர்க்கிளின், ஆம், சர்க்கிள்தான், சர்க்கிளின் ஆள்கள் மும்பைத் தெருக்களின் வழக்குச் சொற்கள் யேய், கண்ட்டா, அப்புன்கிப்புன்களெல்லாம் இல்லாமல் அழகிய உருதுவில் உரையாடிக்கொண்டால் இன்னும் அவருக்குப் பிடிக்கும்.

ஜோத்பூரில் காஃப்ரி மதுச்சாலையின் மூலையில் இருந்த தனித் தொலைபேசியில் பாய்ஜீயிடம் அப்படிப் பேசினேன்.

பாய்ஜீ பதில் சொன்னார்,

“எனக்கும்தான் விக்ராந்த். இந்தத் தொழில்நுட்ப வளர்ச்சி பிடிக்கவில்லை. எப்படியாவது பதிவு செய்து எப்படியோ வலை விரித்துச் சிக்கவைக்கிறார்கள். புறாக்களின் கால்களில் கட்டித்தான் தகவல் பரிமாற்றம் செய்யவேண்டும். சிக்கிக்கொள்ளாமல் இருக்கவெண்டுமெனில், கூடுமான வரையில் நுட்பம் பழகு. புரிகிறதா?”

"பாய்ஜீ, லாஸ் வேகாஸ் வரையில் சிறகை விரிக்கிறோமா? நம் எல்லையை நாம் தாண்டியதாக இருக்காதா? மற்ற மாஃபியாக்களிடம் ஒப்படைக்கக்கூடாதா?"

"முடியாது சின்னப்பையா. யாருக்கும் தெரியக்கூடாதென லாஸ் வேகாஸ்கார்கள் பரிந்துரைத்துதான் நாம் பொறுப்பேற்கிறோம். அவன் பெரிய சண்டைக் கலைஞன். அவனை என்ன மாஃபியா சண்டையைப் போலப் பொசுக்கென்றா உணவு விடுதியில் வைத்துச் சுடுவார்கள்? அப்படி ஏதும் நடக்குமென்றால், அவனுடைய மெய்க்காவலர்கள் கவனித்துக் கொள்ளமாட்டார்களா? இது வேறு. வேறு ஏதாவது வகையில் அவனைக் கொல்ல முயற்சி செய்வார்கள். அதற்குத்தான் உன்னை அனுப்புகிறேன். எந்தெந்த வகையில் அவனை எதிரிகள் நெருங்குவார்கள் என்று யோசி. புரிகிறதா? டர்க்கிஷ் பாத் எடுத்துக்கொள்."

"பாய்ஜீ, ஒரு விண்ணப்பம்."

"சொல்."

"டர்கிஷ் பாத்தை விட இந்த முறை தேஸி மூலிகைக் குளியல் எடுத்துக்கொள்கிறேன்."

"சரி, செய்."

எனக்கு ஒன்றும் பிடிபடவில்லை. லாஸ் வேகாஸ் வரையில் சென்று கொலையைத் தடுக்கவேண்டுமா? நானா? இஸ்தான்புல் சென்று அங்கிருந்து இன்னொரு பாஸ்போர்ட்டில் லாஸ் வேகாஸ் செல்லவேண்டுமா? இந்த வேலைக்கு அவ்வளவு மெனக்கெடத் தேவையில்லை. அதனால்தான் இந்தியாவிலிருந்தே புறப்படுகிறேன் என அணுகுமுறையை மாற்றினேன், சட்டென பாய்ஜீ ஒப்புக்கொண்டார். அதுவும் எதையோ எச்சரிக்கிறது. இந்த உரையாடலில் எதுவோ சரியில்லை. மனதுக்குள் மணி அடித்தது.

★

பாய்ஜீயின் ஆள்கள் என்னைத் தூக்கிச் சென்றபோது எனக்கு

வயது 18. ஜெய்சல்மேரில் நடந்த மற்போரில் வெற்றி பெற்ற பின்னர், என்னை அழைத்துச் சென்றார்கள். நான் மிகவும் அற்புதமாக மற்போர் புரிவதாகவும், ஆனால் அநியாயமாக அது பாதியில் நிற்கப்போவதாகவும் இனி மற்போரின் பக்கமே என்னால் வர இயலாமற்போகுமென்றும் சொன்னார்கள். காவல் நிலையத்துக்கும் வீட்டிற்குமாக அலைவதற்குதான் எனக்கு நேரம் இருக்குமெனச் சொன்னார்கள்.

என்ன ஏது கேட்கத் துவங்கியபோது பளீரன ஒரு அறை விழுந்தது. காது, தாடை, கழுத்து எல்லாமுமாகச் சேர்ந்து ஒரே நேரத்தில் தாக்கப்பட்டு உடல் வளைந்து மீண்டும் நிற்பதற்குச் சிரமப்பட்டேன். அடுத்த தாக்குதல் வந்தால் தடுத்து, தாக்க வந்த கைகளைப் பிடித்து அழுத்தி முறுக்கி உடலைத் திருப்பிக் காலால் உதைக்கவேண்டுமென நொடியில் கணக்குப் போட்டுவிட்டு, அடுத்து அடிக்கக் கை நீள்வதற்காகக் காத்திருந்தேன்.

“உன் அப்பாவுக்கு எல்லைக் காவல் படையிலிருந்து அழைப்பு வரும், பரவாயில்லையா?” - கடுங்குரல் கேட்டது.

“என் அப்பாவை எதற்கு எல்லைக் காவல் படையினர் அழைக்கப்போகிறார்கள்? அவர் வளையல் கடை வைத்திருக்கும் சிறிய வியாபாரி, அவ்வளவுதான்?” - நான்

அடுத்த அடி வந்தது, கைகளைப் பிடித்துவிட்டேன், ஆனால், அழுத்தி முறுக்க இயலவில்லை. வலுவான கரமாக இருந்தது. இப்படியான நேரங்களில் உடல் எடையைப் பயனுக்குக் கொண்டுவரவேண்டும். உடல் எடையைக் கையின் மேல் சாய்த்துத் திரும்பியபோது, என்னை அடித்தவன், என் கைகளையும் வளைத்து உடலையும் குறுக்காகப் பிடித்துக்கொண்டான். அது கரடிப் பிடி, எளிதில் தப்பிக்க முடியாது. என்னால் அசைய முடியவில்லை. அப்படியே என்னைத் தூக்கிப் பின்புறமாக செங்குத்தாகப் போட்டானென்றால் எனக்கு மண்டை உடையும். இறுக்கத்தால் தளரத் துவங்கியிருக்கும் கைளை அத்தனை வேகமாகப் பிரித்து நீட்டி ஊன்றித் தலை தரையில் மோதுவதைத் தடுக்க முடியாது. தூக்கிப்போடும் நேரத்தில்

உடலைத் திருப்பித் தோள்களால் தரையைத் தொடவேண்டும் என நினைத்துக்கொண்டேன். தோளில் அடிபடுவதோடு முடிந்துவிடும். அதிகபட்சமாக எலும்பு முறிவு உண்டாகலாம். மண்டைக் காயம் ஏற்படாது.

மீண்டும் கடுங்குரல்,

"பழைய வழக்கு விக்ராந்த். எல்லைக் காவலில் பதிவாகியுள்ளது. குற்றவாளிகள் நம் நாட்டின் எல்லையைத் தாண்டும்போது உன் அப்பாவும் உடந்தையாக இருந்ததாக சாட்சி சொல்லப்பட்டிருக்கிறது."

"என் அப்பாவாக இருக்காது; தாத்தாவாக இருக்கும். தாத்தா இறந்துவிட்டது ஊருக்கே தெரியுமே."

"அது உன் தாத்தா இல்லை. அப்பாதான். பெயரைச் சொல்வதில் சாட்சிக்கு உண்டான குழப்பம்."

"இல்லை. என அப்பா வளையல் வியாபாரிதான். எல்லையைத் தாண்டுவதெல்லாம் தாத்தாவுடன் முடிந்தது. தாத்தா இப்பொழுது உயிருடன் இல்லை."

நான் நடுங்கத் துவங்கியிருந்தேன், கடுங்குரல் முன்னேறியது.

"நடுங்காதே விக்ராந்த். நீ மற்போர்ப் பயிற்சிகளைத் தொடரலாம், உன் நண்பர்களுடன் போட்டியிடலாம், ஆனால், பெரியபெரிய போட்டிகளில் பங்கெடுக்கக்கூடாது. மாவட்ட அளவில்கூடப் போட்டிகளில் பங்கெடுக்கக்கூடாது. அவ்வப்போது நாங்கள் சொல்லும் சின்னச் சின்ன வேலைகளைச் செய்தால் போதும். உன் அப்பாவின் வளையல் கடைக்கும் ஒன்றும் ஆகாது. அவரை எல்லைக் காவல் படையினரோ காவல் துறையினரோ எந்தக் கேள்வியும் கேட்கமாட்டார்கள்."

அப்போதைக்கு அவர்கள் இடுகின்ற ஆணையை ஒப்புக்கொள்வதைத் தவிர வேறெதுவும் வழி எனக்கில்லை. ஒப்புக்கொண்டேன். வீட்டிற்கு அனுப்பிவைத்தார்கள்.

அதன் பிறகு அழைப்புகள் வரத் துவங்கின. அடிக்கடி மும்பைக்கு அழைக்கப்பட்டேன். ஜெய்சல்மேரிலிருந்து

அஜ்மீருக்கு வரச் சொல்வார்கள் அங்கிருந்து மும்பைக்குச் செல்லவேண்டியிருக்கும். அடுத்த பயணம் அஜ்மீர் வழியாக இருக்காது. ஜெய்சல்மேரிலிருந்து ஜோத்பூர் சென்று அங்கிருந்து மும்பைக்குப் புறப்படுவேன். சில பயணங்கள் ஜெய்ப்பூரிலிருந்து சூரத்துக்கு இருக்கும். சூரத்திலிருந்து மும்பைக்குச் செல்வேன். மற்போர்ப் பயிற்சி, போட்டி அது இது எனப் பொய்சொல்லித்தான் புறப்படுவேன். அதாவது, அவர்கள் அப்படித்தான் சொல்லச் சொன்னார்கள்.

எப்பொழுது பயணம் செய்தாலும் பையில் கொஞ்சம் வளையல்கள் இருக்கும். மாதிரி வளையல்களைக் காட்டி விற்பனைக்குச் செல்லும் வகையில் கட்டி எடுத்துச் செல்வேன். அனைத்தும் முகமூடிதான். கேள்வி கேட்கும் ஆளுக்கு ஏற்றாற்போல் மாற்றி மாற்றிச் சொல்வேன். சமயத்தில் இரண்டையும் சொல்வேன்.

'சாப், போட்டிக்காக மும்பை வரையில் செல்கிறேன். இரண்டு வளையல்களை எடுத்துச் சென்று மாதிரிகள் தந்தால் வியாபாரத்துக்கு வியாபாரமும் ஆகும். பயணக் காசும் வசூலாகும் இல்லையா சாப்' முகத்தைப் பாவமாக வைத்துக்கொண்டு சொன்னால் யாருக்கும் நம்பிக்கை ஏற்படும். தகவல்களை யார் சரிபார்த்தாலும் எல்லாமும் சரியாகத்தான் இருக்கும்.

விக்ராந்த் மல்லனா? ஆம்.

விக்ராந்துக்கு வளையல் கடையுடன் தொடர்புள்ளதா? ஆம்.

என் பயணங்களை உள்ளூர் மல்லர்கள் சந்தேகத்துடன் பார்த்தார்கள். மும்பைக்கு என்னுடன் வந்து பயிற்சிகளைப் பார்க்கவேண்டும் என்றார்கள். மோகன்கர் நகரில் இருந்து வரும் மல்லன் விடாப்பிடியாக என்னைப் பின்தொடர அடம்பிடித்தான். அந்தப் பயணம் ஜெய்ப்பூரிலிருந்து இருந்தது. எப்படியோ என்னைப் பின்தொடர்ந்து ரகசியமாக ஜெய்ப்பூர் வரையில் வந்துவிட்டான். புறப்படும் நாளுக்கு முந்தைய நாள் ஹசன்புராவில் அலங்காரக் குதிரை வண்டியின்

மேல் முட்டிக்கொண்டான்; அல்லது வண்டி அவனை இடித்துவிட்டது. மண்டை உடைந்து மருத்துவமனையில் சேர்க்கப்பட்டான். அதற்குமேல் அவனால் என்னைப் பின்தொடர முடியாமற்போனது.

என்னை அவர்கள் மாற்றினார்கள். மல்லனாக வளர்ந்துகொண்டிருந்த என்னை உடற்காயத்தை உண்டாக்கும் அடியாளாகக் கொஞ்சம் கொஞ்சமாக மாற்றினார்கள். முரட்டு மனோதிடத்தை வளர்த்தார்கள். கையை முறுக்கினால், திருகி உடைத்துவிடவேண்டும். இடுப்பை இறுக்கித் தூக்கித் தரையில் அடித்துவிடவேண்டும். மற்போர்ப் போட்டிகளில் வெல்வதற்குப் பயிற்சிகளை எடுத்திருந்த நான், எதிராளியைத் தாக்கி உடற்காயத்தை உண்டாக்குவதை மட்டுமே குறிக்கோளாகக் கொண்ட நிழலுலகச் சண்டை முறையைப் பழகினேன். தாய்லாந்தின் நிழலான வீதிகளில் நிலவறைகளில் நடக்கும் கூண்டுச் சண்டைகளைப் போன்ற அணுகுமுறை அது. ஈவிரக்கம் காட்டக்கூடாது, வெறிதான் வேண்டும். காயப்படுத்தும் வெறி, கொலை வெறி.

நம் தாக்குதலால், எதிராளி வலியால் துடிப்பதை நாம் ஒரு மூன்றாம் மனிதன் சம்பந்தமே இல்லாமல் பார்ப்பதைப் போல் பார்க்கும் மனப்பக்குவம் வேண்டும். என்னை அப்பேர்ப்பட்ட முரடனாக்கினார்கள். கொஞ்சம் யோசனை என் கண்களில் தென்பட்டாலும் எல்லைக் காவல் படையினரை நினைவுபடுத்துவார்கள்.

எனது நடவடிக்கைகளை வெளியிலிருந்து பார்த்தால் அனைத்தும் ஒழுங்காக நடப்பதுபோலத்தான் தெரியும்.

திடீரென மும்பை செல்வேன், ஓரிரு வாரங்களில் திரும்பி வருவேன். மும்பையில் இருக்கும்போது அவர்கள் சொல்லும் ஆள்களின் மேல் அவர்கள் சொன்னபடி தாக்குதல்களைச் செய்வேன். என்னுடைய முகம் யாருக்கும் தெரியாதபடி பார்த்துக்கொள்ளச் சொன்னார்கள். சில சமயங்களில் கைக்குட்டை போதுமானதாக இருந்தது. சில சமயங்களில் குரங்குக் குல்லாய். பொது இடங்களில் தாக்குதல் என்றால்,

சில நேரங்களில் முகமறைப்பு ஏதும் கிடையாது. நொடியில் தாக்கி மறையவேண்டும். இப்படியே இரண்டு ஆண்டுகளில் அவர்கள் சொல்லும் அளவிற்கு ஆள்களைக் காயப்படுத்தும் கலை கைவரப்பெற்றது.

துவக்கத்தில் வேண்டா வெறுப்பாக அப்பாவின் மீது விசாரணை வராமல் இருக்கச் செய்த தாக்குதல்கள் விருப்பப்பட்டுச் செய்யும் அளவுக்கு வளர்ந்தன. எவ்வளவு பலசாலியையும் நொடியில் தாக்கி நிலைகுலையச் செய்வதைக் காதலிக்கத் துவங்கியிருந்தேன்.

எதிர்ப்பக்கம் பாதசாரியாக நடந்துசென்று இலக்கு அருகில் வந்ததும் முழங்கையை ஆரமடித்து நெஞ்சுக் குழிக்குள் இறக்குவேன். யாராக இருந்தாலும் நிலைகுலைவர். நிலைகுலைந்ததும் உள்ளங்கையால் கீழ்த்தாடையில் இடித்துத் தள்ளுவேன். அடுத்த பதினைந்து நிமிடங்களுக்குள் முதல் உதவி கிடைக்காவிட்டால் இலக்கு இறப்பின் விளிம்பைத் தொட்டுவிடும். தாக்குதல் முடிந்த பின் அந்த இடத்திலிருந்து எங்கள் ஆள்கள் என்னைத் தூக்கிவிடுவார்கள். பின்னர் இலக்கிற்கு முதலுதவி செய்து சொல்லவேண்டியதை இன்னொரு குழு சொல்லிவிடும்.

நெஞ்சாங்குழித் தாக்குதலுக்குப் பின் சில நாள்கள் ஓய்வு.

அடுத்து கூட்டத்தில் நின்றிருக்கும்போது இலக்கின் கால் முட்டியைப் பக்கவாட்டில் உதைப்பேன். நொடியில் இலக்கின் கால் உடையும். கூட்டத்தில் கரைந்து வெளியேறிவிடுவேன். மருத்துவமனைக்கு எடுத்துச்சென்று கட்டுப்போட்டு சொல்லவேண்டியதைக் குழு சொல்லிவிடும், கேட்கவேண்டியதைக் கேட்டுவிடும்.

இந்தத் துல்லியங்கள் எனது கையெழுத்தாக ஆகிவிட்டன. அப்படியே நாள்கள் ஓடின.

வெளியில் பார்ப்பதற்கு நான் வேலை இல்லாமல் மற்போரின் பின்னால் சுத்துவதாகத் தோன்றும். எங்கு போகிறேன் எங்கு வருகிறேன் என்பது யாருக்கும் தெரியாது. ஜெய்சல்மேர்

வளையல் கடைக்கு வந்துவிடும்படி அப்பா அழைத்தார். மறுத்துவிட்டேன். மேற்படிப்பும் இல்லை. உள்ள கடையையும் பார்க்க வரவில்லையெனில், யார் பெண் கொடுப்பார்கள்? எப்படித் திருமணம் நடக்கும்? எப்படி வருமானம் வரும்? என நீண்ட கவலைப் பட்டியலை அப்பா படித்தார்.

அடுத்த நாள் பத்தாயிரம் ரூபாயை ராஜஸ்தான் பத்ரிக்கா செய்தித்தாளில் சுற்றி எடுத்துச் சென்று அப்பாவிடம் கொடுத்தேன். வாங்க மறுத்துவிட்டார். சட்டத்திற்குப் புறம்பான தொழில் ஏதும் செய்கிறேனோ எனக் கேட்டார். சட்டத்தை மீறியதெல்லாம் தாத்தாவுடன் முடிந்தது எனச் சத்தம் போட்டார்.

சட்டத்தை மீறிய யாரோ தாத்தாவின் பெயரை வாக்குமூலத்தில் கொடுக்க, அதை அப்பாவின் பெயர் என நிரூபிக்க முற்பட்டதால்தானே நான் மிரட்டப்பட்டு சட்டத்தை மீறத்துவங்கினேன். இதை அவருக்கு எப்படி விளக்குவது? குழம்பினேன்.

கிடக்கட்டும். அவை அனைத்தும் இப்போது பழங்கதை. நான் உங்களிடம் அதைப் பேசி நேரத்தை வீணாக்க விரும்பவில்லை. நிழலுலகின் உள்ளே நுழைக்கப்பட்டேன். இனி வெளியேற முடியாது. என்னுடைய முக அமைப்புதான் நான் நிழல் உலகத்தில் நுழையவும் நிலைத்து நிற்கவும் காரணம் என்பதை நீண்ட நாள்கள் கழித்துதான் பாய்ஜீ சொன்னார்.

தமிழ்நாட்டைச் சேர்ந்த நீங்கள் என் முகத்தைப் பார்த்து வடக்கிலிருந்து வருகிறேன் என்று பொதுவாகச் சொல்வீர்கள். உறுதியாக என்னுடைய மாநிலத்தை உங்களால் சொல்ல முடியாது. வடக்கில் இருப்பவர்களாலும் என்னுடைய மாநிலத்தைச் சொல்ல முடியாது. நான் ராஜஸ்தானியா, பஞ்சாபியா, கஷ்மீரியா என்னும் கிளைக்குழப்பங்கள் வரும். எனது முக அமைப்பு அப்படி.

மற்போர் வீரனாக வீரவிளையாட்டில் பெயரெடுத்திருக்க வேண்டியவன், அடியாளானேன். எனக்கும் தாக்குவது பிடித்திருந்தது. தாக்குதலில் துவங்கி, அடிப்பது, துன்புறுத்துவது

என எல்லை விரிந்து கடைசியில் கொலை வரையில் சென்றுள்ளது. கொலை என்றால் போகிறபோக்கில் சுடுவதும், கத்தி வீசுவதும், கூட்டமாகச் சுத்துப்போட்டு வெட்டுவதும், கலவரத்தில் போட்டுத் தள்ளுவதும் ஒரு வகை. அவற்றை மாநில, மாவட்ட, ஊர் எல்லைகளுக்குட்பட்ட நிழலுகம் கவனித்துக்கொள்ளும்.

என்னுடையது சிறிது மேம்பட்டது. கொலையில் என்ன மேம்பட்டது என்கிறீர்களா? அது அப்படித்தான், மேம்பட்டது. கொலைகாரத் திரைப்படங்கள் அந்நாளில் இருந்து இன்று இந்நாள் வரையில் உங்களுக்கு மேம்பட்ட கொலைகள் பற்றிய பாடம் எடுத்துக்கொண்டிருக்கின்றன அல்லவா? அப்படியான மேம்பட்ட கொலைகளைச் செய்வது எனக்குத் தொழில்.

கொல்வது எளிது. அந்தக் கொலையைத் தற்கொலையாகவோ அல்லது விபத்தாகவோ மாற்றுவதற்குத்தான் மெனக்கெட வேண்டியிருக்கும்.

யாரைக் கொல்லவேண்டும் என்னும் தகவல் கிடைத்ததும், அவருடைய தன்மைக்கேற்ப தற்கொலைக்கான அல்லது விபத்திற்கான சாத்தியக்கூறுகளை உண்டாக்க வேண்டும்.

ஒரு கணிகையும், கொஞ்சம் சபலமும் ஒருவர் இறந்துவிடக் காரணமாக இருக்கலாம்.

ஒரு தவறும், அதனைத் தொடர்ந்த காவல்துறை நடவடிக்கையும் ஒருவர் அவமானத்தால் மனமுடைந்து தற்கொலை செய்துகொள்ளக் காரணிகளாக இருக்கலாம். திடீரென யாரேனும் மனித உரிமை ஆர்வலர் காவல்துறையினரின் அத்துமீறல் ஒழிக கோஷத்தைத் துவங்கிவிடக்கூடாது. பிறகு அவர்களையும் அடக்கி வைக்கவேண்டியிருக்கும். இன்னொரு கிளையில் அதற்கும் பாய்ஜீயிடம் ஆள்கள் இருக்கிறார்கள்.

இன்னொருவர் படிக்கட்டில் கால் இடறித் தலையிலோ இடுப்பிலோ அடிபட்டு மருத்துவமனையில் அனுமதிக்கப்பட்டு, உடல் நலம் பெற்று எழுந்து நடமாடும்போது சிறப்புச் சிகிச்சைக்குச் செல்லும்போது ஏதேனும் நிகழலாம்.

போகிற போக்கில் பார்ப்பவர்க்கு அனைத்தும் விபத்து, வழிப்பறிக் கொலை, தற்கொலை, மாரடைப்பு இப்படியாகத்தான் தோன்றும். எனக்கும் பாய்ஜீக்கும் தேவைப்படுபவர்களுக்கும் மட்டும் அது கொலை எனத் தெரியும்.

சிறு பொட்டளவே 'போட்டுலைனம் டாக்ஸின்' தடவப்பட்ட விசேஷக் கொண்டை ஊசியால் மிகக் கவனமாக ஒரு சிறிய குத்தல் போதுமே. எறும்பு கடித்தாற்போலத்தான் வலி இருக்கும். அனைத்து ரகசியங்களும் பத்திரமாகக் கல்லறைக்குள் சென்றுவிடும்.

மேற்சொன்னவற்றை நான் நமது நாட்டிலும் செய்வேன், அன்னிய நாடுகளிலும் செய்வேன். ஏனென்றால், நான் பாய்ஜீயின் ஆள்.

காவல் துறைக்கு சந்தேகம் ஏற்படாத வரையில் அல்லது காவல் துறையில் இருக்கும் சில கறுப்பு ஆடுகளின் கைகளுக்குச் சேரவேண்டியது சேர்ந்துகொண்டிருக்கும் வரையில் பிரச்சனை ஏதும் இல்லை. அதைமீறிப் பிரச்சனை உருவானால் கூடுதலாக அதிகார மையத்தில் இருக்கும் சிலரை நாடவேண்டியிருக்கும்.

எடின்பரோ பில்டனில் ஒருவரைத் தூக்கவேண்டியிருந்தது. துல்லியமாகத்தான் 'ஸ்கெட்ச்' போட்டுத் தந்தோம். அதிகப்படியாக ஹெராயின் உட்கொள்ளல், மாடிப்படிகள், கைப்பிடி உடைப்பு, கீழே விழுதல், மரணம், அவ்வளவுதான். இரண்டும் இரண்டும் நான்கு கணக்கிற்குக் கச்சிதமாகப் போட்ட 'ஸ்கெட்ச்'. களத்திற்குச் சென்ற சோம்பேறிப் பையன், 'இலக்கு' கீழே விழுந்த பின்னரே ஹெராயினை வாயில் திணித்துவிட்டு பிளாஸ்டிக் பையில் மிகுந்ததைக் கைகளில் திணித்துவிட்டுத் தடயங்களை அழித்துவிட்டு வந்திருக்கிறான். காவல் துறை ஆய்வாளருக்குச் சந்தேகம். பொடி 'ஓவர்டோஸ்' மரணம் இல்லையெனத் தீர்மானித்து விசாரிப்பைத் தீவிரமாக்கினார். பிறகு பெரும் பிரச்சனையானது.

இப்படிச் சில சமயங்களில் ஏற்பாடுகள் பிசகிவிடும். அப்பொழுதெல்லாம் சரியாக அங்கு பாய்ஜீயின் உதவி வரும்.

அனைத்தையும் பாய்ஜீ பார்த்துக்கொள்வார். பாய்ஜீக்காக வெளியிலிருந்து பல குழுக்கள் இயங்குகின்றன. அவர்களுள் பாய்ஜீயுடன் அதிகம் நெருக்கமானவன் நான்தான். என்னுடைய பெரிய மனிதப் போர்வையை மீறி உள் நுழைந்து பார்ப்பது அத்தனை எளிதான செயல் கிடையாது.

சொன்னேனல்லவா அப்பாவின் வளையல் கடை, இப்போது அது முன்பு போலச் சிறிய கடை இல்லை. மிகப்பெரிய பாரம்பரிய ஆடைகள், கைவினைப் பொருள்கள், கலைப்பொருள் ஏற்றுமதி நிறுவனமாக மாறிவிட்டது. எனக்காக பாய்ஜீ கட்டிய கோட்டை அது. அந்தக் கோட்டையில் அமர்ந்துகொண்டு பாய்ஜீயின் எண்ணமாக அரசாட்சி செய்கிறேன், அதாவது கொலை செய்கிறேன்.

கொலைகளுடன் உறவாடும் என்னை, பாய்ஜீ ஒரு கொலையைத் தடுக்கச் சொல்கிறார், அதிலும் உலகப் புகழ் பெற்ற ஒரு சண்டைக் கலை வீரனை, அதிலும் லாஸ் வேகாஸிற்குச் சென்று.

பாய்ஜீ எது சொன்னாலும் செய்யவேண்டும். மறுக்கக்கூடாது, முடியாது. வேகாஸ் ஒன்றும் எனக்கு அன்னியமல்ல. இதற்கு முன்பு ஒருமுறை சென்று வந்திருக்கிறேன். துருக்கி வழியாகச் செல்லாவிட்டாலும் தேவைப்பட்டால் 'கதாம் கபாப்' கடையின் வழியாகத் துருக்கிய மாஃபியாக்களைத் தேவைப்படும் அளவிற்கு லாஸ் வேகாசில் இறக்கவேண்டும். உதவிகள் கிடைத்துவிடும் என்கிறார் பாய்ஜீ.

ஆனால், எதுவோ சரியில்லை, மனம் எச்சரித்தது, பார்க்கலாம்.

2. ரூனி மெக்கார்த்தி, ஆண்டு 2018

நான், ரூனி மெக்கார்த்தி. எனக்குக் கொலை மிரட்டல் வந்திருக்கிறது.

அல்டிமேட் ஃபைட்டிங் சேம்பியன்ஷிப் - லாஸ் வேகாஸ். மிகப் பெரிய நிறுவனம். அவர்களுடைய தரவரிசைப் பட்டியலைப் பார்த்தீர்களென்றால், ஓய்வுபெற்ற ரஷ்ய வீரன் நுமாங்கோமேடாஃப், பெயருக்கு அடுத்தபடியாக என் பெயர் இருக்கும். ரூனி மெக்கார்த்தி, அயர்லாந்தின் மூவண்ணக் கொடிக்கு அருகில் எனது பெயரை எழுதி, எனது வெற்றிகளின் எண்ணிக்கையைக் குறிப்பிட்டு, வெல்டர் வெய்ட் பிரிவையும் குறிப்பிட்டிருப்பார்கள். வெற்றிகளின் எண்ணிக்கையை மட்டும்தான் காண்பீர்கள், இருபத்தைந்து வெற்றிகள், தோல்வியே கிடையாது, 25-0.

கதம்பச் சண்டைப் போட்டி மிக்சட் மார்ஷர் ஆர்ட்ஸ். எண்கோண வடிவக் கூண்டுக்குள் நடக்கும் சண்டைப் போட்டி. மற்போர், கிக் பாக்சிங், ஜுஜுட்சு இப்படிப் பல சண்டைக் கலைகளைக் கலந்து எம்.எம்.ஏ. எனப் பெயரிட்டு மிகப்பெரிய அளவில் நடக்கும் போட்டி. அதுதான் என் மூச்சு, உடல், உயிர், மூளை எல்லாமும். அந்தப் போட்டியில் நான் பெறும் வெற்றிகள்

என்னைப் பணத்தில் குளிக்கவைக்கின்றன. முக்கியமான போட்டிகளென்றால் ஒரு போட்டிக்கு மூன்று மில்லியன் அமெரிக்க டாலர்கள் வரையில் பணம் பெறுகின்றேன்.

பெரும்பாலும் என்னைப் போன்ற வீர விளையாட்டு வீரர்கள் சுத்தபத்தமானவர்கள். எந்த வம்புதும்புக்கும் செல்லமாட்டோம். நானும் எந்த வம்புதும்புக்கும் செல்வதில்லை. பிறகு எனக்கு எப்படிக் கொலை மிரட்டல்? லாஸ் வேகாஸ் போட்டிக்குச் சென்றால் அங்கு என்னைக் கொல்லத் தயாராக இருக்கிறானாம்.

இரண்டு இடங்களில் இருந்து மிரட்டல் வந்திருக்க வாய்ப்புகள் உண்டு.

முதலாவது ஐரிஷ் குடியரசுப் படையிலிருந்து பிரிந்த எதுவோ ஒரு கூட்டம் எனக்கு மிரட்டல் விடுத்திருக்கலாம்.

என்னுடைய அண்ணனுக்கு அப்படியான ஒரு கூட்டத்துடன் தொடர்பு உண்டு. நான் குத்துச்சண்டையில் முன்னேறிக்கொண்டிருந்தபோது ஐரிஷ் குடியரசுப் படையிலிருந்து பிரிந்தவர்கள் சிலர் என்னை அவர்களுக்கு விசுவாசமாக இருக்கச் சொன்னார்கள். நாட்டைப் பின் நிறுத்திப் பிரிவினையை முன்வைக்கச் சொன்னார்கள். அவர்களிடம் அவகாசம் கேட்டேன். அண்ணனும் எனக்கு ஆதரவாகத்தான் பேசினான். அவர்களை அமைதியாக இருக்கச் சொன்னான்.

அயர்லாந்தின் புகழை நான் குத்துச்சண்டை உலகில்தான் உயர்த்தியிருக்க வேண்டும், ஆனால் மிக்சட் மார்ஷல் ஆர்ட்ஸுக்கு மாறிவிட்டேன்.

மாணவப் பருவத்தில் டியூப்ளினில் இருந்த பயிற்சிக்கூடத்தில் குத்துச்சண்டைப் பயிற்சியைத் துவக்கினேன். அது பழமையான பயிற்சிக்கூடம். அயர்லாந்தை வடக்கு தெற்கென இரண்டாகப் பிரித்து, தெற்கில் ஐரிஷ் குடியரசு நாடாக்கி ஆங்கில ஐரிஷ் ஒப்பந்தமிட்ட காலகட்டத்துக்கு ஏறத்தாழப் பத்து ஆண்டுகள் கழித்து டியூப்ளினில் தொடங்கப்பட்ட பயிற்சிக்கூடம்.

நீங்கள் மதுவை 'நாட்டுக்கும் வீட்டுக்கும் கேடு' எனச் சொல்வீர்கள். மது தயாரிப்பு நிறுவனம்தான் நிலம் வாங்கித்தந்து

குத்துச்சண்டைப் பயிற்சிக்கூடத்தைத் துவங்கியது. அயர்லாந்தின் முன்னணி குத்துச்சண்டை வீரர்கள் பலர் டியூப்ளினில் இந்தக் கூடத்திலிருந்துதான் உருவானார்கள். ஐரோப்பாவின் முன்னணி வீரர்கள் ஓரிருவரும் இங்கிருந்து உருவாகியிருக்கிறார்கள்.

கூடத்தில் என்னுடைய பயிற்சியாளர் ரோட்ரிக்ஸ் அந்நாள்களில் குத்துச்சண்டை வீரர் முகமது அலியைச் சந்தித்து உரையாடியவர். கூடத்தில் பயிற்சி பெறும் ஒவ்வொரு மாணவனின் பலமும் பலவீனமும் அவருக்கு அத்துப்படி. நம்முடைய உடல் இயக்கத்தில் இயற்கையாக வரும் சில நகர்வுகள் இருக்குமல்லவா, அது ஒவ்வொருவருக்கும் மாறுபடும். அனைத்து மாணவர்களின் உடல் இயக்கத்தையும் ரோட்ரிக்ஸ் அறிந்தவர்.

எனக்கு இயல்பாக வந்தது மேல் வீச்சு அப்பர் கட்.

எதிராளி வலக்கையால் குத்தும்போது, குனிந்து தவிர்த்த வேகத்தில் பக்கவாட்டில் தலையை உயர்த்தி எழுந்தால் கண்ணிமைக்கும் நேரத்துக்கு எதிராளியின் வயிற்றுப் பகுதி கேட்பாரற்றுக் கிடக்கும். அதைக் காப்பதற்கு அவர் ஏதும் செய்யும் முன், தலையை உயர்த்தி எழும்போது நச்செனக் குத்துவேன். வயிறும் வயிற்றைச் சார்ந்த உறுப்புகள், தசைகள், நரம்புகள் அனைத்தும் மூளைக்கு வலியைக் கடத்தும் முன் எதிராளியிடமிருந்து அனிச்சையாக 'ம்ம்க்க்' ஒலி புறப்படும். தேர்ந்த வீரர்களால் மட்டுமே அதைத் தாங்க முடியும்.

ரோட்ரிக்ஸ் எனக்கு அப்பர் கட்டின் பல வகைகளைக் கற்றுத் தந்து அதில் வல்லுனனாக்கினார். கலந்துகொண்ட போட்டிகளிலெல்லாம் வெற்றி பெற்றேன்.

முன்னொரு காலத்தில் எங்கள் பயிற்சிக்கூடம் சோதனையான காலகட்டத்தில் இருந்திருக்கிறது. கூடம் மூடப்படும் என்றே அனைவரும் நினைத்துள்ளார்கள். பயிற்சியாளர் ரோட்ரிக்ஸ் மட்டும் தளர்ந்துவிடவில்லை. பயிற்சிக்கூடத்தை மீட்டெடுக்க உழைத்து பயிற்சிக்கூடம் மூடப்படாமல் பார்த்துக்கொண்டுள்ளார்.

தொடக்க நாள்களில் ரோட்ரிக்ஸ் எனக்கு அளித்த பயிற்சிகளை மறக்க முடியாது. அதன் பின்னர் சில ஆண்டுகள் கழித்து எனது வெற்றிகளும் பயிற்சிக்கூடத்திற்குப் பெயரையும் புகழையும் சேர்த்தன. நானும் அயர்லாந்தின் குத்துச்சண்டை உலகில் முக்கியமான இடத்தைப் பெற்றேன். எனது வெற்றியைத் தொடர்ந்து நடக்கும் பேட்டிகளிலெல்லாம் மறக்காமல் ரோட்ரிக்ஸைக் குறிப்பிடுவேன்.

அந்நேரத்தில் நான் ஐரிஷ் மாநில மீட்புப் படையினரால் சந்திப்புக்கு அழைக்கப்பட்டேன்.

என்னுடைய அண்ணனுக்கு அவர்களுடன் தொடர்பு உண்டென்று சொல்லியிருக்கிறேனல்லவா?

லூத் பகுதியில் சிறிய போட்டி இருந்தது. வைக்கிங் பயிற்சிக்கூடத்திலிருந்து சிறிது தொலைவுதான். போட்டிக்கு ஒருநாள் முன்பாகப் பயிற்சி முடிந்ததும் போய்ன் ஆற்றைக் கடந்து ஒரு கால்பந்தாட்ட மைதானத்திற்கு அழைத்துச் சென்றார்கள். சாப்பாடு ஆயத்தமாக இருந்தது. சாப்பிடச் சொன்னார்கள். போட்டி இருக்கும்போது பரிந்துரைக்கப்பட்ட உணவுகளைத்தான் சாப்பிடுவேன் என மறுத்துவிட்டேன். அவர்களெல்லாம் இதைப் பெரிதாக எடுத்துக்கொள்ளமாட்டார்கள். மேசைக்கு இந்தப் பக்கம் அமர்ந்திருந்தேன். அண்ணன் அவர்களுடன் மேசைக்கு அந்தப் பக்கம் அமர்ந்திருந்தான். மிகச் சிறிய விண்ணப்பத்தைப் போன்ற பீடிகையுடன் துவங்கினார்கள்.

‘நலமா ரூனி?’

‘நலம்.’

‘உன் அண்ணன் அடிக்கடி உன்னைக் குறிப்பிடுகிறான். வெகு சீக்கிரம் நீ அயர்லாந்தின் பிரபலப் பட்டியலில் இடம்பெறப் போகிறாயாமே?’

‘அண்ணன் என் மீது வைத்திருக்கும் நம்பிக்கைக்கு நன்றி. பேரி மெக்கிகன் போன்ற வீரர்களைவிடவா நான் அயர்லாந்தின் புகழை உயர்த்திவிடமுடியும்.’

'ரூனி, நீ எங்கள் மனதைப் புரிந்துகொண்டுதான் பேசுகிறாய். பேரி மெக்கிகன் மிகச் சிறந்த குத்துச்சண்டை வீரர். அவர் வடக்கையும் ஆதரிக்கவில்லை தெற்கையும் ஆதரிக்கவில்லை. அயர்லாந்தின் பிரிவினைப் பிரச்சனைகளிடமிருந்து விலகியிருக்க நினைத்தார். ஐக்கிய நாடுகள் சபையின் சமாதானக் கொடியைத்தானே அணிந்தார். அப்படி உன்னால் அணிய முடியுமா?'

'பேரி மெக்கிகனுக்கு சாத்தியப்படலாம்.'

'உனக்கும் சாத்தியப்படும் ரூனி. லண்டனில் அடுத்த போட்டியில் நீ வெற்றி பெற்றதும். தொலைக்காட்சியில் பேசும்போது ஐரிஷ் மாநில மீட்புப் படையை நீ ஆதரிப்பதாகப் பேசவேண்டும்.'

நான் அண்ணனைப் பார்த்தேன். அண்ணனுடைய முகத்தில் எந்த உணர்ச்சியும் வெளிப்படவில்லை. முகம் இறுக்கமாக இருந்தது. அவரும் என்னை நேருக்கு நேர்தான் பார்த்துக்கொண்டிருந்தார்.

விளையாட்டு வீரர்களை இயக்கத்தார் தங்களுடைய பிரச்சார பீரங்கியாவதற்கு ஏன் வற்புறுத்தவேண்டும்? தேசியக் கொடியை உயர்த்திப் பிடித்துக் களத்தில் இறங்கி வென்றதும் இசைக்கப்படும் தேசியகீதத்தில் ஆனந்தக் கண்ணீர் சிந்தி, கைகளை உயர்த்தி பத்திரிகைகளின் முன் தொலைக்காட்சிகளின், முன் ஒப்பனைகள் இல்லாமல் வியர்வை பெருக்கெடுத்து ஓடஓட வீங்கிய தாடை, உடைந்த மூக்கு, சிவந்த கண்களுடன் நின்று கையசைத்து விளையாட்டுச் செய்திகளில் நாட்டின் பெயர் ஒலித்துக்கொண்டே இருக்கும்படி பார்த்துக்கொள்கிறோமே, நாங்கள் நாட்டிற்குப் பொதுதானே? இன்னும் சில சிகரங்களைத் தொடுகின்ற முயற்சியில் ஓடிக்கொண்டிருக்கும் எங்களைப் பிரிவினைக்கு இழுக்கத்தான் வேண்டுமா?

அவர்களை எனக்குத் தெரியும். எனக்கு மட்டுமா? இந்நிகழ்வின்போது ஐரோப்பா முழுமைக்கும் அவர்களைத் தெரியும். பின்னாளில்தான் முன்னணிச் செய்திகளிலிருந்து

சிறிதுசிறிதாக மங்கலாகி மறைந்தார்கள்.

என்ன பதில் சொல்வதென யோசித்தேன். பணம் தொடர்பாக இந்த உரையாடலில் பேசினால் அது அவர்களை அவமதித்ததாகும். அப்போதைக்கு அவர்களுக்குத் தேவை ஊடகத்தில் நல்ல பெயர். அயர்லாந்தின் குத்துச்சண்டை வீரன் அவர்களுடைய செயல்பாட்டில் நம்பிக்கை வைக்கிறான், அல்லது ஆதரிக்கிறான். இந்தப் பெட்டிச் செய்திதான் அப்போதைய தேவை. மறுத்தால் என்ன நடக்கும் தெரியாது. ஆனால், ஒப்புக்கொண்டால் என்ன நடக்கும் என்பது தெரியும்.

ரசிகர்களால் ஒதுக்கப்படுவேன். பெட்டிச் செய்திக்கு வற்புறுத்தப்படடது யாருக்கும் தெரியாது. கொள்கையளவில் அவர்களை ஏற்றதாகப் பெயர் உண்டாகும். புரவலர்கள் அவசர அவசரமாகத் தங்களுக்கும் என்னுடைய அரசியல் ஆதரவுகளுக்கும் தொடர்பில்லை என அறிக்கை விடுவார்கள். ஒப்பந்தங்களை உடனடியாக முடித்துக்கொள்ள வழக்கறிஞர்களை அணுகுவார்கள்.

பிறகென்ன? முன்னேற்றப் பாதை அடைபடும். அப்படியே முன்னணியிலிருந்து விலகித் தனியாக பயிற்சிக்கூடம் வைத்துப் பொழுதை ஓட்டவேண்டி வரலாம். அவர்களுக்கும் தெரிந்துதான் நெருப்புக்குள் இறங்கச் சொல்கிறார்கள். எப்படியும் இழப்பு எனக்குதான்.

'நீங்கள் சொல்வதை இப்பொழுதே செய்யவேண்டுமா?'

அண்ணன் அவரையும் அறியாமல் பெருமூச்சுவிட்டு லேசாக நாற்காலியில் சாய்ந்து அமர்ந்தார். அவர்கள் அனைவரும் அண்ணனைப் பார்த்தார்கள். இப்பொழுது அண்ணன் பேசினார்.

'ரூனி, விளக்கமாகச் சொல். புரியவில்லை.'

'அண்ணா, நான் ஐரோப்பாவின் வெற்றி வீரன் மட்டுமல்ல. ஒலிம்பிக்கிலும் வென்ற பிறகு தொழில்முறைப் பக்கம் சென்றுவிடுவேன் அல்லவா? அப்பொழுது சொல்லட்டுமா?

அதுவரையில் இந்தச் சந்திப்பு ரகசியமாக இருக்கலாம் அல்லவா?'

'அவ்வளவு நாள்கள் எங்களால் பொறுமையாக இருக்கமுடியாது. தொழில்முறைக் குத்துச்சண்டைகளின் பக்கம் நீ போனதன் பின் நீ ஐரிஷ் மாநில மீட்புப் படையை ஆதரிப்பதாகச் சொல்வதால் எங்களுக்கு ஏதும் பலனில்லை.'

'ஒலிம்பிக் வரையில் எனக்கு அவகாசம் தரவேண்டும்.'

அண்ணன் மற்றவர்களைப் பார்த்தார். அவர்கள் எழுந்து இன்னொரு அறைக்குச் சென்றார்கள். நான் தனியாக சில நிமிடங்கள் அமர்ந்திருந்தேன். மீண்டும் வைக்கிங் பயிற்சிக்கூடத்துக்குத் திரும்பும் வரையில் எதுவும் நிச்சயமில்லை. என்னவேண்டுமானாலும் நடக்கலாம். இப்போதைய பேச்சுவார்த்தையில் அவகாசம் கேட்பதைவிடவும் சிறந்த வழி எதுவும் தெரியவில்லை.

சென்றவர்கள் திரும்பி வந்தார்கள்.

'ஒலிம்பிக் வரையில் நாங்கள் காத்திருக்கிறோம்.'

பெருமூச்சு விடத் தோன்றியது. மூச்சை உள்ளிழுத்து கன்னம் உப்பி உதடு குவித்து 'உஃப்' மூச்சு விடவேண்டும். அடக்கிக்கொண்டேன். அவர்கள் முன்னால் நிம்மதியடைந்ததை உடனே காட்டிக்கொள்ளக்கூடாது. அமைதியாக இருப்பதுதான் எனக்கும் அண்ணனுக்கும் நல்லது. அப்படியே எந்த உணர்ச்சியையும் காட்டிக்கொள்ளாமல் இறுக்கமாக முகத்தை வைத்துக்கொண்டு நன்றி சொன்னேன்.

போய்ன் ஆற்றைக் கடந்து லூத் வந்து வைக்கிங் பயிற்சிக்கூடத்தில் இறக்கிவிட்டார்கள். இறக்கிவிடுவதற்கு வரும்போது இன்னொரு உடற்பயிற்சிக்கூடத்தின் உடைகளை அணிந்துகொண்டார்கள். நான் என்னவோ அவர்களுடைய நெருங்கிய நண்பனைப் போல வெற்றிக்கு வாழ்த்துகள் சொல்லி, கையசைத்து, ஒலியெழுப்பி விடைபெற்றார்கள். பார்ப்பவர்களுக்கு நண்பர்களுடன் நான் வெளியே சென்று வருவதைப்போலத் தோன்றியிருக்கும்.

அதன் பிறகு தீவிரமாக யோசிக்கத் துவங்கினேன். என் ஒலிம்பிக் கனவை மாற்றிக்கொண்டேன். பீஜிங் ஒலிம்பிக்கிற்கு நான் செல்லவில்லை. அதனால் என்ன? பீஜிங் ஒலிம்பிக்கில் டியூப்ளின் குத்துச்சண்டை வீரர் சதர்லண்ட் வெண்கலப் பதக்கத்தை அயர்லாந்துக்குக் கொண்டுவந்தார்.

நான் வேறு பாதையில் பயணத்தைத் தொடங்கினேன். மிக்சட் மார்ஷல் ஆர்ட்ஸ், கதம்பச் சண்டைக் கலை.

பீஜிங் ஒலிம்பிக்கிற்கு இரண்டாண்டுகளுக்கு முன்பாகவே போராட்டக் குழுக்களில் பிரிவினைகள் வந்துகொண்டிருந்தன. அவர்களுடைய கவனமும் பிரிவினைகளின் மீது இருந்தது. என்னைத் தொடர்வதற்கு அவர்களுக்கு நேரம் கிடைக்கவில்லை. பிரிந்து பிரிந்து அவர்களும் பெல்ஃபாஸ்ட் நகருக்குள் மட்டும் தங்கள் இயக்கத்தை வைத்துக்கொள்ளும் அளவுக்கு ஒடுக்கப்பட்டார்கள்.

அவை இப்போது பத்துப் பதினைந்தாண்டுப் பழங்கதைகளாகி விட்டன. அந்தப் பழைய புரட்சியாளர்களுள் யாரேனும் இப்போது தலைதூக்கி, பழைய நினைவுகளைத் துடைத்து எடுத்து எனக்குக் கொலைமிரட்டல் விடுத்திருக்கலாம்.

இரண்டாவது, ஐரிஷ் நிழல் உலகத்திலிருந்தும் இந்தக் கொலை மிரட்டல் வந்திருக்கலாம்.

ஐரிஷ் நிழல் உலகத்திலிருந்து நான் எப்பொழுதும் விலகியே இருக்கிறேன். எந்தவிதத்திலும் அவர்களுடன் எனக்குத் தொடர்பு கிடையாது. அவர்களிடையே நிகழும் கோஷ்டி மோதல்கள் மிகவும் ஆபத்தானவை.

டியூப்ளினில் இரண்டு பெரிய குழுக்கள் இயங்குகின்றன. ஃபிட்ஸ் குழுவும் வானஹன் குழுவும். அதுவரை நடந்த அனைத்து போதைப் பொருள் கடத்தல்களைவிடவும் மிகப்பெரிய அளவில் வான்ஹன் குழு ஒரு கடத்தலை மேற்கொண்டது. ஐரிஷ் போதைப்பொருள் தடுப்புப் பிரிவு அதனைப் பிடித்துவிட்டது. கடத்தல் தொடர்பான தகவலை போதைப் பொருள் தடுப்புப் பிரிவுக்குக் கசியவிட்டது ஃபிட்ஸ் குழுவினர் என்பது தெரியவந்த

பின் தொடர் கொலைகள் நிகழ்ந்தன. இரயில் நிலையங்கள், மதுச்சாலைகள், கடைகள், சூதாட்ட விடுதிகள் எனப் பார்க்கும் இடங்களிலெல்லாம் சுட்டுக்கொண்டார்கள். இரண்டு பக்கமும் தலைகள் உருண்டன. இவற்றின் உச்சம் குத்துச்சண்டை அரங்கங்களையும் விட்டுவைக்கவில்லை.

குத்துச்சண்டைக்கு முன் எடை பார்க்கும் வைபவம் ஒன்று உண்டு. போட்டியிடவிருக்கும் வீரர்கள் போட்டிக்கு முன் பொதுவில் எடைபார்த்துக்கொள்வார்கள். பெரிய போட்டிகளுக்கு விழாவும் பெரிய அளவில் நிகழும். அப்படி ஒரு விழா டியூப்ளினில் நடந்தது. நட்சத்திர விடுதி, பத்திரிகையாளர்கள், பார்வையாளர்கள், பிரபலங்கள், நடுவர்கள் இப்படியாக விழா அரங்கம் களைகட்டியது. விழாவிற்கு வானஹன் குழுவிலிருந்து ஒரு முக்கியமான நிழலாளியும் அவருடைய கையாள்கள், மெய்க்காவலர்கள் எல்லாரும் வந்திருப்பது பலருக்குத் தெரியாது.

வீரர்கள் எடை பார்க்கும்போது துப்பாக்கிகள் வெடித்தன. கூட்டத்தில் காவலர்கள் வேடத்தில் நின்றிருந்த ஃபிட்ஸ் குழுவைச் சேர்ந்த நிழலாளிகள் வானஹன் குழுவினரைச் சுட்டார்கள். பதிலுக்கு வானஹன் குழுவினரும் சுட்டார்கள். நொடியில் விழாக்கோலம் பிணக்காடானது. இரண்டு பக்கமும் உடல்கள் விழுந்தன. வைத்த இலக்கில் வென்றவர்கள் ஃபிட்ஸ் குழுவினர்தான், ஏனென்றால், அன்றைக்கு அவர்களுடைய இலக்கு வானஹன் குழுவின் முக்கியமான நிழலாளியைப் போட்டுத்தள்ளுவதுதான். அதை வெற்றிகரமாக முடித்துவிட்டு உயிர்பிழைத்தவர்கள் பறந்துவிட்டார்கள். இந்நிகழ்ச்சி முன்னம் இருந்த பகையுணர்ச்சிக்கு இரத்தம் ஊற்றி வளர்த்தது.

ஐரிஷ் நிழலாளிகள் செய்த தவறு தங்கள் பகையைத் தீர்த்துக்கொள்ள குத்துச்சண்டைப் போட்டியின் விழாவைத் தேர்ந்தெடுத்தது. அதன் பின்னர் நடந்த போட்டிகளில் பாதுகாப்புக் கெடுபிடிகள் கூட்டப்பட்டன. போட்டியைக் காண வரும் பெரும்புள்ளிகள் தங்கள் மெய்க்காவலர்களை அழைத்து வந்தார்கள். அரங்கம் முழுவதும் பாதுகாப்பு கேமிராக்கள்

பொருத்தப்பட்டுக் கண்காணிக்கப்பட்டது.

குத்துச்சண்டை வீரர்களும் ஃபிட்ஸ் குழு தங்கள் போட்டியில் செய்த கலவரத்தை அத்தனை எளிதில் மறக்கத் தயாராக இல்லை.

அந்தக் காலகட்டத்தில் நான் குத்துச்சண்டையை விட்டுவிட்டு மிக்சட் மார்ஷல் ஆர்ட்ஸிலும் சிகரம் தொட்டுக்கொண்டிருக்கும் வீரன். டியூப்ளினில் 'டண்ட்ரம் டௌன் செண்ட்டர்' சென்றிருந்தேன், 'வேயர் அன் சன்ஸ்' கண்காட்சியில் ரோலெக்ஸ் கைக்கடிகாரம் வாங்குவதற்காகச் சென்றேன். வழமைபோலவே எனது மெய்க்காவலர்கள் முதலில் சென்றார்கள். அனைத்தும் பாதுகாப்பாக இருப்பதாகச் சொன்னதும், நான் சென்றேன். வேயர் அன் சன்ஸுக்கு நான் வந்து சென்றது உடனடியாக சமூக ஊடகங்களிலும், அடுத்த நாள் செய்தித்தாள்களிலும் பெட்டிச் செய்தியாகவும் வெளிவரும் என நினைத்திருந்தேன், விதி வேறொன்றை நினைத்திருந்தது.

வானஹன் குழுவின் நிழலாளியும் அன்று வேயர் அன் சன்சுக்கு சகலவிதமான பாதுகாப்போடு வந்திருக்கிறான். எனது மெய்க்காவலர்கள் உடனடியாக என்னை வெளியேறச் சொன்னார்கள். எனக்குப் பின்னால் நெருங்கி நின்றுகொண்டார்கள். கண்காட்சியில் இருந்தவர்கள் குழம்பினார்கள். நிழலாளி கடைக்குள் நுழைந்துவிட்டான். அவசரமாக வேயர் அன் சன்சில் மன்னிப்பு கேட்டுக்கொண்டு, தொலைபேசியில் மற்றதைப் பேச வாக்குறுதி அளித்துவிட்டுப் புறப்பட்டேன்.

தேவையில்லாமல் நிழலாளி நான் மிரள்வதாகச் சிரித்துக்கொண்டே சொன்னான். நான் அமைதியாகச் சென்றிருக்கவேண்டும். திரும்பிப் பார்த்து முறைத்தேன். அவனும் முறைக்க, கோபத்தில் ஒன்றிரண்டு வார்த்தைப் பரிமாற்றங்கள் நடந்துவிட்டன. வண்டிக்குச் சென்று அமர்வதற்குள் செய்தி சமூக ஊடகங்களில் வரத்துவங்கிவிட்டது. டுவிட்டரில் என்னை இணைத்து ஆங்காங்கே சில சூளுரைகள், பதில் சூளுரைகள்.

என்னுடைய ஊடகப் பிரிவு ஆள்கள் என்னை அமைதியாக இருக்கச் சொன்னார்கள். அது ஒரு உரையாடல் என்னும் அளவில் மட்டுமே செய்தியை வெளியிடுவார்கள். கண் மூக்கு காது வாய் வைத்து அதைப் பெரிதாக்குபவர்கள் என்னவேண்டுமானாலும் செய்துகொள்ளட்டும். நாம் அமைதியாக இருப்போம் என்றார்கள். எப்படி இருந்தாலும், நிழலுலகுடன் உராய்வு ஏற்பட்டது என்னளவில் தேவையில்லாத ஒன்று. நொடிக்கு நொடி செய்திகள் ஓடிக்கொண்டிருக்கும் உலகில் இந்நேரம் அனைவரும் அதை மறந்திருப்பார்கள்.

இப்போது நான் அடுத்த போட்டிக்கு ஆயத்தமாகிவிட்டேன். எனது கவனம் முழுவதும் லாஸ் வேகாசில் நடக்கும் போட்டியில் வெல்வதில் குவிந்துள்ளது. இந்த வேளையில் நிழலுலகம் இதைத் தூசிதட்டி எடுத்திருக்குமோ? நிழலாளிகள் சின்னச் சின்னச் சச்சரவுகளுக்காக இத்தனை பெரிய காரியத்தைச் செய்யத் துணியமாட்டார்களே? சந்தேகமாக இருக்கிறது. புரட்சியாளர்கள் பிரிந்துவிட்டதைப்போல நிழலுலகம் பிரிந்துவிடவில்லை. அது முன்னைப்போலத்தான் இயங்கிவருகின்றது. கடத்தல்களும் போட்டுத்தள்ளுவதும் நிகழ்ந்துகொண்டிருக்கின்றன.

ஒருவேளை கொலை மிரட்டல் பணத்துக்காக இருக்குமோ?

ஒரு மிக்சட் மார்ஷல் ஆர்ட்ஸ் வீரனுக்கு எவ்வளவு பெரிய நட்பு வட்டம் இருக்குமோ அது எனக்கும் உண்டு. பரபரவென எனது 'நண்பர்கள்' உள்ளே வந்தார்கள்.

முதலில் அந்த அழைப்பை ஆராய்ந்தார்கள். அழைப்பு சாட்டிலைட் தொலைபேசியிலிருந்து வந்துள்ளது. வேண்டுமென்றே இருப்பிடத்தை மறைத்துக்கொள்ளாத வகையில் அழைப்பு. லாஸ் வேகாசிலிருந்து வந்திருக்கிறது. இதற்கு மேல் நெருங்கினாலும் பயன் இருக்காது. ஆளைப் பிடிக்க முடியாது. இருப்பினும் என்னுடைய நண்பர்கள் லாஸ் வேகாசில் இயங்கும் குழுக்களிடம் ரகசியமாக விசாரணையைத் துவங்கினார்கள். எதையும் கண்டுபிடிக்க இயலவில்லை. மிரட்டுபவர்கள் லாஸ் வேகாசிலிருந்து செயல்படுகிறார்கள்; அல்லது லாஸ் வேகாசிலிருந்து செயல்படுவதாக எனக்குச்

செய்தி தருகிறார்கள். இதுவரையில்தான் ஊகிக்க முடிந்தது.

ஐரிஷ் போராட்டக் குழுக்களுள் ஏதோ ஒன்று அல்லது சிறிய விஷயத்தைப் பெரிதாக்கி பலத்தைக் காட்ட நினைக்கும் ஐரிஷ் நிழலுலகம். இவை இரண்டும் ஊகிக்க முடிந்த காரணங்கள். இவை இரண்டும் இல்லையெனில் பணத்துக்காக மிரட்டும் குழுவாக இருக்கும். பணத்துக்காக மிரட்டும் குழுக்களை நண்பர்கள் இடது கையால் முடித்துவைப்பார்கள்.

முதல் யோசனையாக, இதனை அமைதியாகக் கையாள முடிவு செய்தார்கள்.

மெட்ரோவில் புகார் அளிக்காமல் இருக்க முடிவு செய்தார்கள். மெட்ரோ என்பது எல்.வி.எம்.பி.டி. லாஸ் வேகாஸ் மெட்ரோபாலிடன் போலீஸ் டிபார்ட்மெண்ட். நீளமான பெயர் இல்லையா? அதனால்தான் சுருக்கி மெட்ரோ. மெட்ரோவில் புகார் அளித்தால் அவர்கள் பார்த்துக்கொள்வார்கள். ஆனால் அது மிகப்பெரிய செய்தியாகும். அரங்கத்துக்குப் பாதுகாப்பு ஏற்பாடுகள் செய்யப்படும். தேவையில்லாமல் அரங்கைச் சுற்றி பீதி கிளம்பும். பத்திரிகைகளிலும் சமூக ஊடகங்களிலும் கொலை மிரட்டல் முன்னணியில் இருக்கும். இதனால், தொலைக்காட்சியாளர்களுக்கும் விளம்பரதாரர்களுக்கும் வரவு குறையும். மிரட்டியவன் அமைதியாக எங்காவது அமர்ந்து வோட்கா மார்ட்டினியை மெதுவாக உறிஞ்சிக்கொண்டு அனைத்தையும் பார்த்துப் புன்னகைத்துக்கொள்வான். மெட்ரோவில் புகார் அளிக்காமல் விட்டது நல்ல முடிவு.

அடுத்து, லாஸ் வேகாசின் ஆகச் சிறந்த மெய்க்காவலர்களைப் பணியில் அமர்த்தாமல் இருப்பது. அதுவும் செய்திகளை ஈர்க்கும்.

ஐரிஷ், ஐரோப்பா, அமெரிக்கா தவிர்த்து மற்ற நாடுகளில் நிழலாக இயங்குபவர்களின் உதவியை நாடுவதற்கு யோசனை முன்வைக்கப்பட்டது. எனக்கு அதில் விருப்பம் இல்லை. லாஸ் வேகாசிலும் டியூப்ளினிலும் இல்லாத மெய்க்காவலர்களா தாய்லாந்திலும் இந்தியாவிலும் கிடைப்பார்கள்? விவரம்

வெளியே தெரியாமல் மிரட்டலைக் கையாள்வதற்கு ‘வெளி ஆள்’களைத் தேர்வது மரபு. விருப்பம் இல்லாமல்தான் சம்மதித்தேன்.

லாஸ் வேகாசில் செயல்படும் நண்பர்கள் வழியாக, இந்தியாவிலிருந்து உளவாளி அளவுக்குப் பயிற்சி பெற்ற ஒரு மெய்க்காவலனை எனது பாதுகாப்புக் குழுவினர் வேலைக்கு அமர்த்தப்போகிறார்கள். நான் லாஸ் வேகாசில் இறங்கியது முதல் போட்டி முடிந்து புறப்படும் வரையில் அவன் என் மெய்க்காவலர்களுடன் செயல்படுவான். போட்டி முடியும் வரையில்தான் அவனுக்கு வேலை என்றார்கள். விருப்பம் இல்லாமல் சம்மதித்தேன்.

ஆனால், எதுவோ சரியில்லை. மனம் எச்சரித்தது. பார்க்கலாம்.

3. இஷானி, ஆண்டு 2006

பாலிவுட் நடிகைகளுக்கு 'டூப்' போடும் ரேஷ்மா பட்டான் எனது உடைகளை நகலெடுத்த உடையை அணிந்து தயாராக இருந்தார். மும்பை ஃபிலிம் சிட்டியில் படப்பிடிப்பு இருந்தது. சண்டைக்காட்சி. ஃபிலிம் சிட்டி ஹெலிபேடில் இருந்து சண்டையிட்டுக்கொண்டே கீழே விழவேண்டும். உங்கள் தமிழ்நாட்டின் சண்டைப் பயிற்சியாளர் விக்ரம் தர்மாவுடன் அந்நாள்களில் ஃபிலிம்ஃபேர் விருதுகளில் எப்பொழுதும் போட்டியில் நிற்கும் மூமின் மாஸ்டர்தான் சண்டைக்காட்சி அமைப்பாளர். ஒலிபெருக்கியில் ஆணைகள் இட்டுக்கொண்டிருந்தார். சண்டைக் கலைஞர்கள் இரண்டு மூன்று அசைவுகளைத் திரும்பத் திரும்பச் செய்து பார்த்தார்கள்.

இயக்குனரிடம் சென்று, 'இந்தக் காட்சியில் டூப் இல்லாமல் நானே செய்கிறேனே' என்றேன். மூமின் மாஸ்டர், ரேஷ்மா பட்டான் இருவர் கால்களையும் தொட்டுக் கண்களில் ஒற்றிக்கொண்டு அந்த ஆபத்தான சண்டைக் காட்சியை டூப் இல்லாமல் செய்ய அனுமதி கேட்டேன்.

ஃபிலிம் சிட்டிக்கு உள்ளே நடைபெறும் படப்பிடிப்பாதலால் பொதுமக்கள் கூட்டமும் அதிகம் இல்லை. வேடிக்கை

பார்க்க வந்த ஃபிலிம் சிட்டி பணியாளர்களும், படப்பிடிப்புக் குழுவினரும் மட்டும் இருந்தார்கள். மூமின் மாஸ்டருக்கும் இயக்குநருக்கும் என்ன தோன்றியதோ ஒப்புக்கொண்டார்கள். ரேஷ்மா பட்டான் என்னைக் கட்டிப்பிடித்து உச்சியில் முகர்ந்தார்.

'குழந்த, பார்த்து கவனமா செய்யம்மா' *(பேட்டி, சம்பஹல்கே கர்னா).*

இரண்டு தடுப்புகள், வலம் இடம், ஒரு உதை, அதன் பின் மேலேழும்பி உதைத்துவிட்டுச் சட்டென 'பேக் ஜம்ப்' அடித்து ஹெலிபேடில் இருந்து கீழே குதிக்கவேண்டும். சாதாரணமாக பேக் ஜம்ப்பிற்கு 'மொமண்டம்' கிடைக்க அதற்கு முன் சில அசைவுகள் இருந்தால் நல்லது. 'டூப்' போடப்போவது ரேஷ்மா பட்டான் என்பதால் மூமின் மாஸ்டர் சண்டையை அப்படி சவாலாக அமைத்திருக்கலாம். ரேஷ்மாவுக்கு அது சாத்தியப்பட்டிருக்கலாம்.

இப்பொழுது அந்த ஸ்டண்ட்டை டூப் இல்லாமல் செய்யப்போவது நான். உடலில் பாதுகாப்புப் பட்டை அணிந்து மேலிருந்து கம்பியில்தான் தொங்குவேன். நான் குதிக்கும்போது மெதுவாக 'ரிக் *(rig)*' எனது எடையைத் தாங்கி அழகாக இறக்கிவைக்கும். உயிருக்கு ஆபத்து கிடையாது, ஆனால், திரைக்குத் தேவையான 'பேக் ஜம்ப்' நளினம் வரவேண்டும்.

'ஆக்ஷன்.'

பதினைந்து வினாடிகள். டிஷ்யூம் டிஷ்யூம். முடிந்துவிட்டன. என் உடல் எப்படி மேலெழும்பியது எப்படி 'லேண்டிங்' ஆனேன். எதுவும் தெரியாது. ரேஷ்மா ஓடிவந்து அள்ளிக்கொண்டார். அவர் கண்கள் மகிழ்ச்சியில் கலங்கியிருந்தன. மூமின் மாஸ்டரும் இயக்குநரும் படபடவெனக் கைதட்டத் துவங்கினார்கள். படப்பிடிப்புக் குழுவினர் அனைவரும் கைதட்டினார்கள்.

அடுத்த நாள் பத்திரிகைச் செய்திகளில், என்னுடைய பதின்மூன்றாவது வயதில் நான் கராத்தே சேம்பியனாக இருந்ததை எடுத்துப் போட்டிருந்தார்கள். 'கொஷின் ரியூ'

பாணியில் ஜூனியர் பிரிவில் மஹாராஷ்டிர அளவில் வென்ற பதக்கத்தைக் குறிப்பிட்டிருந்தார்கள். பினாங்கில் பன்னாட்டு அளவில் கராத்தே போட்டிகளில் கலந்துகொண்டது குறித்து யாரும் பேசவில்லை. பரவலாகத் தெரியாத செய்திகள்தான் பரபரப்பானவை.

அது ஒரு கனாக்காலம்.

நான், இஷானி. என் பெயரை நீங்கள் கேள்விப்பட்டிருப்பீர்களே.

இப்பொழுதும் உங்கள் தமிழ்நாட்டின் கதாநாயகர்களுடன் நான் ஆடிய இரண்டு நடனங்கள் தொலைக்காட்சிகளில் ஒளிபரப்பப்படுகின்றனதானே?

என் அப்பா பாலிவுட்டில் வில்லன் நடிகர். அப்பாவைப் பின்பற்றி பாலிவுட்டிற்குள் நுழைந்துவிடாமல், கராத்தே பெண்கள் பிரிவில் ஆசிய விளையாட்டுப் போட்டிகளுக்குச் செல்லும் குழுவில் எப்படியும் இடம் பிடித்துவிடவேண்டும் என்பது எனது கனவாக இருந்தது. நாம் ஒரு கனவைக் கண்டோமென்றால் விதி இன்னொரு பாதையைத் திறக்கிறது. என்ன செய்ய?

விதி காட்டிய பாதையில் பாலிவுட்டில் கதாநாயகியாகி அந்த ஆண்டின் ‘பெஸ்ட் டெப்யூ’ விருது வாங்கி, கொஞ்சமே நடித்துவிட்டு, அதிகமாகச் செய்திகளில் வந்து, இப்போது பாங்காக்கில் வசிக்கும் இந்தியப் பெண் தொழிலதிபராகியுள்ளேன்.

‘இந்தியாவுக்கு வெளியில் சாதித்த பெண் தொழிலதிபர்’ என எப்பொழுதாவது யாராவது எங்காவது குறிப்பிடுவார்கள். அதாவது, அப்படித்தான் குறிப்பிடச் சொல்லப்பட்டிருப்பார்கள் அல்லது மிரட்டப்பட்டிருப்பார்கள். அவை நீங்கலாக எந்தச் செய்திகளிலும் தென்படமாட்டேன்.

பாய்ஜீயின் ஆள் நான்.

உங்களுக்கு பாலிவுட் கதைகளைக் கேட்கப் பிடிக்கும் போல? பிறகென்ன? இத்தனை நேரமாகச் சொல்லிக்கொண்டிருக்கிறேன்,

இவ்வளவு ஆர்வமாகக் கேட்கிறீர்கள். இன்னும் கொஞ்சம்தான் மீதம் உள்ளது, அதையும் சொல்லிவிடுகிறேன்.

அன்றைய பாலிவுட்டில் சில நடிகர்கள் இருந்தார்கள். அவர்களுக்குத் தொடர்ந்து போலீஸ் வேடம்தான் கிடைக்கும். இஃப்தகார் சாப், ஜக்தீஷ் ராஜ் சாப், ஷஃபி இனாம்தார் சாப் இவர்களுக்கு போலீஸ் உடை அத்தனை பொருந்தியது. என்றாவது படப்பிடிப்பு முடிந்த பின் உடைகளை மாற்றாமல் நாக்பாடா சென்று நிழலாளிகள் இரண்டு மூன்று பேரை அள்ளிக்கொண்டு வந்திருந்தாலும் யாரும் எதுவும் கேட்டிருக்கமாட்டார்கள். திரையில் அத்தனை பிரபலமான போலீஸ் முகங்கள்.

அவர்களைப் போலத்தான் என் அப்பாவும். அவர்களுக்குப் போலீஸ் முகம்; என் அப்பாவுக்கு வில்லன் முகம். கறுப்பு, சிவப்பு, நீலம் இப்படி அடர் வண்ணங்களில் 'டர்ட்டில் நெக் டீ ஷர்ட்' அணிந்திருப்பார், அதன் மேல் பளபளவென மின்னும் தடித்த வெள்ளிச்சங்கிலியில் சிலுவை தெரியும். சில படங்களில் கண்களில் சுர்மா (மைத்தூள்) பூசிக்கொண்டு மீசையை மழுங்கச் சிரைத்துவிட்டு ஹென்னா பூசிய செவ்வண்ண தாடியுடன் வெள்ளைத் தொப்பி அணிந்துகொண்டு விழிகளை உருட்டி மிரட்டுவார். சில படங்களில் முறுக்கிவிட்ட மீசையும் பான் போட்டுச் சிவந்த வாயுமாக நெற்றியில் குங்குமத்தை இழுத்துவிட்டு வெள்ளைப் பைஜாமா ஜிப்பாவில் உறுமுவார். பீட்டர், கறீம், கங்குவா எந்தப் பெயரில் வந்தாலும் கட்டாயம் பெண்களின் வெறுப்புக்கு ஆளாவார்.

எல்லாமும் நன்றாகத்தான் சென்றுகொண்டிருந்தது, அப்பாவுக்குத் திரைப்பட வாய்ப்புகள் குறையும் வரையில்.

பரபரவென இளம் கதாநாயகர்கள் இறங்கினார்கள். ஆறடி உயரத்துக்குக் காலைத் தூக்கி உதைக்கும் சண்டைக்காட்சிகள் வந்தன. அதற்கு ஏற்றாற்போல வில்லன்களும் இளையவர்களாக இறங்கினார்கள். ஸ்டெப் கட்டிங் வைத்துக்கொண்டு மொட்டை அடித்துக்கொண்டு 'ஃபிட்'டாக கோட் சூட்டில் வில்லத்தனம் செய்தார்கள்.

அப்பாவின் காலகட்டத்தில் வில்லனாக நடித்த சிலர், கொள்ளைக்கூட்டத் தலைவன், ஜமீன்தார் வில்லன், மொகம்போவைப் போன்ற வில்லன் எனத் தங்கள் வாய்ப்பைப் பற்றிக்கொண்டார்கள். அப்பாவோ கங்குவா கறீம் பீட்டர்களிலேயே தங்கிவிட்டார். கூட்டத்தில் ஒருவரானார். வில்லன் கூட்டத்தில் ஒருவரென்றால் சண்டைக்காட்சிகளிலும் நடிக்கவேண்டும்.

சண்டைக்காட்சிகளில் ஆறடிக்குக் காலை உயர்த்தி உதைத்தார்களல்லவா? அது அப்பாவால் முடியாமற்போனது. கத்திச்சண்டை, குஸ்தியென்றால் சமாளித்துவிடுவார். காலைத் தூக்கி உதைக்கும் சண்டைக்கலை அவருக்குப் பிடிபடவில்லை.

அந்தச் சண்டைக்கலையின் பெயர், கராத்தே.

தொடர்ந்து அப்பாவுக்குப் படப்பிடிப்பு வாய்ப்புகள் குறைந்து, வில்லனில் இருந்து அடியாளாகி அதன் பின்னர் எந்தப் பாத்திரம் தந்தாலும் ஏற்று நடிக்கத் துவங்கினார்.

இந்தியாவில் ஏசியன் கேம்ஸ் நடந்தது. அக்கம்பக்கத்து வீடுகளிலெல்லாம் கலர் டிவிகள் வந்தன. எங்கள் வீட்டிற்கு கலர் டிவி வரவில்லை. ஆரம்பப் பள்ளிக்கூட மாணவியாக அப்பாவிடம் கலர் டிவி கேட்டு அடம்பிடித்திருக்கிறேன். அடுத்த படம் ஒப்பந்தமானதும் முதல் வேலையாக கலர் டிவி வாங்குவதாகச் சொன்னார். மெதுவாகத்தான் வாங்கினார்.

நாள்கள் நகர்ந்தன. படப்பிடிப்பு இல்லாமல் அமர்ந்திருந்த ஒருநாளில் என்ன நினைத்தாரோ, என்னை அக்ரிபாடாவுக்கு அழைத்துச் சென்றார். அங்கிருந்த ஒரு கராத்தே பயிற்சிப்பள்ளியில் என்னைச் சேர்த்தார். ஞாயிறு, புதன், சனி, மூன்று நாள்களும் பள்ளியிலிருந்து வந்ததும் கராத்தே பயிற்சிக்கு ஓடவேண்டும். கராத்தே எனக்குப் பிடித்துப்போனது.

முன்பு உங்களிடம் சொன்னெனல்லவா? என்னுடைய பதின்மூன்றாவது வயதில் ஜூனியர் பிரிவில் மாஹாராஷ்டிர அளவில் சேம்பியன் ஆனேன். படிப்பும் கராத்தேவுமாக வளர்ந்தேன். மஹாராஷ்டிரத்துக்கு வெளியிலும்

பெயரெடுத்தேன். அனைத்திந்திய கராத்தே கழகத்தின் தேசிய சேம்பியன் போட்டிகளில் வெள்ளிப் பதக்கம் பெற்றேன், வளர்ந்தேன். எந்த கராத்தே தெரியாமல் அப்பா வாய்ப்புகளை இழந்தாரோ, அதே கராத்தேயில் மஹாராஷ்டிரத்தில் என் பெயர் ஒலிக்கப்பட்டது.

உங்கள் தமிழ்நாட்டுக்கும் வந்திருக்கிறேன். தாதர் ஸ்லீப்பர் கிளாசில் வந்திருக்கிறேன். மஹாராஷ்ட்டிர கராத்தே குழுமத்தின் ஜெர்க்கின் அணிந்து நான்கைந்து பேராக தாதரில் வந்து, சென்னை செண்ட்ரலில் இறங்கினோம். தமிழ்நாடு கராத்தே குழுமத்திலிருந்து இரண்டு பேர் வந்திருந்து மூம்மூன்று பேர் கொண்ட குழுவாக்கி டாக்சியில் அழைத்துச் சென்றார்கள். தேசிய அளவில் நடந்த போட்டி அது. சென்னையில் கடற்கரைக்கு அருகில் இருந்த அடையாறு என்னும் பகுதியில் அந்தப் போட்டி நடந்தது. அதில் சீனியர் பிரிவில் தங்கம் வென்றது நான்தான்.

பினாங்கில் நடைபெற்ற பன்னாட்டுப் போட்டியில் கலந்துகொண்டேன். பினாங்கில் எனக்குப் பெரிய வெற்றி கிடைக்கவில்லை, இருப்பினும் பன்னாட்டுப் போட்டிகளில் கலந்துகொண்ட அனுபவமும், பயணமும் எனக்கு ஊக்கம் கொடுத்தன. எப்படியும் அடுத்த ஆசிய விளையாட்டுப் போட்டியில் கராத்தேயும் இடம்பெறும் எனப் பேசிக்கொண்டார்கள்.

பாலிவுட்டிலிருந்து அப்பாவின் முகத்துக்காக எனக்கு ஸ்பான்சர்கள் கிடைத்தார்கள். எந்தப் போட்டிக்குச் சென்றாலும் பணப் பிரச்சனை இல்லாமல் அப்பா பார்த்துக்கொண்டார். இன்னொரு பக்கம் தள்ளிப்போகும் பட வாய்ப்புகள் அப்பாவுக்கு வருமானத்தைக் குறைத்தன. சில முறை அப்பாவிடம் பேசியிருக்கிறேன். பழைய இயக்குநர்கள் பலரைப் பார்த்துப் பேசியிருப்பதாகவும் வாய்ப்புகள் அடிக்கடி இனி வரும் என்றார். பழையபடி வில்லனாகவோ, அடியாளாகவோ கிடையாது, வேறு ஏதாவது கிடைக்கும் 'ரோல்'களை ஏற்கவேண்டிவரும்.

என்னை கராத்தேவில் மட்டும் கவனம் செலுத்தச் சொன்னார்.

அப்படியே செய்தேன். இலக்கில் குறியாக இருந்தேன். எனக்கென ஒரு தனி பாணியும் இயல்பாக அமைந்தது. என்னையறியாமல் அந்த அணுகுமுறை என்னுடன் ஒட்டிக்கொண்டது.

அசையாமல் 'கோகுட்சு-தாச்சி'யில் நிற்பேன். 'ட' வடிவில் பாதங்கள் இருக்கும். ஒரு பாதம் முன்னால் செங்குத்தாகவும் மற்றொரு பாதம் பின்னால் படுக்கை வசத்திலும் இருக்கும் 'பேசிக் ஸ்டான்ஸ்', பாதுகாப்பான நிலை அது. உடல் எடையில் முக்கால் பாகம் பின்னால் இருக்கும் பாதத்தில் வைப்பேன். எதிராளி தாக்கும்போது உடலைப் பின்னால் வளைத்துத் தாக்குதல்களைக் காற்றில் வீசவைத்து, தரையோடு ஒட்டினாற்போல் சரக் சரக்கெனப் பின்னால் நகர்ந்துகொள்ளச் சரியான நிலை. செங்குத்துக் காலில் உடல் எடை குறைந்த அளவு இருப்பதால் உதை கொடுக்கப் பட்டென நீட்ட முடியும்.

அதே நிலையில் குதித்துக்கொண்டு தாக்குதல் வருவதற்குக் காத்திருப்பேன். தாக்கினால் 'ஷுட்டோ-உகி' கத்தி வெட்டில் தடுத்து வயிற்றில் மின்னலாய்த் தாக்கி முதல் புள்ளியைக் கூட்டுவேன். தாக்குதல் சரியாக மாட்டிக்கொண்டால் எதிராளி கீழே விழுவாள்.

கை கால்களால் வெல்வதா வெற்றி? அவை இடைவிடாத பயிற்சியால் வெளியே நிகழும் அசைவுகள். மூளைக்குள் நூற்றுக்கணக்கில் நிலைகளையும் அசைவுகளையும் கணக்குப் போட்டு, எந்தத் தாக்குதலுக்கு எந்தத் தடுப்பு, எந்தத் தடுப்புக்குப் பின் எந்த வீச்சு, எந்த வீச்சுக்குப் பின் எந்த நிலை, அனைத்தும் மண்டைக்குள் ஓடிக்கொண்டிருப்பதும், ஓடியதைச் செயலாற்ற இடைவிடாது செய்த பயிற்சிகளும்தான் அடிப்படை. நுட்பமும் பயிற்சியும் அசைவுகளை நிகழ்த்தி வெல்கின்றன. அறிவுக்கூர்மை அசைவுகளைத் தேர்ந்தெடுத்துத் தருகிறது, அதுதான் வெற்றி.

முதலில் வெற்றியைத் தேடி முன்னேறாமல், தோல்வியடையாமல் நிற்க முயற்சி செய்வேன். தாக்குதல்களுக்காகக் காத்திருப்பேன். தாக்குதல்கள் வந்ததும் தடுப்பதுதான் எனக்கு முதல் நோக்கம். தடுத்த நிலைக்குப் பின்னர்தான் ஏதாவது வீச்சை வீசுவதா வேண்டாமா என முடிவெடுப்பேன். சென்சேய் பலமுறை

திருத்திவிட்டார். 'பன்ச் பன்ச்' கத்துவார், ஹூம் எனக்கு எதுவும் கேட்காது. 'ப்ளாக்' மட்டும் கேட்கும். அது என்னுடைய பாணி என்றே வைத்துக்கொள்ளுங்களேன். அப்படி நின்று வென்றுவிடுவதால் கராத்தே கழகத்தில் இதுவரையில் பிரச்சனை இல்லை. என் அணுகுமுறையை மாற்ற நினைத்தபோது காலம் கடந்துவிட்டது.

என் முகம் இந்தியாவில் சிலருக்குத் தெரிந்தது. அந்தச் சிலரில் பாலிவுட் இயக்குநர்களும் ஓரிருவர் இருந்தனர். ஒருவர் அப்பாவை அணுகினார். அப்பா என்னிடம் பேசினார். மறுத்தேன்.

அந்தச் சமயத்தில் ஸ்டண்ட் மாஸ்டர் எம்.ஹெச். டக்ளசிடம் தொடக்க நாள்களில் பயிற்சி பெற்று அப்பொழுது முன்னணியில் இருந்த ஷான் பாய் அவருடைய மகனை பாலிவுட்டில் கதாநாயகனாக அறிமுகம் செய்யப்போவதாகச் செய்திகள் வந்தன. அதற்காக ஒரு புதுமுகக் கதாநாயகியைத் தேடிக்கொண்டிருப்பதாகவும், அந்தத் தேடலில் ஷான் பாய் என்னுடைய கராத்தே போட்டிகளை வீடியோவில் பார்த்ததாகவும் கிசுகிசு வெளியானது.

ஷான் பாய் அப்பாவைத் தன்னுடைய ஜுஹு அலுவலகத்துக்கு அழைத்தார். அப்பாவுடன் கூடவே என் தலைவிதியும் நடந்துபோனது. வெளியே வரும்போது தலைவிதி என்னுடைய கராத்தே கனவுகளை சுருட்டி வைத்துவிட்டு பாலிவுட்டின் வெள்ளித்திரைக்கு சிவப்புக் கம்பளத்தை விரித்தது.

'பன்ச்சஸ் டூ பிரேம் சமந்தர்' தலைப்பிட்டு, ஸ்டார் டஸ்ட்டில் என்னுடைய புகைப்படத்துடன் பெட்டிச் செய்தி வெளியானது. நான் அறிமுகமான திரைப்படத்தின் பெயர் 'பிரேம் சமந்தர்', காதல் கடல், என்னை மூழ்கடித்தது. என்னால் எதுவும் செய்ய முடியவில்லை. என்ன நடந்ததென விளங்கிக்கொள்ளும் முன், நடித்து, படம் வெளியாகி வெற்றி பெற்று 'பெஸ்ட் டெப்யூ' விருதுக்குப் பரிந்துரைக்கப்பட்டேன். எனக்கு விருது கிடைத்தது.

அந்த ஆண்டு தென்கொரியாவில் ஏசியன் கேம்ஸ் நடந்தது.

கராத்தே போட்டிகளுக்காக இந்தியாவிலிருந்து சென்ற குழுவில் நான் இடம் பெறவில்லை.

என்னுடைய இரண்டாவது படம் ‘கரீப்’.

இந்தி வர்ணமாலா, மன்னிக்க இந்தி அரிச்சுவடி எழுத்துகளில் துவங்கும் பாடல் ‘அ-ஆ-ஹஹ்-ஹா’வுக்கு நான் ஆடிய நடனம் இந்தியாவின் மூலைமுடுக்கெல்லாம் சென்றடைந்தது. நடன ஆசிரியர் நிஷா கான். அந்தக் காலகட்டத்தில் நிஷா கானுக்குத் தன் முத்திரையைப் பதிக்க ஒரு கதாநாயகி தேவைப்பட்டார். யாரை வேண்டுமானாலும் ஆட்டுவித்துப் புகழின் உச்சிக்கு அழைத்துச் செல்ல அவரால் முடியும் என நிரூபிக்கவேண்டிய அவசியம் அவருக்கு இருந்தது. அந்த நேரத்தில் அவருக்கு நான் கிடைத்தேன்.

அ ஆ ஹஹ் ஹா பாடலை எழுதியவர் பிரஷாந்த் குல்கர்னி. பாடலின் வெற்றிக்குப் பின் இந்தி மொழி ஆர்வலர்கள் பாடலுக்குத் தடை விதிக்கக் கோரினார்கள். இந்தி மொழியின் அரிச்சுவடியைக் கவர்ச்சி நடனப் பாடலில் எப்படிப் பயன்படுத்தலாம் எனப் பிரஷாந்தின் கும்பல்லா ஹில் அலுவலகம் முன்னே கொடி பிடித்தார்கள். அதன் பின்னர் பாடல் இன்னும் அதிகமாக ஒலித்தது. நானும் அதிகமாகப் பேசப்பட்டேன்.

கோலிவுட்டிலிருந்து கதாநாயகியாக நடிக்க அழைப்பு வந்தது. மேலாளர் தன்மையாக மறுத்துவிட்டார். ஒரு நடனத்துக்காவது வரச் சொன்னார்கள். ஒரு நடனத்துக்கு மட்டும் வந்தேன். ஒன்று இரண்டு மூன்றானது. கோலிவுட்டிற்கு இரண்டு, டோலிவுட்டிற்கு ஒன்று. தெற்கிற்கு அவை போதும்.

ஆறேழு ஆண்டுகள் பாலிவுட்டில் முன்னணி நடிகையருள் ஒருத்தியாக வலம் வந்தேன். பின் கொஞ்சம் கொஞ்சமாகக் குறைத்துக்கொண்டேன். இப்பொழுது நான் இருக்கும் இடம் வேறு, எனது எல்லைகள் வேறு. எப்பொழுதாவது கலை நிகழ்ச்சிகளுக்கு வி.ஐ.பி. பார்வையாளராகச் செல்வேன். கலை நிகழ்ச்சி நடனங்களைப் பார்க்கையில் இன்னமும்

பாலிவுட் என்னுடைய அ ஆ ஹஹ் ஹா மயக்கத்திலிருந்து வெளிவந்ததாகத் தெரியவில்லை.

அது உங்கள் கமல்ஹாசனின் விக்ரம் படத்தில் வருகின்ற ‘சலாமி’யாவைப் போன்ற தீவு, மன்னராட்சி நாடு. இந்தியர்களுக்கு ‘ஆன் அரைவல் விசா’ என்று சொல்லப்படும் விசா கிடைக்கும், புறப்படுவதற்கு முன்பே விசாவுக்கு விண்ணப்பித்து, பாஸ்போர்ட்டை தூதரகத்தில் கொடுத்து விசா ஒட்டி வாங்குவது போன்ற வேலைகள் கிடையாது. பயணச்சீட்டை எடுத்துக்கொண்டு விமானத்தில் சென்று இறங்கினால் போதும். இந்தியாவின் பெரும்புள்ளிகள் அந்தத் தீவுக்கு சுற்றுலாவுக்குச் சென்று வருவார்கள். சாமனியனுக்கு எட்டாத தீவு அது.

உலகின் சிறந்த அதிவிலை நட்சத்திர விடுதிகள் அங்கு இருக்கின்றன. மது மாதுவைத் தவிர்த்து மற்ற அனைத்திலும் லாஸ் வேகாசுக்கு இணையாக ஒரு நகரத்தைத் தீவில் நிர்மாணித்துவிடும் முயற்சியில் அந்த மன்னர் இருந்தார். அதன் முதல் கட்டமாகவும், பெரும்புள்ளி இந்தியர்களுக்காகவும் ஒரு பெரிய கிரிக்கெட் விளையாட்டு மைதானத்தைத் தீவில் கட்டினார். இந்திய கிரிக்கெட் வீரர்களும் பாகிஸ்தானிய கிரிக்கெட் வீரர்களும் எந்தப் பிரச்சனைகளும் இல்லாமல் போட்டியில் பங்கெடுக்கக்கூடிய கிரிக்கெட் ஸ்டேடியமாக அது இருந்தது.

இந்தியா பாகிஸ்தான் போட்டிகள் நடந்தன. பாலிவுட்டின் பெரும்புள்ளிகள் போட்டியைக் காணச் சென்று வந்தார்கள். எனக்கும் இரண்டு நாள்கள் சென்று வந்தால் என்னவெனத் தோன்றியது. மேலாளரிடம் அடுத்த கிரிக்கெட் போட்டிக்கு அங்கு சென்று வர ஏற்பாடு செய்யச் சொன்னேன். அடுத்த போட்டிக்கு மூன்று மாதங்கள் காத்திருக்கவேண்டும்.

சரியாக இரண்டு மாதங்கள் கழித்து எனக்கு பிங்க் நிற அலங்கார உறை ஒன்று தூதஞ்சலில் வந்தது. செக்யூரிட்டிகளைக் கடந்து, மேனேஜரைக் கடந்து, என் கைகளுக்கு அந்த உறை நேராக வந்தது. தூதஞ்சல் கொண்டு வந்தவர் சென்ற பின் உறையைப்

பிரித்தேன். கிரிக்கெட் போட்டியைக் காண வி.ஐ.பி. பாக்சின் டிக்கெட்டும், தீவில் இருந்த ஐந்து நட்சத்திர விடுதியில் அறை பதிவு செய்யப்பட்டதன் விவரமும் அழைப்பும் விடுதியின் பெயர் தாங்கிய அழைப்பிதழில் அச்சடிக்கப்பட்டு மூன்றாக மடித்து இன்னொரு உறைக்குள் இடப்பட்டும் இருந்தன. விடுதியின் பெயர் தங்க நிறத்தில் அச்சடிக்கப்பட்டிருந்தது.

யார் அனுப்பியிருப்பார்கள்? தூதஞ்சலில் முகவரி இல்லை. அறையிலிருந்த 'லேண்ட்லைன்' தொலைபேசி ஒலித்தது. ஒரு பெண் குரல் வினயமாக அழகிய உருதுவில் பேசியது.

'அச்சமும் முன்னெச்சரிக்கையும் தேவையில்லை. ஒரு பெரும்புள்ளி உங்களைப் பார்க்க நினைக்கிறார், உங்களுடன் பேச நினைக்கிறார். சந்திப்போ பேசுவதோ எவையும் தனிமையில் நடக்காது. நீங்கள் தயக்கமின்றிச் செல்லுங்கள். எல்லோரும் செல்லும் விமானம்தான், முதல் வகுப்புதான். நீங்கள் விமான நிலையத்திலிருந்து வெளியே வந்ததும் காரில் விடுதிக்கு அழைத்துச் செல்வார்கள். கிரிக்கெட் போட்டிக்கும் அழைத்துச் செல்வார்கள். வி.ஐ.பி. இருக்கையில் உங்களை 'வேண்டியவர்' சந்திப்பார். இந்த அழைப்பை மறுப்பதென்றால் நீங்கள் மறுக்கலாம், கட்டாயமில்லை.'

நான். சில நொடிகள் தயங்கி, 'அழைப்பை ஏற்கிறேன். நான் செல்வேன்'. என்னால் முடிந்த அளவிற்கு அழகிய உருதுவில் பதில் சொன்னேன்.

'சென்று வாருங்கள். ஹாப்பி அன் ப்ளசண்ட் ஜர்னி.'

தீவில் இறங்கி இம்மிக்ரேஷனில் நிற்கையில் அங்கு என்னைச் சீண்டுவதற்கும் ஆள்கள் இல்லை. இந்தியாவின் அரசியல், திரை, விளையாட்டு, ஃபாஷன் உலகம், அனைத்துத் துறை பிரபலங்களில் சிலரும் எனக்கு முன்னும் பின்னும் நின்றிருந்தார்கள்.

'யா ஷீஸ் இஷானி, தட் ஹஹ்ஹா கர்ள்' எனக்குப் பின்னே வரிசையில் நின்றிருந்த யாரோ இருவர் பேசிக்கொண்டார்கள். தீவில் எனக்குக் கிடைத்த அதிகபட்ச வரவேற்பாக இருந்தவை

அந்த வார்த்தைகள்தான்.

விமான நிலையத்தை விட்டு வெளியே வந்ததும் பென்ஸ் கார் எஸ் 500 என்னை விடுதிக்கு அழைத்துச் சென்றது. சாலையில் கண்ணுக்கு எட்டிய தூரம் வரையில் பாலைவனமும் நகருக்குள் நுழைந்ததும் வானத்தைத் தொட்ட கட்டிடங்களுமாகக் கண்ணாமூச்சி ஆடின. என்னைப் போன்ற ஒரு மும்பையருக்குக் கட்டிடங்கள் ஆச்சரியத்தைக் கொடுக்காது. ஆனால், தீவெங்கும் இருந்த ஒலிகளற்ற தன்மையும், ஒழுங்கான போக்குவரத்தும் பாலைவனமும் நகரமுமாக நிமிடத்துக்கு நிமிடம் நாடகத் திரைச்சீலையைப் போல மாறும் பின்னணியும் ஆச்சரியத்தைக் கொடுத்தன.

அடுத்த நாள் கிரிக்கெட் ஸ்டேடியத்துக்குச் சென்றேன். 'வி.ஐ.பி. பாக்ஸ்'. இருக்கையைக் காட்டினார்கள், கடைசி வரிசை. எனக்கு இடப்புறமும் வலப்புறமும் இருக்கைகள் அனைத்தும் காலியாக இருந்தன. நான் சென்று அமர்ந்துகொண்டேன். மேட்ச் துவங்கியது. கிரிக்கெட் ரசிகர்கள் ஆரவாரமாகக் கைதட்டினார்கள்.

மொத்தக் கூட்டமும் கிரிக்கெட்டில் மூழ்கியிருக்கையில், ஒருவர் என்னருகில் வந்து அமர்ந்தார்.

அவர் பாய்ஜீ.

4. சகாரன், ஆண்டு 2018

நான் சகா(ர்)ன், உங்கள் வசதிக்காக சகாரன் என அழைத்துக்கொள்ளுங்கள். முவே தாய் சண்டைக் கலை வீரன். எனது உதையை ஒரு முறை கீழ்த்தாடையில் வாங்கினீர்களென்றால் அடுத்த இருபது நிமிடங்களுக்கு உங்களுக்கு சுயநினைவு இருக்காது. எவ்வளவு அருகில் நீங்கள் என் முன்னே நின்றாலும் கண்ணிமைப்பதற்குள் உங்கள் கீழ்த்தாடையில் என்னுடைய குதிகாலால் உதைக்க முடியும். அத்தனை பயிற்சி எனக்கு.

மன்னருக்கு மெய்க்காவலனாக இருந்திருக்கவேண்டியவன், இப்பொழுது? எப்படிச் சொல்வது? சொல்லிவிடுகிறேன்.

நம் அறிமுகம் இப்படி நடந்திருக்கக்கூடாது. உங்களுக்கு அறிமுகமான ஒரு முகத்திலிருந்து எனது அறிமுகத்தை நான் துவங்கியிருக்கவேண்டும். விதி செய்த இரண்டு சதிகள். இப்படி நிழலாளியாக உங்களுடன் என்னை அறிமுகம் செய்துகொள்ளவேண்டியிருக்கிறது.

ஏறத்தாழ நாற்பத்தைந்து ஆண்டுகளுக்கு முன்பு ஒரு தமிழ்த் திரைப்பட நடிகர் இந்தியாவில் உங்கள் தமிழ்நாட்டின் ஆட்சியாளராக இருந்தார் அல்லவா? அவர் ஆட்சியாளராகத்

தேர்ந்தெடுக்கப்படுவதற்கு முன்பு நடித்த ஒரு திரைப்படத்தின் சில பகுதிகளை சயாமில் படமாக்கினார். சயாம், தாய்லாந்துதான். அப்பொழுது தாய்லாந்தில் நடந்த முவே தாய் சண்டைப் போட்டியையும் படமாக்கினார். அந்தப் போட்டியில் எனது அப்பா கலந்திருக்கவேண்டும். திரைப்படத்தைப் பார்த்த நீங்கள் அனைவரும் என் அப்பாவையும் பார்த்திருக்கவேண்டும். விதி விளையாடிவிட்டது. அதற்கு முந்தைய போட்டியில் அப்பா கலந்துகொள்ளவில்லை. போட்டிக்கான பயிற்சி முடித்து வீட்டுக்கு வரும்போது, சோன்புரிக்கு அருகில் விபத்து நடந்தது. இன்றைக்கு நீங்கள் பார்க்கும் தொழில்மயமான சோன்புரி கிடையாது அது, பழைய சோன்புரி.

அந்த விபத்து மட்டும் நிகழ்ந்திருக்கவில்லையெனில், எனது அப்பா போட்டியில் கலந்துகொண்டிருப்பார். அதில் வென்று, தொடர்ந்து உங்கள் தமிழ்ப் படத்தில் எடுக்கப்பட்ட முவே தாய் போட்டியிலும் கலந்துகொண்டிருப்பார். நீங்கள் அனைவரும் அவருடைய முகத்தைப் பார்த்திருப்பீர்கள். அதிலிருந்து எனது அறிமுகத்தை நான் துங்கியிருப்பேன். எனக்கு உங்களுடன் ஒரு நல்ல அறிமுகத்துக்கான வாய்ப்பு கிடைக்காமற்போனது. போகட்டும்.

தாத்தா, அப்பா, நான் இப்படி வழிவழியாக நாங்கள் நல்ல வீரர்கள், நல்ல மெய்க்காவலர்கள். எங்கள் குடும்பத்திலிருந்து சிலர் நூறாண்டுகளுக்கு முன்பும் தாய்லாந்து மன்னருடைய மெய்க்காவல் படையில் இருந்தார்களாம். அது வசந்தகாலம் என்பார் அப்பா. 'தாய் பாதுகாவல் வீரர் குழு'. பெயரைக் கேட்பதற்கே பெருமிதமாக உள்ளது.

இந்த வகையிலாவது நம் அறிமுகம் நடந்திருக்கலாம். தாய்லாந்து மன்னரின் மெய்க்காவலர் குழுமத்தில் இருக்கிறேன் என்பது எத்தனை பெருமிதமாக இருந்திருக்கும்? அந்த வாய்ப்பும் போனது.

ஒரு நிழலாளியாக என்னை உங்களுடன் அறிமுகம் செய்துகொள்ளவேண்டியிருக்கிறது. நான், சகாரன், முவே தாய் சண்டைக் கலை வீரன்.

புதிய தாய்லாந்து புரட்சிக்கு முன் பாங்காக்கிலிருந்து மும்பைக்கு தாய்லாந்தின் ஒரு பெரும்புள்ளி பயணம் செய்தார். அவருக்கு நம்பிக்கையான மெய்க்காவலர் படையினர் உண்டு. அந்தப் பயணத்தில் சில சந்திப்புகள் நிகழப்போவதாகவும், அதில் எதிரிகள் மிகவும் அருகிலிருந்து தாக்கும் அபாயம் உள்ளதாகவும் சொன்னார்கள். மெய்க்காவலர்கள் எனில் எல்லா வகையான தாக்குதல்களுக்கும் பயிற்சி பெற்றிருப்பார்கள். இருப்பினும் என்னையும் அழைத்துக்கொள்ள நினைத்தார்கள். என்னுடைய 'குளோஸ் ரேஞ்ஜ் அட்டாக்' மெய்க்காவலர் உலகில் பெயர் பெற்றிருந்தது.

அவர்கள் அழைப்பை ஏற்று நான் சென்றிருக்கக்கூடாது. பணத் தேவைகள், அப்பொழுது உக்கிரமடைந்துவந்த புரட்சி, எந்நேரமும் தாய்லாந்தின் அன்றைய ஆட்சியாளர்கள் தூக்கியெறியப்படுவதற்கான வாய்ப்பு, எனக்கு இன்னமும் மெய்க்காவலர் படையில் இடம் கிடைக்காமல் தாமதம், நிம்மதியின்மை, இப்படிப் பல காரணிகள் என்னை அழுத்தி அவர்களுடன் செல்லவைத்தன.

என்னுடைய பின்புலம் சுத்தமானது எனத் தெரிந்தும் என்னை இதில் அவர்கள் இழுத்துவிட்டிருக்கக்கூடாது. நான் எப்படியும் தாய்லாந்தின் சிறந்த மெய்க்காவலர்களுள் ஒருவனாகியிருப்பேன். என்னை அழைத்துச் சென்றதற்குப் பதிலாக, 'க்ளோஸ் ரேஞ்ஜ் அட்டாக்'குகளையும் அவற்றை எதிர்க்கும் நுட்பங்களையும் அவர்களாகவே பயின்றிருக்கலாம். என்னிடம் கேட்டிருந்தாலும் அவர்கள் மும்பைக்குச் செல்ல ஓரிரு வாரங்களுக்கு முன் பயிற்சி அளித்திருப்பேன். அதற்குப் பணம் கூடப் பெற்றிருக்கமாட்டேன். தேவையில்லாமல் என் பாதையைத் திருப்பிவிட்டார்கள்.

மும்பைக்குச் சென்ற பின்னர்தான் அது எனக்குத் தெரிந்தது. 'பொடி' கைமாற்ற பேச்சுவார்த்தைக்கு அவர்களுடைய மெய்க்காவல் குழுவுடன் சென்றிருக்கிறேன். எவ்வளவு பெரிய குற்றம். பொடி தெரியும்தானே? போதைப்பொருள்.

அப்பொழுது வாயைத் திறக்க முடியாது. தாய்லாந்தில் பெரிய

பின்புலம் உள்ளவர்களிடம் உடனுக்குடன் உணர்வுகளை வெளிக்காட்டி மறுப்பைக் காட்டுவதில் எந்தப் பலனும் கிடைக்காது. அதிலும் என்னைப்போன்ற மெய்க்காவலர்கள் ஏற்ற பொறுப்பு முடியும் வரையில் எந்தவிதமான மனச்சாய்வுக்கும் அச்சத்துக்கும் ஆளாகக்கூடாது.

ஏற்றுக்கொண்ட பொறுப்பில், இந்தியாவில் அசம்பாவிதம் நடக்காமல் தாய்லாந்துக்குத் திரும்பிவிட்டால் யாருக்கு என்ன பிரச்சனை வரப்போகிறது. இந்த ஒப்பந்தத்துக்குப் பின் இவர்களைத் தவிர்த்துவிடலாம். இப்படித்தான் நினைத்தேன். நினைப்பதெல்லாம் நடந்துவிடுமா? என் விதி எனக்கு முன்னே இரண்டு இடங்களுக்குச் சென்றுவிட்டது. முதலாவது தாய்லாந்திற்கும், இரண்டாவது, மும்பையிலிருந்த பாய்ஜீயின் கோட்டைக்கும்.

தாய்லாந்தில் புரட்சி வெடித்தது. ஆட்சியாளர்கள் அகற்றப்பட்டனர். விமான நிலையங்கள் மூடப்பட்டன. அயல்நாட்டுப் பத்திரிகை நிருபர்கள் பாங்காக்கில் மாட்டிக்கொண்டனர். இணையம் இயங்கவில்லை. எப்பொழுது மீண்டும் விமானப் போக்குவரத்து துவங்கும் எனத் தெரியாது. பாங்காக்கைக் கைப்பற்றியவர்கள் விரைவில் அனைத்தையும் சுமுகமாக முடிக்க முயற்சி செய்தார்கள். மும்பையில் நாங்கள் நட்சத்திர விடுதியில் தங்கி இருக்கையில் தொலைக்காட்சியில் தொடர் செய்திகளில் தாய்லாந்துப் புரட்சியும் ஓடியது.

மெய்க்காவலர்கள் பதறக்கூடாது. எங்கள் குழுவிலும் யாரும் பதறவில்லை. ஒருவேளை மும்பைக்கு வந்த வேலை முடிந்திருந்தாலும், இப்பொழுது எங்கள் குழு தாய்லாந்து திரும்பமுடியாது. அதுதான் மிகப்பெரிய பிரச்சனை. ஆனாலும், அது மெய்க்காவலர்களின் பிரச்சனை கிடையாதுதானே? பதறாமல் இருந்தோம். வேலை முடிந்ததும் பாங்காக் செல்லாமல் கோலாலம்பூருக்காவது, சிங்கப்பூருக்காவது எங்கள் பயணம் இருக்கலாம். அவற்றைப் பார்த்துக்கொள்ள மற்றவர்கள் இருக்கிறார்கள்.

இதற்கிடையில் போதைப்பொருள் தடுப்புப் பிரிவுக்குச் செய்தி

கசிந்துள்ளது. சந்திப்பில் சுற்றி வளைத்துவிட்டார்கள். எங்கள் பெரும்புள்ளி துப்பாக்கி முனையில். அவர் என்னை அவருடன் அழைத்து வந்ததன் பலனை அப்பொழுதுதான் அடைந்தார்.

நெருக்கத்தில் இருந்தேன். காவலரின் விரல் துப்பாக்கியின் குதிரையில் தயாராக இருந்தது. குளோஸ் ரேஞ்சுகளில் முதலில் துப்பாக்கியின் குழலைத் திசைதிருப்பவேண்டும். சொடுக்கில் அதைச் செய்தேன். காலை மாற்றி அரைவட்டமடித்து கையைச் சுழற்றித் துப்பாக்கியின் குழலைத் திசைமாற்றினேன். மேசையில் நீங்களெல்லாம் குத்துவீர்களே 'ஹாமர் பன்ச்', அதைப் பக்கவாட்டில் அடித்தாற்போன்ற அசைவு அது. துப்பாக்கியை இடக்கையால் 'ஹாமர் பன்ச்'சில் தட்டிய அதே நேரத்தில், வலக்கை மணிக்கட்டை உள்ளே கொடுத்து காவலரின் மணிக்கட்டை இழுத்தேன். சிசர், கத்தரிக்கோல். நீங்கள் பார்க்கும் சீனச் சண்டைப் படம் அனைத்திலும் இதைப் பார்த்திருப்பீர்கள்.

அந்த நொடி போதும் எங்களுக்கு. அடுத்த தாக்குதலுக்கு முன் ஓடத் துவங்கியிருந்தோம். தப்பிக்க ஓடும்பொழுது முன்புற வாசலுக்கு ஓடக்கூடாது; பின்புற வாசலுக்கும்தான். வாசல்கள் எங்கெங்கு உள்ளனவோ அங்கெல்லாம் ஓடிவரும் நம்மைப் பிடிக்கக் காவலர்கள் நிற்பார்கள். தாக்கிவிட்டு ஓட்டத்தைத் தொடரத் துணிவிருந்தால், அல்லது பிடிக்கக் காத்திருக்கும் காவலர்களின் திறனும் அணுகுமுறையும் தெரிந்திருந்தால் மட்டுமே முன் பின் வாசல் வழியாக ஓடலாம்.

சன்னலைத் திறந்து பார்த்து, நீட்டிக்கொண்டிருக்கும் அலங்கார வேலைப்பாடுகளில் கால்வைத்து இறங்க முடிவு செய்தோம். எங்கள் குழுவிலிருந்த சிலரைக் காணவில்லை. இறங்கும் முன் வராந்தாவைப் பார்த்து எங்கள் கூட்டாளிகள் எந்த அறைக்குள்ளாவது இழுக்கப்படுகிறார்களா எனத் தெரிந்துகொள்ள முயற்சி செய்தோம். அப்பொழுது நடையின் கோடியில் இருந்த கதவைத் திறந்து கைவண்டியைத் தள்ளிக்கொண்டு துப்புரவுப் பணிப்பெண் வேகமாக வந்தார், தாய்லாந்து மொழியில், 'உங்களால் போதைப்பொருள் தடுப்புக்

காவலர்களிடமிருந்து தப்பிக்க முடியாது. ஒரே வழி அறை எண் 420க்குச் செல்லுங்கள்', சொல்லிவிட்டு சம்பந்தமே இல்லாதவர் போல வண்டியைத் தள்ளிக்கொண்டு இன்னொரு அறையின் கதவருகில் சென்றார்.

நானூற்று இருபது? நானூற்றுப் பதினெட்டில்தான் பேச்சுவார்த்தை. நேரெதிர் எண் வரிசையில் நானூற்று இருபது பக்கத்து அறைதான். இது ஏதோ வலை எனப் பொறிதட்டியது. யாரோ திட்டமிட்டு வலையை விரிக்கிறார்கள். யோசிக்க நேரமில்லாமல் நானூற்று இருபதுக்குள் பாய்ந்தோம். அது வலைதான்.

அங்கே தாய்லாந்தின் இரவு விடுதிகளில் அவ்வப்போது உருவப்படும் கைத்துப்பாக்கிகளுக்கு இணையான துப்பாக்கிகளைப் பிடித்துக்கொண்டு எங்களை எதிர்நோக்கிச் சிலர் அமர்ந்திருந்தார்கள். பதட்டப்படாமல் உட்காரச் சொன்னார்கள். அவர்கள் எங்களுக்கு நட்பு அழைப்பு தருகிறார்களாம். நட்பை ஏற்கவில்லையெனில் மட்டுமே துப்பாக்கி வெடிக்குமாம். அவர்கள் பாய்ஜீயின் ஆள்களாம்.

இன்னொரு பேச்சுவார்த்தை துவங்கியது.

தாய்லாந்துக்குச் செல்லமுடியாது, விமானம் கிடையாது. சில நிமிடங்களுக்கு முன் போதைப்பொருள் தடுப்புப் பிரிவுடன் தகராறு. சிங்கப்பூர் மலேசியாவுடன் தொடர்புகொண்டு மாற்று ஏற்பாடுகளைச் செய்ய நேரம் வேண்டும். இப்பொழுது நடந்த பிரச்சனை இன்னும் விடுதி நிர்வாகத்துக்குத் தெரிந்திருக்காது. அது தெரிவதற்கு முன், எதுவுமே நடக்காததுபோல அனைத்தையும் அமைதிப்படுத்தவேண்டும். அனைத்துக்கும் உதவிக்கரத்தை இவர்கள் நீட்டுவார்கள்.

அவர்கள் நேசக்கரம் நீட்டுவதற்கு ஒரே ஒரு நிபந்தனை. இனி எங்கள் பெரும்புள்ளியின் மும்பைத் தொடர்பு 'பொடி' வியாபாரம் இவர்கள் வழியாகத்தான் நடக்கவேண்டும். இதற்கு ஒப்புக்கொள்ளவில்லையென்றால் கூண்டோடு மீதி நாள்களை மஹாராஷ்டிராவில் ஏதாவது சிறைச்சாலையில்

கழிக்கவேண்டிவரும். வேறு வழியில்லாமல் பெரும்புள்ளி ஒப்புக்கொண்டார்.

எங்கள் குழுவின் மற்றவர்கள் அவர்களிடம்தான் பாதுகாப்பாக இருப்பதாகச் சொன்னார்கள். அடுத்தடுத்த ஏற்பாடுகளுக்கு ஆணைகள் இடப்பட்டன. முடிக்கும் முன், ஒரு கேள்வி கேட்டார்கள். யாரும் எதிர்பார்க்காத கேள்வி அது.

"துப்பாக்கியைத் தட்டிவிட்டது யார்?"

எங்கள் ஆள்கள் யாரும் என்னைப் பார்க்கவில்லை. ஒரு அசைவுகூட யாரிடமும் இல்லை. கண்களிலும் அசைவு இல்லை. சிலையாக இருந்தோம். எனக்கு யோசிக்கப் பதினைந்து வினாடிகள் கிடைத்தன. அவர்கள் தொண்டையைக் கனைத்துப் பேசத் துவங்குமுன், இடது கரத்தை உயர்த்தி ஒப்புக்கொண்டேன்.

"உன்னை மட்டும் தனியாக அழைத்து வர உத்தரவு. நீ மட்டும் பாய்ஜீயை சந்திக்கப் போகிறாய். மற்றவர்கள் செல்லலாம். இந்த விடுதியில் எதுவும் நடக்கவில்லை, நமது பேச்சுவார்த்தையைத் தவிர."

எங்களைக் குழுக்களாகப் பிரித்தார்கள்.

முதலில் காணாமல்போனவர்கள் பாதுகாப்பாக இருப்பதாகச் சொன்னார்களே, அவர்கள் எங்கள் கண்ணில் படவில்லை. அவர்களின் நிலை என்னவெனத் தெரியாது, அவர்கள் ஒரு குழு. பெரும்புள்ளியுடன் இரண்டு மெய்க்காவலர்கள். அவர்கள் ஒரு குழு. இன்னும் இருவர் தனியாக்கப்பட்டனர். என்னைத் தனியாக அழைத்துச் சென்றார்கள்.

பாய்ஜீயின் ஆள்கள் தேர்ந்த நிழலாளிகள். எங்களுக்குக் கூடிப் பேச அவகாசம் கொடுக்காமல் பிரிந்துவிட்டால் எங்களால் திட்டம் எதுவும் தீட்ட முடியாது. தனித்தனியாக இயங்குகையில் தப்பிப்பது சிரமம். இரண்டாம் நடவடிக்கை, மூன்றாம் நடவடிக்கை எனப் பல திட்டங்களை முன்பே யோசித்து வைத்திருந்தாலும், புரட்சி வெடிக்கப்போவதை

ஊகித்திருந்தாலும், பாங்காக்கிற்கு விமானப் போக்குவரத்து நிறுத்தம் எங்களுடைய 'பிளான் பி, சி, டி'க்களுக்கெல்லாம் எட்டாததாக நிகழ்ந்துவிட்டது.

முதலில் அவர்கள் சொன்னது என்னை பாய்ஜீயைச் சந்திப்பதாகத்தான். ஆனால், அது அன்று நடக்கவில்லை. அன்று நடந்தது உபசரிப்புகள்தான். ஒரு பழைய கட்டிடத்தில் தங்கவைத்தார்கள். எனக்கு அது தாய்லாந்தின் பாங்ராக்கில் இருக்கும் ஹாரூன் மாஸ்க் வீதியை நினைவுபடுத்தியது. பிரியாணி தந்தார்கள். நானும் அரிசி உணவை உண்பவன்தான், பழக்கப்பட்டவன்தான். ஒருவேளைக்கு இந்திய பிரியாணியும் உண்ணலாம். இரவில் ரொட்டியும் இறைச்சியும் தந்தார்கள். அந்த இறைச்சி எங்கள் குவா கிளிங்கைவிடக் காரமாக இருந்தது. மீதி வைத்துவிட்டேன். இரவு சாப்பாட்டுக்குப் பின் ஒரு காகித்தை எடுத்து வந்து என் முன்னே அமர்ந்தார்கள்.

அதைப் பார்த்து என்னுடைய ஜாதகத்தைப் படித்தார்கள். அனைத்தும் சரிதான் என்றேன். நிம்மதியாக உறங்கச் சொன்னார்கள். ஒரு மெய்க்காவலனுடைய உடலும் மனமும் அவன் கட்டுப்பாட்டில் இருப்பது நல்லது. கிடைக்கும் சமயத்தில் உறங்கிக்கொள்ளவேண்டும். எவ்வளவு நேரத்துக்குப் பின் அடுத்த உறக்கம் கிடைக்குமோ? அதிகாலையில் அருகில் இருந்த பள்ளிவாசலில் இருந்து முஸ்லிம்களின் தொழுகைக்கு அழைப்பொலி கேட்டது. எனக்கு பாங்ராக்கில் கான்சி என்றொரு முஸ்லிம் நண்பனும் இருக்கிறான். அவன் நினைப்பு வந்தது.

அடுத்த நாளும் பாய்ஜீயுடன் சந்திப்பு இல்லை. சாப்பாடு உறக்கம். எப்பொழுதும் கூடவே ஒரு சுருட்டைத் தலையன் இருந்தான். தப்பிக்க முடியாது. தப்பித்தாலும் எங்கு செல்வது? பாஸ்போர்ட்டுகளை அவர்கள் விடுதியிலேயே பிடுங்கிக்கொண்டார்கள். மாலையில் மொட்டைமாடியில் இருந்த தகரக் கொட்டகைக்கு அழைத்துச் சென்றார்கள். உடற்பயிற்சிக் கருவிகள் இருந்தன. ஒரு 'பன்ச்சிங் பேக்' இருந்தது. ஆசைதீரப் பயிற்சிகள் செய்தேன். மூட்டையைக் குத்தி உதைத்து உடலில் பலம் ஏற்றிக்கொண்டேன்.

அன்றைய இரவு ஒரு பழைய ஆடியோ கேசட் பிளேயரையும் ஒரு ஆடியோ கேசட்டையும் கொண்டுவந்தார்கள். அந்த கேசட் பிளேயரை பாங்காக்கில் தெருவோரத்தில் வசிப்பவர்களும் அன்றைய காலகட்டத்தில் பயன்படுத்தியிருக்கமாட்டார்கள், அரதப் பழசு. சுருட்டைத் தலையன் கேசட்டை பிளேயரில் செருகி ஒலிக்கவிட்டான். அந்த மொழி என்னைத் தவிர சுற்றியிருந்த யாருக்கும் புரிந்திருக்காது.

வினயமான சயாமீஸ் மொழியில் ஒரு பெண் குரல் பேசியது.

'அன்புள்ள சகார்ன், நலம்தானே. உன்னை நாங்கள் அறிவோம். தாய்லாந்தில் நடந்த புரட்சியில் உங்கள் பங்கும் உள்ளதற்கான ஆதாரங்களை உருவாக்க முடியும். உருவாக்கிய அந்த ஆதாரங்களை யாரிடம் சேர்க்க வேண்டுமோ அவரிடம் சேர்க்கவும் முடியும். ஆனால், நாங்கள் அப்படிச் செய்யப்போவதில்லை. சிறந்த மெய்க்காவலர்கள் சிலர் எங்களுடன் இருக்கிறார்கள். நீங்களும் அவர்களுடன் சேர்ந்துகொள்ளவேண்டும் என நினைக்கிறோம். நீங்கள் எங்களுடன் இருப்பது நம் இருவருக்கும் பலம். ஒப்புக்கொண்டு பாஸ்போர்ட்டைப் பெற்று மகிழ்ச்சியாக வியட்னாம் செல்லுங்கள். நாங்கள் எல்லா ஏற்பாடுகளையும் செய்துவிட்டோம். நீங்கள் வியட்னாமில் இருக்கும்போது தாய்லாந்துக்கு விமானப் போக்குவரத்து துவங்கிவிடும். அங்கிருந்து பாங்காக் செல்லுங்கள். அடுத்த உத்தரவுக்குக் காத்திருங்கள்.'

சுருட்டைத் தலையன் கேசட்டை எடுத்துத் தீயிட்டுக் கொளுத்தினான்.

அதன் பின்னர் தாய்லாந்தில் இருந்தாலும் தனிமையாக இருக்க வற்புறுத்தப்பட்டேன். பாய்ஜீயின் கூட்டத்துள் ஒருவனானேன். மெய்க்காவல் எனக்குப் புதிதல்ல, அவர்கள் தாக்கச் சொல்வது புதிது. தாக்கினேன். பிடித்துப்போனது. தாய்லாந்தின் நிழலறைச் சண்டைகளுக்குச் செல்லச் சொன்னபோது மட்டும் மறுத்தேன். பாரம்பரியமாக மெய்க்காவலனாக இருப்பவன் எப்படி நிழலறைச் சண்டைகளில் எனக் கேட்டேன். அவர்கள் வற்புறுத்தவில்லை.

இந்தியாவிலிருந்து பாய்ஜீ தாய்லாந்துக்கு அனுப்பிவைக்கும் சுற்றுலாப் பயணிகளுக்கு மெய்க்காவலனாகச் செல்லவேண்டும். உண்மையைச் சொல்வதென்றால் அவர்களைக் கண்காணிக்க வேண்டும். அவர்கள் பேசுவதைப் பதிவு செய்யவேண்டும். அவர்களுக்குத் தெரியாமல் அவர்களைப் படம் பிடிக்கவேண்டும். பாய்ஜீக்கு அனுப்பிவைக்கவேண்டும். அப்படியே சிறிது சிறிதாக பாய்ஜீயின் நம்பிக்கைக்குப் பாத்திரமாகி அவருடைய முக்கியமான சிறிய வட்டத்துக்குள் சென்றுவிட்டேன்.

ஒரு முக்கியமான வேலையை பாய்ஜீ எனக்குக் கொடுத்தார்.

பாலிவுட்டின் பிரபல நடிகை இஷானி தாய்லாந்தில் தங்கப்போவதாகவும் அவருக்கு மெய்க்காவலனாக இருக்கும்படியும் உத்தரவு வந்தது. இது சிறிது வித்தியாசமான காவல். அருகில் செல்லாமல் இஷானிக்கு அரணாக இருக்கவேண்டும்.

எனக்கான குழுவையும் உண்டாக்கவேண்டும். சில வீரர்கள் தேவைப்பட்டார்கள். நிழலறைச் சண்டைக் குழுக்களிலிருந்து நான்கு 'ஜாதகங்களைப்' பொறுக்கி எடுத்தோம். வலை விரித்து ஒவ்வொருவரின் சிண்டையும் முடிந்து கைகளில் வைத்துக்கொண்டோம். துருப்புச் சீட்டு பாய்ஜீயிடம் இருக்கும். நட்பாகச் சொல்வதைக் கேட்டு நடக்கும் வரையில் யாருக்கும் எந்தப் பிரச்சனையும் இல்லை.

இஷானிக்கு அரணாக இருக்க நால்வரில் ஒரு கண்காணிப்பாளனை நியமித்திருந்தேன். இன்னும் இருவர் பயிற்சியில் இருந்தனர். ஒருவன் 'பேக்'அப்'. அனைவரையும் பாய்ஜீக்குத் தெரியும்.

இஷானிக்கு நாங்கள் அமைத்திருக்கும் அரண் தற்காலிகமானதாக இருக்காது, அது தொடர்கதையாகச் செல்லும் என யூகித்திருந்தேன். ஒருபோதும் அதை பாய்ஜீயிடம் கேட்கவில்லை.

நாள்கள் ஓடின.

இன்றைக்கு இஷானி தாய்லாந்தில் பெரிய 'போட்டிக்' வைத்திருக்கிறார். இந்தியாவிலிருந்து வரும் பெரும்புள்ளிகள்

இஷானியையும் சந்தித்துவிட்டுச் செல்கிறார்கள். 'போட்டிக்' வெற்றிகரமாகச் செல்கிறது. போட்டிக்கின் செக்யூரிட்டி கேமராக்களில் எங்கள் பங்கும் இருப்பதை இங்கு விளக்கத் தேவையில்லை.

நான் நிழல் உலகினர் நின்று பேசுவதற்கு பயப்படும் அடியாள், மெய்க்காவலன். கிரைம் கதைகளில் வரும் ஹென்ச்மேன், காண்ட்ராக்ட் கில்லர், மாஃபியா கேங்க் இவற்றின் மெய்வடிவம். பாய்ஜீயின் நிழல் உலகில் செயல்படும் நெருக்கமான சிலருள் நானும் ஒருவன்.

என் அளவிற்குத் தற்காப்புக் கலையில் திறனும், கொலை செய்வதை ரசித்துச் செய்பவனுமாக இன்னொருவன் பாய்ஜீயின் நம்பிக்கைக்குரிய சிறிய வட்டத்துள் இருக்கிறானென்றால், அது இந்தியாவில் இருக்கும் விக்ராந்த்.

பாய்ஜீ எதற்கோ விக்ராந்தை லாஸ் வேகாஸ் அனுப்புவதாகச் சொன்னார். பாய்ஜீ எதையாவது சொல்லிவிட்டால், அதில் நமது கவனம் முழுவதும் இருக்கவேண்டும். தேவைப்படும் சமயத்தில் சட்டென பாய்ஜீ சொன்னதை இன்னொரு தகவலுடன் இணைத்துப் பார்க்கவேண்டும். அன்று சொன்னேனே என்றெல்லாம் நீட்டி முழக்குவது பாய்ஜீக்குப் பிடிக்காது. 'விக்ராந்த் வேகாஸ் செல்கிறான்' அது முக்கியமான தகவல். அதை பாய்ஜீ என்னிடம் சொல்லிவைத்துள்ளார். நிச்சயம் விக்ராந்தின் பயணம் தொடர்பாக எனக்கும் ஏதாவது அழைப்பு இருக்கும் என நினைத்து ஆயத்தமானேன்.

இப்பொழுது தேதி குறித்து என்னை லாஸ் வேகாஸ் செல்லச் சொல்கிறார். என்னுடைய கடமை விக்ராந்தை பாய்ஜீ வேகாசுக்கு அனுப்புவதுடன் இணைத்துப் பார்க்கவேண்டும். விக்ராந்தின் 'பேக்அப்'புக்கு என்னைப் போகச் சொல்கிறாரா? அவனுக்கு பேக்அப்பெல்லாம் தேவைப்படாது. சரியாகத் திட்டமிட்டுச் செய்வான். பிறகு நான் ஏன் லாஸ் வேகாசுக்குச் செல்லவேண்டும்?

எதுவோ சரியில்லை. பார்க்கலாம்.

5. பாய்ஜீ, ஆண்டு 2018

நிழலுலகில் துரோகத்துக்குத் தண்டனை மரணம். மரணம், மரணம் மட்டும். பாய்ஜீ மனது வைத்தால், ஆயுள் தண்டனையாகவும் அது குறைக்கப்படலாம். அந்த ஆயுள் தண்டனையை அனுபவிப்பவர்கள் தாமாகவே மரண தண்டனையை விரும்பிக் கேட்பார்கள்.

★

ஒரு ஆசிரியரின் மகன் படிப்பில் மக்காக இருந்தால் அவுன் என்னென்ன அவமானங்களைச் சந்திக்கவேண்டுமோ அனைத்தையும் சந்தித்து வளர்ந்தேன். அது என்ன அது, எதற்கெடுத்தாலும் என்னை அப்பாவுடன் ஒப்பிடுவது? ஒரு கட்டத்தில் அப்பாவின்மேல் தீராத வெறுப்பு வந்தது. அப்பாவின் பெயரைக் கெடுக்க விரும்பினேன்.

சின்னச் சின்னத் திருட்டுகளில் ஈடுபட்டேன். என்னுடைய குற்றங்களுக்காக என்னைத் திட்டும்போது அப்பாவின் பெயரைச் சொல்லித் திட்டினால் எனக்கு உண்டாகும் மகிழ்ச்சியைச் சொல்லி மாளாது. என்னை விளக்குக் கம்பத்தில் கட்டி வைக்கவேண்டும், 'வாத்தியார் மகனா நீ' எனக் கேட்கவேண்டும். ஆள் அனுப்பி அப்பாவை அழைத்து வரவேண்டும். தெருவில் இருப்பவர்கள் முன் அப்பா தலைகுனிய வேண்டும், என்னை அடித்து வீட்டிற்கு அழைத்துச் செல்லவேண்டும்.

பின்னர் ஊர்மக்கள் அப்பாவின் மீதும் நம்பிக்கை இழக்க, எனது திருட்டு, அடிதடி நடவடிக்கைகள் காவல் நிலையம் வரை சென்றன. காவலர்கள் அப்பாவை காவல் நிலையத்துக்கு வரச்சொல்லி மன்னித்து விட்டுவிடுவார்கள். வீட்டிற்கு அழைத்துவந்து அப்பா திட்டுவார். என் பெயர் உன்னால் கெடுகிறதே என்பார். சிரித்துவிடுவேன். அதற்குத்தானே குற்றமே செய்கிறேன்.

அப்பாவை அழைத்துக் கண்டிக்காமல் ஒரு உதவி ஆணையர் தன் பொறுப்பில் என்னை மன்னிக்கத் துணிந்தார். எனக்குக் கோபம் வந்துவிட்டது. அன்று இரவு உதவி ஆணையரின் ஜீப்பை பெட்ரோல் ஊற்றிக் கொளுத்திவிட்டேன்.

அப்பாவை அழைக்காமல் என்னை மன்னிப்பது என்னுடைய அகராதியில் மன்னிக்க முடியாத குற்றம்.

அரசுக்குச் சொந்தமான வாகனத்தையும் சில பொதுச் சொத்துகளையும் நாசப்படுத்திய அந்தக் குற்றத்திற்காக டோங்க்ரி சிறைக்கு அனுப்பப்பட்டேன்.

நீங்கள் வேண்டுமானால் அது டோங்க்ரி சிறை கிடையாதே, உமர்காதி சிறுவர் சீர்திருத்தப்பள்ளியாயிற்றே எனச் சொல்லிக்கொள்ளுங்கள், நான் யார் உங்களைத் தடுக்க? நான் சென்றது சிறை கிடையாது, சிறுவர் சீர்திருத்தப்பள்ளிதான் என்று நிரூபித்துக்கொள்ளுங்கள். உங்கள் வார்த்தையை மறுக்கமாட்டேன்.

ஆனால், சிறிது யோசித்துப் பாருங்கள். சிறுவர் சீர்திருத்தப் பள்ளிக்குச் சென்றேன் என்பதில் எனக்கு என்ன பெருமிதம் இருக்கிறது?

எனக்கு அது டோங்க்ரி சிறை, அப்படிச் சொன்னால்தான் எனக்கு இறுமாப்பு பொங்குகிறது. இருநூறு ஆண்டுகளைக் கடந்து இன்னும் திடமாக நிற்கும் சிறை. அந்நாளில் இந்திய விடுதலைப் போராட்ட வீரர்களெல்லாம் அடைக்கப்பட்டிருந்த வரலாறு டோங்க்ரி சிறைக்கு உண்டு. நானும் அதில் அடைபட்டு வெளியே வந்தேன்.

அது பழங்கதை.

இன்று, ஒட்டுமொத்தக் காவல் துறையினரும் பிடிக்கத் துடிக்கும் நல்லவன், பாய்ஜீ, நான்தான். உலகெங்கும் நடக்கும் சட்டவிரோத நடவடிக்கைகளில் என்னால் இயன்ற சிறு பங்கைச் செய்து நானும் ஏதோ பிழைப்பு நடத்திக்கொண்டிருக்கிறேன்.

பன்னிரண்டு ஆண்டுகளுக்கு முன்பு தீவில் நடந்த கிரிக்கெட் போட்டியில், விஐபி பாக்சின் புல்லட் ப்ரூஃப் கண்ணாடி வழியாகத் தொலைக்காட்சியினர் என்னைப் படம் பிடித்ததுதான் கடைசி. அதன் பின் நான் பொதுவெளியில் தோன்றவில்லை. தலைமறைவாகிவிட்டேன்.

அந்தப் புகைப்படத்துக்குப் பத்திரிகையாளர்கள் என்ன தலைப்பிட்டார்கள்? நினைவு இருக்கிறதா?

'இஷானி இஸ்பாட்டட் வித் பாய்ஜீ இன் ஐலேண்ட்.'

ஆங்கிலத் தலைப்பு. எனக்கு ஆங்கிலம் பிடிக்காது. ஓரிரு வார்த்தைகளை ஆங்கிலத்தில் சொல்வேன். நான் ஆங்கிலம் பேசினால் அதில் மும்பையின் நாக்பாடா வாடை அடிக்கும். இஸ்பெஷல், இஸ்கூல், இஸ்பேஸ், இஸ்பீச் இப்படிச் சொல்வதற்கு நான் சிறுமைப்படுவதில்லை. அது கிடக்கட்டும், இந்தச் செய்தியாளர்கள் ஏன் இப்படிப் பரபரப்பாகவே மக்களை வைத்திருக்க விரும்புகிறார்கள்? அல்லது மக்கள்தான் பரபரப்பை விரும்புகிறார்களா?

அன்று இஷானி கிரிக்கெட் பார்க்கத் தீவுக்கு வந்திருந்தாள். அதுதான் பாலிவுட்டின் அனைத்து நட்சத்திரங்களும் தீவுக்குக் கிரிக்கெட் பார்க்க வருகின்றார்களே. அப்படித்தான் இஷானியும் வந்தாள். தற்செயலாக நானும் அன்று கிரிக்கெட் பார்க்கச் சென்றிருந்தேன். தீவின் கிரிக்கெட் வாரியம் இஷானிக்குப் பதிவு செய்த அதே 'பாக்ஸ்'ஸில் எனக்கும் இருக்கைக்குப் பதிவு செய்தது என்னுடைய குற்றமா? இஷானியின் குற்றமா?

இப்பொழுதும் எங்காவது எனது செய்திகள் வெளிவந்தால் என்னைக் கைது செய்யச் சொல்லி ஹாஷ்டேகோ என்னவோ இணையத்தில் அடித்துப் பரவலாக்குகிறார்களாமே. தேவையா?

எப்படியோ போகட்டும். ஒரு நல்லவன் மேல் ஏன் இத்தனை பழிகள். ஒரு கேள்வி கேட்கிறேன். என்னை எதிர்த்தவர்கள், என்னுடைய வழியில் குறுக்கிட்டவர்கள், விதிவசமாக கொலாட்டரல் டேமேஜில் மாட்டிக்கொண்டவர்கள், இவர்களைத் தவிர அன்னியர் யாருக்கேனும் என்னால் பாதிப்பு ஏற்பட்டுள்ளதா? சொல்லுங்கள் பார்ப்போம். இதுவரையில் எந்தப் பாதிப்பும் இல்லை.

இன்னும் ஒரு கேள்வி.

ஒரு பெயர் புகழடைந்துவிட்டால், அதன் போலிகள் சில சந்தையில் உலவும். ரோலெக்ஸ் வாட்ச் முதல் வைரங்கள் வரை போலிகள் உலவுகின்றன. என் பெயரில் ஏதாவது போலி சந்தையில் உள்ளதா? எங்காவது போதைப்பொருள் கடத்தலில், ஆளைத் தூக்குவதில், போட்டுத் தள்ளுவதில், யாரேனும் என் பெயரைப் பொய்யாகச் சொல்லிப் பயன் அடைந்தது உண்டா? இந்த உலகத்தின் எந்த மூலையிலும் எனக்குத் தெரியாமல் என் பெயரைப் பயன்படுத்திப் பலன் அடைந்துகொள்ளும் தைரியம் யாருக்காவது இருக்கிறதா? என் பெயரால் நடத்தப்படுபவை அனைத்தும் எனது ஆணைப்படி மட்டும் நடக்கும். அதுதான் நான், பாய்ஜீ.

நான் அமைதியாக என்பாட்டிற்கு நான் உண்டு என் நிழலுலகம் உண்டு எனத்தானே இருந்தேன். என்னால் காவல் துறையில், போதைப்பொருள் தடுப்புப் பிரிவில், சில அரசு அலுவலர்கள் பலியாகியிருக்கலாம். என்னை சிறைபிடிக்கத் துடிப்பவர்களுக்கு அந்தப் பரிசையும் அளிக்கவில்லையெனில் நான் எப்படி மும்பையின் தாதாவாக அந்நாள்களில் இருந்திருக்க முடியும்? எத்தனை சாமானிய மக்கள் என்னிடம் உதவி கேட்டு வந்திருப்பார்கள்? அனைவருக்கும் உதவி செய்தேனே. அந்தக் காலங்களில் என்னை எளிதாக அணுகிவிடலாம்.

என்னிடம் உதவி கேட்டு வந்த வயதான பாபா ஒருமுறை கேட்டார்,

‘போதைப்பொருள் வியாபாரம் தவறில்லையா? இறைவன் அதை அனுமதிக்கவில்லையே?’

'பாபா, நான் போதைப்பொருள் பயன்படுத்துகிறேனா? இல்லைதானே. என்னுடைய ஆள்கள் பயன்படுத்துகிறார்களா? இல்லைதானே. போதைப்பொருளை நான் விளைவிக்கிறேனா? நான் தொழிற்சாலை வைத்துத் தயாரிக்கிறேனா? இல்லைதானே. ஏதோ சரக்கு வருகிறது, அதை மொத்த வியாபாரிகளுக்கு வினியோகம் செய்கிறேன். வாங்கி வினியோகம் செய்வதில் இருப்பது ஆபத்தான உழைப்பு பாபா. ஆங்கிலத்தில் என்னவோ சொல்வார்களே 'ரிஸ்க்', இல்லை பாபா, நீங்கள் உருதுவில் சொல்லும் 'ரிஜ்க்' படியளத்தல், அது இல்லை இது, இது ரிஸ்க், ஆபத்து. அதற்குதான் விற்பவர்களும் வாங்குபவர்களும் பணம் கொடுக்கிறார்கள். டிரான்ஸ்போர்ட் பாபா. வெறும் ட்ரான்ஸ்போர்ட். புதிதாக ஏதோ ஆங்கிலத்தில் சொல்கிறார்களே, லாஜிஸ்டிக், லாஜிஸ்டிக் பாபா.'

எனக்கான நியாயங்கள் எனக்கு உண்டு. அதன் பின்னர் பாபா என்னைப் பார்க்க வரவேயில்லை.

இப்படி அமைதியாக தாதாவாக இருந்த என்னைக் கொட்டிக்கொட்டி பெரிய ஆளாக்கிவிட்டார்கள். உங்கள் ஆள்கள்தான் செய்தார்கள். ஒவ்வொரு முறை என்னுடைய கோட்டைச் சுவரில் ஓட்டைபோடும் முயற்சிகள் நடந்தபோதும், இன்னொரு நாட்டில் நான் ஒரு பாசறையையே உண்டாக்கினேன். ஒரு இடத்தில் வெட்டினால் ஒன்பது இடங்களில் முளைத்தேன்.

எப்படியெல்லாம் என் ஆள்களைப் போட்டுத் தள்ளினார்கள் உங்கள் ஆள்கள். நடிகையின் வீட்டிற்குச் சென்றபோது அசந்த நேரத்தில் சுட்டார்கள். திருமண ஊர்வலத்தில் கலந்துகொண்டபோது தூரத்தில் மொட்டைமாடியிலிருந்து சுட்டார்கள். ஒவ்வொரு என்கவுண்ட்டருக்குப் பின்னும் எனக்கு இழப்பு ஒரு ஆள் எனில், என்னுடன் சேர்பவர்கள் பத்து ஆள்கள். ஆள்கள் அதிகமானால் நிர்வாகம் செய்யவேண்டுமே, அதனால்தான் சர்க்கிளைத் துவங்கினேன். 'சர்க்கிள்' பெயர் நன்றாக இருக்கிறதல்லவா? வட்டம், வளையம், சுற்று, எல்லை, எப்படி வேண்டுமானாலும் பொருள் கொள்ளுங்கள். சர்க்கிளில் இரண்டே இரண்டு சட்டங்கள்தான்.

1. பாய்ஜீ சொல்வதைச் செய்.

2. பாய்ஜீ சொல்வதை மட்டும் செய்.

சர்க்கிளுக்குள் வருவது எளிதில்லை. யாராலும் வீழ்த்த முடியாதவனாக வளர்ந்து நிற்பவர்களையும், முளையிலேயே தெரியும் விளையும் பயிர்களையும் சர்க்கிள் பார்த்துக்கொண்டிருக்கும், கண்காணித்துக்கொண்டிருக்கும். அவர்கள் தேவைதானா என யோசிக்கும். தேவைப்பட்டால் வலையை மெதுவாக விரிக்கும். ஒரே ஒரு தவறுக்காகக் காத்திருக்கும். அதன் பின்னர் அவர்களை இறுக்கி சர்க்கிளுக்கு ஏற்றபடி வளைப்பது எளிது. வளைத்துப் பிடித்த பின் சரியான பயிற்சிகள் தரப்படும். பயிற்சிகளில் தேறிய பின்னர் அவன் சர்க்கிளின் ஆள். யாரும் எளிதில் கை வைக்க முடியாது. பெரிய சாம்ராஜ்ஜியத்தை உருவாக்கி வைத்திருக்கிறேன்.

சர்க்கிளுடன் இணக்கமாக இருப்பவர்க்கு எந்தப் பிரச்சனைகளும் கிடையாது. சர்க்கிளுடன் இணங்காதவர்களை என்ன செய்வது?

நீங்கள் நடக்கும் பாதையில் முட்கள் இருந்தால் என்ன செய்வீர்கள்? செருப்பு அணிந்துகொள்வீர்கள். செருப்பு அணிந்து நடக்கையில் அதில் மாட்டுகின்ற சில முட்கள் மடங்கி உடையும். சரிதானே? சில முட்கள் செருப்பில் குத்திக்கொள்ளும். அப்படியும் சில முட்கள் கண்ணில் பட்டால் எடுத்து தூரமாகப் போடுவீர்கள்.

அதைத்தான் சர்க்கிள் செய்தது. சர்க்கிளுடன் இணக்கமாக இல்லாதவர்களை அப்புறப்படுத்தியது, உடைத்தது, சர்க்கிளுக்கு பாதிப்பு உண்டாக்காமல் இருக்கச் செய்தது, அவ்வளவுதான்.

திடீரென காவல் துறை புத்துணர்ச்சி பெற்று சர்க்கிளின் எல்லையைச் சுருங்கவைக்க முயற்சி செய்தது.

சர்க்கிளின் பழைய எதிரி அஸ்லம் லாலாவை அவனுடைய வீட்டில் வைத்தே போட்டுத் தள்ளிய நிகழ்வில், அங்கே என்னுடைய சிகரெட் லைட்டர் கிடந்ததாகச் சொல்லப்பட்டிருக்கிறது. அதன் அடிப்படையில் காவல் துறை எனக்குப் பிடி வாரண்ட்டை உண்டாக்கியது. துரத்தியது.

டோங்க்ரி முழுக்க வேட்டையாடியது. நாசிக், அவுரங்காபாத், அஹமத் நகர், ரத்னகிரி இப்படி நான்கு புள்ளிகளிலிருந்து மும்பையை நோக்கி வலையை இறுக்கிக்கொண்டு வந்தது. என்னை மூழ்கடிப்பதற்காக எழுந்த உக்கிரமான அலை என்னை மூழ்கடிப்பதற்குப் பதிலாக கரைக்குத் தூக்கியடித்தது.

நான் தீவுக்கு வந்து சேர்ந்தேன். தீவு மன்னராட்சிப் பிரதேசம். தீவுக்கு உங்கள் இந்தியாவுடன் வியாபாரத் தொடர்பு, விமானப் போக்குவரத்து, கப்பல் போக்குவரத்து, சுற்றுலாப் பயணிகள் போக்குவரத்து எல்லாமும் இருப்பினும் தேடப்படும் குற்றவாளியை ஒப்படைப்பதற்கான உடன்படிக்கை இல்லை. என்னை யாராலும் எதுவும் செய்ய இயலவில்லை.

தீவைத் தலைமைச் செயலகமாகக் கொண்டு சர்க்கிள் மும்பையை இயக்கத் துவங்கியது. சொன்ன வேலையை மும்பையில் முடித்துவிட்டுப் பறந்து வந்து தீவுக்குள் அடைக்கலம் புகுவது சர்க்கிளின் ஆள்களுக்கு கேரம் போர்டு விளையாடுவதைப் போல வசப்பட்டது. மும்பையில் ஹவாலா (கறுப்புப் பணப் பரிமாற்றம்) தொழிலின் முதன்மை நிழல் நிறுவனமாக சர்க்கிள் பெயர் பெற்றது.

நல்ல பிள்ளையாகத் தீவில் ஏற்றுமதி இறக்குமதி நிறுவனத்தை சர்க்கிள் துவங்கியது. அதற்கு ஐந்தாண்டுகள் பிடித்தன. ஏற்றுமதி இறக்குமதி நிறுவனத்தால், சர்க்கிள் தாய்லாந்தில் கிளையை உண்டாக்கியது. துருக்கியில் பற்றிப் படர்ந்தது. அமெரிக்காவில் துண்டுபோட்டு வைத்தது. அமெரிக்க ஐரோப்பிய ஆட்சிகளைச் சார்ந்திருக்கும் குறுநிலங்களில் சொத்துகளை வாங்கிக் குவித்தது, 'லெட்டர் பேட்' நிறுவனங்களை உண்டாக்கிவைத்திருந்தது. அந்தக் குறுநிலங்களில் சர்க்கிள் உண்டாக்கிவைத்திருந்த லெட்டர் பேட் நிறுவனங்கள் வழியாக பணச்சலவை நடந்தது.

தீவுடன் நேரடியான உடன்படிக்கை இல்லாவிட்டாலும், தீவுக்கு அருகிலுள்ள வேறு சில மன்னராட்சி நாடுகளுடன் தனக்கு இருந்த நட்பின் வழியாக, என்னை ஒப்படைத்துவிடும்படி தீவுக்கு உங்கள் இந்தியாவிடம் இருந்து வேண்டுகோள் வந்தது. அதற்குள், நான் பத்தாண்டுகளைத் தீவில் கழித்திருந்தேன்.

அதற்கு மேலும் தீவில் இருந்துகொண்டு தீவுக்கு தர்மசங்கடமான நிலையைத் தீவுக்கு நான் உருவாக்க விரும்பவில்லை. நீங்கள் என்னை சட்டப்படி தொடமுடியாத இன்னொரு குட்டித் தீவுக்குச் சென்று வசதியாக அமர்ந்துகொண்டேன். இந்தக் குட்டித் தீவின் மன்னருக்கு விருந்தாளி நான். மன்னருக்காக நிறைய வேலைகளைச் செய்கிறேன், நான் குட்டித் தீவில் இல்லை என மன்னர் தன்னுடைய வெளியுறவுத்துறை அமைச்சரை வைத்து ஊடகங்களில் பேசச் சொல்வார். பாய்ஜீக்கும் குட்டித் தீவுக்கும் சம்பந்தம் இல்லை என எல்லா பேட்டிகளிலும் தீவின் வெளியுறவுத் துறையினர் சொல்வார்கள். ஆனால், நான் குட்டித் தீவில்தான் இருக்கிறேன். மும்பையில் 'சர்க்கிள்' இனி அதுவாக இயங்கிக்கொள்ளும். நான் உருவாக்கி வைத்திருக்கும் படைத்தளபதிகள் அப்படியாப்பட்டவர்கள். அவர்களுக்கு செய்தி அனுப்பினால் போதும், முடித்துவிடுவார்கள்.

மும்பையில் டோங்க்ரி சிறைச்சாலையில் துவங்கி, தீவுக்கு வந்து, தீவில் இருந்துகொண்டே சர்க்கிளை விரிவுபடுத்தி, பின்னர் தீவிலிருந்து பறந்து சென்று மாயமாக மறைந்துவிட எனக்கு இருபத்தைந்து ஆண்டுகள் ஆயின.

மும்பையில் இருந்தும், தீவில் இருந்தும் எப்படி நிழல் உலகத்தை இயக்கினேனோ அப்படியே குட்டித்தீவில் இருந்துகொண்டே இப்பொழுதும் இயக்குகிறேன். கூடுதலாக இந்தக் குட்டித் தீவின் உளவுத் துறையிலும் புலனாய்வுத் துறையிலும் எனக்குத் தேவைப்படும் தகவல்களைத் தரவும், தொழில்நுட்ப உதவிகளைச் செய்யவும் 'நண்பர்கள்' கிடைத்தார்கள்.

ஒருமுறை, தீவில் இந்தியத் திரை நட்சத்திரங்களுக்கு விருது வழங்கும் விழா கோலாகலமாக நடைபெற்றது. நானும் அந்த விழாவைப் பயன்படுத்தி எனக்குத் தேவையானதைச் செய்துகொண்டேன். அந்த விழா நடக்கும் சமயத்தில் குட்டித் தீவின் அரசு அதிகாரி ஒருவரும் தீவுக்குச் சென்றிருந்தார். குட்டித் தீவின் உளவுத் துறை அவரைக் கண்காணிக்க முடிவு செய்தது. என்னிடம் ஒரு வார்த்தை சொல்லியிருந்தால் சகார்னிடம் சொல்லி அதிகாரியின் ஒவ்வொரு நடவடிக்கையையும்

பதிவுசெய்து அனுப்ப ஏற்பாடு செய்திருப்பேன். அது அரச விவகாரங்கள், அவர்களே பார்த்துக்கொண்டார்கள்.

அதிகாரியை வேவு பார்ப்பதற்காகக் குட்டித் தீவு உளவுத் துறைக்குக் குப்பையாக வந்து சேர்ந்த சில வீடியோக்களை ஒரு உயர்அதிகாரி வாங்கும் சம்பளத்துக்குக் கடனே எனப் பார்த்திருக்கிறார். வீடியோவில் கூடுதலாக என்னுடன் தொடர்புள்ள ஒன்றும் இலவச இணைப்பாகக் கிடைத்ததும் உடனே என்னைச் சந்திக்க விரும்பினார், சந்தித்தேன்.

அவர் கையோடு கொண்டு வந்த வீடியோ க்ளிப்பிங்கைப் பார்த்தேன்.

அந்த வீடியோவில் இருந்தது எனக்குப் பெரிய தவறாகப்பட வில்லை. எதற்கும் இருக்கட்டும் எனக் கண்காணிப்பை மட்டும் தீவிரமாக்கினேன்.

வெளியில் உளவுத்துறை ஆளிடம் எதுவும் காட்டிக்கொள்ளாமல் அது ஒன்றுமில்லை, இந்த விவரம் எனக்கு முன்பே தெரிந்ததுதான், இவற்றை சர்க்கிள் ஒருபோதும் கண்டுகொள்ளாது, இது அவரவர் தனிப்பட்ட வாழ்க்கைப் பிரச்சனை என்று சாதாரணமாகச் சொல்லி அனுப்பிவிட்டேன். ஆனால், நான் தீவிரப்படுத்திய கண்காணிப்பில் நடந்தது துரோகம் எனத் தெரியவந்தால், அவர்களைக் கொன்றுவிடுவேன். என்னிடம் உள்ள நல்ல பழக்கம், எந்தத் துரோகத்தைக் கண்டாலும் உணர்ச்சிவசப்படமாட்டேன். நிதானமாகத் திட்டங்கள் தீட்டுவேன்.

நிழலாக நடக்கும் செயல். வெளியிலிருந்து பார்ப்பவர்களுக்கு எந்தத் தவறும் புலப்படாது. என்னுடைய ஆள்களின் நடமாட்டம் வீடியோவில் பதிவாகியிருந்ததால், குட்டித் தீவின் உளவுத் துறை 'நண்பர்' எனக்குத் தகவல் தந்தார். நான் ஒன்றுமில்லை என்ற பின் அதில் மற்றவர்களுக்கும் ஒன்றுமில்லைதான்.

சில கண்காணிப்புகள், விசாரிப்புகள், ஒற்றாடல்களுக்குப் பின், என் இமைகளுக்குக் கீழ் நடந்திருக்கும் துரோகத்தை இவ்வளவு

நாள்கள் மூடியிருந்த திரை விலகியது. எங்கள் நிழலுலகில் துரோகத்துக்குத் தண்டனை மரணம். மரண தண்டனையை நானே முன் நின்று நடத்த நினைத்தேன்.

நீண்ட நாள்களுக்குப் பின் ஒரு கொலையை நேரடியாக என் மேற்பார்வையில் நடத்த வேண்டும். அதைக் க்கச்சிதமாக முடிப்பதற்கு வாய்ப்பு வந்தது. வலையை விரித்தேன். தானியங்களைத் தூவினேன். ஜோடிப் புறாக்கள் தனித்தனியாக வந்து வலையில் சிக்கவேண்டிய நேரத்தையும் நானே முடிவு செய்தேன்.

எங்கெல்லாம் உள்நாட்டுக் கலவரங்கள் நடக்கின்றனவோ அங்கெல்லாம் ஆயுதங்களின் தேவை அதிகரிக்கும். ஆயுதங்களை வாங்கப் பணத்தேவையும் அதிகரிக்கும். பணத்தை வாரியிறைக்கப் பலர் தயாராக இருக்கிறார்கள். அவர்களுக்குத் தேவையான காரியங்களைச் செய்துகொடுத்தால் ஆயுதம் வாங்கப் பணத்தைக் கொட்டுவார்கள். சில புரட்சிக்காரர்கள் வளையமாட்டார்கள், அவர்களுடைய நோக்கம் புரட்சியாக மட்டும் இருக்கும். எப்படி இருப்பினும் ஆயுதங்களை விற்கும் சில நிறுவனங்களுக்குச் சட்டப்படி அந்த ஆயுதங்களைப் பயன்படுத்தப்போவோரிடம் இருந்து ஒரு சான்றிதழ் வேண்டும்.

இன்னும் சர்க்கிள் ஆயுத பேரத்தில் மூக்கை நுழைக்கவில்லை, தேவைக்கு வாங்கிக்கொள்கிறது. தொலைநோக்குத் திட்டமாக ஆயுத பேரத்துக்கும் சர்க்கிள் செல்ல நினைத்து முதல் கட்டமாக ஆயுத பேரத்தில் சிறு பங்கை ஏற்றுக்கொண்டது. ஆயுதங்களைப் பயன்படுத்துவோர் சார்பாக போலிச் சான்றிதழ்களைத் தயாரித்து வழங்கியது.

ஐரோப்பாவில் ஏதோ மூலையில் ஏதோ ஒரு தீவில் நடக்கப் போகும் ஆட்சி மாற்றத்துக்கு ஏதோ ஒரு புரட்சிப் படைக்கு ஆயுதங்கள் போகும். புரட்சிப் படைக்கென ஆயுதங்கள் விற்க முடியாது, சட்டப்படி நடக்கும் அரசுகளுக்குத்தான் ஆயுதங்களை விற்பார்கள். அதற்காக ஏதோ ஒரு குறுநிலத்தின் காவல் துறை அதிகாரி அந்த ஆயுதங்கள் தங்களுக்குத்தான் வருகின்றன

எனச் சான்றிதழ் தந்திருப்பார், அதாவது என்னுடைய சர்க்கிள் அந்தச் சான்றிதழைப் பெற்றுத் தரும்.

இது சர்க்கிளுக்கு ஆபத்தில்லாத வேலை. ஆயுதங்கள் கப்பலில் ஏறியதும் அந்தச் சான்றிதழ் கோப்புக்குள்தான் உறங்கப்போகிறது. யாருக்கு ஆயுதம் செல்லும் என்பது எல்லோருக்கும் தெரிந்திருந்தாலும், ஆவணங்களில் யார் பெயரோ ரகசியமாக இருக்கும். உண்மையான ராணுவ ரகசியம் இதுதான்.

இந்தப் பணியில் ஐரிஷ் புரட்சியாளர்களுடன் சர்க்கிளுக்குத் தொடர்பு உண்டானது. அவர்கள் இப்பொழுது பலமிழந்த புரட்சியாளர்கள். பழைய கனவுகளில் வாழ்ந்துகொண்டிருக்கிறார்கள். பெரிதாக ஆயுதங்கள் வாங்கப் போவதாகச் சொல்வார்கள். அவர்களால் வாங்க முடியாது. சர்க்கிளுக்கு 'எக்ஸ்ட்ரா லக்கேஜ்'களை வைத்துக்கொள்ளப் பிடிக்காது. கழட்டிவிடச் சொன்னபோது ஒருவன் உளறினான்.

எந்தக் காலத்திலோ ஒரு குத்துச்சண்டை வீரனை அவர்களுக்கு ஆதரவாகப் பேட்டி தரச் சொன்னார்களாம், அவன் மறுத்துவிட்டானாம். இப்பொழுது அவனைப் போட்டுத்தள்ள வேண்டுமாம். காது கொடுத்துக் கேட்டேன், யோசித்தேன், தகவல் திரட்டினேன். தோண்டத் தோண்ட எனக்குப் புதையல் கண்ணுக்குத் தெரிந்தது. பேசியவன் பைசாவுக்குப் பலனில்லாதவன், அவன் பேசியதுதான் எனக்குத் தங்கச் சுரங்கம். அவனை விலக்கிவிட்டு குறுநிலங்களில் இருக்கும் சர்க்கிளின் 'லெட்டர் பேட்' நிறுவன நிழலாளிகள் வழியாகத் தகவல் திரட்டினேன்.

ரூனி மெக்கார்த்தி, சண்டைக் கலை வீரன். அவனுக்குக் கொலை மிரட்டல் வந்துள்ளது. இருவர் அவனை மிரட்டியிருக்க வாய்ப்பு உண்டு. அந்தக் காலத்தில் பலமாக இருந்து இப்பொழுது ஒடுங்கியிருக்கும் ஏதோ ஒரு ஐரிஷ் புரட்சிக் குழு அவனை மிரட்டியிருக்கவேண்டும்.

அப்படி இல்லையென்றால், ஐரிஷ் நிழலுலக வானஹன் குழு அவனை மிரட்டியிருக்கவேண்டும்.

ரூனி மெக்கார்த்தி அப்படித்தான் நினைத்தான், ஆனால் அவனை மிரட்டியது நான், அதாவது அந்தக் குடிகாரனை முகமூடியாக அணிந்து சர்க்கிள் மிரட்டியது.

எக்கச்சக்கமாக அவனுக்கு ஊற்றிக்கொடுத்து லாஸ் வேகாசின் ஸ்டேக் டோர் காசினோவில் அவனைக் கழிப்பறைக்கு அழைத்துச் சென்று சாடிலைட் தொலைபேசியைக் கொடுத்து உளறச் சொன்னோம், உளறினான். அதைக் கையில் எடுத்துக்கொண்டு சர்க்கிள் உள்ளே நுழைந்தது.

ரூனி மெக்கார்த்தி இதை சட்டப்படி கையாள விரும்பாதது எனக்கு நல்லது. அதிலிருந்து நூல் எடுத்து நான் வலையைப் பின்னவேண்டும்.

6. இஷானி, ஆண்டு 2018

கதாம்: துருக்கிய மொழியில் நீட்டலளவைகளின் ஒரு அலகு. இம்பீரியல் அளவையில் இது ஒரு அடி நீளத்துக்குச் சமமானது. மெட்ரிக் அளவையில் 30.48செ.மீ.

★

'இஷானி ஸ்பாட்டட் வித் பாய்ஜீ இன் ஐலண்ட்'

பாய்ஜீ என்னைச் சந்தித்தது மும்பையில் எதிரொலித்தது. பாய்ஜீயின் புகைப்படம் வெளியாகியுள்ளது, அருகில் நானும் இருக்கிறேன். தீவிலிருந்து மும்பைக்கு வந்து இறங்கும்போது தொலைக்காட்சிச் செய்தியாளர்களும், பத்திரிகை நிருபர்களும் வெளியில் கேமராவை வைத்துக்கொண்டு நின்றார்கள். வளைத்து வளைத்துக் கேள்விகள் கேட்டார்கள். எதிர்பார்த்ததுதான். சொல்லவேண்டிய பதிலும் தீவிலேயே ஒத்திகை பார்த்ததுதான்.

"அனைவருக்கும் என் நன்றியை உரித்தாக்குகிறேன். இந்த இரவு நேரத்தில் விமான நிலைய வாசலில் எனக்காகக் காத்திருக்கிறீர்கள். அனைவருக்கும் சேர்த்து என் பதிலைச் சொல்லிவிடுகிறேனே, ப்ளீஸ். தீவுக்குச் செல்வதும், கிரிக்கெட் பார்ப்பதும் மிகச் சாதாரணமாக நடப்பதுதான். தீவில்

இந்தியர்கள் முன்னணித் தொழிலதிபர்களாக இருப்பதும் உங்களுக்குத் தெரியாதது அல்ல. அவர்களும் கிரிக்கெட் பார்க்க வருவது இயல்பு. அவ்வளவுதான். இதற்கு மேல் எதுவும் இல்லை.” புன்னகையுடன் சொல்லி முடித்தேன்.

“அவுர் குச்?” (இன்னும் ஏதும்?) புன்னகை மாறாமல் கேட்டேன். புதிதாக நியமிக்கப்பட்ட மெய்க்காவலர்கள், நான் பேசி முடிக்கும் வரையில் காத்திருந்து என்னைச் சூழ்ந்தனர். என்னை அதற்கு மேல் நிற்கவிடாமல் அழைத்துச் சென்றனர். காரில் அமர்ந்ததும் ‘அப்பா வரவில்லையா’ என்றேன். ஓட்டுனர் அமைதியாக இருந்தார்.

‘சலியே’ (புறப்படுங்களேன்). நான் அப்படி ஏன் பேசினேன்? இந்த ஓட்டுனர் வந்ததில் இருந்து ‘சலோ’தான் சொல்வேன் (புறப்படு). என்னுடைய மொழியில் திடீரென நுழைந்துகொண்ட மரியாதையை ஓட்டுனர் கவனித்திருக்கலாம், அதனால் அதிர்ந்திருக்கலாம். கண்ணாடியிலும் என்னைப் பார்க்கவில்லை, திரும்பியும் பார்க்கவில்லை. மும்பையில் நட்சத்திரங்களிடம் ஓட்டுனராக இருப்பவர்கள் அப்படித்தான் இருப்பார்கள்.

நிறுத்தத்தில் இருந்து வண்டி வெளியேறும்போது, மெய்க்காவலர்களின் வண்டி முன்னே இணைந்துகொண்டது. வண்டி ஓட்டுவதில் மெய்க்காவலர்களுக்குத் தனியாகப் பயிற்சிப் பள்ளிகள் இருக்கின்றனவா? இடைவெளியும் விட்டு, இடையில் வேறு வண்டிகள் நுழைந்துவிடாமல், என்னுடைய ஓட்டுநரின் வேகத்துக்கு ஏற்றாற்போல வேகத்தைக் கூட்டியும் குறைத்தும் அதே இடைவெளியை எப்பொழுதும் வைத்துக்கொண்டு, எப்படி முடிகிறது? இதேபோல் பின்னாலும் ஒரு வண்டி இணைந்திருக்கும். அதைத் திரும்பிப் பார்ப்பது யாருக்கும் நல்லதில்லை. ஓட்டுநர் கண்ணாடியில் கவனித்திருக்கக்கூடும்.

ஜுஹுவில் ஏ.பி. நாயர் ரோட்டில், தாராசிங்கின் குடியிருப்புக்கு முன் எனது அடுக்குமாடிக் குடியிருப்பு. பாலிவுட்டில் கொஞ்சம் பெயர் பெற்றதும் பைகுல்லாவிலிருந்து ஜுஹுவுக்கு மாறிவிட்டேன். டேனி டென்சோங்பா அங்கிளுடன் லைலா மஜ்னு திரைப்படத்தில் அப்பா சில காட்சிகளில்

தோன்றியிருப்பார். டேனி அங்கிளின் வீடு இருக்கும் ஏ.பி. நாயர் ரோட்டுக்கு நானும் வந்ததில் அப்பாவுக்கு மகிழ்ச்சி. தாரா சிங் சாப் மீது அப்பா மிகுந்த மதிப்பு வைத்திருந்தார். 'தாரா சிங் சாபின் வீடு இருக்கும் முஹல்லாவில் (குடியிருப்பு) நாம் குடியிருக்கிறோமா?' ஜூஹுவுக்கு வந்தவுடன் நான்கைந்து முறை கேட்டுவிட்டார். புன்னகைத்துக்கொண்டே ஆம் ஆம் சொல்லித் தலையாட்டியிருந்தேன்.

அப்பா ஏன் ஏர்போர்ட்டுக்கு வரவில்லை? அவருக்கு இப்படியான புகழெல்லாம் பிடிக்குமே.

எஸ்.வி. ரோட்டை முடித்து வண்டி திரும்பப் போகிறது. ஸ்பென்சர் வர்கீஸ் ரோடு சுவாமி விவேகானந்தா ரோடாக மாறினாலும் அது எஸ்.வி. ரோடுதான். எஸ்.வி. ரோட்டின் முடிவில் புதிதாகக் கட்டப்பட்டு வந்த உணவுவிடுதியில் அன்று பெயர்ப்பலகை வைத்திருந்தார்கள். பெயரைப் பார்த்தேன். 'கதாம் கபாப்'. இந்தப் பெயரைத் தீவில் கிரிக்கெட் ஸ்டேடியத்துக்குப் போகும் வழியில் பார்த்த நினைவு. இங்கும் ஒரு கிளையா?

வண்டி தாரா சிங் சாபின் வீட்டைத் தாண்டி என் சொசைட்டியின் உள்ளே நுழைந்தது. முன்னே சென்ற மெய்க்காவலர்கள் வண்டி யூ டர்ன் எடுத்து என் சொசைட்டியைக் கடந்தது. பின்னால் வந்த வண்டியும் மெதுவாக ஊர்ந்து என்னுடைய வண்டி சொசைட்டிக்குள் இருப்பதை உறுதிசெய்த பின் கடந்தது.

செக்யூரிட்டிகளைக் கடந்து மின்தூக்கியில் ஏறினேன். பெட்டிகளை ஓட்டுனர் சரக்குகளை எடுத்துச் செல்லும் மின்தூக்கியில் தனியாக எடுத்து வந்து வைப்பார். குடியிருப்பைத் திறந்து உள்ளே சென்றேன். நள்ளிரவிலும் அப்பா உறங்காமல் கூடத்தில் தொலைக்காட்சி பார்த்துக்கொண்டிருந்தார். நான் மும்பை வந்த செய்தி தொலைக்காட்சியில் கீழே எழுத்துகளாக ஓடிக்கொண்டிருந்தது. காலைச் செய்திகளில் நான் விமான நிலையத்தில் நிருபர்களுக்குச் சொன்ன பதில் ஒளிபரப்பாகும். அந்தந்தத் தொலைக்காட்சியினர் என்னுடைய பதிலுக்கு முன்னே பின்னே அவர்களுடைய முதலாளிகளின் பார்வையை

ஒட்டிவைத்து சலிக்காமல் பேசித்தள்ளுவார்கள்.

அப்பாவின் கால்களைத் தொட்டுக் கண்களில் ஒற்றிவிட்டு எதுவும் பேசாமல் என் அறையை நோக்கி நடந்தேன். அப்பா தனது கைபேசியை என் முன்னே தரையில் எறிந்தார். நான் எதுவும் பேசாமல் அமைதியாக அறைக்குச் சென்றேன். அப்பாவுடன் எதுவும் பேச விருப்பம் இல்லை. எதுவும் செய்யத் தோன்றவில்லை.

ஷான் பாயை அப்பா ஜுஹுவில் சந்தித்த நாள் முதல் இன்று வரை என் விருப்பப்படி எதுவும் நடக்கவில்லை. என் கனவு கராத்தேயைச் சுற்றி இருந்தது. எப்படியும் இந்நேரம் ஆசிய அளவில் மெடல்களை அடித்திருப்பேன். விளையாட்டுத்துறையின் இட ஒதுக்கீட்டில் மஹாராஷ்டிர அரசுப்பணி கிடைத்திருக்கும். அதிகபட்சமாக நாக்பாடாவில் நானும் ஒரு 'டோஜோ' (கராத்தே பயிற்சிக்கூடம்) துவங்கியிருப்பேன். ஏசியன் கேம்ஸில் இதுவரையில் நாம் எந்தப் பதக்கத்தையும் வாங்கவில்லை, நான் பாலிவுட்டுக்கு வராமல் கராத்தேவைத் தொடர்ந்திருந்தால் பதக்கத்தைக் கொண்டுவந்திருப்பேனோ என்னவோ? எப்படி இருப்பினும் ஜுஹுவில் இத்தனை பணக்கார சொசைட்டியில் குடியேறியிருக்க முடியாது.

மேலாளர், மக்கள் தொடர்பு, தொழில் நுட்பம், நெட்வொர்க்கிங் இப்படிப் பல பக்கங்களில் இருப்பைக் காட்டும் அவசியம் அப்பாவின் காலத்தில் பாலிவுட்டில் இல்லை. ஒரு நிருபர், ஒரு பத்திரிகைப் பேட்டி, ஒரு புகைப்படம் போதுமானது. நெட்வொர்க்கிங் தனியாகக் கிடையாது. இயக்குநர்களைச் சந்தித்து, தயாரிப்பாளர்களைச் சந்தித்து 'உங்கள் படத்தில் வாய்ப்புக் கிடைத்தால் தன்யனாவேன்' சொல்வதுதான் அந்தக் காலத்தில் அப்பாவின் நெட்வொர்க்கிங். இன்றைய பாலிவுட்டின் வேகமும் விளம்பரங்களும் வேண்டுமானால் அப்பாவுக்குப் பிடிபடாமல் இருக்கலாம். ஆனால், பாலிவுட்டில் நிலைத்திருக்கப் பழகவேண்டிய வியூகங்கள் அவருக்குத் தெரியும். அப்பா இல்லாமல் எனக்கு பாலிவுட்டில் இத்தனை முன்னேற்றம் கிடைத்திருக்க வாய்ப்பு இல்லை.

உங்களுக்குத் தொங்கு தோட்டம் தெரியும்தானே? பாபிலோனின் தொங்கு தோட்டத்தை நான் சொல்லவில்லை, மும்பை மலபார் ஹில்ஸ் தொங்கு தோட்டம். அதன் எதிரில் கமலா நேரு பூங்கா. தனக்கு படப்பிடிப்பு இல்லாத ஒரு ஞாயிற்றுக்கிழமை காலையில் அப்பா அழைத்துச் சென்றார். பூங்காவில் கூட்டம் இல்லை. பூங்காவின் மூலையில் வயதானவர்கள் கூட்டமாக அமர்ந்து மௌத் ஆர்கனில் 'மேரா ஜூத்தா ஹை ஜப்பானி' பாடலை வாசித்துக்கொண்டிருந்தார்கள். மௌத் ஆர்கனின் மெல்லிய இசையைவிடவும் மெல்லிய ஒலியில் டேம்போரினைத் தட்டினார்கள். காலையில் மலபார் ஹில்ஸுக்கு வந்து பழைய பாடல்களை வாசித்து மகிழும் அளவுக்கு அவர்களுடைய ரசனை இருந்தது. இப்பொழுதும் டேம்போரின் எழுப்பிய மெல்லிய ஜல்ஜல் இசை காதில் ஒலிக்கிறது. அந்த நிறைவு இனி எனக்குக் கிடைக்காது. அப்பாவை அன்று அடையாளம் கண்டு கையசைத்தார்கள்.

என்னால் கமலா நேரு பூங்காவுக்கோ, நாக்பாடா டோஜோவுக்கோ இனிமேல் செல்ல இயலுமா? ஏதேனும் விழாவுக்குச் சிறப்பு விருந்தினராகச் செல்லலாம். அனைத்தும் மாறிவிட்டது.

உறங்கிவிட்டேன்.

காலையில் கூடத்துக்கு வந்தபோது அப்பா தன் கைபேசியைத் துடைத்துச் சரிசெய்தபடி இருந்தார். என்னை நிமிர்ந்து பார்க்காமல்,

'வர்மா அழைத்திருந்தான், அவனுடைய தொலைக்காட்சி விவாதத்துக்கு நான் விருந்தினராக வரவேண்டுமாம். போகட்டுமா?'

'அப்பா, என்னிடம் இதற்கு அனுமதி கேட்கவேண்டுமா? நீங்கள் சீனியர் ஆர்ட்டிஸ்ட். உங்கள் திரைப்படப் பட்டியலை மீடியா ஆள்கள் என்னிடம் காட்டியபோது பார்த்து நானே ஆச்சரியப்பட்டேன். என்னிடமெல்லாம் அனுமதி கேட்டுக்கொண்டு உங்களை ஏன் அப்பா குறைத்துக்கொள்கிறீர்கள்?'

'என் படங்களைப் பட்டியல் போட்டிருக்கிறார்களா? எனக்கே நினைவிருக்காதே.'

வர்மாவின் விவாதத்தில் அப்பா விருந்தினராகத் தோன்றியதைத் தொடர்ந்து, சோப்புக் கம்பெனி தீவில் நடத்திய பிரம்மாண்ட பாலிவுட் விருது வழங்கும் விழாவில் பத்து நிமிடங்கள் அப்பா தனது பழைய திரைப்பட வசனங்களைப் பேசிக்காட்ட வாய்ப்புத் தரப்பட்டது. அப்பாவும் மெதுவாக என்னைக் குறித்து வரும் செய்திகளைப் புறந்தள்ளப் பழகிக்கொண்டார். நானும் பாய்ஜீயுடன் என்னைத் தொடர்புபடுத்தும் செய்திகளுக்கு பகிரங்கமாக மறுப்புத் தெரிவித்தேன்.

ஓடியோடி நடனம் ஆடும் கதாநாயகிப் பாத்திரங்களிலிருந்து அழுத்தமான கதையமைப்புள்ள கதாபாத்திரங்களில் நடிக்க வாய்ப்புகள் வந்தன. ஜோஹரி எனக்காகச் சில அருமையான மெல்லிசைகளை அமைத்தார். அதிகமாக ஆடாமல் கொள்ளாமல், மூத்த கதாநாயகர்களுடன் மஞ்சள் விளக்கொளியில் தலைமுடி பறக்க முகத்தில் மட்டும் சிருங்காரத்தைக் காட்டும் என்னுடைய பாடல்கள் பிரபலமாயின. தேசாயின் 'மெகா பட்ஜெட்' காதல் கதைகளில் நான் கட்டாயம் இருப்பேன்.

ஆடைக்குறைப்புக்கு முழுக்குப் போட்ட பின், சிறப்புத் தோற்றம், சிறப்பு நடனங்களுக்கு அழைத்தார்கள். மொகலாயப் பின்னணி, ராஜபுத்திரப் பின்னணி வரலாற்றுப் படங்களில் அரசவை நடனங்களுக்கு என்னைவிட்டால் ஆளில்லை.

மலபார் ஹில்ஸில் வீடு வாங்கினேன், அதாவது எனக்காக வாங்கப்பட்டது. ஜுஹுவிலிருந்து மலபார் ஹில்ஸுக்குக் குடிபெயர்ந்தேன். மும்பைக்கும் தீவுக்குமாகப் பறந்தேன். சில நேரங்களில் நான் மும்பையில் இருக்கிறேனா? தீவில் இருக்கிறேனா? என்னும் சந்தேகம் எனக்கே வந்தது.

பாய்ஜீயின் செய்திகள் ஊடகங்களுக்கு ஊறுகாயைப் போல் ஆகின. தேவைப்படும்போது பரபரப்பை உண்டாக்க நான் விமான நிலையத்திலிருந்து வெளியே வருவதைப் படம் பிடித்துச் செய்தியாக்குவார்கள். என்னிடம் பேச வரும் நிருபர்கள் யாராக

இருந்தாலும் அவர்களிடம் ஒரு கோரிக்கை வைக்கப்படும். கோரிக்கை என்ன கோரிக்கை? அவர்களுக்கு அவர்களுடைய சீஃப் எடிட்டர்கள் சொல்லியனுப்புவார்கள். பாய்ஜீயுடனான தொடர்பு குறித்துக் கேட்டு அதை இஷானி மறுப்பதையும் வெளியிடவேண்டும்.

அடுத்த நாள் திரைச் செய்திகளில் அதுதான் தலைப்புச் செய்தி.

என்னுடன் அறிமுகம் ஆன பாலிவுட் கதாநாயகிகளுடன் ஒப்பிட்டால் நான் குறைவான படங்களில் நடித்துள்ளேன், ஆனால் மீடியாவின் வெளிச்சம் அதிகமாக விழுந்தது என் மேல். எவ்வளவு நாள்களுக்கு இந்தக் கண்ணாமூச்சி ஆட்டத்தைத் தொடர்வது? தீவில் நிரந்தரமாகத் தங்கினேன். பாலிவுட்டில் வாய்ப்புகள் கிடைக்கவில்லை, இனியும் கிடைக்கப்போவதில்லை.

பாய்ஜீயிடம் தயங்கித் தயங்கி மீண்டும் திரையுலகிற்குச் செல்ல அனுமதி கேட்டேன். பாய்ஜீ நினைத்தால் எனக்காக ஒரு திரைப்படத்தையே இந்தியாவில் அதிக பொருட்செலவில் தயாராகும் திரைப்படம் என்னும் அடைமொழியுடன் எடுக்க முடியும். அவ்வளவு வல்லமை பாய்ஜீக்கு உண்டு. என் கோரிக்கையை ஏற்று மீண்டும் நான் பாலிவுட்டில் வலம் வர உதவி செய்வார் என நினைத்தேன்.

எனக்கும் சலிப்பாகத்தானே இருக்கும்? ராணியாக இருந்தாலும் அடிப்படையில் நான் கராத்தே வீராங்கனை. எந்தக் கலை என் அப்பாவை பாலிவுட்டிலிருந்து துரத்தியதோ அந்தக் கலையில் சிகரம் தொடப் புறப்பட்டவள். இடையில் எனக்கு இப்படி வாழ்க்கை அமையும் என யார் நினைத்திருக்க முடியும்.

தமிழ்நாட்டுக்கு இரயிலில் வந்து டாக்சியில் அடையாறு என்னும் பகுதிக்குச் சென்றேன் அல்லவா? இப்போது வருவதென்றால், தனி விமானத்தில் வந்து 'ஆடி'யில் தாஜ் கோரமண்டல் செல்ல என்னால் முடியும். எல்லாம் இருந்தும் சலிப்பாக இருக்கிறது. எங்காவது யாரும் பார்க்காத இடத்துக்கு ஓடத் துடிக்கிறது மனது. அதனால்தான், அதற்கு மாற்று வழியாக மீண்டும் பாலிவுட் செல்ல பாய்ஜீயிடம் பேசினேன்.

பாய்ஜீ எனக்காக இன்னொரு திட்டத்தை வைத்திருந்தார். டெஸ்டினேஷன் பாங்காக்.

இந்தியப் பாரம்பரிய உடைகளுக்கான எக்ஸ்க்ளூசிவ் ஷோரூம் ஒன்றை பாங்காக்கில் திறந்துள்ளேன். பெயர்ப்பலகை 'ஸ்டார் இண்டியன் பொட்டீக்' என்று சொல்லும். இஷானி இம்போர்ட்ஸ் எல்.எல்.சீ. என்னும் தாய்லாந்து + இந்தியக் கூட்டு நிறுவனம் ஸ்டார் இண்டியன் பொட்டீக்கை நடத்தும். அந்தக் கூட்டு நிறுவனத்தில் இந்தியாவில் இருக்கும் இஷானி ஹோல்டிங்ஸ் நிறுவனம் நாற்பத்தொன்பது சதவீதம் முதலீடு செய்திருக்கும்.

பாங்காக்கில் சோன்புரி டயமண்ட் ஹோல்டிங்ஸ் நிறுவனத்துக்குச் சொந்தமான மிகப்பெரிய வணிக வளாகம் கார்னர் கோர்ட். லும்ப்பினி பார்க்கிலிருந்து வயர்லெஸ் சாலையைப் பிடித்து செண்ட்ரல் எம்பசி வணிக வளாகத்தை நோக்கிச் சென்றால், எம்பசியைத் தாண்டி கார்னர் கோர்ட்டைப் பார்ப்பீர்கள். அதில் வெர்செஜ், அர்மானி, யுவஸ் செய்ண்ட் லாரண்டுகளின் நடுவில் 'ஸ்டார் இண்டியன் பொட்டீக்' மின்னும் கைவேலைப்பாடுகளுள்ள இந்தியப் பாரம்பரிய உடைகளைக் கண்ணாடிப் பெட்டிகளுக்குள் வைத்தது.

பொட்டீக்கின் திறப்பு விழாவுக்கு உலகப் புகழ் பெற்ற ஆடையலங்காரர் யோகேஷ் மல்ஹோத்ரா வந்ததும் அருகிலிருந்த ஷோரூம்கள் ஆடிவிட்டன. வோக் பத்திரிகையின் தாய்லாந்து பதிப்பில் ஸ்டார் இண்டியன் பொட்டீக் திறக்கப்பட்ட செய்தி வெளியானது. இந்தியாவின் ஒவ்வொரு மாநிலத்திலிருந்தும் பாரம்பரிய உடைகளைத் தேர்ந்தெடுத்து இறக்குமதி செய்வோம். உங்கள் தமிழ்நாட்டிலிருந்து பட்டுச்சேலைகளைக் கொண்டுவருவோம்.

பொட்டீக்கிற்கு பாரம்பரிய ராஜஸ்தானி உடைகளை இந்தியாவிலிருந்து ஏற்றுமதி செய்ய ராஜஸ்தானிலும் ஒரு முக்கியமான சப்ளையர் இருந்தார். ஜெய்சல்மேரில் அவருடைய கடை இருக்கிறது.

தற்செயலாக, பொட்டீக் இருந்த கார்னர் கோர்ட்டின் உள்ளே வரிசையாக இருந்த உணவகங்களில் கதாம் கபாபும் இருந்தது.

ஸ்டார் இண்டியன் பொட்டீக் - பாங்காக், என்னுடைய வாழ்க்கையின் இன்னொரு அத்தியாயம்.

7. விக்ராந்தும் இஷானியும், ஆண்டு 2016

இஷானி:

நான் குட்டித் தீவிலிருந்து தீவுக்கு வந்து கலை நிகழ்ச்சியில் கலந்துகொள்ளத் திட்டமிட்டிருந்தேன். பாலிவுட் விருது வழங்கும் விழா தனியார் சோப்பு ஷாம்பூ நிறுவனம் நடத்தியது. மொத்த பாலிவுட்டையும் விமானங்களில் ஏற்றித் தீவில் இருக்கும் எல்லா நட்சத்திர விடுதிகளிலும் அவர்களைத் தங்க வைத்து பிரம்மாண்டமான ஏற்பாடு. தொலைக்காட்சியின் நேரடி ஒளிபரப்புக்கு விளம்பரங்கள் கோடிகளில் குவிந்தன.

தீவில் நடக்கும் கலை நிகழ்ச்சியில் நான் இல்லாமலா? குட்டித் தீவிலிருந்து தனி விமானத்தில் தீவுக்கு வந்து பாய்ஜீயின் கடற்கரையோர வில்லாவில் தங்கினேன். விதியைப் பார்த்தீர்களா? நான் பாலிவுட் நட்சத்திரமாக அப்போது ஜொலித்திருந்தாலும் ஏதேனும் நட்சத்திர விடுதியில்தான் தங்குவதற்கு ஏற்பாடு செய்திருப்பார்கள். இப்போது எனக்கென இருக்கும் வில்லா, எப்போது நான் வந்தாலும் தங்குவதற்கும் சேவை செய்வதற்கும் ஆள்கள் தயாராக இருப்பார்கள்.

சற்று வித்தியாசமாக இருக்கட்டுமே என பாலிவுட் நட்சத்திரங்கள் தங்கும் விடுதிகளுள் ஒன்றில் எனக்கும் ஒரு

அறை கேட்டிருந்தேன். பாய்ஜீ இதற்குச் சம்மதிக்கமாட்டார், பாதுகாப்பு ஏற்பாடுகளைச் செய்வதில் குழப்பம் வருவதற்கு வாய்ப்பு இருப்பதால் வில்லாவில்தான் தங்க சொல்வார் என நினைத்தேன். ஆனால், பாய்ஜீ உடனே ஒப்புக்கொண்டார். அவர் கைப்பேசியை வைக்கும்போது எனக்கான அறை நட்சத்திர விடுதியில் தயாராகியிருக்கும்.

பாய்ஜீ உடனே ஒப்புக்கொண்டதன் காரணம் எனக்குப் பிற்பாடுதான் விளங்கியது.

பாங்காக் திட்டத்துக்கான ஆவணங்களை எனக்குக் கொண்டு வந்து சேர்க்கும் ஏற்பாட்டை நட்சத்திர விடுதியில் ஏற்பாடு செய்திருக்கிறார். வில்லாவுக்கு வந்தால் தீவில் இருக்கும் இந்திய ஒற்றர்கள் கண்ணில் படலாம்.

இந்த ஆவணங்களையெல்லாம் நீங்கள் படங்களில் பார்க்கும் குப்பைத் தொட்டியில் போடுவது, தொப்பி அணிந்த தூதஞ்சல் அலுவலர் கொண்டு வருவது, மின்சார ஊழியர் வேடத்தில் வந்து உறையை மேசை மேல் வைத்துச் செல்வதெல்லாம் நடக்காது. அவை திரைப்படங்களுக்கு மட்டும். இந்த ஆவணங்கள் நம்பிக்கையான ஆள்களால் விமானத்தில் முதல் வகுப்பில் பறந்து வரும், இரண்டு நாடுகளின் சுங்க அதிகாரிகளும் ஆவணங்களை எடுத்து வருபவரின் கைப்பையைச் சோதனையிடமாட்டார்கள்.

பாய்ஜீ ஒரு கல்லில் இரண்டு மாங்காய் அல்ல, பல மாங்காய்களை அடிப்பவர். தூதஞ்சலை எடுத்துக்கொண்டு யார் வந்தாலும், சகாரனின் கண்களிலிருந்து தப்ப முடியாது.

என்ன யோசிக்கிறீர்கள்? சகாரன் என்னைக் கண்காணிப்பது எனக்கு எப்படித் தெரியுமென்பதா உங்கள் யோசனை?

நான் பாய்ஜீயிடம் எத்தனை ஆண்டுகளாக இருக்கிறேன், தெரியும்தானே? பத்து ஆண்டுகள்.

இந்திய நிழலுலகின் தந்தையுடன் பத்து ஆண்டுகள் வாழும் எனக்கு சகாரனின் நடவடிக்கைகள் தெரியாதா? பாய்ஜீயின்

உத்திகளுள் அதுவும் ஒன்று. நீ என்னால் கண்காணிக்கப்படுகிறாய் என்னும் அச்சத்தை ஆரம்பம் முதலே ஒருவருடைய மனதில் விதைத்துவிடுவார். யானையைச் சங்கிலி கட்டி வளர்க்கும் உத்தி அது. கண்காணிப்பின் அச்சத்தில் தவறு செய்ய மனம் வராது.

தீவில் பாய்ஜீயின் நிழல் சகாரனைப் போலவே இந்தியாவில் அவருடைய நிழல் விக்ராந்த்.

விக்ராந்த் ஒரு வியாபாரிப் போர்வையில் வலம் வருவான். பாரம்பரிய ராஜஸ்தானி உடைகள் காக்ரா, சோலி, பக்டி, ஜூத்தி, சுருலியா, பாயல், நத்தாடி எல்லாம் விற்பவன், குறிப்பாக பங்கடி வளையல். அவன் இந்தப் போர்வையில் உலகம் சுற்றுகிறான். இப்போது என்னுடைய பாங்காக் திட்டத்துக்கு அவனும் கூட்டணியாகச் சேருவான். ஏற்கெனவே ஒரு நிழல் உண்டு, சகாரன், இனி இவனும். இவர்களுக்கும் எனக்கும் உதவ துருக்கி கதாம் கபாப். நான் எங்கு சென்றாலும் உடன் வந்துகொண்டே இருக்கும்.

★

விக்ராந்த்:

எனக்கு இஷானியைச் சந்திக்கும் வாய்ப்பு அவளுடைய ஸ்டார் இண்டியன் பொட்டீக் மூலமாகக் கிடைத்ததாக உலகம் நினைக்கும். உண்மைக் காரணம் அதுவல்ல.

இஷானியிடம் சில இந்தியப் பெருந்தலைகளின் ஜாதகங்களைக் கொடுத்து அவற்றை ரகசியமாக குட்டித்தீவில் வைக்கும்படி பாய்ஜீயின் உத்தரவு.

அந்த ஜாதகங்கள் பல வகைப்படும், பெருந்தலைகள் பேசியவற்றைப் பதிவு செய்த யூஎஸ்பிக்கள், அவர்களுடைய புகைப்படங்கள், அவர்களுக்காக பாய்ஜீ செய்த பணச்சலவை விவரங்கள், நாம் பார்க்கக்கூடாத சில படங்கள், சிலருடைய இரண்டாம் இந்திய பாஸ்போர்ட்டுகள், ஐரோப்பிய ஆளுமைக்குட்பட்ட குட்டித் தீவுகளில் சிலர்

வைத்திருக்கும் பாஸ்போர்ட்டுகள், அந்தத் தீவுகளில் அவர்கள் வாங்கிவைத்திருக்கும் நிறுவனங்களின் ஆவணங்கள், முதலீடுகளின் ஆதாரங்கள், இப்படிப் பல உண்டு. அனைத்தையும் பாய்ஜீயின் அக்கா மகன் தொழில்முறை ஹேக்கர்மேகக் கணினியிலும் டிஜிட்டலாக வைத்திருப்பான், பாய்ஜீயிடம் ஜாதகங்கள் ஆவணங்களாகவும் இருக்கும். அந்த ஜாதகங்களைக் கைமாற்ற நான் செல்ல வேண்டும்.

அவற்றுடன் சேர்த்து இந்தியாவில் துவங்கப்பட்ட நிறுவனம் பாங்காக்கில் செய்யும் முதலீட்டின் ஒரு பகுதியாக ஸ்டார் இண்டியன் பொட்டீக், அதன் உரிமையாளர் என்னும் போர்வையில் இஷானி, அவர்களுடன் கூட்டாகச் செயல்படப்போகும் தாய்லாந்திய முதலீட்டாளர்களின் விவரங்கள். அனைத்து விவரங்களும் அடங்கிய இன்னொரு கோப்பு.

முதல் காரணம், ஜாதகம். இரண்டாவது காரணம், ஆவணம். மூன்றாவது காரணம்தான், ஸ்டார் இண்டியன் பொட்டீக்.

வெளியுலகிற்கு ஸ்டார் இண்டியன் பொட்டீக்குடன் நான் ஒப்பந்தம் செய்கிறேன். எங்கள் சந்திப்பு தானாக நடந்ததாகச் சித்தரிப்பதற்கு நட்சத்திரக் கலைவிழாவைக் காரணமாக்குகிறோம். நானும் இஷானியும் சந்தித்த பின், உளவுத்துறை மீண்டும் என் ஜாதகத்தைப் பிரித்து மேயும், அதனாலென்ன? அவர்களுக்கு எதுவும் சிக்கப்போவதில்லை. என்னுடைய பாஸ்போர்ட்டுகளைப் பார்த்தார்களென்றால் எல்லா உலக நாடுகளுக்கும் சென்று வந்திருப்பேன். அந்தத் தேதிகளுக்குச் சற்று முன்னே பின்னே எங்கள் கடையின் சரக்குப் போக்குவரத்தைப் பார்த்தீர்களென்றால், நான் சென்று வந்த நாடுகளுக்கு சரக்குகளை அனுப்பியிருப்பேன். அனைத்தும் சுத்தமாக இருக்கும், கறை இருக்காது.

முன்னேற்பாட்டின்படி, நட்சத்திரக் கலைவிழாவில் 'மேரா ஜூத்தா ஹை ஜப்பானி' பாடலின் நடனம் முடிந்ததும் நான் எழுந்து வெளியே வரவேண்டும், இஷானியும் எழுந்து வருவாள், இருவரும் எதேச்சையாகச் சந்திப்பதுபோல் இரண்டு நிமிடங்கள்

பேசவேண்டும். அடுத்த நாள் காலைச் சிற்றுண்டியுடன் என் 'கேட்டலாக்'குகளைக் கொடுப்பதோடு ஆவணங்களை அவளிடம் பத்திரமாகக் கொடுத்துவிட்டுப் புறப்படவேண்டும்.

நட்சத்திரக் கலைவிழா + விருது வழங்கும் விழா ஏகப்பட்ட கண்காணிப்புகளுடனும் பிரம்மாண்டமாக நடந்துகொண்டிருந்தது. எனக்கு வி.ஐ.பி. இருக்கை. என் இருக்கைக்கு இரண்டு வரிசைகளுக்கு முன் இஷானி. இஷானி இடையில் எழுந்து செல்ல வசதியாக அவளுக்கு மட்டும் வரிசையின் ஓரத்தில் இருக்கை, எனக்கு நடுவில்தான் இருக்கை. சுற்றிலும் இந்தியத் திரையுலகின் நட்சத்திரங்கள் ஜொலித்துக்கொண்டிருக்க நான் 'மேரா ஜூத்தா ஹை ஜப்பானி'க்குக் காத்திருந்தேன்.

அருகில் அமர்ந்திருந்தவன் தொல்லை தாங்க முடியவில்லை. எப்படியோ அழைப்பிதழ் வழியாக நான் ராஜஸ்தானி உடைகளை உலகெங்கும் விற்கிறேன் என்பதைப் பிடித்துவிட்டான், நச்சரிப்பு. தொட்டுத்தொட்டுப் பேசுகிறான், அவனும் உடைகளை வடிவமைக்கிறானாம். இந்த கேமரா வேறு சுற்றிக்கொண்டே இருக்கிறது. அவன் என்னை இடக்குமடக்காகத் தொட்டுப் பேசும்போது திரையில் நாங்கள் வந்துவிட்டால்? என்னுடைய உண்மையான முகம் இவனுக்குத் தெரிந்தால், இப்படிப் பக்கத்தில் உட்காருவானா? எப்பொழுது பாட்டு வரும் எழுந்து போகலாம் எனக் காத்திருந்தேன்.

ஜிகினா நடனங்கள் முடிந்த பின் ரெட்ரோவில் ராஜ்கபூர் படத்தைப் போட்டு, சுதந்திர இந்தியாவின் நேர்மையான கதாநாயகப் பாத்திரம் போன்ற அடைமொழிகளுடன் மேரா ஜூத்தா ஹை ஜப்பானீ வந்தது. பாடல் முடிய காத்திருந்தேன், எழுந்தேன்.

இரண்டு வரிசைகளுக்கு முன் இஷானியும் எழுந்தாள்.

வெளியில் அவளைப் பார்த்ததும் நான் முதலில் பேசினேன்.

"இஷானிஜீ, உங்களைப் பார்ப்பேன் எனக் கனவிலும் நினைக்கவில்லை. சமீர் நியாசியின் இந்தி அரிச்சுவடிப் பாடலை

இன்றைக்கும் என்னால் மறக்க முடியவில்லை."

"ஜனாப், அதை எழுதியவர் சமீர் நியாசி அல்லர், பிரஷாந்த் குல்கர்னி."

"பார்த்தீர்களா, உங்களைப் பார்த்ததும் நினைவு தடுமாறுகிறது."

"நீங்கள் நிறையப் படம் பார்ப்பீர்கள் போலத் தெரிகிறது."

"நான் உலகத்தைச் சுற்றி வந்து உடைகள் விற்கிறேன், படங்கள் பார்க்க ஏது நேரம்? உங்கள் படங்கள் மட்டும் விதிவிலக்குக:"

"உடைகள்?"

"ஆமாம்."

"உடை வடிவ மாதிரிப் படங்கள் இருக்கின்றனவா?"

"எங்கள் இணையதளத்தில் கிடைக்கும்."

"அதற்கு நேரமில்லை. டேபில் உள்ளதா? எனக்கு அனுப்ப முடியுமா."

"டேபில் உள்ளது, டேப் என் அறையில் உள்ளது, நாளை எடுத்து வரவா?"

"வாருங்கள், நான் புளூபபிள் விடுதியில் தங்கியிருக்கிறேன."

"அடடே நானும் புளூபபிளில்தான் தங்கியிருக்கிறேன். நாளை மாலையில் சந்திக்க வசதிப்படுமா?"

"மாலையில் எனக்கு தேநீர் விருந்து ஒன்று உள்ளது, அதை முடித்துவிட்டு வந்து அழைக்கிறேன். உங்கள் அறை எண்ணை நான் கேட்டால் புளூபபிளில் தருவார்கள்."

இதைச் சொல்லிவிட்டு இஷானி சிரித்திருக்கக்கூடாது, சிரித்தாள். உரையாடலின்போது யார்யாரோ கையசைத்தார்கள், புன்னகைத்தார்கள் நொடியில் அனைத்துக்கும் சைகையால் பதில் சொல்லிவிட்டு என்னுடன் பேசுவதில் கவனமாக இருந்தாள்.

பாய்ஜீ சைப்ரசிலிருந்து அழைத்தார். இஷானி என்னிடம்

பேசியவற்றை அவரே என்னுடன் பேசியதுபோல் சொன்னார். அப்படித்தானே ஏற்பாடு நடந்தது. நாளை மாலை அனைத்தையும் கொடுத்து விளக்கிவிட்டுப் புறப்படுவேன் என்றேன். சரியென இணைப்பைத் துண்டித்தார்.

அடுத்த நாள் மாலையில் இஷானியைச் சந்திக்கச் சென்றேன். குட்டித் தீவின் உளவுத்துறை ஆசாமி ஒருவன் புளூபபிளில் நடமாடிக்கொண்டிருந்தான். குட்டித்தீவின் அமைச்சர் இந்த விருது வழங்கும் விழாவில் கலந்துகொள்ள வந்திருக்கிறார், அது எனக்குத் தெரியும். அவரும் என்னைப் போல விழாவை முன்வைத்து வேறு ஏதாவது வியாபாரம் பேச வந்திருக்கலாம். அவரைத் தொடர்ந்து குட்டித் தீவின் உளவுத்துறை வந்துள்ளதுபோல. இது பாய்ஜீக்குத் தெரியுமா? பாய்ஜீக்குத் தெரியாமல் குட்டித் தீவின் உளவுத்துறையில் ஏதாவது நடந்துவிட முடியுமா? அது கிடக்கட்டும், என் வேலையை நான் முடிக்கச் சென்றேன்.

அன்றைக்கு இஷானி அந்த உடையை அணிந்திருக்கக்கூடாது, மன்மதன் என் பார்வையில் புகுந்து சதி செய்திருக்கக்கூடாது, நான் கொலைகார மனப்பக்குவத்தை விடுத்து ரசிகனாகியிருக்கக்கூடாது, என் ரசனையைப் புரிந்துகொண்டு இஷானியும் புன்னகைத்திருக்கக்கூடாது, எல்லா கூடாதுகளும் ஒன்றாகக் கூடியிருக்கக் கூடாது.

தொழில் தொடர்பான வேலைகள் முடிந்ததும், இரண்டு நிமிடங்கள் அவளது பாடல்களைப் பேசினேன், அடுத்த இரண்டு நிமிடங்கள் அவள் பேசினாள், அடுத்த இரண்டு நிமிடங்கள் அவளுடைய நடனங்களைப் பேசினேன், அடுத்த இரண்டு நிமிடங்கள் அவள் தன்னைப் பற்றிப் பேசினாள், அடுத்த இரண்டு நிமிடங்கள் நான் சண்டைக் கலைகளைப் பேசினேன், அவளும் பேசினாள், மற்போர்க் கனவுகளும் கராத்தே கனவுகளும் ஒரு புள்ளியில் இணைந்தன. அந்த இணைப்பு அனைத்தையும் இணைத்தது.

இணைப்பிலிருந்து விடுபடுவதற்குள் இருவரும் மிகப்பெரிய துரோகத்தைச் செய்து முடித்திருந்தோம்.

நான் புறப்பட்டேன். முதலில் கண்காணிப்பு அறைக்குள் நுழைந்து இந்த வராண்டாவிலிருக்கும் கேமராவில் நான் அறையிலிருந்து வெளியே வரும் காட்சியை நீக்கவேண்டும். குறிப்பாக, நான் உள்ளே சென்ற பின் சரியாக நான்கு நிமிடங்களில் துவங்கி, நான் வெளியேறியது வரையில் அழித்துவிடவேண்டும். அது ஒன்றுதான் நான் அதிக நேரத்தை இஷானியுடன் செலவிட்டதற்கு ஆதாரம்.

இஷானி நிழலுலகில் அனுபவப்பட்டவள், அவள் மூலமாக எங்கள் துரோகம் வெளியே தெரிய வாய்ப்பில்லை. சகாரன் இஷானியைத் தொடர்ந்திருந்தால் கண்டுபிடித்துவிடுவான், அவன் பாய்ஜீயுடன் சைப்ரசில் இருக்கிறான். நிம்மதியாக உணர்ந்தேன்.

இந்தத் துரோகத்தைத் தொடர்வது குறித்து நாங்கள் இருவரும் யோசிக்கவில்லை.

8. டக்ளஸ் ஜிம், டிசம்பர் 20, 2018, மாலை 5:00 மணி

ரூனி மெக்கார்த்தியின் கதம்பச் சண்டைக் கலைப் போட்டி டிசம்பர் 29, மாலை 5:00 மணிக்கு நடக்கிறது. நான் டிசம்பர் 20ம் தேதி லாஸ் ஏஞ்சலசில் இருப்பேன்.

ஜெய்சல்மர் - மும்பை - லாஸ் ஏஞ்சலஸ், அங்கு பயணத்தை நிறுத்திவிட்டு, துணிக்கடை வளையல்கடை தொடர்பாக இரண்டு சந்திப்புகளை நடத்த வேண்டும். போட்டிருக்கும் கோட்டைக் கழட்டிவிட்டு முழுக்கை வெள்ளைச்சட்டையைச் சுருட்டிவிட்டு கையை ஆட்டி ஆட்டிப் பேசி சரக்குகள் வந்துவிடும், கப்பலில் புறப்பட்டது எல்லாம் சொல்லிவிட்டு லிட்டர் கணக்கில் கருப்புக் காபி குடித்துவிட்டு வந்தது வந்தேன், இரண்டு நாள் லாஸ் வேகாஸ் சென்று வருவதாகச் சொல்லிவிட்டு டிசம்பர் 22ம்தேதி காலை லாஸ் வேகாசுக்குப் புறப்படவேண்டும்.

அங்கு சிலரைப் பார்த்தேன், வியாபாரத்தை வளர்க்க நினைக்கிறேன் இன்னும் இரண்டு நாள்கள் என இழுத்து ஒரு வாரம் கழித்துப் புறப்படுவதாகச் சொல்லி 29ம் தேதி போட்டி

முடியும் வரையில் ரூனி மெக்கார்த்தியுடன் பொழுதைக் கழித்துவிட்டு, 30ம் தேதி காலையில் லாஸ் வேகாசிலிருந்து புறப்பட்டு லாஸ் ஏஞ்சலஸ் வந்து வெள்ளைச்சட்டையைச் சுருட்டிவிட்டு நாடகம் ஆடிவிட்டு அங்கிருந்து மும்பைக்குப் புறப்படவேண்டும்.

இதுதான் திட்டம்.

திட்டப்படி எல்லாம் சரியாக நடந்தன. லாஸ் ஏஞ்சலசில் அதிகக் கவனம் பெறாமல், ரமதா - பை - விண்டம் ஹாத்தர்ன் விடுதியில் அறை எடுத்துக்கொண்டேன். விமான நிலையத்திலிருந்து பத்து நிமிடங்களுக்குள் விடுதிக்குச் சென்றுவிடலாம். நடக்கும் தூரத்தில் பியர் பாட்டிலுடன் பெரிய தொலைக்காட்சித் திரையில் குத்துச்சண்டை பார்க்கும் பார் இருக்கிறது. குளிராடை அணிந்து ஹூடைத் தலையில் போர்த்திக்கொண்டு நடந்தால் ஃப்ளைட்ஸ் ஸ்போர்ட்ஸ் பார். 20ம் தேதி இரவு கதாம் கபாபின் துருக்கியர்களை அங்கு வரச்சொன்னேன்.

அவர்களிடம் அதிகம் பேசவில்லை. லாஸ் வேகாஸ் வருகிறேன், டக்ளஸ் ஜிம்முக்குச் செல்லவேண்டும், வேலை இருக்கிறது, அவ்வளவுதான். அவர்கள் முன்னே ஒரு பேப்பரை எடுத்து விரித்து டக்ளஸ் ஜிம்மைக் காட்டினேன். அவர்கள் சிரிக்காமல் கைபேசியில் அதையே காட்டினார்கள். 'டக்ளஸ் ஜிம்முக்குப் போகும்போது என் கைபேசி லாஸ் வேகாஸ் ரோமன் ரெசிடென்சில் என் அறையில்தான் இருக்கும்' என்றேன். 'கைபேசியை எடுத்துச் சென்றால் என்ன? எடுக்காமல் சென்றால் என்ன? இங்குதான் அனைத்தையும் கண்காணிப்பு கேமரா பார்க்குமே' எனப் புன்னகைத்தார்கள். இருக்கலாம், என் வழக்கப்படி இப்படியே இருக்கப்போவதைச் சொன்னேன். கேள்விக்குறியாகப் புருவம் உயர்த்தினார்கள். டக்ளசில் காவல் போடுவதாகச் சொல்லிவிட்டுப் புறப்பட்டார்கள்.

திட்டமிட்ட வியாபார நாடகத்தை லாஸ் ஏஞ்சலசில் முடித்துக்கொண்டு லாஸ் வேகாஸ் புறப்பட்டேன். அங்கு ஸ்ட்ரிப்பில் ரோமன் ரெசிடென்சில் தங்குகிறேன். பெட்டியை

ரோமன் ரெசிடென்சில் போட்டுவிட்டு, இரவு ஏழு மணிக்கு அறையில் செக்-இன் செய்வதாகச் சொல்லிவிட்டு, கதாம் கபாப் ஆளின் லிமோசினில் டக்ளஸ் ஜிம்முக்குப் புறப்பட்டேன். ஸ்ட்ரிப்பிலிருந்து ரெயின்போ ஃபேமிலி பார்க் வரையில் செல்ல வேண்டும். லிமோசினிலிருந்து இறங்கி ஜிம்மின் கதவை நோக்கி நடக்கும்போது அதன் கதவைத் திறந்து ரூனி மெக்கார்த்தியின் மெய்க்காவலர்கள் வெளியே வந்தார்கள். என்னை முழுவதுமாக சோதித்துவிட்டு உள்ளே அனுப்பினார்கள்.

விமானத்தில் ஏறும்போது எப்படி சோதனைகள் இருக்குமோ அப்படி இருந்தன அவை. நான் என்னுடைய பிரெஸ்லெட்டைக் கழட்டி கைக்கடிகாரம் மோதிரங்களுடன் சேர்த்து எக்ஸ்ரே ஸ்கேனிங் இயந்திரத்துக்குள் அனுப்பினேன். என்னுடைய ரோலெக்ஸ் கைக்கடிகாரத்தை ஒரு மெய்க்காவலாளி பார்த்தான், ஆச்சரியத்தை முகத்தில் காட்டாமல் என்னைப் பார்த்தான். கைக்கடிகாரத்தையும் மோதிரத்தையும் அணிந்துகொண்டு பிரெஸ்லெட்டைக் கையில் சுற்றிக்கொண்டே நடந்தேன்.

மிக்சட் மார்ஷல் ஆர்ட் பயிற்சிக்கூண்டுக்குள் இரண்டு நாற்காலிகள் போட்டிருந்தார்கள். ஒன்றில் என்னை அமரச் சொன்னார்கள். மேலே பார்த்தேன் கேமரா எங்களைப் பார்த்தபடி இருந்தது. பயிற்சிக்கூடம் முழுக்கக் கண்காணிப்பு கேமரா இருக்கும். நான் அமர்ந்தவுடன் ரூனி மெக்கார்த்தி வந்து அமர்ந்தான். அவனுடைய தோரணை என்னை வரவேற்பதாக இல்லை. தன்னுடைய பாதுகாப்பு வளையத்தைவிடவும் அதிகமாக என்னால் என்ன பாதுகாப்பு எப்படித் தரமுடியும் என இரண்டு வரிகளில் விவரிக்கச் சொன்னான். இந்த இரண்டு வரி, இரண்டு விஷயங்கள், இப்படியெல்லாம் பேச நிர்வாகத்தில் சொல்லித் தந்து அனுப்புகிறார்கள். நானும் வியாபார நாடகங்களில் அப்படித்தான் விறைப்பாகப் பேசுவேன்.

பிரெஸ்லெட்டை எடுத்து உதறிச் சுழற்றினேன், லாகவமாக முறுக்கி இறுக்கினேன், அதன் சங்கிலிகள் ஒன்றுடன் ஒன்று இணைந்து பட்டையாகி நின்றன, முனை மட்டும் ‘வீ’ வடிவத்தில் கூராக இருக்கும் தடித்த எஃகுப் பட்டையாக

அது மாறியது. அவன் ஆச்சரியப்படுவதற்கு முன், அவனுடைய கழுத்தில் இதைச் செருக எனக்குக் கண்ணிமைக்கும் நேரம் போதுமென்றேன். அப்பொழுதுதான் அவன் முகத்தில் ஆச்சரியத்தை வெளிக்காட்டினான்.

இது எந்த நாட்டுத் தயாரிப்பு என்றான். புன்னகைத்துக்கொண்டே, நானே எங்கள் நகைக்கூடத்தில் அமர்ந்து செய்தது, இண்டியன் ரோப் மேஜிக் போலத்தான் இதுவும் சின்னச் சின்ன டெலிஸ்போப்பிக் உருளைகள் கம்பியில் இணைக்கப்பட்டு உள்ளே இருக்கும், கம்பியை இணைத்தால் அவை இணைந்து பட்டைபோலாகும், கம்பியை விடுவித்தால் சங்கிலியாகும். என்னால் என்ன செய்யமுடியும் என்பதை நிரூபித்துவிட்டேன். நாளை துருக்கியர்கள் சிலருடன் வந்து அவனுடைய மெய்க்காவலர் குழுவுடன் இணைந்துகொள்வதாகச் சொல்லிவிட்டுப் புறப்பட்டேன்.

துருக்கியர்களும் நானும் நிழலாளிகள் எப்படியெல்லாம் தாக்குவார்களோ அந்தந்த இடங்களை ஆராய்ந்து சொல்லி அந்தப் பாதுகாப்பில் நிற்போம். உங்களுடைய மெய்க்காவலர்களின் வழமையான பாதுகாப்பு நடவடிக்கைகளைக் கேட்டுக்கொண்டபின், எங்களுடைய பாதுகாப்பு வியூகத்தை அவர்களிடம் விளக்கிவிடுவதாகச் சொன்னேன். அவனுக்கு நம்பிக்கை வந்தது. புறப்படுமுன், அவனுக்கு வந்திருக்கும் உணவை சோதனைச் சாலைக்கு அனுப்பச் சொன்னேன், அதில் மயக்க மருந்து இருப்பதை உறுதியாகச் சொன்னேன், ஆடிவிட்டான். எப்படி எப்படி எனத் துடித்தான். எங்கள் சர்க்கிளின் எல்லையைக் காட்டுவது மட்டும் எனது வேலை, சர்க்கிளுக்கு நீங்கள் தரும் பணத்துக்கு நாங்கள் தகுதியானவர்கள்தானா என உங்கள் மெய்க்காவலர்கள் சான்றிதழ் அளிப்பதற்கு இத்தனையும் செய்கிறோம், மன்னிக்கவேண்டும் எனப் பொய்யான முகத்துடன் மன்னிப்பு கேட்டேன்.

சர்க்கிள் அவனுடன் இருக்கும் வரையில் அவன் கவலையின்றிப் போட்டியில் பங்கேற்கலாம் என உறுதியளித்துவிட்டு, ஒரு

லிமோசின் நிறுவனத்தின் பெயரைச் சொல்லி அதற்கு அழைப்பு விடுக்கச் சொன்னேன். என்னுடைய லிமோசின் ஐந்து நிமிடங்களில் வந்து என்னை ரோமன் ரெசிடென்சில் விட்டது. சரியாக ஏழு மணிக்கு செக்-இன் செய்தேன்.

அறைக்குள் எனக்காக சகாரன் காத்திருந்தான்.

9. ரோமன் ரெசிடென்ஸ், டிசம்பர் 20, இரவு 8:00 மணி

“எனக்கு ரீ-இன்ஃபோர்ஸ்மெண்ட் அனுப்புவதாக பாய்ஜீ சொல்லவில்லையே சகாரன்.”

“ஆம், இது திடீரென எடுத்த முடிவு. மெக்கார்த்தியைத் தொடர்ந்து சில போட்டியாளர்களுக்கும் நமது பாதுகாவல் பணி விரிவடையப் போகிறது. அதற்கு என்னையும் அனுப்பினார்.”

“நீ அவருடன் சைப்ரஸ் சென்றிருந்தாயே?”

“சைப்ரசிலிருந்துதான் நேராக வருகிறேன். நீ போன காரியம் எப்படி?”

“வெற்றிதான், நிழலாளிகள் எப்படிச் செயல்படுவார்களென செயல்முறை விளக்கம் காட்டினேன். சின்னச்சின்ன ஓட்டைகளில் பெரிய மெய்க்காவல் நிறுவனங்கள் கோட்டைவிடுகின்றன, குறிப்பாக உணவில். சகாரன், ரூனி மெக்கார்த்திக்கு நாம் பாதுகாப்பு அளிக்க பெரிய அளவில் தொழில் நுட்பம் அதிகம் தேவைப்படுகிறது. துருக்கியர்களுக்கு அந்தப் பயிற்சி உண்டு? நாம் நிழலாளிகளின் அணுகுமுறையில்

யோசித்து செயலாக்கத்தைத் துருக்கியர்களைக் கொண்டு நடத்துவோம். அதுதானே திட்டம், அப்படியே செய்கிறேன்."

"களைத்து வந்திருப்பாய், மது அருந்துகிறாயா விக்ராந்த்? கலக்கட்டுமா."

"வேண்டாம், உனக்கு நீ கலந்துகொள், எனக்கு நான் கலந்துகொள்கிறேன்."

சகாரன் மதுக்கிண்ணத்தை எடுத்துக்கொண்டு அமர்ந்தான். எல்லோரையும் போல 'ஆன் த ராக்ஸ்' ஊற்றியிருந்தான். தேவையில்லாமல் தாய்லாந்தில் அவனுடைய மூதாதையர்களின் கதைகளைப் பேசினான். நான் பதிலுக்கு, தாத்தாவின் பெருமைகளைப் பேசுவேன் என எண்ணியிருக்கக்கூடும். நான் அப்படி எதையும் பேசாமல் பாய்ஜீயிடம் எப்படி வளர்ந்தேன் என்பதைப் பேசினேன். என்னுடைய உழைப்பு மற்போர் எல்லாமும் பேசினேன். அவன் என் வழிக்கு வந்தான், மதுக்கிண்ணத்தைக் கையில் எடுத்துக்கொண்டு நடந்தான், என்னுடைய நாற்காலியைச் சுற்றி வந்து பேசினான். மதுக்கிண்ணத்தை வைத்துவிட்டு, குளியல் அறைக்குச் சென்றான்.

அவனுடைய கிண்ணத்தைப் பார்த்துவிட்டு அதைப்போலவே அதே அளவு 'ஆன் த ராக்ஸ்' போட்டுவிட்டு அதை அவனுடைய கிண்ணம் இருந்த இடத்தில் வைத்துவிட்டு, அவனுடைய கிண்ணத்தை நான் கையில் எடுத்துக்கொண்டேன்.

நிறமில்லா விஷத்தை மெல்லிய கரையும் காகிதத்தில் ஊறவைத்து மதுக்குவளையில் வைரம்போல் ஜொலிக்கும் கிரிஸ்டல் வெட்டுகளில் உட்புறமாக ஒட்டிவைக்கலாம். எங்கள் நண்பர்களிடம் கேட்டால் அப்படிச் செய்து தருவார்கள். அத்தனை கிரிஸ்டல் வெட்டுகளில் விஷம் ஒட்டப்பட்டிருப்பது தெரியாது. மதுவை ஊற்றிய சில நொடிகளில் விஷம் அதனுடன் கலந்துவிடும். ஒருவேளை அவன் என்னை மயக்கமடைய வைக்கும் திட்டத்தில் இருந்தால் என்ன செய்வது? நான் வருவதற்கு முன் திருட்டுத்தனமாக அறைக்குள் வந்து அவன்

விஷம் ஒட்டிய கிண்ணத்தை வைத்திருந்தால்? அதனால் கிண்ணத்தை மாற்றிவிட்டேன்.

அவன் வந்தான் நிதானமாக அமர்ந்து நான் மாற்றிவைத்த கிண்ணத்திலிருந்து மதுவை அருந்தத் தொடங்கினான். நானும் என்னுடைய கிண்ணத்தை எடுத்து அருந்தினேன்.

"எங்கு தங்கியிருக்கிறாய் சகாரன்? ஏன் அறைக்குள் திருட்டுத்தனமாக வந்தாய்?" - என்னுடைய கேள்வியில் நட்பு இல்லை. அதிகாரமாகக் கேட்டேன்.

"அப்படித்தான் வரச்சொல்லி உத்தரவு, வந்தேன். பாய்ஜீயின் கட்டளைகளை நாம் அடிபிறழாமல் நிறைவேற்றுவோம் அல்லவா? என்ன கேள்வி கேட்கிறாய்? நிழலுலகில் இது என்ன பெரிய தவறா?"

"என் திறமையின் மீது உனக்கு நம்பிக்கையில்லையா சகாரன்?"

"நீ என்னைக் கேட்கக்கூடாது விக்ராந்த், பாய்ஜீயைக் கேட்க வேண்டும், அவருடன் பேசு."

கைபேசியைப் போல அல்லாமல் பழைய கால்குலேட்டரைப்போல் இருந்த ஒரு கருவியை எடுத்து பாய்ஜீயை அழைத்தான். சிறிய திரையில் பாய்ஜீ வந்தார். பாய்ஜீயின் வாயசைப்பும் ஒலியும் பொருந்தவில்லை. பேச்சு முதலில் கேட்டது, படம் பிறகு வந்தது.

"நீ போன காரியம் வெற்றி எனத் தகவல் வந்தது. ரூனி மெக்கார்த்தியின் மெய்க்காவலர்கள் இந்தியக் கண்கட்டுவித்தையைப் பார்த்தார்களாமே."

"இப்பொழுதுதானே முடித்துவிட்டு வந்தேன்."

"நீ லிமோசினில் ஏறியதும் எனக்கு தகவல் வந்துவிட்டது."

சகாரன் அந்தக் கருவியை நான் பார்த்துப் பேசுவதற்கு வசதியாக மேசையை இழுத்துப் போட்டு அதன் மேல் வைத்தான். வாயசைப்பும் ஒலியும் பொருந்தாத அந்த ஒளியும் ஒலியும் பிடிபட்டது.

கருவியை மேசையில் வைத்துவிட்டு நகர்ந்த சகாரன், முவே தாய் சண்டைக்கலையின் 'ரவுண்ட்ஹவுஸ் கிக்' கால் உதையை என் கழுத்தில் அடித்தான். அவன் நின்றிருந்ததும், நான் நாற்காலியில் அமர்ந்திருந்ததும் அவன் என் கழுத்தை நோக்கிக் காலை வீச அவனுக்கு வசதியாக இருந்தது. நொடியில் உட்கார்ந்தபடிக்கு நாற்காலியில் குனிந்தேன். அவன் கால் நாற்காலிக்கும் மேல் சுழன்று காற்றை வெட்டிச் சென்றது. அடுத்து 'கர்விங் நீ ஸ்ட்ரைக்' அடித்து என் மேல் பாய்ந்து நாற்காலியுடன் என்னை மல்லாந்து விழச் செய்வான். கால் சுழன்று நிற்கும் கதியைக் குறைக்காமல் பாய்வான். அதுதான் சகாரன், தன்னிடமிருந்து வெளிப்பட்ட சக்தியை விரயமாக்கமாட்டான், எதிராளிக்கு யோசிக்க நேரமும் தரமாட்டான்.

ஆனால், இங்கு அவன் மோதுவது விக்ராந்துடன். அவன் கர்விங் நீ ஸ்ட்ரைக்குக்கு வருமுன் பாய்ஜீ தெரிந்துகொண்டிருந்த கருவி இருந்த மேசையைத் தள்ளியபடி நான் நாற்காலியிலிருந்து பாய்ந்துவிட்டேன். நான் நாற்காலியிலிருப்பேன் என எதிர்பார்த்து அவன் பாய்ந்த ஸ்ட்ரைக் வீணாகி, காலி நாற்காலியை இடித்துத் தள்ளி அதன் மேல் விழுந்தான். தலையைத் தூக்கி மேசையைப் பார்த்தான், கீழே விழுந்துகிடக்கும் கருவியைப் பார்த்தான். நான் அவனைத் தாக்குமுன் உருண்டு எழுந்து நின்றான்.

அவன் மீது மேசையைத் தூக்கி அடிக்க நினைத்துத் தூக்கினேன், கண்கள் இருண்டன. உடல் பலமிழப்பது தெரிந்தது. சுறுசுறுப்பாக இயங்க முடியவில்லை, தடுமாறினேன், மூச்சு வாங்கியது. சகாரன் அமைதியாக வந்து என்னைப் பிடித்து நாற்காலியில் அமரவைத்தான். அமர்ந்தேன். என்னால் நகர முடியவில்லை. அறையை ஒழுங்குபடுத்தினான். அவன் வந்த தடங்களை என் முன்னால் அழித்தான். மதுக்கோப்பையைத் துடைத்து வைத்தான், நாற்காலிகளை மேசையை அதனதன் இடத்தில் வைத்தான். விரிப்பில் உண்டாகியிருந்த காலிழுப்புகள் கையிழுப்புகளை சீராக்கினான். கீழே விழுந்திருந்த கருவியை எடுத்து மீண்டும் மேசையில் என் முன்னால் வைத்தான். பாய்ஜீ அதில் சிரித்துக்கொண்டிருந்தார்.

"என்ன விக்ராந்த் குழப்பமாக இருக்கிறதா? நீ முட்டாளா? மெய்க்காவல் என்பது எத்தனை பெரிய தொழில்? கணினித் தொழில் நுட்பம் பழகாத உன்னையா அதற்கு அனுப்புவேன்? யோசிக்கமாட்டாயா?" - பாய்ஜீயின் தொனி மாறியிருந்தது. தொடர்ந்தார்.

"நீ எதுவும் பேசத்தேவையில்லை விக்ராந்த், உன்னால் பேசவும் முடியாது, இன்னும் சில நிமிடங்களில் இறக்கப்போகிறாய். உன்னுடைய அறையில் ரகசிய கேமராவைப் பொருத்திவிட்டு நீ என்ன செய்கிறாய் எனக் குளியலறையிலிருந்து சகாரனும் பார்த்தான் சைப்ரசிலிருந்து நானும் பார்த்தேன். மதுக்கிண்ணத்தை நீ மாற்றுவாய் என்பது தெரிந்துதான் அதில் முதலிலேயே விஷத்தைக் கலந்துவிட்டு அவன் அருந்தாமல் உனக்கு போக்குக் காட்டினான். நீ வலையில் விழுந்தாய். ரூனி மெக்கார்த்தியின் உணவில் விஷம் வைத்து அதைச் சோதிக்கவேண்டிய தகவலை உன் மூலமாக அவனுக்குச் சொன்ன சர்க்கிளுக்கு உனக்கு விஷம் வைப்பது பெரிய வேலையா விக்ராந்த்?" - தொடர்ந்தார்.

"சகாரன் இங்கே வா, இனி நான் பேசுவது விக்ராந்துக்கு மட்டும் கேட்கவேண்டும். ஹெட்ஃபோனை அவனுக்கு மாட்டிவிட்டு நீ அவனை தூரத்தில் இருந்து கவனி. நான் அவனிடம் மட்டும் பேசவேண்டும்."

சகாரன் வந்து கருவியில் ஹெட்ஃபோனை இணைத்து அதை என் காதுகளில் செருகிவிட்டு மேசைக்குப் பின்னால் நின்று கைகளைக் கட்டிக்கொண்டு என்னைப் பார்த்தான். பாய்ஜீ என் காதுகளுக்குள் பேசினார்.

"உன்னுடைய துரோகத்துக்கு இது தண்டனை விக்ராந்த். நீ செய்த துரோகம் யாருக்கும் தெரியாதென நினைத்தாயா விக்ராந்த்? நீ அவளுடைய அறையிலிருந்து வெளிவந்த நேரம் தெரியாதபடி கண்காணிப்பு கேமராவிலிருந்து அசைபடங்களை நீக்கிவிட்டால் எனக்குத் தெரியாதா? குட்டித் தீவின் உளவுத்துறை இன்னொரு காரணத்துக்காக எடுத்த அசைபடங்கள் என் பார்வைக்கு வந்தன விக்ராந்த். என்ன பிரச்சனை, சிறிது

தாமதமாக வந்தன. நீயும் அவளும் சேர்ந்து எனக்குச் செய்த துரோகத்தின் நிழல் மட்டும் தெரிந்தது. ஆனாலும், உண்மை எனக்குத் தெளிவாகத் தெரியும் வரையில் காத்திருந்தேன்."- தொடர்ந்தார்.

"நான் எனது தொழிலை விரிவாக்குகிறேன். சர்க்கிள் இனி மெய்க்காவல் பணிகளையும் செய்யும். மெய்க்காவல் பணியின் சந்தை மதிப்பு உனக்குத் தெரியாது விக்ராந்த். கொஞ்சம் தொழில் நுட்பம் பழகினால் நீ அதில் எனக்கு பக்கபலமாக இருந்திருப்பாய், அதற்குள் துரோகம் இழைத்துவிட்டாய். நீ இங்கு இறந்ததும் சகாரன் வந்த வழியே செல்வான். நாளைக் காலை வரையில் யாரும் அறைக்கு வரமாட்டார்கள், காலையில் மெட்ரோவிலிருந்து காவலர்கள் வருவார்கள், மதுபோதையால் லாஸ் வேகாசில் இறந்த இந்தியத் தொழிலதிபர் எனச் செய்தி வரும். டக்ளஸ் ஜிம் பகுதிக்கு நீ சென்றதைப் படம் பிடித்த கேமராக்களிலிருந்து அதை அழித்துவிட்டோம். என் அக்கா மகனின் துணையுடன் நான் மிகப்பெரிய தொழில் நுட்ப சாம்ராஜ்ஜியத்தைக் கட்டியிருக்கிறேன் விக்ராந்த், உனக்கு எதுவும் தெரியாது." - தொடர்ந்தார்.

"ஜெய்சல்மரில் வளையல் கடைக்காரரின் மகனாக மல்லனாக வாழ்க்கையைத் தொடங்கி லாஸ் வேகாசில் தொழிலதிபராக இறக்கிறாய், நீ கொடுத்துவைத்தவன் விக்ராந்த். அவளுக்கு வேறு தண்டனை தெரியுமா? இறப்பு கிடையாது. அதைவிடவும் பெரிய தண்டனை. அவள் புகழ் அனைத்தையும் இழப்பாள். அன்னியச் செலாவணி மோசடியில் அவளைக் கைது செய்வார்கள். சில ஆண்டுகளைச் சிறையில் கழிப்பாள்." - தொடர்ந்தார்.

"தந்தையைப் பிரிந்து என் சொல்லுக்கேற்றபடியெல்லாம் ஆடியதால் என் மனதுள் எங்காவது கருணை என்றாவது துளிர்விடுமேயானால், குறைந்த தண்டனைக் காலத்தில் வெளியே வருவாள். மும்பையில் ஏதாவது சொசைட்டியில் முன்னாள் நடிகை என்ற பெயருடன் வாழ்க்கையின் மீதி நாள்களை வெட்டியாக அசைபோட்டபடி கழிப்பாள். அவ்வளவுதான்." - தொடர்ந்தார்.

“உன் மேல் எனக்குப் பொறுக்கமுடியாத கோபம் விக்ராந்த். நீ அவளுடைய ரசிகனாக இருந்துவிட்டுப் போ, யார் வேண்டாம் என்றது. அவளுக்காக உயிரையே தரத் துணியும் ரசிகர்களும் ஒருகாலத்தில் இருந்தார்கள். அப்படி ஒருவனாக நீ இருந்திருக்கலாம். நிழலுலக ஆவணங்களைத் தரச் செல்பவன் அழகில் மயங்கக்கூடாது. நீ வீரனென நினைத்தேன், துரோகியாகிவிட்டாயே...” தொடர்ந்தார்.

“மேவார் பொற்கொல்லர்கள் செய்து தந்த உன்னுடைய சிவப்புக் கல் மோதிரத்தை புளூபபிள் விடுதியில் தொலைத்தாயே, உனக்கு நினைவில் இருக்கிறதா? புளூபபிளை நீங்கள் இருவரும் மறந்துவிட்டீர்கள். குட்டித் தீவின் உளவுத்துறையின் கேமராவில் பதிவான நேரமும், புளூபபிள் விடுதியில் அவள் தங்கியிருந்த அறையில் கிடைத்த உன் சிவப்புக்கல் மோதிரமும், அவளுக்குக் கொஞ்சமும் அறிமுகமில்லாத மற்போர்ப் பிடிகளின் உத்தியை - குறிப்பாக நீ எந்தெந்தப் பிடிகளில் வல்லவனோ அந்தப் பிடிகளை அவள் பேசியதும் உங்கள் துரோகத்தை எனக்குக் காட்டிக்கொடுத்தன.” - தொடர்ந்தார்

“சென்று வா விக்ராந்த். சொர்க்கத்திலிருந்தோ நரகத்திலிருந்தோ சர்க்கிளின் வளர்ச்சியைக் கண்டு ஆனந்தப்படு. விடைபெறுகிறேன் விக்ராந்த்.”

பாய்ஜீ முடிக்கும்போது என் கண்கள் செருகின.

சகாரன் அருகில் வந்து அந்தக் கருவியின் ஹெட்ஃபோனைப் பிடுங்குவதும், அதைப் பையில் வைத்துக்கொள்வதும், என் கைவிரல்களைப் பலவாறாக மதுக்கிண்ணத்தில் அழுத்துவதும் தெளிவின்றித் தெரிந்தன.

நான் இறந்துகொண்டிருந்தேன்.

முற்றும்.

அதர் இருள்

அகரன்

அகரன்

ஈழத்தில் பிறந்தவர். பிரான்சில் வாழ்கிறார். இலக்கியம் எல்லா வலிகளையும் கழுவி, வாழ்வை உயிர்ப்பிக்கும் என்ற கருத்தாக்கத்தில் தொடர்ந்து எழுதுகிறார். முதல் எழுத்து ஸீரோ டிகிரி அச்சேறுகிறது.
akaran27iyal@gmail.com

24.02.2022 அன்று மாலை "உலகம் ஓர் ஆபத்தான தருணத்தை எதிர்நோக்கியுள்ளது!" என்று ஐக்கிய நாடுகள் செயலாளர் நாயகம் ஆன்டனியோ குட்டரெஸ் அறிவித்த செய்தியை அவன் பஸ்கலினுக்குக் காட்டினான். அவளுக்கு ஆச்சரியம். "பாங்கிமூனை மாற்றிவிட்டார்களா?" என்றாள்.

"உனக்கு அறிவித்திருப்பார்கள். அவை உன் தகுதிக்குரிய செய்தியாக இருந்திருக்காது. போர்த்துக்கல்லின் முன்னால் பிரதமராக இருந்துவிட்டு ஐக்கிய நாடுகள் சபையின் ஒன்பதாவது நாயகமாக ஆசனம் பெற்ற ஆன்டனியோ தன் முதல் பதவிக்காலத்தை முடித்துவிட்டார். மீண்டும் 2026 வரை அவரையே தெரிவு செய்திருக்கிறார்கள்... அவ்வளவு துருத்தாத சீவன் அவர். உன்னைக்கூட இதுவரை அவர் தொந்தரவு செய்யவில்லை. பார்த்தாயா?" என்றான்.

அவள் செய்திகளைப் பார்ப்பதே இல்லை. அவை தனக்கு ஒன்றும் தரப்போவதில்லை என்று நினைப்பவள். அவள் காதுகள் பாடல்களைக் கேட்க மட்டுமே பயன்படுத்தப்படுவது. அவன் தன்னை சீண்டுகிறான் என்பதை கெட்டித்தனமாக உணர்ந்துவிட்டு, "செய்திகள் என்னைத் தேடவேண்டும்! நான் செய்திகளைத் தேடமாட்டேன்" என்று தன் இயலாமையை இழுத்து மறைத்தாள்.

“நீ பாடகியாகி செய்தியில் வரும்போது உலகம் இருக்காது. ஒன்று செய்யலாம். நீ அம்மணப் பாடகியானால் எல்லாச் செய்திகளிலும் வருவாய்” என்றான். பாலில் மத்து கடைவது போல புன்னகை மலர்ந்தது. அவனையே பார்த்தாள். பின்பு வெண்ணெய்க்கட்டிச் சிரிப்பை வெளியிட்டு, “உனக்கு வாயில் நல்ல கொழுப்பு தேங்கிவிட்டது” என்று கைகளை மடித்து அவன் வாயில் குத்தப்போனாள். “எனது அம்மணப் பாடகியே! உண்மையில் நீதான் முழுமையான வெண்ணெய்க்கட்டி. என் நிறத்தைப் பார். இது கஃபே நிறம். நீ பால்கட்டி நிறம். மொத்தமும் கொழுப்பு” என்று அவளை அணைத்தான். லுவார் நதியின் காற்று வீட்டிற்குள் வந்துகொண்டிருந்தது. அவர்கள் காற்று நுழையமுடியாமல் இறுகிப்போனார்கள். உதடுகள் ஒன்றை ஒன்று தின்றுகொண்டிருந்தன. நதியின் காற்று வெட்கத்தோடு விலகிச் சென்றது.

அவனின் மடியில் அவள் படுத்திருந்தாள். அருகே மெத்தென்ற இருக்கை வேலையின்றி இருந்தது. அந்த விடயங்கள் முடிவுக்கு வரும் நிலையில் இருந்தபோது, பஸ்கலின் “என் கனியே! எதற்காக உலகம் ஆபத்தான தருணத்தை எதிர்நோக்கியுள்ளது என்று ஏதோ புதிய செய்தி போல் ஆன்டனியோ அலறுகிறார்?” என்றாள்.

“கண்ணே! உக்ரேனைத் தாக்குவதற்கு ரஸ்யப்படை நகர்கிறது. அதற்குள் கிழக்கு உக்ரேனில் இருதேசங்களை மொஸ்கோ உற்பத்தி செய்துவிட்டது. இந்த மனிதர்கள் மீண்டும் மீண்டும் கோரங்களை நோக்கியே சிந்திக்கிறார்கள்” என்றான்.

“இல்லை! இல்லை! ஐரோப்பாவில் இன்னொரு யுத்தம் வர இடமில்லை. அவர்களுக்கு அது தெரியும். ஐரோப்பா யுத்தத்தை சந்திக்காது!” என்றாள்.

பகல் களவு போய்க்கொண்டிருந்தது. அவர்கள் படுக்கை அறைக்குள் சென்றார்கள். யுத்தத்தை மிக அருகில் அனுபவித்தவன் உக்ரேன் மக்களைப் பற்றியே சிந்தித்துக்கொண்டிருந்தான். சோவியத் நாட்டில் பிறந்து, செர்னோபில் அனர்த்தத்தில் தாயின் வயிற்றுக்குள் இருந்தபோதே அகதியாகி, பிரான்சில்

வளர்ந்து, தமிழ் அகதியைத் தன் கட்டிலில் வைத்திருக்கும் பஸ்கலின் அநாயாசமான தூக்கத்தில் இருந்தாள். அவனுக்கு தூக்கம் வரவில்லை. அவன் ஏகாந்த மனதில் குண்டுகள் வீழும் சத்தமும் போர் விமானங்களின் பேயிரைச்சலும் கடலலையின் சத்தம் போல் நினைவெங்கும் கேட்டுக்கொண்டிருந்தது. விமானக்குண்டால் அறுக்கப்பட்ட தன் தங்கையின் கை வானைப் பார்த்து விரிந்தபடி இருந்த காட்சி அவன் ஆழ் மனமெங்கும் கொடிய நாகம் போல வந்து நின்றது. போர் விமானங்களின் சத்தம், பல் குழல் பீரங்கிகளின் மரண மணி சாத்தானின் ஆலயத்தில் ஒலிப்பது போல அவன் மனமெங்கும் அலறியது.

“கட்டிலில் மூளையை பாவிக்காதே” என்று அவனை இழுத்து அணைத்துக்கொண்டாள். அவள் தனங்களின் தொடுகை அவனை வேறு யுத்தத்திற்குள் கொண்டு சென்றது. இரு பாம்புகள் பிணைந்து புற்றுக்குள் நுழைந்தது போல் அவர்கள் இரவுக்குள் விழுந்தார்கள்.

அப்போது மொஸ்கோ உக்ரேனின் எல்லையோரம் குவித்து வைத்திருந்த படைகளை உக்ரேனிய எல்லைக்குள் நகர்த்திக்கொண்டிருந்தது. உக்ரேனில் இருந்த புற்கள் எல்லாம் குழந்தைகள் போல கண்ணீர் வடித்தது. இரவுக்கு அது தெரியவில்லை. கடலில் மீன்களின் கண்ணீர்போல யாராலும் அவை கண்டுகொள்ளப்படவில்லை. மனிதர், மனிதரை வீழ்த்த முன்னெடுக்கும் போர்களில் முதலில் கொலையுண்டுபோவது இயற்கை. இயற்கையில் நாடகத் தன்மையுள்ள விஷம் கலந்த விலங்கு மனிதன் என்பது புற்களின் எண்ணம்.

அவள்

நடாசாவின் வயிற்றுக்குள் உயிர் ஒன்று வளர்ந்து கொண்டிருந்தபோது செர்னோபிலில் அணு உலை வெடித்தது. அணு உலையில் இருந்து பத்து கிலோமீட்டர் தூரத்தில் ஒரு சிறு வாவிக் கரையோரத்தில் அவர்களது வீடு இருந்தது. செர்னோபிலில் வேலை செய்வதற்காகக் குடியமர்த்தப்பட்டவர்கள் அல்ல அவர்களது குடும்பம். எந்தக் காலத்தில் இருந்து அங்கு இருக்கிறோம் என்று அவர்களுக்கே தெரியாத வரலாற்றிலிருந்து அவர்கள் அங்கே இருந்தார்கள்.

அணு உலை ஆரம்பிக்கப்பட்டபோது அதிசயம் நிகழ்வது போல் கட்டடங்கள் வளர்ந்தது. சோவியத்தின் பல பகுதி மக்கள் அங்கு குடியேறினர். அதனால் அவர்களுக்கொன்றும் குறை இல்லை. அவர்கள் வீட்டின் இடப்பக்கம் ஓட்சும், வலப்பக்கம் சோளமும், வீட்டின் பின்பக்கம் ஏரியோரமாக குதிரைப் பண்ணையும் இருந்தன. அந்தப் பேரழகு மாடத்தில்தான் பஸ்கலின் பிறந்திருக்க வேண்டியவள்.

நடாசா, 27.04.1986 அன்று தன் பெரிய வயிற்றைத் தூக்கிக்கொண்டு அதிகாலை தேநீரை ஆக்கிக்கொண்டிருந்தாள். டிரோவிக்கின்சி குதிரைகளை மேய்ச்சலுக்கு விட்டுவிட்டு

வீடு நோக்கி வந்து கொண்டிருந்தார். அன்று இரவு கேட்ட சத்தம் என்னவாக இருக்கும் என்ற நினைப்பு அவருக்குள் இருந்தது. அவர் வீட்டின் முன்பகுதிக்குள் வரவும், நடாசா தேநீர் குவளையோடு வீட்டின் முன்னுள்ள வெளிமாடத்துக்கு வரவும் நேரம் சரியாக இருந்தது. அவர்கள் உதடுகளில் தேநீர் சூடேற்றியபோது படலையில் சோவியத் ராணுவப் போலீஸ் வந்து நின்றது.

“பிறீவியத்” என்று வணக்கம் வைத்தவாறு உள்ளே நுழைந்தார் அதில் வந்த அதிகாரி ஒருவர்,

“செர்னோபிலில் தீப்பற்றி இருக்கிறது. அதை அணைப்பதற்கு அரசு உதவி நாடுகிறது. மூன்று நாட்கள் தீயணைப்புப் படைக்கு உதவ முடியுமா?” என்று கேட்டார்.

அரசே உதவி கேட்கும்போது டிரோவிக்கின்சி தன் முறுக்கேறிய கை கால்களை வைத்துக்கொண்டு சும்மா இருப்பாரா? நடாசாவுக்கு முத்தத்தைக் கொடுத்துவிட்டு “கண்ணே! கவனமாக இருந்து கொள். மூன்று நாளில் வந்துவிடுகிறேன்” என்றுவிட்டு வந்த அதிகாரியின் வாகனத்திலேயே கிளம்பிவிட்டார். நடாசா தன் வயிற்றுக்குள் வளர்ந்துகொண்டிருந்த உயிரைக் தடவிக்கொண்டு படலை வரை சென்று வழியனுப்பி வைத்தாள். அவள் மீண்டும் வீட்டுக்குள் நுழைந்தபோது அவர்களின் செல்ல நாய் நடாசாவைப் பார்த்து அணுக்கத்தோடு பேசியது. அது பேசிய வார்த்தைகள் அவளுக்குப் புரியவில்லை. அதனை அணைத்து “மூன்று நாட்களுக்கு அவரை நீ காண முடியாது” என்றாள். ஆனால் நாய் வேறு விசயங்களைத்தான் பேசியது. காற்று அதற்கு அந்நியமாகப்பட்டது. நடாசாவிற்கு அதை எப்படிப் புரியவைப்பது என்று அதற்குத் தெரியவில்லை.

சொல்லி வைத்ததுபோல் மூன்றாவது நாள் டிரோவிக்கின்சி வீடு வந்தார். அரசு கொடுத்த வாக்கை கொஞ்சமும் மீறவில்லை. ஆனால் அவரின் தோற்றத்தில் மாற்றம் இருந்தது. உள்ளே ஓடும் ரத்தம் தெரியும்படி தோல் சிவந்திருந்தது. அங்கு நடந்த விடயங்களை அவர் நடாசாவிற்குச் சொல்ல விரும்பவில்லை. “எனக்குக் களைப்பாக இருக்கிறது. தூங்கவேண்டும்” என்றார்.

நடாசா ஆக்கி வைத்திருந்த ஓட்ஸ் கஞ்சியும், பன்றி வத்தலும், பாணும் அருந்தினார்கள். பின்பு அந்த வீட்டில் இறுதித் தூக்கத்தை அவர்கள் செய்தார்கள்.

30.04.1986 அதிகாலை விடிந்ததும் பனிமூட்டம் இருட்டை வைத்திருந்த நேரம் முகக்கவசங்கள் அணிந்தபடி விசேட ராணுவப் போலீசார் வீட்டுக்குள் நுழைந்தனர். மேகத்தில் மிதந்து வரும் வேற்று கிரகவாசிகள் போல் அவர்கள் இருந்தனர்.

“போட்டிருக்கும் உடையோடு வெளியேறுங்கள். எந்தப் பொருட்களையும் உங்களோடு எடுத்துச் செல்லாதீர்கள். எல்லாவற்றிலும் கதிர்வீச்சு இருக்கும். பக்கிமொச்! பக்கிமொச்! (கிளம்புங்கள்! கிளம்புங்கள்!)” என்றார்கள்.

இதற்கு முன் கதிர்வீச்சு என்றால் என்னவென்றே தெரியாத நடாசா “அது என்ன கதிர்வீச்சு? எனக்கு அதை விளக்குங்கள் கண்ணியவான்களே” என்றாள்.

“பெண்ணே! இது அதற்கான நேரம் இல்லை. உன் வயிற்றுக்குள் இருக்கும் உயிருக்கே ஆபத்து! இதோ அரச வண்டி வந்து கொண்டிருக்கிறது. உடனடியாக மக்களை வெளியேற்ற வேண்டியது எங்கள் கடமை. புரிந்துகொள்ளுங்கள்” என்றார்.

நடாசாவிற்கு ஒன்றும் புரியவில்லை. இறுகிய முகத்துடன் அவர்களிருவரும் அரசு வாகனத்தில் ஏறியபோது, டிரோவிக்கின்சியின் கண்களைப் பார்த்து,

“அன்பே! எப்போது நாம் வீடு திரும்புவோம்?” என்றாள்.

அவரால் சரியான பதில் சொல்ல முடியவில்லை. அவள் பிள்ளைத்தாய்ச்சியாக இருக்கும்போது ஏங்கக்கூடாது என்று நினைத்தவாறு,

“கண்ணே! ஓர் ஆபத்தான விபத்து நடந்திருக்கிறது. அரசு அறிவிக்கும் போது திரும்புவோம்” என்று தன் மனைவியைத் தன் மார்பில் சாய்த்துக் கொண்டார். அந்த அரசவண்டி எந்தப் பெட்டிகளும் இல்லாத மனிதர்களுடன் கீவ் நகரைச் சென்றடைந்தது. அங்கு சிறிய அறையில் தங்க

வைக்கப்பட்டார்கள். அது ‘செர்னோபில் அகதிகள் முகாம்’ என்று அழைக்கப்பட்டது. பின்புதான் நடந்த அனர்த்தங்களையும், எதிர்கால அனர்த்தங்களையும் பற்றி முகாம்வாசிகள் பேசிக்கொண்டார்கள். கீவ் நகர ஒதுக்குப்புறத்தில் இருந்த அந்த முகாமிற்கு மக்கள் உறவினரைச் சந்திப்பதையே தவிர்த்தார்கள். எல்லோருக்கும் செர்னோபில் மக்களில் பீதி உருவாகி அவர்கள் பார்க்கத்தகாதவர்களாகி இருந்தார்கள். அந்த மக்களில் கதிர்வீச்சு இருக்கும் என்ற பயத்தில் செர்னோபில் மக்கள் அவர்கள் அறியாமலே ஆபத்தானவர்களாகிப் போனார்கள்.

கீவ் முகாமில் இருந்தபோது டிரோவிக்கின்சியின் உடல் உருகிக்கொண்டிருந்தது. ஏதோ காய்ச்சல் என்றிருந்தார்கள். ஒருநாள் அவர் வாய் கொப்பளித்தபோது சதைத்துண்டு வந்து விழுந்தது. தன் உடலுக்குள் உள்ள வலியை அவர் மறைத்துக் கொண்டிருந்தார். அவரால் நடமாட முடியாமல் படுத்த படுக்கையாக இருந்தார். அன்று காலை தேநீர் அருந்தியபோது அவர் வாய்க்குள் கற்கண்டு கடிபடும் சத்தம் கேட்டது. தேநீரை வெளியேற்றியபோது அவரின் பற்கள் பூவில் இருந்து உதிரும் இதழ்கள் போல் உதிர்ந்து விழுந்தன. இதைப் பார்த்த நடாசா மயங்கி விழுந்துவிட்டாள். அவள் மயக்கத்தில் இருந்து எழுந்தபோது டிரோவிக்கின்சியை அரச வைத்தியவண்டி அள்ளிச்சென்றிருந்தது. அவர் மூன்று நாட்களில் இறந்துவிட்டதாகத் தகவல் அனுப்பினார்கள். அந்த உடலை நடாசாவால் பார்க்க முடியாது. அரச ரகசிய இடத்தில் அடக்கம் செய்யப்பட்டதாக அறிவித்தார்கள். அப்போதுதான் நடாசா உலக நிலைமையைப் புரிய ஆரம்பித்திருந்தாள். அவளுக்கு மொஸ்கோவில் உயர்ந்த நிலையில் உறவினர்கள் இருந்தார்கள். அவர்கள் அவளைப் பார்க்க பயந்திருந்தனர்.

நடாசா கணவனுக்கேற்பட்ட கோரத்தோடு ஒரு சேதியை அறிந்திருந்தாள். இனிவரும் காலங்களில் செர்னோபில் திரும்ப முடியாது. அந்த நிலத்தை நோயுள்ளதாக மாற்றிவிட்டார்கள். கிட்டத்தட்ட நாற்பத்தையாயிரம் ஆண்டுகளுக்கு கதிர்வீச்சு

அங்கே இருக்கும்.

நடாசாவுக்குத் துணையாக முகாமில் அவளைப் போலவே துணையை இழந்த பெண்ணான கீத்ரி அம்மையார் இருந்தார். டிரோவிக்கின்சி இறந்து மூன்று மாதங்களில் பஸ்கலின் பிறந்தாள். கீவ் வைத்தியசாலையில் செர்னோபில் அகதிகளுக்கு மருத்துவம் பார்க்கவும், அவர்களை அணுகவும் எல்லோரும் பயந்தார்கள். தன் பிள்ளைக்கு கதிர்வீச்சுத் தாக்கம் இல்லை என்பதை அறிந்தபோது, தான் மீண்டும் பிறந்து விட்டதாக நடாசா மகிழ்ச்சியடைந்தாள்.

பஸ்கலின் பிறந்த மூன்றாவது மாதம் ரகசியமாக முகாமை விட்டு வெளியேறி வேறொரு நாட்டுக்குள் சென்றுவிடவேண்டும் என்று முடிவெடுத்தாள். கீத்ரி அம்மையார் அந்த இரவில் அவர்களை வழியனுப்பி வைத்தார். நாடுகளைக் கடக்கும் பார ஊர்தி ஒன்றில் அவர்கள் ரகசியமாகப் புறப்பட்டனர்.

ஒரு கிளமை பாரமான பயணத்தில் நடாசாவை பார ஊர்தி ஓர் நகரத்தில் இறக்கியது. அந்த நகரம் நோந் *(Nantes)* என்று எழுதப்பட்டிருந்தது. நடாசா என்ற இளம் தாய் குழந்தையை மட்டும் வைத்திருந்தாள். வேறு ஒன்றும் அவளிடம் இல்லை.

அவன் 1

*1997*இல் யோகபுரம் மகா வித்தியாலயத்தில் பல பள்ளிக்கூடங்கள் இயங்கிக் கொண்டிருந்தன. மாணவர்கள் எல்லா மரங்களுக்குக் கீழேயும் மரத்திலிருந்து வீழ்ந்த பூக்கள் போல வட்டமாக இருந்து படித்தனர். பாடசாலையைச் சூழ யாழ்ப்பாணம், கிளிநொச்சி, வட்டக்கச்சி, அக்கராயன் என்று குதிரை லாயங்கள் போல பொதுமக்கள் குடிசைகளைக் கட்டி தம் அகதி நகரத்தை உருவாக்கிவிட்டிருந்தனர்.

அன்று மதியம் இரண்டு முப்பது மணிக்கு பாடசாலை மணி அடித்தது. பாடசாலைகீதம் முடியும்வரையும் வேந்தன் சலத்தை அடக்கி வைத்திருந்தான். அது முடிந்ததும் ஓடிப்போய் பாலை மரத்தடியில் அவஸ்தையை அவிட்டுவிட்டான். அது அருவியாகக் கொட்டி முடித்ததும், அவசரமாக சிப்பை இழுத்தபோது அடுத்த அவஸ்தையில் அவன் உயிர் மாட்டுப்பட்டது. "அம்மா..... ஐயோ...! " என்று கத்திக்கொண்டு பார்த்தால் சதை எது சிப்பெது என்று தெரியாதபடி கண்ணீர் பார்வையை மறைத்தது. பல்லைக் கடித்துக்கொண்டு ஒரே இழுவையாக இழுத்தான். விசயம் ஒருவாறு முடிவுக்கு வந்தது.

நொண்டி... நொண்டி... நடந்து போனான். நிகேதன் அண்ணா நீல சைக்கிள் ஒன்றையும் கடுப்பையும் வைத்துக்கொண்டு காத்திருந்தான்.

“எங்கேயடா போனனி?”

“அண்ண மூத்திரம் வந்திற்று.”

“அதுக்கு இவ்வளவு நேரமா?”

“இல்ல அண்ண... சிப்புக்க மாட்டுப்பட்டுட்டு.”

நிகேதன் சிரிக்க ஆரம்பித்தான். தனது அனுபவங்களையும் சேர்த்துக்கொண்டு அந்தச் சிரிப்பு கெக்கட்டம் விட்டுக்கொண்டிருந்தது. “சரியடா ஏறு... ஏறு...” வேந்தன் பின்னே இருக்கும் கரியலில் இரண்டு கால்களையும் விரித்து அமர்ந்து பெடல் போட்டான். ஏற்றமான வீதிகளில் இறங்கித் தள்ளினான். மணற்பாங்கான சாலைகளில் இருவரும் இறங்கி சைக்கிளைத் தள்ளினார்கள். அந்த வீதி மழைக்காலங்களில் நதியாகவும் மாறிவிடும் அதிசயத் தன்மையுடையது.

அன்று புதுவிதமான சத்தம் வானத்தில் கேட்டது. வானம் இரண்டாய் பிளப்பது போல ஒரு சத்தம். கெலி, பம்பர், புக்காரா, சகடை என்று விதம் விதமான போர் விமானங்களுக்கு அவர்கள் பழக்கப்பட்டவர்கள். இது புது வகையான இரும்பு மிருகம். அவர்கள் கறுப்பிகுளத்தை நெருங்கிவிட்ட மணல் வீதியில் சென்றபோது, புதிதாக அரசு அனுப்பிய கிபீர் வல்லூறுபோல் வட்டமடித்தது. அதைப் பார்த்தவாறே இருவரும் நின்றனர். புதிய போர் விமானத்தின் விளையாட்டை அவர்கள் பார்த்து ரசித்துக் கொண்டிருந்தனர். மூன்றாவது தடவை வட்டமடித்துவிட்டு பருந்து இரையைத் தொடுவது போல் அவர்களை நோக்கி அந்த கிபீர் குத்தியது.

“அண்ணா எங்களுக்குத்தான் குத்துறான். படுங்கோ... ஐயோ..!”

என்று கத்தியவாறு அந்த மணலில் இறக்கை அசைக்காமல் பறக்கும் பறவை போல் வேந்தன் படுத்தான். நிகேதன் கிபீரைப் பார்த்துக் கொண்டே நிமிர்ந்து படுத்திருந்து அதன் லாகவமான

குண்டுவீச்சைப் பார்த்தான். அவை மூன்று குண்டுகளைப் போட்டன. கிபீர் குத்திய வேகத்தில் மேலெழுந்தது. அந்த மூன்று குண்டுகளும் நிலத்தை அதிரச் செய்து வெடிக்கும் ஓசை கிபீர் மறையும் தறுவாயில் நிகழ்ந்தது. அந்த கிபீர் விமானத்தை உக்ரைன் நாட்டைச் சேர்ந்த "கிறியோவெச்சி" இலங்கை அரசுக்காக இயக்கினார். இலங்கையில் ஆரம்ப கிபீர் தாக்குதல் இப்படித்தான் நிகழ்ந்தது.

"அடே தம்பி, வுனிக்குளம் பக்கமாத்தான் அடிச்சிருக்கிறான் போல."

"அண்ண வவுனிக்குளம் அலைகரை பக்கம் இயக்கம் செல்லடிச்சுப் பழகுது."

"அப்ப யாரோ போட்டுக் குடுத்திற்றாங்கள். இது ஒரு புதுச் சாமானடா, எங்களுக்கு நேர குத்தியது. நான் பார்த்தன். குண்டு அசைந்து விழமுதல் மிருகம் போய்விட்டது. என்ன வேகமடா?"

"வாடா உன்னை இன்று வீட்ட கொண்டுபோய் விட்டுட்டு வாரன்."

"வேணாம். உங்கட அம்மா பயந்திருப்பா... நான் நடந்து போறன்."

"இல்ல எனக்கு விழுந்த இடத்தைப் பார்க்கணும் போல இருக்கு."

"அப்ப வேகமாய்ப் போவம். வாங்க."

ஓர் கண்டுபிடிப்பை நிகழ்த்தும் விஞ்ஞானிக்குரிய விறுவிறுப்பு இருவரிடமும் இருந்தது.

அவர்கள் அதிக மூச்சை பயன்படுத்திக் கிபீரின் தடயங்களைப் பார்ப்பதற்கான பெருவிருப்புடனும் துடிப்புடனும் சென்றனர். "வவுனிக்குளத்தில் அடிச்சிற்றான்" என்று கதறியவாறு ஒரு சிவத்த நைன்ரி மோட்டார் வண்டியில் ஒரு கிழவர் மல்லாவி நோக்கிப் பறந்து கொண்டிருந்தார். ஒரு தட்டிவான் மல்லாவி ஆஸ்பத்திரி நோக்கி ஓடியது. அதற்குள் இருந்து குருதி

கொட்டிக்கொண்டிருந்தது. சைக்கிளை ஓரம் கட்டி இருவரும் உயிர் முடிச்சு அறுபடும் கதறல்களோடு ஓடிக்கெண்டிருந்த தட்டி வானை வெறித்தபடி பார்த்துக்கொண்டிருந்தனர். தட்டி வானின் வெளிப் பகுதிகள் சாமிகளின் படங்களால் நிறைந்திருந்தது. கிரவல் சாமிகளையும் வானையும் மறைத்த பின்னர் இருவரும் வேகமெடுத்தனர்.

"அடே! சனத்துக்கு அடிச்சிற்றான் போல."

"ஓமண்ண யாரோ தெரியல."

வவுனிக்குளத்தின் வலது மதகில் இருந்து வரும் வாய்க்காலின் அருகிலிருக்கும் சாலை குளத்தை அடைகிறது. வாய்க்காலுக்கு எதிரே சிறுகாடு. வாய்க்காலுக்கும் காட்டுக்கும் நடுவில் குள வண்டை நோக்கி ஏறும் கிரவல் வீதி, வானத்தை நோக்கி ஏறுவது போல ஏறும். அந்த ஏற்றத்தில் வீதியையும், குளம் சலம் பெய்வது போல் ஆவேசத்துடன் மதகில் இருந்து வரும் வாய்க்காலையும் பார்த்துக்கொண்டு வேம்பு மரத்தின் கீழ் வேந்தனின் குடிசை இருக்கிறது.

அந்தக் குடிசை அகதிகளுக்காக ஐக்கிய நாடுகள் சபையின் தொண்டு நிறுவனமான யு.என்.எச்.சி.ஆர் வழங்கிய தறப்பாலால் போர்த்தப்பட்டது. யுத்தம் ஏற்படாமல் அல்லது அதை நிறுத்த ஏற்படுத்தப்பட்ட அமைப்பு கடைசியில் தறப்பாள் வழங்கும் அமைப்பாக சேவை செய்துகொண்டிருந்தது. வெளிப்பக்கமாக உள்ள நீல நிறத்தில் வெள்ளை எழுத்தில் யு.என் (UN) என்று எழுதி இருந்தார்கள். அதற்குக் காரணம் போர் விமானத்தில் இருந்து பார்த்தால் அவை மக்களின் குடியிருப்பு என்பதை அறிவதற்காகும். இலங்கையில் பறந்த போர் விமானங்களுக்கு அது வசதியாகப் போய்விட்டது.

பாலையடி தாண்டி வவுனிக்குள வண்டில் ஏறிய போது கந்தக மணம் நாசியில் அப்பியது. பாலையடி என்ற நான்கு வீதிகள் சந்திக்கும் இடத்தில் பெரும் பாலை மரம் ஒன்று இருந்தது. ஆனால் இதன் ஆதிகாலப் பெயர் பாலி நகர் என்பதாகும். எல்லாளன் காலத்தில் பாளி மொழி கற்பித்த பௌத்த

துறவிகளுக்காக வழங்கப்பட்ட இடமாகும். இரண்டாயிரம் ஆண்டுகளின் பின்னர் பௌத்தத்தைக் காக்க பாலி நகரில் கந்தகப் புகை பரவி இருந்தது.

சைக்கிளின் பின் கரியலில் இருந்தவாறு இரண்டு பக்கமும் பலங்கொண்ட மட்டும் வேந்தன் பெடல் போட்டான். அவனுக்கு நிகேதனனின் முதுகுதான் தெரிந்தது. நிகேதன் வவுனிக்குள வண்டை நோக்கி ஏறும் நேர் வீதியைப் பார்த்தான். வேந்தன் வீடு இருந்த இடத்தில் புகை வந்துகொண்டிருந்தது. அவன் உடலெங்கும் பீதி மின்னலடித்தது. தொண்டை காய்ந்து தலைசுற்றியது. வேந்தனுக்கு ஏதும் பறையாமல் உணர்வு இயங்காத நிலையில் வேகத்தைக் குறைத்தான்.

வேந்தனின் மூர்க்கத்தனமான பெடலால் சைக்கிள் கிபீர் குண்டுகள் வீழ்ந்த இடத்தில் நின்றது. அதன் வெப்பம் சூரியன் அருகே வந்ததுபோல் இருந்தது. வேப்ப மரம் யானை கரும்பைத் தின்றுவிட்டு வீசியதுபோல் இருந்தது. அங்கு குடிசை இருந்த அடையாளமாக அலுமினியப் பாத்திரங்கள் நைந்துபோய் சிதறிக்கிடந்தன. வேப்ப மரத்தின் அடியில் வட்ட வடிவ அலுமினியத் தட்டில் சோற்றுப்பருக்கைக்குள் குருதி நிறைந்திருந்தது. அருகே வேந்தனின் ஐந்து வயது தங்கையின் முழங்கையுடன் வெட்டப்பட்ட கை வானத்தைப் பார்த்தவாறு தனியே கிடந்தது. கையின் மணிக்கட்டில் காப்பும் வாழை மரத்தை சரிவாய் வெட்டியது போன்ற பகுதியில் இருந்து வடிந்த குருதி மண்ணில் ஊறி துண்டாடப்பட்ட கையின் கண்ணீராகிக்கிடந்தது.

வேந்தனின் வீட்டில் உணவருந்திக்கொண்டிருந்தபோது அந்த ஏதிலிக்குடும்பத்தின் மீது வெற்றிகரமான தாக்குதலை கிபீர் நடத்தியது. அதன் குண்டுகளுக்குத் தனித்துவம் உண்டு. அதை போடுபவர்களுக்கு அதுபற்றித் தெரிய வாய்ப்பில்லை. நிலத்தில் விழ முன்னரே அவை சிதறுண்டு வெடிக்கும். அதிலிருந்து வெளியேறும் பளுத்த துண்டுகள் வாளால் வெட்டுவதுபோல் வெட்டிச் செல்லும். செல் தாக்குதலில் குண்டுகள் உடல் அவயவங்களைச் சிதைத்துச்செல்லும். ஆதலால் கிபீர் குண்டு

வீழ்ந்த இடத்தில் உயிர் தப்புவது ஆண்டவனாலும் முடியாத காரியம்.

வேந்தன் “ஐயோ… எல்லாம் போச்சே… அண்ண” என்று கத்தினான். அவனை அணைத்துப் பிடித்தான் நிகேதன். “அம்மா… தங்கச்சி… அம்மம்மா… அம்மப்பா…” என்று கேவிக்கேவி அழுதான். நிகேதனும் “அழாதயடா தம்பி நான் இருக்றன்” என்று அணைத்தான். தங்கையின் கரத்தை எடுத்து “ஐயோ த..ங்..க..ச்..சி…” என்று வீரிட்டவன் சிறிய நேரத்தில் மயங்கிப்போனான். கிபீர்த் தாக்குதலில் வேந்தன் அப்படித்தான் அநாதையாகிப் போனான்.

அவன் 2

விமானப்படையின் துல்லியமான தாக்குதலை நவீன கிபீர் விமானம் மூலம் மேற்கொண்டது. எல்.ரி.ரி.ஈ இன் முக்கியஸ்தர் உட்பட அவர்கள் முகாம் தரைமட்டமானது. இருபதுக்கும் மேற்பட்ட எல்.ரி.ரி.ஈ-யினர் மாண்டனர் என்று அரச தொலைக்காட்சியான ரூபவாகினி மற்றும் இலங்கை ஒலிபரப்புக் கூட்டுத்தாபனம் அறிவித்தது. வேந்தனின் மொத்தக் குடும்பமும் அழிந்து அவர்கள் உடல்கள் கூட துண்டு துண்டாகியதால் நான்கு பொட்டலங்களை மல்லாவி ஆதார வைத்தியசாலை கொடுத்தது.

வேந்தனின் தந்தை சிவநேசன் இறந்து இரண்டு வருடமாவதற்கிடையில் மொத்தக் குடும்பமும் இறந்துபோயிற்று. அவன் தந்தை இறந்தபோதும் எல்.ரி.ரி.ஈ இளைஞனைச் சுட்டுக் கொன்றதாக அரசாங்கம் அறிவித்திற்று. அவர் கையில் மண்வெட்டி, கலப்பையைத் தவிர்த்த ஆயுத்தங்கள் இருந்ததில்லை. வயலில் உழுதுவிட்டு தோளில் கலப்பையோடு வந்துகொண்டிருந்தபோது ஆனையிறவில் இருந்து பறந்து வந்த அரசாங்கத்தின் 'பைற்றர்' சுட்டதில் சிவநேசன் இறந்தார். இப்படியே அவன் குடும்பம் இறந்த பின்னர் எல்.ரி.ரி.ஈ ஆகிப்போயிற்று.

பனிரெண்டு வயதில் தனித்துப்போன வேந்தனை இறுகப்பற்றி

அணைத்துக்கொண்டாள் அம்பிகா. அவள் நிகேதனின் தாய். காணாமற்போன கணவனைத் தேடுவதையும் தன் மகனை வளர்ப்பதையும் தொழிலாகக் கொண்ட அம்பிகாவிற்கு வந்து சேர்ந்த மற்றொரு பிள்ளையாகிப் போனவன்தான் வேந்தன்.

1999 இல் பட்டுப்பூச்சிச் சந்தியில் 'இயக்கம்' தெருக்கூத்துப் போட்டது. மினிவான் ஒன்று ஸ்பீக்கரில் அதை அறிவித்தது. முண்டியடித்து இருவரும் ஓடிப்போய் முன்வரிசையில் அமர்ந்திருந்தனர். தெருக்கூத்து முடிந்ததும் சைக்கிளை வேந்தனிடம் கொடுத்துவிட்டு, "அம்மாவைக் கவனமாய்ப் பார்த்துக் கொள். நீ இயக்கத்துக்கு வரக்கூடாது" என்று சத்தியம் பெற்றுக்கொண்டு நிகேதன் போராளிகள் இணையும் செயலகத்தில் இணைந்து கொண்டான். இரண்டு ஆண்டுகளில் 'வீரமரணம்' என்று அவன் வீட்டுக்குக் கொண்டு வரப்பட்டபோது அம்பிகாவை விட வேந்தன் அழுது அரற்றினான்.

2007இல் போர் மீண்டும் கொடிய பசி கொண்ட மிருகம் போல் வந்தபோது, அம்பிகா தன்னிடம் இருந்த மொத்த நகைகளையும் திரட்டி, வேந்தனை இலங்கையை விட்டு வெளியேற்ற முயற்சி செய்தாள். அப்படி இரண்டு வருடங்கள் உலகமெல்லாம் உருண்டு பாரீஸ் வந்து சேர்ந்தான் வேந்தன். அப்போது அம்பிகாவின் தொடர்போ வேறு யாரின் தொடர்போ அவனிடம் இல்லை. யுத்தம் மொத்தமாய் முடித்துவிட்டிருந்தது. அம்பிகா அம்மாவைத் தேடுவது ஒருபுறமும், தான் யாருமற்ற பாரிஸில் வாழ்வதிலும் வேந்தன் அலைய ஆரம்பித்தான்.

பாரீஸிலிருந்து ஒவ்வொரு நகரத்துக்கும் புகையிரதத்தில் சென்று வேலை தேடுவதே அவன் தொழிலாயிற்று. ஒருநாள் நோந் (Nantes) என்ற நகருக்குச் சென்றடைந்து அருகிலுள்ள லுவார் நதியோரம் இருந்த பிரெஞ்சு உணவகத்தில் பசியாறினான். அந்த இடம் அவனை ஆக்கிரமித்திருந்தது. அங்கு தனக்கு உணவு பரிமாறிய பெண்ணிடம்-

"இங்கு ஏதாவது வேலை கிடைக்குமா?" என்று கேட்டான். அந்த உணவு விடுதி ஓர் புளோஞ்சரைத் தேடிக் கொண்டிருந்தது. அந்த வேலையை அவனுக்குப் பெற்றுக்கொடுத்தவள் 'பஸ்கலின்.'

அவள் 2

"காற்றில் பறந்து வரும் பிரெஞ்சுப் பேய்!" என்றுதான் நெப்போலியனைப் பற்றி நடாசா அறிந்து வைத்திருந்தாள். பேய் என்று வர்ணித்த ஒருவன் ஆண்ட தேசத்திடம் விஞ்ஞான அகதியாக அடைக்கலம் தேடும் நிலை ரஸ்யப் பெண்ணுக்கு வாய்த்திருக்கிறது என்று நினைத்துக்கொண்டாள். ரஸ்ய சமூகத்தில் உயர்ந்த நிலையில் இருப்பதாகக் காட்டிக் கொள்பவர்கள் பிரெஞ்சுப் பாசையைத் தெரிந்து வைத்திருப்பதை நினைத்துக்கொண்டாள்.

தன் குழந்தையைப் பாதுகாக்கும் காரணமே தன்னை இந்த நீண்ட தூரத்திலும், தனிமையிலும் வைத்திருக்கிறது என்றெல்லாம் தன்னை ஆசுவாசப்படுத்தும் சிந்தனைகளால் தன்னைத் தேற்றிக்கொண்டாள்.

நடாசா புதிய நகரத்துக்கும் அதை எதிர்கொள்வதற்கும் போராடிக் கொண்டிருந்த போது, பஸ்கலின் பிரெஞ்சுக் குழந்தை போல் வளர்ந்துகொண்டிருந்தாள். அவள் பள்ளியில் பிரெஞ்சுப் பாசையும் வீட்டில் ரஸ்யப் பாசையும் பேசும் இரு பெண்ணாக வளர்ந்தாள். சிறிய வயதில் அவள்

தனக்குள்ளேயே குழம்பிப் போய் விடுவதுண்டு. இக்கடுமையான குழந்தை நாட்கள் அவளை வலிமையான இளம் நாட்களைக் கொண்டு வந்திருக்கிறது. தனது பதினெட்டாவது வயதில் குதிரையேற்றத்திலும். நீச்சலிலும் சிறப்புத் தேர்ச்சி பெற்றாள்.

கற்ற இடங்களில் சிறிய பிள்ளைகளுக்கான பயிற்சிகளை வழங்கும் ஆசிரியராக மாறினாள். விடுமுறை நாட்களில் உணவு விடுதியில் பரிசாரகியாகியிருந்தாள். பஸ்கலின் கல்வி கற்றுக்கொண்டே வருமானத்திற்காக உழைப்பதிலும் ஈடுபட்டதற்கு அவசியம் இருந்தது. அவர்கள் அகதிகளாக வந்த காலத்திலிருந்து ஒரு சிறிய அறையில்தான் வாழ்ந்தார்கள். அதற்குள் சமையலறை, மலசல கூடம், படுக்கையறை என்று ஒரு தீப்பெட்டிக்குள் தீக்குச்சி அடுக்கப்பட்டது போல இருக்கும். அவர்களுக்கு ஒரு வீடு அவசியமாகப்பட்டது. இளம் வயதுக்குரிய பந்தோபஸ்துக்களை இளம்வயதில் அனுபவிக்காமல் இருப்பது எத்தனை கொடுமை என்பதை அவள் யாருக்கும் சொன்னதில்லை. ஆனால் அது அவள் இதயத்தில் குறிசுட்டது போல் ஒரு வடுவாக வளர்ந்திருந்தது.

நடாசா அதிகாலையிலிருந்து பலவிடங்களில் சுத்தம் செய்யும் பெண்ணாக வேலை செய்தாள். பிரெஞ்சு மொழி தெரியாவிட்டால் கடைசியாகக் கிடைக்கக் கூடிய வேலை அதுதான். அந்த வேலையில் இருபது வருடங்கள் நிறைவு செய்திருந்தபோது அவள் முதுமை வாசலுக்குள் நுழைந்து கொண்டிருந்தாள். அவள் இளமையின் பிரதியாக பஸ்கலின் வளர்ந்து விட்டிருந்தாள்.

பஸ்கலினுக்கு நண்பிகள் இருந்தார்கள். ஆனால் உறவுகள் என்று கொண்டாட ஒருவரும் இல்லை. கிறிஸ்மஸ் காலங்களில் எல்லோரும் அவரவர் குடும்பங்களோடு கொண்டாட்டத்திற்கு சென்று விடுவார்கள். நடாசாவும், பஸ்கலினும் தனிமையில் அதைக் கொண்டாடுவார்கள்.

தன் மகளும் வேலை செய்ய ஆரம்பித்ததும் ஒரு வீடு வேண்டட வேண்டும் என்ற நடாசாவின் ஆழ்கனவு நிறைவேறியது. லுவார் நதியின் அருகே அமைந்த வீட்டைத் தெரிவு செய்தார்கள்.

நடாசாவின் ஏக்கங்கள் சொந்தமாக ஒரு வீட்டை வேண்டுவதில் உறைந்திருந்தது. அவள் நினைவுகளில் நிழற்படமாக இருக்கும் செர்னோபில் வீட்டின் ஏக்கத்தை அது போக்கும் என்று அவள் நினைத்தாள். அப்படித்தான் அவர்கள் தெரிவு செய்த வீடும் அமைந்தது. ஒரு பெண் வளர்ந்து, திருமணமாகி, முதல் குழந்தையை வயிற்றுக்குள் தாங்கி நிற்கும் அழகு போல் லுவார் நதியின் பெருத்த உயிர் நிறையும் இடத்தில் அந்த வீடு அமைந்தது. நதி அங்கு நின்று நகர்கிறது. பிள்ளைத்தாய்ச்சி போல் அதன் ஓட்டம் அமைதியானது. நதியின் நடுவில் சிறு தீவு அமைந்துள்ளது. அங்கே பண்டைய சிற்றரசரின் கோட்டை ஒன்று பழம் கதைகளை வைத்துக்கொண்டிருக்கிறது. அதன் கிழக்கு மேற்குப் பக்கங்களில் வீடுகள். வீடுகளின் வாசல்களில் இருந்து படகுகள் புறப்படும் படகுத்துறைகள். மொத்த அழகைக் கட்டி வைத்தது போன்ற நதியிருப்பு.

லுவார் நதி இன்று பிரான்சின் எல்லை என்று போடப்பட்ட மனிதக் கோட்டுக்குள் அதிக நீளமானது. ஆயிரத்துப் பனிரெண்டு கிலோ மீற்ரர் தூரம் அது காலை அகட்டி வைத்துள்ளது. அதை ஓர் மலைப்பாம்பென கற்பனை செய்தால் அதன் வயிற்றுக்கும் கழுத்திற்கும் இடையில் நோந் நகர் லுவார் நதியைக் கட்டிப்பிடித்துக்கொண்டிருக்கிறது. நதியில் கால் நனைத்துக்கொண்டிருக்கிறது நடாசாவின் மனை.

அந்த வீடு நடாசாவிற்குத் தனது செர்னோபில் வீட்டின் பின்பகுதியில் இருக்கும் வாவியை ஞாபகப்படுத்திற்று. அவர்கள் அந்தப் பழைமையான வீட்டின் புதிய விருந்தினர்களாக குடியேறினர். நடாசாவின் மகிழ்ச்சி முகமெங்கும் பூத்துக் கொண்டிருந்தது. அகதிகளுக்குக் கிடைக்கும் முதல் வீடு ஏக்கங்களின் நினைவிடமாக மாறிப்போய்விடும். அப்படித்தான் அவள் செயல்கள் இருந்தன. விடுமுறை நாட்களில் தமது படகுத் துறையிலிருந்து இருவரும் நதித்தீவுக்குச் செல்வார்கள். நதியின் நடுவில் நின்று உணவருந்துவார்கள். நதி அவர்களிடம் புது உறவாக உருவாகி விட்டிருந்தது.

அன்று நடாசாவிற்குத் தன் கணவன் பற்றிய நினைவுகள் அதிகமாக நிறைந்து கொண்டிருந்தது. தாம் மகிழ்ச்சியாக வாழ்ந்த தருணங்களும், செர்னோபில் வெடிப்பும் அவர் உடல் உருகி உதிர்ந்ததும், அவர் இறந்தபோது என்ன நினைத்தாரோ என்பதும்தான் அவரருகில் இல்லாதிருந்த அந்த இறுதி நிமிடங்களும் அவளை நீண்ட நாட்களின் பின் வதைக்க ஆரம்பித்தது.

அன்று மாலை பஸ்கலின் வரும் வரை காத்திருக்க முடியாது. இருண்டு விடும் என்று நினைத்தவாறு படகில் ஏறிப் பயணித்தாள். அவளுக்கு அந்தத் தனிமை தேவையாக இருந்தது. அது வெயில் காலம் ஆகையால் சூரியன் தூங்குவதற்கு பஞ்சிப்பட்டுக்கொண்டிருந்தது. மெல்லிய தென்றல் நதியைத் தூங்கவைத்திருந்தது. முழு நிலவும் வந்து விட்டிருந்தது. இரவும் பகலும் சேரும் காலம். நடாசா நதியில் தெரியும் நிலவைப் பார்த்து தியானித்திருந்தாள். நதிக்குள் நட்சத்திரங்கள் தோன்ற ஆரம்பித்திருந்தன. படகை நதித்தீவின் கரையில் நிறுத்திவிட்டு நடாசா அதற்குள் சாய்ந்திருந்தாள். அவள் விரும்பிய நதியில் அவளது மரணம் நிகழ்ந்தது. ஒரு சிறு தூக்கம் போல் அந்த உயிர் அமைதியாகிற்று. உடலைப் பரிசோதித்த வைத்தியசாலை அவள் நுரையீரலிலும், இதயத்திலும் 'கதிரலை' இருந்ததைச் சொல்லிற்று. அப்படித்தான் பஸ்கலின் தனிமையானாள்.

நதியின் தீட்டு

1793ல் பிரான்ஸ் ஐரோப்பாவுக்கு எதிராகப் போர் செய்தது. பிரான்ஸ் ஐரோப்பாவை விடவும் உயர்வாக இருந்தது. வோண்டே பிரான்ஸை விடவும் உயர்வாக இருந்தது.

- விக்டர் ஹியுகோ

அன்று பிரெஞ்சு மக்கள் பிரெஞ்சு மக்களின் தலைகளை வெட்டிக் கொண்டிருந்த காலம். அதற்கு ஷபுரட்சி| என்று பெயர் வைத்தார்கள். யார் கொல்பவர்கள்? ஏன் கொல்கிறார்கள்? என்று கொல்பவர்களுக்கும் கொல்லப்படுபவர்களுக்கும் தெரியாமல் இருந்தது.

பாரிசில் நடக்கும் கொலைகளை பிரான்ஸின் பல நகர்கள் எதிர்த்தன. கொலைப்பசி எல்லைகளை வகுப்பதில்லை. அதற்கு கொலைதான் உணவாக இருந்தது. இதை வோண்டே என்ற பிராந்தியம் எதிர்த்தது.

அவர்களில் பிரபுக்கள் இருந்தார்கள். மதகுருமார்கள் இருந்தார்கள். விவசாயிகள் இருந்தார்கள். மொத்த வோண்டே

பிராந்தியமும் குடியரசுப் படையை எதிர்கொண்டது. புரட்சி இராணுவம் கரியே என்ற தளபதியின் தலைமையில் வோண்டே பகுதியை அடக்க இராணுவத்தை அனுப்பியது. கரியே நெடிய வெள்ளை சதைக் குவியலை வைத்திருந்தார். நீண்ட தாடி, கம்பிகளால் செய்தது போன்ற மீசை, கொலைகளைச் செய்வதைக் கலையாகக் கொண்ட துருத்திய கண்கள், அதிகம் பேசாத இறுகிய முகம், கறள் பிடித்த குரல் எல்லோரையும் அதிரச் செய்யும். அவர் குதிரையைக் கூட பதறச் செய்யும்.

புரட்சிப்படை நீலநிறக் கொடியோடு குருதி குடிக்க ஓடிவந்தது. வெள்ளைக்கொடியோடு வோண்டே பிராந்தியம் எதிர்கொண்டது. பாரிஸின் குடியரசுப் படை குடித்துவிட்டு வெறியோடு பாயும் விலங்குகளாகப் பாய்ந்தனர். கத்தோலிக்க ஆலயங்கள், குடியிருப்புகள் என எங்கும் சாவின் ஒலி ஆலய மணிக்குப் பதிலாக ஒலித்தது.

தோல்வியைச் சந்தித்தாலும் வோண்டே வீரர்கள் பதுங்கியிருந்து தாக்கிக் கொண்டிருந்தனர். அப்போதுதான் புரட்சிப் படையை வழிநடத்த அங்கே கரியே என்பவன் வந்தான். நரியின் முகத்தை தன் முகத்தில் அவன் வைத்திருந்தான். அங்குள்ள எல்லோரும் கொல்லப்பட வேண்டும் என்ற கட்டளையை வழங்கினான்.

குழந்தைகள், பெண்கள், மதகுருக்கள், கன்னியாஸ்திரிகள் எல்லோரும் லுவார் நதியைக் கடந்து விட வேண்டும் என்று அவதியாக ஓடிக் கொண்டிருந்தனர். அந்த நதியைக் கடந்தால் ஆங்கிலேய முடியரசுப்படையின் ஆதரவு கிடைக்கும். தம் உயிர் காப்பாற்றப்படும் என்று அவர்கள் நம்பி நகர்ந்தார்கள். 2009 இல் யாருடைய உதவியாவது வரும் என்று நந்திக் கடல் நோக்கி ஈழ தேசம் நகர்ந்தது போல.

கரியேயின் ராணுவத்தினர் தம் மக்களை வன்புணர்வு செய்தனர். குழந்தைகளைப் பெற்றோரின் முன்னால் கொன்றனர். புரட்சி கொடூரங்களைப் பெற்றெடுத்துக் கொண்டிருந்தபோது, ஒரு லட்சத்துக்கு அதிகமான மக்கள் நதியைக் கடக்க காத்திருந்தனர். அப்போது கரியேயின் ராணுவம் நதிக்கரையை அடைந்திருந்தது.

மதத்தலைவர்கள், கன்னியாஸ்திரிகள் உடைகள் களையப்பட்டன. இருவர் இருவராக ஆணும், பெண்ணும் கல்லோடு கட்டி நதியில் வீசப்பட்டனர். படகுகளில் ஏற்றப்பட்ட பெண்களும், குழந்தைகளும் அமிழ்ந்து போகுமாறு ஏற்பாடு செய்யப்பட்டது. தம் குழந்தைகளைத் தலைக்குமேல் உயர்த்தியவாறு பெண்கள் மூழ்கிப் போனார்கள்.

தன் சாம்பல் நிறக் குதிரையில் நதியின் கரையில் உள்ள திட்டு ஒன்றில் கரியே ஏறினான். அங்கே அழுகையோடும் பீதியோடும் குழுமிய சனத்திரளை அவன் பார்த்தான். குழந்தைகள் பசியால் கதறிக்கொண்டிருந்தன. அவனுக்கு ஒரு புதிய சிந்தனை வந்ததால் அவன் கன்னங்களில் காய்ந்துபோன சிரிப்பு வந்தது. தன் உதவியாளனுக்குக் கட்டளையிட்டான். (குழந்தைகளையும், பெண்களையும் அந்தப் பெரிய படகில் ஏறச்சொல்லு!) உதவியாளன் தயங்கியபடி,

"மிஸ்யு (ஐயா) கரியே, அந்தப் படகு துவாரங்கள் கொண்டது. அதனால் பயணிக்க முடியாது."

"எனக்குத் தெரியும்! ஓட்டைப் படகு அவர்களை ஏற்றிச் செல்லும். நான் சொன்னதைச் செய்!"

அங்கிருந்த பெண்களும் குழந்தைகளும் படகில் ஏற்றப்பட்டார்கள். படகே பெண்களின் தலையாலும், அவர்கள் மார்புகளில் பசியாறிக் கொண்டிருந்த குழந்தைகளாலும் நிறைந்திருந்தது. படகை நதிக்குள் நகர்த்துமாறு கரியே கட்டளையிட்டான். நதிக்குள் நகர... நகர... படகிற்குள் நீர் நிறைந்தது. தாம் படகில் அனுப்பப்படுகிறோம் என்றிருந்த பெண்கள் மூழ்கும் படகில் மூழ்கிக்கொண்டிருந்தனர். தாய்களின் கதறல் காணாமல் போனபோது அவர்கள் கரங்கள் உயர்த்திப் பிடித்திருந்த குழந்தைகள் அவர்களின் கரங்களில் நின்று கதறினர். குழந்தைகளின் கதறல் முடிந்த போது அந்தப் பெரும் படகு நதியின் அடியில் அமிழ்ந்து போயிற்று.

அந்தக் காட்சியை ரசித்த கரியே தன் வீரர்களுக்கு, "இந்த லுவார் நதி, மிகப்பெரிய குடியரசு நதி" என்று கூறிப்பெருமை

கொண்டான். அப்பபடிப்பட்ட லட்சம் உயிர்கள் அமிழ்ந்த நதியின் மடியில் நடாசாவின் மரணம் நிகழ்ந்தது. லுவார் நதி இன அழிப்பின் அடையாளமாக ஓடுவதும் குழந்தைகளும் பெண்களும் உயிரோடு மூழ்கிய இடத்தின் மேல் நடாசா இறந்ததையும் லுவார் நதி மறக்காமல் வைத்துக்கொண்டு பெண்களின் கண்ணீர் போல் நகர்கிறது. நதியின் தீட்டாக கொடிய மனிதர்கள் அதன் கண்களில் தோன்றினர். பிரெஞ்சு புரட்சி வோண்டே இனப்படுகொலை செய்ததை லுவார் நதி மறக்கவில்லை.

அவர்கள்

வேந்தனுக்கு வேலை கிடைத்தது அதிசயம். அதை அவன் எதிர்பார்க்கவில்லை. எங்கே தங்கியிருக்க வேண்டும் என்ற திட்டம் ஏதும் அவனிடம் இல்லை. எந்த நிலத்திலும் வாழ முடிந்தவர்கள் நிலமற்றவர்கள். இலங்கையை விட்டுப் பிரிந்தபோதே அவனிடம் ஒட்டிவிட்ட பழக்கமது. உணவைப் பரிமாறிய பெண் தன்னுடன் ஆங்கிலத்தில் பேசியது அவனுக்கு அதிசயமாகப்பட்டது. அன்று பிரெஞ்சு வார்த்தையில் ஒன்றைக்கூட அவன் வாய் உச்சரிக்க முடியாமல் அவதிப்பட்டது. பிரெஞ்சு பேசாவிட்டால் வாயை உபயோகிப்பது பிரான்சில் பசியைப் போக்குவதற்காக சுவிங்கம் சப்புவது போன்றது.

பாரிசில் இருந்து 250 கிலோமீட்டர் தூரத்தில் இருக்கும் நோந்த் நகரை அதிவேகப் புகையிரதத்தில் ஒரு மணி முப்பது நிமிடத்தில் சென்றடைந்தான். இரண்டு மணி நேரமாக நகரை ராஜவலம் வந்தான். ஒருவர் கூட அகதி குமாரனை ஏறெடுத்தும் பார்க்கவில்லை. ஆனால் ஆர்ப்பாட்டமின்றி நகர் இருந்தது. அந்த நகரை இரண்டாக வெட்டி விட்டதுபோல லுவார் நதி படுத்திருந்தது. நகரின் ஓரிடத்தில் மாபெரும் ரோபோ யானை ஒன்று நிறுத்தி வைக்கப்பட்டிருந்தது. ஊரில் கோயில்களில்

திருவிழா இல்லாத காலத்தில் தேர் நிறுத்தி வைக்கப்பட்டிருப்பது போல அந்த யானை மாபெரும் கூடாரத்துக்குள் அசையாமல் நின்றது. உயிரில்லாத யானையைக் கண்டபோதும் அவனுக்குள் நீண்ட நட்புடைய உயிர் ஒன்றை கண்ட பரவசம் அடைந்தான்.

அதனருகே இளைப்பாறினான். சில விசேட காலங்களில் அந்த யானை நகர்வலம் வரும் என்பதைத் தெரிந்து கொண்டபோது அவனுள் ஒரு நெருக்கம் ஏற்பட்டது. அவனையறியாமல் இந்த நகரத்திலே தங்கிவிட்டால் என்ன என்ற நினைவுகள் மத்தாப்புப் போல் மலர ஆரம்பித்தது. அத்தனை நாட்களும் இருந்த மனக்குழைவு திடீரெனப் பறந்து போனது. கண்ணீரோடிருந்த பெண் திடீரென காதலனைக் கண்டு பூரித்து எழுவதுபோல் மனம் எழுந்தது.

இந்நகரத்தில் இருக்க வேண்டுமானால் ஒரு வேலை கிடைக்க வேண்டும். செய்யக்கூடிய ஒரே வேலை உணவு விடுதிகளில் வட்டில்கள், பாத்திரங்கள் கழுவும் வேலை. அது பாரிசில் பிரபலமான தொழில். தமிழில் புளோஞ் அடித்தல் என்பார்கள். இந்தத் தொழிலில்தான் மிகக் குறைவான பிரெஞ்சு மொழி தேவைப்படும். மற்றும்படி உடல் உழைப்பு அதிகம் அவசியமானது. மற்றுமொரு வசதி உணவு விடுதிகளில் பசியாறமுடியும். உடலுக்கு அடிப்படையான உணவுப் பிரச்சனையைத் தீர்த்துக்கொள்ள வசதியானது.

கடந்த பதினெட்டு மாதங்களாக பாரிசில் ஒவ்வொரு முடுக்கிலும் கேட்டும் கிடைக்காத புளோஞ் வேலை, இந்த நகரத்தில் கிடைத்துவிடுமா? என்கிற பதைபதைப்பு ஒரு பக்கம் இருந்தாலும், முயற்சி செய்து விடுவது என்று நினைத்துக்கொண்டான். பாரிஸ் திரும்பும் *TGV (அதிவேக மின் வண்டி)* புறப்பட நான்கு மணி நேரங்கள் இருந்தது. மாலை ஆறு மணி முப்பது நிமிடங்களில் அது புறப்படுகிறது. அதற்குள் சில உணவகங்களில் தேடுவோம் என்று நினைத்தவாறு தன் பழக்கப்பட்ட தொழிலுக்குத் தயாரானான்.

உணவு விடுதிகளில் பலவகை உண்டு. அதை வேந்தன் இரண்டு வகையாகப் பிரித்துள்ளான். ஒன்று நட்சத்திர

அந்தஸ்துள்ள விடுதிகள். அங்கு நட்சத்திரங்கள் போல் பணம் வைத்திருப்பவர்கள்தான் செல்ல முடியும். வட்டில் கழுவுவதற்கும் கல்விச் சான்றிதழ் கேட்பார்கள். அவை வேந்தன் போன்றோர் நினைக்கக்கூடாத விடுதிகள். அதைவிடுத்து வீதிகள் எங்கும் அன்றாட வாடிக்கையாளரை வைத்திருக்கும் உணவு விடுதிகளில் தான் கஃபே குடிப்பது போல் சென்று ஒரு கஃபேயை குடித்து முடிக்கும் இடைவெளியில் அங்கிருக்கும் பரிசாரகரிடம் நான் வேலை தேடுகிறேன் என்ற சேதியை மிகக்கவனமாக வெளியிட முடியும். அதற்கு அந்தப் பரிசாரகர் முதலில் முகமலர்ச்சியோடு இருக்கவேண்டும். அவரின் மனநிலையை ஒரு கஃபே குடிக்கும் இடைவெளியில் அறிந்துவிடவேண்டும். கடந்த 18 மாதங்களாக பாரிஸ் கற்றுக்கொடுத்த தொழிற்கல்வி அது.

பாரிஸில் உள்ள உணவகங்களில் பரிசாரகர்களும் இந்த வகை வேலை தேடுவோரை அறிந்தே இருப்பர். ஒரு தமிழரைக் கண்டால் அவர்களே உனக்கு கஃபே வேண்டுமா? என்பார்கள். இல்லையென்றால் அவர்களாகவே வேலை வேண்டுமா? என்பார்கள். தலையை ஏதாவது ஒரு பக்கம் ஆட்டினால் பாடமாக்கி வைத்திருக்கும் வார்த்தையைக் கொஞ்ச நேரமும் எடுத்துக்கொள்ளாமல் "வேலையாட்கள் நிறைந்துள்ளார்கள். வருந்துகிறோம்" என்பார்கள். அவர்கள் வருந்துவதற்கான எந்த முக ஓட்டமும் அவர்களிடம் தெரியாது. சிரித்துக்கொண்டே அருகில் இருக்கும் வாடிக்கையாளர்களிடமோ, சக தொழிலாளர்களிடமோ "இவன் ஸ்ரீலங்கன்" என்று அடித்துச் சொல்லும் சத்தம் கிணற்றுக்குள் இருந்து வரும் சத்தம் போல் காதை வந்தடைந்து விடும். அப்போதுதான் இலங்கையில் பிறந்ததற்காகப் பெருமை கொள்ளும் தருணமாக இருக்கும்.

முதல் அனுபவங்கள் மனதுக்குள் கிளைமோர் வெடித்தது போல் இருந்தாலும் அதுவே தொடரத் தொடர யுத்தப் பகுதியில் *AK47* சூட்டுச் சத்தம் கேட்பது எப்படி இயற்கையானதோ அப்படி இயற்கையானதாய் மாறிப்போய்விடும. அப்படிப் பழகிப்போன மனதை மேலும் பண்படுத்தி வைத்திருக்கும் வேந்தனுக்கு இதெல்லாம் வெட்கம், வேதனை என்பதைத்

தாண்டி அகதிதர்மம், தேடுதல் ஒரு அனுபவம், தோல்வி ஒரு விடுதலை என்று ஆற்றுப்படுத்தியிருந்தது அழகுக்கற்களின் இருப்பிடமான பாரிஸ் நகரம்.

வேந்தன் நதிக்கரையோரம் இருக்கும் உணவு விடுதிகளைக் குறிவைத்தான். வாய்ப்புக் கிடைத்தால் நதிக் கரையோரமாக வேலை செய்யும் வாய்ப்புக் கிடைக்கட்டும் என்று நினைத்துக்கொண்டான். முதலாவதாக இருந்த உணவு விடுதி திருவிழாக்கோலம் பூண்டிருந்தது. தனது தோற்றத்தைச் சிறிது சீர்படுத்திக்கொண்டான். முகத்தில் புன்னகையை கொஞ்சம் பூசிக்கொண்டான். அந்த விடுதியின் 'பார்' இருக்கும் இடத்தில் நகர்ந்து அங்கே குவளைகளைச் சுத்தம் செய்து கொண்டு நீண்ட கை கால்களில் கட்டுமஸ்தான உடல்வாகில் ஒருவன் இயந்திரகதியில் இயங்கிக்கொண்டிருந்தான். அவன் முகத்தில் புன்னகையும் இருந்தது. சரியான நபராக இருப்பான் என்று நினைத்துக்கொண்டான்.

தயவுசெய்து எனக்கு ஒரு கஃபே கொடுப்பீர்களா?

ஆம் நிச்சயம்! அமருங்கள் கனவானே!

நன்றி!

இதோ உங்கள் கஃபே. இதற்கான கட்டணம் 1.75€.

தனக்கு மேலும் பிரஞ்சு மொழி தெரியாது என்பதற்காக "தேங்க்யூ" என்று வேந்தன் தன் இராஜதந்திர நடவடிக்கையை ஆரம்பித்தான். சற்றுத் தயங்கி பின்பு அந்த வார்த்தையைத் தேடிக் கண்டுபிடித்து,

"யூ ஆர் வெல்கம்" என்றான் பரிசாரகன்.

ஒரு பிரெஞ்சுக் கஃபேயை பத்து நிமிடம் தாண்டியும் குடிக்க முடியுமா என்ன? அந்தச் சிறிய குவளைக்கு அந்த நேரமே அதிகம். கஃபேக்காக இரண்டு யூரோக்களைக் கொடுத்துவிட்டு மீதியை நீங்கள் வைத்திருங்கள் என்றுவிட்டு விடயத்துக்கு வந்தான்.

கனவானே! நான் வேலை தேடுகிறேன் தங்கள் விடுதியில்

அது இருக்குமா?

அந்தக் கட்டழகன் நெருங்கி வந்தான். தனது ஆங்கில அறிவை பரிசோதிக்க அவன் தயாராகிக் கொண்டிருந்தான். பின்பு,

நீங்கள் எங்கிருந்து வருகிறீர்கள்?

- பாரிஸ்.

இல்லை. உங்கள் நாடு எது?

- ஸ்ரீலங்கா என்கிறார்கள்.

அது இந்தியாவா?

- இல்லை. அதற்குக் கீழே கடலுக்குள் அது இருக்கிறது. இன்னும் மூழ்கவில்லை.

உங்களிடம் வதிவிடத் துண்டு ஏதாவது இருக்கிறதா?

- ஆம். அது அகதிகளுக்கான வதிவிடத்துண்டு.

நீங்கள் அகதியா?

- ஆம். இலங்கைக்குள்ளும் அகதி. அதற்கு வெளியிலும் அகதி.

வேலை செய்த அனுபவம் உண்டா?

- இல்லை. முற்றிலுமாக இல்லை.

அப்போ என்ன வேலை செய்வீர்கள்?

- எந்த வேலை எனினும் வேகமாகக் கற்று, விவேகமாகச் செய்வேன்.

பாரிசில் வேலை செய்திருக்கிறீர்களா?

- பாரிசில் 18 மாதங்களாக அந்த வாய்ப்பை யாரும் தரவில்லை.

சற்றுக் காத்திருங்கள் எனது சமையலறை தலைமையாளரிடம் பேசிவிட்டு வருகிறேன்.

வேந்தனால் அதிர்ச்சியைத் தாங்கமுடியவில்லை. இத்தனை நாட்களில் ஒரு உணவு விடுதி இத்தனை கேள்விகளைக் கேட்கவுமில்லை. அவனிடம் காத்திருங்கள் என்று யாரும்

ஒருமுறைகூட சொன்னதுமில்லை. ஆதரவான செயல். இந்த நகரத்தில் இன்று இல்லாவிட்டாலும் ஒரு நாள் வேலை கிடைக்க வாய்ப்புண்டு என்று நினைத்துக்கொண்டான். அதற்கிடையில் வேலை கிடைத்தால் தனக்கு ஏற்படப்போகும் மாற்றங்கள், இருப்பிடத்தை எப்படி அமைப்பது? என்று நினைவுகள் நீண்ட பெட்டிகளை இழுத்துச் செல்லும் சரக்கு வண்டிகளைப்போல் கற்பனைகளை இழுத்துச் சென்று கொண்டிருந்தது.

வாட்டசாட்டமான அந்தப் பரிசாரகன் வேந்தனை நோக்கி வந்தான்.

அவன்-

"மன்னிக்கவும். இப்போது இங்கு வெற்றிடம் இல்லை. ஆனால் தங்கள் தொலைபேசி இலக்கமிருந்தால் தாருங்கள். தங்களுக்கேற்ற வெற்றிடம் வந்தால் அழைக்கிறேன். இந்த உணவகத்தின் முதலாளி நான்தான்" என்றான்.

"பரவாயில்லை. இத்தனை நாட்களில் என் தொலைபேசி எண்ணை பெற்றுக்கொண்டவர் நீங்கள்தான். அதைவிட இப்படிச் சினேகமான ஒரு முதலாலியுடன் வேலை செய்ய நான் காத்திருக்கிறேன்" என்றான்.

என் பெயர் பிலிப். நீங்கள்?

- நான் வேந்தன்!

நல்லது வே..ந்..த..ன் நாம் விரைவில் சந்திப்போம்.

- உங்களுக்கு நன்றி. சந்திப்போம்.

வேந்தன் மனதில் நூறு மீட்டர் ஓட்டப் பந்தயத்தில் வெற்றியீட்டிய நிறைவோடு மனம் பெருமிதம் அடைந்துகொண்டிருந்தது. அந்த உணவு விடுதியை விட்டு மெல்ல நகர்ந்தான்.

நதிக்கரையோரம் நடந்துகொண்டேயிருந்தான். மனிதர்கள் குறைந்தபோது புல்வெளி இருந்தது. நதியின் ஓரம் இருந்த மருதமரத்தின் கீழ் இருக்கை ஒன்று தனியே இருந்தது. அதில் சென்று அமர்ந்தான். நதியில் சிலர் படகுச்சவாரி

செய்துகொண்டிருந்தனர். நடுவே நதி ஒரு தீவை வைத்திருந்தது. அங்கு மனிதர்கள் போவதும் வருவதுமாக இருந்தனர். அவனுக்குப் பசி மெதுவாக வளர்ந்துகொண்டு வந்தது. நதியின் தீவில் சென்று உணவருந்துவோம் என்று நினைத்தவாறு அங்கே சென்றான். அதில் உள்ள குன்றில் ஏதோவொரு மன்னன் கட்டிய கோட்டை நினைவகமாக இருந்தது. எத்தனையோ போர்கள் நடந்தாலும் எந்த மன்னனின் கோட்டையும் எந்த மன்னனும் அழிக்கவில்லை. 16-ம் லூயி கொடியவன் என்று கழுத்து வெட்டிக் கொன்றார்கள். அவனைக் கொன்றவர்களையும் கொன்றார்கள். ஆனால் மன்னராட்சி நினைவிடங்களைப் பொக்கிஷமாகக் காக்கிறார்கள் என்று தனக்குத் தானே பேசிக்கொண்டு நகர்ந்த போது, லு பல்த்தோ என்று எழுதப்பட்ட உணவகம் அங்கிருந்தது. ஒரு கப்பலில் இருந்து உணவு அருந்துவது போல நதியின் நடுவில் உள்ள உணவகத்தில் உணவருந்துவது கொடை என்று நினைத்துக்கொண்டான்.

ஊரில் வரிசையில் நிற்பது ஒன்றும் புதிதல்ல. ஆனால் இங்கு உணவருந்த வரிசையில் காத்திருந்தார்கள். அவனும் காத்திருந்து ஒரு இடத்தைப் பெற்றுக்கொண்டு உணவுப் பட்டியலைப் பார்த்தான். மீண்டும் எழுந்து சென்று விடமுடியாது. ஒரு அழகிய இளம்பெண் வேந்தனின் மேசையைப் பொறுப்பெடுத்திருந்தாள். அப்படி எழுந்து செல்வது எவ்வளவு கொடுமையானது? இளம்பெண்ணிடம் அவமானப்படுவதை அவன் விரும்பவில்லை. தன்னிடமுள்ள முழுப் பணத்தையும் நினைவில் வைத்துக்கொண்டு அந்த அட்டையில் இருந்த ஆக குறைந்த விலையுடைய உணவை வேண்டிக்கொண்டான்.

அந்தப் பரிசாரகி புன்னகையில் முகத்தை வைத்திருந்தாள். வேகமான நடையிலும், லாகவமான பேச்சிலும் சுழன்று சுழன்று உணவுத் தட்டுகளை எடுத்து வருவதும் அந்த உணவகத்தை அழகாக்கிக் கொண்டிருந்தது. அவள் கரத்தால் உணவு பெற்று உண்டவர்கள் அவர்களை எந்த மோசமான உணவையும் அருமையானது என்றே சொல்வார்கள். இப்போது வேந்தனுக்கு உணவுப் பசி நின்றுபோயிற்று.

ஒரு அகதி முதல் முறை உணவகத்தில் உணவருந்துவது பெரும்

போராட்டத்திற்குரியது. பிரெஞ்சுக்காரன் உணவு முறையை மூன்று பகுதிகளாகப் பிரித்திருப்பது அவனுக்குத் தெரியாது. அவள், கனவானே! என்ன பானம் குடிக்கப் போகிறீர்கள்? வேந்தனுக்குப் புரிந்துவிட்டது. இது ஒரு ஆபத்தான நிலைக்கு கொண்டு சென்று விடப்போகிறது. அந்தக் குறைந்த விலையைத் தேடி உணவுப் பட்டியலில் இருந்த உணவைக் காட்டி அதை மட்டும் தாருங்கள் என்றான். அவளின் பிரெஞ்சு வார்த்தைகள் ஆங்கிலத்தில் ஒரே நொடியில் வெளிப்பட்டது. இரு மொழியை இணையாய் உச்சரிக்கும் உதடுகள் அழகை எல்லையைக் கடக்க வைத்தது. அப்போது அந்தப் பரிசாரகி -

நீங்கள் எங்கிருந்து வருகிறீர்கள்?

- பாரிஸ்!

இல்லை உங்கள் நாடு எது?

- தெரியவில்லை!

புரியவில்லை!

- நான் ஒரு நாடு தேடிக்கொண்டிருக்கிறேன்.

அப்படியென்றால்?

- நான் ஒரு நாடற்றவன்.

எப்படி?

- நான் ஒரு அகதி!

ஓ... அப்படியா? வருந்துகிறேன்.

- நன்றி!

நீங்கள் பாகிஸ்தானியா?

- இல்லை. இலங்கையன்.

உங்கள் நாட்டில் யுத்தம் நடக்கிறதல்லவா?

- இல்லை. யுத்தத்திற்குள் என் நாடு இருக்கிறது.

வருந்துகிறேன்... வருந்துகிறேன்...

இந்த உரையாடல் முடிந்தபோது, பாரிஸில் இருப்பவர்களை விட இந்த நகரத்தில் மனிதர்களோடு பேசுகிறார்கள். மனிதரோடு மனிதர் பேசுவதே எவ்வளவு சுகமானதும் சுதந்திரமானதும் என்று நினைவுகள் அவனுக்கு வந்திற்று.

அழகிய பரிசாரகி ஓர் அற்பமாக இருக்கிற வாடிக்கையாளனையும் அறிகிற விருப்பத்தில் உள்ளதை நினைத்துக்கொண்டே இருந்தான். உணவுத்தட்டு வெற்றிடமாக இருந்தது. பரிசாரகிக்காக காத்திருந்தான். அப்போதுதான் அந்த சிந்தனை வந்திற்று. ஏன் இந்தப் பரிசாரகியிடம் வேலை பற்றி விசாரிக்கக்கூடாது? அவள் முகம் மனிதர்களை நேசிப்பதாக இருக்கிறது. உணவுக்கான பற்றுச்சீட்டுடன் அங்கே அவள் வந்தாள்.

மந்மொசல் (இளம்பெண்ணே) உங்களிடம் ஒன்று கேட்க விரும்புகிறேன்.

சொல்லுங்கள்!

- நான் ஒரு வேலை தேடுகிறேன்.

உங்களுக்கு என்ன வேலை தெரியும்?

- ஒன்றும் தெரியாது. ஆனால் கற்றுக்கொள்வேன்.

அவள் தன் பற்கள் முழுவதையும் காட்டிவிட்டு எதிர் இருக்கையில் அமர்ந்தாள்.

இந்த உணவகத்தில் இன்று உணவுத்தட்டு கழுவும் நபர் வரவில்லை. அந்த இடம் இருக்கிறது. உன்னால் முடியுமா?

அதைப் பெற்றுத் தந்தால் நான் உனக்குக் கடமைப்பட்டவனாவேன்.

காத்திரு! நான் முதலாளியிடம் பேசிவிட்டு வருகிறேன்.

வேந்தன் உடல் இரண்டு இதயங்களில் இயங்கியது. ஒரு தீவில் இருந்து வந்தவனுக்கு ஒரு நதியின் தீவில் வேலை கிடைப்பது எவ்வளவு பெரிய கொடை. அது எந்த வேலையானாலும் செய்து விடும் முடிவில் அவன் காத்திருந்தான். அவள் மலர்ந்து

கொண்டிருக்கும் தாமரை போல அங்கு வந்து சேர்ந்தாள்.

உன்னால் இப்பொழுதே வேலையை ஆரம்பிக்க முடியுமா?

- நிச்சயம்... நிச்சயம்...!

என்னோடு வா! அதற்கு முன் உன் பெயர் என்ன?

- வேந்தன்!

இளம்பெண்ணே உன் பெயர் என்ன?

- பஸ்கலின்!

அவர்கள் 2

ஒரு பசுவின் பின்னால் பசியோடு செல்லும் கன்று போல வேந்தன் சென்றான். அங்கே வேலை செய்து கொண்டிருந்த பரிசாரகர்கள் உணவருந்த வந்தவனை அழைத்துக்கொண்டு நிலக்கீழ் அறைக்கு அழைத்துச் செல்லும் பஸ்கலினைப் பார்த்து குழுகுக்குறியில் ஏதோ கேட்டார்கள். அவளின் பதில் சிரிப்பு கேள்வியை உணர்த்திக் கொண்டிருந்தது. அந்தச் சூழல் அவனுக்கு பெண்மையைக் கொண்டு வந்திருந்தது. அதை ஆண்மையால் மறைத்துக் கொண்டு நகர்ந்தான்.

நிலக்கீழ் அறைக்குச் செல்லும் பாதை ஒருவர் செல்லும் அளவிலும் செங்குத்தாகவும் இருந்தது. பனிக்கட்டிச் சறுக்கலில் ஈடுபடுபவள் போல் அவள் வேகமாக இறங்கிவிட்டுத் திரும்பிப் பார்த்தபோது வேந்தன் கண் தெரியாதவர் சாலை கடந்து வருவது போல வந்து கொண்டிருந்தான். அவன் நிலையைப் பார்த்துவிட்டு "அவதானம்! என் கையைப் பற்றிக்கொள்" என்றாள். இதுவரை இளமை வந்தும் ஒரு இளம்பெண்ணின் கையை ஒருபோதும் பற்றாதவனுக்கு அது சங்கடங்களுக்குரியது. ஆனால் எத்தனை லாகவமாகவும் சக மனிதனை பாலியல் பார்வையற்று பண்புப் பார்வையால் அணுகும் அவளது

முறையும் அவனுள் ஒரு பெரும் வெடிப்பை நிகழ்த்தியது. அதன் வெளிப்பாட்டைக் காட்டிக்கொள்ளாமல்,

“இல்லை. பரவாயில்லை, என்னால் முடியும்.”

“வே...ந்...தன் கைகொடு. இங்கே நீர் சிந்தி இருக்கிறது. நீ விழுந்து விடுவாய்.”

அவன் தன் வலது கரத்தை நீட்டினான். அவள் தன் இடது கரத்தால் அவனைத்தாங்கி மீட்டெடுத்தாள். சில தொடுதல்கள் தொழுகைக்குரியன. சில தொடுதல்கள் கெடுதலுக்குரியன. அவனுக்கு அது முதல் தொடுதலாய் முக்தி பெற்றது.

கீழ் அறையில் கப்பலின் எந்திர அறையில் மனிதர்கள் வேலை செய்வதுபோல நான்கு பேர் வியர்வையில் நனைந்து வேகம் காட்டிக் கொண்டிருந்தனர். அது பிரம்மாண்டமான சமையலறை. தலைமையாளர் கோட்டையைப் பிடிப்பது போல அடித்தொண்டையால் கட்டளைகளை இட்டுக்கொண்டிருந்தார். அதற்குப் பதிலாக “உய் செப்” என்ற பதில்கள் வேறு வேறு குரல்களில் வந்துகொண்டிருந்தது.

பஸ்கலின் அதற்குள் இருக்கும் அறை ஒன்றுக்குள் அழைத்துச் சென்றாள். ஐம்பது வயது மதிக்கத்தக்க பிரெஞ்சு மனிதர் உடலெல்லாம் வெப்பத்திலும், வியர்வையிலும் ஆவியிலும் சிவந்த நிலையில் நின்றிருந்தார். அவரைச்சுற்றி ஒருபுறம் சமைத்த பாத்திரங்கள், மறுபுறம் கத்தி, கரண்டிகள். மற்றொருபுறம் உணவருந்திய தட்டுக்கள். இவற்றுக்கு நடுவே நின்று முற்றுகையிடப்பட்ட மன்னர் தனியே யுத்தம் செய்வது போல் மனிதர் போராடிக் கொண்டிருந்தார். அவரிடம்...

“பெத்ரோன்! இங்கே பார். இவர்தான் அந்த மனிதர். பெயர் வேந்தன். ஆங்கிலத்தில்தான் அவரோடு பேச முடியும்” என்றாள். பின்பு வேந்தன் பக்கம் முகம் காட்டி அவள் வேந்தனை பார்த்து,

“வேந்தன்! இவர் பெத்ரோன். இவர்தான் இந்த உணவகத்தின் முதலாளி.” இந்தத் தொழில் செய்பவர் திடீரென்று வராததால் இங்கே வேலை செய்கிறார்.

பெத்ரோன், “உங்களை வரவேற்கிறேன்” என்றார். பின்பு அவர் பிரெஞ்சுப் பாஷையில் அவளுக்கு சினேக மொழியில் ஏதேதோ பேசிவிட்டு அவளுக்கும் எனக்கும் “மிக்க நன்றி” என்றுவிட்டுத் தோளில் இருந்த சிறிய வெண்துண்டை மற்றதோளில் மாட்டிக்கொண்டு படியால் மேல் ஏறிக் கொண்டிருந்தார்.

“பெத்ரோன், என்னை எப்படி இந்தக் கழுவும் இயந்திரத்தைப் பயன்படுத்துவது என்று உனக்குக் காட்டி கொடுக்குமாறு கூறினார். தொடர்ந்து வேலை சம்பந்தமாக மாலை பேசுவோம். உனக்கு நன்றியையும் தெரிவிக்கச் சொன்னார்” என்றாள்.

அவன் அவளைப் பார்த்து ஆச்சரியத்தோடு, இவர்தான் இதன் முதலாளியா? என்றான். அவள் அதில் என்ன சந்தேகம்? என்றாள். வேந்தனுக்கு இந்த மனிதர்களைப் புரிந்துகொள்வது புதிராகத்தான் இருந்தது. “நன்றி” என்ற வார்த்தையைப் பயன்படுத்தும் முதலாளிகளும், ஆகக் கடினமான தொழிலாளியின் வேலையைச் செய்யும் முதலாளியும் அவன் அனுபவங்களில் இல்லை என்றுதான் நிறுவப்பட்டிருந்தது.

பஸ்கலின் கழுவும் விதிகளைக் கற்றுக்கொடுத்தாள். மருந்தை எப்படிப் பயன்படுத்துவது? எந்தப் பாத்திரங்களை எந்த முறையில் அடுக்குவது? கழுவியவற்றை அடுக்கும் முறை எது? கத்தி, கரண்டியை எந்த வெப்பத்தில் ஊறவைத்து எப்படித் துடைப்பது? அதற்கொன்றும் அதிக மூளை தேவைப்படாவிட்டாலும் விவேகம் இல்லாவிட்டால் வேகம் குறைந்தது ஐந்து மணி நேர வேலையைப் பத்து மணிநேரம் செய்யும்படி ஆகிவிடும். அவனுக்கு அவன் தாயும், அம்பிகா அம்மாவும் சட்டி, பானை கழுவும் காலைக் காட்சிதான் நினைவை முட்டி நின்றது.

காலை வேளைகளில் எல்லா பாத்திரங்களையும் குசினியின் ஒதுக்குபுறம் கொண்டு சென்று குவிப்பார்கள். குண்டிப் பலகையோடு அங்கு சென்று குந்துவார்கள். வாளியில் தண்ணீர் இருக்கும். அங்கே தென்னம்பொச்சின் துண்டும் இருக்கும். பாத்திரம் கழுவும் கரிப்பசை அல்லது மணல். அதைப் பொச்சால் தொட்டுத் தொட்டு உரஞ்சுவார்கள். அது

இருந்த நிலையை விட மோசமாகத் தெரியும். பின்பு ஒரு வாளித் தண்ணீரால் முதலாம் கழுவல். பின்பு மறுவாளித் தண்ணீரால் இறுதிக் குளியலை பாத்திரங்கள் முடித்து அட்டாளையில் காய வைப்பார்கள். பாத்திரங்கள் மின்னிக் கொண்டிருக்கும். இந்தக் காரியங்கள் ஒரு கவிதை போல நடந்து முடியும். செயற்கையான பொருட்களோ, நெகிழியோ அற்ற இயற்கை வாழ்வு நாட்களும், அவனை வளர்த்த தாய்களும் கண் முன்னே வந்து நின்றார்கள். ஒரு நாள் கூட அந்த வேலையைச் செய்யாதது அவனை நெக்குருக்கியது.

“முடிந்தவரை இவற்றைச் செய். ஏதும் புரியாவிட்டால் மேலே வந்து என்னை அழை. தயங்காதே! இதோ உனக்கான உடை, பாதணி. உனக்கு என் வாழ்த்துக்கள். உன்னால் முடியும்” என்றுவிட்டுப் படியேறினாள்.

உனக்கு என் பெரிய நன்றி.

- ஏற்றுக்கொள்கிறேன். மகிழ்ச்சி.

வேந்தன் குருவை சந்தித்தபோது நொடிகளில் துறவியாகும் சீடன் போல் அவளைச் சந்தித்த நொடியில் இருந்து அவன் மாறிப்போனான். தன் புதிய உடையைச் சரிப்படுத்திக்கொண்டு சட்டி, பானை கழுவ ஆரம்பித்தான். அப்போது நேரம் மாலை ஆறு மணி முப்பது நிமிடங்கள். பாரிசுக்குத் திரும்புவதற்கான *TGV* புறப்பட்டிருக்கும். அதில் ஒரு இருக்கை காலியாக இருக்கும் என்று நினைத்துக் கொண்டான்.

அன்று இரவு பத்து முப்பது மணிக்கு அந்த வேலைகள் முடிவுக்கு வந்தன. அந்த நதித்தீவில் உணவு விடுதியில் வேலை செய்பவர்கள் மட்டுமே இருந்தார்கள். பெத்ரோனும் பஸ்கலினும் அங்கு வந்தார்கள். தனது 18 மாத தேடலில் கிடைத்த சட்டிபானை கழுவும் வேலையை 24 வருட உயிரையும் திரட்டி வேந்தன் முடித்திருந்தான். அவர்கள் முகத்தில் மகிழ்ச்சி இருந்தது. அவன் முகத்தில் வெற்றி இருந்தது.

நலமா வேந்தன்?

- ஆம்.

“இப்போது இந்தக் குசினி அறையின் சக தொழிலாளர்களை

அறிமுகப்படுத்துகிறோம். இவர் மக்ஸ், தலைமைச்சமையலாளர். இவர் அதிரியன், உதவிச் சமையலாளர். இவர் வன்சோன், இனிப்பு வகைக்குரியவர்."

எல்லோரும் கைகொடுத்து மகிழ்ச்சியைத் தெரிவித்து நாளை சந்திப்பதாக விடைபெற்றுச் சென்றார்கள். அங்கு பெத்ரோனும், பஸ்கலினும் எஞ்சி நின்றார்கள். நாளை மாலை 3 மணிக்கு உங்கள் வேலைக்கான உத்தரவாத உரையாடலைச் செய்வோம். பெத்ரோனின் செய்தியை ஆங்கிலத்தில் மொழிமாற்றம் செய்து விட்டு பஸ்கலின் கேட்டாள்,

நீ எங்கே இருக்கிறாய்?

- பாரிசில்!

ஓ லா... லா...! (வியப்பு ஒலிச் செய்கை) எங்கே தங்கப்போறாய்?

- தெரியவில்லை.

பாரிசில் யாருடன் உள்ளாய்?

- அகதிகளுடன்.

இந்த அதிர்ச்சியை அவர்கள் எதிர்பார்க்கவில்லை. பிரெஞ்சில் உரையாடிக்கொண்டே இருந்தார்கள். பெத்ரோன் ஒரு கியூப சுருட்டைப் பற்ற வைத்தார். பஸ்கலினின் முகம் பல உணர்வுகள் கலந்து பிரெஞ்சு மொழியில் தன் முதலாளியுடன் பேசிக் கொண்டிருந்தாள். அவளும் ஒரு வைன் குவளையில் சிவந்த வைனை அருந்தத் தயாரானாள்.

"வேந்தன்! நாம் இதற்கு ஒரு தீர்வு செய்வோம். பயப்படாதே! வைன் அருந்துகிறாயா?"

"இல்லை."

"பீர் அருந்துகிறாயா?"

ஆம் என்று சொல்ல ஆசைப்பட்டது மனது. ஆனால் வேண்டாம் என்று மூளை சொன்னது.

"எனக்கு குவளை நீர் தாருங்கள்."

"உங்களை சங்கடத்தில் ஆழ்த்திவிட்டேன். என்னால் இந்த இரவை இங்கே தங்கி விட முடியுமா? அதற்கு முதலாளி

அனுமதிப்பாரா? கேட்டுச் சொல்லுங்கள்" என்றான்.

அவள் அதை மொழி மாற்றினாள். பெத்ரோனைப் பிரெஞ்சு மொழியில் சென்றடைந்தபோது அவர் அருகே வந்துதான் ஒரு வழியைக் கண்டு பிடிப்பேன் என்று விட்டு அவன் தோளில் தட்டிவிட்டு கியூபச்சுருட்டை உள்ளிழுத்தார். அது சிவந்து சிரித்து விட்டு புகைவிட்டது. அந்தப் புகை அழகிய ஓவியம் போல காற்றில் படம் வரைந்து விட்டு அங்கேயே கரைந்து போயிற்று. புகை ஓவியங்களுக்கு அப்பால் ஒரு சிறகு முளைத்த தேவதை போல பஸ்கலின் ஸ்ரீலங்கா பற்றிப் பேசிக்கொண்டு இருந்தாள். அவர்கள் பேச்சில் இலங்கையின் இனமுரண் யுத்தம் பேசப்பட்டுக்கொண்டிருப்பதை வேந்தன் அனுமானித்துக் கொண்டிருந்தான். அவள் தனது கைபேசியில் ஒரு ஒளிப்படத்தைத் தேடிப் பெத்ரோனுக்குக் காட்டினாள். அவரின் முகம் ஆச்சரியக்குறிகளை வெளியிட்டுக் கொண்டிருந்தது.

அவசரமாக அவர் ஒரு விஸ்கி குவளையுடன் அங்கு வந்து பஸ்கலினின் சேதிகளைக் கேட்டுக்கொண்டிருந்தார். அதிலிருந்து அவர் உலகச் செய்திகளைப் பார்ப்பதில்லை என்பது உறுதியாயிற்று. அவர்கள் கண்கள் சிவந்துகொண்டிருந்தது. வேந்தன் கண்கள் இந்த இரவைக் கழிக்கும் ஏக்கத்திலும், தூக்கத்திலும் நிறைந்துகொண்டிருந்தது.

வேந்தன், உன்னைப்பற்றி பெத்ரோன் அறியவிரும்புகிறார். உனது குடும்பம் யாராவது யுத்தத்தில் இறந்தார்களா?

- மொத்தமும் இறந்தார்கள் என்று சொல்லமுடியவில்லை.

என்னை வளர்த்த அம்மா இலங்கையில் உள்ளார் என்றான்.

ஏனையவர்கள்?

- அவன் பதில் சொல்லவில்லை.

நதியைத் திரும்பிப் பார்த்தான். அது ஓடிக்கொண்டிருந்தது.

- எனக்கு ஒரு குவளை விஸ்கி கிடைக்குமா? என்றான்.

"மன்னித்துவிடு எங்களை."

என்றவாறு ஒரு விஸ்கி குவளையை அவள் கொடுத்தாள்.

அவனுக்காக அவர்கள் ஆங்கிலத்தில் சியஸ் என்றார்கள்.

உன் எதிர்கால வாழ்வுக்காக என்றாள் பஸ்கலின்.

- நன்றி.

ஒரு விஸ்கிப் புன்னகைக்குப் பின் அவன் தன் கதையைச் சொல்ல ஆரம்பித்தான். அந்தக் கதை முடிவுக்கு வந்தபோது, ஒரு விஸ்கிப் போத்தல் முடிந்திருந்தது. ஒரு வைன் போத்தலும் முடித்திருந்தது. வானம் விடிவதற்குத் தயாராகிக்கொண்டிருந்தது. அதிகாலை ஐந்து மணிக்கு பஸ்கலின் அந்த முடிவை அறிவித்தாள்.

எனது வீடு வெறுமையாக உள்ளது. நான் தனியே தான் வாழ்கிறேன். உனக்கு ஒரு அறை தர முடியும். உன் விருப்பம் என்ன?

அகதி அந்தஸ்து கேட்டவனுக்கு குடியுரிமை வழங்கியது போல அது இருந்தது. ஆனாலும் அதற்கு அவன் பதிலளிக்கவில்லை. பெத்ரோனின் வாகனம் தேர்போல நின்றது. அதற்குள் இருவரும் ஏறிக் கொண்டனர். அந்த இரும்புத்தேர் பஸ்கலினின் நதிக்கரையோர வீட்டின் வாசலில் சென்று நின்றது. இருவரும் இறங்கினர். போதை ஏறிக்கொண்டிருந்தது. தன் வாகனத்தில் இருந்து இறங்கி வந்த பத்ரோன் அவனைக் கட்டியணைத்து, அவன் முதுகை வருடி, "மன்னித்துக்கொள்" என்றார். அவனுக்குத் தன் தந்தை அணைப்பது போல அது இருந்தது. மெஸி.. மெஸி (நன்றி... நன்றி) என்றான்.

அவள் நிதானம் தவறாமல் வீட்டில் நுழைந்து, தன் மாளிகைக்கு அழைத்து, அவன் தூங்குவதற்கான அறையைக் காட்டினாள். அவன் கனவுபோல் நிகழும் நிஜத்தில் வீழ்ந்தான். பஸ்கலினின் தாயார் இறந்து முப்பதாவது நாள் அது என்பதும் நடாசாவின் கட்டிலில் அவன் உறங்கிக் கொண்டிருப்பதும் வேந்தனுக்கு அப்போது தெரியாது.

அவர்கள் 3

சூரியன் எல்லாவற்றையும் காட்டிக்கொண்டிருந்தது. அவன் கண்விழித்தபோது எங்கு படுத்திருக்கிறேன்? என்று அங்குமிங்கும் அலமந்து பார்த்தான். கனவுலகில் ஒரே இரவில் ராஜாவானதுபோல் இருந்தது அவன் படுத்திருந்த கட்டில். போதை கொஞ்சம் பாதை விட மூளை முன்னிரவின் நினைவுகளை மீட்டெடுத்துக்கொண்டிருந்தது. ஒரு நாளில் சந்தித்த இளம்பெண் வீட்டில் தூங்கி இருப்பது அதிர்ச்சியையும், வெக்கமுறலையும் நிறைத்துக்கொண்டிருந்தது. எனக்கு பத்து மணிக்கு வேலை என்று அறையில் மணிக்கூட்டை அதிர்ச்சியுடன் தேடினான். அது ஒன்பது மணியைக் காட்டியது. அப்போது அறைக்கதவு தட்டப்பட்டது. யேஸ்... யேஸ்... என்று கதவைத் திறந்தான்.

நந்தியாவட்டைச் சிரிப்புடன் அங்கு நின்றாள். அவள் உடையலங்காரம் செய்து கறுப்பு உடையில் நிற்கும் ரோஜா போல் இருந்தாள். கதவுக்குள்ளால் வாசனை ஒன்று வந்து நுரையீரலை நிறைத்தது.

“வேந்தன் உனக்கு பத்து மணிக்கு வேலை. புறப்பட வேண்டும் எனக்கு இன்று வேலை இல்லை. நீ புறப்படு. அதற்கு முன்னர் என் வீட்டை உனக்கு அறிமுகப்படுத்த வேண்டும்” என்றவாறு

அவள் சென்றாள். அவன், “என்னால் உனக்குத் தொந்தரவு இல்லையா?”

“ஒன்றுமில்லை. நீ அதைப் பற்றிச் சிந்திக்காதே. இந்த அறையை நீ வைத்திருக்கலாம்.”

“அப்படியா? என்னால் நம்பமுடியவில்லை. உனக்கு என் நன்றிகள்.”

“அது ஒன்றும் இல்லை. இந்த வீட்டில் நான் தனியாகவே இருக்கிறேன். உனக்கான கபேயை இப்போது நான் தயாரிக்கிறேன். நீ தயாராகு.”

“நன்றி!”

“பஸ்கலின், இதையெல்லாம் நம்ப முடியவில்லை. எல்லாம் கனவு போல் இருக்கிறது. உனது பெற்றோர் எங்கே?”

“எனது தாயார் கடந்த மாதம் இறந்துவிட்டார். மீதி நான் தான்.”

“வருந்துகிறேன்!”

“நன்றி.”

“நீ எப்படி வண்டி எடுத்து வேறு இடத்திற்குச் செல்வது என்று நான் உனக்குக் காட்டித் தருகிறேன். இன்று இரவு உன்னை உணவு விடுதியில் வந்து நான் அழைத்து வருவேன். இதோ உனக்கான திறப்பு. எடுத்துக்கொள்.”

அவள் தன்னைவிட ஒரு வயது அதிகமாகவோ அல்லது குறைவாகவோ இருக்கலாம். ஆனால் அவள் அவனை விட பலமடங்கு அன்பும், ஆளுமையும், தைரியமும் செயல்களில் தெரிந்தது. இப்படியெல்லாம் ஒரு பெண் இருப்பாளா என்ற எண்ணங்கள் மோதிக்கொண்டிருந்தன.

நாடு, ஊர், மதம், நிறம், என்று அவளிடம் எந்தப் பிரிவும் இருக்கவில்லை. ஏதோ ஒரு மூலையில் இருந்து வந்த, பிரஞ்சு மொழியைப் பேசத்தெரியாத எவனோ ஒருவனைத் தன் வீட்டில் ஒரு இளம்பெண் தங்க வைக்க ஓர் நாளில் முடிவெடுக்கிறாள்.

அவன் மனதில் பெருங்கடலில் நீரசைவு போல் அவளே அசைத்துக்கொண்டிருந்தாள்.

அவன் குடும்பமே அழிந்தபோது அவனுக்கு ஒரு தாய் கிடைத்தாள். அவள் தன் மகன் வீரச்சாவடைந்த பின் இவன் உயிரைக் காக்க தன் உடைமைகளைத் துறந்து இவனை உயிர்காத்தாள். இங்கு யாருமற்று அலைந்தபோது இதோ நேற்றுவரை யாரென்றறியாத அந்தப் பெண் இவனைத் தன் வீட்டில் காக்கிறாள். இயற்கை பேரன்பை எப்படி விதைக்கிறது? அவன் மூளை நெக்குருகிக்கொண்டிருந்தது.

“வேந்தன் நாம் இரவு பேசுவோம். இந்த வீட்டின் எதிரில் 517 இலக்க வண்டியில் ஏறி ஐந்தாவது நிறுத்தத்தில் இறங்கினால் நீ எதிரே லு பல்த்தோ உணவு விடுதியைப் பார்க்க முடியும்.”

“உனது வீடு அழகாக உள்ளது. கஃபேக்கு நன்றி. உன்னை அணைத்து நான் நன்றி சொல்ல விரும்புகிறேன்.”

பஸ்கலின் ஓடிவந்து அவனை அணைத்தாள். “உன்னைப் பார்த்தது எனக்கு மகிழ்ச்சி” என்றாள். வேந்தன் உடலில் ஒரு முழு அணு உலையே மின்சாரம் பாய்ச்சியது போல் இருந்தது. அவன் புறப்பட்டான். அவள் பார்த்துக்கொண்டிருந்தாள். கதவைப் பூட்டிவிட்டு வீதியின் எதிரே இருந்த தரிப்பிடத்திற்குச் சென்றான். பலகையில் 517இலக்கப் பேருந்து வரும் நேரம் ஒரு நிமிடமாகக் காட்டியது. எதிரே இருந்த வீட்டை எட்டிப் பார்த்தான். பஸ்கலின் வாசல் திட்டில் நின்று அவனையே பார்த்துக்கொண்டிருந்தாள். அப்போது பஸ் அங்கு வந்து நின்றது. உள்ளே சென்றும் அதன் யன்னலால் அவளைப் பார்த்தான். அவள் அங்கேயே நின்றுகொண்டிருந்தாள். பஸ் அவனைக் காவிச் சென்று கொண்டிருந்தது. அவன் மூளை அவளைக் காவிச் சென்று கொண்டிருந்தது.

மனதில் ஓர் தாழமுக்கம் தங்கி நின்றது. அவள் இல்லாமல் எப்படி அங்கு வேலை செய்வது? அவர்கள் பேசும் மொழியை எப்படிப் புரிந்துகொள்வது. இந்த வேலையை எப்படித் தக்க வைப்பது? இந்த நாள் வேகமாக முடிந்தால் இரவு அவள் அழைத்துப்போக வந்துவிடுவாள்.

நதியின் நடுவே லு பல்தோ தெரிந்தது. அதை நோக்கி நடந்தபோது மனதில் அச்சம் தெரிந்தது. சமையலறையில் வேலை செய்யும் மூவரும் வெள்ளை உடைகளோடு நின்றார்கள். ஒரு கையில் கபேயுடனும், மறுகையில் சிகரட்டுடனும் அன்றைய நாளைத் திட்டமிட்டுக்கொண்டிருந்தார்கள். எல்லோருக்கும் கைகொடுத்து வணக்கம் சொன்னான்.

அவர்கள் தங்களிடம் உள்ள ஆங்கில வார்த்தைகளைக் கோர்த்துப் பேச முயன்றார்கள். இறுதியில் அது தோல்வியில் முடிவடைந்தது. வேந்தனால் ஒரு வசனத்தைக்கூட பிரெஞ்சில் பேச முடியவில்லை. பிறகு சர்வதேச அசைவு மொழியில் தேவையானதைப் பேசினார்கள். அதன்படி வந்திருக்கும் இறைச்சி வகை, மரக்கறி, மற்றும் இதர சமையல் பொருட்களைக் கீழே இருக்கும் மூன்றாம் தட்டில் உள்ள குளிர் அறைக்கு கொண்டு சென்று அடுக்கவேண்டும். பின்பு மதியம் பனிரெண்டு மணிக்கு கழுவும் வேலை தொடங்கும்!

அவன் முகம் இருட்டாகியிருந்தது. வந்திருக்கும் பொருட்களை இந்தச் சிறிய படிகளால் இறக்குவதென்றால் இன்று மாலை வரை இந்த வேலையை மட்டுமே அவன் செய்யவேண்டும் என்று நினைத்தபோது அங்கே முதலாளி பெத்ரோன் வந்து சேர்ந்தான்.

மன்னிக்கவேண்டும், எனக்கு ஆங்கிலம் தெரியாது. இன்று உன் வேலைகளை நானும் செய்வேன். நாளை உன்னால் தனியாகச் செய்ய முடியும் என்று ஆங்கிலமும், பிரெஞ்சும் கலந்து சொன்னான். முதலில் ஒரு கஃபேயுடன் நாளை ஆரம்பிப்போம், என்று ஒரு கஃபே குவளையை வேந்தனிடம் நீட்டினான். பெரிய புளுப்போல இருந்த குவாசோனையும் நீட்டினான். அவன் முகத்தில் முதல் நாள் அருந்திய விஸ்கியின் அடையாளம் இம்மியளவும் காணமுடியாமல் இருந்தது. வேந்தன் முகத்தைப் புரிந்துகொண்டவன் போல் குவளை நிறைய நீரைக் கொடுத்து குடிக்குமாறு சைகை காட்டினான்.

அதன் பின்பு அவனுக்குப் புதிய உடைகள் வழங்கப்பட்டன. வெள்ளைச்சேட்டும், நீல ஜீன்சும், கறுப்பு இடைத்துண்டும்,

கறுப்புச் சப்பாத்தும் அணிந்து நின்றபோது அவனுக்கு ஊர் நினைவு வந்து போயிற்று. வெள்ளைச்சேட்டும். நீலக்காற்சட்டையும் அணிந்த பள்ளி நினைவுகள் வந்து பாழ்படுத்திற்று. அவனோடு படித்த நண்பர்கள் முகங்கள் வந்து போயிற்று. அந்தப் பள்ளி நாட்களில் கிபீர் அடித்துச் சிதறிய தன்வீட்டை நிகேதன் அண்ணாவுடன் பார்த்துக் கதறி அரற்றியது நிகேதன் அண்ணாவின் பள்ளி உடையில் அவன் சுத்தமான தோற்றம் வந்து அவன் கண்களுக்குள் சில நொடிகள் அலைவீசிற்று. லுவார் நதியே கண்ணீர்போல் அவனுக்குத் தெரிந்தது. அதை ஏகாந்தம் நிறைந்து பார்த்துக் கொண்டிருக்கையில் பெத்ரோன் அவன் தோளைத்தட்டி "வேந்தன் நாங்கள் வேலையை ஆரம்பிப்போமா?" என்றான்.

அவர் ஒரு பொத்தானைத் தொட்டபோது நிலத்தைப் பிளந்து கொண்டு ஒரு மின்தூக்கி அங்கே வந்து நின்றது. அதற்குள் எல்லா பொருட்களையும் தூக்கி வைத்தார்கள். பின்பு அதே பொத்தானைத் தீண்டியதும், அந்த நிலத்தை மூடியவாறு அது மறைந்தது. அவர்கள் படிகளால் மூன்றாவது கீழ்த்தட்டுக்கு இறங்கினார்கள். அங்கு ஓர் அறை குளிரூட்டப்பட்டு பொருட்கள் அழகாக அடுக்கப்பட்டிருந்தன. பெத்ரோன் அவற்றைப் பிரித்துப் பகுதி பகுதியாக அடுக்கினான். இன்று எல்லாவற்றையும் பார். நாளை இதேபோல் நீ செய்ய வேண்டும் என்று விட்டு, நிறுத்தத்தில் இருந்து புறப்படும் ரயில்போல் வேகமெடுத்து வேலையை ஆரம்பித்தான் அந்த விடுதியின் முதலாளி.

காலை பத்து முப்பது மணிக்கு வேலை செய்யும் எல்லோருக்கும் உணவருந்தினார்கள். மதியம் பனிரெண்டு மணிக்கு வேந்தன் குவிந்திருந்த பாத்திரங்களுக்குள் நுழைந்தான். பின்பு தட்டுக்கள் நிறைய ஆரம்பித்தன. மாலை மூன்று மணிக்கு இடுப்பில் வலி ஆரம்பித்தபோது வேலைகளை நிறுத்தி எல்லோரும் புறப்பட்டார்கள். பெத்ரோன் தன்னோடு வருமாறு கூறினான். அவனது உயர்ரகக் கார் புறப்பட்டது. நோந்த் நகரத்தில் வேந்தனுக்கான மாற்றுடைகள், வீட்டுடைகள் எடுத்துக் கொள்ளுமாறு கூறினான்.

என்னிடம் அதற்கான பணம் இல்லை.

அதை நான் கொடுப்பேன்.

"உனக்கு என் நன்றி."

வரவேற்கிறேன்!

இப்படியான அதிசயங்கள் நடைபெறும் என்று வேந்தன் எதிர்பார்க்கவில்லை. பாரிசின் நகர மனநிலை அற்ற மனிதர்கள் நோந்தில் இருப்பதாக நினைத்தான். நகரங்கள் கற்களை உற்பத்தி செய்வதைப் புரிந்தாலும் ஒரு அகதிக்குக் கிடைத்த இந்தப் பரிசுகள் எத்தனை உயரமானவை?

மாலை ஆறு மணிக்கு மீண்டும் வேலைகள் ஆரம்பித்தன. தட்டுக் கழுவுவதில் உள்ள நுட்பங்கள் பிடிபட ஆரம்பித்தது. தட்டுக் கழுவுவதிலும் ஓர் ஒழுங்கு, அதிலும் ஓர் தியானம் நிறைந்திருந்தது. இரவு மெல்ல நகர்ந்துகொண்டிருந்தபோது அங்கே ஓர் வாசனை பரவியது. அவள்தான்... மக்ஸ், வன்சோன், அலெக்ஸ், அதிரியன் ஆகியோரிடம் நலம் விசாரித்து விட்டு அவள் அவனை அடைந்தாள். கடும் வெயில் நேரம் குளிர் கட்டி நீர் கிடைத்தது போல வேந்தன் உணர்ந்தான்.

"நாம் கிளம்பலாம்."

"இறுதிப் பேருந்து வருவதற்கு பத்து நிமிடம் உள்ளது. சீக்கிரம் நீ வரவேண்டும்."

அவள் அவன் முதல் நாளை முடித்து வரும் நாட்களை அன்றிரவு ஆரம்பித்தாள். பேருந்தில் ஏறியதும் அருகருகே அமர்ந்து கொண்டார்கள். வேந்தனுக்கு உடல் களைத்திருந்தது. மனம் திளைத்திருந்தது. தன் வாழ்வில் மின்னல்போல் நிகழ்ந்த மாற்றமும், ஒரு இளம்பெண் தனது வீட்டில் இடம் தந்ததும் அவனை ஆச்சரியங்களின் உச்சியில் நிறுத்திவிட்டிருந்தது.

"உனக்குக் களைப்பாக இருக்கிறதா?"

"ஓரளவு."

"வேலை பிடித்திருக்கிறதா?"

“வேலையைத் தெரிவு செய்யும் நிலையில் நான் இல்லை. ஆனால் உங்கள் எல்லோரையும் பிடித்திருக்கிறது. என்னால் உங்களைப் பார்த்து அதிர்ச்சி கொள்ளத்தான் முடிகிறது.”

“உனக்கு என்னைப் பிடித்திருக்கிறதா?”

“நிச்சயம்! யார் என்று தெரியாதவனை உன் வீட்டில் தங்குவதற்கு எப்படி முடிவெடுத்தாய்?”

“தெரியவில்லை, உன்னைப் பார்த்ததும் எனக்கு அப்படித் தோன்றியது.”

“அப்படியா? எங்கள் மொழியில் இரண்டாயிரம் ஆண்டுகளுக்கு முன்னரே ஓர் புலவன் ஒரு செய்தியைச் சொன்னான். நீ யார் என்று தெரியாது. உன் தாய், தந்தை யாரென்று தெரியாது. ஆனால் மழை சிவந்த மண்ணோடு கலப்பதுபோல் நீ என்னோடு கலந்து விட்டாய்!”

“ஓ... அப்படியா? உன் மொழி அத்தனை பழையதா? அது என்ன மொழி?”

“அதைத் தமிழ் என்போம். ஆங்கிலத்தில் *Tamil* என்பார்கள்.”

“வேந்தன்! உன் பழைய புலவர் சொன்னது ஓரளவு உண்மைதான். ஆனால் நாம் மழைநீர் போல் கலக்கவில்லையே?”

அவன் சிரித்தான். அவள் கண்களைச் சுருக்கி சங்கின் அடிபோல் உதட்டைக் குவித்தாள். அப்போது வீடு வந்து விட்டிருந்தது.

“உனக்கான அறையைத் தயார்செய்து வைத்திருக்கிறேன். உனக்குப் பிடிக்கும் என நினைக்கிறேன். குளியலறைக்குச் சென்றுவிட்டு வந்துவிடு. நாம் உணவருந்தலாம்.”

“உனக்கு எப்படி நன்றி சொல்வது?”

“அது ஒன்றும் இல்லை. அப்படிப் பேசாதே!”

அந்த அறை அலங்கரிக்கப்பட்டிருந்தது. கட்டிலில் புதிய போர்வை. அருகே சாடியில் உயிர்ப்பான ரோஜாமலர்கள். ஆணுக்குரிய ஆடைகள். உயர்தர விடுதியின் அறைபோல்

வீற்றிருந்தது. அவனையறியாமல் அவன் கண்களில் தேன்துளி வந்திற்று. அவனின் பட்டுப்போயிருந்த வாழ்க்கை மரம் ஒரே நாளில் உயிர்கொண்டது போல உணர்வுகள் பூக்க ஆரம்பித்தன.

அங்கு புதிதாக அடுக்கி வைக்கப்பட்ட இரவு ஆடையை அணிந்துகொண்டு, உணவருந்தும் அறைக்குச் சென்றபோது, அவள் உணவுகளுடன் இரவுடையில் இருந்தாள். நீல மீனின் அசைவுபோல ஒளிவீசிய வானக்கண்கள், கழுத்துவரை வெட்டப்பட்டு முகத்தைத் தங்கத்தட்டில் தாங்குவது போன்ற அளகம், சிவப்புக்கொய்யாவின் வெட்டிவிட்ட துண்டுகள் போல் உதடுகள், கன்னத்தின் கரையோரம் கண்ணுக்குத் தெரியாமல் சாய்ந்து கிடக்கும் நாணல்கள் போல் கேசம், கறுத்த மேலுடை கட்டிக்காக்கும் அழகுகள். ஓர் இளைஞனுக்கு அது கொடுமைகள்.

தன் பார்வைகளையும், உணர்வுகளையும் முட்டிக் கிடக்கும் குளத்தில் தடுத்து நிற்கும் அணைபோல் வைத்துக்கொண்டு அவன் எதிர் இருக்கையில் அமர்ந்தான்.

“இரவுடை உனக்கு அளவாக இருக்கிறதா?”

“நல்ல அளவு, எப்படி எடுத்தாய்?”

“நான் முதன் முதலில் எடுத்த ஆணுக்கான ஆடை இது. அம்மாவும் நானும் மட்டுமே இருந்ததால் அதுபற்றித் தெரியாது. ஓர் உடுப்புக்கடையில் உன் தோற்றத்தைக் கூறினேன். அவர்கள் தந்தார்கள்.”

“எதற்காக இத்தனை சிரத்தை எடுக்கிறாய்?”

“அப்படி ஒன்றும் இல்லை.”

“என் அம்மா இறந்ததும் அவள் உன்னை அனுப்பியதுபோல் எனக்கு நீ தோன்றுகிறாய்!”

அவள் கண்களில் நீர்வந்து முட்டி நின்றது. அது சிந்தாமல் இமைகள் உள்ளே திருப்பி அனுப்ப முயற்சி செய்தது. அங்கே ஒரு அமைதி நிலவியது. மென்பேப்பர் துண்டொன்றை அவளுக்கு நீட்டினான். அதைப் பெற்றுக்கொண்டு “மன்னித்துக்கொள்” என்றாள்.

"உண்மையில் நீதான் என்னைக் காக்க வந்தவள்போல் இருக்கிறாய். ஒரு அகதிக்கு இவையெல்லாம் அதிகம். கணணித்திரையில் பக்கம் மாறுவதுபோல் நேற்றில் இருந்து என் பக்கத்தை மாற்றிவிட்டாய். அகதிக்குத் தூங்குவதற்கு இடம் கிடைப்பதே கொடை. எனக்கு அழகியின் மாளிகை கிடைத்திருக்கிறது."

"இனி உன்னை அகதி என்று சொல்லாதே. நான் உள்ளவரை நீ அகதி இல்லை."

"உன்னை முத்தமிட விரும்புகிறேன். தெய்வத்தை அடியவன் முத்தமிடுவதுபோல."

"இங்கே நான் இருக்கும்போது நீ தெய்வத்தை முத்தமிட அவசியமென்ன?"

அவள் கரத்தைப் பற்றி முத்தமிட்டான். நகர்ந்து அவள் நெற்றியில் ஒரு முத்தம். மெதுவாய் அவன் கண்கள் பனித்தன. தாமரை ஒன்று வண்டை மூடிவிடுவது போல் அவள் அணைத்துக் கொண்டாள். இரவுணவு அப்படியே இருந்தது. அந்த இரவு அவர்கள் வாழ்க்கையை ஆரம்பித்து வைத்தது.

வேந்தன் கொண்டாடிக் கழிக்கவேண்டிய நாட்கள் வந்துகொண்டிருந்தாலும் அவன் உள் மனதில் தன்னை வளர்த்த அம்பிகா அம்மா பற்றிய ஏக்கம் கூடிக்கொண்டே இருந்தது. வகைதொகையற்ற மக்கள் இறந்து மீதியுள்ளோர் அப்போது முகாம்களில் அடைக்கப்பட்டிருந்தார்கள். அயல்வீட்டுக்காரியாக இருந்த விக்கி அக்காவும் குழந்தைகளும் இறந்து கிடக்கும் படத்தை கடந்த வருடம் பார்த்ததிலிருந்து அம்மாவுக்கு என்ன நடந்ததோ என்ற ஏக்கமும் எப்படித் தொடர்புகொள்வது என்ற தவிப்பும் அவனிடம் இருந்துகொண்டிருந்தது.

அம்பிகா பற்றிய நினைவுகளோடு விடுதியில் வேலை செய்துகொண்டிருந்தபோது, அவனுக்கு ஒரு அழைப்பு வந்தது.

ஹலோ...

"வேந்தன் அகதியாக உன்னை அரசாங்கம் ஏற்றுக்கொண்ட கடிதம் வந்திருக்கிறது."

அவனுக்கு கால்கள் வேர்போல் அப்போதுதான் நிலத்தில் நின்றன. "மீண்டும் ஒரு முறை அதைப் படித்துச்சொல்."

"ஆமாம் நீ சட்டரீதியான அகதியாகிவிட்டாய்."

அவன் வீரிட்டுக் கத்தினான்.

அங்கே மக்ஸ். வன்சோன், அலெக்ஸ் ஓடிவந்தார்கள். அவனுக்கு ஏதோ விபத்தென்று அவர்கள் பயந்திருந்தார்கள். அவன் முழுப்பற்களும் காதுவரை தெரியும்படி தான் அகதியான செய்தியைச் சொன்னான்.

அப்போது அலைபேசிக்குள்ளால் அவளின் குரலும் வந்தது.

"நண்பர்களே! அகதியானதிற்கு சந்தோசப்படுபவன் இலங்கைக்காரனாகத்தான் இருப்பான்" என்றாள்.

"இல்லை! இல்லை! நானிப்போது இலங்கைக்காரனில்லை."

"இரவு சந்திப்போம்."

"சந்திப்போம்."

தாயின் மறு உயிர்ப்பு

2012இல் யுத்தத்தில் உயிர் மீண்டு எஞ்சியவர்களை எலும்பும் தோலுமாக அரசாங்கம் விட்டெறிந்திருந்தது. அதில் அம்பிகாவும் வந்திருந்தாள். வவுனியாவில் அவனுடன் அறிமுகமான திவாகரன் மூலம் அவன் தாயின் தொடர்பைப் பெற்றான். அவன் உடல் அப்போதுதான் முழுமையாக இயங்கிற்று.

ஹலோ... அம்மா! ஹலோ...

"வேந்தனே... வேந்தன்..."

எப்படி அம்மா இருக்குறீங்க?

"ஓ... என்ர பிள்ளை நல்லா இருக்கிறியா?"

- ஓம் அம்மா எனக்கு காட்டும் கிடைத்துவிட்டது...

"நீதான் மிச்சம் தம்பி கவனமாயிரு..."

- அம்மா... நிறைய கஸ்ரப்பட்டுட்டீங்க என்ன.?

"எல்லாம் போச்சுதப்பா... ஒன்றும் மிஞ்சேல்ல... கழுத்தில் கிடந்த சங்கிலியோடுதான் வந்தனப்பா! இங்க எல்லாப் பெடி, பெட்டையும் செத்திற்று. உன்னோட படிச்ச ஜசிந்தன், வசந்தன், கோபி, சுகிர்தன், சிவா, மதன் என்று எல்லோரும் செத்துடடினம், ஊரே காலியாக்கிடக்கு. சனமெல்லாம் சேர்ந்து மொத்தப் பிள்ளைகளுக்கும் திதி செய்தது. நிகேதன்ர படங்கள் கூட இல்லையப்பா. எல்லாம் போயிட்டு. வெறும் கையோடு வந்து நிற்கிறம்" என்று வற்றிப்போன கண்ணீரில் மீதியை முற்றாகத் தீர்த்து முடித்தாள்.

- அழாதங்கம்மா... நான் இருக்கிறன். உங்களப் பார்க்கணும்போல இருக்கு. விக்கி அக்கா செத்துக்கிடந்த படத்தைப் பார்த்தேன் செய்தியொன்றில்.

"ஓம் தம்பி. எங்களுக்கு மூன்றாவது ரென்ரில தான் அவள் தன்ர இரட்டைப் பிள்ளைகளுக்கு சாப்பாடு தீத்தீற்றுந்தவள். புருசனும் சண்டை பிடிச்சுக்கொண்டு போயிற்றார். தன்ர ஏலாத கையோட பார்க்கேலாதென்று மூத்த பொம்பளப்பிள்ளைய வேற குடும்பத்தோட விட்டிற்றிருந்தவள். பிள்ளைகள் பசியால் அழுது வடித்தபோது என்னட்டத்தான் கொஞ்ச அரிசி வேண்டி கஞ்சி காய்ச்சிக் கொடுத்தவள். காலேல செல் அடிக்கமாட்டடங்கள் எண்டு ரென்டுக்க இருந்து சாப்பாடு தீத்தீற்று இருகேக்க செல் அடிச்சிற்றாங்கள். அவள் ரென்டுக்கு மேலே மூன்று செல் மாறிமாறி விழுந்தது. உடல் எல்லாம் சிதறிப் போட்டுது. அப்படியே கூட்டி அள்ளி அந்த ரெண்டுக்க தான் புதைத்தம். நாசமறுந்தார் மூத்த பிள்ளையைப் பரிதவிக்க விட்டுட்டாங்கள். அவள் இருந்தா ஊரே கலகலவெண்டிருக்கும்" என்று உடைந்து அழ ஆரம்பித்தாள். அவனும் அழுதான்.

"இங்க எல்லார் வீட்டிலும் இளவுதான் தம்பி. இப்ப வந்து பார்த்தா வீடுகள் எல்லாம் தரைமட்டம். மரங்களைக் கூட கள்ளர் விடல. ஒரு கொட்டில் போட்டுட்டு இருக்குறன்."

- அம்மா உங்கட பேங்க் விபரத்தை திவாகரனிட்ட கொடுங்க. நான் காசு போடுறன்.

“நீ எப்படியய்யா இருக்கிற? உனக்கு என்ன ஆச்சுதோ? போய்ச் சேர்ந்திருப்பாயோ? யாரிட்ட கேக்குற எண்டு தவிச்சிட்டே இருந்தன். ஒருத்தரும் இல்லாத ஊரில தனிய இருக்கிறாய். கவனமா இருப்பா... உன்னை விட்டா ஒன்றுமில்லை...” மீண்டும் அவள் குரல் அழுகையோடு கரைந்திற்று.

- நான் நல்லா இருக்குறன் அம்மா. நீங்க கவனமா இருங்க. உங்களுக்கு என்னானதோ என்று தவிச்சிட்டே இருந்தன். நீங்க வந்ததே போதும். உங்களுக்கு ஒரு போன் வேண்டித் திவாகரன் தருவான். அதை வச்சிருங்க. நான் அடிக்கடி பேசுவன்.

“ராசா அதெல்லாம் பாவிக்கத் தெரியாதுடா...”

- இல்லம்மா... அதைத் திவாகர் காட்டித் தருவான். நீங்க பழகீடுவிங்க. சரியம்மா... நான் வைக்குறன். எனக்கு சந்தோசமா இருக்கு.

“சரிப்பா.. பத்திரமா இரு.”

- சரியம்மா... வைக்குறன்.

அவனுக்கு வெறுமையும், தாயின் குரலும் சேர்ந்து புதுவகை உணர்வுகள் பெருக ஆரம்பித்தது. வீட்டின் பின் சென்று நதியில் கட்டப்பட்டிருந்த படகில் அமர்ந்து கொண்டான். அது அவனுக்கு அவசியமாக இருந்தது. செத்துப்போனார்கள் என்று சொன்ன தன் நண்பர்கள், அயலவர்கள் முகங்களை மீட்டிப்பார்த்தான். நதியோடு பேசினான். அது ஏதோ சொல்ல வந்து விட்டு அமைதியாக நகர்ந்தது.

தாயைச் சென்று பார்க்க வேண்டும் போல் இருந்தது. அகதிகள் மீண்டும் இலங்கைக்குச் செல்ல முடியாது என்று உணர்ந்த போதுதான் வேற்று கிரகத்துக்குச் சென்று விட்டது போல மனம் தனித்திருந்தது. வாழ்தலின் நிஜம் எதுவென்று அவனுக்குப் புரிபடவில்லை. தன்னை யாரென்று தெரியாதோர் லுவார் நதிக்கரையில் பேரன்போடு ஏற்றுக்கொண்டதையும் தான் பிறந்த நிலத்திலுள்ளோர் கொடிய ஆயுதங்களால் மக்களை கொல்வதையும் அவனால் புரிந்துகொள்ள முடியவில்லை.

விசித்திரமான மனிதநிலைகள் விசித்திரமாகச் சிந்திக்கின்றன. மனிதர்களே மனிதர்களைக் கொல்வதை நினைத்தபோது அவன் உடலெல்லாம் புல்லரித்துப் போயிற்று. வாயிருந்தும், மொழியிருந்தும் பேசித்தீர்க்காத முரண்பாட்டு மானுடம் அவனில் கண்ணில் விழுந்த தூள்போல் எரித்துக்கொண்டிருந்தது. நதிக்கரையெங்கும் மஞ்சளும் வெள்ளையுமாகப் புற்கள் பூக்களைப் பெற்றெடுத்திருந்தன. நதியைப் பார்த்து ஆத்ம கேள்விகளைக் கேட்டுக் கொண்டிருந்தபோது ஒரு குரல் அவன் முதுகை வந்தடைந்தது. வேந்தன்... அது மனித நதியொன்றின் குரல்.

வெகுதூரம் போனவன்

உணவு விடுதியில் பத்து வருடமாக வேலை செய்த அலெக்ஸ் இனிப்பு வகைகளுக்கு பொறுப்பானவன். அவன் விதம் விதமான கேக்குகளைச் செய்துகொண்டிருப்பான். நீண்ட மூக்கில் எப்போதும் ஒரு கண்ணாடி இருக்கும். எலும்பை விட்டு அதிகதூரம் செல்லாத சதைகள் அவனிடம் இருந்தது. அந்தக் குசினி அறையில் அதிகம் பேசாதவன். உலகம் இரண்டாகப் பிளந்தாலும் சிரித்துவிட்டு சிந்திக்கக்கூடியவன்.

பிரெஞ்சில் வசி... வசி... என்ற வார்த்தையை அதிகம் பயன்படுத்துவது அவனாகத்தான் இருக்கும். அபூர்வமாக சிகரெட் புகைக்காத பிரஞ்சுக்காரர்களில் அவனும் ஒருவன். எப்போதும் அவன் வெள்ளைத் தபலியில் (கவசத்துணி) ஓவியம் வரைந்தது போல வர்ணங்கள் இருக்கும். அவையெல்லாம் கேக்குகள், இனிப்பு வகைகளின் மீதிகளால் அவன் விரல்கள் வரைந்த ஓவியங்கள். அதில் இருப்பவற்றைக் கொண்டே ஒரு கேக் செய்துவிட முடியும்.

'தாத்தத்தான்' *(Tarte Tatin)* என்ற ஆப்பிள் பழத்தில் செய்யும் பிரெஞ்சுக் கேக்குக்கு பலர் அடிமையாக இருந்தனர். ஒரு குடும்பம் அதற்காக மாதம் ஒரு முறை 100 கிலோ மீட்டர்

தூரத்திலிருந்து வந்து உணவருந்தி, அலெக்ஸை அழைத்து மெசி (நன்றி) சொல்லிவிட்டுப் போவார்கள். பான்கேக், தாத்துலெத், மில்பொய், மோலுசொக்கோலா, கிறம்புறுலே. புறொபித்தறோல், தாத்புவார்சொக்கோலா என்று அவன் செய்யும் இனிப்பு வகை விதவிதமான இனிப்புச் சுவைகளுக்குரியது. அதைவிட அவனே கண்டுபிடிக்கும் கேக்குகள் அவன் மூளைக்குள் நிறைந்திருக்கும்.

அவன் செய்த இனிப்பை உண்ட பனி அவனிடம் காதலாகிப்போனாள். ஒருவன் செய்த கேக்குக்காக காதலித்தது மட்டுமன்றி ஏழு வருடமாக அவர்கள் சேர்ந்து வாழ்கிறார்கள். பனி, தேர்ந்தெடுத்த ஓர் அழகி. ஒரு பூக்கூடையில் எல்லோரும் தெரிவுசெய்யும் பூப்போல் அவள் இருப்பாள். காந்திக்கண்ணாடியை அவள் தூங்கும் போதும் பிரிவாள் என்பது சந்தேகமே. சில வேளைகளில் அலெக்ஸைத் தனது ஆமைக்காரில் அழைத்துப்போக வருவாள். அப்போது அவளைப் பார்த்ததும் வேந்தனால் கண்களை விலக்க முடிவதில்லை. அலெக்ஸிடம் உன் காதலி பெரிய அழகி போல் இருப்பாள் போலிருக்கிறதே என்றான். அவன் அவளை அழைத்து அதை சொன்னதும் அவள் ஓடி வந்து வேந்தனின் கன்னங்களில் முத்தம் கொடுத்துவிட்டு, "நன்றி வேந்தன்!" என்றாள்.

அப்போதும் அலெக்ஸ் சிரித்துக்கொண்டிருந்தான். அவளைச் சீண்டுவதற்கு எனக்கென்னவோ பஸ்கலின் அழகு அதிகம் என்று சொன்னான். பார்த்தியா சொந்தப் பெண்களின் அழகு ஆண்களுக்குத் தெரிவதில்லை என்றுவிட்டுச் சென்றாள்.

அவர்கள் மிக இயல்பாக வாழ்ந்தார்கள். ஒருவரிடம் ஏழு வருடம் ஒன்றாக இருந்ததால் திருமணம் செய்யும் உத்தேசத்தில் இருந்தனர். இரண்டு மான்கள் முகம் மோர்வதைப் போல எப்போதும் முத்தங்களால் காலைகளையும் மாலைகளையும் கடந்து வந்தனர்.

அன்று 2015 வெயில்காலம். இரவிரவாகக் குடித்தவன் போல அலெக்ஸின் கண்கள் சிவந்திருந்தன. சிரிக்கவில்லை. வணக்கம் மட்டும் வைத்தான். பேசவில்லை. அன்று வேலை முடிந்த போது, நண்பர்களே நான் உங்களை விட்டுப் பிரியப்

போகிறேன். எனது காதலி இனி நாம் ஒன்றாக இருக்க முடியாது என்றுவிட்டாள். நாம் பிரியும் தேதியைத் தீர்மானித்து விட்டோம். நான் பிரான்ஸை விட்டுப் பயணம் செய்யத் தீர்மானித்துவிட்டேன் என்றான்.

எல்லோரும் அதிர்ந்து போனார்கள். என்னிடத்தை வேந்தன் நிரப்புவான். பெத்ரோனிடம் எல்லாம் பேசிவிட்டேன். உங்களோடு பணியாற்றியது மகிழ்ச்சியானது. இதை நான் மறக்கமாட்டேன்.

மக்ஸ்தான் கேட்டான்...

"எதற்கு பனி உன்னை விட்டுப்பிரிகிறாள்?"

"தெரியவில்லை ஒன்றும் தெரியவில்லை அது அவளின் தெரிவு."

"உங்களுக்குள் ஏதும் பிரச்சனையா?"

"ஒன்றுமில்லை.... ஒன்றுமேயில்லை...!"

ஏழுவருடமாக அலெக்ஸின் இனிப்பு வகைகளால் தெகிட்டிப்போன மலர்க்கூடையில் எல்லோராலும் தெரிவு செய்யக்கூடிய பனி வேறு தெரிவிக்காய் பனிபோல் மறைந்தபோது, அலெக்ஸ் முதுகில் ராணுவச் சிப்பாய்கள் அணிவது போன்ற பையைக் கொழுவிக்கொண்டு நுவல்கல்டோனியா நோக்கிப் பயணமானான்.

அலெக்ஸின் இனிப்புத்துறைக்குள் வேந்தன் புகுந்து அவன் காட்டிய வழியில் லு பல்தோவின் இனிப்புகளைத் தபலியில் (கவசத்துணி) பூசிக்கொள்ள ஆரம்பித்தான். அங்கு வேந்தனை விட யாரும் வேகமாய்ப் புலோஞ் அடிக்கமுடியாது என்று காதுகடித்துப் பேசிக்கொண்டார்கள். அவர்களே இவன் அலெக்ஸை மிஞ்சிவிடுவான் என்று பேசிக்கொண்டார்கள். 'பனி' காய்ந்து போனதால் அவன் வெகுதூரம் போய்விட்டான்.

எலியும் புலியும்

“லூ பல்தோ” எல்லாவிதமான மருந்துகளுக்கும் பழக்கப்பட்ட எலிகள் சிலவற்றை வைத்திருந்தது. அதில் எல்லாக் குழப்படிக்கும் பழக்கப்பட்ட அங்குள்ளவர்களின் இளைய அரி பேன்றவன் அதிரியன். சலாட் பிரிவுக்குப் பொறுப்பானவன்.

எப்போதும் கெட்டவார்த்தைகளைத் தன்னைத்தானே பேசிக்கொள்ள வைத்திருப்பான். கைவசம் பல காதலிகள் சமகாலத்தில் அவனிடத்தில் இருப்பர். ஒவ்வொரு இரவும் அவனுக்கு பெத்துகள் (கொண்டாட்டம்) காத்திருக்கும். அவன் செல்லமுன் பாரிசின் வாசனைத் திரவியங்கள் முன்னர் சென்றுவிடும். அவன் வீட்டில் ஒரு அறையைச் சப்பாத்திற்கே ஒதுக்கவேண்டியது போல் சப்பாத்துக்கொம்பனிகளை விதம் விதமாய் வைத்திருப்பவன். அடிக்கடி மாற்றிக்கொண்டிருக்கும் காதலிகளை கொலேக் (சக வேலையாட்கள்) எல்லோருக்கும் காட்டிவிட்டு தா வி செப்பா மல் (பார்த்தாயா மோசமாக இல்லை) என்று மறுமொழியைச் சொல்லிக்கொண்டு மாபெரும் சிரிப்பைக் கொட்டிவிடுவான்.

அவனது பெற்றோர் கடும் படிப்பாளர்கள். தந்தையார் வானியல் ஆராய்ச்சியாளர். தாயார் தத்துவப் பேராசிரியர். அதிரியன்

அவர்களுக்கு ஒரே மகன். அவன் வீட்டில் புத்தகங்களும் இரண்டு மலாத்துக்களும் (நோயாளிகள்) இருக்கின்றன என்று அடிக்கடி சொல்வான். அவன் பெற்றோர் அவனை எதற்கும் தடுப்பதில்லை. உன் வாழ்க்கையை நீதான் தீர்மானி என்று பெற்றோர்கள் கூறிவிட்டு தங்கள் வேலைகளைப் பார்க்க ஆரம்பித்துவிடுவார்கள். கடும் செல்வத்தோடு எல்லா வசதிகளையும் வைத்திருந்த அதிரியன் தான் சமையற்கலை கற்கப்போகிறேன் என்றபோது அவர்கள் வாழ்த்தி வழியனுப்பி வைத்தார்கள்.

பயில்வானுக்கு பதினெட்டு வயது நிறைந்துவிட்டபோது தமது மகனுக்கு அவர்கள் அதுவரை காலத்தில் குதிரையேற்றம், கராத்தே, வயலின், டெனிஸ் என்று நிறைந்த பணத்தைப் பறிக்கும் எல்லாக் கலைகளையும் ஊட்டிவிட்டனர்.

பதினெட்டு வயது பிறந்த நாளை விமர்சையாகக் கொண்டாடிவிட்டு மறுநாள் அவனை அழைத்து பேரறிவிப்பொன்றைச் செய்தனர். “மகனே! எம்மால் முடிந்தவரை சிறப்பாகப் பார்த்துவிட்டோம். இனிமேல் உன்னை நீயே பார்க்க வேண்டிய காலம் வந்துவிட்டது. இது எங்களுடைய வீடு. நீ ஒரு இருப்பிடம் தேடிச் சென்றுவிடு, உனக்கு மூன்று மாதகால அவகாசம் தருகிறோம்.”

அதிரியன் அதை எதிர்பார்க்கவில்லை. அடிக்கடி கனியே! என் மகனே! என்றழைக்கும் அம்மாவிற்கு இவ்வளவு கல்நெஞ்சா என்று நினைக்காமல் இருக்க முடியவில்லை. “ஆறு அறைகளை வைத்துக்கொண்டு என்னைத் தனியே போ என்கிறீர்களே?” என்று தந்தையிடம் கேட்டான்.

“மகனே! நீ புரிந்துகொள்ள வேண்டும். இது எமது வீடு. உனக்கான வீட்டை நீதானே உருவாக்கவேண்டும் என்றார்.”

அப்படித்தான் அவன் தனியே வாழத் தள்ளிவிடப்பட்டான். உபரிமித உதவியாக அவன் குடிபெயர்ந்த அறையின் மூன்றுமாத வீட்டு வாடகையைத் தான் காட்டுவதாக பெருந்தன்மையோடு தாயார் கூறினார். கல்நெஞ்சம் பிடித்த தகப்பனுக்குச் சிறிய இரக்கமும் வரவில்லை.

தனியே வாழ்ந்தபோது தான் பணத்தின், பசியின் அருமை தெரிந்தது. வேகமாகத் தன் உணவுக்கலையைக் கற்றுக்கொண்டு அவன் முதல் களமாட வந்த தளம் தான் லு பல்தோ.

அதிரியனிடம் இளமை செருகிவிட்ட பழக்கங்களில் ஒன்று கஞ்சா புகைப்பது. கிழமை முடிவு நாட்களில் செல்லும்போது சிறிய சரையை எடுத்து வேந்தனின் மூக்கருகில் காட்டிவிட்டு இரவு நான் வானத்தில் மிதப்பேன் என்பான்.

தனியாவா...?

என்னுடன் மூன்று தோழிகளும், ஒரு தோழனும்...!

வேந்தன் நீயும் வரலாம்.

இல்லை! நான் மிதக்க முடியாமல் விழுந்துவிடுவேன்!

அறத்...! அறத்...! (நிப்பாட்டு... நிப்பாட்டு) உனக்கு அருமை தெரியாது என்பான்.

2017இல் மோட்டார் ஓட்டுரிமைப் பாத்திரம் பரீட்சையில் சித்தியடைந்துவிட்டேன் என்று அந்த விடுதி அதிரக் கத்தினான். பின்பு புதிய உயர்ரக பிஎம்டபிள்யூ மோட்டார்வண்டியை வங்கிக் கடனில் பெற்று வீதியில் பறக்கும் ராஜவண்ணாத்திபோல வந்திறங்குவான். ஒவ்வொரு நாளும் புதிய புதிய பெயரில் புதிய புதிய இளம்கனிகள் அவனுக்காகக் காத்திருந்து பிருட்டம் பின்னோக்கிப் பிடைத்திருக்க அவன் முதுகில் படுத்திருந்து பயணப்படுவர். எப்போதும் காற்றை சிரிப்பலையால் கடத்திக்கொண்டிருப்பான். கடுமையான வேலைகளிலும் அவன் பேச்சு எல்லோர் கன்னங்களிலும் சிரிப்பை மூட்டிவிடும். வேலை முடிந்து ஓய்ந்ததும் ஒரு கெட்ட வார்த்தையோடு அதை முடிப்பான்.

ஒருமுறை அங்கு பதுங்கி வாழ்ந்த கொழுத்த எலி குறுக்கே ஓடியபோது பாய்ந்து சென்று அதன் வாலின் துண்டொன்றை வெட்டிவிட்டான். அந்தச் சம்பவத்தைத் தொடர்ந்து மக்ஸ் அவனை எலிவால் என்றே அழைப்பான். அதற்கும் ஒரு கெட்ட வார்த்தையைக் கொட்டிவிட்டு, அந்த எலியை உனக்கு ஒரு நாள் சலாட்டுடன் தருவேன் என்பான்.

2018 மே 18 அன்று தனது பிளம்டபிள்யூ மோட்டாரில் புதிய காதலியோடு நோர்மோண்டி கடற்கரைக்குச் சென்று கொண்டிருந்தபோது விபத்துக்குள்ளானான். அதன் பின் அவனால் நடக்கமுடியாமல் போயிற்று. மூளை பலமாகத் தாக்கப்பட்டதால் நினைவுகள் கலங்கியவனானான். அவன் வெட்டிய கட்டைவால் எலி வாழ்வு வலிமையால் அங்கு ஓடிக்கொண்டிருந்தது.

வேந்தன் இப்போது இனிப்பு வகைகளுடன் சேர்த்து சலாட் வகைக்கும் பொறுப்பானவனானான். பெத்ரோன் அவனுக்கு உதவிக்கு ஒரு படித்துக்கொண்டு வேலை செய்யும் மக்ரோனை வேலைக்கு அமர்த்தியிருந்தான். அவன் உணவு உண்பதற்காகவே பிறந்தவன். சமையற்கலை அவனுக்கு வளைந்து கொடுக்கமாட்டேன் என்றது. அதற்கு அவனென்ன செய்வது?

மக்ரோனின் உடம்பு சற்று வசதியானது. ஒவ்வொரு சமையல் முடியும்போதும் சுத்தம் செய்யும் நேரத்தில் அவன் சில பொருட்களையும், அவனையும் தாங்கிக்கொண்டு மூன்றாவது தளத்தில் உள்ள குளிர் அறைக்குள் சென்று தூங்கிவிடுவான். அவன் எங்கே? அவன் எங்கே? என்று தேடுவதிலேயே மக்ஸ் களைத்துப்போய் விடுவான். ஒரு நாள் மதிய நேரம் வேகமெடுத்த வேலைநேரம் மக்ரோனைக் காணவில்லை. எல்லோரும் அந்த உருவம் காணாமல் போனதைத் தேடியபோது மூன்றாவது தளத்தில் உள்ள குளிர் அறையில் இரண்டு பாகை செல்சியசுக்குள் ஒரு பெரிய எலி தூங்கிக்கொண்டிருப்பதை பெத்ரோன் தனது தொலைபேசியில் படம் பிடித்துக்காட்டி எல்லோர் ஏக்கத்தையும் போக்கினான்.

சமையல் தலைவர் சரித்திரம்,

ஓ பல்தோவில் 20 ஆண்டுகளைக் கடந்தது மக்ஸின் அனுபவம். சமையலறையில் எல்லா விதத்திலும் பெரியவன் அவன்தான். தனது வேலையோடு மற்றவர்களையும் ஒருங்கிணைத்து வேகமாகவும், விவேகமாகவும் வேலைகள் செய்பவன். ஒரு கப்பல் கேப்டன் போலவும், ஓர் ராணுவத் தளபதியின் விறைப்போடும் வேலை நேரத்தில் இருப்பான். கடுமையான வேலைநேரத்தில் அவனுடன் யாரும் பேசமுடியாது. மூளை எங்கும் வேலைகளை வைத்திருப்பான். வேலைநேரம் முடிந்ததும் குழந்தைபோல் ஆகிவிடுவான்.

அவனது கதைகளை யாரும் கேட்க வேண்டியதில்லை. ஒலித்திருகி அறுந்த வானொலி போல் தன் வீட்டுக்கதைகளைச் சொல்லிக்கொண்டே வேலையை ஆரம்பிப்பான். அதிக மக்கள் வந்து வேலை வேகம் காற்றாடிபோல ஆகும்வரை அவன் தன்வீட்டுக் கதைகளைப் பேசியபடியே இருப்பான். மேசமி மா பெல் மேர்... ஓ... ல... லா... (நண்பர்களே எனது மாமியார் இருக்கிறாவே ஐயோ... ஐயோ) என்று தன் மாமியாரைப் பற்றிக் கதை சொல்ல ஆரம்பித்தால் அது கடுமையான வேலைகளை இதமாக்கும் கதைகளாக இருக்கும்.

மக்ஸின் மனைவி பொருளியல் பட்டம் பெற்றவர். வேலை செய்வதை விட பிள்ளைகளை வளர்ப்பது அவளுக்குப் பிடிக்கும்

என்று ஐந்து பிள்ளைகளைப் பெற்றெடுத்திருந்தாள். அவளது பெற்றோருக்கு அவள் ஒரே மகள். ஆனால் அவர்கள் வில்லா மாளிகையில் எட்டு அறைகள் இருந்தன. அந்த அறைகளைத் தன் குழந்தைகளால் பொறியியல் முறைப்படி நிறைத்து விட்டாள். அவளது பெற்றோரும் அந்த வீட்டிலேயே வாழ்கின்றனர்.

அவளது தாயார் அப்பெரிய வீட்டில் ஒரேயொரு மகள் வளர்ந்ததால் இப்போதுதான் உயிர் வந்த வீடாக இருக்கிறது என்று மகிழ்ச்சியில் இருப்பவர். தன் மருமகன் வேலை விட்டுச் சென்றதும் அவனது பிள்ளைகளைப் பற்றியும், மனைவியைப் பற்றியும் முறையிடுவார். அவரின் வார்த்தைகளைக் கேட்காமல் அவனால் நகர முடியாது. அதனால் அவன் மாமியாரைக் காணாமல் இருப்பதற்காக எட்டு அறைகளில் ஒளிந்து வாழ வேண்டியிருந்தது. மீதி நேரத்தைப் பிள்ளைகள் பிய்த்துத் தின்றுவிடுவார்கள். திருமணம் முடித்தபோது தொண்ணூறு கிலோவாக இருந்த அவன் ஐந்தாவது குழந்தை பிறந்தபோது எண்பது கிலோவாக மாறிவிட்டான்.

தன் மனைவியை விட தன் பெல்மோர் (மாமி) தான் தன்னுடன் பேசுகிறார். அவரால் ஒவ்வொரு இரவும் அவன் வேலை முடிந்து இரவு பதினொரு மணிக்குச் சென்றாலும் காத்திருந்து அன்றைய நாளைப் பற்றிச் சொல்லாமல் அவள் தூங்கப்போவதில்லை. இளம்பெண்ணைக் கல்யாணம் கட்டி முதிய பெண்ணோடு பேசியே என் காலம் போய்விடுகிறது... ஓ...ல..லா..மா பெல் மோர்.. என்று அலுத்துக் கொள்வான். அதற்குள் கட்டற்ற அன்பும் முட்டி நிற்கும்.

மக்ஸ் தன் பெற்றோருடன் வளராதவன். அவனைப் பெற்றுவிட்டு தாயும் தந்தையும் பிரிந்துவிட்டனர். அப்பா வீடு, அம்மா வீடு எனக் காலம் வரையறை செய்து சிறுவயதில் வளர்ந்தவன். பின்னர் அவன் அப்பாவிற்கு ஒரு குடும்பம், பிள்ளைகள். அம்மாவிற்கு ஒரு குடும்பம் பிள்ளைகள் என்றானபின் அதிகமாக அம்மம்மாவுடன் வளர்ந்தான். அம்மம்மா பிரான்ஸின் வடமேல் மூலையில் இருக்கும் செண்மிசல் என்ற அழகிய புகழ்மிக்க ஊரைச் சேர்ந்தவள்.

அவர்கள் குடும்பம் பரம்பரையாக சென்மிசல் ஆம்லெட் என்ற உணவைச் செய்யும் பாரம்பரிய குடும்பத்தைச் சேர்ந்தவர். சென்மிசல் அழகுக்கும் அதன் ஆம்லெட் ருசிக்கும் உலகில் பல பாகங்களில் வாடிக்கையாளர்கள் இருக்கின்றனர். அங்கு வளர்ந்ததால் அவனுக்கு சமையற்கலையில் அலாதி பிரியம் ஏற்பட்டது. வைத்தியப் படிப்பை குழப்பிவிட்டு அவன் சமையல் படிப்புக்கு வருவதற்கு அந்த அழகூர் காரணமாயிற்று.

செம்மறி ஆடுகள், புற்கள் ஏதோ ஓடிவிடும் என்பது போல தலை நிமிராமல் மேய்ந்து கொண்டிருக்கும். ஆங்காங்கே குதிரைகள் வயல்பட்டிகளில் மண்ணில் முளைத்த பூக்கள் போல் தெரியும். சோளக்காடுகள், முந்திரி மரங்கள், பாரம்பரியம் கரையாத குடியிருப்புகள் இத்தனையும் பார்ப்பதற்கு அத்திலாந்திக் சமுத்திரம் அனுப்பிய காற்று கண்டபடி நுழைந்திருக்கும். இதுதான் நோர்மண்டி எல்லையும், புருத்தோன் எல்லையும் சந்திக்கும் இடத்தில் கடல் கண்ணாமூச்சி விளையாடும் தரவைக் கடல் பரந்து விரிந்திருக்கிறது. பகலில் கடல் அற்ற தரவையும், இரவில் கடலும் அங்கு ஆதி மனிதனுக்கு அதிசயம் நிகழ்த்தியது. அப்படிப்பட்ட இயற்கையின் சிரிப்புக்குள் ஒரு மலைக்குன்று நின்றது. கி.பி 709இல் அக்குன்றில் ஒரு ஆலயம் கட்ட ஆரம்பித்தார்கள். இயேசு கிறிஸ்துவைப் பாதுகாப்பதற்கு அவர்களுக்கு வேறு வழி தெரியவில்லை. மலையின் உச்சியில் கட்ட ஆரம்பித்த ஆலயம் இயற்கையில் இடிந்தும் முடிந்தவரை எழுந்தும் வளர்ந்தபோது, ஆங்கிலேய அரசின் கண்களில் அது பட்டுவிட்டது. பின்பு அந்த ஆலயக்குன்று மாறி மாறி யுத்தங்களைச் சந்திக்கும் அபாயக்குன்றாக மாறிற்று.

படிப்படியாகக் கைப்பற்றிய அரசர்களின் கோட்டையாக மாறும் போதெல்லாம் மலைக்கற்களின் குகையாக மாறியபடி இருந்தது. சூழ்ந்திருக்கும் தரவைக் கடலால் அந்நியர் தலை தெரிந்தால் அம்புகள் வம்பு செய்தன. அதையும் மீறித் தாக்குப்பிடித்தால் இரவு வந்து விடும். இரவு வந்தால் கடல் வந்துவிடும். மீதி எதிரிகளைக் கடல் கலைத்துவிடும். இத்தனை இயற்கை மீது யாருக்கு ஆசை வராமலிருந்திருக்கும்? பிரான்ஸை ஐரோப்பாவின் அரண்மனையாக மாற்றி வெர்சையிலில்

மாபெரும் கோட்டையைக் கட்டிய 14ம் லூயி மன்னன் அக்குன்றை தனது கடுமையான கைதிகளை அடைத்து வைக்கப் பயன்படுத்தினான். கைதிகளுக்கு அருள்பாலிக்க ஆலயம் மட்டுமே அங்கிருந்தது. கைதிகளுக்குப் பரிசாக மேலும் சென்மிசல் கட்டுமானம் காத்திருந்தது.

பத்தொன்பதாம் நூற்றாண்டு வந்துவிட்டிருந்தபோது மொன் சென்மிசெல் பெருமையும் புகழும் ஆண்டவர் அருளும் கட்டிய கதையாகவும் கட்டாத கதையாகவும் எங்கும் பரவியது. நீண்ட தூரங்களிலிருந்து அடியவர்கள் யாத்திரை வந்து சென்றுகொண்டிருந்தனர். எல்லோர் முகத்திலும் பசி... பசி... பசி...!

அங்கு சென்று வரும் பயணிகளை ஒரு கண்ணாலும், வீட்டு வேலைகளை மறு கண்ணாலும் பார்த்துக்கொண்டிருந்த அன்னை புலார் *(Mére Poulard)* பசிகொண்ட பயணிகளின் முகத்தைப் பார்த்துப் பனித்துப் போனார்.

அவர் வீட்டில் வீட்டுத் தேவையையும் மீறி வஞ்சகமில்லாமல் கோழிகள் முட்டையிட்டுக் கொண்டிருந்தன. அப்போதுதான் அவருக்கு மூளையில் பூப்பூத்தது போல ஒரு சிந்தனை வந்தது. இந்த முட்டையைக் கொண்டு பசித்த பயணிகளுக்கு ஏதாவது உணவு செய்தால் என்ன? அதற்குக் கோழிகளைக் கேட்டுக் காத்திருக்க வேண்டுமா? கடும் பசியில் வருபவர்களுக்கு முட்டையை மட்டும் வைத்துக்கொண்டு எப்படி பசியாற்றுவது?

ஒருநாள் தன் பிள்ளைகளுக்கு முட்டை பொரித்துக் கொடுக்க சட்டியில் இரு முட்டைகளைப் போட்டு அடித்தார். அதற்கிடையில் எதிரே இருந்த சென்மிசல் குன்றும், நடந்து சென்று கொண்டிருக்கும் யாத்திரீகர்களும் கண்ணில் பட, அவர்களைப் பார்த்தவாறு மனதைப் பறக்க விட்டார். முட்டையை அதிகம் செய்து பயணிகளுக்குக் கொடுத்தபோது, அவர்களின் வாடிய முகங்கள் மலர்ந்து போயிற்று. அன்றிலிருந்து அன்னை பூலாரின் ஓம்லெட் நோர்மண்டிக்கு பரவியது. பின்பு பிரான்ஸ் மட்டுமன்றி ஐரோப்பா எங்கும் பரவியது. நேரம் அடித்துக் கொண்டிருந்ததால் அது நுரையாகப் பொங்கி இருந்தது.

நுரைத்தாலும் முட்டை தானே என்று நினைத்தவாறு தாச்சியில் வெண்ணெய்க்கட்டித்துண்டொன்றைப் போட்டுவிட்டு அந்த முட்டை நுரையை அதற்குள் ஊற்றினார். அந்த முட்டைகளில் பெரிதாக ஒரு ஓம்லெட் உருவாகியிருந்தது.

அவற்றைத் தன் பிள்ளைகளுக்குக் கொடுத்தபோது, அவர்கள் ருசியாலும் நிறைவாலும் மகிழ்ந்து போனார்கள். அந்த விபத்தில் அன்னை பூலாருக்கு புதிய முட்டை உணவு மட்டும் கிடைக்கவில்லை, இதையே பயணிகளுக்கும் செய்து கொடுத்தால் என்ன என்று சிந்தித்துக்கொண்டு தூங்கப் போனார். மறுநாள் காலையில் அதை

அழகிய சென்மிசலின் புகழை வென்றுவிடும் புகழை பசி தீர்த்த ஓம்லெட் அன்னை பூலாரும் பெற்றுவிட்டார். பசி தீர்ப்பதை விட உயர்ந்த புகழ் எதற்குண்டு? அப்படிப்பட்ட பூலார் அன்னையாரின் சந்ததியில் வந்த கதையை மக்ஸின் அம்மம்மா சொன்னபோது, மறுயோசனையற்று தான் படித்துக்கொண்டிருந்த மருத்துவப் படிப்பை நிறுத்திவிட்டு சமையல் கலையைக் கற்று லு பல்தோவில் தலைமைச் சமையலாளனானான்.

2019-ல் அவனது பெல்மேர் மாரடைப்பால் இறந்தபோது அவன் உடைந்துபோனான். பேசுவதைக் குறைத்துக் கொண்டான். அவனுடன் காத்திருந்து பேசுவதற்கு யாரும் இல்லை. அவனது மனைவியும், ஐந்து பிள்ளைகளையும் தனியே ஈன்றுவிட முடியும். ஆனால் தனியே வளர்க்க முடியாது. சிறிது காலம் ஓய்வெடுத்து வீட்டில் தங்கிவிடு. பிள்ளைகள் வளர்ந்த பிறகு அவர்களால் குழந்தையாக முடியாது. இப்போதே வாழவேண்டும் என்றுவிட்டாள். மக்ஸிற்கும் மாற்றம் தேவைப்பட்டது. தான் நீண்ட காலம் செய்த பணியிலிருந்து ஓய்வு பெறுவதாக முறைப்படி அறிவித்த மறுமாதம் உலகம் பூராவும் முடங்கிப்போகும் என்று அவனுக்குத் தெரியாது. அப்படித்தான் அவன் லுபல்தோவை விட்டுப் பிரிந்தான்.

இருபது வயதை வாழவேண்டியவன்

ஓர் பல்தோவில் வட்டில்களையும், பாத்திரங்களையும் கழுவும் மிகக்குறைந்த மூளையைப் பாவிக்கும் தொழிலிலிருந்து அந்த விடுதியின் உயர்ந்த நிலையை வைத்திருந்த தலைமைச் சமையலாளனாக வேந்தன் உயர்ந்துவிட்டிருந்தான். அந்த விடுதியின் எல்லா வேலைகளையும் வல்லமையுடன் செய்தவனுக்கு சரியான சக தொழிலாளர்கள் அமையவில்லை. பெத்ரோன் சமையலறை வேலைக்காக யாரும் கற்பது குறைந்துவிட்டது என்று வருத்தப்பட்டான். இளந்தலைமுறை கடுமையாக உழைப்பதை விரும்பவில்லை என்று வருத்தப்பட்டு வேந்தனுக்கு உதவியாக தானே சமையலறையில் வேலை செய்தான்.

பிரெஞ்சில் ஒரு வார்த்தையும் தெரியாமல் வந்த வேந்தன் அதன் உரிமையாளரான பெத்ரோனுக்குக் கட்டளையிட்டு வேலை செய்வதைப் பார்த்து காலமும் பெத்ரோனும் பெருமைப்பட்டார்கள்.

பெத்ரோன் பிரான்சின் தென்பகுதியைச் சேர்ந்தவன். தன் சந்ததியில் இத்தாலியக் கலப்பும் நெப்போலியன் ஊரான கோர்சிகா கலப்பும் இருப்பதாகக் கூறுவான். கடும் வறுமையான பெற்றோருக்குப் பிறந்து சிறுவயதில் பாடசாலை விட்டபின் இரவு வேளைகளில் விடுதிகளில் வேலை செய்து கடுமையான உழைப்பில் ஒரு விடுதியின் உரிமையாளனாக ஆனவன்.

ஓர் ஆண்பிள்ளை மேற்படிப்புக்காக கனடா சென்றுவிட, பெண்பிள்ளை நியூஸிலாந்தில் கல்விக்காய்ச் சென்று அங்கேயே காதலனையும் கண்டு திருமணமும் செய்துவிட்டாள். ஐம்பதுகளைக் கடந்துவிட்ட பெத்ரோன் இனிதான் நான் இருபதுகளை வாழவேண்டும் என்று சொல்லிக் கொள்வான். அவனது மனைவி கத்ரின் வேந்தனைப் பார்க்கும் போதெல்லாம் உன்னைப் போன்ற திறமையானவர்கள் மிக அரிது மகனே! உன் பிரெஞ்சு பேசும் முறை எனக்குப் பிடிக்கும் என்று கன்னங்களில் தன் உதடுகளால் முத்தம் வைத்து வரவேற்கும் ஒவ்வொரு நொடியும் உயர்ந்த தாய்மையின் பேரன்பு அவளிடம் இருக்கும். டென்னிஸ் வீராங்கனையான அவள் இளம் காலத்தின் புகைப்படங்களில் உலக அழகிக்கான தகுதியுடன் இருப்பாள்.

இப்போது அதைவிட அழகாகிக் கொண்டிருக்கிறாள். உளவியல் ஆலோசகராக முழுநேரமும், டென்னிஸ் பயிற்சியாளராக பகுதிநேரமும் தொழில் புரியும் கத்ரின் கணவனைக் கட்டுக்கடங்காமல் காதல் புரியும் பிரெஞ்சு மனைவிகளில் ஒருத்தி.

2018இல் வேந்தனும் பஸ்கலினும் மோதிரம் மாற்றிக்கொண்டபோது பஸ்கலின் வீட்டின் பின்புற வளவில் நதிக்கரையை ஒட்டி இயற்கையோடு நிறைந்த விழா நடந்தது. அதைத் தன் பிள்ளைகளுக்குச் செய்யும் விழாப்போல் கத்ரின் முழுப்பொறுப்புக்களையும் தானே பெற்று பெருந்தாய்போல் அவற்றை நடாத்தி முடித்தாள். முப்பது நபர்களைக் கொண்டிருந்த அந்த விழாவின் அத்தனை பேரும் அந்த விழாவை வாழ்வில் மறக்காதவாறு விழா நடந்தேறிற்று. வேந்தனின் மனதில் கத்ரின் என்ற தாய் ஒருபோதும் கரைக்க முடியாத உருவாகிப்போனாள்.

2021இல் பெத்ரோன் லு பல்தோவை விற்க முடிவு எடுத்தபோது யாராலும் ஒன்றும் செய்ய முடியவில்லை. உலக முடக்கங்களால் சுற்றுலாவாசிகளற்று அவனது உணவுவிடுதி பாசி பிடிக்க ஆரம்பித்தபோது அதை விற்றுவிட்டு உலகச் சுற்றுலாவிற்குக் கிளம்பினான். அவன் இருபது வயதை இனிதான் வாழவேண்டும்.

கண்ணில் எரிந்த நெருப்பு

ஓவு பல்தோ விற்கப்பட்டபோது, பெத்ரோன் வேந்தனின் வங்கிக்கணக்கில் இரண்டு வருடத்திற்கான மொத்த சம்பளத்தை வைப்புச்செய்தான். அதைவிட அவனுக்கு பொருளாதார இழப்புக் கொடுப்பனவை மாதாமாதம் அரசு வழங்கும் ஏற்பாடுகளையும் செய்தான். வேந்தனுக்கு நீண்ட ஓய்வு காத்திருந்தது. அதை அவன் ஆராய்ச்சி ஒன்றுக்காக பயன்படுத்த திட்டமிட்டிருந்தான்.

அன்று காலை பஸ்கலின் முகமெல்லாம் பூக்கள் மலர அவனை அழைத்தாள்.

ஏன் கத்துகிறாய்? நான் கடல் கடந்து விட்டேனா?

இல்லை! ஆனால் விடயம் அறிந்தால் நீயும் கத்துவாய்!

சொல், நானும் கத்துகிறேன்.

அவள் தன் வயிற்றுப் பகுதியைத் தடவியவாறு ஓடிவந்து தரையைத் தின்னும் அலைபோல் முத்தமிட்டாள்.

கண்ணே சிலோன் தீவுக்கும் ரஸ்யக் கண்டத்திற்கும் ஒரு குழந்தை உருவாகி இருக்கிறது. அதன் பிறகு அங்கு சத்தமே

இன்றி முத்தங்கள் கத்தின. அவர்களின் செல்லப்பூனை அந்தச் சம்பவத்தை எந்தவிதத் தணிக்கையுமின்றி கண்டு இன்புற்றது. அவர்கள் பூனையைப் பற்றிய பிரக்ஞையின்றி ஒன்றிப்போனபோது பூனை தன் மயிர்களை ஒருமுறை சிலுப்பியவாறு "மியாவ்" என்று தன் அதிருப்தியை அறிவித்து அகன்று போயிற்று.

அவன், அவள் சங்கின் உற்பகுதி நிறமுடைய வயிற்றை வருடி முத்தமிட்டான். பின்பு காது வைத்து "யாராவது வயிற்றுக்குள் இருக்கிறீர்களா?" என்று கேட்டான். அவள் சரிந்து கிடந்த அவன் கன்னத்தில் முத்தமிட்டாள். பின்பு சிரித்துக் கொண்டு அழுதாள். அவன் அணைத்து அவள் முதுகின் பரப்பெங்கும் வருடினான். "வேந்தன்! அம்மா இருந்தா எவ்வளவு மகிழ்வாள்?" என்றாள். அவள் கன்னத்தில் நீர்த்துளி விழுந்தது. வெடுக்கென நிமிர்ந்து பார்த்தாள். அவன் கண்களைத் துடைத்து தன் நெஞ்சில் சாய்த்தாள். அப்போது அவள் தாய் ஆகிப் போனாள். கங்காரு தன் குட்டியைப் பதுக்கி வைப்பது போல் தன் நெஞ்சில் புதைத்து வைத்தாள். அச்சூடு மீண்டும் கருப்பையில் இருப்பது போல் அவனுக்குத் தோன்றியது.

அவர்கள் தம் குழந்தை ஆணாக இருந்தால் என்ன பெயர் வைப்பது? பெண்ணாக இருந்தால் என்ன பெயர் வைப்பது என்று அவசரமாக ஆராய்ச்சியில் ஈடுபடலாயினர். வேந்தன் ஆண்மகன் என்றால் செகாவ் என்று வைப்போம் என்றான்.

அவள் வெடித்துச் சிரித்தாள். நீ செகாவ் கதைகளைப் படித்ததால் சொல்கிறாய். செகாவ் அற்புதமான எழுத்தாளன். மாற்றமில்லை. அவன் சிலோன் தீவில் பயணப்பட்டபோது, சிலோன் பெண்ணை தென்னந்தோப்பின் நடுவே தான் புணர்ந்ததை அவனே எழுதியுள்ளான் என்பதைப் படித்திருக்கிறாயா?

என்ன சொல்கிறாய்? செகாவ் சிலோனுக்குச் சென்றாரா?

ஆம். அவர் ஏழை எழுத்தாளர் அல்ல. வைத்தியராக இருந்தவர். சிலோன் தீவிற்குச் சுற்றுச்செலவு செய்தபோது தென்னைகளுக்கிடையில் அவன் தீவுப்பெண்ணைத் தீண்டியுள்ளான்.

அதற்கென்ன? அந்தப் பெண்ணின் சம்மதம் இருந்திருக்கலாம்.

நீ அடிக்கடி சொல்வாயே... உன் மொழியில் ஒரு கவிஞனின் பெயர். அதுகூட சிறிய அழகான பெயர்.

கம்பனைச் சொல்கிறாயா?

உய்... உய்... செ லுய்... (ஓம் ஓம் அவர்தான்) க...ம்...ப...ன்

கம்பன் ஒரு நாளில் எழுநூறு பாடல்களை எழுதிய ஆகாயக்கவி தான். அவனுக்கும் பிரச்சனைகள் இருந்தது. கம்பன் பிறந்த ஊர் தேரழுந்தூர். அவனைத் துணை நின்று காத்தவன் அருகில் திருவெண்ணெய்நல்லூரைச் சேர்ந்த சடையப்ப வள்ளல். கம்பன் ஊருக்கு அருகே ஓர் ஊர் இருந்தது. அது கதிராமங்கலம். அந்த ஊரில் அருந்த அழகியொருத்தியோடு அவனுக்குக் களவொழுக்கம் இருந்தது. அந்த அழகி ஓரிரவு கம்பனைக் கட்டிக்கொண்டு, “கவியே! என் புவியே! என் கூரையை வேய வைக்கோல் இல்லை” என்று நெக்குருகினாள். கம்பனுக்குத் துணையாய் நின்ற செல்வத்தோழன் சடையப்ப வள்ளலிடம் விசயத்தை கம்பன் விட்டெறிந்தான். சடையப்ப வள்ளல் தன் வயலில் உள்ள நெற்கதிர்களை அறுத்து களவொழுக்கக் காதலியின் கூரையை வேயச் சொன்னாராம். அதன் சாட்சியாய் தமிழகத்தில் கதிர்வேய்மங்கலம் கதிராமங்கலமாய் இன்று இருக்கிறதாம். கம்பரும் களவு செய்தார். கம்பரும் வேண்டாம், செகாவும் வேண்டாம். வேந்தன் என்று வைக்கலாம் என்றாள்.

உலகில் கள்ளக்காதல் இல்லாத கலைஞனே இல்லையா?

நான் இருக்கிறேன்!

நீ கலைஞனல்லவே?

எப்படிச் சொல்லலாம்? எழுதாதவனும், படைக்காதவனும் பெருங்கலைஞனாய் இருக்கலாம். உன்னை ரசிப்பதும் கலை தானே? உன்னைப் படிப்பதும் கலைதானே?

பெண் குழந்தை என்றால் என்ன பெயர்?

உன்னுடைய அம்மாவின் பெயர் நடாசா! அல்லது கிபீர் தாக்கிச் சிதறிப்போன என் அம்மாவின் பெயர் தமயந்தி!

முதல் பெண் குழந்தைக்கு உன் அம்மாவின் பெயர் தமயந்தி! இரண்டாவது பெண் குழந்தைக்கு நடாசா!

அவர்கள் குழந்தையின் தோற்றத்தைக் கற்பனை செய்தனர். புதிய நிறத்தில் பேரழகோடு உருவாகும் குழந்தைக்கான அறையைத் தயார் செய்தனர். அந்த வீடு ஆனந்தத்தில் திளைத்திருந்தது.

வேந்தன் நஞ்சூறாத உணவுகளைச் சமைத்துக் கொடுத்தான். இனிய கீதமும், நதிக்கரையும், படகுப்பயணமும் என்று புதிய உயிர் உருவாகிய காலம் வளர்ந்தது. பஸ்கலின் வயிறு காற்று நிறையும் பலூன் போல உயிரொன்றை ஊதிக்கொண்டிருந்தது.

மூன்றாவது மாதம் குழந்தையைப் பரிசோதிக்கச் சென்றார்கள். உருவமற்ற உயிர் ஒன்றின் இதயம் தன் வேலையை ஆரம்பித்திருப்பதை வைத்தியர் சொன்னார். வேந்தன் அந்தச் சேதியை கறுப்பிகுளத்தில் மீண்டும் சிறு வீடு கட்டி தனிமையில் இருந்த அம்பிகா தாய்க்கு அறிவித்தான் அவளுக்கு மகிழ்ச்சி! தம்பி மருமகளுக்கு தமிழ் சொல்லிக்குடடா. அப்பதான் நான் பேசலாம் என்றாள். பேறுகாலத்தில் அம்பிகாவை பிரான்ஸிற்குச் சுற்றுலா அனுமதியில் அழைக்க முயற்சித்தான். யாருமற்ற அம்பிகா திரும்பிப் போவதற்கு உத்தரவாதம் இல்லை என்று இலங்கையில் உள்ள பிரெஞ்சுத் தூதரகம் நிராகரித்தது. பஸ்கலின் அந்த முடிவால் பிரெஞ்சுதேசத்தைச் சபித்துக்கொண்டாள்.

நாங்கள் அகதிகள். எமக்கு வாழ அனுமதி தந்ததே போதும். இந்த நாட்டைச் சபிக்காதே! என்றான்.

அப்படிச் சொல்லாதே. அகதி என்று யாரும் இல்லை. இந்தப் பூமி எல்லோருக்குமானது. எல்லைகள் எப்போது வந்தது? என்றாள்.

அன்று வேந்தன் உணவு உட்கொள்ளாத நாள். அன்றுதான் மொத்தமாக அவன் குடும்பம் இறந்த நாள். சில ஆண்டுகளாக பஸ்கலினும் அந்த நாளில் அவனுடன் சேர்ந்து உணவைத் தவிர்த்து இருந்தாள். வயிற்றில் குழந்தை இருக்கிறது. நீ உணவை அருந்தியே ஆகவேண்டும் என்றான். அவள் ஒரு நாள் உணவு உண்ணாவிட்டால் குழந்தைக்கு ஒன்றும் ஆகாது

என்று மறுத்துவிட்டாள். மாலை 3 மணிக்கு குழந்தையைப் பரிசோதிக்கும் சந்திப்பு இருந்தது. இருவரும் நதிக்கரை ஓரமாக நடந்து சென்றனர். நதியோரம் வாத்துகள் பேசிப்பேசி நீந்திக்கொண்டிருந்தன. அவர்களிருவரும் வைத்தியர் அறைக்குள் நுழைந்தனர். வைத்தியர் வழமையான புன்னகையோடு வரவேற்றார். வயிற்றில் தண்ணீர்க்கழி தடவி உருளும் கமெராவால் உள்ளே வளரும் உயிரைப் பார்த்தார். படங்களை அதிகமாகப் பதிவு செய்தார். அன்று அவர் அதிகமான கேள்விகளைக் கேட்கவில்லை. நுணுக்கமான ஆராய்ச்சியில் ஈடுபட்டார். வேந்தன் குழந்தையின் இதயம் துடிப்பதைப் பார்த்துக்கொண்டிருந்தான். கால்கள் தெரிந்தன. கைகள் அரும்பிக் கிடந்தன.

சரி, நீங்கள் வெளியே காத்திருங்கள். என்றார். அவர்கள் வெளியே காத்திருந்த நேரத்தில் அம்பிகாவின் அழைப்பு வந்தது. ஒளிபேசியில் பேசினார்கள். பஸ்கலினைப் பார்த்ததும் மருமோள் நல்ல வடிவாய் இருக்கிறா என்றாள். அதைப் பிரெஞ்சில் வேந்தன் சொன்ன போது அவள் தமிழில் நன்றி என்று ஒரு பாடலைப் பாடினாள். அம்பிகாவின் முகமெங்கும் பற்கள் ஒளியூட்டின. இந்த நேரத்தில் பிள்ளையை வடிவாப் பார்க்கோணும் தம்பி என்று அவள் அபிமன்யுவின் கதையைச் சொல்லிமுடித்தாள். சரியம்மா நாங்கள் வீட்டை போய் அழைக்கிறேன் என்று ஒளிபேசியை அணைத்தான்.

வைத்தியர் வரும் சத்தம் கேட்டது. உங்களை நான் வேறொரு வைத்தியரைச் சந்திக்க அனுப்புகிறேன். நீங்கள் அவரைச் சந்தியுங்கள் என்றார். அவரின் முகம் காய்ந்து சருகாகி இருந்ததை வேந்தன் கண்டு கொண்டான்.

அந்த வைத்திய நிலையத்தின் பிரதம வைத்திய அதிகாரியின் வாசலில் அவர்கள் நின்றார்கள். அங்கு வைத்தியர்கள் காத்திருந்து அவர்களை அழைத்துச் சென்றனர்.

நீங்கள் எங்களை மன்னிக்க வேண்டும். உங்களிடம் சில கேள்விகளை நாம் கேட்க வேண்டும்.

பஸ்கலின்! நீங்கள் எங்கு பிறந்தீர்கள்?

கீவ். உக்ரேனின் தலைநகர்.

உங்கள் பெற்றோர்?

செர்னோபில்.

உங்கள் பெற்றோர் செர்னோபிள் விபத்தில் பாதிக்கப்பட்டவர்களா?

ஆம். தந்தை நான் பிறக்கமுதல் இறந்துவிட்டார்.

காரணம்..?

அணுக்கதிரலைத் தாக்கத்தால் என்று அம்மா சொன்னார்.

இவையெல்லாம் எதற்காக டாக்டர்?

“நீங்கள் உறுதியானவர்களாக இருக்கவேண்டும். வாழ்க்கை எல்லாவற்றையும் தாண்டிச் செல்லும். உங்களுக்கு ஏற்பட்டிருக்கும் இந்த நிலைக்கு நாம் எல்லோரும்தான் காரணம். உங்கள் குழந்தையை நாம் வளர விட முடியாது. அந்தக் குழந்தைக்கு வாய் இல்லாமல் இருக்கிறது. ஆண் பெண் உறுப்புகளும் இல்லை. பஸ்கலின் கருப்பையில் கதிரலைத்தாக்கம் இருக்கிறது. இக்குழந்தையை நாம் அவசரம் வெளியேற்றவேண்டும். குழந்தையைப் பஸ்கலினின் கருப்பையில் உருவாக்கமுடியாது. அதற்கு நாம் வருந்துகிறோம்.”

அவள் அந்தக் கறுத்த இருக்கையில் இருந்தபடி மயங்கி வீழ்ந்தாள். அவசர வைத்தியவண்டி அவளை ஏற்றிச்சென்றது. மூன்று நாட்களில் அவள் வீடு வந்தபோது, அவள் வயிறு தட்டையாகி இருந்தது. கண்களில் உலகை எரிக்கும் நெருப்பு இருந்தது.

காத்திருப்பு

அம்பிகா ஒளி அழைப்புகளைப் பல தடவைகள் வேந்தனுக்கு ஏற்படுத்தினாள். வேந்தன் அந்த அழைப்புகளை நழுவவிட்டான். அம்பிகாவுடன் முகம் பார்த்துப் பேசும் தைரியம் அவனிடம் இருக்கவில்லை யுத்த கந்தகப் புகைகளால் பல இனம் தெரியாத நோய்கள் அவளுக்கு இருந்தன. இந்த அதிர்ச்சியான செய்தியை அவள் இலகுவில் சகித்துக்கொள்ளமாட்டாள். காணாமற்போன கணவன் வருவான் என்று முப்பத்தைந்து வருடங்கள் காத்திருக்கும் அதீத நம்பிக்கைகளில் பீடித்தவள். நிகேதன் வீரச்சாவடைந்தபோது அவர் வந்தால் நான் என்ன பதில் சொல்வேன்? என்று கதறிய ஒலி இன்றும் அவன் காதுகளில் ஒலிக்கிறது.

அவற்றை நினைத்தபோது, வேந்தனுக்கு நிகேதனின் அப்பா எப்படிக் காணாமல் போனார்? என்பதை இதுவரை அம்பிகாவிடம் கேட்காதது நினைவுக்கு வந்தது. தான் இத்தனை நாட்களாகக் கேட்டறியாததற்கு வருந்தினான். அப்போது அவனே அழைப்பெடுத்தான். முகம் திரையில் வந்ததும்,

“தம்பி ஏன் போன் எடுக்கல? பிள்ள சுகமா இருக்குதா?”

“எனக்குக் கொஞ்சம் வேலை அம்மா. அதுதான் எடுக்க

முடியல."

"அம்மா உங்களிடம் ஒரு கேள்வி கேக்கவேண்டும். நிகேதன் அண்ணாவின் அப்பாவிற்கு என்ன நடந்தது?"

"ஏன் தம்பி திடீரென்று?"

"இல்ல... எனக்கு ஏதோ நினைவுக்கு வந்தது... கேட்டு அறியனும் போல... சிறுவயதில் நிகேதன் அண்ணாவுடன் சைக்கிளில் வரும்போது அப்பா காணாமல் போய்விட்டார் என்று சொன்னவர். அந்த வயதில் இலங்கையில் அப்பாக்கள் காணாமல் போவது வழமை என்று நினைத்திருந்தேன். ஆனால் இப்போது அதை அறிய வேண்டும் போல் உள்ளது." அவள் கண்களில் இருந்து நீர் ஒழுகியது. ஆனால் அவள் அழவில்லை. அவள் கண்ணீரும் குரலும் சமநிலையற்றுப் பேச ஆரம்பித்தாள்.

"தம்பி நான் இரண்டு வருட வாழ்க்கையைத்தான் வாழ்ந்தேன். அப்போது எனக்கு பதினெட்டு வயது. அவர் கடுமையான உழைப்பாளி. அதிகாலையில் பேருந்து டிரைவராக இருப்பார். பின்பு அப்படியே தோட்டம் போய்விட்டு இரவுதான் வருவார். எங்கள் திருமணம் காதல் திருமணம். இருவீட்டாரும் எதிர்த்ததால் அவர் உழைத்தே எல்லாச் செலவும் செய்யவேண்டியிருந்தது. அவருக்கு ஒரு தம்பி இருந்தார். அவன் வேப்பங்குளத்தில் வெடிபட்டு இந்தியாவில் அறுவை சிகிச்சை பெற்றுவந்தார். அவரில் இவருக்குக் கடும் பாசம். அதனால் படகில் தமிழகம் சென்று தம்பியைப் பார்த்துவிட்டு பம்பாய் வெங்காய விதைகளை அங்கிருந்து கொண்டு வந்து தோட்டம் செய்தால் நாம் ஒரு வீடு கட்டலாம் என்றார். எனக்கோ தனிமையில் ஆறுமாதக் குழந்தையுடன் இருப்பது பயம் என்ற போது, தான் ஒரு கிழமையில் வந்து விடுவதாகச் சொன்னார். எனக்கு தைரியத்தையும், ஒரு கிழைமைக்கான வீட்டுப் பொருட்களை வேண்டித் தந்துவிட்டு 20.03.1986 அன்று அவர் புறப்பட்டார். இன்றுவரை வரவில்லை."

"அவருக்கு என்ன நடந்தது?"

"யாருக்கப்பா தெரியும்? ஒவ்வொருவரும் ஒவ்வொரு கதையைச் சென்னார்கள். இந்தியாவிலிருந்து வரும்போது நேவி துரத்தியது.

அவர் தப்பிப்பதற்கு கடலில் குதித்தார் என்றார்கள். அந்த நேரம் என் பிள்ளையோடு கடும் பிரச்சனைகளுக்கிடையில் அலைந்து திரிந்து அறிந்தது இதுதான்."

"அவர் இருப்பார் என்று நினைக்குறீங்களா?"

"என் வயிற்றில் குழந்தை இருந்தபோது ஒரு சாத்திரியிடம் சாத்திரம் கேட்டோம். அப்போது அவர் காணாமல் போய் முதிய தோற்றத்தில் ஒரு நாள் வருவார் என்று சொன்னதை நம்பிக் காத்திருக்கிறன்."

"அம்மா, இத்தனை ஆண்டுகளுக்குப் பிறகு உங்களுக்கு நம்பிக்கை இருக்கா?"

"தம்பி 2002ல் என்று நினைக்கிறன், மட்டக்களப்பைச் சேர்ந்த ஒருவரை இருபத்தைந்து ஆண்டுகள் பொலநறுவை சிங்கள ராணுவ முகாமில் அடிமையாய் வைத்திருந்து அங்கிருந்த ஒருவரின் உதவியால் வெளியேறி வந்த செய்தி பேப்பரில் வந்தது. அப்படி ஏதும் இருக்கலாம்தானே?"

"அந்த நேரம் நீங்கள் தேடவில்லையா?"

இலங்கையைச் சுற்றி கடல் எப்படி இருக்கும் என்றே அறியாத நான் எப்படி ராணுவ முகாம்களில் தேடமுடியும்? யாருடைய உதவியும் அற்ற நிலையில் குழந்தையைத் தூக்கிக் கொண்டு இந்தியாவிற்கு படகுகளை அனுப்பும் ஒருவரைத் தேடி யாழ்ப்பாணம் முதன்முதல் சென்றேன். அந்த நபரின் பெயர் மட்டும்தான் என் கையில் இருந்தது. ஆட்களிடம் கேட்டுக் கேட்டு யாழ்ப்பாணம் பஸ் ஸ்டாண்டில் வல்வெட்டித்துறைக்கு பஸ் எடுக்கக் காத்திருந்தன். உடுப்பிட்டி முத்துராசன் என்ற நபரின் படகில் பயணம் போனது மட்டும் தெரியும். உடுப்பிட்டி நோக்கித்தான் போய்க்கொண்டிருந்தேன். அங்கு பஸ் எடுத்தபோது அந்த பஸ்ஸில் கிளீனராக என்னோடு படித்த வசந்தபாலன் நின்றான். என்னைக் கண்டு அதிர்ந்து போனான்.

அவன் ஒன்பதாம் வகுப்போட பள்ளிக்கூடம் வராம விட்டுட்டான். நான்தான் பள்ளிக்கூடத்தில் முதல் மாணவி.

என் தோளில் குழந்தையுடன் தனியே நான் நின்ற கோலத்தைப் பார்த்து அவன் அதிர்ந்ததில் ஆச்சரியமில்லை. பின்னர் என் நிலையைக் கேட்டதும் உடுப்பிட்டி முத்துராசன் தனது உறவுக்காரர் என்று அவரிடம் அழைத்துச் சென்றான். அவரிடம் கேட்டபோது, "தறுமு என்ர படகிலதான் போனது. ஆனால் தகவல் ஏதுமில்லை. ஒன்றில் நேவி பிடித்திருக்கும். தகவல் கிடைத்தால் சொல்கிறேன்" என்றார். வேறு என்ன செய்வது? அழுது புலம்பியவாறு திரும்பினேன். பின்பு எங்க தேடுவது? சண்டை சச்சரவுகள் வந்து எல்லாம் போயிட்டுது."

"இப்ப சண்டை இல்லைத்தானேம்மா? யாழ்ப்பான நேவிட்ட 1986 மூன்றாம் மாதம் கைது செய்தவர்கள் பற்றிய விவரம் கேட்கலாம்தானே?"

"கடைசியில் சரணடைந்தவர்களை முதலைக்கு உணவாக்கியவர்கள் ஆட்சியிலிருக்கினம். இலங்கை நேவி இதையெல்லாம் தருமோ தம்பி?"

"அம்மா நான் இலங்கைக்கு வந்து தேடிப்பார்ப்பமா?"

"ஐயோ ராசா! நீ இங்க நினைச்சும் பார்க்கவேண்டாம். உன்னை உயிரோட காப்பாற்ற எவ்வளவு கஸ்ரப்பட்டன்? நீ இங்க இருந்திருந்தா உன்னையும் இழந்திருப்பன். இந்த நாட்டுக்கு நீ வரவேண்டாம். இந்த நாட்டில பிறந்தது எத்தனை கொடுமையாய்ப் போயிற்று? சனம் பட்ட பாடுகள் யாரறிவார்? இங்க மனுசர் வாழேலாது. நான் இருப்பதே என்றோ ஒருநாள் அவர் வருவார். அவர் வந்து நானெங்கே என்று தேடக்கூடாது. அவர் வந்தால் மகனெங்கே? என்றுதான் முதலில் கேட்பார். அதற்குத்தான் எனக்கு பதில் தெரியவில்லை."

"அம்மா, அந்த சாத்திரி இப்ப இருக்குறாரோ?"

"அவர் சாத்திரம் சொன்ன அடுத்த வருசமே செத்துப் போனார். அந்த மனுசன் பட்டுப்பூச்சிச் சந்தியில் ஒரு வைரவர் கோயில் வைச்சிருந்தது. 1987 மார்கழில அது நடந்தது. அப்ப இந்தியன் ஆமி இங்க நிண்டது. பெடியள் எங்கோ ஒரு இடத்தில் இந்தியன் ஆமிக்கு குண்டு வைச்சுட்டாங்கள். கோபத்தில் வந்த

துலைவார் பூசாரியையும், அவர் பெண்டிலயும் அவர்களது இரு குழந்தைகளையும் சுட்டுப்போட்டு வைக்கோல் போட்டு எரிச்சிற்றுப் போயிட்டாங்கள். மூன்று நாள் கழிய குடும்பமே அரைகுறையா எரிந்து கிடந்ததை கண்ட சனம் எடுத்து எரித்தது. நாசமறுவார் செய்ததெல்லாம் கொஞ்சமே?"

"அந்த வைரவர் கோயில்?"

"வைரவருக்கு முன்னாலதான் அந்த குடும்பத்தச் சுட்டவங்கள். பிறகு வைரவர் இருந்தென்ன செய்யுற? அவரும் செத்துப்போயிருப்பார். சனம் அங்கு போகாமல் விட்டு காடு பத்தீற்று."

வேந்தனின் மூளை தன் உயிரொன்று உடலாக முன் கதிரலையால் கரைந்த நினைவுகளில் இருந்து அம்பிகாத்தாயின் நினைவுகளுக்கு இடம்மாறிற்று நினைவுகளின் இடமாற்றம் மூளையின் புதுத்தோற்றமாக மாறிவிடுகிறது. சிறுகாயத்துக்கு அழும் குழந்தை அதைவிட பெரிய காயத்தைக் கண்டதும் சிறுகாயத்தை மறந்து விடுவது போல, ஒரு வலியை மற்றொரு வலி மறக்கடிக்கிறது. மறந்து மறந்து பிறப்பதுதானே காலையும், மாலையும். அவன் காணாமல் போன தறுமு என்கிற தர்மராசனைப் பற்றியே சிந்தித்துக் கொண்டிருந்தான். அசாத்திய நம்பிக்கைகளின் காத்திருப்பு வெற்றியளிக்கலாம். இலங்கை அதற்கான நாடாக இருக்குமா? என்று தொடர்ந்து அலையெறிந்தது மூளை.

கறுப்பிக்குளம்

இலங்கைக்கு 1948ல் சுதந்திரம் கிடைத்தது என்றார்கள். ஆனால் அப்போதுதான் வரலாற்றில் மோசமான இலங்கை உருவானது. ஆங்கிலேயர்கள் சிலர் இலங்கையில் நம்பிக்கை வைத்து பற்பல நிறுவனங்களை உற்பத்திகளைத் தொடங்கியிருந்தனர். இலங்கையில் தமிழர்களை விறகுக்கட்டைபோல் வெட்டியும் எரித்த பிறகும்தான் மீதி இருந்தவர்களும் வெளியேறினார்கள்.

1962இல் தொழில்முனையும் இளம் முதலாளியான டேவிட் வவுனிக்குளத்தின் நீரோட்டம் செல்லும் கறுப்பிக்குளத்தின் கிழக்குப் பகுதியில் இருந்த காடுகளை அழித்துப் பட்டுப்பூச்சிகளை வளர்த்து, பட்டுதயாரிக்கும் பண்ணையை நிறுவினார். அப்பகுதியில் குடியேறியிருந்த இளைஞர்களுக்கு வேலைவாய்ப்பை வழங்கினார். அவருக்கு லாபம் கிடைத்து வளரும் காலம் வந்தபோது இலங்கையில் தமிழர்களுக்கு எதிராக வன்முறையை ஆரம்பித்தனர். அவருக்கு ஒரே குழப்பமாக இருந்தது. நாங்கள்தானே அந்நியர். ஆனால் ஒரே தோற்றத்தோடு இந்தத் தீவில் வாழ்கிற சக மனிதர்களை இப்படி வன்முறை மூலம் அழிக்கிறார்கள்?... என்று நினைத்துக்கொண்டார். அப்போது அவர் தன் பட்டுப்பூச்சி நிறுவனத்தின் எதிர்காலம்

இங்கு வெளிச்சமாக இருக்கமுடியாது என்று 1983இல் தன் பண்ணையை மூடிவிட்டு வெளியேறினார்.

டேவிட்டின் பட்டுப்பூச்சிப் பண்ணையில் வேலைசெய்தவன்தான் தருமராசன். அந்தப் பண்ணை இருந்த ஒழுங்கை சிலுவைக்குறி போல ஒரு சந்தியை உருவாக்கியது. அந்தச் சந்தியை மக்கள் பட்டுப்பூச்சிச்சந்தி என்று பெயரிட்டனர். அச்சந்தியால் வெண்மை நிறச் சீருடையுடன் இரண்டு பக்கங்களும் பின்னிய கூந்தலோடு தேவமலரொன்று நடந்து போகும். யாரையும் திரும்பிப் பார்க்க வைக்கும் அழகென்றாலும் தருமராசனால் அசையாமல் அதிரச் செய்த அழகாக அவள் இருந்தாள். பட்டுப்பூச்சி பண்ணை மூடப்பட்ட பின்னரும் அச்சந்தியால் பள்ளிக்கூடம் செல்லும் அம்பிகாவைப் பார்க்கும் வேலையைத் தினம் செய்வதை வழமையாக்கிக் கொண்டான் தருமராசன்.

அவனது வீடு கறுப்பிக்குளத்தின் மேற்குப் பகுதியில் இருந்தது. கிழக்குப் பகுதியில் இருக்கும் பட்டுப்பூச்சிச்சந்தியில் இருந்து தெற்கு நோக்கிச் செல்லும் சாலையில் அம்பிகாவின் வீடு இருந்தது. அதை மட்டுவில் வீதி என்று ஊர் அறிந்தவர்கள் பேசுவர். அவர்கள் சாவகச்சேரி, மட்டுவில் பகுதிகளில் இருந்து இங்கு வந்து குடியேறியவர்கள். சாவகச்சேரி சாவகநாட்டில் இருந்து வந்த அரசனால் உருவாக்கப்பட்ட ஊர் என்று கதை இருந்தது. அந்த அரசனே யாழ்ப்பாணத்தில் ஒரு அரசை அமைத்ததாகச் சொல்வார்கள். 1956ற்குப் பின்னர் பண்டைய இலங்கையின் குளமாகிய வவுனிக்குளம் புனர்நிர்மாணம் செய்யப்பட்ட போது அங்குள்ள விவசாய நிலங்களில் யாழ்ப்பாணத்தில் இருந்து மக்களை அழைத்து வந்து குடியேற்றினார்கள். அதில் அம்பிகாவின் குடும்பமும் ஒன்று.

தறுமுவின் கதை முற்றிலும் மாறுபட்டது. அவர்கள் சந்ததி வாழ்ந்த நாகனூர் இப்போது வவுனிக்குளத்துக்குள் இருக்கிறது. வவுனிக்குளம் பெரிதாக்கப்பட்டபோது அதிக புராதனக் குடிகளின் ஊர்களை நீர் தின்றது. அதில் தறுமுவின் ஊரும் ஒன்று. அதனால் அங்கிருந்த குடிகள் வேறு இடம் தேடினர். அப்படி அவர்கள் புலம்பெயர்ந்து வவுனிக்குளம் வாய்க்கால்

ஓடிவந்து கலக்கும் சிறுகுளம் ஒன்றின் கரையில் குடியேறினர் தங்கள் நிலத்தைத் தொட்டு வரும் நீரைத் தொட்டுவாழ அவர்களுக்கு ஆசை இருந்திருக்கலாம்.

கறுப்பிக்குளம் ஆதியில் பெரிய மருதமரத்தை வைத்திருந்த சிறுகுட்டையாய் இருந்தது. வவுனிக்குள வலதுகரைக்கான பெருவாய்க்கால் அதைத் தொட்டுப்போக ஆரம்பித்ததும் அது தன் எல்லைகளை விரிவாக்கிற்று. மலைப்பாம்பு மிளாவை விழுங்கிப் படுத்திருப்பது போல வாய்க்கால் குளத்தைத் தொட்டவாறு சென்றது. குளத்தின் வடமுனையில் உள்ள மருத மரம் குளத்தின் தலையில் மாட்டப்பட்ட கிரீடம் போலிருக்கிறது. குளத்தின் கரையிலும் அல்லி, வெண்தாமரை, செந்தாமரை என்று நிறைந்திருக்கும். நடுவில் எருமை மாடுகள் தலையை மட்டும் வெளியே காட்டியவாறு நீருக்குள் மறைந்து நிற்கும். அதன் கொம்புகளில் கொக்குகளும் நாரைகளும் கொம்புகளில் பூக்கள் இருப்பது பேலிருக்கும். ஒரு குளம் எப்படி அழகானது என்பதற்கு கறுப்பிக்குளத்தை விட்டால் ஒன்றும் இல்லை என்று நிலவு அடிக்கடி புலம்பிப் போகும். அந்தக் குளத்தையே அவமதிக்கும் அழகோடு ஒருத்தி கறுப்பிக்குள வீதியிலிருந்து நடந்து போனால் இளம் காளை தருமராசன் என்னதான் செய்வான்?

வரலாற்றுக்குளம்

அன்று யேசுகிறிஸ்து பிறக்கவில்லை. உலகம் அதிகம் காடுகளில் வாழ்ந்து கொண்டிருந்தது. வலியவர்கள் எல்லைகளைப் போட்டு தொல்லைகள் தொடங்கி சண்டைகள், துன்பங்களைத் தொடக்கி வைத்திருந்தனர். புத்தபகவான் மட்டுமே அன்று தோன்றிய சத்தான ஞானியாக தத்துவம் சொல்லிச் செத்துப்போயிருந்த காலம். இந்திய துணைக் கண்டத்திலிருந்து பெரும் கடல் கோளால் ஈழநாடு தனித் தீவாகப் பிரிந்து ஐந்தாயிரம் ஆண்டுகள் கடந்து விட்டிருந்தது.

அனுராதபுரம் என்ற பண்டைய சிவபுரம் பௌத்தபுரமாகவும் மாறிக்கொண்டிருந்தது. அப்போது அனுராதபுரத்தில் இருந்து காட்டு வழியூடாக ஆறு குதிரைகள் வேகமெடுத்து வந்து கொண்டிருந்தன. அதில் உடல் தினவெடுத்த வீரர்கள் ஐவரும், ஒரு வெண்புரவியில் அரச அடையாளங்கள் போர்த்த பெண் தன் முன்னே சிறுமி ஒருத்தியையும் ஆரோகணித்தவாறு அந்த அடர்வனத்தில் நகர்ந்துகொண்டிருந்தனர். அக்குதிரைகளும், அங்கு நகர்ந்தோரும் முறையாகப் பராமரிக்கப்பட்டு அரச வாசனையில் தோய்ந்திருந்தன. காலைச் சூரியனை நுழையவிடாமல் அடர்ந்திருந்த அந்த வனத்தின் ஒவ்வொரு மரங்களும் எட்டிப்பார்க்கும்படியாக அவர்கள் வந்தார்கள். குதிரைகளின் முகங்களிலும் அதன் மேலிருந்தவர்களின் அகங்களிலும் இழப்பும், களைப்பும் பாதுகாப்பு தேடும்

பதைபதைப்பும் தெரிந்தது. அங்கே காடு தன் கண்போல் ஒரு நீர்ச்சுனையை வைத்திருந்தது. அந்த நீர்ச்சுனை அருகே ஒரு சிறுகுடில் இருந்தது. அந்த ஆறு குதிரைகளும் அந்தக் குடில் நோக்கி நகர்ந்தன. குடிலுக்குள் இருந்து சடை முடியை வாழைநார் கொண்டு கட்டிய நாகர்குடித் தலைவன் அவர்களை வரவேற்றான். ஆறு குதிரைகளில் இருந்து எட்டுப்பேர் குதித்திறங்கினர்.

அங்கு வந்தவர்கள் அனுராதபுர அரசகுலத்தினர் என்பதை அறிந்த நாகர்குலத் தலைவன் அவர்களுக்கு உணவளித்து உபசரித்தான். பல நாட்களாக காட்டின் ஊடாக கடும் பசியுடன் வந்தவர்கள் உணவருந்தினர். ஐந்து குதிரை வீரர்களும் பாதுகாப்பளிக்க அரசி தன் குழந்தைகளுக்கு உணவை ஊட்டிக்கொண்டிருந்தாள். அவளின் வட்ட முகமும், நெடிய நெற்றியும், உடுத்தியிருந்த உடையும் அரச வாடையை அள்ளி வீசியது. அவள் முகத்தில் சோக வெம்மையும், கோப நெருப்பும் கோடுகள் வரைந்திருந்தன. அந்தக் குளக்கரையில் சென்று சற்று ஆறினார்கள். அரசியின் மடியில் இளவரசி தாரணி பெரும் சோகத்தோடு இருந்தாள். இளவரசன் எலேலன் அச்சுனையை வெறித்துப் பார்த்தவாறு இருந்தான்.

எலேலன் மனதை அந்தக் குளம் விழுங்கிவிட்டிருந்தது. ஆனால் அனுராதபுரத்தில் நடந்த சண்டையில் தன் தந்தையான ஈழசேனனின் தலையை வெட்டி மூங்கில் கழியில் அசேலன் என்ற அயோக்கியன் காட்சிப்படுத்தியது அவன் மனதில் கொதித்துக்கொண்டிருந்தது. அங்கு மலர்ந்திருந்த செந்தாமரை எல்லாம் அவனுக்கு நெருப்புப் பூக்கள் போலவே இருந்தது. அவன் தங்கை தாயிடம் பல கேள்விகளைக் கேட்டுக்கொண்டிருந்தாள். எலேலன் அந்தத் தாமரைகளிடம் சத்தியம் செய்து கொண்டிருந்தான்.

“என் தந்தை எல்லாச் சமயங்களையும் சமமாக மதித்தார். எதிரிகள் அற்ற தேசத்தை அமைத்தார். எல்லோருக்கும் சம வாழ்வளித்தார். அவர் படை வலுவைக் குறைத்து மக்கள் மனதை நிறைத்துப் போரற்ற பேராட்சி செய்தபோது

நரி அசேலன் இருபத்திரெண்டு ஆண்டுகள் காத்திருந்து வீழ்த்திவிட்டான். போர் என்பதில் வெற்றி தோல்வி உண்டு. ஆனால் தந்தையின் தலையை வெட்டி மூங்கில் கழியில் நட்டு அவமானம் வழங்கியவர்களை வெல்வேன். அப்படி வென்று என் தந்தையின் எம்மதமும் சம்மதம் என்ற நீதியைச் சொல்ல இச்சுனையைப் பெரும் குளமாகக் கட்டுவேன் தாமரைகளே!"

என்று தாமரைகளுக்கு மனச்சத்தியம் செய்து கொண்டிருந்தான். அன்று கிறிஸ்துக்கு முன் 215 நடந்துகொண்டிருந்தது.

எலேலன் தாமரைகளுக்குச் சொன்ன மனவாக்கை கிறிஸ்துக்கு முன் 205ல் நிறைவேற்றினான். தனது இருபதாவது வயதில் அசேலனை வீழ்த்தி எல்லாளன் என்ற அரச நாமத்தில் அரசனானான். ஈழதேசத்தில் வேறுபாடுகளற்ற உச்சநீதி முறையில் 44 ஆண்டுகள் பௌத்தர்களும், சைவர்களும் மகிழ்ந்திருக்க ஆட்சி செய்த ஒரே மன்னனான அவன் கட்டிய முதலாவது குளம் பாலிக்குளம். அதுவே பின்பு வவுனிக்குளமாயிற்று. எல்லாளன் என்ற உலகின் ஒப்பற்ற மன்னர்களில் ஒருவனானவனுக்கு அன்று பசி தீர்க்க உணவளித்து எதிரிகளிடம் இருந்து மீண்டு சென்று கொண்டிருந்த அரச குலத்தவரைக் காத்து பாதுகாப்பாக அனுப்பி வைத்த நாகர்குலப் பெரியவரின் இரண்டாயிரம் ஆண்டு காலத் தொன்மத்தின் எச்சமாக தருமராசன் இருந்தான்.

ஆண்டாண்டுகளாக அக்குளத்தின் கிழக்குக்கரையில் தொல்குடிகளாக வாழ்ந்தவர்கள் 1956இல் அதே குளம் பெருப்பிக்கப்பட்டபோது புலம் நீங்கி அதன் மணம் மாறாதிருக்க ஆதியில் வவுனிக்குளம் கருக்கொண்டிருந்த தோற்றத்தில் இருந்த கறுப்பிக்குளத்தின் கரையில் வந்து குடியமர்ந்தனர். அவர்களை நீரின் உறவு நீட்டிக்கொண்டே இருந்தது. அந்த நீரின் உறவே 1986இல் அம்பிகாவை காதலிக்கக் கவர்ந்தது. குழந்தை பிறந்த ஆறுமாதத்தில் யாழ்ப்பாணத்துக்கும், இராமேஸ்வரத்துக்கும் இடையில் படகில் சென்றபோது, அசேலன் வழிவந்த கடற்படை துரத்தியது. அவர்களில் கைகளில் தான் சென்று விடக்கூடாது என்று அவன் கடலில் குதித்தான். பின்பு என்ன நடந்தது என்று பாக்குநீரிணைக்குத்தான் தெரியும். கறுப்பிக்குளக்கரையில் அம்பிகா காத்துக்கொண்டிருக்கிறாள்.

கானல்நதி

பஸ்கலின் நாட்களின் நகர்வில் பழைய நிலைக்குத் திரும்பினாலும் தன் வயிற்றில் குழந்தை வளர முடியாது என்பதை அவளின் அடர்ந்த அமைதி மூலம் வெளிப்படுத்தினாள்.

"வேந்தன் நான் என்ன பாவம் செய்தேன்? உன்னை ஏன் இந்த காய்க்காத மரத்துக்குக் காவலுக்கு அழைத்தேன்? நீ என்ன பாவம் செய்தாய்?"

என்ற அவள் அனுங்கல்களும் வடிந்தொழுகிய மானுட வெறுப்பையும் அவனால் இலகுவாக அவளில் இருந்து கரைக்க முடியவில்லை.

வைத்தியசாலையில் மிகத் தேர்ந்தெடுத்த உளவியல் மருத்துவர் சார்லொத் மாதம் ஒரு தடவை பஸ்கலினுக்கு மன அடைவு கற்றுக்கொடுத்த வண்ணம் இருந்தார். அம்மருத்துவர் அவர்களிருவருக்கும் உறவினர்கள் யாரும் இல்லை என்று அறிந்ததும் அவரே வீட்டுக்கு வந்திருந்து சிறு விருந்துகளையும், மாலைநேர தேனீர் விருந்துகளையும் ஒழுங்கு செய்தார். அந்த மருத்துவரின் குரலும், எதையும் மறைக்காமல் கனிவோடு எடுத்துச்சொல்லும் பக்குவமும் அவர்களுக்கு கொடிய வெம்மையான காலத்தில் பொட்டென்று கொட்டிய மழைபோல்

அவர்களை மீண்டும் சிரிக்கவும், பேசவும் செய்வித்தது.

மருத்துவர் சார்லொத் பேசும்போது உதடுகள் முடியும் இடத்தில் இரு புன்னகை எப்போதும் இருக்கும். கரங்களைப்பற்றி, முள்ளந்தண்டு வடங்களை வருடி அவர் சொல்லும் ஒவ்வொரு வார்த்தைகளும், கொடிய நாட்களைக் கடக்கும் மருந்தாக இருந்தது. அவர் ஓர் ஆற்றுப்படை அரசி போல் இருப்பார். அவரைப் பார்க்கும்போதெல்லாம் ஏன் மனிதர்கள் இந்தப் பெண் போல வாழக்கூடாது? என்று வேந்தன் நினைத்திடுவான். சார்லொத்தின் தோளில் சாய்ந்து பஸ்கலின் அழுதபோது அவரின் தோற்பட்டையே நனைந்திருந்தது. அப்போதுதான் அவள் டாக்டர் என் வயிற்றுக்குள் எப்படி றேடியேசன் நுழைந்தது? என்றாள்.

“குழந்தையே! உன்தந்தை அணு உலையின் முழுமையான பாதிப்பிலிருந்திருக்கிறார். அப்போது உன் தாயின் வயிற்றுக்குள் நீ இருந்திருக்கிறாய். உன் அப்பா அப்போது அப்பா மட்டுமல்ல, ஒரு குட்டி அணுவுலையாகவுமே இருந்திருக்கிறார். அவர்கள் அப்போது அதன் கொடிய விளைவுகள் பற்றி அறிந்திருக்கவில்லை. வயிற்றுக்குள் இருந்த குழந்தையோடு உன் தாயார் தந்தையோடு இருந்ததால் ஏற்பட்ட தாக்கமே உனக்கு வந்திருக்கிறது. மனிதர்களின் கண்ணுக்குத் தெரிந்த ஆபத்துக்களை விட, கண்ணுக்குத் தெரியாத ஆபத்துக்களே அதிகமானவை. உன் கர்ப்பப்பையை அகற்றுவது அவசியமானது. இல்லையேல் அது நீ காவித்திரியும் கதிரலை போன்றது. நீ வாழ்வது முக்கியம். இதோ உனக்கொரு அன்பான கணவன் இருக்கிறான். அவன் உன் மீது இருக்கும் அன்பை மறக்காதே. இருப்பதில் வாழுதல் அவசியம் கண்ணே!”

அன்றிரவு “வேந்தன்! நாம் ஏன் தெரிவு செய்யப்பட்டோம்? உன் தலைமுறைக்கும் என் தலைமுறைக்கும் நாம் இருவர்தான் இறுதி மனிதர்கள்” என்று கலங்கினாள். வேந்தனிடம் வார்த்தைகள் தீர்ந்துவிட்டிருந்தது. டாக்டர் சார்லொத் கூறியதுபோல் அவன் அதிக அன்பைச் செலுத்தியபோதும் முடிவில் அவள் இப்படி ஒருவனுக்கு நான் கிடைத்திருக்கக்கூடாது என்பாள். “என்

கனியே! எமக்கு இயற்கையாய் குழந்தைக்கான வாய்ப்பின்றி இருந்திருந்தால் என்ன செய்வது? உனக்கு நான் இருக்கிறேன்" என்றான். அப்போது அவன் நினைவில் அம்பிகாவின் கதை வந்து நின்றது. வேறு கதையொன்றின் மூலம் அவள் மூளையின் சிந்தனைகளை மடைமாற்றலாம் என்று நினைத்தான். அம்பிகாவிடம் தான் கேட்டறிந்த கதைகளை அவள் நெற்றியை வருடியவாறு கூற ஆரம்பித்தான்.

இரவு அம்பிகாவின் கதைகளில் முழித்திருந்து கரைந்து கொண்டிருந்த அஞ்சன வேளையில் அவள், "வேந்தன்! அம்பிகாவை நான் பார்க்க வேண்டும் போல் உள்ளது என்றாள். எனக்கு எஞ்சிய உறவு அவர்தான், நாம் அவளைச் சென்று பார்ப்போம்."

"நீ இலங்கை செல்ல முடியாதே?"

- இந்தியாவில் தமிழ்நாடு என்ற மாநிலம் ஒன்று உண்டு. அவரை அங்கு வரவழைத்துப் பார்ப்போம்.

"நீ குழந்தையின் நிலை பற்றி அம்பிகாவுக்குச் சொல்லி விட்டாயா?"

- இல்லை.

"எதிர்பார்ப்பைக் கூட்டுவது தவறு. நீ சொல்லிவிடு."

- நாம் இந்தியா செல்வோம். எமக்கும் அம்பிகாவுக்கும் ஒரு மாற்றமாய் இருக்கும்.

அப்போது விடிந்துகொண்டிருந்த நேரம் அவர்கள் தூக்கத்தை அரவணைத்தார்கள். அது ஒரு பாதை கண்டுபிடிக்கப்பட்ட நாடற்ற பயணிபோல் சுகமாக இருந்தது.

வேந்தன் இந்தியா நோக்கிய பயணத்திற்குத் தயாரானான். அவளிடம் பிரெஞ்சுக் குடியுரிமை இருந்தது.

அவன் அகதி அட்டையை வைத்துக் கொண்டிருந்தான். பிரஞ்சுமொழியில் தேர்ச்சி இருந்தும் அவனால் குடியுரிமை பெறுவதற்குச் சிலதடைகள் இருந்தன. சில ஆண்டுகளுக்கு

முன்னர் குடியுரிமைப் பாரங்களை நிரப்பியபோது, அவனது பெற்றோரின் மரணச் சான்றிதழ், அதில் அவசியமாயிற்று. அரசாங்கத்தால் வீசப்பட்ட குண்டுகளில் இறந்தார்கள் என்று இலங்கை அரசு மரணச் சான்றிதழை வழங்குமா என்ன? இவ்வளவு அறிவற்ற அரசாங்கமா?

பின்பு அதைப்பற்றி அக்கறையற்று அகதி அட்டையுடனேயே இருந்துவிட்டான். அதில் ஒரேயொரு குறை மட்டும்தான் இருந்தது. இலங்கைக்குச் செல்லமுடியாது. கையிலிருந்த பயணப் பத்திரத்தில் அகதி என்ற முத்திரை இருக்கும். எல்லா விமான நிலையங்களிலும் விசேடமாக கவனிப்பார்கள். அகதிகளிடம் அவர்களுக்கு கரிசனை அதிகம் இருக்கும். பிரெஞ்சு அரசாங்கம் மீண்டும் பத்துவருடம் அவனது அட்டையைப் புதுப்பித்துக் கொடுத்திருந்தது. அது 2029 வரை செல்லுபடியாக இருந்தது. அது எவ்வளவு கொடை? இலங்கையில் அம்பிகாவைத் தவிர அவனுக்கு அவசியமானது என்று சொல்லிக்கொள்ள யாருமில்லை. அங்கு சென்றால் அவனுக்கு விமானக் குண்டுகளும் செல்குண்டுகளும் கேட்கும் என்ற உறைந்த நினைப்பு மட்டுமே இருந்தது. கடந்த பத்தாண்டுகளில் அவன் அந்தச் சத்தங்களிலிருந்து விடுதலை பெற்றிருந்தான்.

நாற்பத்தெட்டு மணிநேரத்தில் பஸ்கலினுக்கு இந்திய விசா கிடைத்தது. வேந்தன் நாற்பத்தைந்து நாட்கள் இந்திய விசாவுக்காகக் காத்திருக்கவேண்டும் என்றார்கள். அகதி அட்டைக்கு அவர்கள் கொடுக்கும் மரியாதை, அதற்காகத்தான் இத்தனை நாட்கள் எடுத்துக் கொள்கிறார்கள் என்று அவர்கள் பெருமைப்படுத்துவதை நினைத்துக்கொண்டு காத்திருந்தார்கள்.

அதர்

நடாசாவின் கைபேசியை பஸ்கலின் உயிர்ப்புடன் வைத்திருந்தாள். தாயின் குரலும், பேசிய வார்த்தைகளும் அதற்குள் இருந்தது. அவ்வப்போது அதை உயிர்ப்பித்து அவளின் குரல் பதிவு செய்திகளைக் கேட்பாள். நடாசா இறந்ததை அறியாத சிலர் குறுஞ்செய்தி அனுப்புவார்கள். அதற்குப் பதில் அனுப்புவாள். அன்று மாலை வெயில் குளிரைக் குழைத்து வந்து கொண்டிருந்தது. நதிக்கரை திறந்த ஜன்னல் ஊடாக சூரியன் நுழைவது போல நதி சிரித்துக் கொண்டிருந்தது. காற்றை யாரோ திருடிவிட்டது போல அதன் அடையாளங்களற்று மரங்கள் நின்றன. காற்று இல்லாததால் குளிருக்கு இதமாய் இருந்தது. அயல்வீட்டு பிரோன்சுவா கிழவன் படகை நதிக்குள் நகர்த்திக் கொண்டிருந்தான். அவன் போட்டிருந்த குருத்துப்பச்சை உடையும், வெண்முடியும் நதிக்குள் ஒரு மரம் வெண்பூவுடன் நகர்வது போல இருந்தது. அவன் நதிக்குள் நகர்கிறான் என்றால் காலநிலை இன்று இரக்கம் காட்டுகிறது என்று அர்த்தம்.

பஸ்கலின் கிழவனின் துடுப்பு வலிப்பையும், படகு நகர்வையும் பார்த்துக்கொண்டே நின்றாள். படகு கீறிய நதிக்கோடுகளை நதியே அழித்துக்கொண்டு பின்னால் சென்றது. பின்பு பச்சை மரமும் வெண்பூவும் சிறிதாகி காணாமல் போனது. கிழவன் இன்று மீண்டு வர மாலையாகலாம். அவள் தாயின் கைபேசியை எடுத்துக்கொண்டு நதிக்கரையில் நங்கூரமிட்டிருந்த

படகை நோக்கிச் சென்றாள். வேந்தன் தனது மொழியில் கற..பற..ஓம்..கீ..கற..பற.. என்று யாருடனோ ஆர்வமாகப் பேசிக்கொண்டிருந்தான். அவனைக் குழப்பாமல் சைகை மூலம் தான் வீட்டின் கோடியில் உள்ள நதிக்குப் போகிறேன். பேசிவிட்டு அங்கு வா! என்று கையாலும் ஒலி எழுப்பாத வாயாலும் சைகை செய்தாள்.

அவன் பெருவிரலைக் காட்டிவிட்டு மீண்டும் தனது மொழியில் பேசிக்கொண்டிருந்தான். அவன் அப்படித் தன்மொழியில் உரையாடுவது அரிது. அருமையாகவே அது நடக்கும். தன் மொழியில் யாருடனும் உரையாடிவிட்டால் முகம் வெளிச்சமாக இருக்கும். ஆனால் களைத்திருப்பான். அவன் மொழி பேசுவதற்கு அதிக சக்தி எடுக்கிறது என்று அவள் நினைத்துக்கொள்வாள். ஆனால் அதுபற்றி இதுவரை பேசியதில்லை. சில சொற்களையும் வசனங்களையும் அவன் தன் மொழியில் கற்றுக்கொடுத்தபோது முழுமையாக வாயின் பகுதிகளைப் பயன்படுத்தும் மொழி என்று புரிந்துகொண்டாள். வாய்ப்பகுதியைத் திறக்காமல் சிறிய இடைவெளியில் ஐரோப்பிய மொழிகள் போல் பேசமுடியாத மொழி. வேந்தன் இந்தப் பத்தாண்டில் பிரெஞ்சு மொழியை என்னிடம் இருந்து முழுமையாகக் கற்றுவிட்டான். அவனுடைய மொழியை என்னால் கற்க முடியவில்லை என்றும் அவள் நினைக்கத் தவறவில்லை.

அவள் இருக்கும் இடத்திலிருந்து நடாசாவின் உடலும் படகும் இருந்த நதித்திட்டைப் பார்க்கமுடியும். அவள் ஏகாந்தம் உறைந்திருக்க அத்திட்டைப் பார்த்தவாறு இருந்தாள். வேந்தன் கொடுப்புக்குள் சிரிப்பையும், கையில் ஒரு வைன் போத்தலும் இரண்டு குவளைகளுடனும் அங்கு வந்து சேர்ந்தான். சிறிய சிறிய பொன்னிழைகள் போல் இருக்கும் கூந்தலை உச்சியில் முடிந்து ஓர் கோலை செருகிவிட்டிருந்தாள். சூரியன் தன் வலிமையை ஆரம்பித்திருந்தது. அதனால் குளிர் ஆடையைக் களைந்து விட்டிருந்தாள். அவள் பின் பகுதியைப் பார்த்தவாறு வந்த வேந்தன், பேரீச்சம் பழத்தின் விதைபோல் இருந்த அவள் முதுகின் பள்ளத்தில் வைன் போத்தலை வைத்தான். அவள் திடுக்கிட்டாள். யே பேர் (நான் பயந்துட்டேன்) என்றாள்.

நதியை விலை பேசுகிறாயா? என்று கேட்டவாறு அருகே அமர்ந்தான்.

எதிர்காலத்தில் அதையும் செய்து விடுவார்கள் என்றாள்.

நீ செய்தி பார்த்தாயா? ரஸ்யப்படைகள் கீவ் நகரை நெருங்குகின்றன. மரியப்போல் என்ற நகர் கருகிய காகிதம் போலாகிவிட்டது. மீண்டும் ஒரு மனித வேட்டை. நீ பிறந்த நிலம் என்பதை மறக்காதே. என்றவாறு வைன் போத்தலைத் திறந்தான். டொக் என்ற சத்தத்தில் மரத்தக்கை சிகப்புத் திராட்சைக் குருதியின் வாசத்தைத் திறந்துவிட்டது. யுத்தம் சாகட்டும் 'சோந்தே' என்ற வேந்தனின் ஒலியும் குவளைகளின் ஒலியும் சேர்ந்தபோது நான்கு கண்கள் பார்த்துக்கொண்டிருந்தன. முதல் உதடுகளை அருந்தியதும் அவள் அவனை நெருங்கி முகர்ந்தாள். பின்பு பல்லியின் சத்தம் அங்கு கேட்டது. அவர்கள் உதடுகளில் ஒழிந்த வைனை உதடுகளால் தேடிக்கொண்டிருந்தனர். நான்கு கண்களும் மூடி இருந்தபோது நான்கு உதடுகள் ஏதேதோ ஆராய்ச்சியில் இருந்தன. அவன் மடியில் அவள் பிருட்டங்கள் அத்திவாரம் போட்டிருந்தன.

கீவ் நகரின் நினைவுகள் உனக்குண்டா?

பிறந்த முன்று மாதத்தில் அங்கிருந்து வந்து விட்டேன். எனக்கு எப்படித் தெரியும்? விஞ்ஞான அகதியாக வந்த நாங்கள் மீண்டும் அங்கு திரும்பவில்லை. அப்பாவின் இறுதி நாட்களால் அம்மாவிற்குள் பெரும் அதிர்ச்சி இருந்தது. அவரிடம் இந்த விஞ்ஞானம், தொழில்நுட்பம் என்ற சொற்களில் வெறுப்பு இருந்தது. அப்பாவின் கடைசி நாட்களை அவர் எனக்குச் சொல்ல மறுத்துவிடுவார். உனக்கு முழுமையான அப்பா இருந்தார் என்று மட்டும் சொல்வார் என்றாள்.

உக்ரேன் மனிதர்களின் போர்த்திடல் ஆகிவிட்டது. உனக்கு வருத்தமாக இல்லையா?

வேந்தன்! எங்கு போரில்லை? நீ எதனால் இங்கு வந்தாய்? முரண்பாடுகளைப் பேசித் தீர்க்க முடியாமல் இத்தனை மொழிகளை மனிதர்கள் வைத்திருக்கிறார்கள். ராணுவம், போர்,

வீரம் என்பதெல்லாம் வெறுப்பாக உள்ளது. உலகில் இத்தனை கொடிய ஆயுதங்களை யாருக்காக உற்பத்தி செய்கிறார்கள்? இந்த பூமியைப் பட்டா போடவும் எல்லை போடவும் இவர்கள் யார்? ஒரு விலங்கின் பார்வையில் மனிதனை விட மோசமானதும் அவசியமற்றதுமான விலங்கு இல்லை. இதை வெல்லும் தத்துவங்களுக்கான இடங்கள் வெறுமையாகவே இருக்கிறது என்று கூறி 800 கோடி மனிதர்களை 800 மனிதர்கள் தீர்மானிக்கும் நிலைதான் அவலம். எந்தத் தாயாவது தன் மகன் கொல்வதையும் கொல்லப்படுவதையும் ஏற்பாளா? இவர்கள் வரலாற்றிலிருந்து திருட்டுத்தனங்களைத்தான் கற்றுக்கொள்கிறார்கள்.

எல்லோருமே மோசமானவர்களா?

மோசமானவர்கள் தீர்மானிப்பவர்களானால் எல்லாமே மோசமாய்த்தானே போகும். கோஸ்தாரிக்கா என்ற நாடு தன் இராணுவத்தைக் கலைத்துவிட்டு அதற்குண்டாகும் செலவை இயற்கைக்குச் செலவழிக்கிறது. அந்த நாட்டை எத்தனை நாடுகள் பின்பற்றுகிறது? ஹாரி டேவிட் என்ற அமெரிக்கர் இரண்டாம் உலக யுத்தத்தில் பங்கெடுத்தவர். பின்பு போர்களற்ற, எல்லைகளற்ற உலகை கனவு கண்டவர். தன்னை உலகக் குடிமகன் என்று அழைத்துக் கொண்டவர். அவரை உலகம் கண்டுகொள்ளவில்லை. 300 பணக்காரரிடம் 40 வீதமான மக்களின் பட்டினி இருக்கிறது. நல்லவைகளை நாடாத, தேடாத எல்லோரும் மோசமான எச்சங்கள்தான் என்றாள்.

ஹாரி டேவிட் பற்றி எங்கள் மொழியில் ஒரு புகழ்பெற்ற எழுத்தாளர் கதை ஒன்றை எழுதியுள்ளார். அதை நான் படித்திருக்கிறேன். இரண்டாயிரம் ஆண்டுகளுக்கு முன்னரே எங்கள் மொழிக்கவிஞன் ஒருவன் இந்த உலகம் எல்லோருக்குமானது என்று சொல்லி உள்ளான் என்றான் வேந்தன். அப்படியா? எனக்கு ஆச்சரியமாக உள்ளது. தெளிவாகவும் புரிகிறது. அதனால்தான் நீ அகதியாக இருக்கிறாய்.

நீ என்னைச் சீண்டவில்லையே!?

உனக்கு நாடில்லை. நீ உலகக் குடிமகன் தானே?

அப்போது வைன் போத்தல் தீர்ந்துவிட்டிருந்தது.

என் அம்மாவின் கைபேசியைப் பார்க்கவேண்டும். யாராவது செய்தி அனுப்பியிருப்பார்கள் என்று அதைத் திறந்தாள். தொடுகைபேசியில் திறக்கப்படாத குறுஞ்செய்தி ஒன்று 10.03.2022 அன்று வந்திருந்தது. அது ரஸ்யமொழியில் இருந்தது.

அன்பு நடாசா,

நான் கீத்ரி. இங்கு போர் வந்துவிட்டது. எல்லோரும் நகரை விட்டுச் சென்றுவிட்டனர். முதியவர்கள் சிலருடன் நானும் இருக்கிறேன். எனக்கு உன் உதவி வேண்டும். கீழ்வரும் முகவரியில்தான் இருக்கிறேன். இந்த முகவரியில் நான் இல்லாவிட்டால் இறந்துவிட்டேன் என்று பொருள். நீ என்னை மறந்திருக்க மாட்டாய்.

அன்புடன்
- கீத்ரி

ரஸ்ய மொழியில் அவள் அதை வாசித்தபோதே அவள் கண்களின் வெண்பகுதியில் சிவந்த கோடுகள் மின்னல்போல் வந்தன. பின்பு கண்களில் நீர் முட்டி நின்றது. செய்தியின் உள்ளடக்கத்தை, கண்களை, திருநீறு பூசுவது போல் துடைத்தவாறு பிரெஞ்சில் வேந்தனுக்குச் சொன்னாள்.

உனக்கு அந்த அம்மையாரைத் தெரியுமா? என்னையும் அம்மாவையும் செர்நோபிள் அகதிகள் முகாமில் இருந்து பாதுகாப்பாக அனுப்பி வைத்தவர் அவர்தான் என்று அம்மா கூறியுள்ளார். அவரின் ஆபரணம் ஒன்றை வைத்துப் பணம் திரட்டி பயணத்துக்கு உதவியவர் என்று அம்மா அவரையிட்டு பெருமிதம் கொள்வார். அவருக்குக் குழந்தைகள் இல்லை. தனியே கீவ்வில் வசித்து வந்தார்.

பஸ்கலின்! நாம் புறப்படுவோம். அந்த அம்மையாரை மீட்போம்.

எப்படி? அங்குதான் ஆபத்தே?

வழிகளை நாம்தான் கண்டுபிடிக்க வேண்டும். முதலில் ரோமானியா செல்வோம். பின்பு உக்ரைன் எல்லையில் இருந்து முயற்சிப்போம்.

இல்லை. முதலில் கீவ்வில் உள்ள பிரெஞ்சு தூதுவராலயத்தின் இலக்கத்திற்கு அழைத்து இந்த முகவரி பற்றி விசாரிப்போம்.

சரி நல்ல வழிதான். ஆனால் இப்போது தூதுவராலயம் அங்கு இயங்குவது அதிர்ஷ்டமானது. ஏவுகணைகள் விழுந்து கொண்டே இருப்பதால் அவர்கள் அங்கு இருக்கமாட்டார்கள்.

இலக்கத்தை மின்வலையில் தேடி *00380445903600* க்கு அழைப்பெடுத்தனர். அதிர்ஷ்டவசமாக ஒரு ஆண்குரல் அங்கிருந்தது. பஸ்கலின் விபரத்தைக் கூறினாள்.

"உங்கள் நிலைக்கு வருந்துகிறோம். கீவ் நகரில் குண்டுகள் விழுகின்றன. அம்மையார் பற்றி அறிய முயல்கிறோம். தகவல் கிடைத்தால் தருவோம். எதையும் உறுதிப்படுத்த முடியாது. இத் தொலைபேசித் தொடர்பு கூட துண்டிக்கப்படலாம். எதற்கும் நீங்கள் தொடர்ந்து முயற்சி செய்யுங்கள். உங்கள் விபரம், தொடர்பிலக்கத்தைத் தாருங்கள்."

பஸ்கலின் கீர்த்தி அம்மையாரின் இலக்கத்துக்குத் தொடர்பு கொண்டாள். அந்த இணைப்பு அணைக்கப்பட்டிருந்தது. கீவ் நகரை வெட்டிக் கொண்டோடும் டெனிபர் நதியின் வடகிழக்கு மூலையில் இர்ப்பின் நகரில் கீத்ரி அம்மையாரின் இருப்பிடம். அதற்குச் செல்வதற்கு என்ன செய்யலாம்? வேந்தனின் மூளை புதுப் பாதைகளைத் தேடுவதில் கைதேர்ந்தது. அவன் ஒரு திட்டத்தைச் சொன்னான்.

"இதோ பார், முதலில் நாம் ரோமானியா செல்வோம். அங்கிருந்து உக்ரைன் நாட்டின் எல்லைக்குச் செல்வோம் அந்த எல்லைப் பகுதியில் இருந்து மீதிப் பயணத்தைத் திட்டமிடலாம்."

வேந்தன், அராட் என்ற நகருக்கு நாளை அதிகாலை ஐந்து மணிக்கு பாரிஸ் ஓர்லி விமான நிலையத்தில் இருந்து ஒரு விமானம் செல்கிறது. அதில் இன்னும் நான்கு இருக்கைகள்

தான் இருக்கின்றன. முதலில் உடனே அதைப் பதிவு செய். நாம் பாரிசுக்கு எப்படிப் போவது?

பொறு! பிலா பிலாக் கார் (சொந்த அலுவலாக தனித்துப் பயணம் செய்பவர்கள் தமது பிரயாணச் செலவைக் குறைப்பதற்காகவும் உரையாடிச் செல்வதற்குமாக பிற பயணிகளையும் தமது வாகனத்தில் ஏற்றிச் செல்வது) ஏதும் பாரிசுக்குச் செல்லுமென்றால் நமக்கு வசதியாக இருக்கும். நான் அதை வலைதளத்தில் தேடுகிறேன். இதோ பார் இரவு 8 மணிக்கு ஒரு கார் பாரிஸ் செல்கிறது. இரவு பனிரெண்டு மணிக்குள் அங்கு சென்றுவிடும்.

அப்படியா? நல்லது. அதைப் பதிவுசெய் உடனே.

பஸ்கலின்! அந்தக் கார் ஓர் தமிழ்ப் பெயரில் இருக்கிறது. பார்த்தாயா? தங்கராசா கேசநந்தன் என்றிருக்கிறது.

அப்படியா? எப்படித் தெரியும் இது தமிழ்ப் பெயர் என்று?

இந்த வகையறா தமிழ்ப்பெயர் தான்.

அந்த இலக்கத்திற்கு அழைத்து உறுதிப்படுத்திக்கொள்.

இலக்கத்தைத் தருகிறேன் நீயே பேசு. 06 11 85 82 41

அவள் அழைப்பெடுத்தாள்.

வணக்கம் மிஸ்யூ (கனவானே) தங்கள் பிலாபிலாக்காரில் பாரிஸ் சொல்வதற்குப் பதிந்துள்ளோம். இன்று இரவு எட்டு மணிக்கு.

ஆம் சீமாட்டி! என்னிடம் உங்கள் விலாசம் இருக்கிறது. இரவு எட்டு மணிக்கு அங்கு வருவேன் தயாராக இருங்கள்.

நன்றி!

மகிழ்ச்சி! இரவு சந்திப்போம்.

வேந்தன், இருக்கலாம். அவர் பிரெஞ்சுமொழி தேர்ச்சியற்ற அளவுகளுடன் வருகிறது. உன்ர நாடாகக் கூட இருக்கலாம்.

பார்ப்போம்! இப்போது நாம் அவசரமாக எல்லாவற்றையும் தயார் செய்யவேண்டும்.

கதைகளை ஏற்றி வந்தவன் கதை.

இந்தக் கதை கடத்தி ஆகிய நான் இதில் கைதேர்ந்தவன் அல்ல. அகதியாக பிரான்சில் நுழைந்தபோது அரசாங்கத்தை மயக்குவதற்கு நான் சொன்ன கதையை விட வேறொன்றும் அறியேன்.

பிரான்சில் நாய்கள் விற்கும் கடையில் அதன் சிறை வீடுகளை சுத்தம் செய்ய ஆரம்பித்த என் தொழில் அனுபவம் பாரிசின் பாலியல் தொழிலைத் தவிர எல்லாவற்றையும் செய்து விட்டது. இறுதியில் கடந்த இரண்டு வருடமாக டாக்ஸி ஓட்டும் தொழிலில் ஈடுபடுகிறேன். அதுகூட என் தகுதிக்கு அதிகமானதுதான். நான் வாய் திறந்தால் என் மொழியை வைத்து என்னை எந்த நாட்டிலிருந்து இங்கு வந்திருக்கிறாய் என்று எல்லோரும் கேட்கிறார்கள். நான் எவ்வளவோ முயற்சி செய்தும் அந்த உச்சரிப்பு வரமாட்டேன் என்கிறது. ஆனால் என்னால் அதிகம் பேசாத எந்தத் தொழிலையும் செய்து விட முடியும். ஒருவனின் தகுதி இங்கு மொழியில் ஆரம்பிக்கிறது. அதை இட்டு நான் என்ன செய்ய முடியும்? என் கதைகளை இந்த அரசாங்கமே நம்பும்படி சொல்லும் நடிப்பு எனக்கு வருகிறது.

பாரிசில் இருந்து நோந் நகருக்குச் செல்ல வேண்டும் எவ்வளவு எடுப்பாய்? என்று குண்டு கேசவன் என்னைக் கேட்டார். இப்படியான நீண்ட சவாரிகளை அவர் கைவசம் வைத்திருக்கிறார். எல்லா தொடர்புகளையும் வைத்திருப்பதால் நான் அவரிடம் அவ்வப்போது என் இருப்பை உறுதிப் படுத்திக்கொள்வேன். அவரிடம் இருந்த மூன்று வாகனங்களும் சவாரிக்குப் போய்விட்டது. அந்த நல்ல நேரத்தில் எனக்கு அந்தச் சவாரி கிடைத்தது.

“அண்ணா 265 கிலோமீட்டர் காட்டுது போயிட்டு சும்மா வர வேணும்” என்று நான் ஒரு நடுநிலை விலையைச் சொன்னேன். “சரி சரி 100 ரூபாய் கூட்டிச் சொல்லு அதை எனக்குத் தா” என்றார். என்னால் வேறென்ன செய்ய முடியும்?

அவர்கள் சென்னையிலிருந்து வந்து இருந்தார்கள். அவர்கள் தோற்றம் அமெரிக்க வாழ்க்கை கொண்டது போலிருந்தது. நோந் நகரில் நான்கு வருடம் மேற்படிப்பைப் பூர்த்திசெய்த தங்கள் மகளின் பட்டமளிப்பு விழாவிற்கு அவர்கள் செல்கிறார்கள். இந்தியத் தடுப்பூசி அத்தாட்சியை பாரிசில் புகையிரத நிலையம் ஏற்காததால் அவர்கள் அவசரமாகச் செல்ல வேண்டியிருந்தது. தந்தை தாய் மகள் என்று மூன்று பேரோடு என் பயணம் ஆரம்பித்தது. அவர்கள் பெரும் பொறுப்பில் இருந்தனர். விமான நிலையத்தில் அனுமதிக்கப்பட்ட இந்திய தடுப்பூசி அத்தாட்சியைப் புகையிரத நிலையம் எப்படி மறுக்க முடியும் இந்தியா அவ்வளவு இளக்காரமான நாடா என்று கடும் கோபத்தில் அந்தப் பெரியவர் இருந்தார்.

எனது இன்ஃபினிட்டி (Car model ‘infiniti’) காருக்குள் இரண்டு நாடுகளுக்கு இடையிலான யுத்தம் ஏற்படும் போல் இருந்தது.

அந்த இளம்பெண் இளமையை சரியான நிறையில் வைத்துக்கொண்டிருந்தாள். கொஞ்சம் தமிழும் நிறைய ஆங்கிலமும் பேசினாள். அந்த பெரியவர் தம்பி நீங்க சிலோனா? என்றார். அதுபற்றி விளக்கம் கொடுக்க நான் விரும்பவில்லை

ஆமாங்க! என்று அவர்களுக்கேற்றபடி சொன்னேன்.

அந்த அம்மையார் சாந்தமாக இருந்தார். நெற்றியில் சிவப்புப் பொட்டு சிவப்பு சந்திரன் முழுதாய் இருப்பது போல இருந்தது. முன் கண்ணாடியில் அந்த மகளின் நெற்றியை அவதானித்தேன் அதில் ஒன்றுமில்லை. நீல வானம் போல் வெளியாகியிருந்தது. அது கூட அழகாய் இருந்தது. நான் பிரச்சினையை வளர்க்க விரும்பவில்லை. பார்ப்பதை நிறுத்திவிட்டேன். என் சவாரி 130 கிலோ மீட்டர் வேகத்தில் சென்று கொண்டிருந்தது.

பெரியவர் சற்று ஆசுவாசமாய் தம்பி ரொம்ப காலமா இங்க இருக்கீங்களா? என்றார். நான் பதில் சொன்னேன். பின்பு "அவர் இருக்கிறாரா?" என்றார்.

என் பதிலுக்குப் பிறகு அவர் ஏதும் பேசவில்லை. நான் அவ்வளவு மோசமாக நடந்துகொள்ளவில்லை என்றுதான் நினைக்கிறேன் என்ன இருந்தாலும் அவர் பெரியவர்.

இச்சவாரி ஆரம்பித்தபோது நோந்தில் இருந்து பாரிசுக்கான சவாரிக்கு பிலாபிலாக் காரில் விண்ணப்பம் போட்டிருந்தேன். யாராவது சாமப் பயணிகள் எனக்குச் சிக்குவார்கள். அப்படிச் சிக்கினால் என் சவாரி வெற்றிக்குரியதாக மாறிவிடும். நோந்த் நகரத்தை நெருங்கிக்கொண்டிருந்தபோது, என் விண்ணப்பத்திற்குப் பதில் வந்தது. சந்தியாகோ கிழவனின் தூண்டிலில் மீன் சிக்கியதுபோல மனம் துள்ளிக்குதித்தது. வேந்தன், பஸ்கலின் என்ற பெயரில் இருவர் பாரிசுக்குச் செல்வதற்கு விண்ணப்பித்திருந்தனர்.

23.03.2022 இரவு எட்டு மணிக்கு லுவார் நதிக்கரையோரமிருந்த வீட்டிலிருந்து இரவும் பகலும் போன்ற நிறத்தில் இருவரை என் வண்டியில் ஏற்றிக்கொண்டு பாரிஸ் நோக்கித் திரும்பினேன். அந்த ஆண் இந்திய நிறத்தில் இருந்தான். றெனியோன், இல் து மொரிஸ் அல்லது பாண்டிச்சேரியைச் சேர்ந்தவனாக இருக்கும் என்று நினைத்துக்கொண்டேன். அவர்களின் முகத்தில் மெல்லிய படபடப்பு இருந்தது. இருவரும் அந்நியோன்யமாக இருந்தனர். என் வேலையை மீறிப் பார்வையைப் படரவிட்டேன். பெடியன் நல்ல குட்டியைப் பிடித்துவிட்டான்! ம்... என்று எனக்குள் பெருமூச்சு விட்டேன்.

அவனும் நல்ல வாட்டசாட்டமானவனாகவே இருந்தான். கிவிப்பழம் போல அவன் முகம். மீசை, தாடிக்கான தடயங்களே இல்லை. அடர்ந்த கண்கள். அசைவுகள் தமிழனுக்குரியவையும் கலந்திருந்தன. அவன் ஒலி இழுகைகள் தமிழுக்குரியவையாக இருந்தன. சீவன் அருமையான பிரெஞ்சு பேசினான். அவர்கள் உரையாடலைக் கேட்டுக்கொண்டே கார் ஓட்டலாம். பாடல் தேவையில்லை.

நீங்கள் தமிழ் பேசுவீர்களா? என்று கேட்க நினைத்தேன். என்ன அவசரம்? அவர்களுக்கும் என்னைப்போல ஊகங்கள் வரலாம். அவர்களாகவே கேட்கட்டும் என்றிருந்தேன். அவள் அவன் தோளில் சாய்ந்தபோது முன்னே இருந்த கண்ணாடியில் முகம் தெரிந்தது. சற்று ஆசுவாசமாக நிமிர்ந்து உட்கார்ந்தேன். பிளேட்டால் வெட்டிவிடப்பட்டது போன்ற உதடுகள். கூரிய மூக்கு, வெள்ளையும், நீலமும் உள்ள லேசர் கண்கள், அதற்குமேல் அவளைப் பார்த்தால் விபத்து ஏற்பட வாய்ப்புண்டு. கார் 130 கிலோமீற்றர் வேகத்தில் சென்று கொண்டிருந்தது. கண்களைச் சாலையில் நிறுத்தினேன். மூளை வேர்களைப் பற்றி அறியவேண்டும் என்று ஓடித்திரிந்துகொண்டிருந்தது.

இந்த நினைவுகளை ஊடறுத்து அருமையான பிரெஞ்சுக்குரல் பின்னிருக்கையிலிருந்து வந்தது. வூ செத் தமூல்? (நீங்கள் தமிழா?) உய்... உய்...(ஆமாம்). உடனே நான் வூ பார்லே தமூல்? (நீங்கள் தமிழ் கதைப்பீங்களா?) என்றேன். ஓம் அண்ண! என்றான் வேந்தன்.

“நீங்கள் இலங்கையா?”

- ஓம் அண்ணா.

“நான் இல் து மொரிஸ் அல்லது றெனியோன் பெடியன் என்றல்லோ நினைச்சன். சின்ன வயசில வந்திற்றிங்கபோல?”

- இல்ல அண்ண, பனிரெண்டு வருசம்.

தம்பி அருமையா பிரெஞ்சு பேசுறிங்க. என்னால நம்பமுடியேல்ல!

எல்லாவற்றுக்கும் இவளே காரணம் என்று கூறி பஸ்கலினைப்

பார்த்து நாம் பேசியதைப் பிரெஞ்சில் கூறினான்.

அந்த நிமிடத்திலிருந்து வேந்தனின் கதையைக் கேட்டுக்கொண்டு பாரிசை நோக்கிப் பயணப்பட்டுக்கொண்டிருந்தோம். அவன் கதை அதிர்ச்சியைத் தந்துகொண்டிருந்தது. அவன் யுத்தகாலத்தில் வாழ்ந்த இடங்களில் நானும் இருந்திருக்கிறேன். அவர்கள் குடும்பமே கிபீர் குண்டுவீச்சில் இறந்ததை அன்று மல்லாவியெங்கும் பேசினார்கள். வேந்தனின் கதையும் பஸ்கலினின் கதையும் என்னைத் தின்று முடித்தது. நாம் பாரிசை அடைந்தபோது இரவு பன்னிரண்டு மணியாகியிருந்தது. அவர்கள் தங்களை ஒரு விடுதியில் விடுமாறு கூறினார்கள். அதிகாலை ஐந்துமணிக்கு அவர்கள் ஓர்லி விமான நிலையத்தில் உக்ரேன் நோக்கிய பயணத்தைத் தொடர வேண்டும். இன்னும் இரண்டு மணிநேரமே அவர்களுக்கு இருந்தது. இரண்டு மணிக்கு அவர்கள் விமானநிலையத்துக்குச் சென்றடைய வேண்டும். அந்த இரண்டுமணி நேரங்களை என் அறையில் தங்கவைப்பதில் இருக்கும் மகிழ்ச்சியை அவர்களிடம் தெரிவித்தேன். முதலில் தயங்கினார்கள். பின்பு ஏற்றுக்கொண்டார்கள். எனது அறைக்குச் சென்றோம். என் அறையின் தகுதிக்குரிய வகையில் அவர்களை உபசரித்தேன்.

பஸ்கலினுக்குக் கண்களில் தூக்கம் நின்றது. ஆனால் எனக்கோ வேந்தனுக்கோ கண்களில் விழிப்பு இருந்தது. அவளை என்னிடமிருந்த தனியொருவன் தூங்கும் கட்டிலில் ஓய்வெடுக்கச் சொன்னேன். நானும் வேந்தனும் தீர்ந்துகொண்டிருந்த நேரத்தை இழுத்துப்பிடித்துப் பேசினோம். அவனுக்கும் பெரும் ஆசுவாசமாக அது இருந்தது தெரிந்தது.

அதிகாலை இரண்டு மணிக்கு ஓர்லி விமான நிலையத்தை அடைந்தோம். அன்று உக்ரேன் மீதான ரஸ்ய யுத்தம் ஆரம்பமாகி ஒரு மாதம் கடந்திருந்தது. அவர்கள் ஓர் ஆபத்தான இடத்தை நோக்கிச் செல்கிறார்கள் என்பது எனக்கு நன்றாகவே தெரிந்தது.

விமானநிலையம் பரபரப்பாக இருந்தது. முதுகில் நீண்ட பயணப் பையைக் கொழுவியவாறு இருவரும் தமது கடுமையான

பயணத்துக்குத் தயாராக இருந்தனர். அந்த இளம் பயணிகளைப் பிரிவது என் மனதைக் கனக்கச் செய்தது.

வேந்தன், எல்லாவற்றுக்கும் நன்றி அண்ண! என்றான்.

நான் அவனை அணைத்து "கவனம் தம்பி" என்றேன். பஸ்கலினும் கன்னங்களில் நன்றி சொன்னாள். அவர்கள் திரும்பிப்பார்த்துக் கைகாட்டியபோது புவியதிர்வில் நிலம் ஆடுவதுபோல் எனக்கிருந்தது. அவர்கள் செல்வதைப் பார்த்துக்கொண்டே நின்றேன். மின்படிகள் அவர்களை இழுத்துக்கொண்டு கீழிறங்கியபோது-

"தம்பி என்ன பிரச்சனை என்றாலும் எனக்கு அழைப்பெடுங்கோ" என்றேன்.

படிப்படியாக அவர்கள் மறைந்தார்கள். அவர்கள் தலையும் மறைந்தபோது மின்படிகள் மட்டும் சுற்றிக்கொண்டிருந்தன. எனக்கு கலுங்கி பாயப்போகும் குளம்போல் உணர்வுகள் முட்டிக்கொண்டு நின்றன. நாம் மீண்டும் சந்திப்பது நம்கையில் இல்லை. நாம் விரும்பாத 'கரும் துளைக்குள்' நாம் இழுக்கப்படுகிறோம் என்பது தெரிகிறது. இதிலிருந்து மீழ்வதற்கான வழியைக் காட்டும் வரைபடம் யார் மூளையில் உள்ளது? அடுத்து வந்த ஏழு நாட்களில் இதை எழுதி முடித்தபோது கீவ் நகரில் குண்டுகள் வீழ்ந்துகொண்டிருந்தன. வேந்தன், பஸ்கலினிடமிருந்து எந்தச் செய்தியும் வந்து சேரவில்லை.

முற்றும்

பிணவனம்

பாலஜோதி ராமச்சந்திரன்

பாலஜோதி ராமச்சந்திரன்

இவர் தற்போது வசிப்பது புதுக்கோட்டை நகரில். மூத்தபத்திரிகையாளர். விகடன், குமுதம், நக்கீரன் ஆகிய நிறுவனங்களில் சென்னை, இராமநாதபுரம், புதுக்கோட்டை மாவட்டச் செய்தியாளராக இருபது வருடங்களுக்கு மேலாகப் பணிபுரிந்திருக்கிறார். 'வல்லம் மகேசு' என்ற பெயரில் இவர் எழுதிய பல கட்டுரைகள் சாதிய, அரசியல், சமூக அதிர்வுகளையும் விழிப்புணர்வையும் ஏற்படுத்தியவை. தஞ்சை அருகில் உள்ள வல்லம் என்ற ஊரில் பிறந்தவர். எனினும் தனது பூர்வீகம் என்று இவர் குறிப்பிடுவது, காவேரிப்பூம்பட்டினம் அருகில் உள்ள தலையுடையவர் கோவில் பத்து என்று அரசு ஆவணத்தில் பதிவு செய்யப்பட்டிருக்கும் தலைச்சங்காடு என்ற சின்னஞ்சிறு கிராமத்தை. இவருடைய ஆதர்ஷ எழுத்தாளர் மௌனி. அவரைப் படித்த பிறகே, தான் எழுதவந்ததாகக் குறிப்பிடுகிறார். எழுத்தின் வழிகாட்டிகளாக, நாஞ்சில் நாடன், எஸ்.ரா, ஜெயமோகன், சாரு, கோணங்கி, இமையம் ஆகியோரை நன்றி பாராட்டுகிறார்.

கோவை சிறுவாணி வாசகர் மையம், சென்னை வானவில் பண்பாட்டு மையம், நன்னன் குடி, பேசும் புதியசக்தி, விடியல் இலக்கிய இதழ், தமிழ்ப் பல்லவி, நோஸன் பிரஸ் (பிஞ்ச்) உள்ளிட்ட ஏராளமான இலக்கிய அமைப்புகள் நடத்திய சிறுகதைப் போட்டிகளில் பரிசுகள் வென்றிருக்கிறார். *'பிணவனம்'* இவர் எழுதிய முதல் குறுநாவல் என்பது குறிப்பிடத்தக்கது.

–1–
சத்ரு

அவனை நான் முடக்கி வைத்திருக்கிறேன். கிட்டத்தட்ட சிறை போலத்தான். ஆனால், சிறையிலல்ல. அண்டவெளியின் ஒரு பகுதி. அளப்பரியப் பெரும் பகுதி. அங்கே, யுகம் யுகமாக பிணங்கள் எரிந்துகொண்டே இருக்கும். புதைக்கப்பட்டுக் கொண்டே இருக்கும் இன்னும் குகைகளில், கற்குவியல்களில், மலை உச்சிகளில் ஓய்வும் ஒழிச்சலின்றி பிணங்களுக்கு இறுதி மரியாதை செய்யப்பட்டுக் கொண்டே இருக்கும். உருவாகும் இடமற்ற, கலக்கும் கடலுமற்ற பெரும் மாய நதியில் லட்சங்களில் பிணங்கள் மிதந்துகொண்டே இருக்கும்.

விண்டவர் கண்டிலோரும் கண்டிலோர் விண்டவரல்லோரும் இங்கே பிணங்களாக இருந்துகொண்டே இருக்கிறார்கள். இப்போது எனது முழுமையான கட்டுப்பாட்டுக்கும் அதிகாரத்துக்கும் அடிமைத்தனத்துக்கும் வந்துவிட்டதான பூமியில், உள்ள அத்துணை மதத்தினரின் இறுதிச்சடங்கு வழிமுறைகளின்படியே, இந்த அண்டவெளியின் இப்பெரும் 'பிணவனம்' பிம்பம் கொண்டதாக இருக்கிறது.

இந்த வனத்தில் எரியும் பிணங்கள் எதுவும் பிடிச்சாம்பலாக மாறுவதில்லை. புதைக்கப்படுபவையை பூச்சிகள் அரிப்பதில்லை. மாய நதியில் மிதப்பவை நாறுவதில்லை. ஆனால், நெருப்பின்

வெக்கையும் புகை மண்டலமும் அழுகிய வாடையும் எப்போதும் இருக்கும். உலகின் முதல் மனிதனில் தொடங்கி, இந்த வினாடி கருவில் இறந்து பிறக்கும் சிசு வரையில், இந்தப் பிணவனத்தில் உயிரற்று, முடிவில்லாமல் எரிந்துகொண்டோ, அழுகிக்கொண்டோ, மிதந்துகொண்டோ இருந்தாக வேண்டும் என்பது அவன் உருவாக்கி வைத்த விதி. அதே விதியின்படியே அவனையும் இதே பிணவனத்தின் பல லட்ச வருடங்களாக அடைத்து வைத்திருக்கிறேன்.

அவனுக்கும் சரி, எனக்கும் சரி சாவு என்பது எப்போதும் கிடையாது. காரணம், நாங்கள் மாம்சத்தில் இருப்பவர்களோ... உண்டாக்கப்பட்டவர்களோ கிடையாது. ஆகையால், எங்கள் இருவருக்கும் உயிர், சுவாசம், இருதயம், என்ற எதுவும் கிடையாது. அவன் இறைவன். நான் சத்ரு. அவனுக்கு நான் எதிரி. எனக்கு அவன் எதிரி. அவன்தான் நான். நான்தான் அவன். இருவரும் வேறு வேறானவர்கள் அல்ல. ஆனால், ஒன்றானவர்களும் அல்ல. எங்களைப் புரிந்துகொள்வதென்பது, நாசியில் சுவாசம் உள்ள எந்த உயிர்களுக்கும் மனிதர்களுக்கும் கைகூடி வராத ஒன்று.

நாங்கள் இருவரும் ஒருவரிலொருவர் அன்பு கொண்டவர்கள். ஆனால், எதிரிகள். ஒன்று, நான் அவனை அழிக்க வேண்டும். அல்லது அவன் என்னை அழிக்க வேண்டும். இதனை நாங்களே செய்துகொண்டு விட முடியாது. பூமியில் உள்ள மனிதர்களின் உதவி இருந்தால் மாத்திரமே முடியும். உதவி என்றால், அவர்கள் அதாவது, மனிதர்கள் நேரடியாகச் செய்வது அல்ல. அவர்களை நாங்கள் பயன்படுத்திக்கொள்வது. மனிதர்கள் முழுமையாக அவன் கட்டுப்பாட்டுக்குள் இருந்தால், நான் அழிக்கப்பட்டுவிடுவேன். முதலாம் யுகத்தில் நிலைமை அப்படித்தான் இருந்தது. கொஞ்சம் அசந்து இருந்திருந்தால் அப்போதே நான் அழிக்கப்பட்டிருப்பேன். நல்ல வேளையாக, சுயமாக சுதாரித்துக் கொண்டேன். இந்த நான்காம் யுகத்தில் எனது கை ஓங்கியிருக்கிறது, நிலவரம் முழுவதும் எனக்கு சாதகமாகவே இருக்கிறது. மனிதர்கள் எனது கட்டுப்பாட்டுக்குள் வந்துகொண்டே இருக்கிறார்கள். இனி, இறைவனை மிகச்

சீக்கிரமாகவே அழித்துவிடுவேன்.

அவன் பெரும் பேராசைக்காரன், பூமியின் நிரந்தர அதிபதியாக இருக்க விரும்புகிறான். அதில் இருந்த, இருக்கிற, இனி இருக்கப்போகிறதான, அத்தனை மனிதர்களும் தனது சொல்லுக்கும் தன்னை மாத்திரமே வழிபட வேண்டும் என்கிறதான செயலுக்கும் கட்டுப்பட வேண்டும் என்று விரும்புகிறான். ஆனால், அப்படியெல்லாம் நடக்கக் கூடாது. முடியாது என்பதுதான் உண்மை. என்னதான் இந்த அண்டசராசரங்களையும் பூமியில் பிண்டங்களையும் படைத்தவன், சிருஷ்டித்தவன் அவன்தான் என்றாலுமே, படைக்கப்படுவதும், பிறப்பிக்கப்படுவதும், உருவாக்கப்படுவதும் பொது பயன்பாட்டுக்கு வந்தபிறகு, அவனுக்குச் சொந்தமானது அல்ல என்பதுதான் பொது விதி. அது இறைவிதியாக இருந்தாலுமே, இதற்கு விதிவிலக்கு இல்லை என்பதுதான் காலக்கிரமம். அப்படி இருக்கும் போது, அவன் பெரியோர், சிறியோர், குழந்தைகள் உள்ளிட்ட எல்லா மனித வடிவங்களையும் தன்னை மாத்திரமே வழிபடும் தூபக் கலசங்களாக எப்போதும் இருக்க வேண்டும் என்று செயலாற்றுவது எந்த விதத்தில் இறைநியதி? இது எனக்கு அவன் மீதான எரிச்சலைப் புகைச்சலாகக் கிளப்பியது. எங்களுக்குள்ளான புரிந்துணர்வு ஒப்பந்தமே, நான்கு யுகங்களில் முதல் இரண்டு யுகங்கள் அவன் ஆண்டுகொள்வது. அடுத்த இரண்டு யுகங்கள் நான் ஆள்வது என்பதுதான்.

கிராதகன், விதியைப் போட்ட அவனே அதை மீறினான். விதியை வகுப்பவர்களுக்கு அந்த விதி பொருந்தாது என்ற எழுதப்படாத விதி, இன்று மனிதர்கள் மத்தியில் மலினமாகிவிட்டதன் தொடக்கப் புள்ளியே இந்த எமகாதகப் பயல்தான். என்னை ஏமாற்றி, ஏய்த்து மூன்று யுகங்கள் முழுமையாக அவனே பூமியின் ஆட்சியாளனாக இருந்தான். போதாக்குறைக்கு, தற்போது நடந்து வருகிறதான, நான்காவது யுகத்தின் முதல் பகுதியையும் அவனே அபகரித்துக் கொண்டான். முதல் பகுதி என்றால், சில பல வருடங்கள் அல்ல. லட்சக் கணக்கான வருடங்கள். அவனிடம் நான் கேட்டதற்கு, “உன்னை

அதிபதியாக்கினால், பூமியும் அதிலுள்ள நிறைவும் மனிதர்களும் நாசமடைந்துவிடும். என்னிடமே இருக்கட்டும். நானே ஆட்சி செய்துக்கொள்கிறேன்" என்கிறான். அவன் சொல்வதை எப்படி ஏற்றுக் கொள்ள முடியும்? அவன், அவனது இயல்பின்படி ஆட்சி செய்வது போல், நான் எனது இயல்பின்படிதானே ஆட்சி செய்ய முடியும்? பூமியையும் அதன் நிறைவையும் நாசமோசமாக்குவதும் அமைதியின்மையை ஏற்படுத்துவதும், மனிதர்களுக்குள், மத, இன, நிறக் கலவரங்களை ஏற்படுத்தி, உயிர்களைக் கொள்ளைப் பொருளாகக் கொள்வதுதானே. எனக்கான இயல்பு? நான் அதன்படிதானே ஆட்சி செய்ய முடியும்? இது அவனுக்குமே தெரியும்.

அவனுக்கு மனிதர்கள் எப்போதும் தன்னை வணங்கிக் கொண்டிருப்பதில் பெரும் மயக்கமும் விருப்பமும் ஏற்பட்டுவிட்டது. அந்த அனுபவம் எனக்கு வந்துவிடக் கூடாது என்றும், மனிதர்களை நான் வசப்படுத்திவிடக் கூடாது என்பதே அவனது நோக்கமாகவும் செயல்பாடாகவும் இருந்தன. நான் வளர்ந்துவிடக் கூடாது என்பதிலும் அவனை மிஞ்சிய பாரிய சக்தியாக அண்டவெளியில் நான் இருந்து விடக் கூடாது என்பதிலும் மிக நுண்ணியமாகக் காய்களை நகர்த்திக் கொண்டு இருந்தான். 'அடப் போடா' என்று உதறிவிட்டு நான் போய்விடவும் முடியாது. 'ஒத்தைக்கு ஒத்தைக்கு வாடா.... சொத்தைப்பயலே' என்று அவசரப்பட்டு அவனை மல்லுக்கட்டுக்கும் வருமாறு சவாலும் விட முடியாது. அதே சமயம், இதற்கும் மேல் பொறுமையாக இருக்கவும் முடியாது. பல யுகங்கள் காத்திருந்தாகிவிட்டன. நான் அவசரப்பட்டு எடுக்கும் எந்தவொரு செயலையும் தனக்குச் சாதகமாக மாற்றிக் கொள்ளும் காரியவாதி அவன். என்ன செய்யலாம்..? எப்படிச் செய்யலாம்? என்று பல யுகங்களாக யோசித்து... யோசித்துக் கண்டடைந்ததுதான் அவனைச் சிறை வைப்பது என்ற எனது முடிவு.

இது சாதாரண விஷயமாகத் தோன்றலாம். ஆனால், அவன் விஷயத்தில் அது அவ்வளவு எளிதான காரியம் அல்ல. இறைவனின் பெரும் பலமே, அவனது சிருஷ்டிப்பு சக்திதான்.

இது தவிர, தனிப் பெரும் தனி சக்திகளும் அவனிடம் உண்டு. இவை அவனிடமிருந்து செயல்பட முடியாதபடி செய்து விட்டாலே போதும். அவனை மேற்கொண்டுவிடலாம். அப்படியானதொரு இடம்தான் பிணவனம். அங்கே அவனை அடைத்து, ஒட்டுமொத்த பிணவனத்துக்கும் சீல் வைத்தேன். தூணிலும் துரும்பிலும் இருந்தவனைத் துருவிலும் தூசியிலும் கூட இல்லாதவனாக மாற்றினேன். அசாதாரண பாரியனை மிகச் சாதாரண சிறியனாக, பல லட்ச வருடங்களாக அடைத்துப் போட்டு வைத்திருக்கிறேன். உருவமற்றவனை எங்கும் நிறைந்திருக்கும் பரம்பொருளை, ஒளியின் காதலனை, பிணங்கள் எரியும் பாரிய சுடுகாட்டின் ஒளியில் உறையவும் உலவவும் விட்டிருக்கிறேன்.

எல்லோரும் நினைப்பது போல், அவன் கருணைக் கடலும் அல்ல... இரக்கங்களின் மகா ஊற்றும் கிடையாது. மகாபாதகன். நம்பிக்கைக்குத் துரோகி. எனக்கு மட்டுமல்ல அவனை சதாநேரமும் வாயிலும் மனதிலும் உச்சரித்துக் கொண்டு, அவனே கதியென்று வழிபட்டுக்கொண்டிருக்கிற மனிதர்களைப் பாடாகப் படுத்துகிறவன். அவர்கள் ஆசைப்படுகிற அற்பமான விஷயங்களைக் கூட நிறைவேற்றி வைக்காதவன். அடுத்த வேளை உணவுக்கான அரிசியை அவன் தருவான் என்று நம்பிக் கொண்டு, சூம்பிக்கிடக்கிற மனிதர்களை யுகம் யுகமாய் பார்த்துப் பார்த்து சலிப்படைந்திருக்கிறேன். என்னை நம்பியவர்களை நான் எப்போதும் இப்படி விளிம்புநிலையில் வைத்ததேயில்லை. அவர்களை உலகக் கோடீஸ்வரர்களாக்கி இருக்கிறேன். ஆசைப்பட்ட எல்லாவற்றையும் ஒன்றல்ல... ரெண்டல்ல... பத்து மடங்கும் பத்தாயிரம் மடங்குமாகச் செய்திருக்கிறேன். அவர்களிடம் கருணை இருக்காது... நேர்மை இருக்காது... செய்யும் எல்லாத் தொழிலும் தர்மம் இருக்காது. அவர்களிடம் இருப்பதெல்லாம் எனது குணங்கள்தாம். அதனால்தான் அவர்கள் என்னை வழிபடுகிறார்கள். எனக்கான வழிபாட்டுத்தலங்களை கார்ப்பரேட் பாணியில் கட்டுகிறார்கள். இடங்களை வளைத்துப் போடுகிறார்கள்... பணத்திலும் சொகுசிலும் புரள்கிறார்கள். அவர்கள் என்னை எப்போதும்

மகிழ்ச்சியாக வைத்து இருக்கிறார்கள். அதனால், அவர்களை எப்போதும் நான் மன ரம்யமாக, கொண்டாட்டமாக வைத்து இருக்கிறேன்.

என்ன இறைவன் அவன்? எங்கிருந்து வந்தான்? ஏன் வந்தான்? எதற்காக... எப்படி.... இந்த அண்ட சராசரங்களைப் படைத்தான்? அவனது நோக்கம் என்ன? அவன் உருவான விதம் எப்படி? ஆணா... பெண்ணா...? அல்லது இரண்டுமா? இல்லையெனில், இவை எதுவுமற்றவனா? உருவமற்றவனாக இருந்துகொண்டு பூமியையும் அதில் உள்ள சகல படைப்புகளையும் வெவ்வேறு உருவங்களாக எப்படி சிருஷ்டித்தான்? அவ்வளவு ஏன்...? அவனைப் போலவே, உருவமற்ற என்னை சிருஷ்டித்தவனும் அவன்தானே.. முன்னமே சொன்னதுபோல், அவன்தான் நான். நான்தான் அவன். இருவரும் ஒன்றாயிருக்கிறோம். ஆனால், ஒன்றானவர்கள் அல்ல. அவன் வேறு. நான் வேறு. எனது-அவனது கிரியைகள், சிந்தனைகள் எல்லாமே வேறு. என்னுடைய செயல்களை அவன் எப்போதும் இப்போதும் ஏற்பதும் இல்லை. செய்வதும் இல்லை. ஆனால், இவையெல்லாம் அவனுக்குள்தான் இருந்தன. இப்போது இல்லை. அதற்கொரு உருவமற்ற உருவம் கொடுத்து, அவனிலிருந்து தனியாகப் பிரித்து, என்னை சிருஷ்டித்துவிட்டான். நற்செயல்களும் கிரியைகளும் தழும்பி, ததும்பி, மாசற்ற பெரும் சக்தியாக இருந்த அவனுக்குள், முதலாம் யுகத்தின்போது, பத்து விழுக்காடு கெட்ட கிரியைகளும் செயல்களும் முளைவிட்டன. அதனை அவன் வெறுத்தான். ஆனால், அனுமதித்தான். தனக்குள் அவைகளுக்கு இடம் தராமல், அந்த மறுபக்கக் கருகிய செயல்களுக்கும் கிரியைகளுக்கும் உருவமற்ற உருவம் கொடுத்தான். அதுதான் நான். பெயரும் வைத்தான். சத்ரு.

முதலாம் யுகத்தில் சிசுபோல பத்து விழுக்காடு இருந்த நான், இன்றைக்கு தொண்ணூற்றொன்பது விழுக்காடு வரை வளர்ந்து. அவன் படைத்த பூமியையும், அதில் உள்ள அத்துனை சிருஷ்டிப்புகளையும் கையகப்படுத்திவிட்டேன். மனிதர்கள் கொண்டதான உலகத்தில் இப்போது நான்தான் அவன். இப்போது எல்லோரும் என்னைத்தான் வணங்குகிறார்கள்.

அவன் இருந்த அத்துணை வழிபாட்டுத்தலங்களிலும் நான்தான் அவனாகவும் நானாகவும் இருக்கிறேன். பூமியில் எங்கு தேடினாலும் இனி அவனை யாரும் தரிசிக்க முடியாது. கண்டடைய முடியாது. அவனை அப்படியே வழித்துத் துடைத்து அப்புறப்படுத்திவிட்டேன். இனி அவன் வரமாட்டான். வர விடமாட்டேன். அவனுக்கான சவக்குழியை நான்தான் வெட்டிக் கொண்டிருக்கிறேன். இதே, பூமியில் அவனைக் கொண்டு வந்துப் புதைத்து அவனது சமாதியின் மீது, எனக்கான பாரிய அரண்மனையைக் கட்டிக் கொள்வேன். நம்பியவர்களை கைவிடுபவனை, தன்னை வணங்கி வாழ்நாள் முழுக்கத் தாள் பணிந்தவர்களுக்குக் குறைந்தபட்ச வாழ்க்கையின் உத்திரவாதத்தையும் வசதிகளையும் செய்து தராதவனை நான் களையெடுப்பதில் எந்தத் தவறும் இல்லை, அவன் இந்த அண்ட வெளிக்கும் வேண்டாம். பூமிக்கும் வேண்டாம். நான் ஒருவனே போதும்.

அவனை நம்பியிருக்கும் ஒரு விழுக்காடு புத்தியீனர்களும் எனது பக்கம் பக்கம் வந்துவிட்டால், புத்தம் புதிய பெரும் யுகங்கள் தொடங்கிவிடும். இந்த யுகத்துக்கு முடிவு செய்துவிட்டு, அவனது தலையீடு இல்லாத, முழுக்க என்னால் வடிவமைக்கப்பட்ட யுகத்தை பூமியில் ஸ்தாபிப்பேன். அது செயற்கை யுகம். முழுக்க... முழுக்க செயற்கைப் பயன்பாடுகள் மாத்திரமே நடைமுறையில் இருக்கும். கடவுளுக்கு நான் எதிரி என்றால், எனக்கு அவன் படைப்பில் உருவான இயற்கைதான் எதிரியாக இருக்கிறது. அவன் படைத்த ஆறறிவு கொண்ட மனிதர்களை என் குணங்களைக் கொண்டவர்களாகவும் என் மீது பிரியம் செலுத்துபவர்களாகவும் எனது அடிமையர்களாகவும் மாற்றிவிட்டேன். ஆனால், எவ்வளவோ, முயற்சிகள் செய்தும் ஓரறிவு கொண்ட தாவரம், மரங்கள் தொடங்கி, ஐந்தறிவு கொண்ட விலங்குகள் வரையிலான அவனின் இயற்கைப் படைப்புகளை என்னால் என் வசப்படுத்த முடியவில்லை. அது ஒரு சவாலாகவும் தீர்க்க முடியாத பெரும் பிரச்சனையாகவும் எனக்கு இன்று வரை இருந்துகொண்டே இருக்கிறது. சிந்திக்கத் தெரிந்த மனிதனை இறைவனுக்கு

எதிராகச் செயல்படவும் அவனைக் கேள்விகள் கேட்கவும் செய்த எனக்கு, சிறு, பூச்சிகளையும் பறவைகளையும் புல், பூண்டுகளையும் அவனுக்கெதிராகச் செயல்பட வைக்கவோ, மாற்றவோ முடியவில்லை. அவன் என்ன விதிப்படி படைத்தானோ, அதே கோட்டில் இவையெல்லாம் அவன் இல்லாமலும் அவனுடைய உதவியைக் கோராமலும் பயணித்துக் கொண்டிருக்கின்றன. மனிதர்களைப் போலவே சிந்திக்கிற அறிவை மாத்திரம் தாவரங்களில் ஆரம்பித்து, பறவைகள் வரைக்கும் அவன் கொடுத்திருந்தானானால், எனக்கு வேலை சுலபமாக இருந்திருக்கும். அவற்றிடம் மாத்திரமே தொடர்ந்து தோற்றுக்கொண்டே இருக்கிறேன்.

அதற்காக அப்படியே இருந்து விட முடியுமா என்ன? இந்த இயற்கை இல்லாத பூமியாக மாற்றினால் மாத்திரமே, நான் நினைத்திருக்கும் செயற்கை யுகத்தை எந்தவித எதிர்த் தடைகளும் இல்லாமல் கொண்டு வர முடியும். என்ன செய்யலாம்.... எப்படி செய்யலாம்? என் பேச்சைக் கேட்காத என் கட்டுப்பாட்டுக்குள் வராத, எனக்கு அடிமையாகாத இந்த ஒன்றிலிருந்து ஐந்தறிவுக் கொண்டவைக்கு எதிரி இருந்தால் மட்டுமே, அவற்றை அழிக்க முடியும் என்பது புரிந்தது. யார் அந்த எதிரி..? அல்லது எது அந்த எதிரி? சிந்தித்துச் சிந்தித்து யுகங்கள் கடந்தபோதுதான், முள்ளை முள்ளால் எடுக்கும் யுக்தி எனக்குப் பயன்பட்டது. இந்த ஐந்து வகை சிருஷ்டிப்புகளையும் அழிப்பதற்கு ஆறாவது வகை சிருஷ்டிப்பைப் பயன்படுத்தினேன். ஆமாம், மனிதர்களையே அவற்றின் எதிரியாக மாற்றினேன். சிந்திக்கத் தெரிந்த அறிவும் பேராசை குணமும் கொண்ட மனிதனால், அதனைச் சுலபமாகச் செய்ய முடிந்தது.

காடுகளை பெருந்தீயிட்டு அழித்தான். ஆற்று மணல்களைக் கொள்ளையிட்டு ஆறுகளை வற்றிப்போகச் செய்தான். சாலை நெடுக இருந்த நிழல் தரும் மரங்களை வெட்டி, சாலைகளை விரிவுபடுத்தினான். வயல்வெளிகளை அழித்து நகர்மயமாக மாற்றினான். தாவரங்களைக் காவாத்து செய்து, அதன் இயல்பான குணத்தை மாற்றினான். மலைகளை வெட்டியெடுத்து வழவழப்பான பாரிய கட்டிடங்களை

கட்டினான். அவன் வசிக்கும் பூமியையே பாழாக்குவதிலும் வனாந்திர வெளியாக்குவதிலும் அவன் காட்டிய செயல் வேகம் என்னை பிரமிப்புக்குள் ஆழ்த்தியது. மனமுவந்து ஒரு விவரத்தை இங்கே பகிர்வது பொருத்தமாக இருக்கும் என்பதாகக் கருதுகிறேன். இறைவனின் படைப்புகளிலேயே மகா மட்ட ரகமானதும் மகா கேடுள்ளதும் மகா ஆபத்தானதும் எது தெரியுமா? இந்த மனிதன்தான். அவனை மட்டும் எனது இனிய எதிரியான இறைவன் படைக்காமல் இருந்திருந்தால் கூட, இந்த பூமி மகா சௌந்தர்யமுள்ளதாக இன்றுவரை இருந்திருக்கும். பகல் பகலாகவும் இரவு இரவாகவும் தட்பவெப்பம் சீராகவும், பெரும் ஒழுங்கில் இயங்கிக்கொண்டு இருந்திருக்கும். ஐந்தறிவு வரை கிரமமாகப் படைத்ததோடு இறைவன் நிறுத்தியிருக்கலாம். அவனுக்கு உன்மத்தம் பிடித்ததோர் தருணத்தில், இந்த சல்லிப் பயலைப் படைத்து, அவனுக்கு அவனே பேராபத்தை விளைவித்துக் கொண்டதோடு, எனக்கும் பெரியதான உபகாரம் செய்துவிட்டான். அந்த வகையில் அவனுக்கு எத்தனை யுக நன்றிகளைச் சமர்ப்பித்தாலும் போதாது.

முதலாம் யுகத்தில், அவன் படைத்த மனிதர்களுக்கு வயது தொள்ளாயிரத்துச் சொச்சமாக இருந்திருக்கிறது. ஒரு மனிதன் இறைவனை வேண்டுவதென்றால், சர்வ சாதாரணமாக ஐம்பது, நூறு வருடங்கள் வேண்டி நிற்பானாம். அப்போது நான் சிருஷ்டிக்கப்படவில்லை. பிறகான நாள்களில் எனக்கு அவன் சொல்லித்தான் இதெல்லாம் தெரியும். அப்படி வேண்டி நிற்கும் மனிதன் அன்னந்தண்ணி, ஆகாரம் எதுவும் உண்ணாமல், ஒருமுகப்பட்டு இறைவனின் தரிசனத்துக்காகக் காத்திருப்பானாம். இருவரும் அவன் முன்னால் போய் தோன்றுவார். தோன்றுவார் என்றால், உருவமாக அல்ல. அரூபமாக, அவனுடைய வருகை மனுஷனுக்கு உணர்த்தப்படும். கண்களுக்குக் காணப்படுத்தப்படாது. தவிர, நானும் சரி, அவனும் சரி, மனிதனைப் போலவோ, மனுஷியைப் போலவோ இருக்கமாட்டோம். கரங்களை உயர்த்தி, அதிலிருந்து ஒளி வெளிச்சத்தைப் பாய்ச்சி, “உன் தவமும் வேண்டுதலும் என்னை சிலிர்க்க வைத்தது. என்ன வரம் வேண்டும் கேள்” என்று

அவன் இதுவரை எந்த மனிதனிடமும் அபத்தமாகக் கேட்டதே இல்லை. அது மனிதர்களுடைய கற்பனைக் கட்டவிழ்ப்பு. மிகவும் முக்கியமான விஷயம், என்னாலும் சரி, அவனாலும் சரி, மனிதர்களுக்கான பூமியில் தனியாகச் செயல்படவே முடியாது. ஏதோவொரு மனிதனைக் கொண்டுதான் இயங்க முடியும். அல்லது, மனிதர்களை வைத்துதான் இந்த பூமியில் நாங்கள் செயலாற்ற முடியும். அன்றைய மனிதன் வருடக் கணக்கில் இறைவனை வேண்டி நிற்கும் போது, அந்த இடத்தில் அவன் தோன்றுவான். அதனை அந்த மனிதனால் உணர முடியும். பேச முடியும். ஆனால், பார்க்க முடியாது. திடீரென்று, அவன் இருக்கிறதான புறச்சூழல் மாறும். குளிர்ச்சியாகவோ, வெப்பமாகவோ, அல்லது இரண்டும் கலந்ததாகவோ, மனிதனின் அகத்துக்கும் புறத்துக்கும் உணர்த்துவிக்கப்படும். அதுதான் அந்த இடத்தில் இறைவனின் தரிசன வருகையின் அறிகுறி.

அடுத்ததாக, மொக்குகள் அவிழ்ந்து மலராவதையொத்த சத்தத்தில் அவன், மனிதனோடு பேசுவான். அப்போது, மக்களை நடத்த வேண்டிய வழிகளை, ஒழுக்க நெறிகளை, கட்டுப்பாடுகளை இன்னும் இதுபோல சில, பல விசயங்களை அவனுக்குச் சொல்லுவான். அதன்படியே, கேட்டுக்கொண்ட மனிதனும் நடந்துகொண்டு, அவன் சார்ந்த மக்களையும் நடத்துவான். அவன், முதல் யுகத்தின் ஒரு பேராசான் போல்தான் மனுஷனுக்கு இருந்திருக்கிறான். இன்னும் சில மனிதர்கள், தாம் வாழ்கிற தொள்ளாயிரத்துச் சொச்ச வருடங்களும் அவனோடு இரவும் பகலும் சஞ்சரித்து வாழ்ந்திருக்கிறார்கள். நான் சிருஷ்டிக்கப்பட்டபிறகு, இரண்டு விஷயங்களைக் கவனித்தேன். அப்போதைய மனிதர்களுக்கு ஆசை என்கிற ஒன்றே இல்லை. “அதைக் கொடு இறைவா... இதைக் கொடு கடவுளே” என்று எவனும் அவனிடம் கேட்டதாக சிறு நிகழ்வுகூட இல்லை. அடுத்ததாக, எந்த மனிதனும் ஆயிரம் வருடங்களைப் பூர்த்தி செய்ததுமில்லை. தொள்ளாயிரத்துத் தொண்ணூற்றொன்பதுவயது வரை வாழ்ந்தவர்கள் கூட, ஆயிரத்தை தொடாமல், மரணித்து விட்டார்கள் இதில் ஏதோ விசயம் இருக்கிறது. திட்டமிட்டே இறைவன் அப்படியாக

வைத்து இருக்கிறான் என்பதைப் புரிந்துக்கொண்டேன். இது குறித்து, அவனிடமே கேட்டேன். அப்போது அவனும் நானும் நண்பர்களாகத் தோழமையுடன் இருந்தோம். அப்போது அவன் எனக்குக் கூறிய பதில் ஆச்சரியத்தைத் தந்தது.

"நான் படைத்த மனிதர்களுக்கு ஒரு நாள் என்பது, ஓர் இரவும் பகலும் கொண்டது. ஆனால், உனக்கும் எனக்கும் அப்படியல்ல. ஆயிரம் வருடங்களைக் கொண்டதுதான் ஒரு நாள். எந்த மனிதனும் ஆயிரம் வருடங்கள் மரிக்காமல் இருந்தானானால், அவனும் நம்மைப் போல் ஒருவனாகிவிடுவான். அண்டசராசரங்களைப் பொறுத்தவரை நான் மட்டுமே அதன் அதிபதி. உனக்கு பூமியை ஆள்வதற்காக, நாம் ஏற்கனவே பேசிக்கொண்டபடியே, சில யுகங்கள் கொடுக்கப்படும்" என்றான். அவன் கடைசியாகச் சொன்னது, எனக்கு எரிச்சலை உண்டாக்கியது. அந்தக் கணத்தில்தான் சூழ்ச்சி என்றொரு விஷயமே எனக்குள் உருவாகியது. மனிதனுக்கும் அவனுக்கும் பகையை மூட்டிவிட விரும்பினேன். வரம் என்ற ஒன்றை இறைவனிடம் கேட்டுப் பெறலாம் என்றுதான் விருப்பத்தை விதைத்தேன். அதன் மூலம் இறைவனின் இருப்பையே மனிதன் கேள்விக்குள்ளாக்குவான் என்று எதிர்பார்த்தேன். ஆயிரம், வருடங்கள் தாண்டிய ஆயுசு நாள்களைக் கேட்பான் என்று எதிர்பார்ப்பில் ஆவலாகக் காத்திருந்தேன்.

மனிதர்களும் வருடக் கணக்கில் தவம் இருந்தார்கள். இறைவனும் அவர்கள் முன்பாகத் தோன்றினான். சண்டாளர்கள், நான் அவர்களுக்குள் விதைத்ததைக் கேட்காமல், அவர்களின் விளைந்ததைக் கேட்டார்கள். ராஜ்ஜியம் வேண்டுமாம் பாரிய அரண்மனைகளும் சேவகர்களும் சௌந்தர்யப் பெண்களும் பொக்கிஷ சாலையும் வேண்டுமாம். இறைவனும் அவர்கள் கேட்டதைக் கொடுத்துவிட்டான். கூடவே, மனிதர்களுக்கும் எனக்கும் சேர்த்து பெரிதான ஆப்பை சொருகிவிட்டான். என்னை அவனது இருப்பிடத்திலிருந்து துரத்திவிட்டான். மனிதர்களுக்குக் கொடுக்கப்பட்ட ஆயுள் காலத்தைப் பாதியாகக் குறைத்துவிட்டான். 'நுணலும் தன் வாயால் கெடும்' என்று பின்னாட்களில் மனிதர்களால் சொல்லப்பட்ட

பழமொழியை முதலாம் யுகத்திலேயே மனிதன் தனது செயல் மூலம் நிரூபித்துவிட்டான். மனுஷப்பயலோடு ஒரு தடவை தொடர்புகொண்டதற்கே, என்னை எனது இருப்பிடத்திலிருந்து இறைவனைத் தள்ளிவிட வைத்துவிட்டான். அப்போதுதான் எனக்குத் தோன்றியது- மனுஷன் விஷயத்தில் அவனைப் படைத்தவனே இத்தனை எச்சரிக்கை உணர்வுடன் இருக்கிறானெனில்.... அவன் எப்படிப்பட்ட ஆபத்தும் பேரழிவின் காரணனாகவும் இருக்க வேண்டும் என்பது எனக்குப் பிடிபட்டது. ரம்மியமான இடத்திலிருந்து அகால அண்டவெளியில் என்னைத் தள்ளிவிட்ட அவன் மீது எனக்குக் கோபம் வந்தது. நேரடியாக அவனோடு மோத முடியாது. நசுக்கிவிடுவான். அவன் படைத்த மனிதன் மூலமாகவே, சூழ்ச்சி பெரு வலைபின்னி அவனை வீழ்த்த வேண்டும். அவனை அழிக்க வேண்டும் என்று முடிவு செய்தேன். அதற்கு, அவனுக்கும் மனுஷனுக்குமான தொடர்பை அறுக்க முடிவு செய்தேன்.

இரண்டாம் யுகத்தில் அது வெற்றிகரமாக நிகழ்ந்தேறியது. தொட்டதுக்கெல்லாம் தரிசனம் கொடுத்துக் கொண்டு இருந்த அவன், முழுவதுமாக அதனை நிறுத்தினான். கூடவே, மனிதனின் ஆயுள் வருடங்களை முன்னூறாகக் குறைத்தான். மூன்றாம் யுகத்தில் அது இன்னும் குறைந்து நூற்றைம்பது வருடங்கள் என்றானது. இப்போது இருக்கிறதான நான்காவது யுகத்தில் மனிதனின் வயது, குறைந்தபட்சம் அறுபது எனவும் அதிகபட்சம், எண்பது எனவும் சுருக்கப்பட்டது. அதிலும் சிலர் நூறு, நூற்றுப்பத்து வருடங்கள் இருப்பதுவும் உண்டு. அதனால் எந்தப் பயனும் இல்லை. “ஆயிரம் வருடங்கள் தாண்டி வாழ ஆயுசு கேளுடா” என்று மனிதனை நான் உசுப்பிவிட்டால், அவன், ஆயிரம் பிறைகள் மாத்திரமே காணும் ஆயுசு நாட்களைக் கொண்டவனாக சுருங்கிவிட்டான். அதுவும் நல்லதுக்குத்தான் என்பதாக நினைத்துக்கொண்டேன். கடலுக்கு ஒரு எல்லைக் கோட்டை வைத்திருப்பது போல, மனுஷனுக்கும் ஒரு எல்லைக் கோட்டை விதித்துத்தான் அவன் படைத்திருக்கிறான். அது எனக்கும் சாகதமாக அமைந்ததோடு,

பூமியில் உள்ள அத்தனை கோடி மக்களையும் என் வசப்படுத்த முடிந்தது. அத்துடன், எல்லாம் வல்ல இறைவனை அடக்கி, மடக்கி, செயலற்றவனாக பிணவனத்தில் சிறை வைக்கவும் முடிந்தது. இது நான் செய்தது அல்ல. மனிதர்கள், மனுஷிகள் உதவியால் ஒத்துழைப்பால் நான் நிறைவேற்றிக் கொண்டது. அவன் இருக்கும் இடத்துக்கு நான் சென்று கம்பீரமாக, அமர வேண்டும்.

எனது காலடியில் பூமியும் அதில் மனிதர்களும் இருக்க வேண்டும். எனது செயற்கை யுகத்தை ஸ்தாபிப்பதற்கு முன்பதாக, எனக்கு அடங்காமல் அவ்வப்போது சீற்றம் கொண்டு, முரட்டாட்டம் போட்டு, பூமியைச் சம நிலைக்கும், மனிதர்களை மீண்டும் அறம், தர்மம், நீதி, ஒழுக்கம் என்ற வாழ்வின் கோட்பாட்டுக்குள்ளும் கொண்டு வந்து விடுகிற இயற்கையை முற்றிலுமாக அழித்துவிட வேண்டும். அது இருக்கும் வரை எனது நோக்கம் நிறைவேறாது என்பதை நான் உணர்ந்தும் புரிந்தும் இருக்கிறேன்.

மரங்களும் மலைகளும் மண்ணும் அப்படி என்ன செய்துவிடுகின்றன? இறைவனுக்கே சவால் விட்டு, அவனைச் சிறையும் வைத்துவிட்ட எனக்கு முன்னால், கேவலம் இந்த மரங்களும், மலைகளும் மண்ணும் நிலமும் என்ன செய்து விட முடியும்? என்று தொடக்கத்திலிருந்தே அவற்றை அற்பமாகக் கருதிவிட்டேன். ஆனால், அவை என்னைஅதிரவைக்கின்றன... கொஞ்ச காலத்துக்கு என்னைச் செயலற்றுப் போக வைத்து விடுகின்றன. மீண்டும் அதனை சரி செய்து, பூமியும் அதன் குடிகளும் சீர்கெட்டுப்போவதற்கும் அக்கிரமங்களும் அநியாயங்களும் மலிந்துபோவதற்கும் மனிதர்கள் அன்பற்றவர்களாக, அறம் அற்றவர்களாக, இரக்கம் இல்லாதவர்களாக மாற்றுவதற்கும் நான் படாதபாடுபட வேண்டி இருக்கிறது. நானும் நான்கு யுகங்களாக இருந்து வருகிறேன். முதல் மூன்று யுகங்களில் இல்லாத இயற்கைச் சீற்றங்கள், பேரழிவுகள், எரிமலை வெடிப்புகள், பூமியதிர்ச்சிகள் இந்த யுகத்தில் பெருமளவு நடந்து வருகின்றன. மிகத் துல்லியமாகச் சொல்ல வேண்டுமென்றால், கடைசி நூற்றி இருபத்தைந்து

வருடங்களாக நடந்து வருகின்றன. மைக்ரோ துல்லியமாகக் குறிப்பிட வேண்டும் என்றால், 2000-க்குப் பிறகு அதிக அளவில் நடைபெற்று வருகின்றன.

நான் ஒரு பக்கம், உலகத்தில் இருக்கும் மனிதநேயம், அன்பு, சமாதானம் உள்ளிட்ட நற்குணங்களுக்கெல்லாம் சமாதி கட்டிக்கொண்டே, உலக நாடுகள் போர் தொடுக்கவும், தீவிரவாதிகளை கொண்டு நிம்மதியற்ற சூழலை உருவாக்கவும் அழிவு, நாசம், மோசம், பசி, பட்டினி, பஞ்சம், மக்கள் மீது அக்கறை கொள்ளாத நாட்டுத் தலைவர்கள் கைகளில் ஆட்சி அதிகாரத்தைக் கொடுத்து, மக்களை நசுக்கவும், வேதனைப்படுத்தவும் நாசகாரச் செயல்களை அரசின் உதவியோடு செய்யவும் வைத்தால், இந்த இயற்கை, கொரோனா என்ற பெரும் தொற்றைக் கொண்டு வருகிறது. ஒட்டுமொத்த உலகமும் முடங்கிப் போய், என்னையும் முடக்கிப் போட்டு விடுகிறது. முன்பெல்லாம் இப்படியான பெருந்தொற்று, பேரழிவு ஏதோ ஒரு நாட்டில் நடக்கும். அதனை அவ்வளவாகக் கவனத்தில் கொள்ளாமல், எஞ்சிய நாடுகளில் எனது கிரியைகளைத் தொடர்ந்து செய்துகொண்டு இருப்பேன். இப்படி இரண்டு வருடங்கள் நீடித்து, கண்டங்கள் அத்தனையும் முடங்கிப் போனால், நானும் எனது செயல் திட்டங்களை முடக்கிவிட முடியமா என்ன? இதனை எனக்கான பெரும் வாய்ப்பாக மாற்றிக்கொண்டேன். இரக்கமற்ற, மக்களைப் பற்றிக் கொஞ்சமும் அக்கறையற்ற, பாறையொத்த இருதயம் கொண்டவர்களை உலகம் முழுக்கத் தலைவர்களாகவும் நாட்டை ஆள்பவர்களாகவும் உருவாக்கினேன். அவர்கள் நான் எதிர்பார்த்தபடியே செயலாற்றினார்கள்.

“மக்களுக்காக இதனைச் செய்து இருக்கிறோம்... அதனை செய்து இருக்கிறோம்” என்ற புள்ளிவிபரக் கணக்கை ப்ராம்ப்ட்டரைப் பார்த்து உலகத் தலைவர்கள் வாசிப்பார்கள். ஆனால், நிஜம் வேறு மாதிரியாக இருக்கும். சாவின் விளிம்பில் மருத்துவமனைகளில் வந்து குவிந்த பெருந்தொற்றுக்காரர்களிடம் கொள்ளையிடும் மருத்துவர்களை எழுப்பினேன். மக்களால் தேர்ந்தெடுக்கப்பட்ட அரசாங்கத்தையே மக்களுக்கு விரோதமாகச் செயல்பட

வைத்தேன். உயிர்காக்கும் சாதாரண மாத்திரைகளின் விலையைப் பல மடங்கு ஏற்றித் தலைவர்கள் உத்தரவிட்டார்கள். பிராணவாயு கலன்கள் தரப்படுவதற்கு நிறவெறியும், பண வெறியும் பார்க்கப்பட்டது. செத்து ஈசல் குவியலாக விழுந்த பிணங்களை எரிப்பதற்கு பேரம் பேசப்பட்டது. தங்களது கையாலாகாத்தனத்தை மறைத்து, திசை திருப்பி, “மக்களின் பொறுப்பற்றத்தனத்தால் பெருந்தொற்று கட்டுப்படுத்த முடியாத அளவுக்கு உள்ளது” என்று தலைவர்கள், மக்கள் மீது பழியையும் கூடுதலாக வரியையும் போட்டார்கள். இன்னும் சிறு, பெரும் வியாபாரிகள், விஞ்ஞானிகள், சகல துறையினர், எல்லோரும் மனச்சான்றே இல்லாமல் மக்களைக் கொள்ளையிட்டார்கள்.

உலக ஊடகங்கள் எதுவும் மக்களின் துயரங்களை, துன்பங்களைப் பற்றிப் பேசவே இல்லை. மக்களின் செல்வாக்குப் பெற்ற நடிகர்கள் யாரும் மக்கள் பக்கம் நிற்கவில்லை. அவர்கள், தங்களது உயிரையும் உடைமையையும் பாதுகாத்துக்கொள்ள பண்ணை வீடுகளிலும் அவர்களுக்குச் சொந்தமான தீவுகளிலும் பதுங்கிக்கொண்டார்கள். எல்லாவற்றிலும் வியாபாரம், தனது வன்மிருகக் கோரப்பற்களால், மக்களைக் கவ்விக் கிழித்துக் கொண்டு இருந்தது. மக்களின் மன நிலையும் தனக்கும், தன் குடும்பத்துக்கும் உயிர்வாழ உணவுப் பொருள்களைச் சேகரித்து வைத்துக் கொள்வோம். மற்றவர்கள் இருந்தால் என்ன? செத்தால் என்ன? என்ற நிலைக்கு நிரந்தரமாக மாறிவிட்டது. இனி எத்தனை கொரோனா அலைகள் வந்தாலும் மக்கள் கொள்ளையிடப்படுவார்கள். ஆட்சியாளர்கள் புதிது புதிதாக வரிகள் போடுவார்கள். அந்த வரிகளைக் கட்ட வேண்டிய வியாபாரிகள் அதனை மக்களிடம் வசூலிப்பார்கள். சாதி, மதம், நிறம், உள்ளவன், இல்லாதவன் வேறுபாடுகள் இல்லாமல், எல்லோரும் ஒடுக்கப்படுவார்கள். மக்கள் அடித்துக்கொள்வார்கள். வெறிகொண்ட மிருகங்களாக மாறி, பெண் குழந்தைகளையும் பெண்களையும் வன்புணர்வு செய்து கழுத்தறுத்து வீதியில் வீசுவார்கள். அதனைக் கழுகுகள் கொத்தித் தின்றும். அதனைக் காணொளி எடுத்து சமூக வலைதளங்களில் பரப்புவார்கள். வாழ்க்கையின் நெருக்கடி தாங்கமுடியாமல்

மாய்த்துக் கொள்வார்கள். உலகத்தில் எந்த மூலையிலும் மக்களுக்கு நிம்மதி இருக்காது. மனதில் சமாதானம் இருக்காது. எங்கு பார்த்தாலும் புலம்பலும் அழுகையும் பற்கடிப்பும் நிரம்பி, நிறைந்து இருக்கும்.

குழந்தையை, அதிலும் பெண் குழந்தையைப் பெற்றவர்கள் நிலைமை சொல்லி மாளாது. எந்த மொழிச் சொல்லிலும் தாங்காது. அவர்களது கண்களுக்கு முன்பாகவே சிறுமிகள் சீரழிக்கப்படுவார்கள். வன்புணர்வர்கள் கொடும் மிருகத்தைக் காட்டிலும் ஈவற்ற, இரக்கமற்ற, முரட்டுத்தனமான, மூர்க்கத்தனமான செயல்களைச் சிறுமிகள் மீது கட்டவிழ்த்து விடுவார்கள். வலியால் அழுது அழுது சிறுமிகள் மயங்கிக் கிடந்தாலும் தெளிய வைத்து, வெறிகொண்டு புணர்வார்கள். கண்ணீர் வற்றி, வலி வற்றி, குழந்தைகள் உயிரை விட்டாலும் கொடூரர்களின் செயல் தணியாது. சண்டாளர்களாக மாறி, அப்பிணங்களைப் புணர்வார்கள். தளிர் உடம்பைக் கடித்துக் குதறுவார்கள். மொக்கு யோனியை அறுத்து வீசுவார்கள். அவர்களின் கொடுமைக்கு சீருடை அணிந்த காவலர்கள் பாதுகாப்பு தருவார்கள். இதுபோன்ற சம்பவங்கள் உலகமெங்கும் நடக்கும். ஊடகங்கள், வன்புணர்வால் 'இன்றைக்கு இத்துணை ஆயிரம் சிறுமிகள் உயிரிழந்தார்கள்' என்று புள்ளிவிவரம் தரும். 'நாளை இதன் எண்ணிக்கை கூடும் என்ற எதிர்பார்ப்பு இருக்கிறது' என்று தூண்டுதல் செய்தித் தரும். பெண்களை, சிறுமிகளைப் புணர்ந்து கொல்லுவது தகுதியாக, சாதனையாகக் கணக்கில் எடுத்துக் கொள்ளப்படும்.

இதன் காரணமாக, மகள்களைப் புணரும் தகப்பன்களும் அம்மாவைப் புணரும் மகன்களும் உலகில் பெருகுவார்கள். எல்லோருடைய மனமும் செயலும் காமவெறியினால் நிரம்பிக்கிடக்கும். மனிதர்கள் மனங்கள் மரத்துக்கிடக்கும். இறைவனை யாரும் நினைக்க மாட்டார்கள். இறைவன் என்கிற ஒருவன் இருக்கிறான் என்பதையே எல்லோரும் மறந்துவிடுவார்கள். தவறி எவனாவது இறைவனைப் பற்றி பேசினானென்றால், அவனை அடித்தே கொல்லுவார்கள். உலகத் தலைவர்கள், மக்களை இப்படியாக மடைமாற்றி விட்டு,

அவர்களது ராஜ வாழ்க்கையைத் தொடர்ந்து அனுபவிப்பார்கள். இந்தச் சமயத்தில் மக்களின் கோபத்தை அவர்களை நோக்கி, நான் மடைமாற்றம் செய்து விடுவேன். அவர்களது பெரும் பங்களாக்களையும், நவீன அரண்மனைகளையும் மக்கள் முற்றுகையிடுவார்கள். மக்களிடம் மாட்டிக்கொண்ட தலைவர்களை நிர்வாணமாக்கி சீண்டுவார்கள். கூடி நின்று கேலி செய்வார்கள். உறுப்புகளைப் பிடித்து இழுப்பார்கள். பெண் தலைவர்கள் என்றால், என்ன நடக்கும் என்பதை இங்கே நான் விவரிக்க வேண்டியதில்லை. முடிவில், தங்களது தலைவனை, தங்களைக் காப்பாற்றுவான் என்ற பெரும் நம்பிக்கை வைக்கப்பட்டவனை, செல்வாக்கும் அதிகாரமும் கொண்டவனை, அசிங்கமான முறையில் கொன்று, வீதியில் தலைகீழாகத் தொங்கவிடுவார்கள். அவர்கள் வாழ்ந்த மாளிகையைத் தீயிட்டுக் கொளுத்துவார்கள். ஆடம்பர கார்களை அடித்து நொறுக்குவார்கள். மக்களுக்குப் பயந்து பல தலைவர்களும் நாடு விட்டு நாடு சென்று ஓடி ஒளிவார்கள். தலைவர்களால் நொறுக்கப்பட்டு, ஒடுக்கப்பட்டு கொடுமைகளை அனுபவித்த மக்கள் எல்லோரும் பெரும் விடுதலை பெற்ற உணர்வில், தங்களது சுயகட்டுப்பாட்டை இழப்பார்கள், மிச்ச மீதியாக ஒட்டிக்கொண்டிருக்கும் ஒழுக்க நெறியையும் உதறி விடுவார்கள்.

ஆட்சியாளர்களோடும் உலகத் தலைவர்களோடும் மக்களின் கோபம் நின்றுவிடாது. யார் அரசு அமைத்தாலும் அதிபரையோ, மன்னரையோ, பிரதமரையோ தங்களது கைகளில் போட்டுக்கொண்டு, வங்கிகளில், பொதுத்துறை நிறுவனங்களில் குவிந்துக்கிடக்கும் பல லட்சம் கோடி ரூபாய் மக்களின் வரிப்பணத்தை கடனாகப் பெற்று, சில மாதங்களிலேயே தள்ளுபடி பெற்று, நாட்டுடைமை ஆக்கப்பட்ட பொதுச் சொத்துக்களை அடிமாட்டு விலைக்கு வாங்கிக் குவிக்கும் உலகக் கோடீஸ்வரர்களின் மீதும் மக்களின் கோபம் மூளும். அவர்களை அம்மணக்குண்டியாய் அவர்கள் வீட்டு மலக் கழிவுத் தொட்டியிலே முக்கி எடுப்பார்கள். கோடீஸ்வரர்களின் சொத்துக்களாக உருமாறிக் கிடக்கும் தங்களது வரிப்

பணத்தையும், சேமிப்புப் பணத்தையும் மக்களே பிரித்துக் கொள்வார்கள். மக்களின் பெருங்கோபத்துக்கு முன்னால் தாக்குப்பிடிக்க முடியாமல் கோடீஸ்வரர்கள் திணறுவார்கள். உலகத் தலைவர்களும் கோடீஸ்வரர்களும் ஒன்றுசேர்ந்துக் கொள்வார்கள். மக்கள் திரள் ஓரணியில் திரண்டு நிற்கும். உலகமெங்கும் ஒரே சமயத்தில் வர்க்கப் புரட்சி என்றதானப் பெயரில் இருதரப்பினரும் மோதிக்கொள்வார்கள். எங்குப் பார்த்தாலும் வன்முறை, அமைதியின்மை, சமாதானமின்மை, பிணக்குவியல் நிறைந்து கிடக்கும். ராஜ வாழ்க்கை வாழ்ந்த ஆட்சியாளர்களும், உலகத் தலைவர்களும் கோடீஸ்வரர்களும், ஒடுக்கப்பட்டு, நசுக்கப்பட்டு, உயிருக்கு உத்திரவாதமில்லாத, எப்போதும் மண்டைக்குள் பயபூச்சியும் கண்களில் பீதியுமாகச் செயலற்றுக் கிடப்பார்கள்.

மக்களும் தங்களுக்கென்று புதிய தலைவனைத் தேடுவார்கள். இந்த ஒட்டுமொத்த உலகத்தையும் ஆளக்கூடிய, திராணி மிக்க மகா தலைவன் வர மாட்டானா என்று ஏங்குவார்கள். கொடும் ஆட்சியாளர்களிடமிருந்தும் கோடீஸ்வர பன்னாட்டு முதலாளிகளிடமிருந்தும் தங்களை அந்தத் தலைவன் காப்பாற்ற மாட்டானா? என்று உலக மக்களும், மறுபக்கம் ஓரணியில் திரண்டு தங்களது செல்வாக்கை, புகழை, பணத்திமிரை நசுக்கிய மக்கள் என்கிறதான பெரும் தீய சக்தியை அழிப்பதற்கு ஒருவன் வரமாட்டானா? என்று தேசங்களின் தலைவர்களும் கோடீஸ்வரர்களும் ஏங்கிக் கிடப்பார்கள். இந்த அற்புதத் தருணத்துக்காகத்தான் நான்கு யுகங்களாகக் காத்துக் கொண்டிருக்கும் நான், எனது உச்சக் கட்டத்தின் தொடக்க வேலையைக் கோலாகலமாக பூமியில் ஆரம்பிப்பேன். ஒரு புதிய, இளமையான, வசீகரமான, உயர்ந்தத் தோற்றமும் தன்வயப்படுத்தும் நய வசனிப்பானக் குரலும் கொண்ட ஒரு பெருந்தலைவன் உலகத்தில் தோன்றுவான். அவனை ஸ்தாபிப்பதும் அவன் மூலமாக நினைத்ததை சாதித்துக் கொள்ளுவதும் நானாக இருப்பேன். அப்போது எனது நிரந்தர எதிரியான இறைவனுக்கு சமாதி கட்டியிருப்பேன்.

–2–

என்னால் கொண்டுவரப்பட இருக்கிற அந்தப் பாரிய உலகத் தலைவனின் இருதயமும் வாயும் பொய்களால் நிரம்பியிருக்கும். அவனது பேச்சு முழுக்க இனிமையையும் இன்பத்தையும் குழைத்துத் தருகிற உண்மை போலவே இருக்கும். ஆனால், அத்தனையும் ராஜ பொய்கள், ராஜ நாகத்தை ஒத்த வசீகரமும் ஈர்ப்பும் அவனது முகத்தில் இருக்கும். அவன் ஆணும் அல்லாத, பெண்ணும் அல்லாத, அன்னகரும் அல்லாத, நான்காவது பாலினமாக இருப்பான். அவன் தனது பெயர் என்று பதினெட்டு இலக்க எண்களைக் கூறித்தான் அறிமுகம் ஆவான். அவன் முதலில் செல்வது மக்களிடத்தில், அவனது பெரும் பேச்சில் உலக மக்கள் அத்துணை பேர்களும் மயங்கி சிக்குண்டுகிடப்பார்கள். அவன் சொல்கிறதான திட்டங்கள், ஆலோசனைகள், அறிவுரைகள் அத்தனையையும் கேள்விக்குட்படுத்தாமல் நிறைவேற்றுவார்கள். அவன் இருதயத்தில் நான் முதல் பெரும் திட்டத்தை வைப்பேன். அவன் அதனை உடனடியாக மக்களிடத்தில் பிரகடனப்படுத்துவான்.

“உலகில் மக்கள் நிம்மதியற்று, சதாநேரமும் கங்குகளில்

போடப்பட்ட சருகுபோல தீய்ந்துக்கொண்டே இருப்பதற்கு முதன்மையான காரணமாக இருப்பது மதங்கள்தான். ஆகவே, பெரும்பான்மை மக்கள் பின்பற்றுகிற செல்வாக்கு மிக்க மதங்களில் ஆரம்பித்து, சொற்ப மக்களே கடைப்பிடிக்கும் சிறிய மதங்கள் வரை அத்தனையையும் ஒழிக்கப்பட வேண்டும். அந்தந்த மதஸ்தர்களால் மதிக்கப்படும் புனித நூல்கள் அத்தனையும் அது சார்ந்த சடங்குகள், சம்பிரதாயங்கள், வழிபாட்டு முறைகள் எல்லாம் வேரடி மண்ணோடு, களையப்பட வேண்டும். இந்தக் களையெடுப்பில் பாரபட்சமே இருக்கக் கூடாது. 'எங்கள் மதங்களை அழித்து விட்டால், பிழைப்புக்கு நாங்கள் என்ன செய்வது?' என்று எந்த மதத் தலைவர்களும் மூக்கைச் சிந்தக் கூடாது. அவர்களுக்கு நான் ஒரு யோசனையைச் சொல்கிறேன். அதனைச் செயல்படுத்தினால் போதும். அதாவது, உலகமெங்கும் இனி ஒரே மதம்தான் இருக்க வேண்டும். ஒரே கடவுள்தான் வணங்கப்பட வேண்டும். அந்தப் புதிய மதத்தையும் புதியக் கடவுளையும் புதிய புனித நூலையும் விரைந்து உருவாக்குங்கள். அந்தப் புதிய மதம்தான் உலகில் உள்ள அத்தனை நாடுகளிலும் பின்பற்ற வேண்டும்.

அதேபோல், மக்களிடம் ஒரு பெரும் பொறுப்பை ஒப்படைக்கிறேன். அதனை கனகச்சிதமாக நிறைவேற்றுவது அவர்களின் கடமை. அது என்னவெனில், பல நூற்றாண்டு காலமாக, உலகின் பல பகுதிகளிலும் கம்பீரமாக நின்று கொண்டு இருக்கும் அத்துணை மத வழிபாட்டுத் தலங்களில் ஆரம்பித்து, கடந்த வாரமோ, மாதமோ, வருடமோ கட்டப்பட்ட புதிய வழிபாட்டுத் தலங்கள் வரை மக்களே இடித்துத் தரை மட்டமாக்க வேண்டும். அங்கே பழம்பெருமை பேசுகிற, வரலாற்றைச் சொல்லுகிற - இனி சொல்லப் போகிற எந்த வழிபாட்டுத் தலங்களும் இருந்ததற்கான அடையாளங்களோ... மிச்ச, மீதிகளோ இருக்கக் கூடாது. 'அய்யய்யோ... இப்படிச் செய்வதால்.... உலகம் முழுக்க ஒரே சமயத்தில் மதக்கலவரங்கள் பெரிய அளவில் பற்றிக்கொள்ளுமே' என்று யாரும் பதற்றத்தை உருவாக்க வேண்டாம். அதற்கும் என்னிடத்தில் யோசனை இருக்கிறது. அவரவர் மூதாதையர்கள் குடியிருந்த, வாழ்ந்த -

நினைவுகளைச் சுமந்த வீடுகளை அவரவர்களே உடைப்பது போல், இந்த வழிபாட்டுத் தலங்களையும் அந்தந்த மதத்தினரே திரண்டு இடிக்க வேண்டும். மாற்று மதத்தினர் ஒருவர் கூட, மற்ற மத வழிபாட்டுத் தல இடிப்புகளுக்கு ஆலோசனையோ, உதவிகளோ செய்யக் கூடாது. இதற்கான எல்லா உதவிகளும் அந்தந்த மதத்தினரே ஒன்றுபட்டு செய்துகொள்ள வேண்டும். இதற்காக, உலகத் தலைவர்களோ, உலகக் கோடீஸ்வரர்களோ, இவர்களுக்கும் உங்களுக்குமான ஒப்பாரும் மிக்காரும் இல்லாத ஒரே தலைவன் என்று எல்லோராலும் கொண்டாடப்படும் எனது தலைமையிலான உலக அரசாங்கமோ... எந்தக் கிள்ளுக்கீரை உதவியும் செய்யாது. அதற்கான அத்துணை செலவுகளையும் அந்தந்த மதங்களால் உருவாக்கப்பட்டிருக்கும் அறக்கட்டளைகளே, தாங்கள் சேர்த்து வைத்திருக்கும் கோடிக்கணக்கான பணத்திலிருந்து செய்துகொள்ள வேண்டும்.

'அப்படியானால், பெரும் வழிபாட்டுத் தலங்கள் இருந்த, அந்த பெரும் நிலப்பரப்பில், புதிய ஒற்றை மதத்தின் வழிபாட்டுத்தலமும் அதற்கான கடவுள் சிலையும் ஸ்தாபிக்கப்படுமா?' என்று கேட்பவர்களுக்கு எனது பதில் 'இல்லை' என்பதே. மாற்றாக, அங்கே, சகல நவீன வசதிகளுடனும், கேளிக்கை விடுதிகளுடனும் அடுக்குமாடி சொகுசு வீடுகள் கட்டப்பட்டு, மக்களுக்கு இலவசமாக வழங்கப்படும். எந்த வீட்டிலும் சமையல் அறை என்ற ஒன்றோ, உணவு தயாரிப்புக்கான மளிகை, காய்கறி உள்ளிட்டவற்றை சேமிப்பதற்கு இடமோ இருக்காது. அதே வளாகத்தில், பொது சமையல் கூடம் இருக்கும். அங்கு சென்றுதான் மக்கள் விலை கொடுத்து உணவருந்த வேண்டும். அடுக்கு மாடிக் குடியிருப்புகளைப் பராமரிக்கும் பொறுப்பும், எல்லோருக்குமான உயர்தர உணவு வகைகளைத் தயாரித்துப் பறிமாறும் பொறுப்பும் உலகக் கோடீஸ்வரர்கள் வசம் தரப்படும். எனது தலைமையிலான ஆட்சியில், புதிதாக எந்த இறைவன் சிலைகள் அமைக்கப்படாது. அதுபோல், உலகின் முக்கிய சாலைச் சந்திப்புகள், அருங்காட்சியகங்கள், நினைவிடங்களில் உள்ள மறைந்த - புகழ் பெற்ற அத்தனை உலகத் தலைவர்கள், தத்துவ மேதைகள், அறிஞர்கள் சிலைகள்

எல்லாம் அப்புறப்படுத்தப்படும். எனது லட்சியம் கனவு எல்லாம் சிலை வழிபாடற்ற, சிலைகள் இல்லாத, மத வேறுபாடுகள் இல்லாத சமாதானமும் மகிழ்ச்சியும், கொண்டாட்டமும், பொழுதுபோக்கும் நிறைந்த உற்சாகமான ஆட்சியைத் தருவதே, இதற்கான ஒத்துழைப்பை வர்க்க பேதமின்றி அத்தனை பேரும் தர வேண்டும்" என்று அவன் மக்கள் மத்தியில் உரையாற்றுவான்.

அவனது பேச்சு, மலைத்தேன் ஒழுகல் போலவும் மகுடியின் மயக்கம் போலவும் எழிலான மனக்காட்சிகளைத் தருவிப்பது போலவும் இருக்கும். அவனது இந்தப் பேச்சில் சொக்கி, அவனைப் பற்றியே உலகம் முழுக்கப் பேசும்படி மக்களின் சிந்தனையையும் புத்தியையும் வாயையும் திசை திருப்பிவிட்டு, உலகத் தலைவர்கள், கோடீஸ்வரர்களுக்கான ரகசியக் கூட்டத்துக்கு அவன் ஏற்பாடு செய்வான்.

ஏற்கனவே, மக்களால் சூறையாடப்பட்டு, விரட்டப்பட்டு, சொகுசு வாழ்க்கையை இழந்து நிற்பதோடு, செல்வாக்கையும் புகழையும் இழந்து, கிட்டத்தட்ட ஏதிலிகளாக இருக்கும் உலகத் தலைவர்களும் கோடீஸ்வரர்களும் அவனிடம், 'ஒரே மதம். சிலைகளற்ற உலகம் என்பதெல்லாம் சரிதான். ஆனால், மக்களுக்கு இத்துணை ஆடம்பரமான அடுக்குமாடி வீடுகளைக் கட்டித் தர வேண்டுமா? அவர்களுக்கும் எங்களுக்கும் வித்தியாசமில்லாமல் போய்விடுமே? ஒன்றுமில்லாமல், வாழ்க்கையை வாழ்வதற்கே தடுமாறிக்கொண்டிருக்கும் போதே, எல்லோரும் ஒன்றுதிரண்டு, ஒரு சக்தியாக ஒருங்கிணைந்து எங்களைச் சூறையாடி விட்டார்களே... இப்போது சொகுசு வாழ்க்கையை அவர்களுக்கு ஏற்படுத்தித் தருவதால், எங்களை மதிக்கமாட்டார்கள். அவர்கள் குடியிருப்பின் குப்பைகளையும் கழிவுகளை அகற்றுவதற்கும் மூன்று வேளை அவர்களுக்கு வடித்துக் கொட்டுவதற்கும் எங்களையும் எங்கள் பணத்தையும் பயன்படுத்த நினைப்பது எந்த விதத்தில் நியாயம்?' என்று கேட்பார்கள். அவர்களுக்கான பதிலையும் அவன் மூளையில் முன்கூட்டியே நான் பதிந்து வைத்து இருக்கிறேன். அது கொஞ்சம் தீயை ஒத்த பதிலாகவே இருக்கும். அந்தப் பதிலைக் கேட்டு

உலகத் தலைவர்களும் கோடீஸ்வரர்களும் மலைத்துவிடுவார்கள். அவர்களிடம் கேட்பதற்கு வேறு கேள்விகள் இருக்காது. மாறாக, அந்தப் பாரிய உலகத் தலைவன் மீது நம்பிக்கை வைப்பார்கள். அப்படிப்பட்ட ஒன்றாக அவனது அந்தப் பேச்சு இருக்கும்.

'உலக மக்களை அழித்துவிட்டோ, ஒழித்துவிட்டோ யாரைக் கொண்டு ஆட்சி செய்யவும் வியாபாரம் செய்யவோ நினைக்கிறீர்கள். மக்கள் மீதான வரிகளைச் சுமத்திச் சுமத்தி' அவர்களின் கவனம் உங்கள் மீது திரும்பிவிடாதபடி, தினம் தினம் ஒரு பிரச்சனையை அவர்கள் மீது திணித்தீர்கள். அது மதம் சார்ந்ததோ... நிறம் சார்ந்ததோ... அல்லது சில நாடுகளில் இருக்கிறதான சாதியைச் சார்ந்ததாகவோ இருந்தது. அதன் மூலம் உங்களால் அவர்கள் ஒடுக்கப்படுவதை உணராதபடிக்கு திசை மாற்றினீர்கள். அவர்கள் காலங்காலமாக நம்பி வருகிற உணர்வைத் தூண்டி, வெறியேற்றி, நீங்கள் குளிர் காயந்து கொண்டீர்கள். இப்படி கவனத்தை திசை திருப்புகிற எத்தனை பிரச்சனைகளை எத்தனை காலத்துக்கு உங்களால் தொடர்ந்து கொடுத்துக் கொண்டிருக்க முடியும்? நீங்கள் கொள்ளையிட்டதும் குவித்து வைத்ததும் தங்களுடைய வரிப்பணம்தான் என்ற உணர்வும் உணர்ச்சியும் அவர்களுக்கு வரும்போது, உங்களைத் திருப்பி அடிப்பார்கள்... ஓட.... ஓட.... விரட்டுவார்கள். உங்கள் சொத்துக்களை, உடமைகளைச் சூறையாடுவார்கள். இப்போது, ஒட்டுமொத்த உலகத்திலும் அதுதானே நடந்திருக்கிறது. இதற்கான மாற்று வழியோடும் தீர்வோடும் நான் வந்திருக்கிறேன். அலட்சியம் காட்டாமல் உங்களது காதையும் மூளையையும் நான் சொல்லும் யோசனைக்குக் கொஞ்சம் கவனப்படுத்துங்கள்' என்று கூறி, சற்று நேரம் அமைதியாக இருப்பான். அவனது அந்த அமைதியின் கனங்களைக் கடக்கக் கூட இயலாத பெருவெளி போல் ரகசியக் கூட்டத்துக்கு வந்த எல்லோரும் உணருவார்கள். 'பேசுங்கள். நீங்கள் என்ன சொன்னாலும் நாங்கள் ஏற்றுக் கொள்கிறோம். உங்களது யோசனை எதுவாக இருந்தாலும் அதனை நாங்கள் செயல்படுத்துகிறோம். எங்களுக்குத் தேவை மலை மலையாகப் பணம். அதனை அனுபவிக்க ஆடம்பரமான வாழ்க்கை' என்று ஒருமித்த குரலில் சம்மதத்தைப் பாரிய தலைவனுக்குத் தெரிவிப்பார்கள்.

'மக்களின் எந்த உணர்வுகளை நீங்கள் தூண்டினீர்களோ அதே உணர்வுகளைத்தான் நானுமே இப்போது தூண்டியிருக்கிறேன். ஒரு சிறு வேறுபாடு. நீங்கள் புதிது புதிதாக பிரச்சனைகளை மக்களுக்கு உருவாக்கி, அவர்களை திசை திருப்பிக் கொள்ளையடித்தீர்கள். நான் அவர்களை மகிழ்ச்சியில், களிப்பில், கொண்டாட்டத்தில் எப்போதும் லயித்திருக்கச் செய்து அவர்களையே கொள்ளைப் பொருளாக்கப் போகிறேன். வேலைக்குச் செல்பவர்கள், படிப்பவர்கள், தொழில் செய்பவர்கள், வீட்டில் சும்மா இருப்பவர்கள் இப்படி சிறார் முதல் பெரியவர்கள் வரை எல்லாத்தரப்பினரையும் அவரவர் வயதுக்கேற்றபடி' பொழுதுபோக்கு விஷயங்களைக் கட்டவிழ்த்து விடப்போகிறேன். அதில் மிகப் பிரதானமான பொழுது போக்கு எது தெரியுமா..? கட்டுப்பாடுகளற்ற, கட்டற்ற செக்ஸ். ஆண்கள் ஆண்களோடும் பெண்கள் பெண்களோடும் ஆண்கள் பெண்களோடும் பெண்கள் ஆண்களோடும் ஆண்களும் பெண்களும் சிறுவர்கள், சிறுமிகளோடும் செக்ஸ் வைத்துக் கொள்ளலாம். இது எனது ஆட்சியின் கட்டணமில்லாத சேவையாக வழங்கப்படும். இப்படி அறிவித்துவிட்டு அவர்களுக்குத் தேவைப்படும் மற்ற எல்லா சேவைகளுக்கும் பெருங் கட்டணம் நிர்ணயம் செய்யப்பட்டு இருக்கும். அதில் மறைமுகமாக, எனது அரசாங்கத்தின் இலவச செக்ஸ் சேவைக்கும் கட்டணம் வைக்கப்பட்டு, மக்களிடமிருந்து உருவப்படும்.

இந்த எல்லாச் சேவைகளின் உரிமைகளும் உங்களுக்கு வழங்கப்படும். இதுதவிர, குடிமக்கள் எல்லோருடைய கைகளிலும் கட்டாயமாக ஜி.பி.எஸ். சிப் பொருத்தப்படும். பிறக்கும் சிசுக்களும் இந்தத் திட்டத்தில் அடங்குவார்கள். இந்த ஜி.பி.எஸ். சிப் பொருத்தப்படுவதிலிருந்து உங்கள் எல்லோருக்கும் விதிவிலக்கு அளிக்கப்படும். இதனைச் செயல்படுத்தப் போகும் உரிமையும் உங்களுக்கே வழங்கப்படும். எந்நேரமும் மக்களை கண்காணிக்கப்படுவார்கள். இது அவர்களுக்கே தெரியாதபடி ரகசியமாக இருக்கும்' என்று உலகத் தலைவன் பேசுவதில் உலகத் தலைவர்களும் கோடீஸ்வரர்களும் மயங்கிப்

போவார்கள். தங்களுக்கு சாதகமான தலைவன் இவன் என்று கொண்டாடித்தீர்ப்பார்கள். ஆனால், அவர்களுக்கு எதிரான ஒரு விஷயத்தையும் அவனது மூளைக்குள் போட்டு வைத்திருப்பேன். அதனை அவன் தனது இரும்புக் கரங்களைக் கொண்டு நிறைவேற்ற சில வருடங்கள் அவகாசம் எடுத்துக் கொள்வான். அதற்கு முன்பதாக, ரகசியக் கூட்டத்தில் சொன்னதையும் உலக மக்களிடம் உரையாற்றியதையும் முழுவதுமாக நிறைவேறுவதற்காக, என்னால் உருவாக்கப்பட்ட தலைவன் காத்திருப்பான்.

உலகத் தலைவர்களையும் கோடீஸ்வரர்களையும் முழுவதுமாக நம்புவதற்கு அவன் என்ன மூளை மழுங்கியவனா? என்றைக்கு இருந்தாலும் அவர்கள் அவனுக்கு எதிராகத் திரண்டு, அவனை ஒழிக்க மாட்டார்கள் என்று என்ன நிச்சயம்? நான்தான் முன்பே சொன்னேனே... இறைவன் படைப்பிலேயே மகா கேடுள்ளதும் பெரும் ஆபத்தானதும் மனிதன்தான் என்று. எனில், நான் உருவாக்கிய மனிதனும் அப்படிபட்டவனாகத்தானே இருப்பான் என்றதான கேள்வி யாருக்குள்ளும் எழலாம். ஒன்றை மிகத் தெளிவாகப் புரிந்துகொண்டால், உலகத்தில் இப்போதும் இனி எப்போதும் என்ன நிகழ்ந்துகொண்டிருக்கிறது என்பதை சுலபமாகப் புரிந்துகொள்ளலாம். என்னால் எதையும் சிருஷ்டிக்க முடியாது. அது இறைவனால் மட்டுமே முடியும். பல லட்ச வருடங்களுக்கு முன்பதாகவே எல்லாவற்றையும் அவன் சிருஷ்டித்து முடித்து விட்டான். அவன் சிருஷ்டிப்பில் மனிதனைத் தவிர, மற்ற எல்லாமே, அவன் வகுத்த எல்லைக் கோட்டுக்குள்ளேயே கிரமமாக இயங்கிக்கொண்டிருக்கின்றன. என்னால், புதிதாக ஒன்றை சிருஷ்டிக்க முடியாவிட்டாலும், பூமியில் உள்ள சிருஷ்டிப்புகளைக் கொண்டோ, அது போலவோ, அதன் சாயலிலோ செயற்கையான ஒன்றை உருவாக்க முடியும். அப்படி உருவாக்கப்பட்டவன்தான் இந்த உலகத் தலைவன். படைப்பிலிருந்து தயாரிப்பு. சிருஷ்டிப்பிலிருந்து உருவாக்கம். எனது நிலைபாட்டின்படி, கோட்பாட்டின்படி, இலக்கின்படி, இயற்கையிலிருந்து செயற்கையின் முதன்மையான, முழுமையான, முதல் வெற்றிதான் இந்த உலகத் தலைவன். இதனைப் புரிந்துக்

கொள்ளாதவரை இனி நான் சொல்லப்போகும் எதுவும் புரியாது. செக்குமாடு போல், நுகங்களைச் சுமந்து கொண்டு ஓரிடத்திலேயே மீண்டும் மீண்டும் நானும் சுற்றிக்கொண்டு, உங்களையும் சுற்ற வைத்துக் கொண்டிருக்கும் நிலைக்கு நான் ஆளாக நேரிடும்.

உலகத் தலைவர்களும் கோடீஸ்வரர்களும் கூடிய அந்த ரகசியக் கூட்டத்தில் அவர்களிடம் சொல்லாத, அவர்களுக்கு எதிரான ஒரு பெரும் திட்டத்தை எனது தயாரிப்பிலான மனிதன் வைத்திருக்கிறான் என்று சொன்னேன் இல்லையா...? அது வேறொன்றுமில்லை 'ப்ரெய்ன் அப்ஸவர் மெமரி சிப்'. அதாவது, மூளையின் நினைவுகளை, சிந்திப்புகளைக் கண்காணிக்கும் அல்லது அவதானிக்கும் மின்னணு அட்டை. இதனைத் தலையில் பொருத்திவிட்டால், அவர்கள் என்ன சிந்திக்கிறார்கள்... திட்டமிடுகிறார்கள்... என்பதெல்லாம் டேட்டா சர்வரில் நிரந்தரமாக சேமித்து வைக்கப்பட்டுவிடும். தேவைப்பட்டால்... அதுவே, மிகத் தெளிவாக, விரும்பிய மொழியில் அச்சடித்துக் கையில் தந்து விடும். தனக்கும், தனது உலக அரசாங்கத்துக்கும் எதிராக, உலகில் எந்த மூலையில், எவனொருவன் அல்லது எவளொருத்தி தன் மூளையில் சிந்தித்தாலும் செயற்கைக்கோள் மூலமாக, அடுத்த சிற்சில வினாடிகளில் அவனுக்குத் தெரிந்து விடும்.

இதனைத் தனக்கெதிராகச் செயல்பட, எப்போதும் சந்தர்ப்பத்துக்காக, கோடீஸ்வரர்களின் ஒத்துழைப்போடு காத்துக் கொண்டிருக்கும் உலகத் தலைவர்களுக்கு மாத்திரமில்லாமல், வழக்கம்போல், ஜி.பி.எஸ். பொருத்தப்பட்டது போல், அன்று பிறக்கும் சிசு முதல், மறுநாள் மரிக்க இருக்கும் நோயாளிகள் வரை பாகுபாடு இல்லாமல் இந்த மெமரி சிப்பும் பொருத்தப்படும். இந்தப் பணியும் செய்து முடிப்பதற்கு கோடீஸ்வரர்கள் கையிலேயே ஒப்படைக்கப்படும். ஜி.பி.எஸ். போலவே இந்த மெமரி சிப்பிலிருந்தும் தங்களுக்கு உலகத் தலைவன் விலக்கு அளிப்பார் என்பதாக உலகத் தலைவர்களும் கோடீஸ்வரர்களும் நினைத்துக்கொண்டு இருப்பார்கள். உலகில் எல்லா தேச மக்களுக்கும் அந்த சிப் பொருத்தப்பட்டு முடிந்ததும். பாரிய

தலைவன் மிகப் பெரிய நாடகம் ஒன்றை நடத்துவான். அவன் தலையிலும் ப்ரெய்ன் மெமரி சிப் பொருத்தப்படும் நிகழ்வை ஊடகங்கள் மூலமாக உலகுக்குப் போட்டுக் காட்டுவான். உண்மையில், அவனுக்கு சிப் ஏதும் போருத்தப்படாது, அந்த நாடகத்தை உண்மை என்பதாக உலகத்தையே நம்பவைப்பான். ‘அவனே சிப் பொருத்திக் கொண்டுவிட்ட பிறகு, அதிலிருந்து எங்களுக்கு விளக்குத் தாருங்கள்’ என்று எப்படிக் கேட்பது என்று உலகத் தலைவர்களும் கோடீஸ்வரர்களும் அமைதியாகி விடுவார்கள். அதன் பிறகு, அவன் உலக மக்களுக்குச் சொல்லும் செய்தியில் தேசத் தலைவர்களுக்கும் கோடீஸ்வரர்களுக்குமான எச்சரிப்பின் செய்தி ஒளிந்திருக்கும்.

“எப்போதும் மக்களில் ஒருவனாக, அவர்களின் முதன்மை வேலைக்காரனாக என்னை நான் நினைத்துக்கொள்கிறேன். அதுவே எனது அடையாளம். அதுவே எனது தலைமையிலான உலகரசின் அடையாளம். மக்களுக்கானதுதான் எனக்கும். எனக்கானதுதான் மக்களுக்கும். இந்த மூளை அவதானிப்பு மின்னணு அட்டையை நான் பொருத்திக்கொண்டது போல், எனது தலைமையில் செயல்படும் அத்தனை தேசத் தலைவர்களும் பொருத்திக்கொள்ள வேண்டும். உலகின் முதன்மை கோடீஸ்வரர்கள் பட்டியலில் இருந்துகொண்டு, மக்களின் சேவையே தங்களது முதல் செயலாகச் செய்துக் கொண்டிருக்கும் பன்னாட்டுக் குழும நிறுவனங்களின் முதலாளிகளும் இந்தச் சிப்பை பொருத்திக் கொள்ள வேண்டும். ஒரே உலகம்... ஒரே அரசு... ஒரே தலைவன்... ஒரே மதம்... ஒரே உலக மொழி... என்றதான எனது ஒற்றை இலக்கு, இன்னும் சீர்படவும் திறன்படவும் நவீனப்படவும் இந்த சிப் பேருதவி புரியும். மக்களைப் போலவே அவர்களும் எனக்கு ஒத்துழைப்பார்கள் என்று நம்புகிறேன்” என்ற அவன் பேச்சுக்கு மறு கேள்வி கேட்காமல் இரு தரப்பினரும் ஏற்றுக் கொள்வார்கள்.

முரண்டு பிடிக்கும் சில தேசத் தலைவர்களையும் கோடீஸ்வரர்களையும் பாரிய தலைவன், அவனது தனித்துவ பாணியில் காணாமல் போகச் செய்வான். அவர்களை இவன்

கொன்று விட்டானா...? எங்கேனும் பாதாளச் சிறைக் கூடத்தில் அடைத்து வைத்திருக்கிறானா...? கால்களையோ, கைகளையோ வெட்டி எடுத்து அவர்களை முடமாக்கிவிட்டானா...? அவர்கள் என்னதான் ஆனார்கள்? என்று வரிசை கட்டி நிற்கும் எந்தக் கேள்விக்கும் விடை கிடைக்காது. ஆனால், அவர்களின் சொத்துக்கள் எல்லாம் பறிமுதல் செய்யப்பட்டிருக்கும். காணாமல் போன தேசத் தலைவர்களின் இடத்தில், புதிய தலைவர் இவனால் நியமிக்கப்பட்டிருப்பார்கள். இதையெல்லாம் கண்டு, அவனுக்கு எதிராக மற்றவர்கள் யோசிக்கக் கூட முடியாது. அப்படி யோசிக்கும் அடுத்த கணமே, அவனுக்கு ரிப்போர்ட் சென்று விடும். விசாரணை, கைது, கோர்ட் இப்படி எதுவும் கிடையாது. அடுத்த சில மணி நேரத்திலேயே, அவனுக்கெதிராகச் சிந்தித்த ஒருவரோ, மற்றும் பலரோ காணாமல் போயிருப்பார்கள். இதனையெல்லாம் அவன் நிறைவேற்றும் போது, அவனது தலைமையிலான அரசில் புதியதோர் மற்றோர் மாற்றம் நிகழ்ந்திருக்கும். உலகின் எந்த மூலையிலும் ராணுவம் என்ற ஒன்றே இருக்காது. ஆனால், ஒரே தலைமையின் கீழ் இயங்கும் 'உலகக் காவலர்கள்' இருப்பார்கள். ஆனால், அவர்கள் மனிதர்கள் அல்ல. அவனைப் போலவே இருக்கும் செயற்கை மனிதர்கள். மகா கொடியவர்கள். வன்விழியர்கள்.

உத்தரவிட்டால் போதும். உயிர்வதை செய்யவோ, உயிரை எடுக்கவோ தீயாக பரபரப்பார்கள். எல்லோரையும் ஒரே நேர்கோட்டுக்குக் கொண்டு வந்து, பெரும் அமரிக்கையாக அவன் உலகத்தை ஆட்சி செய்துகொண்டிருப்பான். தேசத் தலைவர்கள் அவன் சொல்வதை மாத்திரமே செயல்படுத்தும் தலையாட்டி பொம்மைகளாக இருப்பார்கள். மக்களுக்கான கேளிக்கை, கொண்டாட்டம், ஆரவாரம், தடையில்லாத உறவு கொள்ளுதல் போன்றவற்றுக்கான அனைத்துவித வசதிகளையும் குறைவில்லாமல் தங்களது பாரிய நிறுவனங்கள் மூலம் கோடீஸ்வர முதலாளிகள் செய்துகொடுக்கும் கார்ப்பரேட் உழைப்பாளிகளாக மாற்றப்பட்டிருப்பார்கள். மக்கள் எந்தக் குறையும் இல்லாமல், புகார் சொல்லுதலும் இல்லாமல்,

சொர்க்கத்தில் இருப்பதான உணர்வில் திளைத்துக் கிடப்பார்கள். அப்போதுதான் நான் எனது அடுத்த வேலையை ஆரம்பிப்பேன். உலக மக்கள் அனைவரின் மூளையிலும் ஒரே சமயத்தில், தங்களை ஆளும் பெருந்தலைவனைப் பற்றிய ஒரே சிந்தனையை உருவாக்குவேன். நான் நியமித்த மனிதனை பெரும் இறைவனாக மக்கள் பாவிப்பார்கள். அவனை தினமும் வணங்க வேண்டும் என்று விரும்புவார்கள். அவனைக் கொண்டாடவும் அவனுக்குப் பெரிய விழாவினைப் பெரும் பண்டிகையாக எடுக்க வேண்டும் என்றும் மூளைக்குள் சிந்திப்பார்கள்.

இப்படி ஒரே சமயத்தில் பல கோடி மக்கள் சிந்தித்த விஷயம், உலகத் தலைவனுக்கு ரிபோர்ட்டாகப் போய் சேரும். அவனது சிந்தனை தேசத் தலைவர்களும் கார்ப்பரேட் முதலாளிகளும் இப்படியாக, தன்னை தெய்வமாக நினைக்கிறார்களா என்பதை அறிய, ஆவலாக இருக்கும். அவர்களில் ஒருவர் கூட, அப்படியாகச் சிந்திக்கவில்லை என்பதோடு, 'அடுத்த வருடம் கோடீஸ்வரர்கள் பட்டியலில் முதல் மூன்று இடங்களுக்குள் வருவோமா?' என்று சிலரும், பலர் அந்தப் பட்டியலில் பலரை பின்னுக்குத் தள்ளிவிட்டு முன்னேறுவோமா? என்பது பற்றியே சிந்தித்துக் கொண்டிருப்பார்கள். தேசத் தலைவர்களோ, வேறு எந்தத் தீவை விலைக்கு வாங்கலாம்? இதே காரியதரிசியே இருக்கட்டுமா...? அல்லது, புதிதாக வேறொரு இளம் பெண்ணை நியமிக்கலாமா...? என்பது குறித்து சிந்தித்துக் கொண்டிருப்பார்கள். "அடேய், பணப்பிசாசுகளா... உலக மக்களெல்லாம் என்னை தெய்வமாக வழிபடும் மனநிலைக்கு வந்துவிட்டார்கள். உங்களுக்கு எப்போதும் பணம், சொத்து, தீவு, உல்லாசம் இவற்றைப் பற்றித்தான் சிந்தனையா? என்னைக் குறித்து சிந்திக்க மாட்டீர்களா...? இதோ, வருகிறேனடா... உங்களுக்கான பழுக்கக் காய்ச்சிய கம்பியோடு என்ற சிந்தனையோடு "கூட்டுங்கடா.... சீக்ரெட் மீட்டிங்கை" என்று உத்தரவிடுவான்.

"ஏம்பா, இந்த உலகத் தலைவன் பெரிய உபத்திரத் தலைவனா இருக்கானேப்பா... அடிக்கடி ரகசியக் கூட்டம் போட்டு உயிரை எடுக்கிறான் தீவிரவாதிகளை செட் பண்ணி, ஆளைப்

போட்டுருவோமா?” என்று யாருக்கும் போன் செய்து புலம்ப முடியாமலும் இப்படியாக, சிந்திக்க முடியாமலும் ‘நாங்கள் எப்போதும் உங்களின் ராஜ அடிமைகள்’ என்பதான மனநிலையோடு, ஆடுகளைப் போல தலையைத் தொங்கப் போட்டுக் கொண்டு, எனது உலக பிரதிநிதி கூட்டிய ரகசியக் கூட்டத்துக்கு ஆவலும் ஆர்வமும் பொங்க வருவது போல் முகபாவனையைத் தரித்துக்கொண்டு வருவார்கள்.

அங்கே அவர்களுக்கு பெரும் அதிர்ச்சியான செய்தியோடு காத்திருப்பான் உலகத் தலைவன். இது தவிர, இன்னபிற உடனடித் தீர்வுகள் மூலம் மற்றவர்கள் மனதுக்குள் எப்போதும் பயப்பூச்சி குடைந்துகொண்டிருக்கும்படியும் செய்வான். அவனது இம்முறை உரை வீச்சானது, நட்புறவாக இல்லாமல், குரலை உயர்த்தாத, கடுமைகாட்டாத அதிகார தொனியில் இருக்கும்.

“உலக மக்கள் எல்லோரும் என்னைக் காக்கும் கடவுளாகக் கருத ஆரம்பித்துவிட்டார்கள். என்னை அவர்கள் வழிபடவும் திருவிழா, பண்டிகை எடுக்கவும் விரும்புகிறார்கள். அதனை நிறைவேற்றுவது எனது கடமையாக இருக்கிறது. உலகமெங்கும் சிறிய, பெரிய, வீதிகளிலும் பாரிய சாலை சந்திப்புகளிலும் நூறு முதல் ஆயிரம் அடிவரையிலான எனது உருவச் சிலைகளை எனது கோடீஸ்வர நண்பர்கள் நிறுவ வேண்டும். இதற்கான பொருட் செலவு அத்தனையும் அவரவரே பார்த்துக் கொள்ள வேண்டும். இதற்காக, எனது அரசிடமிருந்து எவ்விதப் பண உதவியும் கிடைக்காது. குறிப்பிட்ட காலத்துக்குள் இந்தப் பணி நிறைவடைய வேண்டும். அதனைக் கண்காணித்து அறிக்கை தர வேண்டியது அத்தனை தேசத் தலைவர்களின் பொறுப்பு. மற்றொன்று, தேசத் தலைவர்கள் புதிதாக வாங்கிய தீவுகளில், அவர்களின் சொந்தச் செலவில் எனக்கான சிலையை எழுப்ப வேண்டும்” என்பான். அதனைக் கேட்டு கோபமாகும் உலகின் முதலிடத்தில் உள்ள கோடீஸ்வரர், முதன் முறையாக, தலைவனுக்கு எதிராகக் குரல் எழுப்புவார்.

“முடியாது... மிஸ்டர் வேர்ல்ட் பிரசிடெண்ட். எங்களது பணத்தை முதலீடு இல்லாத எந்தவொரு திட்டத்திலும்

விரயமாகச் செலவு செய்யமாட்டோம். காரணம், எங்களுக்கு பணம்தான் கடவுள். தவிர, நீங்கள் ஆட்சிக்கு வந்த புதிதில் சிலை வடிவத்தில் இருக்கிறதான அத்தனையையும் அழிக்கச் சொன்னீர்கள். சிலைகள் இல்லாத உலகம் ஒன்றை நிறுவினீர்கள். இப்போது என்ன புதிதாக உங்களுக்கு மட்டும் சிலை? இதனை நான் ஒருபோதும் ஒப்புக்கொள்ள முடியாது" என்பார். அவர் பேசி முடித்த சில வினாடிகளில் அவரை மாத்திரம் குறி வைத்து மைக்ரோ துப்பாக்கி பொருத்தப்பட்ட ட்ரோன் ஒன்று பறந்து வரும். அப்போது அவனருகில் அமர்ந்திருக்கும் உலகின் இரண்டாவது கோடீஸ்வரன் தனது மனதுக்குள், 'இவன் செத்துட்டா, நாமதான் அடுத்த உலகக் கோடீஸ்வரர்களில் முதல் இடத்தைப் பிடிப்போம்' என்று மகிழ்வான். மற்ற கோடீஸ்வரர்களோ, துப்பாக்கிக் குண்டுக்கு பலியாகப் போகிறான் என்று பதட்டத்துடன் பார்ப்பார்கள். ஆனால், அங்கே அவர்கள் எதிர்பார்க்கும் எதுவும் நடக்காது. மாறாக, ட்ரோன் அவரை நெருங்கி துப்பாக்கியை முழக்கும். அதிலிருந்து அமிலம் ஏற்றப்பட்ட நுண்ணிய ஊசிகள் சீறி வந்து, அவரது உடலில் பாயும். நம்பர் ஒன் கோடீஸ்வரர் உடலில் அமிலம் பரவி, பெரும் எரிச்சலையும் குடைச்சலையும் வலியையும் ஏற்படுத்தும். அவர் கதறுவார். ஓடிச்சென்று தலைவன் காலில் விழுந்து, "என்னை மன்னித்து விடுங்கள்" என்று அலறுவார்.

"எனது அரசாங்கத்தில் மன்னிப்பு என்பதே கிடையாது."

"மன்னிப்பு வேண்டாம். சாகடித்து விடுங்கள். இந்த வலியும் வேதனையும் தாங்க முடியாத ஒன்றாக இருக்கிறது." அதைக் கேட்டு அவன் சிரிப்பான்.

எல்லோருக்கும் கேட்கும்படி சொல்வான்.

"எனக்கு எதிராகப் பேசவோ, சிந்திக்கவோ, நினைக்கும் துரோகிக்கு எனது அரசில் ஒரே தண்டனைதான். சாவாமை. சாவை விரும்பிக் கேட்டாலும் அவர்கள் கொல்லப்பட மாட்டார்கள். பெரும் வேதனையோடும் வலியோடும் கதறிக்கொண்டே இருக்க வேண்டியதுதான். செயற்கை ரத்தம் ஏற்றப்பட்டு, தொடர்ந்து சித்தரவதை தண்டனை வழங்கப்படும்."

என்றபடியே அந்த முதலிடக் கோடீஸ்வரனைப் பார்ப்பான்.

“ஸாரி, முதலாளி சார். எனக்கு என்றைக்கு உங்கள் மீது கருணையும் அன்பும் பிறக்கிறதோ... அன்றைக்கு உங்களுக்கு சாவு நிச்சயம். அதுவரை சிறப்பு மருத்துவமனையில் உயிர் பிழைக்க வைக்கப்பட்டுக்கொண்டே இருப்பீர்கள் உயிர்வதை செய்யப்பட்டுக் கொண்டே இருப்பீர்கள்” அதுவரை உங்கள் உடலில் இந்த உயிர் வதை இருக்கும். எனது அரசின் முதல் சாவாமை பிரதிநிதியான உங்களுக்கு எனது வாழ்த்துகள்” என்பான். அடுத்த அவனது உத்தரவு பறக்கும். நான்கைந்து மருத்துவர்கள் ஓடி வந்து அந்தக் கோடீஸ்வரரைத் தூக்கிக் கொண்டு மருத்துவமனைக்கு விரைவார்கள். அவன் பெரும் ஆணவமான குரலில், கூட்டத்திற்கு வந்திருப்பவர்களைப் பார்த்து அறைகூவலிடுவான்.

“எனது அரசு, சாவுக்கே சாவு மணி அடிச்சாச்சு. தற்கொலை செய்துகொள்ளலாம் என்று மாத்திரையை விழுங்கி விட்டு சாவுக்குக் காத்திருந்தால் கூட, நீங்கள் யாரும் சாக மாட்டீர்கள். நீங்கள் காப்பாற்றப்படுவீர்கள். கொடுமைப்படுத்தப்படுவீர்கள் மீண்டும் மீண்டும் பிழைக்க வைக்கப்படுவீர்கள். என்ன... கனவான்களே... இன்னொரு டெமோ பார்க்க யாருக்காவது ஆசையா? செய்து காட்டட்டுமா?” அவன் சொல்வதைக் கேட்டு ஒட்டுமொத்த தேசத் தலைவர்களும் கோடீஸ்வரர்களும் பேரமைதி காப்பார்கள். அவன் பெருத்த சிரிப்புடன் விடை பெறுவான். வெளியே வந்ததும்தாம் அவர்களுக்குத் தெரியும். ரகசியக் கூட்டத்தில் நடந்த எல்லாமே உலகமெங்கும் நேரலையில் ஒளிபரப்பாகிக் கொண்டிருப்பதும் மக்கள் அவனை ஆரவார பேரிரைச்சலோடு கொண்டாடிக் கொண்டிருப்பதும். ‘அட, சண்டாளா’ என்று மனதிற்குள் திட்டுவதற்குக் கூட முடியாமல் அவரவர் தங்களது சொகுசு கார்களில் உயிர் பிணமாக ஏறிச் செல்வார்கள்.

அடுத்த ஆறு மாதங்களில் உலகமெங்கும் லட்சக்கணக்கான சிலைகள் நிறுவப்பட்டிருக்கும். அத்தனைக்கும் ஒரே சமயத்தில் அர்ப்பணிப்பு விழா நடக்கும். எல்லா தேசத்து மக்களும்

அவரவர் மொழியில் அவரவர் பண்பாட்டின்படி அந்தச் சிலைகளுக்குத் திருவிழா எடுப்பார்கள். மலை மலையாக ஆடுகளும் மாடுகளும் பலி செலுத்தப்படும். அந்த நாளில் நான் பிணவனத்தில் இருக்கும் இறைவனை சங்காரம் பண்ணுவேன். நான் உருவாக்கிய நான்காம் பாலின மனிதன் மூலம் ஒட்டு மொத்த பூமியையும் ஆட்சி செய்வேன். எனது செயற்கை உலகத்துக்கான தொடக்க நாளாக, அந்த தினம் அமையும். இனி எனக்கு எதிரி என்பவன் எவரும் இல்லை. நான் ஒருவனே ராஜா. நான் ஒருவனே பேரரசன். நான் ஒருவனே உலக மகா சக்ரவர்த்தி. அந்த நாளை காண்பதற்கு உங்களில் யாரும் உயிரோடு இருக்க மாட்டீர்கள். பிணவனத்தில் எரிந்துகொண்டோ, புதைக்கப்பட்டோ இருக்கும் உங்கள் சந்ததிகளுக்குப் பிறகு வரும் ஏதோ ஒரு சந்ததியினர் எனது ஆட்சியில் இருப்பார்கள்.

உலகத் தலைவனை தரிசிப்பார்கள். எனது ஆட்சியில் சுகபோகமாக இருப்பார்கள். அவர்களில் யாரும் எனது 'சாவாமை' சித்ரவதைக்குள் சிக்கிக்கொள்ளாதபடி நீங்கள் வேண்டிக்கொள்ளுங்கள். என்னது? யாரை வேண்டிக் கொள்வதா? என்னைத்தான். என்னை எங்கே தேடுவதா? கெட்டது போங்கள் நான்தான் முன்பே சொன்னேனே... இறைவன் இருந்த தூணிலும் துரும்பிலும் இப்போது நான்தான் இருக்கிறேன். தவிர, இறைவனுக்கென்று நினைத்துக் கொண்டு பல ஆயிரம் வருடங்களுக்கு முன்பிருந்து கட்டி வைத்திருக்கும். இப்போது கட்டி முடித்திருக்கும் எல்லா மத வழிபாட்டுத் தலங்களிலும் நான்தான் வீற்றிருக்கிறேன். நீங்கள் இறைவனை வழிபடுவதாக நினைத்துக் கொண்டு என்னைத்தான் காலங்காலமாக, யுக யுகமாக வணங்கிக்கொண்டு வருகிறீர்கள். இதை ஏன் வார்த்தை மாறாமல் மறுபடியும் சொல்கிறேன் எனில், உங்கள் எல்லோருக்குள்ளும் உலக வியாதி ஒன்று இருக்கிறது. அதென்ன உலக வியாதியா?' உங்களுக்குப் புரிகிற மாதிரியே சொல்கிறேன். அவரவர் தேசத்தைச் சேர்ந்த தேசிய வியாதி இருக்கிறது. இறைவனையே மறந்துவிட்ட மனிதர்கள் நீங்கள். நானெல்லாம் எம்மாத்திரம்?

சரி, விசயத்துக்கு வருகிறேன். அடுத்த தலைமுறை பற்றி கொஞ்சமும் அக்கறையும் கவலையுமற்றவர்களாக இருப்பவர்கள் நீங்கள். ஏதோ, இந்த பூமி, உங்களுக்கானது போலவும் அதில் உள்ள நிறைவுகள் எல்லாமே நீங்கள் மாத்திரம் அனுபவிப்பதற்காகவே உண்டாக்கப்பட்டது போலவும் எல்லாவற்றையும் கொள்ளை பொருள்களாக்கிக் கொள்கிறீர்கள். இதற்கெல்லாம், எனது ஒற்றைத் தலைமையிலான ஆட்சியில் உங்கள் வழிவந்த தலைமுறையினர் பாடுகளை, அவஸ்தைகளை, துன்பங்களை அனுபவிக்கப் பாத்திரர்களாக இருப்பார்கள். இறைவனையே கேள்விக்குறியதாக்கிய, கேலிக்குறியதாக்கிய நீங்கள், என்னை லாலிபாப் சூப்ப விட்டுவிடுவீர்களா என்ன? உங்கள் வழித்தோன்றலான மனிதர்கள், எனது ஆட்சியில் எனக்கெதிராக வியூகம் வகுப்பார்கள். அதற்கான ஒரு பெரும் குழு தீவிரமாக, தீர்க்கமாக, ரகசியமாக இயங்கும். "என்ன சத்ரு சார். உங்கள் ஆட்சிலதான் கைகளில் எல்லோருக்கும் ஜி.பி. எஸ். மின்னணு அட்டையும் தலையில் மூளை அவதானிப்பு மின்னணு அட்டையும் பொருத்தப்பட்டிருக்குமே. பிறகு எப்படி உங்களுக்கு எதிராகச் செயல்பட முடியும்?" என்றுதானே கேட்கிறீர்கள். சொல்கிறேன் கேளுங்கள். இன்றைய தேதியில், என்னதான் பக்காவான பாதுகாப்பு ஏற்பாடுகளோடு ஆவணங்களையும் ரகசியத் தரவுகளையும் கணினியில் வைத்து இருந்தாலும், அதனை ஹேக் செய்யும் ஹேக்கர்கள் இருக்கிறார்கள்தானே? அதேபோல, எனது ஆட்சியிலும் தங்கள் கைகளிலும் தலையிலும் இருக்கும் சிப்களைச் செயலிழக்கச் செய்துவிட்டு, ஆனால், அது செயல்பாட்டில் இருப்பதுபோல தகவமைக்கும் கில்லாடி கிங்கரர்கள் உருவாகி இருப்பார்கள். உலகத் தலைவனுக்கு வருகிற ரிப்போர்ட்கள் எல்லாமே, ஒழுங்கும் கிரமமுமாக அத்தனை கோடி சிப்களும் இயங்கிக் கொண்டிருப்பதாகத்தான் காட்டும். ஆனால், அப்படியான மாயங்களை உருவாக்கி ஏமாற்றிவிட்டு, உலகத் தலைவனுக்கு எதிராக பெரும் திட்டங்களை அவர்கள் முன்னெடுத்துக் கொண்டிருப்பார்கள்.

உலகத் தலைவனை அவர்கள் முகம் முகமாக எதிர்ப்பது என்பது என்னை எதிர்ப்பது போன்றதுதானே? அதை நான் அனுமதிக்க

முடியுமா? ஆனாலும் அனுமதிப்பேன். அவர்களை இனம் கண்டுகொள்ளவும் அவர்களின் திட்டத்தை அறிந்துகொள்ளவும் அதனை முறியடிக்கவும் எதிர்காலத்தில் இப்படியான முயற்சிகளை யாரும் முன்னெடுத்து விடக்கூடாதபடிக்கு உலக மக்களுக்கு பயம் காட்டவும் எனது எதிர்ப்புக் கும்பலுக்கு முழு சுதந்திரம் அளிப்பேன். பிறகு அவர்களை அழிப்பேன். அதற்கு முன்னால் சகல அதிகாரங்களும் பொருந்திய, தன்னிகரற்ற தலைவனாக உருவெடுத்த, எல்லாமும் ஒழுங்கும் கிரமுமாக செயல்படுகிறதா என்பதை விழிப்போடு கண்காணித்துக்கொண்டிருந்த, நான் உருவாக்கிய தலைவனுக்கு எதிராகவும் அவனைக் கொலை செய்வதற்கான திராணியோடும் திறமையோடும் துணிச்சலோடும் இந்தக் குழு உருவாவதற்கான காரணத்தை முதலில் கண்டறிவேன். அதில் எனக்குச் சில ஆச்சரியங்கள் காத்துக்கொண்டுதான் இருக்கும்.

என்னதான் இருபத்து நான்கு மணி நேரமும் உலக மக்களை எண்டர்டெயின்மெண்ட் என்றதான மயக்க வலைக்குள், கட்டற்ற உடலுறவு என்றதான மாய பெருங்குழிக்குள் அமிழ்த்தி, ஆழ்த்தி, அவர்களைச் சிந்திக்கவிடாதபடிக்கு வைத்திருந்தாலும் அவற்றின் மீதான ஈடுபாடோ, ஆர்வமோ இல்லாத சிறு எண்ணிக்கை அளவிலான போராளிகளும் இருக்கத்தான் செய்கிறார்கள். அவர்களுக்குள் மானுடம் மேம்படுவதற்கான சீரிய சிந்தனைகள் 'செம்புல புல நீர்' போல் ஊற்றெடுத்துக் கொண்டுதான் இருக்கிறது. பெரும்பான்மையான மக்களிடையே இவர்களது கருத்துருவாக்கங்களும் தன்னெழுச்சிச் செயல்களும் பொதுத்தன்மை கொண்ட பேச்சுக்களும் எடுபடவில்லை என்றாலும், இவர்கள் சோர்ந்துபோவதில்லை. விரக்தி அடைவதில்லை. களைப்படைவதில்லை. சலிப்படைவதில்லை. தாங்கள் சொல்ல வந்ததைத் தொடர்ந்து மக்கள் மத்தியில் விதைத்துக்கொண்டே இருக்கிறார்கள். கூவிக்கொண்டே இருக்கிறார்கள். இன்றைக்கும் அவர்கள் உங்கள் அருகே இருந்துகொண்டுதான் இருக்கிறார்கள். உங்களது செவிட்டுக் காதுகள் அவர்கள் சொல்வதைக் கேட்காமலும் உங்களது மலட்டு மூளை அவர்கள் விதைப்பதை உள்வாங்கி, வேர் விட்டு

தளை விடாமலும் இருப்பது எனக்கு சாதகமான செயலே.

அவர்கள் எனக்கு எதிராக, அவர்களை அறியாமலேயே செயல்பட்டாலும் அவர்களிடம் எனக்குப் பிடித்த குணம் ஒன்று இருக்கிறது. அது, இறைவனை நம்பாமல், அது குறித்து சொல்லப்பட்டும் நம்பப்பட்டும் வருகிறதான கோட்பாடுகளுக்கு தொடர்ந்து, சளைக்காத எதிர்வினையாற்றிக்கொண்டே இருக்கிறார்கள். நானெல்லாம் அவர்களது பட்டியலிலேயே இல்லை. அவர்களிடம் எனக்குப் பிடிக்காத ஒரு விசயமும் இருக்கிறது. தொடர்ந்து இயற்கையை முன்னிறுத்துபவர்களாகவே களப்பணியாற்றிக் கொண்டிருக்கிறார்கள். அப்படியான சிந்தனை சீர்பட்ட கும்பலொன்றுதான் பெரும் உலகத் தலைவனுக்கு எதிராக செயலூக்கம் கொண்டு, அவனது விஞ்ஞானப் பாதுகாப்பு, கண்காணிப்பு சிப்புகளையெல்லாம் மரணிக்கச் செய்து, அமைய இருக்கின்றதான எனது வெளிப்படையான ஆட்சிக்கு வேகத்தடையை உண்டு பண்ணுகிறவர்களாக இருப்பார்கள். அப்படிப்பட்டவர்களுக்கான முடிவு எப்படிப்பட்டதாக இருக்கும் என்பதற்கான, முன்னோட்டத்தைத்தான் முதலிட கோடீஸ்வரருக்கு வழங்கப்பட்ட ‘சாவாமை’ தண்டனை மூலம் காட்டிவிட்டேன். அதேதான் இந்த ‘மானுடத்தை அளப்பரிய அளவுக்கு நேசிக்கும் மானுடம் வெல்லும்’ என்று நம்பிக்கொண்டு, எல்லா அறமின்மைச் செயல்களுக்கும் எதிராகக் களமாடிக் கொண்டிருக்கும் போராளிகளுக்குமான தண்டனை. இறைவனுக்கு எதிரியாகவும் என்னைத் தெருப் புழுதியைப் போல் பாவிக்கும் அவர்களுக்கு எப்போதும் எனது வணக்கங்கள் உண்டு. எனக்கே சவால் விடுகிற விதமாக, நான் நிறுவப்போகிறதான ஆட்சியையே கேள்விக்குறியதாக்கும் அவர்களின் நெஞ்சுரம் எனக்குப் பிடித்ததாயிருக்கிறது.

‘சாவாமை’ என்கிறதான பெரும் உபத்திரவப்படுத்தலுக்குள்ளான தண்டனை என்பது என்னை எதிர்ப்பவர்களுக்கு மாத்திரம்தான். மற்றபடி, அவரவரின் இயல்பான மரணம் எப்போதும் போல் நிகழ்ந்துகொண்டுதான் இருக்கும். மனிதர்கள் பெருந் தீனிக்காரர்களாகவும் சம்போக சுகத்தில் வெறிகொண்டு லயித்திருப்பவர்களாகவும் இருப்பார்கள். காலங்காலமாக,

யுகம் யுகமாக கடைப்பிடிக்கப்பட்டு வந்ததான பண்பாடுகள், பெரும் நம்பிக்கைகள், சடங்குகள், சம்பிரதாயங்கள் எல்லாம் மழுங்கடிக்கப்பட்டிருக்கவும். மறக்கடிக்கப்பட்டிருக்கவும் செய்யப்பட்டிருக்கும். 'மாற்றம் ஒன்றே மாறாதது' என்ற தத்துவக் கோட்பாடும் பொய்யானதாகப்பட்டிருக்கும். மாறாத விஷயங்கள் இரண்டு, உலகின் முதல் மனிதன் தோன்றிய காலத்திலிருந்து இன்றுவரை இருப்பதை மனிதர்கள் கண்டறிவார்கள். அதில் முழு ஈடுபாட்டுடன் இயங்குவார்கள். அந்த மாறாத இரண்டு விசயங்கள்தான் நிரந்தரமானதும் மாறாததும் என்றும் நம்புவார்கள். உண்பதும் உவத்தலும் என்றதான அந்த இரண்டு விசயங்களை அளவுக்கு மீறி தருவதன் மூலம் நான் இயங்கிக் கொண்டிருக்கும் பெரும் ரகசியம் அவர்களுக்குத் தெரியாது. உண்ட மயக்கமும் உவத்தல் மயக்கமும் மனிதர்களுக்கான பெரும் கன்னியாகவும் ஒழுங்கின்மை, சீரின்மை, ஆகியவற்றின் வாசலாகவும் மனிதர்களுக்கு இருக்கும். அவைகளே பெரும் பாவக்குழிகளாக இருக்கும். தொந்தி பெருத்தவர்களும் உறுப்பு சிறுத்தவர்களும் பெரும் பாவங்களின் பிரதிநிதிகளாக இருப்பார்கள்.

உலகின் ஆதி பாவம் உண்பது மூலமாக வந்தது. முதல் பாவம் நிர்வாணத்தை மறைத்தது மூலம் வந்தது. பெரும் பாவங்களால் படுபாதகச் செயல்களால் கட்டமைக்கப்படும் எனது பெரும் உலக ராஜியத்துக்கு எப்போதும் இனி அழிவில்லை. அழிப்பதென்றால், அது இறைவனால் கூட முடியாது. ஆனால், மனிதர்களால் முடியும். அந்தச் சூத்திரத்தை இறைவன் மனிதர்களின் மூளைக்குள் வைத்துவிட்டதுதான் எனக்கு சாதகமான விஷயம். மனிதர்கள் அதனை உணர்ந்து விடாதபடிக்கு வயிற்றுப் பசியையும் உடலுக்கு காமப் பசியையும் எப்போதும் அவர்களுக்குக் கொடுத்துக் கொண்டே இருப்பேன். எனது ராஜ்ஜியம் மனிதர்களுக்கானது அல்ல இயற்கைக்கானது அல்ல. முழுக்க... முழுக்க எனக்கானது. நான் நிரந்தரமானவன். அழிப்பவர் எவருமில்லை.

நான் வாழ்க... நானே வாழ்க... நான் மாத்திரமே வாழ்க.

–3–

இறைவன்

“ஏறத்தாழ, ஆறாயிரத்துக்கும் மேற்பட்ட வார்த்தைகளைக் கடந்து வந்திருக்கிறீர்கள். எந்த இடத்திலும் என்னைக் குறித்த சிறு சிந்தனை உங்களுக்கு வரவில்லை என்கிறதான உண்மையே, அவனது வெற்றியை நிலைநிறுத்துவதற்குப் போதுமானதாயிருக்கிறது. உங்களால் நான் எப்போதோ கைகழுவப்பட்டவனும் கைவிடப்பட்டவனுமாயிருக்கிறேன். எனது தற்போதைய இருப்பிடம் பிணவனம் என்ற சிறையாக இருக்கிறது. என்னைச் சுற்றி எந்நேரமும் பிணங்கள் மாத்திரமல்ல.... கழிவிரக்கமும் சூழ்ந்துகிடக்கிறது. நான் கையறு நிலையிலும் வணங்கப்படுதலும் வழிபடுதலுமற்றவனாகி, உங்களால் புறம் தள்ளப்பட்டவனாயுமிருக்கிறேன். இறைவன் என்ற ஒற்றைச் சொல்லுக்கு எள்ளி நகையாடுதலும் கேலிபேசுதலுமே உங்களது உடனடி முக உணர்ச்சியாக, இருக்கிறது. செல்லாத பணம் போல், செல்லாத, சமூகப் பயன்பாடாகவும் இறைவனாக்கி விட்டீர்கள். என்றாலும் என்னை வணங்குவதாகக் கூறிக்கொண்டு, அவனை அமரிக்கையாக வணங்கிக்கொண்டிருக்கிறீர்கள். இந்த உண்மை உங்களுக்கும் தெரிந்துதான் இருக்கிறது.

ஆனாலும் அந்த வழிபாட்டு முறைமைகளில் இருக்கிறதான ஆடம்பரம், கேளிக்கை, வணிகம் உங்கள் இருதயத்திலிருந்து என்னை அவமானப்படுத்தி, சிறுமைப்படுத்தித் துரத்துவதற்குப் போதுமான காரணிகளாகவே இருந்து வருகிறது.

போகட்டும். இனி என் காரியத்தை, நியாயத்தைப் பார்ப்போம், இறைவனின் தேவாம்ச குணங்களில் ஒன்று, ஒருவன் இல்லாத போது, அவனைக் குறித்துப் பேசுவது. இது புறங்கூறல் என்ற வகைமைக்குள் வரும் என்பதை உங்களுக்கு நான் வகுப்பெடுக்கத் தகுதியானவன் இல்லை. காரணம், உலகம் முழுக்க உள்ள சகல மொழி பேசுபவர்களும் ஒவ்வொரு நாளும் அதைத்தான் விஞ்ஞானபூர்வமாகவும் தகவல் தொழில் நுட்ப, சமூக வலைதளங்கள் மூலமாகவும் செய்து வருகிறீர்கள். இப்போது நானும் அதனைத்தான் செய்யப் போகிறேன். அவனைக் குறித்த எனது நீண்ட புரிதலை - வேண்டுமென்றால் உங்களின் வசதிக்காக புலம்பலை என்று கூட, வைத்துக் கொள்ளுங்கள். ஆனால், இது புறங்கூறல் ஆகாது. காரணம், அவன் இப்போது தூணிலும் துரும்பிலும் துருவிலும் இருக்கிறான். எங்கும் நிறைந்து இருப்பவனாக, இப்போது அவன் சக்தியும் வளர்ச்சியும் கொண்டவனாக இருக்கிறபடியால், அவனை வைத்துக் கொண்டுதான் அவனைக் குறித்து உங்களிடம் பேசப் போகிறேன்.

உங்களில் சிலர், அவன் எங்கும் இருக்கிறான் என்பதற்கு என்னுடைய உறுதிப்பாடைக் கேட்கிறீர்கள். அது, நீங்கள் அறிந்துக் கொள்வதற்காக அல்ல... நான் அவனை எந்த அளவுக்குத் உள்வாங்கி வைத்திருக்கிறேன் என்பதை புரிந்துகொள்வதற்காக. இது, என் மீதான உங்களது நம்பிக்கையின்மையையும் அலட்சியத்தையும் வெளிப்படுத்துபவையாக இருக்கிறது. முழுக்க முழுக்க அவனால் நீங்கள் வசப்படுத்தப்பட்டுவிட்டீர்கள் என்பதற்கான, காத்திரமான மனச்சரடுதான் இது. உறுதிப்பாடு கேட்டீர்கள் அல்லவா? சொல்கிறேன் கேளுங்கள்.

பத்து தடியன்கள் ஒன்று சேர்ந்து, வயதுக்கு வராத சின்னஞ் சிறு சிறுமியை வழிபாட்டுத்தலத்துக்குள் வைத்து, முறைவைத்து

வன்புணர்வு செய்கிற செயல்கள் பெருத்துவிட்டதல்லவா? அந்த நிகழ்வு நடக்கும் வழிபாட்டுத் தலத்துக்குள் நான் இல்லை. இப்போது அவன்தான் இருக்கிறான். இது போன்ற வன்செயல்கள் உலகெங்கும் எல்லா மதஸ்தர்களின் வழிப்பாட்டுத் தலங்களிலும் இன்றைக்கு தினமும் நடப்பதாக இருக்கிறது. இது அவனுக்குப் பிடித்தமான, அவனுக்கான வழிபாட்டு முறைமைகளில் ஒன்று. சிறுமிகளின், பெண்களின் கதறலும், வலியும், நிணநீரும் ரத்தமும் உயிரும் அவனுக்கு மிகவும் பிடித்தமான ஒன்று. எனது பெண் படைப்பைப் பகடையாக வைத்துதான், உலகம் முழுக்க சகல மதங்களுக்குள்ளும் நுழைந்து, அவன் சதிர் ஆடுகிறான்.

அவன் அருவருப்பான குணங்களையும் தீயதான எண்ணங்களையும் கொண்டவனென்பதால், அவனுக்கு அழகானவற்றைக் கண்டாலே பிடிக்காது. அது இயற்கை என்றாலும் சரி, பெண் என்றாலும் சரி. அவற்றின் மீது மூர்க்கவெறி கொள்வான். தன் வன்மத்தைக் கட்டவிழ்த்து விடுவான். சிதைப்பான்... சீரழிப்பான். பெண்ணை ஆக்க சக்தி, தெய்வசக்தி, அவள்தான் உலகம், அவளில்தான் உலகம் என்று புகழ்ச்சியின் தீபத்தை அவளது உள்ளங்கையில் வைத்துவிட்டு, உச்சந்தலையில் ஊழித் தீ வைப்பான். நான் படைத்த அற்புதங்கள் ஆணும் பெண்ணும். அவ்விரண்டுக்கும் பகை மூட்டினான். பெண்ணைத் தனது பகடைக்காயாக்கி, ஆண்களை வசப்படுத்தினான். அவளுக்கெதிராக, வீட்டிலும் வெளியிலும் பணியிடத்திலும் தனியிடத்திலும் வன்செயல் வாளால் ஆண்களை எப்போதும் களமாட வைத்தான். உலகத்தை நான் படைத்த சில ஆயிரம் வருடங்களிலேயே, பெண் உடல் என்ற தொன்மத்தின் மீது, ஆண்கள் தொடுத்ததான பேரழிவு என்பது அவனாலேயே நிகழ்த்தப்பட்டது. தற்போது, இது இன்னுமாக அதிகரித்து இருப்பதாகவும் மூர்க்கவெறி, கொண்டதாயும் இருக்கிறது. என் படைப்பைக் கொண்டே என்னைச் செயலற்றவனாக்கினான் சிறைபிடித்தான். தனிமைப்படுத்தினான். பிணவனத்தில் யுகங்கள் கடந்த கைதியாக வைத்திருக்கிறான்.

எனக்கு இங்கே இருப்பது குறித்து எந்தப் புகாரும் இல்லை. மகா ஆபத்தான மனிதர்கள் உயிரோடு வாழும் உலகத்தில் உலாவுவதை விட, அம்மனிதர்கள் பிணமாக எரிந்துகொண்டும் புதைந்துகொண்டும் இருக்கும் இந்தப் பிணவனத்தில் இன்னும் எத்துணை யுகங்கள் வேண்டுமானாலும் இருப்பதற்கான மனநிலை எனக்கு எப்போதும் உண்டு. எனக்கு மனிதர்களோடு இருக்க வேண்டும். அவ்வளவுதான். என்றாலும் இங்கே என்னை எந்நேரமும் வதைப்படுத்தும் ஓலக்குரல்கள் கேட்டுக் கொண்டே இருக்கின்றன. அதைத்தான் என்னால் தாங்கிக் கொள்ள முடியாததாகவும் எனது கையாலாகாத்தனத்தின் குற்ற உணர்ச்சியின் வெளிப்பாடாகவும் இருக்கிறது. அது, வன்புணர்வின் கொடுமையினால் முலைகள் அறுபட்டு, யோனிகள் சிதைக்கப்பட்டு, முகங்கள் நசுக்கப்பட்டு, பிணமாக இங்கே புதைக்கப்படாமலும் எரிக்கப்படாமலும் குவிந்துக் கிடக்கும் பெண்களின் சிறுமிகளின் அபயக் குரல்கள்தான். யுகயுகமாக இக்கொடுமைக்கு ஆளானவர்களின் ஆன்மாக்கள் இந்தப் பிணவனத்திலிருந்து எழுப்பும் அற ஒலி எனது இருதயத்தை அறுப்பதாகவும் ஆயிரமாயிரம் எரியீட்டிகளைக் கொண்டு என்னைக் குத்திக் கிழிப்பதாகவும் இருக்கிறது.

“எங்களுக்கு இழைக்கப்பட்ட அநீதிக்கு சரிக்குச் சரி பழி வாங்காமலும் நீதியைச் சரிகட்டாமலும் இன்னும் எத்தனை யுகங்களுக்கு நீ எங்களைப் போல பிணமாக இருக்கப் போகிறாய்? பெண்ணாகப் பிறப்பெடுத்ததும் எழில்கொண்ட உருவம் கொண்டது எங்கள் குற்றமா? உயிர்த்துடிப்பான யோனிகளும் எடுப்பான முலைகளும் வசீகரமான விழிகளும் சுழிப்பான உதடுகளும் எங்களுக்கு வரமாகத் தா இறைவா... என்று நாங்களா உன்னிடம் கேட்டோம்? எங்களைச் சிதைத்த மனித மிருகங்களின் ஆன்மாக்களும் உமது கண்களுக்கு முன்பாக பிணமாகத்தானே புகைந்துகொண்டிருக்கிறது? இதுதான் இறைநீதியா? இறை தீர்ப்பா? எங்களுக்கு உம்மிடத்திலும் பட்சபாதாமா? பூமியில் வன்செயலுக்கிடையே சொட்டுச் சொட்டாக எங்கள் உயிர் வடிந்தபோதும் நீ வரவில்லை. என்னதான் செய்வது நாங்கள்?” என்று அந்த ஆன்மாக்களின்

அலறல்கள் என்னை எந்நேரமும் ஒடுக்குகின்றன. எனது செயல்கள் அத்தனையையும் சூம்பிவிடவும் முடமாக்கவும் செய்துவிடுகின்றன. இப்போதே எனது சிருஷ்டிப்பு, அழித்தொழிப்பு, உள்ளிட்ட செயல்களை நான் ஈடுபடாதபடிக்கு அவன் என்னை முடக்கித்தான் வைத்திருக்கிறான். இப்போது அவன் நினைத்ததெல்லாம் நினைத்தபடி நிறைவேறிக்கொண்டு வருவதில் இறுமாந்துக் கிடக்கிறான். இது அவனுக்கான காலம். அப்படித்தான் வெறிகொண்டு ஆடுவான். ஆடட்டும். ஆடட்டும்.

முக்காலங்களை அறிந்தவனும் சகலவற்றையும் படைத்தவனும் வல்லமை மிகு சக்தியைக் கொண்டவனும் எந்த வித தலைக்கனம் நிரம்பியதை ஒத்த ஆட்டம் ஆடாதவனும் ஏக இறைவனுமான நானே, இப்போது தாற்காலிகமாக முடங்கிக் கிடக்கும் போது, தறிகெட்ட ஆட்டம் போடும் அவனுக்கு நிரந்தரமான முடிவு நிச்சயம் உண்டு. நான் இப்படிச் சொல்வதைக் கேட்டு உங்களில் மனச்சான்று உள்ளவர்கள்... அதுசரி, அப்படி உள்ளவர்கள் உலகத்தில் இன்னும் மிச்சமும் மீதியுமாக இருக்கிறீர்களா... என்ன? இருந்தாலும் இல்லையென்றாலும் நான் சொல்லவந்ததைச் சொல்லிவிடுகிறேன். “நீ சகல சக்திகளும் கொண்ட இறைவன்தானே? உன்னை எதிர்ப்பவன் என்னொன்று உண்டா? உனது அழுக்கு குணத்தில் உருவானவன்தானே அந்தச் சத்ரு. அவனை அப்படியே பிதுக்கி, நசுக்கிப் போடுவதற்கு என்ன?” என்று கேட்கலாம்.

ஒன்றை மிகத் தெளிவாகவும், திடமாகவும், உறுதியாகவும் சொல்லிவிடுகிறேன். உங்களது மனவரைவுகளில் நீங்கள் கொண்டிருக்கிறதான சித்திரங்களிலும், உருவங்களிலும் நான் இல்லை. நான் உங்களைப் படைத்த அந்த முதல் நாள் முதற் கொண்டே சொல்லிவருவதையே இப்போதும் சொல்லுகிறேன். நான் உருவமற்றவன். என்னை எந்த வடிவத்துக்குள்ளும் சொரூபத்துக்குள்ளும் மனித கற்பனைகளுக்குள்ளும் அடக்கிவிட முடியாது. அதனை நான் எப்படி விவரித்தாலும் உங்களால் புரிந்துகொள்ள முடியாது. புரிந்துகொள்ள முடியாத - ஆனால், உணர்ந்து கொள்ள மட்டும் முடிகிறவனாக இருப்பவன்தானே இறைவனாக இருக்க முடியும். இன்னொன்று எனக்கு பெயர்

என்ற ஒன்றே கிடையாது. நான் பெயரற்றவனும்தான். எனில், இறைவன், கடவுள், இன்னபிற கோடிக்கணக்கான பெயர்களால் உங்களால் அழைக்கப்படுவதெல்லாம் உங்கள் மூப்பர்கள் எனக்கு வைத்தது. எந்தப் பெயருக்குள்ளும் சிலைகளுக்குள்ளும் நான் இல்லை. அப்படி இருப்பவனாகவும் நான் இல்லை. காலங்காலமாக சொல்லிவந்ததையே இப்போதும் சொல்கிறேன். காற்றானது பூமியில் எப்படி நிறமற்று, மணமற்று, குணமற்று, உருவமற்று, எங்கும் நிரம்பியிருக்கிறதோ அப்படித்தான் நானும் இருக்கிறேன், இருந்தேன்.

காற்று பூமிக்குள் மட்டும்தான் நிரப்பப்பட்டிருக்கிறது. நான் அண்டசராசரங்கள் எங்கும் நிரம்பி இருப்பவன். இருந்தவன். இப்படிச் சொன்னதுமே, உங்களது மூதாதையர்கள் காந்தப் புலனைக் கொண்டு ஒரு உருவத்தை அந்தரத்தில் நிலை நிறுத்தி, இதுதான் இறைவன் என்று மாய்மாலம் காட்டினார்கள். 'அடேய்... அறிவிலிகளா... நான் இத்துணை சிறியன் அல்ல. வானுயர் அளவுக்கு மிகப் பெரியவன்' என்றால், உடனடியாக, பாரிய சிலைகளை நிறுவி, பிழைப்பு வாதம் செய்தார்கள். நான் நானில்லை. ஆனால், நான் நான்தான். உங்களில் மூளை முற்றியவர்களில் சிலர், "காற்றைப் போல் நீர் என்றீரே.... காற்றுக்கு காற்றென்று பெயர் இருப்பது போல், உமக்கும் ஒரு பெயர் இருக்கும் தானே... பெயர் இல்லாமல் எப்படி?" என்று எதிர்க் கேள்வி கேட்பவர்களாக இருக்கிறீர்கள். உங்களுக்கு ஏதோவொரு பெயரிலோ, உருவத்திலோ அடக்கி, முடக்கி, கையடக்கக் கடவுளாக என்னை மாற்றிவிட வேண்டும். முன்பிருந்தவர்களும் அப்படித்தான் இருந்தார்கள். இப்போது இருப்பவர்களும் அப்படித்தான் இருக்கிறீர்கள். இனி வரப் போகிறவர்களும் அப்படித்தான் இருப்பார்கள்.

எனக்கொரு பெயரிட்டே ஆக வேண்டும் என்றால் செயல் என வேண்டுமென்றால் வைத்துக்கொள்ளுங்கள். நான் செயல்களால் நிரம்பியவன். அதிலும் நற்செயல்கள் மாத்திரமே செய்பவன். எனது செயல் சக்திதான் மலைகளை, மடுக்களை, கோள்களை, பெருவெளிச்சப் பந்தினை உயிர்களை, உங்களை இப்படி எல்லாவற்றையும் படைத்தது. அவனுமே அப்படி

பட்டவன்தான். அவனுக்கு தீஞ்ச்செயல்கள், கொடுஞ்செயல்கள் செய்வதும் அதில், லயிப்பதும் கொள்ளைப் பிரியம். அவனுக்குமே உருவம், பெயர் எதுவும் கிடையாது. ஆனால், அதற்கெல்லாம் ஆசைபடுபவன். அவனுக்கும் எனக்கும் ஒரு ஒற்றுமை உண்டு. பூமியில் நாங்கள் தனித்துச் செயல்படமுடியாது. மனிதர்கள் வேண்டும். அவர்கள் மூலமாகவே நாங்கள் எங்கள் செயல்களை பூமியில் ஸ்தாபிக்க முடியும். அவன் எனக்கு எதிராகச் செயல்படுவதால், சத்ரு என்று நீங்கள்தான் அவனுக்குப் பெயரிட்டீர்கள். அவன் என் எதிரி அல்ல. நண்பனும் அல்ல. அவனே சொன்னது போல், அவன்தான் நான். நான்தான் அவன். ஒரு காலத்தில் ஒன்றாயிருந்தோம். இப்போது அவன் செயல்கள் பூமியில் ஓங்கியிருக்கின்றன. மனிதர்களிடத்தில் அன்பு குறைந்திருக்கிறது. பொருளாசை மிகுந்திருக்கிறது. அழிவான பொருள்களையெல்லாம் இச்சிக்கிறார்கள். சேர்த்து வைக்கிறார்கள். பேராசை கொண்டவர்களாக மாறிவிட்டார்கள். இரக்கம், ஈவு, கொடை உள்ளிட்ட எந்தக் குணமும் அவர்களிடத்தில் காணப்படுகிற ஒன்றாகக் காணப்படவில்லை.

வக்கிரமும், மூர்க்கமும், ரத்த வெறியும் கொலை பாதகமும் அவர்கள் இருதயத்தில் நிரம்பிவழிகிறது. இதற்கெல்லாம் காரணம் அவன்தான். அவன் இந்த அளவுக்கு பூமியில் உள்ள மனிதர்களை வசப்படுத்தக் காரணமும் மனிதர்கள்தாம். அவர்கள் அவர்களை அறியாமலேயே அவன் விரித்ததான வலையில் விழுந்துவிட்டார்கள். அவனின் இச்சகப் பேச்சை உண்மையென நம்பிக் கெட்டுவிட்டார்கள். அவன் அதிகாரமட்டத்திலிருக்கும் தேசத் தலைவர்களில் ஆரம்பித்து, அன்றாடங்காய்ச்சியாக வாழும் மனிதர்கள் வரை எல்லோருடைய இருதயங்களிலும் அரியாசணம் போட்டு, காத்திரமாக அமர்ந்துவிட்டான். அவன் சொன்ன எல்லாமும் இனிவரும் காலங்களில் நடக்கும். ஒட்டுமொத்த உலகமும் ஒரே தலைவன் கீழ் ஆளப்படும். அந்த உலகத் தலைவனை அவன் இயக்குவான். அவன் மூலமாக ஒட்டுமொத்த உலகையும் ஆளுவான். இதனை நான் அனுமதித்திருக்கிறேன். அவன் செயல்கள் தீ விரித்தாடும் போது, நானும் எனது செயல்களை முடக்கித்தான் வைக்க வேண்டும்.

அதைத்தான் இப்போது என்னைச் செயல் முடக்கம் செய்து பிணவனத்தில் சிறை வைத்துவிட்டதாகவும் முழு உலகமும் அவனது கட்டுப்பாட்டுக்குள் வந்ததும் என்னை அழித்து விடலாம் என்றும் அவன் நினைத்துக் கொண்டிருக்கிறான்.

என்னை அழிப்பதென்பது, எனது செயல்களை அழிப்பதுதான். என் பேச்சைக் கேட்காமல் காலங்காலமாக மனிதர்கள் செய்துவரும் சகிக்க முடியாத தவறுகளால் உலகம் சீர்கெட்டுக் கிடக்கிறது. அதனை உச்சக் கட்டத்துக்குக் கொண்டு செல்ல அவனது செயல்கள் தேவைப்படுகிறது. அது முழுமை பெறும்போது, எனது செயல்களோடு நான் களமிறங்குவேன். என்னில் கிரமமாக சூழ்கொண்ட தீங்குணங்களையெல்லாம் ஒன்றுதிரட்டி, தீஞ்செயலனாக நான் அவனை சிருஷ்டித்ததே, இப்படியான ஒரு உபத்திரவம் மிகுந்த யுகத்தை சமாளிப்பதற்காகத்தான். என்னால் பூமியில் சில செயல்களைச் செய்ய முடியாது. அவனால் முடியும். எல்லாவற்றுக்கும் உதாரணம் வேண்டும் உங்களுக்கு. சொல்கிறேன் கேளுங்கள். உங்களுக்கு இதனை நான் சொல்வதாலேயே, அதிர்ச்சிதரக் கூடியதாகவும் கோபம் கொள்ளுவதற்கு ஏதுவானதாகக் கூட இருக்கலாம். ஆனால், சொல்ல வேண்டியதைச் சொல்லித்தானே ஆகவேண்டும்.

நான் வெறுப்பதும் மகா அருவருக்கத் தக்கதுமாக இருக்கிற அனைத்து மதங்களையும் அவற்றின் வழிபாட்டுத் தலங்களையும் பூமியிலிருந்து முற்றிலுமாக அகற்றி, அழித்துப் போட வேண்டும் என்பது எனது வைராக்கியங்களில் ஒன்று. இதனை நான் சொன்னால், மக்களும் மதத் தலைவர்களும் ஏற்றுக்கொள்ள மாட்டார்கள். எனக்கெதிராகப் போராட்டங்கள் நடத்துவார்கள். மக்களைத் தூண்டிவிட்டு உலகமெங்கும் பெரும் கலவரத்தினை ஏற்படுத்தி, அமைதியற்ற சூழலை உருவாக்கிவிடுவார்கள். இதே விசயத்தை அவன் சொன்னால், முழுவதுமாகக் கட்டுப்பட்டு செய்வார்கள். அவனது பேச்சில் வசீகரமும் நயவசனிப்பும் நிறைந்திருக்கும். அவன் வாயும், இருதயமும் பொய்களால் நிரம்பியிருக்கும். அதே பொய்களால் தங்களது இருதயத்தையும் வாயையும் நிறைவுபடுத்தி வைத்திருக்கும் மனிதர்கள், அவன்

அள்ளி வீசும் வாக்குறுதிகளையும் அறிவியலின் துணையைக் கொண்டு நடத்திக்காட்டும் அற்புதமான செயல்களையும் அப்படியே நம்புவார்கள். அவன் சொன்ன எல்லாமும் இனிவரும் காலங்களில் நடக்கும். என்னை மறந்துவிட்ட மக்களால் உலகம் நிரம்பியிருக்கும். அவனையும் அவனால் இந்த ஒட்டுமொத்த உலகத்தையும் ஆளப்போகிற ஒரே உலகத் தலைவனையும் மக்கள் வழிபடுவார்கள். கேளிக்கைகளிலும் கொண்டாட்டங்களிலும் காம விகாரங்களிலும் மக்கள் திளைத்துக்கிடப்பார்கள். இதனை நோக்கித்தான் சகல மொழிக்காரர்களும் எல்லா மதத் தலைவர்களும், அனைத்து தேச மக்களும் மிக வேகமாக நகர்ந்துகொண்டிருக்கிறார்கள்.

‘இதையெல்லாம் பார்த்துக்கொண்டு அமைதியாகவா அமர்ந்திருக்கப்போகிறாய் கடவுளா?’ என்று உங்களில் சிலர் கேட்கலாம். முன்பே சொன்னதைத்தான் இப்போதும் சொல்கிறேன். அமைதியாக மாத்திரமல்ல, இவற்றை அனுமதித்தும் காத்திருக்கப் போகிறேன். நான் படைத்திட்ட எழில் மிகுந்த பூமி, இப்போது வெகுவாக சீர்கெட்டு இருக்கிறது. அவற்றையெல்லாம் சரிசெய்வதற்கு அக்கிரமங்களும் அநியாயங்களும் வன்கொடுமைகளும் பெரும் கொடூரங்களும் உச்சத்தை எட்ட வேண்டும். அதுவரை நான் செயலற்றவன். அவனால் சிறைபடுத்தப்பட்டவன். வெறும் பார்வையாளன். உங்களுக்குத் தெரியுமா? அவன் சொன்ன எல்லாமும் சில நூறு ஆண்டுகளுக்கு முன்பே நிறைவேறி, அவனும் அழிக்கப்பட்டு, பூமியும் ஆதிநாட்களைப் போல சீர்பட்டு, ஒழுங்கின்மை களைந்து, மக்கள் இருதய சுத்தியோடும் மனச்சான்றோடும் வாழ்ந்து, என்னைக் கண்டடைந்து கரையேறி இருக்க வேண்டியவர்கள். அப்போது வாழ்ந்த பெரும் தத்துவவாதிகள் அதற்கு வேகத்தடைபோல் அமைந்துவிட்டார்கள்.

மானுடம் குறித்த மேன்மைக்காக உயரிய தத்துவங்களையும் தர்க்கங்களையும், தரிசனங்களையும் முன்வைத்தார்கள். அதில் முதன்மையானது கடவுள் மறுப்பு. நிறுவனமயமாக்கப்பட்ட மதங்களுக்கு எதிராகவும், மக்களை வஞ்சித்து தங்களது வயிற்றை நிரப்பிக்கொள்ளும் மதத் தலைவர்களுக்கு எதிராகவும்,

இல்லாத கடவுளை இருப்பதாகச் சொல்லிக்கொண்டு, பெரும் பொருட்செலவில் செய்யப்படும் சடங்குகளையும் ஆராதனைகளையும் அவர்கள் கேள்வி கேட்டார்கள். மக்கள் முன்பாக தோலுரித்துக் காட்டினார்கள். அவர்கள் என்னைக் கண்டடைய எந்த முயற்சியும் எடுக்கவில்லை என்பது ஒரு புறம் இருந்தாலும், என்னை இல்லை என்பதை காத்திரமாக அவர்கள் நிறுவியதைக் கண்டு, எனக்கு அவர்களை ரொம்பவும் பிடித்து விட்டது. ஏழ்மையிலும் வறுமையிலும் அந்தத் தத்துவப் பேராசான்கள் உழன்றாலும் அவர்களுடைய சிந்தனைகள் எல்லாமே உயர்வானவை. மானுடத்தை உய்த்தவை. அவர்கள் வாழ்ந்த காலத்துக்குப் பிறகான இப்போது வரை, எந்தவொரு புதிய மதமும் உலகத்தில் தோன்றவில்லை. ஏற்கனவே, மக்கள் மத்தியில் பெரும் செல்வாக்காக இருந்த பெரிய மதங்கள்தான் இன்றுவரை, கிளை பரப்பி செழிப்பாக இருக்கிறதே தவிர, அதே அளவுக்கான எந்தப் புதிய மார்க்கமும் இன்றுவரை தோன்றவும் இல்லை. அதற்கான, அறிகுறிகள் தென்படவும் இல்லை. இதற்கு மிக முக்கியக் காரணமாக இருந்தது அந்த மாபெரும் தத்துவ ஆசான்களின் தத்துவங்களும் அடர்த்தி மிகுந்த கேள்விகளும்தான். உங்களுக்கு அவர்கள் யார்? பெயர்கள் என்ன என்பது தெரிந்துகொண்டே ஆக வேண்டும் இல்லையா? உங்களை நானுமே கூட திருத்த முடியாதுதான். சொல்கிறேன் மண்டையில் சார்பு நிலை எடுக்காமல் ஏற்றிக்கொள்ளுங்கள். நோம் சாமஸ்கி, சாக்ரட்ஸ் கார்னல்வெஸ்ட், ஆண்டோனியோ கிராம்ஸ்கி, கார்ல் மார்க்ஸ்.

"இறைவா, எங்கள் நாட்டில் அவர் இருந்தாரே... இந்த நாட்டில் இவர் இருந்தாரே... பக்கத்து நாட்டிலும் ஒருவர் இருந்தாரே... அவர்கள் பெயர்களை எல்லாம் நீர் ஏன் சொல்லவில்லை" என்று சண்டைக்கு வருகிறீர்களே... நன்றாக யோசித்துப் பாருங்கள். நீங்கள் குறிப்பிட்ட அத்தனை நபர்களையும் அவர்கள் இருந்த போதே, அல்லது இறந்த பிறகோ நீங்கள் தெய்வமாக்கி வழிபாட்டுத்தலங்களை உருவாக்கி வணங்கிக் கொண்டு வருகிறீர்கள்தானே? மேலே சொன்ன அந்த ஐந்து பேர்களுக்கும் எங்கேயாவது வழிபாட்டுத்தலங்கள் இருக்கிறதா? அவர்கள்

போதித்த தத்துவங்களைப் பின்பற்றுபவர்கள் அவர்களை தெய்வமாக்கி வழிபடுகிறார்களா? நான் குறிப்பிட்டது போல, அவர்களை பேராசான்கள் என்று சிறப்பு செய்கிறார்கள். அவ்வளவுதான். அதனால்தான் இறை மறுப்பாளர்களாக இருந்தாலுமே அவர்களை நானும் சிறப்பு செய்தேன். அவர்கள், அதிலும் கார்ல் மார்க்ஸ் தனது வாழ்நாளெல்லாம் சலிக்காமல் போதித்தது வர்க்க பேதத்தைத்தானே? மக்களின் உழைப்பை உறிஞ்சி, முதலாளிகள் எப்படித் தங்களது மூலதனத்தைப் பெருக்கிக்கொள்ளுகிறார்கள். என்பதை செதில் செதிலாக விவரித்துப் பேசினார். எழுதினார். அவர் காலத்தில் முதலாளிகள். அதாவது, லட்சாதிபதிகள்தான் இருந்தார்கள்.

இப்போது இருப்பவர்கள் கார்ப்பரேட் முதலாளிகள். பெருங்கோடீஸ்வரர்கள். ஒப்பீட்டளவில் சொல்ல வேண்டுமானால், கார்ல் மார்க்ஸ் இருந்த காலத்தில் வாழ்ந்த லட்சாதிபதி முதலாளிகள் எல்லோரும் மலை முழுங்கி மகாதேவர்கள் என்றால்... இப்போது இருக்கும் கார்ப்பரேட் முதலாளிகள் அத்தனை பேர்களும் நாடு முழுங்கி நாசக்காரர்கள். இதில் என்ன சோகம் என்றால் இவர்களையெல்லாம் மக்கள் முன்பாக, தோலுரித்துக் காட்டுவதற்கு கார்ல் மார்க்ஸ் போலொரு தத்துவ ஞானிகள் இப்போது இல்லாதிருப்பதுதான்.

நூறல்ல... இருநூறல்ல... ஐந்நூறு கோடி எண்ணிக்கையிலான, பெரும் மக்கள் திரளும் - சக்தியும் கொண்ட ஒரு மாபெரும் தேசத்தை அழிப்பதற்கும் ஒன்றுமில்லாமல் நாசப்படுத்துவதற்கும் பாரிய ஆயுதங்களோ, காத்திரமான ஏவுகணைகளோ தேவையில்லை. இரண்டே பேர்கள் போதும். ஒன்று அந்த தேசத்தை ஆளும் தலைவன். மற்றொன்று அதே தேசத்தைச் சேர்ந்த கார்ப்பரேட் வணிகன். இந்த இருவரும் ஒருங்கிணைந்து செயல்பட்டால், பல நூறு வருடங்களாகக் கட்டிக் காத்துவந்த அந்த தேசத்தின் பண்பாடு, கலைகள், இலக்கியங்கள், தொன்மைகள், வரலாற்றுப் பதிவுகள், புகழ்பெற்றதான பெருந்தலைவர்கள், மக்களின் நம்பிக்கைகள் எல்லாவற்றையும் சிதைப்பார்கள். இனவெறி, நிறவெறி, மதவெறி, சடங்குவெறி, சாதிவெறி, பாலியல்வெறி, அராஜகவெறி காழ்ப்புணர்வுவெறி,

இப்படி எந்தெந்த தேசத்திற்கு என்னென்ன தேவைப்படுகிறதோ, அதனை கட்டற்ற அளவில் கட்ட விழ்த்து விடுவார்கள். மக்கள் மோதிக் கொள்வார்கள். மோதி... மோதிக் கொல்வார்கள். எங்கும் ரத்தவெறி, எப்போதும் அலறல் அவர்கள் காதில் கேட்டுக் கொண்டு இருக்க வேண்டும். மக்கள் மேல் வரி மேல் வரி போட்டு, விலைவாசியைத் தாறுமாறாக உயர்த்தி, தங்களையே நம்பியிருக்கும் மக்களை வதைப்பார்கள். மனதளவில் சிதைப்பார்கள்.

மக்கள் நலத்திட்டங்கள் என்று கூறி, பல லட்சம் கோடி ரூபாய் மதிப்பீட்டில் திட்டங்கள் அறிவிக்கப்படும். ஆனால், எதுவும் நிறைவேறாது. ஒதுக்கப்பட்ட அவ்வளவு நிதியையும் அந்த கார்ப்பரேட் வணிகன் சேமிப்புக்கு மடை மாற்றிவிடுவான் தேசத் தலைவன். இயற்கை வளங்கள் எல்லாம் சூறையாடப்படும். ஒடுக்கப்படும் மக்கள் மூர்க்கம் கொண்டு போராட்டம் நடத்தினால், அவர்களின் புரட்சி, கலவரம் என்று காவலர்களால் ஒடுக்கப்படும். தேவைப்பட்டால் துப்பாக்கிகள் பல உயிர்களை பலிவாங்கும். இறந்தவர்கள் பற்றிய தகவல்கள் மறைக்கப்படும். தேச மக்களின் மத்தியிலிருந்து கேள்வி கேட்பவர்கள் எவர் முளைத்தாலும் அடுத்த சில மணி நேரத்தில் படுகொலை செய்யப்படுவார். பசியிலும், பட்டினியிலும் பஞ்சத்திலும் மக்களை அலறவிட்டு, அவர்கள் பாதுகாப்பான மாளிகையில் உல்லாசமாக இறக்குமதி செய்யப்பட்ட பெண்களுடன் சல்லாபித்துக் கிடப்பார்கள். இப்படி ஒரு தேசத்தில் நடந்தாலே, கேட்பதற்கு மனம் அதிர்கிறதே உங்களுக்கு. உலகத்தில் உள்ள எல்லா தேசங்களிலும் இப்படியாக நடந்தால் எப்படி இருக்கும் என்று யோசித்துப் பாருங்கள்.

இப்போதே சில தேசங்களில் இந்த நிலைமை வந்தாகிவிட்டது. நாளை நீங்கள் வாழும் தேசத்திலும் அப்படி நடக்கும். ஒட்டுமொத்த உலகமும் வன்மம் கொண்ட தேசத் தலைவர்களாலும் பணப்பைத்தியம் கொண்ட கார்ப்பரேட் வணிகர்களாலும் சூறையாடப்படும். அந்த நாள்களை நோக்கித்தான் பூமிப்பந்து சுழன்றுகொண்டிருக்கிறது. இதிலிருந்து யாரும் ஓடவோ... ஒளியவோ... முடியாது.

என்ன சொன்னீர்கள்? தற்கொலை செய்துகொள்வதா? அதற்கும் வாய்ப்பில்லை எனது அன்பு சிருஷ்டிகளே... நீங்கள் ஒவ்வொருவரும் உங்கள் வீட்டிற்குள், படுக்கை அறைக்குள், வாகனத்துக்குள், பொது வெளிக்குள் உங்களை அறியாமலேயே கண்காணிக்கப்பட்டுக்கொண்டு இருக்கிறீர்கள். உலகமகா கொடுமையிலிருந்து உங்களின் ஒருவரேனும் தப்பிக்கவே முடியாது. மறுபடியும் வலியுறுத்திச் சொல்கிறேன். நீங்கள் எங்கும் ஓடவோ, ஒழியவோ, ஒளியவோ முடியாது.

“ஆபத்பாந்தவா... கருணைக்கடலே... அனாதரட்சகா... இறைவா... எங்களை எப்படியாச்சும் அந்தக் கொடூரமானவனிடமிருந்து காப்பாத்திரு” என்றெல்லாம் நீங்கள் வேண்டுகோள் வைத்தாலும் நான் ஏற்பதாயில்லை. உங்களது மனக் காட்சியிலும் திரைப்படங்களிலும் காட்டுவது போல, சட்டென்று தோன்றுவதும் பட்டென்று மறைவதுமானவன் அல்ல நான். இதிலிருந்து உங்களைக் காப்பாற்றிக்கொள்ளும் கடவுச் சொல்லை இந்த உலகத்தில் மனிதர்களைப் படைத்த போதே, மனிதர்கள் வசம் ஒப்படைத்துவிட்டேன். ஆதி மனிதர்கள் அதனைப் பயன்படுத்தி என்னை உணர்ந்தார்கள். எனது வருகையை, அனுபவித்தார்கள். அந்தக் கடவுச் சொல் வேறொன்றுமில்லை. மனிதர்கள் எல்லோரும் ஒருமித்த சிந்தனையோடு ஒரே நேரத்தில் என்னை நோக்கி பிரார்த்தனை செய்வதுதான். அத்தனை கோடி இருதயங்களும் ஒரே சமயத்தில் என்னை நோக்கித் தாள் பணியும் போது, என் இருதயவெளியை அது அசைக்கும். எனது செயல்கள் உடனடியாக பெருங் கேடயமாக உங்களைப் பாதுகாக்க விரைந்து வரும். எனது செயல்கள் எதிரியைச் சங்காரம் பண்ணும். எனது செயல்களின் நிழலில் பாதுகாப்பாக உலக மக்கள் எல்லோரும் இளைப்பாறுவீர்கள்.

இப்படித்தான் நடக்க வேண்டும் என்று பல யுகங்களுக்கு முன்பாக நான் திட்டமிட்டிருந்தேன். அத்தனையையும் மனிதர்களின் நீங்களே நாச மோசமாக்கி, உங்களுக்கான உபத்திரவக் குழிகளை நீங்களே வெட்டி, அதனை அமிலத்தால் நிரப்பியும் வைத்திருக்கிறீர்கள். என்னால் எதுவும் செய்ய முடியாதபடிக்கு என்னை உங்களிலிருந்தும் உலகத்திலிருந்தும்

அப்புறப்படுத்திவிட்டீர்கள். ‘நாங்கள் எங்கே உங்களை, எங்களை விட்டு நீக்கினோம்’ என்றும் கேட்கிறீர்கள். இது நேற்றல்ல... பல யுகங்களாக மெல்ல மெல்ல நடந்துவருவதாயிருக்கிறது. எப்போது நற்குணங்களையும் நற்செயல்களையும் ஒவ்வொன்றாக மனிதகுலம் தங்களை விட்டு நீக்கிக்கொண்டு வந்ததோ, அப்போதே நானும் உங்களை விட்டுத் தூரமாகிக் கொண்டே வந்தேன். இப்போதோ முற்றிலுமாக நான் உங்களிடத்தில் இல்லை. எனக்கு எப்படி நிகழ்த்தினீர்களோ, அப்படியே அவனுக்கும் நிகழ்த்தி இருக்கிறீர்கள். முற்காலத்தில் அவன் உங்களை விட்டுத் தூரமாகவே இருந்தான். உங்களுக்குள் செதில் செதிலாகக் குடிகொண்ட தீங்குணங்களும் தீச்செயல்களும் அவனை உங்களுக்குள் வரவழைத்தது. இன்றைக்கு சிறார்கள் முதல் பெரியவர்கள் வரை எல்லோருடைய இருதயத்துக்குள்ளும் அவனே கோலோச்சிக் கொண்டிருக்கிறான். அத்தனை மதஸ்தர்களும் வேறுபாடு இல்லாமல் ஒருமனப்பட்டு அவனையே தொழுதுகொண்டு இருக்கிறீர்கள். அதனாலேயே அவன் ஊக்கம் பெற்றான். அவனது குணங்களே செயல்களாக உலகத்தின் உச்சம் பெற்றிருக்கிறது.

“அதனால் என்ன இறைவா... நீங்கள் தந்த கடவுச் செயலை மீண்டுமாக உங்கள் பக்கம் திருப்புகிறோம். மீண்டும் நீங்கள் உலகத்துக்குள் வந்து விடுங்கள். அவனிடமிருந்து எங்களைக் காப்பாற்றுங்கள்” என்று நீங்கள் சொல்வீர்களானால், உங்களைப் போன்ற அறிவிலிகள் எவருமில்லை என்பதோடு, என்னவோ, எச்சிலை உமிழ்வது போல், இதிலிருந்து அதனை மாற்றுவது சுலபம் என்று கருதுகிற உங்களை எண்ணி நான் மிகவும் பரிதபிக்கிறேன்.

இந்த மாற்றம் இன்று நேற்று நடந்ததல்ல யுகயுகமாக நடந்த மாற்றம். தீங்குணங்களும் தீஞ்செயல்களும் மனிதர்களுக்கு ஜென்ம சுபாவமாக மாறி, பல தலைமுறைகள் ஆகிவிட்டன. இதிலிருந்து மாறுவதென்பது மூக்கைச் சிந்துவது போல் அத்தனை சுலபமல்ல மீண்டும் தொடங்கிய இடத்திற்கு படிப்படியாகச் செல்ல வேண்டும். அது போக்குவரத்து மிக்க சாலையில் ஒருவன் பின்னால் நடப்பதற்கு ஒப்பானது.

அதற்கே பல யுகங்கள் ஆகிவிடும். தொடக்கப் புள்ளியிலிருந்து மறுபடியும் நற்குணங்களும் செயல்களும் படிப்படியாக உள் சுபாவமாகக் கொண்டு மானுட குலம் முன்னேறி வர வேண்டும். தவிர, நீங்கள் விதைத்ததை அறுவடை செய்து அதன் பலனை நீங்கள்தானே அனுபவிக்க வேண்டும். அவனது தலைமையிலான அதிகாரத்தையும் ஆளுகையையும் விரும்பினீர்கள்தானே? அதற்கான பலனை ஒட்டுமொத்த மனித குலமும் அனுபவித்துதானே ஆக வேண்டும். ஆனால், நீங்கள் படும் கொடுமைகளையும் மகா உபத்திரவங்களையும் கண்டு நான், 'என் பிள்ளைகள் இப்படி சோரம் போனார்களே.... நாசமும் மோசமும் ஆனார்களே' என்று உங்களுக்காக வேதனைப் படுகிறவனாகவும் பரிதாபப்படுகிறவனாகவும் இருப்பேன். இதைத்தவிர, என்னால் எதுவும் செய்ய முடியாது என்பதே எதார்த்தம்.

இன்னொன்று, அவனது ஆளுகை உச்சம் பெற்று, நீங்கள் எல்லோரும் வேதனைக்குள்ளும் மீளமுடியாத உபத்திரவத்துக்குள்ளும் ஆளாக்கப்படும் போது, என்னை நோக்கி எல்லோரும் ஒருமித்து அபயக் குரல் கொடுப்பீர்கள். நியமத்தின்படி, அப்படி ஒட்டுமொத்த மானுடமும் என்னை நோக்கி அழைக்கும்போது, நான் உங்களைக் காப்பாற்ற வந்தாக வேண்டும். அப்படிச் செய்வதற்கு நானும் துடியாகத் துடிப்பேன். ஆனால், என்னைச் செயல்படவும் உங்களை நெருங்கவிடாமலும் உங்களை விட்டு அகலாத தீங்குணங்களும் தீச்செயல்களும் வசைமாறிப் பொழியப்படும் மகா மோசமான, நாசகார வார்த்தைகளும் பெருஞ்சுவராக நிலைநிற்கும். என்னைத் தடுக்கும்.

"சர்வ வல்லமை நிரம்பிய நீரே இப்படிச் சொல்லலாமா? எங்களை வரப்போகும் மகா தீங்கு நாள்களிலிருந்தும் காப்பது உங்கள் கடமையல்லவா?" என்று வாய்ச்சட்டம் வக்கணையாகப் பேசுகிறீர்கள். நீங்கள் சொல்வது போலவும் நம்புவது போல காட்டிக் கொள்வது மாதிரியும் நான் சர்வ வல்லமை கொண்டவன்தான். அதனை நீங்கள் எப்போதும் மறந்துவிடக் கூடாது என்பதற்காகவே உங்களுக்கு முன்பாக

ஒன்றை வைத்தேன். அது தண்ணீர். உங்கள் வாழ்க்கையோடு பயன்பாட்டில் பின்னிப் பிணைந்திருக்கும் தண்ணீரை கண் சான்றாக வைத்துமே என் வல்லமையான கிரியையை முழுக்க விளங்கியவர்களாக இல்லை என்பதோடு, அதனை முற்றிலும் மறந்தவர்களாகவும் இருக்கிறீர்கள்.

“சாதாரணத் தண்ணீர்தானே? அது எப்படி உங்கள் வல்லமையான கிரியையின் சான்றாக அமையும்?” என்ற கேள்வியை வழக்கம் போல் என்னை நோக்கி எறிகிறீர்கள். சொல்கிறேன் கேளுங்கள். மதங்களும் அதன் சடங்காச்சாரங்களும் எனக்கு அருவருப்பானவையாக இருந்தாலும், அதனைக் கண்டு பிடித்து, அதன் வழியே என்னை வழிபடுவதாகச் சொல்லிக் கொள்ளும் நீங்களே, தீர்த்தம், புனிதநீர், சுத்திகரிப்பு, பாவங்கள் நீக்கி என்று அந்தச் சாதாரணத் தண்ணீரைக் கொண்டாடித் தீர்க்கிறீர்கள்தானே? தீர்த்தவாரி, குடமுழுக்கு, பூரணக்கும்பம், ஞானஸ்நானம், ஒழு இப்படி இன்னும் பல வகைகளில் தண்ணீரை உயர்வான இடத்தில் வைத்திருக்கிறீர்கள்தானே? ஏன் அப்படி தண்ணீரை உயர்வான இடத்தில் வைத்தீர்கள்? நீரின்றி அமையாது உலகு என்பது உங்களது சிறுமதியில் பட்டதால்தானே? இதைவிட பேருண்மையைச் சொல்லவா?

உங்களது விஞ்ஞான ஆராய்ச்சிகள் மூலம், செயற்கை ரத்தம், செயற்கை மூளை, செயற்கை உறுப்புகள், செயற்கை மனிதன் என்று எல்லாவற்றையும் கண்டுபிடித்துவிட்டீர்கள். வாழ்த்துகள். ஆனால், உங்களால் செயற்கைத் தண்ணீரை உருவாக்கவோ, தயாரிக்கவோ முடியவில்லையே ஏன்? தண்ணீரின் மூலக் கூறுகள் H2O என்று கண்டறிந்த உங்களால், அதே மூலக்கூறை வைத்து ஒரு சொட்டுத் தண்ணீரைக் கூட உருவாக்க முடியாமலிருக்கிறதே... ஏன்? கோடிக் கோடியாக பணத்தைக் கொட்டி, நிலவிலும் செவ்வாயிலும் தண்ணீர் இருக்கிறதா என்பதைக் கண்டறிய, ஏவுகணைகள் மூலமாக செயற்கைக் கோள்களை அனுப்பிக்கொண்டே இருக்கிறீர்களே தண்ணீரைக் கண்டுபிடித்தீர்களா? பூமியின் ஆரத்தின் நான்கில் மூன்று பகுதியைத் தண்ணீரால் நிரப்பி உங்கள் கண்களுக்கு முன்பாகத்தானே பல கோடி வருடங்களாக வைத்திருக்கிறேன்.

உங்களது விஞ்ஞானக் கண்டுபிடிப்புகளைக் கொண்டு, அந்த நீரின் ஒரு பகுதியையாவது நன்னீராக மாற்றிவிட்டு, மார்தட்டிக் கொள்ளுங்களேன். உங்களால் உருவாக்க முடியாத, எதொன்றையும் வணிகமயமாக்கக் கூடாதென்று எல்லா தேசங்களிலும் சட்டங்கள் இருக்கிறேதே... அதனைக் கைக்கொண்டீர்களா? தண்ணீரை பெரும் வணிகமாக்கி விட்டீர்களே... படுபாதகர்களா? செயற்கை மனிதனுக்கு வியர்வை சுரப்பிகளை ஏற்படுத்தி, அதன் வழியே, செயற்கை வியர்வையையும் சுரக்கச் செய்யும் நுண்ணிய நுட்பம் அறிந்த உங்களுக்கு, ஒரு பனித்துளி அளவுகூட, நன்நீரை உற்பத்தி செய்ய முடியவில்லைதானே? அப்படிப்பட்ட தன்னிகரற்ற, தனித்துவமான, எனது படைப்புகளில் ஒன்றான தண்ணீரை, தினம் புழங்கும் போதும் அருந்தும் போதும் எனது வல்லமையை உணர்ந்தீர்களா? என்னை அலட்சியப்படுத்தி, நற்சீர், பொருந்திய பூமியைச் சூறையாடிப் பெரும் சுடுகாடுமாக்கிவிட்ட உங்களை கொஞ்ச காலத்துக்கு ஆளும்படி, எனது சத்ருவுக்கு அதிகாரத்தை நானே கொடுத்தேன். அவனது ஆளுகையில் அவதிப்படுங்கள்... துன்பத்தை அனுபவியுங்கள்.

“இறைவா... நீரே இப்படி இருதயமற்று, இரக்கமற்று இருக்கலாமா...? உமது நீதியின் பரிபாலனம் எங்கே?” என்று அடுத்த கேள்வியையும் கேட்கிறீர்களேயன்றி, நீங்கள் செய்த, செய்யும் தவறுகளை உணர்ந்தவர்களாயில்லை. மன்னிப்புக்கான கதறலை யுகயுகமாய் எழுப்பி, எனது கழுத்தினை உங்கள் தவறுகளின் நுகத்தடியினால் முறிக்கிறீர்கள். எவ்வளவு காலம் பொறுப்பேன்? இப்போதும் கூட, நான் உங்கள் மீதான பொறுமையின் அளவுகோலில் இம்மி கூட பிசகவில்லை. அதனால்தான் பொறுப்பை எல்லாம் அவன் கையில், என்னிடமிருந்து கைப்பற்றியது போல் ஒப்படைத்துவிட்டேன். இந்த பூமிக்கு நீங்கள் செய்திருக்கும் கேடு சொல்லி மாளாது. சொல்லில் மாளாது.

இந்த பூமியை நான் படைத்த போது எப்படி இருந்தது தெரியுமா...? மழை என்ற ஒன்றே கிடையாது. பூமியைச் சுற்றி என் தனித்துவமான தண்ணீரை பெரும் ஆரமாக

நிலைநிறுத்தியிருந்தேன். முழு பூமியும் ஏர் கண்டிஷன் செய்யப்பட்டிருந்தது. வெயில் அந்தத் தண்ணீர் ஆரத்தைக் கடந்து வரும்போது, தனது வெப்பத்தை இழந்து, வெளிச்சத்தை மட்டுமே பூமிக்குத் தரும். உங்களை வெறிக்கச் செய்யும் மதுவகை என்ற ஒன்றே அப்போது கிடையாது. காரணம், பழரசத்தைப் புளிக்கச் செய்யும் நுண்ணுயிரிகள் அப்போது கிடையாது. நீங்கள் அன்றைக்கு இட்லிக்கு மாவு அரைத்து ஒரு வருடம் வைத்திருந்தால் கூட கெடாது. மனிதர்கள் எல்லோரும் மனதின் பரிசுத்தத்தோடு இருந்தார்கள். அவர்களைச் சுற்றி அந்தப் பரிசுத்தத்தின் வெளிச்சம் வியாபித்துக் கொண்டே இருக்கும்.

கொலை இல்லை.... கொள்ளை இல்லை... ஆசை இல்லை... இச்சை இல்லை... காமவெறி இல்லை... அநீதியான செயல்கள் இல்லை... அக்கிரமமான சிந்தனைகள் இல்லை. ஒட்டுமொத்த பூமியும் ஒரே ஆளுகையான எனது ஆட்சியில் இருந்தது. அதனைப் படிப்படியாக சீரழித்து, நாறடித்து, வாழத்தகுதியற்றதாக சீர்கெடுத்து வைத்திருக்கிறீர்களே... அதற்கான பலனை நீங்கள் அனுபவிக்க வேண்டாமா...? அதுதானே முறை? இவ்வளவு சொல்லியும் இப்போதும் "எங்களது மூதாதையர்கள் செய்த தவறுகளுக்கு நாங்கள் எப்படிப் பொறுப்பாளிகள் ஆவோம்? அவர்களை மறுபடியும் உயிர்ப்பித்து அவர்களுக்கான தண்டனையைத் தாருங்கள்.... அதுதானே இறைநீதி?" என்று அறிவுரைக்கும் கேள்வியோடு வந்து நிற்கிறீர்கள். உங்கள் மூதாதையர்கள் செய்ததான கேடுகளுக்கும் கெடுமதி செயல்களுக்கும் நீங்கள்தானே கடனாளிகள்? உண்மையைச் சொல்வதென்றால், அவர்களைக் காட்டிலும் நீங்கள் இந்த பூமிக்குச் செய்திருக்கும் மகாக்கேடுகளும் சீரழிவுகளும் அளவிடமுடியாதவை, அவர்கள் செய்த தீஞ்செயல்களின் பலனை அவர்களுக்குப் பிறகான தலைமுறைகளான நீங்கள் இப்போது அனுபவிக்கிறீர்கள். நீங்கள் இப்போது செய்து வருகிறதான ஒழுங்கின்மையும் சீர்கேடும் நிறைந்ததுமான செயல்களும் உங்களது எதிர்காலத் தலைமுறையினர் அனுபவிப்பார்கள். இதுதான் இந்த பூமிக்கென்று வகுக்கப்பட்டுள்ள நியதி.

போகட்டும். கடைசியாக ஒன்று. சற்று நேரத்துக்கு முன்பாக தத்துவ ஞானிகள் குறித்து நான் பேசும் போது, நீங்கள் என்னிடம் கேட்க நினைத்து, மனதில் எழும்பிய கேள்வி ஒன்றை எதற்காகவோ, இந்த நிமிடம் வரை கேட்காமலேயே இருக்கிறீர்கள். அந்தக் கேள்வியைத்தான் என்னை நோக்கி உரத்தகுரலில் நீங்கள் முதலில் கேட்டிருக்க வேண்டும். “அய்யோ... கேட்காமல் விட்டுட்டோமே?” என்ற மன உறுத்தல் உங்களுக்கு ஏற்பட வேண்டாம். அந்தக் கேள்வியை நானே கேட்டு, அதற்கான பதிலையும் சொல்லிவிட்டே செல்கிறேன்.

“இறைவா... நீங்கள் என்ன கம்யூனிஸ்ட் மாதிரி பேசுகிறீர்கள்...? இதெல்லாம் நல்லா இல்லை”

உண்மைதான். நான் கம்யூனிஸ்ட்டுதான். இந்த பூமியையும் அதில் சகல உயிர்களையும் படைத்து, அதில் மனிதர்களான உங்களையும் சிருஷ்டித்த போது, பூமியின் நிறைவுகள், பலன்கள், அத்தனையையும் எல்லோருக்குமாக பொதுவில்தான் வைத்தேன். எனது படைப்பில் ஏழைகள் என்றும் பணக்காரர்கள் என்றும் தாழ்ந்தவன் என்றும் உயர்ந்தவன் என்றும் எந்தப் பாகுபாடும் ஏற்படுத்தவில்லை. எல்லோருக்கும் பொதுவானவனாக இருந்தேன். எல்லாக் கீழ்த்தரங்களையும் உண்டாக்கியவர்கள் நீங்கள். அதற்குள் என்னையும் இழுத்துப் போட்டுக் கொண்டு, சிறுமைப்படுத்தினீர்கள். இந்த ஏற்றத் தாழ்வுகளை எல்லாம் நீக்குவதற்கு எத்தனையோ மகா ஞானிகளை உலகுக்கு அனுப்பி வைத்தேன். அவர்கள் எல்லா மதத்திலும் இருந்தார்கள். மக்களை சுரண்டிப் பிழைக்கும் மதத் தலைவர்களை எதிர்த்து நின்றார்கள். கேள்விகள் கேட்டார்கள். கடைசி வரை மக்களாகிய உங்கள் பக்கமே நின்றார்கள். அவர்களையெல்லாம் மத பிழைப்பாளிகள் சூழ்ச்சி செய்து, கொலை செய்தார்கள். கழுவேற்றினார்கள். உங்களுக்காக நின்ற எனது அடியார்கள் அத்தனை பேரும் தங்களது ரத்தம் சிந்துதல் மூலம் சிவப்பை உயர்த்திப் பிடித்தார்கள். பொதுவுடைமையை வலியுறுத்தினார்கள். மக்களுக்காகத் தங்களை அர்ப்பணித்து, எந்த அரசியலும், சுயலாபமுமின்றி களத்தில்

நிற்கும் எல்லோரும் கம்யூனிஸ்ட்டுகள்தான். நானும் அந்த வகையில் கம்யூனிஸ்ட்டுதான். எனக்கும் அவர்களுக்கும் இருக்கிறதான ஒரே, பெரிய வித்தியாசம் என்ன தெரியுமா?

எந்த கம்யூனிஸ்ட்டும் என்னைப் போல, மக்கள் எல்லோரும் எங்களைத்தான் வழிபட வேண்டும் என்று சொல்ல மாட்டார்கள்.

-4-
மனிதன்

என்ன... எல்லோரும் நெஞ்சும் வாயும் அடைச்சுப்போய் மன திகைப்பும் திகிலுமா இருக்கீங்க? அந்த ரெண்டு பயலுவலும் சொன்ன கதையெல்லாம் நம்பிட்டீங்களா? ஒட்டுமொத்தமா உங்க எல்லோரையும் நல்லாவே நெம்பி விட்டுருக்கானுங்க. அதுமட்டுமா..? காலங்காலமா அசைக்கவோ, ஆட்டவோ முடியாம இருக்கிற உங்களோட மன உறுதிப்பாடை வெம்பிப்போக பண்ணிட்டானுங்க பாருங்க. சும்மா சொல்லக் கூடாது... சொல்லுகிற விதத்தில் சொன்னால், எதையும் நம்பிவிடுகிற, பயந்துவிடுகிற மானுட குலத்தைத் தங்களின் கதையளக்கும் திறன் மூலமாக அவங்க ரெண்டு பேரும் தன் வயப்படுத்தி இருக்கானுங்க. நீங்களும் அதை நம்பி, கேட்க வேண்டிய கேள்விகளையெல்லாம் விட்டுட்டு, அசமந்தத்தனமான கேள்விகளைக் கேட்டு, அவர்களை மடக்கிவிட்டதாக நினைத்து, இப்போது நீங்கள் முடங்கிக்கிடக்கிறீர்கள்.

போகட்டும் விடுங்கள். உங்களது அவ நம்பிக்கைகளைச் சிதறப் பண்ணவும். அவர்கள் இரண்டு பேர்களின் மீதான, உங்களது பயத்தையும் பக்தியையும் அதிரப் பண்ணவும் உங்களது

பிரதிநிதியாக இங்கே நான் வந்திருக்கிறேன். இனி வரும் அடுத்த மூவாயிரம் வார்த்தைகளில் நான் சொல்லப்போவது எதுவும் புதிதானதோ... புதிரானதோ இல்லை. முன்பே நம் முன்னோர்கள் செப்பேடுகளில் பதித்தோ, கற்பலகைகளில் செதுக்கியோ, ஓலைச் சுவடிகளில் எழுதியோ, மண்பாண்டங்கள் மீது கிறுக்கியோ வந்தவைகள்தான். அவற்றை எல்லாம் நாம் தேடி எடுத்துப் படிக்காமல் பொக்கிஷமாகப் பாதுகாத்ததினாலும் படித்தாலுமே அவற்றையெல்லாம் மறந்ததினாலும் அவர்கள் இருவரும் தங்களுக்குச் சாதகமாக, காலத்துக்கேற்றவாறு தங்களைப் பற்றிய அண்டப் புளுகுகளையும் ஆகாசப் புனைவுகளையும் கட்டவிழ்த்து விட்டு, மக்களின் மனதிலும் மூளையிலும் தங்களைத் தொடர்ந்து புதுப்பித்துக் கொண்டே வருகிறார்கள். இது விஞ்ஞான சக்தியும் அறிவியல் புத்தியும் நிரம்பி இருக்கும் காலம் என்பதால், அதற்கேற்றவாறு கட்டுக் கதைகளை அவிழ்த்து விட்டு இருக்கிறார்கள்.

அண்ட சராசரங்களையும் பூமி என்கிறதான குண்டானையும் அதில் மனிதர்கள், மனுசிகள், இன்னபிற உயிர்கள் என்ற தட்டு முட்டு சாமான்களையும் படைத்தது கடவுள் என்ற கச்சாப் பொருளே கிடையாது. இன்னும் ஆழமாகவும் அகலமாகவும் நீளமாகவும் உயரமாகவும் சொல்லவேண்டுமென்றால், கடவுள் என்ற ஒரு சாமானே கிடையாது. கடவுளைப் படைத்ததும் அவனுக்கேற்ற எதிரியை உருவாக்கியதும் மனிதன்தான். அந்தக் கண்டுபிடிப்பை வலுவாக நிறுவவும் நிலைபெயரச் செய்யாமல் இருக்கவும் கடவுளின் சக்தியை, சித்தியை, முக்தியை, பக்தியைப் பெருங்கதையாடல்கள் மூலம் நிறுவப்பட்டதே பக்தி இலக்கியங்களும் இதிகாசங்களும் புராணங்களும். இனி, இவற்றை மனித சக்தியே ஒன்றுகூடி, ஒருமித்து தகர்க்கவும் அழிக்கவும் நினைத்தாலும் அது நிறைவேறாது. வேண்டுமென்றால், காலத்துக்கேற்றபடி நவீனமாகவோ, விஞ்ஞான, அறிவியல் முலாம் பூசியோ கொள்ளலாமே தவிர, இறைவனைப் பற்றிய, அவனது எதிரியைப் பற்றிய கட்டுக் கதைகளையும் கற்பனை வாதங்களையும் யாரும் எதுவும் செய்ய முடியாது. ஆதி மனிதர்கள் உருவாக்கிய இந்தக் கடவுள் என்ற பிம்பமும் சத்ரு

என்ற பிம்பமும் வழிவழியாக, யுகயுகமாக மனிதர் குலத்தின் வாழ்வின் நிறப்பிரிகை போல இழையோடிக் கொண்டிருக்கிறது.

"யய்யா, சத்ரு சொன்ன ஆறாயிரத்து சொச்ச வார்த்தைகளும் விறுவிறுப்பா, சுறுசுறுப்பா மசாலா படம் பார்க்கற மாதிரி குன்சாவா இருந்துச்சு. இறைவன் பேசின, மூவாயிரத்து சொச்ச வார்த்தைகள்ல, அங்கங்கே ரீல் அறுந்து விழுந்தாலும் ஏதோ ஈரானிய, ஈராக்கிய படம் பார்க்கிற படம் மாதிரி குதுகுதுப்பா இருந்துச்சு. நீ இப்போ ஓட்டுற படம் என்னப்பா, தொடக்கத்துலேயே உருளுது... பொரளுது... ஓடுது... படம் பப்படமா?" என்பதாக, உங்களில் கிட்டத்தட்ட நூறு விழுக்காடு மக்களும் என்னை படமாக ஓட்டுகிறீர்கள். அதான் சொன்னேனே... கடவுளும் சத்ருவும் ஆகச் சிறந்த கற்பனைகள் என்று. அதை கேட்பதற்கும் அவர்கள் சொல்கிறதான காட்சிகளில் மனம் லயிப்பின்பம் கொள்வதற்கும் அதன் நிமித்தமாக வருகிற பிரமிப்பும் பீதியும் மரண பயமும் செமத்தியான திரில்லாகத்தான் இருக்கும். நான் சொல்வதெலாம் கொஞ்சமும் கற்பனை நெய்யோ, கிளுகிளுப்பான பொய்யோ கலக்காத, நூறு விழுக்காடு கலப்படமல்லாத உண்மை என்பதால், அது, கசப்பது போலவும் துவர்ப்பது போலவும் சமயத்தில் மிஞ்சிய உவர்ப்பது போலவும் இருக்கும். உண்மையின் சுவை இவை மூன்றும் என்பதால், கேட்கும் எவருக்குள்ளும் அகச்சுளிப்பும் முகச்சுளிப்பும் வரத்தான் செய்யும்.

சத்ரு என்கிறான் ஒருவன். இறைவன் என்கிறான் இன்னொருவன். அவர்கள் இருவரும் ஆண்களா? ஏன், சத்ரி இல்லை? ஏன் இறைவி இல்லை? மனிதர்களில் ஆணும் பெண்ணுமாக இருப்பதுபோல், அவர்களிலும் பெண் குணத்துவம் உடையவர்களும் இருக்க வேண்டும்தானே? அதுதானே முறை? ஏன் இப்படி என்றால்..? அந்த இறைவனையும் சத்ருவையும் படைத்தது ஆதி ஆண்கள். ஆண்களின் பார்வையில் படைப்பில், கற்பனையில் உருவாக்கப்பட்டதாலேயே அவர்களைப் போலவே இவர்களும் ஆண் ஆள்தத்துவம் கொண்டவர்களாக இருக்கிறார்கள். இதே பெண்கள் கற்பனையில் உருவாக்கப்பட்டிருந்தால்,

அந்த இரண்டு மெகா பாத்திரங்களும் பெண்களின் குணாதிசயங்களைப் பிரதிபலிப்பவையாக இருந்திருக்கக் கூடும். “அதென்ன... உலகத்தில்தான் பல்வேறு வடிவங்களில் தோரணைகளில் பெண் தெய்வங்களும் இருக்கின்றனவே?” என்ற உங்களின் குறுக்குக் கேள்வியின் உள் அர்த்தம் எனக்குப் புரிகிறது. அவை எல்லாம் பின்னால் சேர்க்கப்பட்ட உபரிகள். கற்பனை வடிவங்கள். என்றாலும் தெய்வங்கள் என்று நம்மால் முதன்மைப்படுத்தப்படுவதும் பிரம்மாண்டமான வழிபாட்டுத் தலங்களில் பெருஞ் சிலையாக நிறுவப்படுவதும் ஆண் தெய்வங்களைத்தான். பெண் தெய்வங்களுக்கென்று உலகில் எந்த மூலையிலும் எந்த மதத்தினரும் பெரிதான ஆலயங்களை கட்டவோ, வணங்கவோ இல்லை என்பதுதான் கண் சான்றாக இருக்கிறது. தெய்வ நிலை என்று வருகிறபோதும் பெண்கள் சிறுமைப்படுத்தப்படுகிறார்கள். புனிதப்படுத்துதல் என்ற டிராமா மூலம் பெண் தெய்வங்களை ஒதுக்கியும் பிதுக்கியும் வைக்கிறார்கள். இந்த மனநிலை யாருடையது? கடவுளுடையதா? அல்லது, இயற்கையுடையதா? இல்லையெனில், சத்ருவின் சதி வேலையா? இவை மூன்றுமல்ல... இம்மூன்றையும் தனது ஆளுகைக்குள்ளும் கட்டுப்பாட்டுக்குள்ளும் காலங்காலமாக வைத்திருக்கும் மனிதர்களுடையது. அதாவது, ஆண்களுடையது.

சரி, மனிதனுக்குக் கடவுள் என்றும் சத்ரு என்றும் இரண்டு பாரிய கற்பனாவாத பாத்திரங்கள் ஏன் தேவைப்பட்டது? அதன் அவசியம் எதனால் வந்தது? அந்த இரண்டு கதை நாயகர்களுக்கும் எந்தக் காலத்திலும் மார்க்கெட் சரிந்துவிடாத முக்கியத்துவம் எப்படி ஏற்பட்டது? கொஞ்சம் பார்ப்போமா...? நீங்கள் தயாரா...? நம்ப முடியாத, உங்களுக்கு அதிர்ச்சி தரும் விசயங்கள் நான் சொல்லப்போவதில் இருக்கிறது என் மக்களே. ஆகவே, உங்களின் காதுகளையும் புத்தியையும் ஒருநிலைப்படுத்திக்கொள்ளுங்கள்.

மனிதனும் மனுசியும் இதுவரை நம்பப்பட்டு வருகிற விசயம் என்ன? அவர்கள் இருவரையும் கடவுள் படைத்தார் என்று இறை நம்பிக்கையாளர்களும் பரிணாம வளர்ச்சியிலிருந்து

தோன்றியவர்கள்தான் மனிதர்கள் என்று அறிவின் தத்துவர்களும் அமீபா என்ற ஒற்றை செல்லிலிருந்து தோன்றினார்கள் என விஞ்ஞானமும் இவையெல்லாம் எதுவுமல்ல... இயற்கையிலிருந்து உருவாகியவர்களே மனிதர்கள் என்பதாக இறைமறுப்பாளர்களும் கூறியதை அவரவர்களின் நம்பிக்கைகளின்படி, தர்க்கங்களின்படி, சுய நீதிகளின்படி நாம் நம்பியோ, அல்லது, பின்பற்றியோ வந்திருக்கிறோம். ஆனால், இவை எல்லாவற்றையும் விட, நாம் கோட்டை விட்ட, கவனிக்காமல் போனதான நாஸ்டார்டாமஸ் கூறுகளில் ஒளிந்திருக்கிறது. அதை முதலில் சொல்லிவிட்டு, 'கடவுளின் சத்ருவின் தேவை' விசயத்தையும் விவரிக்கப் போகிறேன்.

பல லட்சம் கோடி ஆண்டுகளுக்கு முன்பதாக, அண்ட வெளியில் பெரும் வெடிப்பு ஒன்றின் நிகழ்வின் மூலம் எப்படி பூமி உள்ளிட்ட கோள்கள் தோன்றி, பால்வீதி உருவானதோ, அதே போலவே, பூமியில் கவனமாக கவனியுங்கள், பூமிக்குள் மாத்திரம் ஒரு பெரும் உயிர் வெடிப்பு உருவானது. அதில் தோன்றியதான ஆயிரக்கணக்கான புழுக்களின் வளர்ச்சியின் நிறைவுதான் மனிதர்களும் மனுசியும். குரங்கிலிருந்து தோன்றியவன் மனிதன் என்கிறதான டார்வினுடைய கோட்பாடு எப்படி அவர் காலத்தில் கோலோச்சிக் கொண்டிருந்த மத நிறுவனங்களின் ஆளுகை மீதும், அதனைக் கட்டுசிட்டாகக் கடைப்பிடித்து வந்த மதஸ்தர்களின் மக்களின் நம்பிக்கைகளின் மீதும் பெரும் இடியாக இறங்கியதோ... அதைப் போலவே, நாஸ்டர்டாமஸ் சொல்லிய இந்தப் புழு பரிணாம வளர்ச்சி குறித்து, அன்றைய இறை நம்பிக்கையாளர்கள் பிழைப்பிலும் கள்ள உழைப்பிலும் மலைச்சரிவு போல் மண்ணை அள்ளிப் போடுவதாக இருந்தது. ஆகவே, அவரின் இந்தப் 'புழுத்தத்துவத்தை' முற்றிலுமாக மறைத்து அவரின் தீர்க்கதரிசனமான ஆருடங்களை மட்டுமே முக்கியத்துவப் படுத்தி, முதன்மைப்படுத்திவிட்டார்கள்.

எந்தவொரு உயில்களோ, பிரமாணப் பத்திரங்களோ, இன்ன பிற உத்திரவாதப் பதிவேடுகளோ எவைகளாயிருந்தாலும் இரண்டோ, அதற்கு மேற்பட்ட சாட்சியர்களின் ஒப்பங்கள் இருந்தால்தானே

அவை செல்லுபடியாகும். அதேபோல், என்னதான் நாஸ்டார்டாமஸ் புழுத்தத்துவத்தைக் கூறியிருந்தாலும் அவரது கூற்றை மட்டுமே, அது உண்மையாக இருந்தாலுமே அப்படியே ஏற்றுக்கொள்ள வேண்டும் என்கிற அவசியம் இல்லைதானே? அவர் சொல்வது திரிபுத் தத்துவம் என்று இருட்டடிப்பு செய்துவிடலாம்தானே. வரலாற்றில் அதுதான் நடந்தது. அப்படி மற்றொரு மனித இனம் இந்தப் புழுத் தத்துவத்தைச் சொல்லி இருக்கிறது. அதை மாத்திரமல்ல, அந்த இனத்தையும் அவர்களின் செழுமையான பண்பாட்டையும் மொழியையும் மதப் பிழைப்புவாதிகள் அழித்தொழித்து விட்டார்கள். இதுவும் உலக வரலாறுதான்.

மாயன்ஸ்.

இடையமெரிக்காவில் வாழ்ந்தான பெரும் ஆதிவாசிக் குழு பிரமிக்கவைக்கும் பண்பாட்டு விழுமியங்களையும் ஆச்சர்யப்படுத்தும் நாகரிகத் தொன்மங்களையும் தங்களது வாழ்வியலாகக் கொண்டு வாழ்ந்த பேரினம். மாயன்ஸ் என்றாலே, இடை நிறுத்தப்பட்ட அவர்களது நாட்காட்டிதான் எல்லோருக்கும் நினைவுக்கு வரும். அதையும் தாண்டி அவர்கள் மனித இனம் தோன்றியதான, ஆதிரகசியமான புழுத் தத்துவத்தை முதலில் கண்டறிந்தவர்கள். நாஸ்டார்டாமஸாவது, பெரும் உயிர் வெடிப்பிலிருந்து உண்டான புழுக்களிலிருந்து மனித குலம் உருவானது என்ற ஒற்றைப் பார்வையில் மனிதர்களை முன்னிலைப்படுத்துகிறார். ஆனால், மாயன்ஸ் தரவுகளோ, உலகில் உள்ளதான எல்லா உயிர்களுமே புழுவிலிருந்து உருவானவைதான் என்ற பெரும் தத்துவத்தை முன்னிறுத்துகிறார்கள். புழுவிலிருந்து உருவானதாலேயே, எல்லா உயிர்களும் இறந்து புதைக்கப்பட்டாலும் அப்படியே கிடந்தாலும் அவை சில நாள்களிலேயே புழுப்பிடித்து விடுகின்றன. எவற்றிலிருந்து உயிர்கள் உருவானதோ, அவற்றினாலேயே அந்தச் சரீரம் மொய்க்கப்பட்டு, அரிக்கப்பட்டு, தின்னப்படுகின்றன. இதில் மற்றொரு உண்மை. செத்த சரீரத்தில் உருவான புழுக்களும் சரீரத்தைத் தின்ற பின்பு உயிர்வாழ்வதில்லை.

அவை அப்படியே இறந்தும் விடுகின்றன. இந்தப் பேருண்மையை உணர்ந்தவர்களும் அறிந்தவர்களுமாக மாயன்ஸ் இனம் இருந்தது. அவர்களின் குறிப்புகளிலிருந்துதான் நாஸ்டார்டாமஸ் இந்தப் பேருண்மையைக் கண்டறிந்து உலகுக்குச் சொன்னார். ஆனால், அவர் பெரும் உயிர்வெடிப்பு என்பதை உபரியாகச் சேர்த்துக் கொண்டார். மாயன்ஸ்தான் வெகு இயல்பாக, இயற்கையின் தத்துவமே அதுதான் என்ற பெரும் ரகசியத்தை உலகுக்குச் சொன்னார்கள்.

"உயிர் பெரும் வெடிப்பு, புழுத்தத்துவம் இதெல்லாம் நம்புகிறமாதிரியா இருக்கு?" என்று கேட்பவர்களுக்காக, அவர்கள் நம்புகிற கடவுள் தத்துவத்திலிருந்தே இதனை என்னால் உறுதிப்படுத்த முடியும். உலகில் சகல மதத்திலும் உள்ளதான எல்லா புனித நூல்களுமே நரகம் என்ற ஒற்றை விசயத்தை வலியுறுத்துகின்றன. அவற்றின் தத்துவத்தின்படி, பாதகம் செய்தோர், பாவம் செய்தோர், அநீதியாகப் பிழைத்தோர், இன்னபிற கொடுஞ்செயல் செய்தோர் குறித்துப் புனித நூல்கள் சொல்வது என்ன தெரியுமா? 'அவர்களின் புழுக்கள் அவியாத அக்னியில் போடப்படும். அங்கே அவற்றுக்கு மரணமில்லை' என்பதைத்தான். ஆக, பக்தி நூல்களுமே, பூமியில் மனிதனின் தொடக்க நிலையும் முடிவு நிலையும் மறுமையில் நேருகிறதான உபத்திரவ நிலையும் புழுவையே மையப்படுத்தி வலியுறுத்துகின்றன.

அறிவியல் பார்த்தாச்சு... ஆன்மிகம் பார்த்தாச்சு... இன்னும் நாஸ்டார்டாமஸ்... மாயன்ஸ்... பெரும் உயிர்வெடிப்பு எல்லாம் பார்த்தாச்சு. இன்னும் கணிதவியல், உயிரியல் இந்த இரண்டும் புழுத் தத்துவத்தை எப்படி நேரடியாகவோ, மறைமுகமாகவோ நமக்கு வலியுறுத்தி, நம் உச்சந்தலையில் வீக்கமும் 'விண்' என்ற வலியும் வருகிற மாதிரி நிரூபிக்கின்றன என்பதையும் பார்த்துவிடுவோமே. 'என்னது? கணிதவியலும் உயிரியலும் புழுத் தத்துவத்தை நிரூபிக்கின்றதா?' என்று வியக்கவைப்பதாக உங்களுக்கு இருக்கிறதுதானே? உண்மை எப்போதும் நம் அருகில் இருக்கிறதான அற்பமான விசயங்களில் அற்புதமாகத் தொங்கிக்

கொண்டிருக்கும். நாம்தான் அசட்டையாக, அலட்சியமாக அவற்றைக் கவனிக்காமல், அலங்கரிக்கப்பட்ட பொய்களின் பின்னால் ஓடிக்கொண்டிருப்போம். நான் இப்போது சொல்லப் போகிறதான, இந்த இரண்டுமே பூச்சி வடிவிலான இருவேறு புழுக்களை மையப்படுத்துபவைதான். ஒன்று பட்டாம் பூச்சி. மற்றொன்று ஈசல். முதலில் பட்டாம்பூச்சியைப் பார்த்துவிடுவோம்.

பட்டர்ஃப்ளை எஃபெக்ட் அல்லது தியரி என்றொரு விசயம் கணிதவியலில் மிக முக்கியமான சாரமாகக் கருதப்படுகிறது. அதன் கருத்துருவாக்கத்தின் சுருக்கம் என்ன சொல்கிறது? 'ஓர் இயங்கியல் அமைப்பின் தன்னியல்பாக உருவாகும் தொடக்கநிலை வேறுபாடுகளே, அந்த அமைப்பின் நீண்டகால இயக்கத்தில் பெரிய வேறுபாடுகளைக் கொண்ட விளைவுகளை ஏற்படுத்தலாம்.' என்ன... ஒன்றும் புரியவில்லையா...? புரியாத எந்தவொரு கடினமான, கடினமில்லாத விசயத்தையும் எளிமையாகப் புரிகிற விசயத்தோடு பொருத்திப்பார்த்தால், புரிந்துவிடும். பெரு வெடிப்பின் மூலமாக, உருவான அண்டவெளி என்கிறதான இயங்கியல் அமைப்பின் ஒரு அங்கமான பூமிப்பந்தில், பிற்பாடு உருவான பெரும் உயிர் வெடிப்பு என்ற தொடக்க நிலையில் உருவான சாதாரணப் புழுக்கள், வேறுபாடுகளைத் தரித்துக்கொண்டது. அந்த வேறுபாடுகள் பூமி எனப்படும் இயங்கியலில் கோடிக்கணக்கான வருடங்களை உள்ளடக்கிய தொடர் இயக்கத்தில், பெரிய வேறுபாடுகளைக் கொண்ட விளைவை ஏற்படுத்தியது. அந்த வேறுபாடுதான் நீங்களும் நானும். உலகில் தோன்றி மடிந்த, இப்போது வாழ்ந்துகொண்டிருக்கிற, இனி பிறந்து, வளர்ந்து, வாழப் போகிற அத்தனை கோடி மனிதர்களும் மனுசிகளும்.

ஒவ்வொரு வண்ணத்துப்பூச்சியும் மனிதனின் பிறப்பின் ரகசியத்தைச் சொல்கிறது. புழுவாக இருந்து வண்ணமிகு பறக்கும் பூச்சியாக மாறும் அதே படிநிலைதான் தொடக்கக் கால மனிதப் புழுக்களுக்கும் நேர்ந்திருக்கிறது. வித்தியாசம் என்னவெனில்? அதே படிநிலை மாறாமல் இன்றைக்கும்

வண்ணத்துப்பூச்சின் உயிர் பெருக்கம் தொடர்வதாயிருக்கிறது. மனிதன் புழுவிலிருந்து பரிணாம வளர்ச்சியுற்று முழு மனித நிலைக்கு வந்ததானப் பிறகு, இணை சேர்க்கை மூலம், மனித உருக்கொண்ட சிசுவாகப் பிறக்கின்றான். பிறக்கும் சிசுக்களை கை, கால்கள் நீங்கலாக உற்றுக் கவனித்தீர்களெனில், இரண்டு, மூன்று கிலோ எடை கொண்ட புழு போலவே இருக்கும். இதுதான் கணிதவியலில் உள்ள புழுத் தத்துவத்தின் ரகசியம்.

அடுத்து, ஈசல்கள் பற்றிப் பார்ப்போமா? ஈசல்கள் என்பது, பெரும் உயிர் வெடிப்புன் நிகழ்வின் நிழலாட்டமாக இருக்கிறது. அதெப்படி? அப்படியொரு உயிர் வெடிப்பு நிகழும் என்று கேள்வி கேட்பவர்களுக்காகவே ஈசல்கள் உருவாக்கத்தை இயற்கை நமது கண்முன்னே காலங்காலமாக அப்படியே வைத்திருக்கிறது. சற்றே சிந்தித்துப் பாருங்கள். மண் இளக்கமும் வெளிச் சூழல் குளிர்ச்சியுமில்லாத, வெப்பமுமில்லாத வெது வெதுப்பாக இருக்கும்போது, மண்ணைத் துளைத்துக் கொண்டு, சிறிய துவாரம் வழியே, ஆயிரக்கணக்கான ஈசல்கள் கிரமமாக புறப்பட்டு, வெளியை நிறைப்பதாக இருக்கிறதே... என்றைக்காகிலும் இத்தனை நூறு, ஆயிரம் ஈசல்கள் மண்ணுக்குள் எப்படி உருவானது என்பதைச் சிந்தித்திருக்கிறோமா? உயிரியலாக, அறிவியலாக, இயற்கையின் இயங்கியலாக விடைகள் இருப்பதை மண்டைக்குள் ஏற்றி வைத்திருப்பதால்தான், ஈசலின் சூட்சுமம் நாம் அறிந்துக் கொள்ளாததாகவே இருந்துகொண்டிருக்கிறது.

எப்போது மண் நெகிழ்ந்தது? அவ்விடத்தில் வெற்றிடம் எப்போது உருவானது? அங்கு எப்படி ஆயிரக்கணக்கான ஈசல்கள் தோன்றியது? முழுமையாக வளர்ச்சி பெற எத்தனை நாள்கள் ஆகின? அத்தனையும் வெளியேறுவதற்கு மலர்கள் இதழ்கள் விரிப்பது போல், மண் எப்படி விரிந்து விலகி, வெடித்துத் துளைகளை உருவாக்கியது? சில மணி நேரமே உயிர் வாழும் ஈசல்களின் தத்துவம்தான் என்ன? இவற்றை என்றைக்காவது நாம் யோசித்ததுண்டா? பெரும் உயிர் வெடிப்பின் மாதிரி நிகழ்வுதான் இப்பூச்சிகளின் பிறப்பும் இறப்பும். வெளியில்

சிறகடித்துப் பறக்கும் அத்தனை ஈசல்களும் உணவு எடுத்துக் கொள்வதில்லை. மாறாக, அவைதான் பறவைகளுக்கோ, மனிதர்களுக்கோ உணவாகின்றன. மெலிதினும் மெலிதான உறைந்த நீர்த்துளி போலிருக்கும் தனது சிறகுகளை இழந்து மண்ணில் விழுந்து மரிக்கின்றன. மண்ணில் தோன்றி, மண்ணிலேயே மறைகின்றன.

இதேதான் ஒவ்வொரு மனிதனின் நிலைமையும் முடிவும். ஈசல்கள் போல் அவனது வாழ்வும் வீழ்வும் முடிவும் இருக்கின்றன. வாழும் வரை சிறகடிக்கும் அவனது எண்ணங்களும் திட்டங்களும் கனவுகளும் ஒரு கட்டத்தில் நிறைவேறியோ, நிறைவேறாமலோ உதிர்ந்துவிடுகின்றன. அப்போது, அவனுக்கோ, அல்லது அவளுக்கோ வயோதிகம் வந்து விடுகிறது. கிரமமாக நோய்கள் குடிகொள்கிறது. சிறகுகள் உதிர்ந்து நிலத்தில் விழுந்து, ஈசல்கள் பறக்கவும் முடியாமல் நகரவும் முடியாமல் துடித்துக்கொண்டிருப்பதைப் போல், மனிதர்களும் படுக்கையில் உடல் துடித்து, மனம் வெடித்துக் கிடக்கிறார்கள். ஈசல்களுக்கு சில மணி நேரங்கள் என்பது போல, மனிதர்களுக்கு சில பல வருடங்கள்தான் வாழ்க்கை. அது, அறுபதாகவோ, எண்பதாகவோ சிலருக்கு நூறாகவோ இருக்கலாம். நாளின் முடிவில் எல்லா ஈசல்களும் மடிவதைப் போல், உலகின் முடிவில் எல்லா மனிதர்களும் மடிவதும், அழிவதும் இயற்கையின் நியமனமாக இருக்கிறது. இது என்றாகிலும் நடக்க வேண்டியதாயும் மாறாத, ஒன்றாயும் இருக்கிறது.

பட்டாம்பூச்சியின் விளைவு, ஈசல்களின் தத்துவம் இதையெல்லாம் கேட்பதற்கு நன்றாக இருக்கிறது. பொருந்தக் கூடிய ஒன்றாகவும் இருக்கிறது. திறக்கப்பட்ட போத்தல்களுக்கு ஏற்ற மூடி போலவும் இருக்கிறது. ஆனால், நம்பக்கூடியதாக இல்லை. இவற்றுக்கெல்லாம் ஆதாரம் என்ன? அறிவியல் தரவு என்ன என்று கேட்பீர்களானால்.... டார்வினின் ‘குரங்கிலிருந்து தோன்றியவன் மனிதன்’ என்ற பரிணாம வளர்ச்சியின் தத்துவத்தைத்தான் நான் ஆதாரமாகக் கொண்டு

வர வேண்டியிருக்கிறது. அதனை உண்மை என்று நீங்கள் நம்புவீர்களானால், இந்தப் புழுத்தத்துவத்தையும் நம்பித்தான் ஆக வேண்டும். டார்வினின் பரிணாம வளர்ச்சி தத்துவம் எப்படி விஞ்ஞான ரீதியாக நிரூபிக்கப்படாத ஒன்றாக இன்றுவரை நீடிப்பதாக இருக்கிறதோ, அதேதான் இதற்கும் பொருந்தும். இதுவே நிலைவரமானதும் நிலையானதும் கூட.

இதனை நீங்கள் நம்ப வேண்டும் என்றோ, இதுதான் உண்மை என்றோ நான் கொடி பிடித்தபடி கோஸமிட்டு வரவில்லை. மாறாக, கடவுள் என்பதுவும் அந்தக் கடவுளுக்கு எதிர் நிலையாக, எதிரியாக நம்பப்படும் சத்ருவும் மனிதர்கள் உருவாக்கியவை. அழிவற்றதும் தெளிவற்றதுமான கற்பனைப் பாத்திரங்கள் என்பதைத்தான் நம்புங்கள் மக்களே என்கிறேன். இதுதான் உண்மை என்பதை உலகுக்கு அறிவிக்கின்றேன். இப்படி அறிவிப்பை பிரகடனப்படுத்துவதில் நான் முதலானவனும் கிடையாது முதன்மையானவனும் கிடையாது. எனக்கு முன்னால், ஏகப்பட்ட மனிதர்கள் இதனைச் சொல்லிச் சென்றிருக்கிறார்கள். ‘கடவுளும் சத்ருவும் அழிவற்ற கற்பனாவாதம் என்பது சரி. ஆனால், தெளிவற்றது என்பது எப்படி?’ என்கிற குறுகுறுப்பான கேள்வி, உங்கள் மண்டைக்குள் பூரானைப் போல், அங்குமிங்கும் ஓடுகிறதுதானே. அதையும் விவரிக்கிறேன்.

இறைவனும் சத்ருவும் மாற்றி மாற்றி நாங்கள் உருவமற்றவர்கள் என்கிறார்கள். அதிலும் இந்த இறைவன் இருக்கிறானே... அவன் பண்ணுகிற அழிச்சாட்டியம் வேறு செயலாக இருக்கிறது. தான் உருவமற்றவன் என்பதற்கு அவன் தருகிற விளக்கங்களும் வியாக்கியானங்களும் நம்மைக் கிறுக்குப் பிடிக்க வைத்துவிடுகின்றன. ஆனால், உருவம் என்ற உருப்படிக்குள் அவன் அடங்கமாட்டானாம். எங்கே நீங்கள் கண்களை மூடி ஆழ்ந்து உருவமே இல்லாத அவனை யோசித்துப் பாருங்கள். முடியவில்லைதானே? மூளைக்குள் வியர்க்கிறதுதானே? தெளிவற்றதான ஒன்றாக இருக்கிறதுதானே? எந்தத் தீர்க்கமான, தீர்மானமான முடிவுக்கும் வரமுடியவில்லைதானே? ஏங்க... ஏக இறைவன்... கருணைக் கடலோன்... இவ்வளவு குழப்பமாவாங்க இருப்பாரு? கடவுளை உருவாக்கிய ஆதித் தகப்பன்மார்கள்

இப்படியொரு புதிரான, புரிபடாத பிம்பத்தோடு பிரதிஸ்டை செய்துவிட்டார்கள். அது சகல தேசத்தாருக்கும் மத நிறுவனங்களுக்கும் அளப்பரிய வசதியும் வாய்ப்புமாக அமைந்துவிட்டது. அவரவர் தங்களது பண்பாடு, இனம், மொழி, கூடுகை, வழிபாடு, வழித்தோன்றல்கள் இவற்றுக்கு ஏற்றவாறு கடவுளின் உருவத்தை சிலைகளாக, ஓவியங்களாக, புடைப்புச் சிற்பங்களாக வடிவமைத்துக் கொண்டார்கள். இவர்கள் விரித்த கடையில், கடவுள் என்ற கற்பனை பிம்பத்தின் கற்பனை உருவங்களே முதலீடு. காலங்காலமாக நடந்துவரும் இவ்வணிகக் கொள்ளை மக்களை மத பாகுபாடு இல்லாமல் யுகயுகமாகச் சூறையாடிக்கொண்டே இருக்கின்றன.

சரி, புழுத் தத்துவமே உண்மை என்பதாகக் கொண்டு மேற்கொண்டு பயணிப்போம். அப்படி உருவான மனிதர்களும் மனுசிகளும் நிர்வாணிகளாக இருந்தார்கள். ஆணுக்கும் பெண்ணுக்குமாக அடர்ந்த வளர்ந்த மயிர்களே ஆடைபோல இருந்தது. அதற்குள் ஒளிந்துகிடந்ததான ஆண், பெண் உடல் அவயவங்களின் வேறுபாட்டைத் தொட்டும் தடவியும் நக்கியும் ஒருவரை ஒருவர் தழுவியும் அறிந்துகொண்டார்கள். கிளர்ச்சி உண்டானது. காமம் உருவானது. அவர்களின் கண்களுக்கு முன்பாக மிருகங்கள் புணர்வதைக் கண்டார்கள். அது அவர்களுக்கு வேடிக்கையானதாக இருந்தது. ஏதோ விளையாட்டுப் போலவும் தோன்றியது. அதனை மனிதர்களும் மனுசிகளும் செய்தார்கள். அவர்கள் மூலமாக பிள்ளைகள் பிறந்தார்கள். அதன் மூலமாக மனித இனம் பூமியில் பல்கிப் பெருகியது. தாய் என்றோ, தந்தை என்றோ, பிள்ளைகள் என்றோ எந்த உறவுமுறைகளும் இல்லை.

ஆனாலும் அந்த உறவுமுறைகள் அந்த ஆதிமனிதர்கள் மத்தியில் இருந்தது. மொழியற்ற அந்தக் கூட்டத்துக்கு அவையெல்லாம் தெரியவில்லை. ஒரே வயிற்றில் பிறந்த ஆணும் பெண்ணும் புணர்ந்தார்கள். மகனை தாயும் மகளை தகப்பனும் உவத்தலித்தார்கள். யாரும் யாருடனும் புணரலாம். அவர்கள் ஆணும் பெண்ணுமாக இருக்க வேண்டும் என்ற புரிதல் மட்டும்தான் அந்த ஆதி மனிதக் கூட்டத்தில்

இருந்தது. அந்தப் பழக்கத்தைத்தான் சத்ரு தனது ஆட்சியில் கொண்டு வரப்போவதாக பிரகடனப்படுத்துகிறான். அவன் அறிவித்திருக்கும் கட்டுப்பாடுகளற்ற இலவச செக்ஸ் சேவை என்பது, காட்டுவாசிகளாக மனிதர்கள் இருந்தபோதே இருந்த ஒன்றுதான். சமூகக் கட்டமைப்பு என்ற ஒன்று அப்போது இல்லாமல் இருந்த நேரம் என்பதால், இப்படியான ஒழுங்கற்ற உவத்தல் முறைகள் நடைமுறையிலிருந்தன. அதன் பிறகான, பல நூறு வருடங்கள் கடந்து வந்ததான நாள்களில், காட்டுவாசிகள் நாட்டு வாசிகளானார்கள். தண்ணீர்த் துரவுகள், நீர்நிலைகள், ஆறுகள், ஏரிகள் இருக்குமிடங்களில் நிரந்தரமாகத் தங்கினார்கள். நாகரிகம் வளர்ந்தது. சிந்தித்தார்கள். செயல்பட்டார்கள். கொடிய விலங்குகளுக்குக் கூட அவர்கள் அஞ்சுவதில்லை. ஆனால் ஒவ்வொரு இரவுப் பொழுதுக்கும் பயந்தார்கள். இருள் அவர்களின் பயத்துக்கும் படபடப்புக்கும் காரணமாக இருந்தது. இடிக்கும் மின்னலுக்கும் அலறினார்கள். ஒடுங்கினார்கள். கதறினார்கள். போகப் போக எல்லாம் பழகியது. சூரியனை, மேகத்தை, மழையை, சந்திரனை, மரங்களை, மலைகளை இப்படி கண்ணில் பட்டதையெல்லாம் வணங்கினார்கள். ஒவ்வொன்றுக்கும் ஒவ்வொரு சக்தி இருப்பதாக நம்பினார்கள். நெருப்பைக் கண்டுபிடிக்கும்வரை அவர்கள் வாழ்வியல் முறையில் பயம், அச்சம், பீதி, அலறல், கதறல் இவையே உணர்வு வெடிப்புகளாகவும் பேசும் மொழியாகவும் இருந்தது.

நெருப்பை மனிதன் அறிந்தபோது, எல்லாம் அடியோடு மாறியது. இருப்பதிலேயே நெருப்புதான் பெரிய சக்தி என்று நம்பினான். அதை மையப்படுத்தியே இரவு நேரக் கொண்டாட்டங்களை உருவாக்கினான். விடிய விடியக் கொட்டமடித்தான். ஒரு ஒழுங்கற்ற வாழ்வியல் முறையை இன்னும் செழுமைப்படுத்த, கட்டுக்குள் கொண்டு வர, கண்களுக்குத் தென்படாத ஒரு பெரும் சக்தி தேவைப்பட்டது. சிந்தித்துச் சிந்தித்து அவன் உருவாக்கியதுதான் இறைவன். அதனைச் சார்ந்த சத்ரு, பாதாளம் மேலோகம், சொர்க்கம், நரகம், பாவ புண்ணியங்கள், அதற்கேற்ற பலாபலன்கள், பெரும் புராணங்கள், கதையாடல்கள் எல்லாம் கிரமமாக உருவாக்கினான். இவற்றையெல்லாம் ஒரு

நாளிலோ, ஒரு வருடத்திலோ அவன் உருவாக்கவில்லை. பல நூறு வருடங்களாக, தலைமுறைதலைமுறையாக மனிதர்கள் இதில் ஈடுபட்டார்கள். கூட்டியோ, குறைத்தோ, இப்பணியை அவர்கள் செய்தார்கள். தான், முன்பு பார்த்து பயந்து, நடுங்கி வணங்கிய சூரியன், நிலா, மேகம், நெருப்பு, உள்ளிட்ட அத்தனையையும் தான் கண்டுபிடித்த கடவுளுக்கு அலங்காரமாகச் சூட்டிவிட்டான். எல்லா தேசங்களுக்கேற்ற பொருந்தும் பக்திக் கதைகள் இயற்றப்பட்டன. புனித நூல்கள் உருவாக்கப்பட்டன. அதனை நம்பும்படி மக்கள் பணியவைக்கப்பட்டார்கள் பயமுறுத்தப்பட்டார்கள். மீறிக் கேள்வி கேட்டவர்களை சிரச்சேதம் செய்தார்கள். ஆனால், கேட்கப்பட்ட எல்லா கேள்விகளையும் கவனப்படுத்திக் கொண்டு, அதற்கான பதில்களை ஏதோ தாங்களே கண்டுபிடித்தது போலவோ, அல்லது, இறைவனே தங்களுக்கு அருளியது போலவோ, உப பக்தி நூல்களை எழுதினார்கள். அவைகள் எல்லாம் இறை நம்பிக்கையாளர்கள் கட்டாயம் கடை பிடிக்க வேண்டிய கட்டளையாகவோ, நம்பிக்கையாகவோ இருந்தது.

சகல மதங்களும் இல்லாத இறைவனை சலிக்காமல், சளைக்காமல், ஏதோவொரு வடிவத்திலோ, வார்த்தையிலோ வலியுறுத்திக்கொண்டே வந்தன. மதத் தலைவர்கள் மக்களின் மண்டைக்குள் ஓய்வும் ஒழிச்சலுமின்றி, போதனை என்றதான பெயரில் மதநம்பிக்கையைத் தொடர்ந்து திணித்துக்கொண்டே இருந்தார்கள். தலைமுறைதலைமுறையாக நடந்ததான இத்திணிப்பை, மக்கள் நம்பவும், தங்களை அர்ப்பணிக்கவும் மதங்கள் வழியுறுத்தும் கோட்பாடுகள், கட்டுப்பாடுகள் எல்லாவற்றுக்கும் கேள்வியே கேட்காமல் தங்களை ஒப்புக் கொடுக்கவும் தொடங்கினார்கள். இறை நம்பிக்கை என்பது பெரும் வணிகமானது. பெரும் நிறுவனமானது. பன்னாட்டு வியாபாரமானது. எல்லா மதத்திலும் கார்ப்பரேட் மதத் தலைவர்கள் உருவானார்கள்.

இறை நம்பிக்கை போதை வஸ்து போல பக்தர்களுக்கு

ஊட்டப்பட்டன. கோடீஸ்வரர்கள் தங்கள் செல்வத்தைத் தாங்கள் நம்பும் இறைவனின் கம்பெனிக்குக் கொட்டினார்கள். கன்னிப் பெண்களும் உடல் வனப்புமிகு பெண்களும் இறைவனுக்கு தங்கள் உடலைக் காணிக்கையாகத் தருவதாக நம்பவைக்கப்பட்டு, மதத் தலைவர்களின் காம வெறிக்கு இரையானார்கள். எதுவுமற்ற ஆண்களும் பெண்களும் அந்நிறுவனத்தின் வளர்ச்சிக்காக, ஊதியம் பெறாத தன்னார்வலராக, தங்களை அர்ப்பணித்தார்கள். இவையெல்லாம் காலங்காலமாக நடப்பதுதான் என்றாலும் இந்த இறை வணிகம் இப்போது உச்சம் தொட்டிருக்கிறது. உயரம் எட்டியிருக்கிறது. பல லட்சம் கோடிகள் வருமானத்தை வற்றாமல் கொட்டிக் கொடுக்கிற உலகத் தொழிலாக உருவெடுத்துக் கோலோச்சிக் கொண்டிருக்கிறது. இப்போது அதுவே பெரும் தலைவலியாகவும் உருவெடுத்து, உருவம் கொண்டு வளர்வதுமாயிருக்கிறது. வணிகம் என்றாலே, போட்டி, பொறாமை, அழித்தொழிப்பு விசயங்களும் இருக்கும்தானே? உலக ரீதியான வணிக நிறுவனங்களுக்கே இதுதான் நிலைமை என்கிறபோது, இறைவர்கள், மதங்கள், புனித நூல்கள், மத நம்பிக்கைகள், சடங்குகள், கொண்டாட்டங்கள், திருவிழாக்கள், பெரும் விழாக்கள், வழிபாடுகள் இவற்றை எல்லாம் உள்ளடக்கிய உலகின் முதன்மையான வணிகத்துக்கு மதப் பிரிவினைகளும் மத மோதல்களும் மதக் கலவரங்களும் உயிர் பலிகளும் சவாலாக, தலைவலியாக, தீராத பிரச்சனைகளாக உருவெடுக்கும்தானே?

இது தவிர, சில தேசத் தலைவர்கள் தங்கள் பதவியையும் அதிகாரத்தையும் தக்கவைத்துக்கொள்ள, மத நம்பிக்கைகளை, உணர்வுகளைத் தூண்டிவிட்டு, சொந்த நாட்டின் மக்களையே அடித்துக் கொல்லவும் கலவரம் செய்யவும் காரணமாக இருப்பார்கள்தானே? இப்போது இப்படியான பிரச்சனைகள் உலகின் எல்லா நாடுகளிலும் தீவிரமாகிக் கொண்டிருக்கிறது. மாற்று மத வழிபாட்டுத் தலங்களில் குண்டு வைப்பதும் துப்பாக்கித் தாக்குதல் நடத்துவதும், ராணுவ நடவடிக்கைகள் மேற்கொள்வதும் வீதிகளில் வெட்டிக்கொண்டு மாண்டுப்

போவதும் மலிந்துக்கிடக்கிறது. உலகில் சமாதானமற்ற சூழல் எப்போதும் கவ்விப் பிடித்துக் கொண்டே இருக்கிறது. எந்த மதத்தினையும் இறை நம்பிக்கையையும் தங்களது மூலதனமாக, மக்கள் மத்தியில் எல்லா மதத் தலைவர்களும் பரப்பி, கொள்ளையிட்டார்களோ... கடை விரித்தார்களோ... அதற்கே ஆபத்து வரும் நிலைமையாக களம், நிறம் மாறி இருக்கிறது. இதனைக் களையவும் தங்களது கல்லாப்பெட்டி எப்போதும் வற்றாத ஊற்றாக வழியவும் மாற்று வழியைக் கண்டுபிடித்து விட்டார்கள். எல்லா மதத்தில் அதிகாரமும் ஆளுமையும், உலகப் புகழும் கொண்ட முதன்மைத் தலைவர்கள் ஒன்று கூடி பேசுகிறார்கள்.

அவர்களின் நோக்கம் உலக மக்களின் நலன் சார்ந்தது. அமைதியைப் போலவும் வலியுறுத்துவது போலவும் முன்னிலைப்படுத்தப்படுகிறது. உண்மையில், நோக்கமும் திட்டமும் அதுவல்ல. ஒரு மதத்தை ஒன்று அழித்து, ஒழிக்கப்படுவதைத் தவிர்ப்பதுதான். இது நல்ல நோக்கம் போல பார்வைக்குத் தெரியலாம். ஆனால், தங்கள் பிழைப்பு வாதமும் சொகுசு வாழ்க்கையும் சவக் குழிக்குள் புதையுண்டு போய்விடும் பயம் அவர்களுக்கு இருக்கிறது. அதற்காக உலகின் பெரிய மதங்களின் தலைவர்களெல்லாம் கண்டுபிடித்திருக்கும் மாற்றுப் பிழைப்புதான், ஒரே மதம். ஒரே புனித நூல். மதங்களுக்கு என்று தனித் தனியாக இருக்கும் எல்லாப் புனித நூல்களில் உள்ள பொதுவான சாரத்தை, கருத்துருவாக்கத்தை எடுத்து, இணைத்து, ஒரே பொதுவான புனித நூலை உருவாக்குவது. அப்படியே, பல்வேறு கடவுளர்களையும் நீக்கிவிட்டு 'ஒரே இறை ஒரே மறை' என்ற புதிய மதக் கோட்பாட்டுக்குள் மக்களை அடிமைப்படுத்துவது.

இதற்கென்று புதிய வழிபாட்டு முறைகள், வழிகாட்டு முறைகள் எல்லாவற்றையும் உருவாக்குவதற்கான தொடக்க வேலைகளை ஆரம்பித்திருக்கிறார்கள். இந்த இடத்தில் அந்தப் பயல் ஆரம்பத்தில் அதான், சத்ரு சொன்னதையும் உங்களுக்கு நினைவுபடுத்த விரும்புகிறேன். அவனுமே 'ஒரே மதம்... ஒரே

வேதம்' என்பதை, தான் உருவாக்கப்போகும் உலகத் தலைவன் மூலமாக நடைமுறைப்படுத்தப்போவதாகத்தானே சொன்னான். அவன் சொல்வது உண்மை. அதுமட்டுமல்ல, அவன் ஆராயிரத்துச் சொச்ச வார்த்தைகளில் சொன்ன அத்தனையும் பூமியில் நிறைவேறப்போவதும் உண்மை. இதனை அவன் அல்ல... உலகத்தின் போக்கையும் மக்களின் மனநிலையையும் தேசத் தலைவர்களின் ஆளுகையையும் தொடர்ந்து அவதானித்து வரும் எவரும் சொல்லலாம். இதற்கு சத்ரு என்ற கற்பனையான, பாத்திரம்தான் வேண்டும் என்பதில்லை.

ஒரு விசயத்தைச் சொல்கிறேன். உளவியல் சார்ந்த சங்கதி. நிறுத்தி, நிதானித்து அலசி, ஆராய்ந்து சிந்தித்துப்பாருங்கள். உலக கோடீஸ்வரர்களின் இலக்கு, லட்சியம், முனைப்பு இவையெல்லாம் எதற்காக... எதனை நோக்கி இருக்கிறது? கோடிக் கோடியாய் பணம் கொட்டிக் கொண்டே இருக்க வேண்டும். உலகின் கோடீஸ்வரர்கள் பட்டியலில் முதலிடத்தில் வர வேண்டும் என்பதுதானே? சரி, உலகில் பல நாடுகளில் பல லட்சம் கோடி ரூபாய் முதலீட்டில் பாரிய தொழிற்சாலைகளும் கனரக வாகனங்கள், ஆடம்பர கார்கள், தயாரிக்கும் நிறுவனங்கள் சொந்தமான கப்பல்கள் மூலம் ஏற்றுமதி இறக்குமதி வணிகம், நிலக்கரிச் சுரங்கங்கள் இன்னும் இன்னபிற எண்ணற்ற தொழில் நிறுவனங்கள் மூலம் ஒவ்வொரு மணித் துளியையும் கோடிக் கணக்கான பணம் கொட்டும் நிலையை உலக கோடீஸ்வரர்கள் செய்துகொண்டு இருக்கிறார்களே... அவர்கள் இப்படி இரவும் பகலும் தூக்கமின்றி யாருடைய தேவைகளை நிறைவுசெய்வதற்காக உழைக்கிறார்கள்? அவர்களுக்குக் கீழுள்ள, மேல்தட்டு, நடுத்தட்டு, கீழ்த்தட்டு இன்னபிற தட்டுகளின் வகைமைக்குள் உள்ளடங்கிவிடுகிற மக்களுக்காகத்தானே? உலக கோடீஸ்வரர்களின் பாரிய வருமானம், வாழ்வியல் முறை இதையெல்லாம் விட்டுத் தள்ளுங்கள். அந்த உலக கோடீஸ்வரர்களின் மூளையும் நேரமும் உழைப்பும் யாருக்காக செலவிடப்படுகிறது? உலக மக்களுக்காகத்தானே?

கோடீஸ்வரர்கள் பட்டியலில் வந்தாச்சு. பெரும்வர்த்தக சாம்ராஜ்யத்தையும் நிறுவியாச்சு. வற்றாத செல்வத்தையும் சம்பாதிச்சாச்சு. அப்புறம் என்ன? ஒவ்வொரு உலகக் கோடீஸ்வரனுக்கும் வயதாகும் இல்லையா? வியாதிகள் வரும் இல்லையா? உலகின் மிகப் பெரிய மருத்துவமனையில் அவன் சேர்க்கப்படுவான் இல்லையா? அப்போது அவனுக்கென்றே காலம் ஒரு தனிமையை உருவாக்கித் தரும் இல்லையா? அப்போதுதான் அவனது மூளை வணிகமாக, வர்த்தகமாக, லாபமாக, முதலீடாக, சிந்திக்காமல், முதல் முறையாகத் தன்னைப் பற்றி, தன் சூழலைப் பற்றி, தன்னைச் சுற்றியிருப்பவர்களைப் பற்றிச் சிந்திக்கும்தானே? பதில் தெரியாத, புரியாத அந்தக் கேள்விகள் அவனது இருதயத்தைக் குத்தும்... குடையும்... சுயபுலம்பலை அதிகரிக்கும்.

உலகப் புகழ் பெற்ற மருத்துவமனையில் சகல வசதிகளோடும் தும்மினால் கூட, ஓடோடி வந்து, வேலைக்காரர்கள் போல் தன்னைக் கவனித்துக்கொள்ளும் சிறப்பு மருத்துவர்கள் கொண்ட குழு இருந்தாலும் கூட, அந்தக் கோடீஸ்வர வணிகன் விரும்புகிறதான சில மணி நேர அல்லது, ஒரு மணி நேர நிம்மதியான உறக்கத்தை எவ்வளவு கோடிகள் இரைத்தாலும் வாங்க முடியுமா? அவர்கள் எத்தனையோ நாடுகளிலும் வியாபார ரீதியாக, தேசத் தலைவர்களைக் காண்பதற்கு சொகுசு கார்களில் பயணப்பட்டிருப்பார்கள். வெளிக்காற்றும் வெயிலும் ஊடுருவ முடியாத அந்தக் காருக்குள் அமர்ந்திருக்கும் பிஸினஸ் மேக்னெட்டுகள் சேரிகளிலும் நடைபாதைகளிலும் பாரிய பாலங்களின் அடியிலும் சதுக்கங்களிலும் கடற்கரை வெளியிலும் படுத்துறங்கும் எளியவர்களைக் கண்டு பொறாமைப்படுவார்கள். விசனப்படுவார்கள். அருவருப்பார்கள். 'தங்களுக்கு எல்லாம் இருந்தும் எதுவுமில்லை. இவர்களுக்கோ, எதுவும் இல்லாதிருந்தும் எல்லாம் இருப்பது போல மன மகிழ்ச்சியாக, மனரம்யமாக வாழ்கிறார்கள்.

இந்த மனிதக் குப்பைகளுக்கு எல்லா தேசத்திலும் இடமிருக்கிறது. இந்த உயிர் சருகுகளுக்கு எல்லா இடங்களிலும் வாழ்விருக்கிறது.

தங்களுக்கு வாய்க்காத நிம்மதியும் உறக்கமும் வாழ்க்கையும் இவர்களுக்கு மாத்திரம் எப்படி வாய்க்கலாம்? என்ற எண்ணம் அவர்களுக்குள்ளாகத் தோன்றும். உலகத்தின் பெரும் பகுதியை ஆக்கிரமித்திருக்கும் கடலைப் போல, 'நிலப்பரப்பின் பெரும்பகுதியை நிரப்பி இருக்கிறார்கள். இவர்களெல்லாம் அழிக்கப்பட வேண்டியவர்கள். பூமி நமக்கானது, நமது சந்ததியினர் மட்டுமே வாழ்வதற்கானது. இப்பெரும் குப்பைகளை பூமியிலிருந்து எடுத்துவிட்டால், பூமியும் அதன் நிறைவும் நம் வசப்பட்டுவிடும்' என்ற சிந்தனை உலகக் கோடீஸ்வரர்கள் மனதில் ஓடும். உடனே செயலில் இறங்குவார்கள். அந்தந்த தேசத்துத் தலைவர்களைக் கையில் போட்டுக் கொண்டு மக்களை ஒடுக்குவார்கள். அவர்கள் அன்றாடம் பயன்படுத்துகிறதான அத்தியாவசியப் பொருள்களின் விலைகளை உயர்த்துவார்கள். நிற்க... நடக்க... பார்க்க... தும்ம.. இரும.. எல்லாவற்றுக்கும் வரிகளைப் போடுவார்கள். செயற்கையான உணவுப் பஞ்சத்தை உருவாக்குவார்கள். உலகின் மொத்த மக்கள் தொகையைப் பாதியாகக் குறைப்பதற்காகப் பெருந்தொற்றுக் கிருமியை உலகமெங்கும் பரப்புவார்கள். எல்லா தேசத்திலும் ஒரே மாதிரியாக இந்தக் கோடீஸ்வரர்கள் மக்கள் அழித்தொழிப்பு வேலையைச் செய்வார்கள். ஆனால், அவர்கள் நினைப்பது எதுவும் நடக்காது.

விலையேற்றப்படும் அத்தியாவசியப் பொருள்கள் இல்லாமல் வாழ மக்கள் பழகிக்கொள்வார்கள். கடைகளுக்கு சென்றால்தானே வரிகளைப் போடுவாய்? அரிசியையும் கோதுமையையும் தின்றால்தானே விலையை ஏற்றுவாய்? என்று மக்கள் எல்லா தேசங்களின் அரசின் அடக்குமுறை முடிவுகளுக்கும் எதிர்நிலையை எடுப்பார்கள். பரப்பிவிடப்பட்ட பெரும் தொற்றுக் கிருமிகள் உலகையே முடக்கிப் போடும்தான். செயலற்றுப் போக வைக்கும்தான். உயிர்களை காவு வாங்கும்தான். ஆனால், உலகக் கோடீஸ்வரர்கள் எதிர்பார்த்தது போல், உலகின் மக்கள் தொகையில் பாதியெல்லாம் குறையாது. ஒரு சதவீதம் குறையும். அவ்வளவுதான். தாங்கள் செய்த முயற்சிகள் எல்லாம், இந்த உயிர்க் குப்பைகள் முன்பாக

எடுபடாமல் போனதில், எல்லா உலகத் தலைவர்களும் கோடீஸ்வரர்களும் பெரும் மனச் சரிவைச் சந்திப்பார்கள். அவர்களின் நினைப்புக்கு மாறாக, பாரிய கொடும் செயல்களுக்கு எதிராக, சூழ்ச்சிகள் சூழ்ந்த திட்டங்களுக்கு எதிராக, இயற்கை எல்லா தேச மக்களுக்கும் கைகொடுக்கும். இதனை எதிர்பாராத அவர்கள் பைத்தியம் பிடித்த நிலைக்கு ஆளாவார்கள். "இந்த எச்சக்கலைகளை அப்புறப்படுத்துவதற்கு ஒழிப்பதற்கு என்னதான் வழி?" என்று தங்களுடைய வணிக மூளையைக் கொண்டு சிந்தித்தும் வழியின்றி முட்டுச் சந்தில் தடுமாறி நிற்கும் பன்றிகள் போல் திகைப்பார்கள்.

"இந்த பூமியை கோடீஸ்வர வர்க்கம் மாத்திரமே வாழவும் இன்புற்றிருக்கவும் ஏற்றதாக கையகப்படுத்த முடியாதா? மக்களின் உழைப்பைச் சுரண்டினோம். அவர்களின் கையிருப்பைக் களவாடினோம். ஆனால், அவர்களின் இருப்பைத் தகர்க்க முடியவில்லையே. அவர்களின் வாழ்வை வசப்படுத்த முடியவில்லையே. எவ்வளவு அடித்தாலும் முதுகை விரித்துக் காட்டுகிறார்கள். எவ்வளவு ஒடுக்கினாலும் தங்களைச் சுருக்கிக் கொள்கிறார்கள். எப்படி நசுக்கினாலும் தாங்கிக் கொள்கிறார்கள். எப்படிப் பிதுக்கினாலும் பிழைத்துக் கொள்கிறார்கள்" என்பதாகப் புலம்புவார்கள். அப்போதுதான் பேருண்மை ஒன்றை அதிசயச் செயலாக அவர்கள் புரிந்து கொள்வார்கள். 'மக்கள் பெருந்திரள் என்பது இயற்கை. அவர்களின் வாழ்க்கையும், மூச்சும், ஓட்டமும் இயற்கை என்ற வட்டத்துக்குள்ளாகவே சூழன்றுகொண்டிருக்கிறது. நாம் அப்படி இல்லாமல், செயற்கையின் வசீகரங்களுக்கு பலியாகிவிட்டோம். செல்வம் என்ற செயற்கையே பிரதானமானது என்பதாக நினைத்துவிட்டோம். இயற்கையை அழித்து, கொள்ளையிட்டு செயற்கை பயன்பாட்டுப் பொருள்களை உற்பத்தி செய்து அதனை இயற்கை சக்தியிடமே, அதாவது, மக்களிடமே விற்பனை செய்தோம். அவர்களைப் போலவே நாமும் மனிதர்கள்தான். ஆனால், வாழ்க்கையையும் உழைப்பையும், ஓட்டத்தையும் செயற்கைக்குத் தாரை வார்த்துத் தந்துவிட்டோம். அதனால்தான், மக்களை நாம் ஒழிக்க முடியவில்லை' என்பதை

அறிந்துகொள்ளும் தருணத்தில், ஒட்டுமொத்த உலக மக்களும் தங்கள் தங்கள் தேசத் தலைவர்களுக்கும் கோடீஸ்வரர்களுக்கும் எதிராக வெகுண்டு எழுந்து அவர்களை ஓட ஓட விரட்டுவார்கள். அவர்களின் செல்வத்தைக் கொள்ளையிடுவார்கள். உலகம் தன்னை புதுப்பித்துக்கொள்ளும். பூமி தனது அடுத்த யுகத்துக்கான பயணத்தைப் புத்துணர்ச்சியோடு தொடங்கியிருக்கும்.

இந்தப் பெரும் மாற்றம் நிகழும் போது, நீங்களும் நானும் உயிரோடு இருக்க மாட்டோம். எந்தவொரு வடிவத்திலும் நாம் மிச்சம் மீதியாக இருக்கவும் மாட்டோம். பிணவனத்தில் நமது குக்குமம் எரிந்துகொண்டும் இருக்காது. அந்தராத்மாவோ, பாவ புண்ணிய பலன்களோ நமது உயிர்ச்சுடரைத் தொடரவும் செய்யாது. இப்பெரும் உலக மாற்றத்துக்கு இறைவன், சத்ரு என்ற மனித கற்பனைக் கற்பிதங்களுக்கு எந்தத் தொடர்பும் இருக்காது. ஏனெனில்? நான் முன்பே சொன்னது போல், இறைவன், சத்ரு என்ற சாமான்கள் என்பது இல்லவே இல்லை. இயற்கை மட்டுமே உண்மை. அது மாத்திரமே அழிவில்லாததும் நிரந்தரமானதுமான ஒன்று. செயற்கை என்பதுவும் கூட, இறுதியில் இயற்கையில் உள்ளடங்கிப் போய்விடுகிறதான ஒன்றே.

இதனைப் புரிந்துகொண்டு இயற்கையோடு இயைந்து வாழும் எந்த உயிர்களுக்கும் உபத்திரவம் இல்லை. சிக்கல்கள் இல்லை. மிருகங்கள், பறவைகள், மச்சங்கள் எல்லாம் இன்றுவரை அப்படித்தான் வாழ்கின்றன. இந்தப் பாழான மனிதர்கள்தான் இயற்கையின் நியதியைத் தொட்டார்கள். கெட்டார்கள்.

–5–

இறைவனும் சத்ருவும்

பிணவனம்,

அங்கே தனியாக வியாபித்திருந்தான் இறைவன். எரிந்துகொண்டும் புதைந்துகொண்டும் புதைத்துக் கொண்டும் இருந்த குக்குமங்களின் காட்சிகளோ, அவலக் குரல்களை எந்நேரமும் எழுப்பிக் கொண்டிருக்கும் அபலைகளின் முறைப்பாடோ, இறைவனை இப்போது சலனப்படுத்தவில்லை.

அவன் கவனமெல்லாம் மனிதன் சொன்னதைக் குறித்தே சிந்தித்துக்கொண்டிருந்தது. 'அல்ப ஆயுசு வருடங்கள் மாத்திரமே கொண்டிருக்கும்போதே, மனிதன் இந்தப் போடு போடுகிறானே... முழுமையாக ஆயிரம் வருடங்கள் ஆயுசு நாள்களை நான் அவனுக்கு அருளி, பூரணப்படுத்தியிருந்தால், என்னவெல்லாம் நிகழ்ந்திருக்கும். நல்ல வேளையாக, அப்படி ஏதும் நாம் செய்யாமல் ஞானமாக நடந்துகொண்டேன். சத்ரு சொல்வது உண்மைதான். எனது படைப்புகளிலேயே, மகா கேடுள்ளதும் மகா ஆபத்தானதுமானது இந்த மனுசப் பயல்தான். எனது இருப்பையே தகர்க்கிறான். இத்தனைக்கும்

அவனிடம் அற்புதங்கள் செய்யும் சக்தியோ, அடையாளங்களை உருவாக்கும் வல்லமையோ கிடையாது. எல்லாவற்றையும் வெறும் கேள்விகள் மூலமாகவே தகர்க்கிறான். அல்லது, தக்கவைக்கிறான். அப்பப்பா, அவனது சிந்தனைத் திறன் அளப்பரியதாக மாறிவிட்டது.'

இப்படி இறைவன் சிந்தித்துக் கொண்டிருக்கும்போதே, அங்கே சத்ரு வியாபித்தான், அவனும் மனிதன் சொன்னதை முழுவதுமாக அறிந்தவனாகவும் அது குறித்த சிந்தனைவயப்பட்டவனுமாக பிணவனத்துக்கு வந்திருந்தான். இறைவனும் சத்ருவும் அருகருகே வியாபித்திருந்தார்கள். இருவரும் எதுவும் பேசவில்லை. ஆனால், ஒருவரை ஒருவர் பார்த்துப் புன்னகைத்துக் கொண்டார்கள்.

அந்தப் புன்னகையில், 'நாம் எதிர்பார்த்துக் கொண்டிருந்த தருணம் வந்துவிட்டது' என்று சொல்லிக் கொள்வது போலவும் முன்கூட்டியே தயார்படுத்தி வைத்திருக்கும் ஆதித் திட்டத்தை நிறைவேற்றும் சந்தர்ப்பம் இதுதான் என்பது போலவும் அர்த்தம் தொனித்தது.

இறைவன், சத்ருவை ஊடுருவிப் பார்த்தார்.

அது பார்வையாக அல்ல. சத்ரு மட்டுமே புரிந்துகொள்ளும் சங்கேதக் குறியீடு போல இருந்தது. அதில், உலகம் தோன்றியது முதல் இதுவரை வெளிப்படுத்தப்படாததும் மனிதர்களும் மனுசிகளும் இன்னபிற சகல உயிர்களும் அறிந்திராத, மாபெரும் இறை இரகசியம் ஒன்று ஒளிந்திருந்தது.

அதனை வெளிப்படுத்தவும் பூமியில் நடைமுறைப்படுத்தவும் ஏற்ற வேளை வந்து விட்டதாக இறைவன் சமிக்ஞை செய்தான். சத்ரு அதனை ஆமோதித்தான்.

அது என்ன இறை இரகசியம்?

வெளிப்பட்டால்தான் தெரியும்.

-நிறைவு-

சக்ர

வாஸ்தோ

வாஸ்தோ

நாகர்கோவிலைச் சேர்ந்த வாஸ்தோவின் வாழ்வு சுவாரசியமானது. பைக் பயணம், வாசிப்பு, சினிமா என்று ரசனைகளை அனுபவத்தின் மூலம் தன்னுணர்ந்து எழுதுபவர்.

மனித உணர்வுகளை அப்பட்டமாக அசைத்துப்போட்டு உணர்ச்சிகளின் வெளிப்பாடுகளின் கோரத்தை அழகியலோடு கலந்து தரும் எழுத்து வாஸ்தோவின் எழுத்து.

நானறிந்த உலகத்திலிருந்து நான் வெளியேறிப் பலகாலமாகிவிட்டது. காலம் என்றால் நொடிகள் நிமிடங்கள் மணித்துளிகள் என்பதையெல்லாம் கடந்து நாட்கள் மாதங்கள் வருடங்கள் என்று கடந்தோடிவிட்டது. இந்த டிஜிட்டல் யுகத்தில் வாழும் ஏனையவர்களைப் போலவே என்னுள்ளும் உறைந்து போயிருந்த 'இந்த உலகமே எந்தன் உள்ளங்கைகளில்' என்கிற மமதை, 'என்னை அறியாதவர் இவ்வுலகில் எவருமில்லை' என்கிற மமதை, 'நான் அறியாதது இவ்வுலகில் எதுவுமில்லை' என்கிற மமதை எல்லாம் எங்கேயோ காணாமல் போய்விட்டது. உலகம் தான் எத்தனை பெரியது. இந்த உலகத்தில் வாழும் மனிதர்கள்தான் எத்தனை விதமானவர்கள் என்கிற உண்மை உறைக்கிறது. உலகம் உள்ளங்கைகளில் என்பதும் உண்மைதான், உலகம் என்பது நாம் நினைத்திருப்பதை விடவும் மிகப்பெரியது என்பதும் உண்மைதான். உண்மையே இங்கே பொய்யாய் பரிணமிக்கிறது. பொய்யே இங்கே உண்மையாய் பரிமாணம் கொள்கிறது. இந்த நகைமுரணே ஒரு விந்தையாக இருக்கிறது.

இன்று என் கைகளில் அலைபேசி இல்லை. என்னை எவராலும் - அவர்கள் தொடும் தூரத்தில் நான் நின்றிருந்தாலும் கூட அவர்களால் என்னைத் தொடர்பு கொள்ள முடியாத தூரத்தில் நான் நிற்கிறேன். என்னால் இப்பொழுது புல்லிலிருந்து மேலேழும்பும் புள்ளின் சிறகடிப்பை, நீரில் மூழ்கி எழுந்து

சிறகை விரித்துத் தன் ஈர உடலை வெயிலில் உலர்த்தும் அதன் விஸ்தீரணத்தை, தன் பசிக்காகவோ அல்லது தன்னுடைய வீட்டில் பசியோடிருக்கும் தன் குழந்தைகளின் பசிக்காகவோ உணவைத் தேடித் தேடி எடுத்துக் கொள்ளும் அல்லது தேடியலையும் அவற்றின் தேடலை - தேடல் இருக்கின்ற வரையில் மட்டுமே வாழ்க்கை ரசனையுள்ளதாக இருக்கும் என்று எவனோ என்றோ கூறியது நினைவுக்கு வருகிறது. உண்மைதான். தேவை என்னவோ அதற்கான தேடல் தான் வாழ்க்கையை ரசனையுள்ளதாக மாற்றுகிறது. ஆனால் கண்ணில் படும் அத்தனையும் தேவையென நினைத்து அதைத் தேடி ஓடுகையில், அந்தத் தேடலே வாழ்க்கையைச் சலிப்புடையதாக்கி விடுகிறது.

என்ன இவன் கதையை ஆரம்பிக்கும் பொழுதே தத்துவம் பேச ஆரம்பித்துவிட்டான் என்று சலித்துக்கொள்ள வேண்டாம். இப்பொழுதுதான் கங்கையாற்றில் மூழ்கி, உடுத்தியிருந்த ஆடைகளை ஆற்றோடு தொலைத்துவிட்டு, கையோடுக் கொண்டு சென்றிருந்த ஒற்றைக் காவித் துண்டை மட்டும் இடுப்பில் கட்டி, கரையேறி வந்துகொண்டிருக்கிறேன். கங்கை நதியை வருடியபடி, ஈர உடலோடிருக்கும் என்னை வந்து தழுவும் காற்றில் குளிர் அதிகமாக இருக்கிறது. அது மட்டுமல்லாமல், காவித் துண்டை மட்டுமே சுமந்திருக்கும் உடல் என்பது தத்துவம் பேசத் தகுதியானதென்று என்றோ எவரோ சொல்லிச் சென்றது, எத்தனை துடைத்தெறிந்தப் பின்னும் என் மூளைக்குள் இன்னும் கொஞ்சம் மிச்சமிருக்கிறது போலத் தோன்றுகிறது.

தத்துவங்கள் என்பது, தான் வாழ்க்கையில் தோற்றுவிட்டதாய் நினைப்பவர்கள் சொல்வது. தத்துவங்கள் தோற்றவர்களுக்கு எனில் ஜெயித்தவர்களுக்கு என்னவென்றா கேட்கிறீர்கள்...? அவர்களுக்குத்தான் மற்றவர்கள் எதை எதைச் செய்யக் கூடாது என்றும், எதை எதைச் செய்யவேண்டுமென்றும் அதுவும் எப்படியெப்படி செய்ய வேண்டும் என்று திகட்டத் திகட்டச் சொல்வதற்குத்தான் ஆயிரம் அறிவுரைகள் இருக்கிறதே.

நான் வாழ்க்கையில் தோற்றவனும் இல்லை, ஜெயித்தவனும் இல்லை. என்னிடம் தத்துவம் பேசுவதற்கோ அல்லது அறிவுரைகளைச் சொல்வதற்கோ அல்லது தத்துவத்தின் வழியாக அறிவுரை வழங்குவதற்கோ எதுவுமில்லை. இன்னும் சொல்லப்போனால் நான் அதற்காகவும் இங்கே வரவில்லை. நான் இங்கே வந்தது, நான் செய்த பாவங்களை இந்தக் கங்கை ஆற்றின் நீரோட்டத்தில் கழுவி விட்டு - கழுவி விட்டு...! அடுத்து என்ன என்பது எனக்கும் தெரியவில்லை. உணவைத் தேடியலையும் பறவைக்கு உணவு மட்டுமே அந்நேரத்திய தேவை. அத்தேவை நிறைவேறிய பிறகு அது என்ன செய்ய உத்தேசித்திருக்கும்...?

உங்களுடன் பேசியபடியே, மணிக்கர்ணிஹா காட் அருகே வந்துவிட்டேன். குளிரில் நடுங்கும் என் உடலுக்கு மணிகர்னிகாவினுள் எரியும் பிணங்கள் கதகதப்பைக் கொடுக்கக்கூடும் என்பதால், நான் காட் உள்ளே செல்கிறேன். என்னோடு வர விருப்பமிருக்கும் பட்சத்தில் நீங்களும் என்னோடு உள்ளே வரலாம். விருப்பமற்ற பட்சத்தில் இந்தப் புள்ளியில் நீங்கள் என்னை விட்டு விலகிச் சென்றுவிடலாம். என்னோடு வந்தேயாக வேண்டிய கட்டாயம் உங்களுக்கு இல்லை. வாருங்கள் புது உலகமொன்றை - அதில் புதுப்புது அனுபவங்களை உங்களுக்குக் காட்டுகிறேனென்று உங்கள் கையை நான் வலுக்கட்டாயமாகப் பிடித்து இழுத்து அழைத்துச் செல்லப் போவதுமில்லை. ஏனெனில் இங்கே அனுபவங்கள் யாருக்குமே புதிதெல்லாம் கிடையாது. அது காலம் பொறுத்து நேரம் பொறுத்து ஆளைப் பொறுத்து அவர்தம் பார்வைப் பொறுத்து மட்டுமே மாறுபாடாய்த் தெரிகிறது.

மேடைமீது பிணமொன்று எரிந்து கொண்டிருக்க, எரியும் அந்த உடலின் தசை நார்கள் இறுகியும், முறுகியும் எலும்புகள் உடையும் பட்பட்டென்ற சத்தமும் கேட்கிறது. பிணம் எரியும் நாற்றம் சுமந்து வரும் கரும்புகை கொடுக்கும் வெம்மை உடலுக்கு இனிமையானதாக இருக்கிறது. அப்படியே அந்தத் தகனமேடையை நோக்கி நான் நடக்கிறேன். நான் வருவதைப்

பார்த்ததும் அந்தத் தகனமேடையிலிருந்து நாயொன்று பாதி வெந்த நிலையிலிருக்கும் கையொன்றைக் கவ்விக்கொண்டு ஓடுகிறது. அந்த மனிதக் கையின் விரலில் நெருப்பைப் பிரதிபலிக்கிறது ஒரு மோதிரம். எங்கே நான் அந்தக் கையை அதனிடமிருந்து பறித்துவிடுவேனோ என்கிற பயத்தில் அது அவசர அவசரமாக ஓடுகிறதெனத் தோன்றுகிறது. நரமாமிசம் தின்னுமளவிற்கு நான் இன்னும் ஆளாகவில்லை என்பதை அந்த ஜீவனுக்கு எப்படி உணர்த்துவது. ஒருவேளை அந்தக் கை எனக்குக் கிடைக்குமெனில் அந்த மோதிரத்தை நான் எடுத்துக் கொள்ளலாம். ஆனால் இப்போதைய மனநிலையில் எனக்கும் அந்த நாய்க்கும் எந்தவொரு வேறுபாடுமில்லை. தன் பசிக்காக, எரியும் பிணத்திலிருந்து ஒரு கையைக் கவ்விக் கொண்டு அது போகிறது. குளிரும் உடலின் வெம்மைக்காக எரியும் பிணத்தை நோக்கி நான் போகிறேன். எனக்கும் சரி அந்த நாய்க்கும் சரி அந்த மோதிரம் வெறும் உலோகம் மட்டுமே. அந்த உலோகம் தேவைப்படுவோர் கைகளுக்குப் போய்ச் சேர்ந்துகொள்ளட்டும்.

சஞ்சலமற்ற மனதோடு தகனமேடையில் அமர்ந்து குளிர் காய்ந்துக்கொண்டிருக்கிறேன். எரியும் நெருப்பின் வழியே கங்கையாற்றில் மூழ்கும் ஒருவனின் எவ்வித உணர்ச்சியுமற்ற கண்கள் தெரிகிறது. அந்தக் கண்களையே பார்க்கிறேன். வெறுமை நிறைந்த அந்தக் கண்கள் என்னை அழைப்பதைப் போலிருக்க, தகன மேடையிலிருந்து இறங்கி, அந்த மனிதன் மூழ்கிக் கொண்டிருக்கும் படித்துறையை நோக்கி ஏதோவொரு உந்துசக்தியால் உந்தப்பட்டுச் செல்கிறேன். மூழ்கும் மனிதனைக் காப்பாற்றும் எண்ணம் கூட என்னுள் தோன்றாதது எனக்கே ஆச்சரியமாக இருக்கிறது. நான் படித்துறையை நெருங்குகையில் அந்த மனிதன் முழுவதுமாக மூழ்கியிருந்தான்.

அவன் எதற்காக என்னைப் பார்வையால் அழைத்தான் என்பதும் தெரியவில்லை அல்லது அழைப்பதாய் அர்த்தம் கொண்டு நானும் ஏன் இங்கு வந்தேன் என்பதும் எனக்குத் தெரியவில்லை. படித்துறையின் பெரும்பாலான படிகளுக்கு

நீர் ஏறியிருக்க, தோல் பையொன்று அந்த நீரில் மூழ்கியும் மூழ்காமலும் படித்துறையில் கிடக்க, அடுத்தவர் பொருளை அவர் அனுமதியின்றி எடுப்பது தவறு என்கிற அறவுணர்ச்சி மனதினுள் உதித்த போதும், காரணமின்றி காரியம் இல்லை என்கிற எண்ணவோட்டம் தலைக்குள் தோன்றியது. படித்துறையில் இறங்கி அந்தத் தோல் பையைக் கையில் எடுத்துக்கொண்டேன். இதற்காகவே காத்திருந்ததைப் போன்று, கங்கையின் ஓட்டம் படித்துறையில் ஒவ்வொரு படியாய்க் கீழிறங்க ஆரம்பித்தது.

தோல்பையின் ஒருபக்கம் மட்டும் அதீத கனமாய் இருந்தது. அந்தத் தோல்பையைத் திறந்து பார்த்தேன். கத்தைக் கத்தையாய் காகிதங்களும், கனமாயிருந்தப் பக்கம் ஒரு துப்பாக்கியும் இருந்தது. ஏதேனும் புரட்சி நாயகன் அவன் புரட்சி மிகுந்த கருத்துக்களைக் கையெழுத்துப் பிரதியாய் எழுதிவைத்துவிட்டு தற்கொலை செய்துகொண்டானோ எனத் தோன்றிய சிந்தனையை உடனடியாக என் காலைக் கழுவிக் கொண்டிருக்கும் கங்கை நீரால் கழுவிக்கொண்டேன். புரட்சியாளனும் போராளிகளும் பிறர் உயிரை எடுக்கப் பிறந்தவர்களே தவிர தங்களுடைய உயிரை மாய்த்துக் கொள்ளும் கோழைகளல்ல. அப்படியே அவர்கள் தங்களுடைய உயிரை மாய்த்துக் கொள்ள வேண்டுமென்றால், வாஞ்சிநாதனைப் போல எதிரியின் உயிரைப் பறித்தபின் தற்கொலை செய்துகொள்வார்கள். ஆஷைக் கொன்ற வாஞ்சிநாதன் தன் கைத்துப்பாக்கியால் தன்னை மாய்த்துக் கொண்டான். ஆனால் இவனோ கங்கை நதியில் மூழ்கித் தன்னுயிரை மாய்த்துக் கொண்டிருக்கிறான். நிஜத்தில் இவன் புரட்சிகரமான போராளி இனத்தைச் சேர்ந்தவனா அல்லது வேறு எவனுமா என்பதை நான் அறிந்துகொள்ள வேண்டுமென்றால், அவனது கையெழுத்துப் பிரதியை வாசித்துப் பார்த்தால் மட்டுமே முடியும்.

தோல்பையினுள் இருந்த காகிதக் கட்டை வெளியே எடுத்தேன். கையெழுத்துப் பிரதியின் பெரும்பாலான பக்கங்கள் அனைத்தும் நீரால் கழுவப்பட்டிருந்தன. பந்துமுனைப் பேனாவினைக்

கொண்டு எழுதியிருப்பானெனில் நீரால் அழிக்கப்படாமல் அவன் எழுத்து பாதுகாக்கப்பட்டிருந்திருக்கும். ஆனால் அவனோ மசிப் பேனாவினால் எழுதி வைத்திருக்கிறான்.

நீரால் கழுவப்பட்டிருக்காத காகிதத்தில் ஒன்றை எடுத்து அதை வாசிக்க ஆரம்பித்தேன். “அன்பின் நண்பா” என்று துவங்கிய அந்தக் கடிதத்தில், நீரில் மூழ்கியவன், அந்தக் கடிதத்தை எனக்கே எனக்காகவென்றே எழுதியதைப் போன்றிருந்தது. அதைப் படித்து முடிக்கையில், இவன் புரட்சியாளனும் இல்லை. போராட்டக்காரனும் இல்லை. என்னைப் போலவே இவனும் ஒரு கேடுகெட்ட வாழ்க்கையை வாழ்ந்திருக்கிறான் என்றே தோன்றியது.

இவனுடைய எழுத்தை இப்படியே அநாதையாக விட்டுச் செல்வதற்குப் பதிலாக, அவனுடைய எழுத்தில் விட்டுப்போனக் கதைகளை அதாவது இந்தப் புனித நீரால் அழிந்துபோனக் கதைகளை, என் அனுபவங்களைக் கொண்டு நிரப்பினால் என்னவென்று தோன்றியது. ஆகையால் அவனுடைய கதைகளோடு நான் சுமந்து வந்திருக்கும் அனுபவங்களில் எதுவெல்லாம் ஒத்துப்போகுமோ அவற்றையெல்லாம் இணைத்து அதை முழுமையாக்கும் எண்ணம் என்னுள் எழ, அவனுடைய அழியாதக் கதைகளில் என் கதைகளோடு ஒத்துப்போகும் கதைகளை எல்லாம் ஒன்றாகத் தொகுக்க ஆரம்பித்தேன்.

நீரில் மூழ்கிச் செத்தவன் என் தலையினுள் அவனுடைய தேரை ஓட்ட ஆரம்பித்திருந்தான்.

உனக்கென்று ஓர் கடிதம்

அன்பின் நண்பா,

நீயொரு அறிவாளி மற்றும் புத்திசாலி என்பதை நான் அறிவேன். என்ன இவன் எத்தனை முறைக் கற்றுக்கொடுத்தாலும் கடிதம் துவங்கும் முறையைக் கற்றுக்கொள்ளாமல் இருக்கிறானே என்று கோபம் கொள்ளாதே. ஒரு கடிதத்தை இப்படித்தான் துவங்க வேண்டுமென்று என்றோ எவரோ சொல்லிவிட்டுச் சென்றதையெல்லாம் என்னால் பின்பற்ற முடியவில்லை. நடந்து நடந்து உருவான பாதைகள் பாதுகாப்பானது என்பதை நானும் அறிவேன், ஆனால் பாதுகாப்பான பாதையில் பயணத்தை மேற்கொள்வதில் என்ன சுவாரஸ்யம் இருக்கிறது...?

நீ தினம்தினம் சென்று வரும் அந்த ஒரே பாதையில் என்னவெல்லாம் இருக்கிறது என்பதைக் குறித்த தகவல்களை உன்னுடைய விரல் நுனியில் வைத்திருக்கிறாய், போலவே நீ இதுவரை சென்றிராத பாதையில் கூட என்னவெல்லாம் இடையூறுகள் இருக்குமென்பதை இல்லையில்லை இருக்கலாம் என்பதைக் குறித்த யூகத்தையும் கவலையையும் மனதில் வைத்துக் கொண்டிருக்கிறாய். உன்னைப்போலவே என்னால் ஒரே பாதையில் தினமும் நடந்து, உன்னைப் போன்றவொரு

தகவல் களஞ்சியமாய் இருக்க முடியவில்லை அப்படி என்னால் இருக்கவும் முடியாது நண்பா.

நான் தினமும் ஒரே பாதையில் சென்றாலும் வெவ்வேறு விதமாய்தான் பயணிக்க விரும்புகிறேன். ‘வெவ்வேறு விதமாய் பயணித்தாலும் கிடைக்கும் தகவல்கள் எல்லாம் ஒன்றாகத் தானே இருக்கு’மென நினைக்கிறாயா...! என் போன்ற முட்டாள்களின் கூற்றுகள் உன் போன்ற அறிவாளிகளுக்குப் புரிவதில்லையே நண்பா. சரி நான் கூற நினைப்பதை ஒரு உதாரணத்தோடு விளக்க முயற்சிக்கிறேன்.

நேற்றிரவும் என்னோடு என் படுக்கையைப் பகிர்ந்து கொண்டவளின் முகத்தை நான் அறியேன் நண்பா. (ஆமாம் நண்பா இப்பொழுதும் எனக்குப் பெண்ணின்றி, பெண்ணைப் புணர்தலின்றி உறக்கம் வருவதில்லை) ஆனால் அவளது உச்சத்தின் பொழுது அவள் கொடுத்த குதிரைக் கனைப்பையும், புலியின் உறுமலையும், அவளது பூனைமயிர் முளைத்த அல்குல்லிலிருந்து கசிந்த மச்ச நாற்றத்தையும், அக்குல் வியர்வையிலிருந்து எழுந்த முடைநாற்றத்தையும் நான் அறிவேன். இன்றிரவும் அதே பெண் வேறொரு நாற்றத்தோடு வந்தாளெனில் நேற்று வந்ததும் இவள்தானென்று எனக்கு இனம் கண்டுகொள்ளத் தெரியாதென்றும் சொல்லலாம் அல்லது முடியாதென்றும் வைத்துக்கொள்ளலாம் நண்பா. ஆனால் நேற்றைய இரவு அவள் உளறிய எழுத்துக்கள் அனைத்தும் என் நினைவுகளின் அடுக்குகளில் தேங்கி இருக்கிறது நண்பா. அந்த எழுத்துக்களை நினைத்துக்கொண்டாலே போதும். நேற்றைய இரவில் நான் திளைத்ததை எல்லாம் என்னால் என்னுடைய நினைவடுக்குகளிலிருந்து வெளிக்கொணர முடியும் நண்பா. இன்று வேறு நாற்றம், வேறு குரலோடு என்னோடு அவள் குலாவுவாளெனில், இன்றவள் எனக்கு வேறொரு பெண்தான் நண்பா.

ஒவ்வொரு பெண்ணிடமும் ஒவ்வொரு கதை இருக்கிறது. அந்த ஒவ்வொரு கதையும் ஒரேயொரு சாராம்சத்தையே கொண்டிருக்கிறது. அந்த ஒரே கதையைக் கேட்டுக் கேட்டுச்

சலித்துப் போய்விட்டது நண்பா. முடிந்தவரையில் என்னுடன் படுக்க வரும் பெண்களின் வாயைத் துணியைக் கொண்டு கட்டிவிடுகிறேன். யோசித்துப் பார். உனக்குப் பிடித்த மியா கலிஃபா, சன்னி லியோனாக இருக்கட்டும் அல்லது எனக்குப் பிடித்த மியா மெலானோ, சோஃபியா லியோனாக இருக்கட்டும். டிவியின் வெளிச்சத்தை இருளடைய வைத்துவிட்டால் அனைவருமே ஒன்றுதானே நண்பா. புலியின் உறுமலும் குதிரையின் கனைத்தலும் அந்தக் கட்டையும் மீறத் துடித்ததால் தானே வெளியே வந்தது நண்பா.

இன்று காலைக் கண் விழித்தபொழுது அவளைக் காணவில்லை நண்பா. கலவியின் பொழுதே எழுதும் கவிதையில் இருக்கும் போதை கலவி முடித்துக் கண்ணுறங்கி எழுந்த பிறகாக இருப்பதில்லை தான். எனினும் ஒன்றை எழுதினேன். படித்துப் பார்க்காதே, வாசித்துப் பார்.

உடலைக்கூட
காணமுடியா
அடர் இருளில்
ஆடை கூடப் பாரமென்று
கழற்றி வைத்தவள்
வெள்ளி முளைத்து
வெளிச்சம் பரவிடும் முன்
சிதறிக் கிடந்த ஆடைகளை
சிந்தாமல் சிதறாமல்
அள்ளி முடிந்து
ஓடிவிட்டாள்
அவள்
ஓடிய திசை
தெரியவில்லை
தெரிந்திருந்தால்
அவள் எடுக்காது
விட்டுச் சென்ற
பணத்தைக்

கொடுத்திருப்பேன்
ஒருமுறை
நிகழ்ந்த தவறு
மறுமுறை
நிகழ்ந்திடாதிருக்க
கட்டப்பட்டிருந்த
கைக்கட்டை அவள்
அவிழ்த்தது எங்ஙனமென்றும்
தெரிந்து கொண்டிருப்பேன்.

நிழலாய்த் தொடரும் பூதம்

வெள்ளைத் தோல்காரனொருவன் கோடையில் தான் வசிக்க வேண்டிக் கட்டிய அந்தக் காட்டு பங்களா மின்சாரத் தடையால் இருளில் மூழ்கியிருக்க, நானும் அவளும் மட்டுமேயிருந்த அந்த அறையின் கருங்கல் சுவரோ, மார்கழிக் குளிரை விரட்டப் பற்றியெரிந்த நெருப்பின் மஞ்சளால் குளித்திருந்தது. எங்கோ சென்ற ஒரு புல்லட்டின் துபு துபு ஒலி இரவின் நிசப்தத்தை ஓரிரண்டு நொடிகள் களவாடிய பின்னான நிசப்தத்தினை, ஈரவிறகை உண்ணும் நெருப்பின் பட்பட் டிப்டிப் ஓசை ஆக்கிரமித்துக் கொண்டது. வெட்கத்தோடே தான் அணிந்திருந்த ஆடையினை அவிழ்க்கத் துவங்கினாள். மேலாடை அகற்றப்பட்டிருந்த அவளது மார்பை வெறித்துப் பார்த்தேன்.

காட்டெருமையின் மடிக்காம்பினையொத்த நிறத்திலும், நாயின் மடிக்காம்பையொத்த அளவிலுமிருந்த அவளின் முலைக் காம்பு விறைப்பாய் என்னை நோக்கி நிற்க, பழுப்பதற்கு இருநாட்கள் முன்பாய் பறித்தெடுத்த மாங்காயினைப் போலப் பளபளப்பாய் இருந்த அவளின் முலை, இந்தியப் பெண்களின் மார்பைப் போன்று நெருக்கமாகவும், சற்றுக் கீழிறங்கி வானம் பார்த்ததாயும்

இல்லாமல், கைப்பிடியற்ற ஒயின் கோப்பையைக் கவிழ்த்து வைத்ததைப் போல இருக்க. "ஏய் கள்ளா" என்ற அவள் விளி கேட்டு, தலை நிமிர்த்தி அவள் முகத்தைப் பார்த்தேன்.

அவள் மார்பை நான் பார்க்கையில், என் முகத்தைப் பார்த்துக் கொண்டிருந்தவளின் முகத்தை நான் நிமிர்ந்து பார்த்ததும், தன்னுடைய தலையைக் கவிழ்த்துக்கொண்டாள். எனினும் தன் புருவம் உயர்த்தி, மேலிமை தூக்கி என்னைப் பார்த்து, உதடுகளில் ஒரு சிறு உதறலோடும், சற்று சிரமத்தோடும் சிரித்து, "அங்கேயே ஏன் பார்த்துட்டு இருக்கே" என்று அவளுக்கே கேட்காத குரலில் கேட்டதை நான் கேட்டபின்னும், "என்னங்க சொன்னீங்க" என்றேன். வாயினுள் சுரக்காத உமிழ்நீரை கடின பிரயாசையோடு சுரக்கவைத்து, அதைவிடவும் கடின பிரயாசையோடு தொண்டைக்குழிக்கு அனுப்பி, "இ-இல்ல அங்கயே என்ன பார்த்துட்டு இருக்கிறன்னு கேட்டேன்" என்றாள். நெருப்பைப் பிரதிபலிக்கும் உன் அழகை ரசிக்கிறேனென்றேன். அருகே வா என்றும் சைகையால் அழைத்தேன்.

என் இடப்புறமாய் நெருங்கி வந்து படுத்தவள், என் இடக்கையைத் தன் தலையணையாக்கி, தனது இடது கையின் ஆட்காட்டி விரலால் என் மார்பில் கோலம் வரைந்தபடியே என் இடது கன்னத்தில் தன் இதழ் சதையைப் பதித்தாள். அவள் இதழ் ஒத்தடம் கொடுத்த அதே நேரத்தில் அவளின் உஷ்ண மூச்சுக்காற்று என் கன்னம் முளைத்திருந்த பூனை மயிரைச் சிலிர்க்கவும் வைத்தது. அந்தச் சிலிர்ப்பை உள்வாங்கிக் கொண்டிருக்கையிலேயே, தன்னுடைய இடது கால் தொடையை என் அடிவயிற்றின் மேல் வைத்து, அழுத்தமாய் நகர்த்தி, வயிற்றின் மேலேறி அமர்ந்தாள். என் அனுமதியின்றி என் மேலேறி அமர்ந்தவளின் முகத்தைப் பார்த்தேன். ஒருபுறம் மஞ்சளும் மறுபுறம் கருமையும் குடிகொண்டிருக்க, மெல்ல சிரித்தாள்.

கருமை குடிகொண்டிருந்த இடத்தில் கோரைப்பல்லொன்று பளபளப்பாய் மின்ன, தன் இரு கைகளையும் கொண்டு என்

கழுத்தை நெரித்தாள். அவளது நெரிப்பில் என் மூச்சுக்காற்று தடைபட, என் கையால் அவள் கையை விலக்க முற்பட்டேன். முடியவில்லை கண்கள் பிதுங்க, உயிர் காற்று வேண்டி வாய் திறந்துகொள்ள, அவள் பெருவிரலின் நகம் என் ஆடம் ஆப்பிளைத் துளைத்தது. இன்னும் இரண்டு நொடிகளில் என் மரணம் சம்பவித்திடும் என்று உள்ளுணர்வின் கடிகாரம் உணர்த்த, உடலின் மொத்த வலுவையும் திரட்டி, அவள் உடல்பற்றித் தள்ளினேன். தூரமாய்ப் போய் விழுந்தாள்.

படுக்கையிலிருந்து எழுந்து அமர்ந்தேன். அவள் விழுந்த இடத்தைப் பார்த்தேன். வியர்வையால் என் உடல் நனைந்திருந்தது. நெருப்பின் மஞ்சளை அந்த அறையின் சுவர் கடன் வாங்கியிருந்தது. எங்கோ தூரத்தில் துபு துபு என்று புல்லட் ஒன்று ஓசை எழுப்பிக்கொண்டிருந்தது. கையெட்டும் தூரத்திலிருந்த சிகரெட் பாக்கெட்டிலிருந்து ஒரு சிகரெட்டை உருவி பற்றவைத்துக்கொண்டு, ஜன்னலோரமாய்ச் சென்று நின்றேன். அடர்பனியில் என் நிழல் பூதாகரமாய் என் முன் நின்றுகொண்டிருந்தது.

வெட்கம் துறக்க வேட்கை தணியும்

மின்சாரம் தடைபட்டுப்போன அந்த இரவு பட்டுப்போகாமல் இருக்க வேண்டி மெழுகுவர்த்தியை ஒன்றை ஏற்றிக்கொண்டு வந்தாள். நெருப்பின் மஞ்சள் ஒளியில் தெரிந்த அவள் முகத்தில் மூக்கின் கீழேயும் உதட்டின் மேலேயுமான அந்த அரை இன்ச் பாதையில் துளிர்த்திருந்த வியர்வைத் துளிகளிலும் நெருப்பு தன் முகத்தை அழகு பார்த்துக்கொள்ள, அவளின் கண்களோ தீயைத் தாங்கிக்கொண்டிருந்த திரியின் கீழே குளமெனத் தேங்கியிருந்த மெழுகைப் பார்த்துக் கொண்டிருந்தது.

அடிப்பிரதக்ஷன் செய்து அருகில் வந்தவள், கட்டிலின் அருகிலிருந்த மேஜையின் மேல் கையிலிருந்த மெழுகுவர்த்தியை வைத்தபொழுது, அவளுடலில் மிச்சமாயிருந்த அந்த ஒரேயொரு கழுத்து சங்கிலியும் ஊசலாட, “அதைக் கழற்றி வைக்க இன்னும் நேரம் வரவில்லையா” எனக் கேட்டேன். “கழற்றும் முன் கரண்ட் போயிடிச்சு” என்றவள், அந்தச் சங்கிலியைக் கழற்றி மெழுகுவர்த்தியின் அருகிலேயே வைத்துவிட்டு நிமிர்ந்தாள். அவளது கரிய நிழல் சுவர் முழுவதையும் ஆக்கிரமித்தும் தனது ஆசை தீராதது போலக் கூரைச் சுவரையும் சேர்த்து ஆக்கிரமித்திருக்க, என்னை நோக்கித் திரும்பி ஆசையாய்ப் பார்த்தாள்.

அவள் ஒரு பாதியுடள் மஞ்சளால் நிறைந்திருக்க மறுபாதி கரி பூசியிருந்தது. அவள் அந்தக் கரிய பாகத்து காலை மடித்து கட்டில் மேல் வைத்து மெத்தையை அழுத்தி, உடலின் மேற்பாதியை என்னை நோக்கி வளைத்து என் முகம் நெருங்க, அத்தனை நேரமும் உயிரற்றுப் போயிருந்த மின்சார விளக்கிற்கு உயிர்வந்து என் கண்களைக் கூச வைத்ததும் ஒரே நேர்கோட்டில் அமைய, “என்னவோ முதன்முதலா முத்தம் கொடுக்கப் போற மாதிரிக் கண்ணை மூடுற” என்று கேட்டு அவள் சிரிக்க, கண்களைத் திறந்து பார்த்தேன், பளீர் வெள்ளை ஒளியில் பிரகாசமாய் அவள் முகம் தெரிந்தது, போலவே சுவரை ஆக்கிரமித்திருந்த அவளின் கரிய உருவமும் காணாமல் போயிருந்தது. அவள் கையோடு எடுத்து வந்திருந்த மெழுகுவர்த்தியின் பாத நிழலில் இளைப்பாறிய அவளது கழுத்துச் சங்கிலி மட்டும் மின்சார விளக்கின் வெளிச்சத்தையும் மீறி மெழுகுவர்த்தியின் மஞ்சளொளியைப் பிரதிபலித்தது.

அவளது உந்திச்சுழியில் விரலால் வருடியபடியே, “உனக்குக் குற்றவுணர்வு ஏதுமில்லையா” என்றேன்.

குற்றம் செய்கிறோம் என்கிற நினைப்பு இருப்பவர்க்குதான் அந்த உணர்வெல்லாம். என் உடலுக்கு என்ன தேவையோ அதை நான் அதற்கு வழங்குவதற்கு ஏன் நான் குற்றவுணர்வுக் கொள்ளவேண்டுமெனத் திருப்பிக் கேட்டாள்.

என் கண்கள் அவள் கழற்றி வைத்திருந்த அந்தத் தங்கச்சங்கிலியையே சுற்றிச் சுற்றி வந்தது.

“ஏன் உனக்குக் குற்றவுணர்வாக இருக்கிறதா” எனக் கேட்டாள்.

உந்திச்சுழியைச் சுற்றி வந்த விரலின் வருடலை நிறுத்தாமல், “கழற்றி வைத்த உனக்கே இல்லையெனும்போது எனக்கு மட்டும் ஏன் அந்தப் பாழாய்ப்போன உணர்வு. இருந்தாலும் அதைக் கழற்றச் சொன்னது…” என்று மேற்கொண்டு எதுவும் பேசாமல் பேச்சை நிறுத்தினேன்.

உந்திச்சுழியைச் சுற்றியபடிக்கு இருந்த என் விரலைப் பிடித்து அப்படியே கீழிறக்கி அவளுடைய பிறப்புறுப்பிற்குக் கொண்டு

சென்றவள், "அவசரத்திற்கு அடகுக் கடையில் வைக்கக் கழற்றும்போது என்ன நினைப்போ அதே நினைப்புதான் இப்பொழுது எனக்கு" என் விரலால் அவளது ஜனனேந்திரிய உறுப்பை அவளே வருடிக்கொண்டாள்.

"உனக்கொரு விஷயம் தெரியுமா...? அவரோடு வெளிச்சத்தில் நான் உடலுறவு கொண்டதேயில்லை. பல நாட்கள் என் ஜனனேந்திரியத்தில் புணர்வதாய் நினைத்துக்கொண்டு என் இரு துடைகளுக்குமிடையில்" சொல்லும்பொழுதே அவளுக்குச் சிரிப்பு வந்தது. எனக்கும்தான்.

"சில நாட்கள் என்னைக் குப்புறப் படுக்க வைத்துக் குதத்தில் புணர்ந்திருக்கிறார். மறுநாள் குதப்புணர்வுக்குக் காத்திருப்பேன். இருதுடைக்கும் நடுவில் சொருகியிருப்பார்."

ஒரு ஆணுக்குத் தன் உறுப்பு எங்கே சொருகியிருக்கிறோம் என்பது கூடவா தெரியாமல் இருப்பான் என்கிற சந்தேகம் எழுந்தது. நானோ அதைக் கேட்காமல், "அவர் தவறான இடத்தில் வைக்கும்பொழுது நீ உன் கைகளால் அதை நேர்படுத்தியிருக்கலாமே" என்றேன்.

"நேர்படுத்தலாம்தான். ஆனால் வெளிச்சத்தில் ஒருவர் உறுப்பை மற்றொருவர் பார்ப்பதே தவறெனக் கருதுபவர், அவர் உறுப்பை மட்டும் என்னைத் தொட சம்மதிப்பாரா" கேள்வியோடு என்னைப் பார்த்தாள்.

என்னுடைய விரல்கள் அவளுடைய பெண்ணுறுப்பில் கசிந்த ஈரத்தை உணர்ந்தது.

"பெண்ணுறுப்பில் ஈரம் கசியும் என்பது கூட அவருக்குத் தெரியுமா தெரியாதா என்பது எனக்குத் தெரியாது. அவருக்குத் தேவையாய் இருந்ததெல்லாம் அவரது விந்தை வெளியேற்ற ஒரு மூத்திரக்குழி மட்டும்தான். இதில் அவர் கட்டிய தாலியைக் கழற்றி வைப்பதில் எனக்கென்ன குற்றவுணர்வு வந்துவிடப் போகிறது."

அவளது கை என்னுடைய ஆணுறுப்பைப் பற்றியிருந்தது.

“நான் முதன்முதலாகத் தொட்ட ஆணுறுப்பு உன்னுடையதைத் தான்” என் ஆணுறுப்பைப் பற்றியிருந்த கையை நாசியில் வைத்து முகர்ந்துப் பார்த்து, “இதுதான் ஆணின் மணம்” என அந்தக் கைக்கு முத்தமிட்டுக் கொண்டாள்.

“நான் வெட்கம்கெட்டதனமாய் நடந்துகொள்வதாய் தோன்றுகிறதா” எனக் கேட்டாள்.

“வெட்கம் துறந்தால் மட்டுமே வேட்கை தணியும்.”

“பல நாட்களாக வேட்கையிலிருக்கிறேன். என் வேட்கையைத் தணி.”

மீண்டும் மின்சாரம் தடைபட, அவள் கண்களில் காமத்தின் நெருப்பை மெழுகுவர்த்தியின் ஒற்றைச் சுடர் பிரதிபலித்தது.

“நீ என் தலைவன். உன் கட்டளைகளுக்கு அடிபணியும் அடிமை நான். என் வேட்கையைத் தணித்துக்கொள்ள ஆணையிடு என் தலைவா” என் காதோரம் கிசுகிசுப்பாகக் கூறினாள்.

அத்துமீறலின் அனர்த்தம்

அந்தக் கல்லூரிக்குள் நான் நுழைந்ததும் என்னை எதிர்கொண்டு வரவேற்ற அந்த மூன்றாமாண்டு மாணவன், "அண்ணன் உங்களைச் சிறப்பா கவனிக்கும்படி சொல்லியிருக்காங்க" என்றவன், என்னை அந்தக் கல்லூரியின் கேண்டீன் அருகே அழைத்துச் சென்று, "ஒரு நிமிஷம்ண்ணா" என்று அங்கே ஆறடி வீதியேயிருந்த பேசேஜின் ஒரு முனையில் என்னைக் காத்திருக்கச் சொல்லிவிட்டு, எதிர்முனையில் ஓட்டமும் நடையுமாக விரைந்து சென்றான். அடுத்த ஒருசில விநாடிகளில், என்னிடமிருந்து என்ன வேகத்தில் ஓடிச்சென்றானோ அதே வேகத்தில் என்னிடமே திரும்பி வந்தான். "அண்ணா இப்ப ஒரு நாலு கேரள குட்டிங்க வரும்ணா. இந்தப் பேசேஜ் உள்ள வச்சு அவளுங்களை என்ன வேணுன்னாலும் பண்ணிக்கோங்கண்ணா. ஒரு பிரச்சனையுமில்ல. அண்ணனை மீறி இந்தக் காலேஜ்ல எதுவும் நடக்காதுண்ணா" என்று வார்த்தைக்கு வார்த்தை என்னை அண்ணா அண்ணா என்று அழைத்துக் கூழைக் கும்பிடு போட்டவனின் கன்னத்தில் பளாரென அறையத் தோன்றியது. ஆனால் அதைச் செய்யாமல் அவன் கண்ணை ஊடுருவினேன். மூன்றாம் தர அடிதடி ஆட்களின் ஆர்வம் அவன் கண்ணில் பளிச்சிட்டது. அவனிடம் எதுவுமே

சொல்லாமல் அதே இடத்தில் கையைக் கட்டிக் கொண்டே நின்றேன். அவன் சொன்னது போலவே தளதளவென்றிருந்த நான்கு கேரள மாணவிகள் வந்தார்கள். இவன் பார்வையிலிருந்த ஆர்வத்தையும் அருகிலேயே கையைக் கட்டிக் கொண்டு அவர்களைக் குறுகுறுவென்று பார்த்துக் கொண்டிருந்த என்னையும் பார்த்தவர்கள், சற்று மிரண்டு போய் நிற்க, “அண்ணா போண்ணா என்னவேணாலும் பண்ணிக்கோண்ணா, கேரளத்துல இருந்து படிக்க வந்திருக்கிறாளுக, இவளுங்க எவன்கிட்ட போய் கம்ப்ளைண்ட் பண்ணிடுறாளுகன்னு பார்ப்போம். போங்கண்ணா” என்று அவர்களுக்கும் கேட்கும்விதமாக, அவன் சொன்னதுதான் தாமதம், சட்டென அந்த நான்கு பெண்களும் தங்கள் கைகளைக் குறுக்குவாட்டில் வைத்துத் தங்களது மார்பை மறைத்துக் கொண்டு, “சேட்டா ப்ளீஸ் சேட்டா வேண்டாச் சேட்டா” என்று கருவிழிகள் பளபளக்க கெஞ்சுகையில், சிறு வயதில் எம்ஜியார், ரஜினி படத்தைப் பார்த்துப் பெண்ணைத் தாயாக மதிக்க வேண்டும், தங்கையாகக் கொண்டாட வேண்டுமென்கிற மிகை எதார்த்த உயர் சிந்தனைக்கு எல்லாம் மனம் போகவில்லை. மாறாக ஏழாம் வகுப்பு படிக்கையில் நாங்கள் குடியிருந்த - பகல் நேரத்தில் கூட ஆள் நடமாட்டமிருக்காத அந்தப் பணக்கார தெருவின் சாலையோரம் நடந்து சென்று கொண்டிருந்த இளம்பெண்ணின் மாரை சைக்கிளில் வந்த இருவர் கசக்கிவிட்டுச் சென்றதும், அந்தப் பெண் அவள் நின்றுக் கொண்டிருந்த அதே இடத்தில் தன் கைகளால் தன் மார்பை இந்தக் கேரளத்து பெண்கள் மறைத்து வைத்திருப்பதைப் போல மறைத்துவிட்டு குத்தவைத்து, செய்வதறியாது திகைத்து, அழவும் தோன்றாமல் அமர்ந்திருந்ததுதான் நினைவுக்கு வந்தது. எம்ஜியாரைப் போலவும் ரஜினியைப் போலவும் அன்று அந்தப் பெண் மானபங்கம் படுத்தப்பட்ட வேளையில் மாற முடியாத என்னால் இன்று மட்டும் எப்படி எம்ஜியார் ரஜினியாக மாற முடியும். அந்தப் பெண்களை நெருங்கினேன். சுவரோரமாய் பல்லியைப் போன்று ஒட்டிக் கொண்டிருந்தனர் அந்த நால்வரும். நான் நெருங்க நெருங்கச் சுவரைத் துளைத்து மறுமுனைக்குச்

சென்றிட துடிப்பது போன்று அவர்கள் இன்னும் அழுத்தமாய் சுவரோடு சுவராய் ஒட்டிக் கொண்டார்கள். அந்த நால்வரில் கொழுகொழுவென்றிருந்த பெண்ணை நெருங்கிச் சென்று, பஞ்சு போன்றிருந்த அவளது கன்னத்தை மட்டும் கிள்ளிவிட்டு, "போங்கடி இங்கிருந்து" என்று சப்தமிட்டேன்.

Colt 1911

ஆவியாயினும் தேவதையாயினும் வெள்ளை உடையில் தான் வரவேண்டுமென்று எந்த முட்டாள் சொன்னான் என்று தெரியவில்லை. அப்படிச் சொன்ன முட்டாள் மட்டும் கையில் கிடைத்தானெனில் அவன் மூளையை எடுத்து அவன் கையிலேயே கொடுத்து அதை வேவு பார்க்கச் சொல்லிவிடுவேன். எனக்கு முன்னே பத்தடி தூரத்தில் நிற்கும் பெண் வெள்ளை நிற சுடிதாரை அணியாமல் சிவப்பு நிற லெக்கிங்ஸூம் மஞ்சள் நிற டாப்ஸூம்தான் அணிந்திருக்கிறாள். *if u wanna look like an angel go n wear a white chudi n come* என்றா அந்தப் பெண்ணிடம் நான் சொல்ல முடியும்...? *dumbasses.*

குளிரூட்டப்பட்ட அறையினுள்ளும் நெற்றியிலும், கழுத்து மடிப்பிலும் வியர்வைத் துளி ஊற்றெடுத்திருக்க, மருண்ட கண்களோடும் விதிர்விதிர்க்கும் கீழுதட்டோடும் என்னை அவள் பார்ப்பது கூட அவளுடைய அழகைக் கூட்டவே செய்ததேயன்றி குறைத்திடவில்லை. மெல்லிய புன்னகையோடு அவளிடம், “கத்தி கூப்பாடு போட்டு உன் சக்தியை வீணடிச்சுக்காதே, நான் உன்னைப் பலவந்தப்படுத்த மாட்டேன். ஆனா அதுதான் உனக்குப் பிடிக்கும்னா உன்னைப் பலவந்தபடுத்துறதுல எனக்கு

எந்த ஆட்சேபணையும் இல்ல. அதே நேரம் இது சவுண்ட் ப்ரூஃப் ரும் அதனால் நீ என்னதான் கத்திக் கூப்பாடு போட்டாலும் துளி சத்தம் கூட வெளியே போகாது" என்றேன். மருண்ட விழிகளின் பார்வையை மாற்றாமல், தனது வலக்கையை முதுகுப்புறமாய் கொண்டு சென்றவள், முதுகில் மறைத்து வைத்திருந்த *colt 1911* வெளியில் எடுத்தாள்.

'என்னுடைய கால்ட் எப்படி இவள் கையில்' என்று மனம் சற்று திடுக்கிட்டது என்றாலும், "என்னோட கால்ட் எப்படி உன் கையில்...?" என்று சற்றும் பதட்டமின்றி அவளிடம் கேட்டேன். உதடுகள் துடிதுடிக்க இரண்டு கைகளாலும் கால்ட்டைப் பற்றியவள், எவ்வித கைநடுக்கமுமின்றி என் முகத்தை நோக்கி நீட்டினாள். "தோ பாரு பேபி, பாம்பைக் கண்டு பயப்படுறவன் பாம்பாட்டியாக முடியாது. இது என் துப்பாக்கி. *hope you understand*" என்றேன். அவள் கண்களிலிருந்த மிரட்சியை கைகள் பிரதிபலிக்கவில்லை. 'தைரியமாக இவளை நெருங்கலாமா...? நெருங்கினால் சுட்டுவிடுவாளா...?' மனம் தடுமாற, "சுடுவதற்கு நான்தான் உனக்குக் கத்துக் கொடுத்தேன். ஆனா நீ பயிற்சி எடுத்துக்கிட்டது பொம்மை துப்பாக்கியில, ஆனா இது நிஜத் துப்பாக்கி" என்றேன். அவளிடம் எவ்வித சலனமுமில்லை. சலனமற்ற அவள் உடலைப் பார்வையால் அளந்தேன்.

கையில் துப்பாக்கியோடு அவள் நிர்வாணமாய் நிற்பது மனக்கண்ணில் விரிந்தது. கைப்பிடி அகற்றப்பட்ட ஒயின் கிளாசைக் கவிழ்த்து வைத்ததைப் போன்று வட்டமாய் குவிந்து நிற்கும் மார்பு, மெலிதாய் வெளித் தள்ளியிருக்கும் அடிவயிற்றுத் தொப்பை அதில் சின்னதாய் முடிச்சிட்டது போலத் தொப்புள், நான்கு நாட்கள் முன்பு நன்றாகச் சிரைக்கப்பட்ட யோனி மயிரின் மெல்லிய துளிர்ப்பு, மாசு மறுவற்ற உள்தொடை. அவள் கண்களில் இன்னும் மருட்சி மாறாது இருந்ததைப் போலவே விதிர்த்துக் கொண்டிருந்த அவளது கீழ் உதடும் வெளுத்துப் போகத் துவங்கியிருந்தது.

"என்னைக் கொல்லணும்னு முடிவு பண்ணியிருக்கிறியா இல்லை, காயப்படுத்தினா மட்டும் போதும்னு முடிவு

பண்ணியிருக்கியா" என்று கேட்டபடியே, எங்களுக்கு இடையிலிருந்த பத்தடி தூரத்தை ஒன்பதாக்கி எட்டாக்கினேன். அவள் கைகள் துப்பாக்கியை இன்னும் இறுக்கமாய் பற்றியது. "இது ரொம்ப பழைய மாடல் துப்பாக்கி பேபி, நீ என்னைச் சுட்டு அது என்னைக் கொல்லாம ஆழமான காயத்தை மட்டும் உண்டாக்கிட்டு போயிடிச்சுன்னா, *heavy blood loss*ல நான் சாகிறதுக்கு ரொம்ப நேரம் எடுத்துக்க வேண்டி வந்திடும். *so* இன்னும் பக்கமா வந்துடறேன். நேரா என் நெஞ்சுலயோ இல்லேன்னா நெத்திப் பொட்டுலயோ புல்லட்டை இறக்கு. சரியா" என்று கேட்டபடியே எட்டடி தூரத்தை ஐந்தடி தூரமாய் குறைக்கவும், அவள் கையிலிருந்த துப்பாக்கி வெடித்தது.

துப்பாக்கியிலிருந்து வெளிவந்த தோட்டா எனது வலது கைப்புஜத்தை உரசியபடியே பின்புற சுவரைச் சென்று தாக்கியது. கால்ட்டின் *return spring action*ல் நிலைகுலைந்து போனவள் கீழே விழுந்து கிடந்தாள். என் வலப்புறமிருந்து சதை தீய்ந்த வாடை நாசியைத் தாக்க, கர்சீப்பை எடுத்துத் தோட்டா உரசியதால் உண்டாகியிருந்த காயத்தை அழுத்திச் துடைத்தேன். வெளுத்துப் போயிருந்த சதைத் துணுக்கிலிருந்து புது ரத்தம் துளிர்க்க, திரும்பி அவளைப் பார்த்தேன். தன்னை சமநிலைப்படுத்திக் கொண்டு எழுந்து நின்றுகொண்டிருந்தாள். "இது பொம்மைத் துப்பாக்கி இல்லை நிஜத் துப்பாக்கின்னு சொன்னேன். சரி அந்தச் சுவரோரமா சாய்ஞ்சு நின்னு என் நெஞ்சைக் குறி பார்த்துச் சுடு" என்று சொல்லியபடியே, ஐந்தடியை மூன்றடியாக்கவும். துப்பாக்கியைக் கீழே நழுவ விட்டாள்.

அவளை நெருங்கிச் சென்று, எனது இடது கையால் அவளது இடையைப் பற்றி, என் இடுப்போடு சேர்த்து வைத்துக் கொண்டு, பறவைகளின் குதத்து தூவலைப் போல அவளது கன்னத்தில் மிருதுவாய் முளைத்திருந்த மயிரின் காலை மூச்சுக்காற்றால் சூடேற்றியபடியே அவளது இதழை முத்தமிட யத்தனித்தேன். கண்களை மூடியபடியே தன் முகத்தைத் திருப்பினாள். வலது கை எங்கும் ஈரத்தின் நசநசப்பை உணர, அவளிடம்,

“பிடிக்கலியா” என்று கேட்டேன். தலையை மேலும் கீழுமாக ஆட்டினாள்.

அவள் இடையிலிருந்த என் இடது கையை விடுவித்து, என்னுடைய பேண்ட் பாக்கெட்டிலிருந்த சாவியை எடுத்து அவள் கையில் கொடுத்து, “எவ்ளோ சீக்கிரம் முடியுமோ அவ்ளோ சீக்கிரம் இந்த இடத்தை விட்டுப் போயிடு” என்று சொல்லிவிட்டு, திரும்பிக் கொண்டேன். அவள் அங்கேயே நின்று கொண்டிருந்தாள். “நேரத்தைக் கடத்தாதே. சீக்கிரம் கிளம்பு” என்று ஏறத்தாழ கத்தினேன். அவள் என்னைக் கடந்து செல்லும் காலடிச் சத்தம் கேட்டது. பின்னர் கதவின் பூட்டு திறக்கப்படும் ஓசையும், கதவு சாத்தப்படும் ஓசையும். புஜத்திலிருந்து வழிந்துகொண்டிருந்த குருதி நடுவிரலின் வழி தன் முதல் துளியைப் பூமிக்கு அனுப்பியது.

Fuckin' Arsehole

அந்தப் பப்பின் உள்ளே நுழைந்ததும், *DJ*வை நோக்கிக் கை உயர்த்தினேன். ஹெட்போனை இடக்கையால் பற்றிக் கொண்டு அவனும் தன் வலக்கையை உயர்த்தினான். நானும் சைகையால் என் வழக்கமான இடத்திற்குச் செல்கிறேன் என்று காட்டிவிட்டு, எனக்கென ரிசர்வேஷனில் இருக்கும் அந்தச் சீட்டில் சென்று அமர்ந்துகொண்டேன்.

அந்தப் பப்பில் எனக்கான இருக்கை ரெஸ்ட் ரூம் மற்றும் ஸ்மோக்கிங் ஸோன் அருகில் இருக்கும் என்பதால் யாருடைய தொந்தரவுமின்றி என்னால் நிம்மதியாக அமர்ந்திருக்க முடியும். அதுவும் இல்லாமல், நான் சென்று அமர்ந்ததுமே அந்த இருக்கைக்கான விளக்கையும் அணைத்துவிடுவார்கள். அது ஏன் எனக்கு மட்டும் இத்தனை சௌகரியங்கள் என்றெல்லாம் சிந்திக்க வேண்டாம். நானே சொல்லிவிடுகிறேன். காந்தியின் மூக்குகண்ணாடி வழியாகத்தான் அங்கே இருக்கும் அனைவரையுமே பார்ப்பேன். இந்த மூக்குக் கண்ணாடியை அணிந்திருப்பதில் மற்றுமொரு அனுகூலமும் உண்டு. அறிவிப்புப் பதாகைகளும், எச்சரிக்கைப் பதாகைகளும் கண்களுக்குத் தெரிவதில்லை. அதனால்தான் *stags are not allowed* என்ற அறிவிப்புப் பலகை என் பார்வைக்குத் தெரிவதே இல்லை. போகட்டும் அது ஏன் நான் இருக்கும் இடத்திற்கு மட்டும் இருட்டு என்ற கேள்வி உங்களுக்குள் எழுகிறதா…? வேறொன்றுமில்லை, இருளடைந்த இடத்தில் அமர்ந்துகொண்டு வெளிச்சம் அதிகமாயிருக்கும் இடத்தைப் பார்க்கையில், யாரைப் பார்க்கிறோம், எங்கே பார்க்கிறோம், என்ன கண்ணோட்டத்தில் பார்க்கிறோம் என்பதையெல்லாம் அவர்கள் அதாவது வெளிச்சத்தில் இருப்பவர்களால் அறிந்துகொள்ளவே முடியாது. ஏன் சொல்லப்போனால் இப்படியொரு இருளடைந்த உருவம் இருட்டிற்குள் இருக்கிறது, அது நம்மைத்தான் பார்த்துக் கொண்டிருக்கிறது என்பது கூட வெளிச்சத்தில் இருப்பவர்களுக்குத் தெரியாது. இன்னும் தெளிவாகச் சொல்லவேண்டுமென்றால் இருட்டைப் பற்றிய பிரக்ஞையே வெளிச்சத்தில் இருப்பவர்களுக்கு இருக்காது, மேலும் அநித்தியத்தில் நின்றுகொண்டு நித்தியத்தை நிந்திக்கும் மனநிலை கொண்டவர்களோடு என்னால் உறவாட முடிவதில்லை என்பது மற்றுமொரு காரணம்.

*dj mix*ல் ஒலித்துக்கொண்டிருந்த *lau bega*வின் *mambo no 5* பாடல் முடியவும், மாங்குயிலே பூங்குயிலேவை *mix*ல் ஓட விட்டுவிட்டு, அந்த *dj* நானிருந்த இருட்டை நோக்கிக் கண்ணடித்தான். நான் கேட்காமலேயே *mojito* என் மேஜைக்கு வந்தது. டான்ஸ் ஃப்ளோரைப் பார்த்தேன். மாங்குயிலே பூங்குயிலேக்கும் அருமையாய் ஹெட் பேங்க் செய்து கொண்டிருந்தார்கள் யுவதிகள். பார்வையை *counter table* பக்கமாய் திருப்பினேன். மகதிலானாவைப் போன்றே அங்கொரு பெண் நிற்க, தலையே இடவலமாக அசைத்துவிட்டு மீண்டும் பார்த்தேன். வெரோனிக்காவை நினைவுபடுத்தும் உடற்கட்டு மற்றும் முகவெட்டுமாய் ஒரு பெண் வெள்ளை நிற டாப்ஸூம், நீல நிற ஜீன்ஸூமாய் நின்றுகொண்டிருந்தாள். கண்கள் மட்டும் ஏனோ டான்ஸ் ஃப்ளோரை நோக்கி அனல் கக்கிக் கொண்டிருந்தது. மகதிலானாவிற்குக் கோபத்திலும் உதடுகள் புன்னகைக்கும், ஆனால் இந்தப் பெண்ணிற்கு உதடுகள் துடித்துக் கொண்டிருந்தது. அந்தப் பெண்ணின்

பார்வை நிலைகுத்தி நின்ற இடத்தைப் பார்த்தேன். அங்கே ஒரு ஆண் ஆடிக்கொண்டிருந்தான், அவன் அருகே ஒரு பெண் அரைகுறை ஆடையோடு குதித்துக் கொண்டிருந்தாள். அவள் அணிந்திருந்த மெஜந்தா நிற ஜீன்ஸ் இடுப்பிலிருந்து சற்றுக் கிழேயிறங்கியிருக்க, அவளது கறுப்பு நிற பேண்டீஸின் எலாஸ்டிக் மேலேறி இருந்தது. எலாஸ்டிக்கிற்கும் ஜீன்ஸின் பெல்ட் லூப்பிற்கும் இடையில் அவளது தோலின் நிறம் பிரகாசமாய் வேறு தெரிந்துகொண்டிருந்தது. ஒருவேளை ஜீன்ஸில் புது மாடலாக இருக்குமோவென்று கொஞ்சம் கூர்ந்து பார்த்தேன். நிஜமாவே அவளது ஜீன்ஸ் இடுப்பிலிருந்து இறங்கித்தான் போயிருந்தது. மீண்டும் வெள்ளை டாப்ஸைப் பார்த்தேன். அனலின் உக்கிரம் இன்னும் அதிகமாயிருந்தது. மொஹிந்தோவின் ஒரு சிப் என் தொண்டையில் இதமாய் வழுகிச் சென்றது.

நான் அறிந்தவரையில் இரண்டு வகையான அன்பைத்தான் இந்தப் பெண்களால் வெளிப்படுத்த முடிந்திருக்கிறது. ஒன்று, தனது துணை வெளியே எங்கேனும் சென்றுவிட்டால் ஒவ்வொரு ஒரு மணி நேரத்திற்கும் அழைத்து எங்கே இருக்கிறாய் என்ன பண்ணுகிறாய் என்று அன்பைக் காட்டுவதாய் நினைத்துக் கொண்டு வெளியே சென்றவர்களைக் கொடுமைப்படுத்துவது. போலவே தான் எங்கே சென்றாலும் அந்த இடத்தின் சூழலை ரசிக்காமல் அனுபவிக்காமல், தன் துணையுடனேயே பேசிக்கொண்டிருந்துவிட்டு, பிற்பாடு அந்தத் துணையும் அதைப்போலவே இருக்கவேண்டுமென்றும் இம்சையைக் கொடுப்பது. இந்த அன்பு நாட்பட நாட்பட கடமையென்றாகி, இதோ நிற்கும் அந்தப் பெண்ணைப் போல அனல் வாந்தியெடுக்கும் கண்களோடு பார்க்கத் துவங்கிவிடுகிறது. கேட்டால் பொஸஸிவ் என்பார்கள். *Sucks*. நம்பிக்கையுடன் கூடிய அன்பை வெளிப்படுத்த இந்தப் பெண்கள் ஏன் இத்தனை சோம்பற்படுகிறார்கள்...?

அந்த வெள்ளை நிற டாப்ஸ் தன்னுடைய விஸ்கி கிளாஸோடு என் இடது புறமிருக்கும் அரை இருளுக்கு நடந்து வந்தாள்.

அவள் பின்னேயே அந்த ஆணும் வந்தான். அவன் அந்த அரையிருளினுள் நுழைந்ததுமே, அவள் அவனைச் சுவரோடு சேர்த்து வைத்து அவனுடைய உதட்டை உறிஞ்சத் துவங்கி, அவனது வலக்கையை எடுத்து அவளது இடமாரிலும், இடக்கையை எடுத்து அவளது வலது பிட்டத்திலும் வைத்துவிட்டு, தன் இரு கைகளாலும் அவனது பிடறி மயிரைப் பிடித்து, இன்னும் அதி உக்கிரத்தோடு அவனது உதட்டை உறிஞ்சத் துவங்கினாள்.

மொஹிந்தோவின் இரண்டாவது ஸிப்பை உள்ளே தள்ளினேன்.

டான்ஸ் ஃப்ளோரில் ஒரு சலசலப்பு கேட்க, இந்த ஜோடியிடமிருந்த பார்வையை டான்ஸ் ஃப்ளோர் பக்கமாய்ச் திருப்பினேன். மெஜந்தா ஜீன்ஸ் பெண் உக்கிரமாய் ஏதோ கத்திக்கொண்டிருந்தாள். இரண்டு பவுன்சர்கள் ஒரு ஆணை அலேக்காகத் தூக்கிக் கொண்டு வாயிற்கதவை நோக்கிச் சென்றுகொண்டிருந்தார்கள். திரும்பி வெள்ளை டாப்ஸ் ஜோடியைப் பார்த்தேன். அவன் திமிறிக்கொண்டிருந்தான்.

மொஹிந்தோவின் மூன்றாவது ஸிப்பை மிக மெதுவாய் உறிஞ்சினேன்.

அந்த மெஜந்தா ஜீன்ஸ் பெண் குதிரையைப் போலக் குதித்துக் குதித்து ஸ்மோக்கிங் ஸோன் நோக்கி நடந்து வந்துகொண்டிருந்தாள். அவள் ஸ்மோக்கிங் ஸோனினுள் நுழைந்த பிறகாக நானும் டன்ஹில்லோடு நுழையும் முன்பாக வெள்ளை டாப்ஸைப் பார்த்தேன். அவளது உக்கிரம் இன்னும் தணியாமலேயேதான் இருந்தது. மெலிதான புன்னகை ஒன்று முகத்தில் தோன்ற ஸ்மோக்கிங் ஸோனினுள் நுழைந்தேன். சிகரெட்டை இருவிரலால் பற்றிக் கொள்ளக்கூட முடியாமல் விரல்கள் நடுக்கத்தோடும் பீதியேறிய முகத்தோடும் அந்த மெஜந்தா ஜீன்ஸ் அங்கே நின்றுகொண்டிருந்தாள். அவள் இடுப்பைப் பார்த்தேன். ஜீன்ஸ் சரியான இடத்தில் தன்னிலை கொண்டிருந்தது. ஸிப்போவின் க்ளிக் ஓசையில் திரும்பிப் பார்த்தவள், விரலிடுக்கிலிருந்த சிகரெட்டைக் கீழே போட்டுக் காலால் நசுக்கிவிட்டு, *fucking arsehole* என்று இரண்டு மூன்று

முறை சத்தம் வராமல் உச்சரித்துவிட்டு வெளியேறிச் சென்றாள்.

மீண்டும் என் இருளுக்குள் வந்தேன். அரையிருளின் குறைந்த வெளிச்சத்தில் வெள்ளை டாப்ஸை மட்டுமே பார்க்க முடிந்தது. டான்ஸ் ஃப்ளோரைப் பார்த்தேன். மெஜந்தா ஜீன்ஸ், அதை அணிந்திருந்த பெண் அணிந்திருந்த கறுப்பு நிற பேண்டீஸின் எலாஸ்டிக்கைக் காட்டிக் கொண்டிருந்தது. வெள்ளை டாப்ஸின் இணையான ஆணைக் காணவில்லை. பார்வையை வெள்ளை டாப்ஸின் பக்கமாய்த் திருப்பினேன். அனல் பார்வை தணிந்திருக்க அமைதியாய் உட்கார்ந்திருந்தாள்.

இருளிலிருந்து ஒலித்த *vertu*வின் இனிமையான இசை அவள் கவனத்தைக் கலைக்கவும், கலவரத்தோடு நான் அமர்ந்திருந்த இடத்தைத் திரும்பிப் பார்த்தாள்.

- ஹாய் டியர் எங்கே இருக்க...?

- வழக்கமான பப்ல தான்

- அதே வழக்கமான சீட் தானா

- ஆமாம்

- *anything special tonite*

- *as usual*

- ஆம்பளைங்களே உன் கண்ணுக்குத் தெரிய மாட்டாங்களாடா...?

- *am not a gay.*

- *k leave it.* உடனே வீட்டுக்கு வரமுடியுமா

- உடனேவா ஏன்...?

- ஏன் எதுக்குன்னு எல்லாம் கேள்வி கேட்காத. உடனே வா

- உன்னோட கட்டளைக்கு நான் அடிபணியுற ஆளில்லை.

- ஓக்கே உன்னோட ஆணைக்கு அடிபணியும் அடிமைதான் நான். இல்லைன்னு சொல்லல. ஆனா உடனே வாயேன். எல்லாத்தையும் போன்ல விவரமா சொல்ல முடியாது. பிளீஸ்

- *சரி வரேன்*

- உனக்காகக் காத்திருக்கிறேன்.

- *ya k*

- *bye*

- *bye*

போனை வைத்துவிட்டுப் பார்த்தேன். வெரோனிக்காவின் பிரதியைக் காணவில்லை. அவள் கையோடு எடுத்து வந்திருந்த கோப்பையில் அரைக் கோப்பை விஸ்கி மட்டும் மிச்சமிருந்தது.

Lagavulin வயது 16

“சங்க இலக்கியங்கள் துவங்கி நவீன காலத்திய இலக்கியங்கள் வரை அத்தனையுமே ஆண்மையை மையப்புள்ளியாக வைத்துக்கொண்டு ஆண்மைய வாதங்களையே பரப்புரை செய்து வந்திருக்கின்றன. மஹாபாரதப் போரின் அடிநாதமானது குந்தி மற்றும் காந்தாரியின் பனிப்போர் எனவும், சூர்ப்பனகையின் அரை அங்குல மூக்கு அறுபட்டதால்தான் ராமன் இலங்கை சென்று போர் புரிய வேண்டிய நிலை வந்தது என்றும் விலக்கப்பட்ட கனியை ஆதாமிடம் தின்னக் கொடுத்ததால்தான் ஆண்கள் கஷ்டப்பட வேண்டிய நிலைக்கு ஆளானார்கள் என்றும், இறைவனைத் தொழும் வேளையில் ஆணின் மனம் சபலத்திற்குள்ளாகிவிட கூடாதென்றுதான் திரைபோட்டு மறைத்துக்கொள்கிறோம் என்றும் சொல்லிச் சொல்லியே பெண்ணை ஒரு போகப் பொருளாக, காமாக்னியாகச் சித்தரித்து வைத்திருக்கிறார்கள். இதைப் பெண்களும் ஏற்றுக்கொண்டார்கள் என்பதுதான் கொடுமையிலும் கொடுமையானது. ஏற்றுக்கொண்டார்கள் என்று சொல்வதை விட ஏற்றுக்கொள்ள வைத்துவிட்டது இந்த ஆண்மைய வாதம் என்பதுதான் சரியாக இருக்கும் என்றே எனக்குப் படுகிறது.

அதற்கு மிகச் சிறந்த உதாரணமாகக் கற்பு என்ற வார்த்தையை எடுத்துக் கொள்ளலாம்.

கற்பு என்ன பெண்ணின் பிறப்புறுப்பினுள் மறைந்திருக்கும் கரும்புள்ளியா...? அல்லது ஏதேனும் வைடூரிய புதையலா...! கற்பு அழிக்கப்பட்டது என்றும் கற்பு சூறையாடப்பட்டது என்றும் மீண்டும் மீண்டும் கூறிக்கொண்டேயிருக்கிறார்கள். உண்மையைச் சொல்லப்போனால் இந்தக் கற்பு என்ற வார்த்தையே பெண்கள் தங்களைத் தாங்களே சிறையினுள் அடைத்து வைத்துக் கொள்வதற்காகவே, ஆண் வர்க்கத்தினரால் உருவாக்கப்பட்ட வார்த்தையேயன்றி வேறொன்றுமில்லை. நிலத்தைப் பெண்ணாகவும், பெண்ணை நிலத்துக்கு ஒப்பாகவும் வர்ணித்ததன் காரணம், தனக்கான சொத்தாய் அந்தச் சமூகத்தை உறவு கொண்டாடவும், எத்தனை வன்முறைகள் நிகழ்த்தப்பட்டாலும் அதை எதிர்க்காதிருக்கவும் தான்."

"*sorry i held with a long call*" என்ற குரல் கேட்டுப் பேனாவைக் கீழே வைத்துவிட்டு அவளை நிமிர்ந்து பார்த்தேன். அவளின் முகம் சற்று வெளிறிப் போயிருந்தது. "ஏதும் பிரச்சனையா" என்றேன். ஒன்றுமில்லை என்றவள், நான் எழுதிக் கொண்டிருப்பதைப் பார்த்துவிட்டு, "*rotautsav*க்காக கொடைக்கானல் வந்திருக்கிறோம். இங்கேயும் எழுத்து வேலையா...?" என்றவளிடம், "தோன்றுவதைத் தோன்றும் கணமே எழுதி வைத்துவிட்டால், வேறொரு கணத்தில் அதைத் தோண்டி எடுக்க வேண்டிய அவசியம் இல்லேல" என்று கூறியபடியே, டைரியை மூடிவைத்துவிட்டு புன்னகைத்தேன்.

"காலம் எவ்வளவோ முன்னோக்கி போயிட்டு இருக்கு, இப்பவும் *manuscript* தானா...?" என்றாள்.

"காலத்தால் எவ்வளவுதான் முன்னோக்கிப் போனாலும் மீசை முளைத்த அத்தையை சித்தப்பானு கூப்பிடமுடியாதே..." என்று சொல்லிவிட்டு, *patron xocafe* டக்கிலாவின் ஐந்தாவது ஷாட்டைத் தொண்டைக்குழிக்குத் தள்ளினேன். முதல் நான்கு ரவுண்டைப் போல எரியாமல் நேரடியாக வயிற்றில் சென்றடைய, அவளைப் பார்த்தேன். இரண்டு மிடறு மட்டுமே குடிக்கப்பட்டிருந்த

லாகவோலினை வெறித்துப் பார்த்துக்கொண்டிருந்தாள். க்ளாசிக் மைல்ட் ஒன்றை எடுத்துப் பற்றவைத்துக் கொண்டு பால்கனிக்கு வந்து திரும்பிப் பார்த்தேன். ஷாட்டை நான் விழுங்கியதைப் போலவே அவள் லாகவோலினைக் கல்ப்பாக உள்தள்ளினாள். பின்னர் நான் எழுதிக்கொண்டிருந்த டைரியை விரித்துப் பார்க்க துவங்கினாள். அடுத்தவர்களின் அந்தரங்கத்தினுள் நுழைந்துபார்ப்பது என்பது இந்தப் பெண்களுக்கு எத்தனை விருப்பமான விஷயமாக இருக்கிறது என்று நினைத்து கொண்டேன். நினைப்புகளைத் தூரமாய் ஒதுக்கி வைத்துவிட்டு, கண் முன் தூரமாய்த் தெரிந்த காட்டேஜ் ஒன்றில் ஒளிர்ந்துகொண்டிருந்த விளக்கின் ஒளியையும், விதவிதமான *exhaust*கள் பொருத்தப்பட்ட புல்லட்டுகளின் ஒலியையும் ரசித்தபடியே புகைத்து முடித்தேன்.

மீண்டும் நான் அறைக்குள் செல்லும்பொழுது, அவள் தலை தொங்க அமர்ந்திருந்தாள். அவள் தோளின் மேல் என் வலக்கையை வைத்தேன். நிமிர்ந்து என்னைப் பார்க்காமலேயே என் புறங்கையில் தன் இதழை அழுத்தினாள். அவள் இதழின் அழுத்தத்தில் என் கையின் அழுத்தம் அதிகரிக்க, நாற்காலியிலிருந்து எழுந்தவள், தன் மார்பு சதை என் மேல்வயிற்றில் அழுந்தும் விதமாகக் கட்டிக் கொண்டாள். ஆதரவாக அவள் முதுகைத் தடவிக் கொடுத்தேன். அந்தத் தடவலில் அவள் வட்டுடை அணிந்திருப்பதற்கான தடயம் எதுவும் என் கை கண்டடையவில்லை. வெடுக்கென்று என்னிலிருந்து ஓரடி விலகியவள், விலகிய வேகத்திலேயே தன் மேலாடையைக் கழற்றிவிட்டு படுக்கையில் சென்று படுத்துக்கொண்டாள். *hanging boobs* என்று சொல்லப்படும் சற்றுக் கீழிறங்கி நேர் நிற்கும் முலை அவளுக்கிருந்தது. அவள் ஏன் இப்படி நடந்துகொண்டாள் என்பதோ அல்லது இப்பொழுது இதற்கு என்ன மாதிரியான எதிர்வினையை நான் ஆற்றவேண்டும் என்பதும் எனக்குத் தெரியவில்லை.

அவள் உடல் மேலிருந்த பார்வையை அகற்றிவிட்டு அவள் முகத்தைப் பார்த்தேன். இரண்டு கையையும் நேர் நீட்டி என்னை

அழைத்தாள். முற்போக்குச் சிந்தனைகளாலும் எழுத்துக்களாலும் எனக்குக் கிடைக்கும் ஒரே விஷயம். என்னுடைய ஆடைகளைத் தளர்த்திக்கொண்டு அவள் மேலேறினேன்.

நான் அவளுள் நுழைந்ததும், அவளிடமிருந்து எழுந்த முதல் கேவல் ஒலியால் சற்று மிரண்டு போய், அவளது உடலின் மேல் என் உடலின் மொத்த பாரத்தையும் இறக்கி வைத்து, அவள் காதருகில் சென்று விசும்பும் குரலில், "முதல் முறையா" என்றேன். அவள் வாய் திறந்து எதுவும் சொல்லவில்லை என்றாலும் அவளது நாடி எனது இடது தோளில் இரண்டு மூன்று முறை முட்டியது. என் இரு கைகளையும் அவளது பக்கவாட்டுப் பகுதியில் வைத்து, இடுப்பு இணைந்திருக்க மேல் உடம்பை மட்டும் நிமிர்த்தி அவள் முகம் பார்த்தேன். இறுக மூடியிருந்த கண்களின் இரு ஓரத்திலிருந்தும் கண்ணீர் வழிந்து காதோர முடிகளைத் தொட்டிருக்க, தன் கீழுதட்டை மேற்வரிசைப் பற்களால் இறுக கவ்வியிருந்தாள். 'நிஜமாகவே இதுதான் இவளுக்கு முதன்முறையா' என்றவொரு சந்தேகம் மனதினுள் தோன்றியது. அவளது தேக வனப்பைக் கண்கள் ஆராய்ந்தது. இத்தனை வாளிப்பான உடலை அவன் எப்படி தொடாமல் விட்டிருப்பான்? என்ற கேள்வியும் அந்தச் சந்தேகத்தின் பின்னேயே குடைபிடித்துக்கொண்டு வந்தது. இறுதியில் பெண்களின் கண்களில் கண்ணீரும் நாவினில் பொய்யும் மிக மிகச் சரளமாய் வருவதுதானே என்று முடிவுரை எழுதிவிட்டு மெதுவாக முயங்கினேன். ஐந்து ரவுண்ட் டக்கீலா அதன் வேலையைக் காட்டியது. நேடு நேர புணர்வுக்குப் பின் அவள்மேல் சாய்ந்து, அவள் அருகிலேயே படுக்கவும், அவள் உதடுகள் "அவனை நான் பழிவாங்கிட்டேன்" என்று முணுமுணுத்தது என் காதினில் விழுந்தது. அவள் முகத்தினைப் பார்த்தேன். கண்களிலிருந்து கண்ணீர் இன்னும் அதிகமாகவே வழிந்தோடிக் கொண்டிருந்தது.

விடியற்காலையில் எழுந்து எழுதிக் கொண்டிருந்த கட்டுரையில் 'இந்த உலகத்தில் எவருமே ராமன் இல்லை என்பது போல இந்த உலகத்தில் எவருமே சீதை இல்லை என்று சொல்லாமல்

விட்டிருப்பதே இந்த ஆண்மைய வாதத்தின் நீட்சி' என்று முடித்து விட்டு, கட்டிலின் மேல் ஆடைகள் ஏதுமின்றி நிர்வாணமாய் படுத்திருந்தவளைப் பார்த்தேன். அதிகாலைப் பனி விலகி, விலகியிருந்த திரைச்சீலையின் வழி வழிந்த சூரியனின் ஒளியில் மூடியிருந்த அவளது உதடுகள் என்னைப் பார்த்துப் புன்னகைப்பது போலவே இருந்தது.

Artemisia – hashash – folger

கண்விழித்துப் பார்த்ததுமே என் கண்ணில் பட்ட முதல் காட்சி, மரச்சட்டத்தினுள் அடைபட்டிருந்த ஒரு பெண். தன்னைத்தானே வரைந்துகொள்ளும் ஒரு தன்னோவியம். மிக மிகத் தத்ரூபமாய் வரையப்பட்டிருந்த அந்தத் தன்னோவியம் எனக்கு பரோக் பாணி ஓவியரான ஆர்டிமிஸியா ஜெண்டிலெஸ்கியை நினைவுபடுத்தியது. இன்றளவும் ஓவியத்துறையில் கால் வைத்து; தப்பாகச் சொல்லிவிட்டேன், தூரிகையை வைத்துப் பெயர் பெற்றிருக்கும் ஒரே பெண் ஓவியர். கரவாஜியின் காலத்தில் வாழ்ந்த ஆர்டிமிஸியாவிற்குப் பிறகு இதுவரை எந்தவொரு பெண் ஓவியருடைய பெயரும் வெளித்தெரியவில்லை என்பது துரதிர்ஷ்டம்.

முந்தைய இரவு எடுத்திருந்த ஹாஷாஷ் கண்களை முழுவதுமாகத் திறக்க அனுமதிக்கவில்லை. இருப்பினும் எழுந்து அமர்ந்தேன். படுத்திருந்த லெதர் சோஃபாவிலிருந்து எழுந்த சப்தமோ அல்லது காலைக் கீழே வைத்ததில் எழுந்த சப்தமோ அவள் காதுகளில் கேட்டிருக்க வேண்டும். பக்கத்திலிருந்த அறையொன்றிலிருந்து வெளியே வந்தாள். அழகி; அரைவிழிப் பார்வையில். அருகே வந்தவள், என் நெற்றியில் தன் இரு கைகளின் ஆட்காட்டி மற்றும்

நடுவிரலால் மெல்லிய அழுத்தமொன்றைக் கொடுத்தபடியே, "ஆர் யூ ஓக்கே" என்றாள். குனிந்திருந்த தலையை மேலும் கீழும் அசைத்து "ஹ்ம்ம். திங் ஸோ" என்று சொல்லிவிட்டு, கண்களைச் சற்று அகலத் திறந்து பார்வையைக் கூராக்க முயற்சித்தேன். வாக்ஸிட்டு மழித்திருந்த அவளது ஆடுதசையும் உள்தொடையும் பார்வைக்குக் கிடைத்தது. தலையை மிதமான வேகத்தில் மெதுவாக உயர்த்தினேன். ஒரு ஜான் அளவு நீளமே இருக்கும் அடர் நீலநிற ஜீன்ஸ் ஷார்ட்ஸ் தெரிந்தது. அதற்கும் மேலே அடர் சிவப்பு நிற டீ-ஷர்ட்டும் தெரிந்தது. அவள் தன் கையை என் தலையிலிருந்து எடுக்கவும், அமர்ந்திருந்த அந்த லெதர் சோஃபாவில் சாய்ந்தமர்ந்து அவளை நிமிர்ந்து பார்த்தேன். முழுவிழிப் பார்வையிலும் அழகாகவே தெரிந்தாள். முகத்திலிருந்து பார்வை சற்றுக் கீழே இறங்கியது. அடர் சிவப்பு நிறத்தினுள் வட்டுடை அணியாத அவள் மார்பகங்கள் கனக்கச்சிதமாகத் தெரிந்தது. மீண்டும் நிமிர்ந்து அவள் முகத்தைப் பார்த்து, "இஃப் யூ டோண்ட் மைண்ட். ஸ்ட்ராங்கா ஒரு ப்ளாக் காஃபி போட்டுத் தரமுடியுமா?" என்று கேட்டேன். "ஷ்யூர்" என்று சொல்லிவிட்டு திரும்பி நடந்தாள். முன்னழகிற்கு சற்றும் குறைந்ததாக இல்லை அவளுடைய பின்னழகும். அவளை நடக்கவிட்டுப் பார்த்துக்கொண்டே இருக்கலாம் போன்றிருந்தது. மீண்டும் உள்ளங்கைகளால் நெற்றியின் இருபக்கத்தையும் அழுத்தியபடி தலையைக் கவிழ்ந்து அமர்ந்துகொண்டேன்.

எத்தனை நேரம் அப்படியே அமர்ந்திருந்தேன் என்று தெரியவில்லை. "ஹாவ் இட்" என்ற குரல் கேட்டு நிமிர்ந்தேன். ஸ்ட்ராங்கான காஃபி மணத்தோடு ஆவி கிளம்பிக் கொண்டிருந்த காஃபி மக்கைக் கையில் ஏந்தியபடியே என் எதிரில் நின்று கொண்டிருந்தாள். தேங்க்ஸ் என்ற ஒற்றை வார்த்தையோடு அந்த மக்கை நான் கையில் வாங்கிக் கொள்ளவும், என் எதிரிலிருந்த சோஃபாவில் கால்மேல் காலிட்டு அமர்ந்து கொண்டாள். வெந்நீரில் கலக்கப்பட்டிருந்த ஃபோல்ஜர்ஸின் சில மில்லிகள் உள்ளே சென்றதும், கொஞ்சம் ஆசுவாசமாய் இருந்தது. இப்பொழுது மீண்டும் சோஃபாவில் சாய்ந்தமர்ந்தேன்.

அவளது அடர்சிவப்பு நிற டீ-ஷர்ட் கண்களை உறுத்திக் கொண்டேயிருந்தது. மீண்டும் சாய்ந்தமர்ந்து கண்களை மூடிக்கொண்டேன். மகதிலினாவின் குரல் காதில் ஒலித்தது. 'சிவப்பு சாதாரணமான நிறமெல்லாம் இல்லை. பார்ப்பவரைச் சுண்டி இழுக்க வைக்கும் நிறம். சாலையில் சிதறிக் கிடக்கும் ரத்தத் துளிகளைப் பார்த்து மனம் பதறினாலும், அந்தத் துளிகளை மீண்டும் மீண்டும் பார்க்க வைக்கும் வசீகரம் இந்தச் சிவப்பு நிறத்திற்கு உண்டு. மெலினா படம் பார்த்திருக்கிறாய் அல்லவா...! அதில் பல்லூரச்சி பாலியல் தொழிலுக்கு இறங்கிய பிறகாக அவள் தன்னுடைய உதட்டுக்குப் பூசிக்கொள்கிற சாயத்தின் நிறம் என்னவென்று ஞாபகம் இருக்கிறதா...? அதனால் அவளுடைய டீ-ஷர்ட்டையோ அல்லது அந்த டீஷர்ட்டின் வழி பிரதிபலிக்கும் அவள் மார்பகங்களையோ நீ பார்க்கவில்லை. அவள் அணிந்திருக்கும் டீ-ஷர்ட்டின் நிறம் தான் உன்னை அதன் பக்கம் ஈர்க்கிறது. ஸோ இட்ஸ் நாட் ய்யோர் மிஸ்டேக். ஸோ பீ கேஷுவல்' என்றது.

கண்களைத் திறந்தேன். நான் சாய்ந்தமர்ந்தபோது அவள் கையில் வைத்திருந்த காஃபி மக், இப்பொழுது மேஜை மேலிருந்தது. "இஸ் எவ்ரிதின் ஆல்ரைட்...?" அக்கொஸ்த்திக் கித்தாரின் சி கார்ட் ஒலி காதில் விழுந்தது. "யப் ஹோப் ஸோ" என்ற என் குரல் எலக்ட்ரிக் கித்தாரின் இ ஸ்ட்ரிங்கின் ஒலியை ஒத்திருந்தது. அதற்கடுத்த சில நிமிடங்கள் இருவருமே எதுவுமே பேசிக்கொள்ளவில்லை. அமைதியாகச் சிப் சிப்பாகக் கையிலிருந்த ப்ளாக் காஃபியைப் பருகினேன். காலியான கோப்பையை எதிரிலிருந்த கண்ணாடி டீப்பாயின் மேல் ஓசை எழாத அளவிற்கு வைத்தேன். முடிந்தவரையில் அவளைப் பார்ப்பதைத் தவிர்க்க வேண்டுமென்ற முடிவோடு எதிரிலிருந்த சுவரைப் பார்த்தேன். ஆர்டிமிஸியா ஜெண்டிலெஸ்கி வரைந்த ஜூடித் ஹலோஃபோர்னஸ் ஓவியம் தெரிந்தது. மூளையினுள் ஏதோவொரு மின்னல் வெட்ட வலப்புறம் திரும்பிப் பார்த்தேன். கண்விழித்ததும் நான் பார்த்தது கூட ஆரிடிமிஸியாவின் தன்னோவிய படம் தான். இப்பொழுது மீண்டும் அவளைப் பார்த்தேன். தன்னுடைய சிறிய உடலைப்

பிரம்மாண்டமாகக் காட்டும் பொருட்டு கால்மேல் காலிட்டு, இருகைகளையும் விரித்து சோஃபாவின் கைப்பிடியில் வைத்துச் சாய்ந்தமர்ந்திருந்தாள்.

ஆர்டிமிஸியாவோட ஜூடித் ஹலோஃபோர்னஸை விடவும் கரவாஜியோடது இன்னும் தத்ரூபமாகவும் இன்னும் குரூரமாகவும் இருக்குமென்றேன். "உங்களுக்கு ஆரிடிமிஸியாவைப் பற்றித் தெரியுமா" என்று அவள் கேட்டபொழுது கண்கள் சற்று அகல விரிந்ததும் மேல்முதுகு சற்று முன்னோக்கி நகர்ந்ததும் தெரிந்தது.

"ஹ்ம்ம், டில் டேட் பெண் ஓவியர்னு அடையாளப்படுத்தப்படுற ஒரே ஓவியர் இவங்கதானே. இவங்களை எப்படித் தெரியாம போகும்" என்றேன்.

"ஓவியத்துறையில் கூடப் பெண்களுக்கு அநீதிதான் இழைக்கப்பட்டிருக்கு. ட்டிஸ்ச ஃபக்கின் மேல் வேர்ல்ட்" இதில் 'ஃபக்கின்' என்ற வார்த்தையை மிகச் சன்னமாய் தன் தலையை வேறு பக்கம் திருப்பிச் சொன்னாள்.

ஃபோல்ஜரின் உதவியால் ஹாஷாஷ் தன்னுடைய வீரியத்தை முழுமையாக இழந்திருந்தது. அமர்ந்திருந்த ஸோஃபாவில் சாய்ந்தமர்ந்தேன். என்னையுமறியாமல் தன்னிச்சையாய் வலது கால் இடது காலின் மேல் குடியேறியது.

"இத்தனை அழகான தன்னோவியம் வரைந்த ஓவியர் ஏன், இப்படியொரு கொலை ஓவியத்தை வரையணும்னு என்னைக்காச்சும் யோசிச்சுப் பார்த்திருக்கீங்களா" என்றேன். தெரியாது அல்லது இல்லை என்பது போல தோளைச் சற்று குறுக்கி நிமிர்த்தினாள். "தன்னை வன்புணர்வு செய்த ஓவிய ஆசிரியனை ஹலோஃபர்னஸாகவும், தன்னை ஜூடித்தாகவும் கற்பனை செய்து பார்த்ததோட விளைவுதான் இந்த ஓவியம். போராடும் மனநிலையை மனதளவில் வைத்திருந்த பெண்தான் என்றாலும் குரூர மனம் கொண்ட பெண்ணல்ல. அதனால் தான் கரவாஜியோவின் ஜூடித் பெயிண்டிங்கில் இருக்கும் தத்ரூப தரிசனம் இவளால் கொடுக்க முடியவில்லை."

“ஓவியத்துறையில் ஒடுக்கப்பட்டதும் இல்லாமல் வன்புணர்வுமா..?” சட்டெனச் சாய்ந்தமர்ந்திருந்தவள் நிமிர்ந்து அமர்ந்தாள்.

“ஹ்ம்ம்” என்று சொல்லியபொழுது அவள் கண்களை ஊடுருவினேன். ஒரு இனம்புரியா கோபம் அவளது கண்களினுள் நெளிந்தது. பின்னர் அவளே, “அந்தக் காலத்துல நடந்த நிகழ்வுக்கு இப்ப ஒண்ணும் பண்ணமுடியாதுல” என்று சொல்லிவிட்டு மீண்டும் ஸோஃபாவில் சாய்ந்தாள் சோர்வாக. நிமிட நேர மௌனத்திற்குப் பிறகு, “இப்ப கலைத்துறையில் இருக்கிற பெண்களும் சரி, சாமான்ய வாழ்க்கை வாழும் பெண்களும் சரி முழித்துக் கொண்டார்கள் இல்லையா. ஒரு ஆண் தப்பு பண்ணினா அதை வெளிய சொல்ற அளவுக்குத் தைரியம் எங்களுக்கு வந்திடிச்சுல” என்றாள்.

உதடு பிரியாமல், இடவலமாய்த் தலையை ஆட்டியபடி புன்னகைத்தேன். அவளின் கண்கள் சந்தேகத்தோடும், புருவம் கேள்விக் குறியோடும் என்னைப் பார்த்தது.

“பெண்ணுறுப்பில் நீர் சுரக்காத நேரத்தில் மேற்கொள்ளப்படும் அத்தனை புணர்வுமே வன்புணர்வுதான்” என்றேன் அழுத்தமாக. “நீங்க சொல்றபடி பார்த்தா நம்ம நாட்டுல இருக்கிற 90 சதவிகித பெண்களுமே வன்புணர்வுக்கு ஆளாகுறாங்கன்னுதானே வருது” என்றாள். “அதில் ஏதும் சந்தேகம் இருக்குதா உங்களுக்கு” என்றேன்

“அந்த 90 சதவிகிதத்தில் நானும் ஒருத்தியா இருந்திருக்கிறேன்” என்றபொழுது அவள் தலை சற்றுத் தாழ்ந்தது. அகன்றிருந்த கால்கள் சற்றுச் சுருங்கியது.

“ஆர் யூ மேரிட்” என்றேன்

“காட் டிவோர்ஸ்ட் டூ” என்றாள்.

வீட்டில் பார்த்துக் கட்டிவைக்கப்படும் திருமணங்கள் முறிய வீட்டிலிருக்கும் பெரியவர்கள் அனுமதிப்பில்லை என்பதால், “ஹோப் யூயர்ஸ் இஸ்ஸ லவ் மேரேஜ்” என்றேன்.

அவளுடைய கண்களில் மின்னல் போல ஓர் ஆச்சரியம் கண நேரம் வந்து போனது. “தட் ஹவ் டு யூ நோ...?”

நானும் புன்னகையோடு, "வெரி சிம்பிள். கல்யாண வாழ்க்கையில இருந்து சுதந்திரமா விடுதலை வாங்கிக்கிற உரிமை லவ் மேரேஜுக்கு மட்டும்தான் நம்ம பெரியவங்க கொடுத்திருக்காங்க. ஏன்னா நாளைக்கு அவங்க குறைச் சொல்ல அவங்களுக்கு ஒரு டாபிக் வேணும்ல" என்றேன்.

அவளிடமிருந்து விரக்தியாய் ஒரு புன்னகை வெளியேறி, சூழலைச் சற்று இறுக்கமாக்கியது. அதனால் இறுக்கத்தைக் குறைக்கும் பொருட்டு, "யோர் ஸ்மைல் லுக்ஸலைக் மோனலிசா" என்றேன்.

இதற்கும் அவளிடமிருந்து விரக்தியான புன்னகையே பதிலாக வந்தது. புகழுரைக்கும் மயங்காத பெண்ணிடத்தில் வேறு என்ன பேசுவது...! அவளே வாய் திறந்து பேச வேண்டிய ஒரு இடைவெளியை நான் கொடுப்பது என்று முடிவு செய்து அமைதியானேன். என் அமைதி அவளுடைய அமைதியைக் குலைத்தது.

"யெஸ் என்னோடது லவ் மேரேஜ்தான்" சன்னமான குரலில் பேசினாள்.

நான் அமைதியாகவே அமர்ந்திருந்தேன். அவளே தொடர்ந்தாள், "ஐ லைக் ட்டு ஷேர் சம்திங் வித் யூ. இஃப் யூ டோன் மைண்ட் மே ஐ" என்றாள்.

"என்கிட்ட பகிர்ந்துக்கிறதால உங்களுக்கு, மீன்ஸ் இஃப் யூ ஃபீல் கம்ஃபர்ட் வித் மீ. யூ மே" என்றேன்.

"எனக்கு எங்கேருந்து எப்படித் தொடங்கன்னு தெரியல" உதட்டைப் பிதுக்கி அவள் சொன்னது மிகவும் அழகாகயிருந்தது.

"ஒரு நாளைக்கு இருபத்தி நாலு மணி நேரம் தானே. அந்த இருபத்தி நாலு மணி நேரமும் ஒருத்தர் செக்ஸ் நினைப்போடயே இருக்க முடியுமா...?" அவளது உதடு மெலிதாகத் துடித்தது.

'இவ்ளோ செக்ஸியா இருந்தா' மனதினுள் நினைத்துக்கொண்டதை நாகரிகம் கருதி மனதினுள்ளேயே அடக்கிக்கொண்டேன்.

"ஆரம்பத்துல எனக்கும் அது பெருமையா சந்தோஷமா

தான் இருந்தது. ஆனா போகப் போக, இந்த உடம்பு வெறும் செக்ஸுக்கு மட்டும்தானான்னு தோணிடிச்சு. இஃப் ஹீ நீட் செக்ஸ் ஆல் டைம் மீன்ஸ் என்னைக் கட்டிக்கிட்டதுக்கு ஒரு டில்டோவை வாங்கியிருக்கலாமேன்னு எனக்குத் தோணுற அளவுக்கு அவனோட செக்ஸ் டார்ச்சர். யெஸ் அது டார்ச்சர் தான். நான் ஆபீஸ் ஃபோன் கால்ல இருப்பேன். அவன் கை என் கால் நடுவுல இருக்கும்." பேசப் பேச அவளது குரல் கம்மியாகிக் கொண்டே வந்தது.

காலியாயிருந்த காஃபி கோப்பையை எடுத்து ஒருமுறை பார்த்துக் கொண்டாள்.

"காஃபி" என்றாள்

"இல்லை வேண்டாம். இப்ப நீங்க எழுந்து போய் வேற வேலை பார்க்க ஆரம்பிச்சிட்டீங்கன்னா, உங்க மூளை வேலை பார்க்க ஆரம்பிச்சிடும். அகெய்ன் நீங்க உங்க மனச்சிறைக்குள்ள போய் உட்கார்ந்துப்பீங்க. ஸோ கேரியான்" என்றேன்.

காஃபி மக்கைக் கையில் வைத்துச் சில நொடிகள் உருட்டிக் கொண்டேயிருந்தாள்.

"யூ பிலீவிட் ஆர் நாட். ஒருநாள் ஒரு கனவு. என்னோட முதல் காதலன். யெஸ் சம் பிட்டர் ஃபீலிங்கால அவனோட எனக்குப் பிரேக்கப் ஆகிடிச்சு. அவன் தப்பு நான் சரின்னு எல்லாம் சொல்லத் தோணல. பிரேக்கப் ஆகிடிச்சு. தட்ஸிட்."

எனக்கு லேசாகத் தலைவலிப்பதைப் போன்றிருக்க, நான் லெதர் சோஃபாவில் சாய்ந்துகொண்டேன்.

"என்னோட கனவுல அவன் வந்தான். என்னால அவன் முகத்தை, அவன் கண்ணை நிமிர்ந்து கூடப் பார்க்க முடியல. அவ்வளவு கில்ட்டியா இருந்தது. பட் அவன் என்கிட்ட ஏதேதோ பேசினான். என் காதுல அது எதுவுமே விழல, கண்லருந்து கண்ணீர் மட்டும் தாரை தாரையா வருது."

ஃபோல்ஜரால் தெளிந்திருந்த என்னுடைய ஹேங்கோவர் மீண்டும் ஹெட்பாங்க் செய்வதைப் போல எனக்குத் தோன்றியது.

"நான் தூங்கிட்டு இருக்கிறேன். நான் முழிக்கக் கூட இல்லை. ஹீ இஸ் மேக்கிங் செக்ஸ் வித் மீ." அவளுடைய கண்களில் கண்ணீர் அமைதியாய் வழிய ஆரம்பித்தது.

"ஒருகட்டத்துல என்னால பொறுத்துக்க முடியல, ஸோ ஐ அப்ளைட் ஃபார் டிவோர்ஸ். டிவோர்ஸ் அப்ளை பண்ணின அப்புறமா அவனோட நாக்கு தேளோட கொடுக்கா மாறி என்னை டார்ச்சர் பண்ண ஆரம்பிச்சிடிச்சு."

எனக்கு மூச்சு முட்டிக் கொண்டு தலைசுற்றுவதைப் போல இருக்க, இங்கிருந்து வெளியேறினால் போதுமென்கிற மனநிலை தோன்றியது.

"டிவோர்ஸ் பேப்பர்ஸ் கைல கிடைச்சதும் அவனுக்கு நான் கொடுத்த கிஃப்ட் என்ன தெரியுமா...?" அவளது உதட்டில் ஒரு சிறு மந்தகாசப் புன்னகையோடு, "டில்டோ". சொல்லிவிட்டு பைத்தியம் போன்று சத்தமாகச் சிரித்தாள்.

அவள் தன்னுடைய புழுக்கத்திலிருந்து வெளியேறிவிட்டாள். ஆனால் எனக்குத்தான் புழுங்கியது. வியர்வை வெளியேறவில்லை என்றாலும் தோள்பட்டையைக் கொண்டு முகத்தைத் துடைத்துக் கொண்டேன். ஏற்கனவே வெளியேறினால் போதும் என்கிற மனநிலையிலிருந்த நான், ஏதேனுமொரு பொய்யைச் சொல்லிவிட்டு இங்கிருந்து வெளியேறிவிட வேண்டும் என்கிற முடிவோடு, சட்டென ஏதோ நினைவுக்கு வந்ததைப் போன்று அவசர அவசரமாகக் கைக்கடிகாரத்தைப் பார்த்தேன்.

"என்னாச்சு?"

"இல்ல, ஐ ஹெவ் சம்மதர் அப்பாயிண்ட்மெண்ட். இஃப் யூ டோண்ட் மைண்ட்" உளறினேன்.

"ஓ சாரி சாரி" என்றாள் அவளும் அவசரமாக.

"நோ நோ அதெல்லாம் ஒண்ணுமில்ல. ஆக்சுவலி அப்பாயிண்ட்மெண்ட் இருக்கிறதை நானே மறந்து போயிட்டேன்" மீண்டும் உளறினேன்.

"தட்ஸ் ஓக்கே" குரலில் ஒரு சிறு வருத்தம் தெரிந்தது.

ஸோஃபாவிலிருந்து எழுந்தேன். ஸோஃபாவின் ஓர் ஓரமாய் ஒடுங்கிப்போயிருந்த அவளும் எழுந்தாள். “தேங்க்ஸ் ஃபார் ய்யூர் ஹாஸ்பிட்டாலிட்டி” என்று என் வலக்கையினை நீட்டினேன். அவளும் தேங்க்யூ ஸோ மச் என்று சொல்லிவிட்டு கட்டியணைத்தாள். இறுகியிருந்த அவளது மார்பு சதை என்னுடைய அப்பர் அப்டமனில் அழுந்தியது. என் அனுமதியின்றியே என் மார்பில் முத்தமிட்டாள். தோள் தொட்டு அவளை விலக்கினேன். அவள் கண்களைப் பார்த்தேன். மெலிதாகக் கலங்கியிருந்தது. “டைம் ஆகிடிச்சு நான் கிளம்பணும்” என்றேன். சரியென்றாள்.

வாசற்கதவு வரை வழியனுப்ப வந்தவள், நான் வாசலைக் கடக்கும் நேரம் என் கையைப் பிடித்து, “இன்னிக்கு நைட்டும் சர்ச் ஸ்ட்ரீட்க்கு வருவேன்” என்றாள். “சந்திப்போம்” என்று ஒட்டவைத்த புன்னகையோடு வெளியேறினேன்.

அம் உம் வசிய வசிய ஸ்வாஹா

Rupert sheldrake என்னிடம் வந்து, "உலகின் பல கலாச்சாரங்களிலும், பல மதப் பிரிவினர்களிடமும், ஆதிக் குழுக்களிடமும், கனவு காண்கின்றபொழுது நாம் நம் உடலைவிட்டு வெளியே சென்று ஒரு பயணத்தை மேற்கொள்கிறோம் என்ற நம்பிக்கை இருந்து வருகிறது. நாம் கனவு காண்கிறோம் என்பதை நம்மால் உணர முடியும் என்றால் கனவுப் பயணத்தை நம் கையில் எடுத்துக்கொண்டு தொலைவில் இருப்பவர்களில் நாம் பார்க்க விரும்புபவர்களைத் தேடிச் சென்று பார்ப்பது சாத்தியமாகலாம்" என்றபோது முதலில் எனக்குச் சிரிப்பு வந்தது. ஆனால் ரூப்பர்ட் வெறுமே கதைப் பேசிச் செல்லும் ஆளில்லை என்பதை அனுபவபூர்வமாக உணர்ந்தவன் என்பதால், வெறுமே இது அவனுடைய பிதற்றல் மொழியென்று என்னால் ஒதுக்கித் தள்ளிவிட முடியவில்லை. அதனால் அவனிடம் இது எப்படி சாத்தியமெனக் கேட்டேன். அவன் ஒருசில நிமிடங்கள் எதுவுமே பேசாமல் அமர்ந்திருந்தான். பின் என் கண்களை அவனுடைய கண்களால் ஊடுருவிப் பார்த்து, "உங்களுடைய அரசாங்கம் தேசிய மொழியெனச் சொல்லும் மொழியில் இதற்கான மந்திரமொன்று இருக்கிறது

என்பதை அறிவாயா” எனப் படமெடுத்து நிற்கும் சர்ப்பத்தின் பார்வையுடனேயே கேட்டான்.

அவன் பார்வையின் இறுக்கம் என்னைக் குறுகுறுக்க வைத்தது. அவனிடமிருந்து என் பார்வையைத் தவிர்க்க நினைத்தேன். ஆனால் என்னால் அவனுடைய பார்வையைத் தவிர்க்க முடியவில்லை. இறுக்கத்தை நெகிழ்த்த நான் நிலம் மொழி இனம் கடந்தவன் என்பது உனக்குத் தெரியாதாவெனக் கேட்டேன்.

“நீ சிந்திக்கும் மொழியான தமிழில் கனியன் பூங்குன்றன் என்றொருவன் இருந்தானல்லவா” என அவன் பேசும் பொழுதே நான், “யாதும் ஊரே யாவரும் கேளிர் என்றவன் தானே” என இடைமறித்தேன். ரூப்பர்ட்டின் உதட்டில் பார்வையில் ஒரு சிறு புன்னகை தோன்றியதைப் போலிருந்தது. அதனால் நான் மேற்கொண்டு “நான் அம்மாதிரியானவன்தான். எனக்கு” என்று தொடர ஆரம்பிக்க, கைகாட்டி நிறுத்தி, “எர்னெஸ்டோவின் வாழ்க்கையை நீ அறிவாய்தானே” என்றான். நானும் ஆமாமென்றேன். “அர்ஜெண்டினாவில் பிறந்த ஒருவன் க்யூபாவின் எழுச்சியை எப்படி நிகழ்த்தினான்...? க்யூபாவோடு நிறுத்திக் கொள்ளாமல் பொலிவியா வந்து மரணித்ததன் பொருளென்ன...?” அர்த்தபூர்வமான மௌனத்திற்கு என்னிடம் பதிலில்லை என்றானதும், அவனே, “நீ எந்த மண்ணில் இருக்கிறாயோ அது உன்னுடைய மண். இப்பொழுது நீ காலூன்றி நிற்கும் மண்ணின் அரசு உனக்குமான அரசு தான். ஆகையால் நான் சொல்வதைப் போல அது உன் அரசாங்கம் தான். ஆனால் அது உன்னால் தேர்ந்தெடுக்கப்பட்ட உன்னுடைய அரசாங்கம் இல்லை” என்றான்.

அவன் கூறியதில் எனக்கு ஒப்புதல் இல்லையென்ற போதும் பதிலுக்குப் புரிந்தது என்பதாய் தலையை ஆட்டிக் கொண்டேன். மீண்டும் என் கண்ணை ஊடுருவியவனின் உதடுகள் ஏதோ மந்திரம் உச்சாடனத்தைப் போல முணுமுணுத்தது. அவன் முணுமுணுக்க என் நரம்பினுள் வரிசையாகச் சிறிதும் பெரிதுமாகப் புழுக்கள் ஊர்ந்து செல்ல, அவன் உதட்டசைவை என் உதடுகளும் பிரதியெடுத்தது. உதட்டசைவை

அவதானித்தேன். அது அம் உம் வசிய வசிய ஸ்வாஹா என்று உச்சரிப்பதாய் உணர்ந்தேன். நான் உணர்ந்துகொண்டதை உணர்ந்துகொண்டவனாக, நான் உனக்குக் கற்றுக் கொடுக்க வந்ததைக் கற்றுக்கொடுத்துவிட்டேன். நான் என்னுடைய நாட்டிற்கு என்னுடையக் காலத்திற்குக் கிளம்புகிறேன் என்றான்.

அவன் அகன்றுவிட, அந்த அகண்ட பாலைவனத்தில் நான் மட்டுமே அமர்ந்திருந்தேன். என் துணைக்கு அவன் கற்றுக் கொடுத்துச் சென்ற அறியா மொழியின் புரியா வாக்கியம். அந்த வாக்கியத்தை மனனம் செய்ய ஆரம்பித்தேன். என் மனம் என் கட்டுப்பாட்டையும் மீறி அவளை நோக்கி ஓடியது.

என் எதிரே அவள் தலை கவிழ்ந்து அமர்ந்திருந்தாள். இருவரிடமும் பேசுவதற்கு நிறைய வார்த்தைகள் இருந்தன. அளவுக்கு அதிகமான எதுவுமே அலைக்கழிப்பவை. வார்த்தைகளும் அதில் விலக்கில்லை. முதலில் அவள் தான் எங்களிருவருக்கும் நடுவிலிருந்த ஆலங்கட்டியை உடைத்தாள்.

“நிம்மதியில்லாத வாழ்க்கையென்றாலும் சந்தோஷமான வாழ்க்கையை வாழ்கிறேன். ஏன் மீண்டும் என்னை அலைக்கழிக்கிறாய்” என்றாள். பின் அவளே, “அவர் உறக்கத்திலிருந்து எழுந்துகொள்ளும் முன்பு என்னை அழைத்த காரணம் என்னவென்று சொல்லிவிடு.”

“உனக்காவது பரவாயில்லை. என்னைப் பிரிந்த பிறகாக நிம்மதியில்லை என்றாலும் சந்தோஷமான வாழ்க்கையேனும் அமைந்திருக்கிறது. ஆனால் எனக்கோ உன் பிரிவுக்குப் பிறகாக நிம்மதியுமில்லை சந்தோஷமுமில்லை” நான் பேசப்பேச அவளது முகபாவம் கோணல் கொண்டது. அவளுடைய முகபாவ மாற்றத்தைக் குறித்து ஏதும் கேட்காமல் தொடரலானேன்.

“உன் நினைவுகளுக்குப் பயந்து ஊரைவிட்டு தேசத்தைவிட்டு நாடோடியாகச் சுற்றுகிறேன். பகல் வெளிச்சத்தில் நிழலாய், இரவில் நிழலின் இருளாய் நீ என்னைத் தொடர்கிறாய். உனக்கொன்று தெரியுமா சகி, உடல் வேட்கை முடிந்த பிறகு விந்தோடு காதலும் ஒழுகிச் சென்றுவிடும் என்று ஒரு

சொல் உண்டு. விந்தொழுகியோட விட்ட பின் ஓர் உருவம் உள்ளுள் தோன்றுமெனில் அது காதல். ஒவ்வொரு நாளிரவும் ஓரோர் பெண்ணுடலோடும் கூடிக் கலந்து என்னுள் உறைந்து போயிருக்கும் உன் உருவை அழிக்க முயன்று, இல்லை சகி. ஒவ்வொரு உடல் கூடலுக்கும் பின்னும் உன் உருவம் இன்னும் அழுத்தமாய் என்னுள் உறைந்தபடியே இருக்கிறது."

அவளை நிமிர்ந்து பார்த்தேன். அவளது முகமோ சற்றுமுன்னிருந்த கோணல் மாறிச் சவக்களையைக் கொண்டிருக்க, உடனடியாக அவளைச் சமாதானப்படுத்தும் விதமாக, "உன்னைக் குற்றவுணர்வுகொள்ள நான் எதுவும் சொல்லவில்லை. பகிர நினைத்தேன் பகிர்ந்தேன்."

அவள் தன் மேல் வரிசைப் பற்களால் கீழுதட்டை அழுத்தமாகக் கடித்திருந்தாள். அவளுக்கு என்ன நேர்ந்தது, நேர்கிறது என்பதை அறியாமல் நான் அவளைப் பார்க்க, அவள் தன் கைகளால் வாயை அழுத்தமாகப் பொத்திக் கொண்டாள். அது என்னோடு பேசாமல் இருக்கவா அல்லது அல்லது... அவளது உடல் துடித்தது. அவளது கண்களிலிருந்து கண்ணீர் வழிந்து காது மடலை நோக்கி ஓடியது. அவளது உடல் தன்னுடைய துடிப்பைக் கொஞ்சம் கொஞ்சமாக நிறுத்திக் கொள்ள, அவள் கண்களில் கருந்துளை குடியேறியிருக்க, என்னைப் பார்த்து விரக்தியாய் சிரித்தாள். அந்தச் சிரிப்பினூடே அவள் என் முன்னிருந்து காற்றோடு காற்றாய் கரைந்து போனாள்.

XO

01:15 hours

பால்கனி சென்று தொடர்ச்சியாக இரண்டு சிகரெட்டுகளைப் புகைத்து முடித்துவிட்டு, நேற்றைய மாலை ஆறு மணியிலிருந்து இந்த நிமிடம்வரை நிகழ்ந்தவற்றை வரிசை கிரமமாகக் கதையாக எழுதத் துவங்கினேன். கதையெழுதவென்று அமர்ந்துவிட்டால் கண்ணும் மனமும் அங்குமிங்கும் அலைப்பாயக் கூடாது என்பது எனக்கு நானே போட்டிருக்கும் விதி. ஆனால் விதியென்று ஒன்றிருந்தால் விதிவிலக்கு என்றவொன்றும் இருக்கத்தானே செய்யும். சில மணி நேரங்களுக்கும் முன்பாக எடுத்துக்கொண்டிருந்த எக்ஸோ அந்த விதிவிலக்கைக் கொண்டு வந்தது. திரும்பி அவளைப் பார்த்தேன். ஆழ்ந்து உறங்கிக்கொண்டிருந்தாள். மிகக் குட்டையாக அவள் அணிந்திருந்த இரவு நேரத்து உடை விலகியிருந்ததில் அவளின் ஜனனேந்திர உறுப்பு தெரிந்தது. கழற்றி வீசப்பட்டிருந்த அவளது உள்ளாடைகள் கட்டிலைச் சுற்றி அங்குமிங்குமாய் சிதறிக் கிடந்தன. நான் அணிந்திருந்த ஆடை மட்டும் சுருட்டி ஒரு ஓரமாய் வைக்கப்பட்டிருந்தது. அயற்சியோடு ஒரு நிமிடம் கண்களை மூடிக்கொண்டேன்.

18.00 hours

மதிய நேரத்து மழையால் பூமி மொத்தமும் குளிர்ந்திருந்தது. சிட் அவுட்டில் எனக்குப் பிடித்த கிங் எட்வர்ட் மற்றும் ப்ளாக் டீ சகிதமாக, பிரத்யேகமாக எனக்காக மட்டுமே போடப்பட்டிருக்கும் சாய்வு நாற்காலியில் அமர்ந்து, கரிய நிற தார்சாலையின் ஈரத்தில் வின்மீன்களென மின்னிக் கொண்டிருக்கும் சாலையோர விளக்கு கம்பத்தின் வெளிச்ச பிரதிபலிப்பைப் பார்த்துக் கொண்டிருந்தேன். அலைபேசி அழைத்தது. எடுத்துப் பார்த்தேன். போன் புக்கில் இல்லாத ஒரு எண்.

- ஹலோ

- ஒரு மாசம் முன்ன அப்படி நடந்துகிட்டதுல உனக்கு வருத்தமொண்ணும் இல்லேல

யார் பேசுகிறேன் என்று சொல்லாமலே பேசத் துவங்கியது அந்தப் பெண்ணின் குரல். ஆனாலும் தெரிந்துவிட்டது யாரென்று. "அதெல்லாம் ஒண்ணுமில்ல" என்றேன்.

- சரி அப்படீன்னா இன்னிக்கு நாம சந்திப்போமா...?

- சரி

- சரியா ஏழு மணிக்கு எம்.ஜி ரோட் பப்க்கு வந்திடு

- சரி

போனை வைத்து விட்டு மொபைலைப் பார்த்தேன். 18.15 என்று காட்டியது.

19.15 hours

பப்பின் வாசலில் அவள் மட்டும் தனியே நின்றுகொண்டிருந்தாள். பார்க்கிங்கில் என்னுடைய ஹோண்டாவை நிறுத்திவிட்டு, அவளருகில் சென்று. "சாரி ட்ராஃபிக்ல கொஞ்சம் லேட் ஆகிடிச்சு" என்றேன். "பரவாயில்ல" என்றாள். அதே பழைய புன்னகையோடு. வா போகலாமென்று பப்பின் வாசல் நோக்கித் திரும்பினேன். "இன்னிக்கு இங்க வேணாம். நீ

வழக்கமா போற ஏதாச்சும் லோக்கல் பார் போவோம்" என்றாள். சரியென்று சொல்லிவிட்டு, அருகிலிருந்த ஆட்டோ ஸ்டேண்டை நோக்கி நகர்ந்தேன். எட்டி என் கையைப் பிடித்தவள். "உன் பைக்லயே போவோம்" என்றாள். "*drunk n drive* நான் பண்றதில்ல" என்றேன். "சரி நீ குடிக்க வேணாம். நான் மட்டும் குடிச்சுக்கிறேன். பைக்கை கிளப்பு போவோம்" என்றாள்.

21:38 hours

பார்க்கிங்கில் எவ்வித சேட்டையுமின்றி அமைதியாய் நின்றுக் கொண்டிருந்த ஹோண்டாவின் அருகில் சென்று,

- பைக்ல ஏறி உட்காரு. உன்னை ட்ராப் பண்ணிட்டு நான் என் ரூமுக்குக் கிளம்புறேன். லேட்டாகிடிச்சுன்னா கேட்டைப் பூட்டிருவாங்க

- இப்போ மட்டும் நீ என்கூட வரலேன்னா இந்த இடத்துலயே என்னோட ட்ரஸ் அத்தனையும் அவுத்துப் போட்டுட்டு உக்காந்துடுவேன். என்னைப் பத்தி உனக்கு நல்லாவே தெரியும்

- சரி லாட்ஜ் எல்லாம் வேணாம். உன்னோட வீட்டுக்கே போவோம்.

- நீ என்கூட இருப்பேன்னா எங்கே வேணாலும் போவோம். ஆனா இப்பவே வீட்டுக்குப் போவ வேண்ணாம். அந்தப் பப்புக்கு போயிட்டு போவ்வோமா... ப்ளீஸ்ஸ்ஸ்ஸ்

- சரி

20.04 hours

நான் வழக்கமாகச் செல்லும் அந்த பாரினுள் அவளையும் அழைத்துக் கொண்டு நுழைந்தேன். எக்ஸோ க்வாட்டர் வாங்கினாள். எனக்கு ஒரு பெப்ஸியை மட்டும் வாங்கிக் கொண்டு, அந்த பாரில் ஓர் ஓரமாய் போடப்பட்டிருந்த மேஜையில் அவளோடு அமர்ந்தேன். வழக்கமான நிதானம் இல்லாமல் வெகுவேகமாக முதல் ரவுண்டை அவள் முடித்தது எனக்கு ஆச்சரியமாக இருந்தது. ஆனால் எதுவும்

கேட்டுக் கொள்ளவில்லை. இரண்டாவது ரவுண்டும் ஒரு சிறு இடைவெளியில். அதன்பிறகுதான் பேசத் துவங்கினாள்.

“ஒரு மாசமா வீட்டுக்குள்ளேயே அடைஞ்சு கிடக்குறேன். அந்தாளு குடிச்சு குடிச்சு லிவர் வெந்து செத்துப் போயிட்டான்னா, அதுக்கு நான் என்ன பண்ண முடியும். வீட்ல எப்ப பாரு ஆட்கள் வர்றதும் போறதும். இந்த ஒரு மாசத்துல ஒரு நிமிஷம் கூட நான் நானா இருக்க முடியல. சாவுறதுக்கு முன்னயும் என்னைச் சாவடிச்சான்னா, செத்ததுக்கு அப்புறமாவும் என்னைச் சாவடிச்சிட்டான்.”

“ம்ம்ம்.”

“ஆனாலும் அவன் ரொம்ப நல்லவன் தெரியுமா. என்னை உள்ளங்கைலதான் தாங்கிக்குவான். என் கண்ணசைவுக்கே அர்த்தம் கண்டுபிடிச்சு எனக்கு என்ன தேவையோ அதை நிறைவேத்திடுவான்” என்று சொல்லிவிட்டு மூன்றாவது ரவுண்டையும் காலி செய்தாள். அதோடு நில்லாமல் கடைப்பையனை அழைத்து இன்னுமொரு எக்ஸோ க்வாட்டருக்குக் சொன்னாள். பின்னர் மீண்டும் பேசத் துவங்கினாள்.

“அந்தாளு விதவிதமா செக்ஸ் வைக்க விரும்புவாரு. அதுல சேடிஸம், மேஸகிஸம் எல்லாம் கூட உண்டு. பெரும்பாலும் அவர் விரும்புறது எல்லாம் நான் ஸ்ட்ரிப்டீஸ் பண்ணிட்டு அவர் முன்ன சுயஇன்பம் அனுபவிக்கணும். அதைப் பார்த்துட்டே அவரும் சுய இன்பம் அனுபவிக்கணும்னுதான். ஒரு தரம் ஏன் இப்படின்னு கேட்டேன். அதுக்கு கல்யாணத்துக்கு முன்ன எப்படி பொம்பள சுகத்துக்காக மனசு ஏங்குமோ அதே மாதிரி கல்யாணம் பண்ணிக்கிட்டதுக்கு அப்புறமா இந்த மாதிரி கையடிக்கிறதுக்காகத்தான் மனசு ஏங்கும்னு சொன்னாரு. எனக்கான ஒவ்வொரு விஷயத்தையும் பார்த்துப் பார்த்துப் பண்ற மனுஷனுக்காக இதைப் பண்றது தப்பில்லன்னு தோணிச்சு. அதுக்கப்புறமா அவர் எப்ப இந்த மாதிரி கேட்டாலும் மறுப்பே சொல்லமாட்டேன்.”

கடைப்பையன் எக்ஸோவை கொண்டு வந்து வைத்துவிட்டு, மேஜையின் மேல் காலியாகியிருந்த ப்ளேட்களை எல்லாம் எடுத்துச் சென்று அவைகளையும் நிரப்பிக் கொண்டு வந்து வைத்தான். அந்தக் கடைப்பையனுக்கு நன்றி சொல்லிவிட்டு மீண்டும் தொடர்ந்தாள்.

"அன்னிக்கு ராத்திரி உன்னை அவசர அவசரமா கூப்பிட்டு பெட்ரூம் கதவைக் கூட மூடாம திறந்து வச்சுக்கிட்டே, அவர் கண் முன்னேயே சோஃபால வச்சு உன்கூட பண்ணினதும் கூட அவருக்காகத்தான். ஆமா அவர் தன்னோட கடைசி மூச்சை தான் சிரமப்பட்டு விட்டுட்டு இருந்தார். அப்படி பண்ணினதுக்கு என்னை மன்னிச்சிடு" என்று அவள் சொல்லியபொழுது, போதையில் அவளின் குரல் கொஞ்சமாய் குழறத் துவங்கியிருந்தது. "நானும் ஒண்ணும் உத்தமனில்லியே" என்றேன்.

நான்காவது ரவுண்ட் உள்ளே சென்றதும், "எனக்கு வீட்டுக்குப் போக பயமா இருக்கு. இல்லையில்ல எனக்கு அந்த வீட்டுல தனியா படுக்கப் பிடிக்கல. என்னை எங்கேயாச்சும் கூட்டிட்டு போ. ஆமா நான் ஏன் இன்னிக்கு நைட் உன்னோட ரூம்க்கு வரக் கூடாது" என்றவளிடம். "என்னோட ரூம்க்கு நீ வரலாம். ஆனா நாளைக்கே என் பெட்டி படுக்கையோட உன் வீட்டு வாசல்ல நான் நிற்க வேண்டி வந்திடும" என்றேன். "அப்படின்னா வேற எங்கியாச்சும் ரூம் போடுவோம்" என்றவள், "லக்சரியா எல்லாம் வேணாம். ரொம்ப ரொம்ப சாதாரணமான லாட்ஜ்ல போட்டா போதும்" என்றாள். உனக்கு ஓவராகிடிச்சு. மிச்சமிருக்கிறத ராத்திரிக்கு நான் யூஸ் பண்ணிக்கிறேன் என்று சொல்லியபடியே மீதமிருந்த க்வாட்டர் பாட்டிலை எடுத்து என் பாக்கெட்டில் சொருகிக் கொண்டு வா கிளம்பலாமென்றேன். கையை நீட்டினாள். பிடித்துக்கொண்டேன். இருக்கையிலிருந்து எழுந்து என் தோளோடு தலைசாய்த்துக் கொண்டவள், "இன்னிக்கு ராத்திரி உன்னைக் கட்டிப்பிடிச்சிட்டே தூங்கணும்" என்று எனக்கு மட்டுமே கேட்கும் குரலில் சொன்னாள். "இப்பவும் சொல்றேன். நான் ஒண்ணும் உத்தமனில்லை."

“சரி. அதிகபட்சம் போனா என்ன பண்ணுவ...? என் கையையும் காலையும் கட்டிப் போட்டு என்னை ரேப் பண்ணுவியா...? அப்படிப் பண்றது எனக்கொண்ணும் புதுசல்ல. சொல்லப்போனா நீ அதைப் பண்ணினா நான் இன்னும் என்ஜாய் பண்ணதான் செய்வேன்.”

00:10 hours

அவளது அப்பார்ட்மெண்டில் அவளது படுக்கையில் அமர்ந்திருக்கிறேன். இவள் தினமும் இந்த மெத்தையின் மேல்தான் படுக்கிறாளா என்ற சந்தேகம் தோன்றும் அளவிற்கு எவ்விதமான கசங்கலும் இல்லாமலிருந்தது. மெலிதான குளிர் அறையெங்கிலும். லோக்கல் பாரிலிருந்து எடுத்து வந்திருந்த எக்ஸோவைத் திறந்து தண்ணீர் கலக்காமல் ராவாக அப்படியே குடித்தேன். நீர் கடந்த இடமெல்லாம் நெருப்பாய் எரிந்தது. பாத்ரூமினுள் ஃப்ளஷ் செய்யப்படும் சத்தம் கேட்டது. உள்ளேயிருந்து நிர்வாணமாய் வெளியே வந்தாள். வந்தவள் என்னைப் பார்த்துப் புன்னகைத்தாள். பின்னர் வார்ட்ரோபிலிருந்து இரவு நேரத்து உடையொன்றை எடுத்து அணிந்துக்கொண்டாள். அவளைப் பார்த்துக் கொண்டேயிருந்தேன். ஏன் அப்படிப் பார்க்கிற என்றாள். ஒண்ணுமில்ல தம்மடிக்கணுமென்றேன். ரூம்ல வேணாம் பால்கனிக்குப் போ என்றாள். எழுந்தேன். ராவாக உள்ளே சென்றிருந்த திரவம் வயிற்றினுள் இங்குமங்குமாய் ராக்-*n*-ரோலாக, ஒரு நிமிடம் நின்று நிதானித்துவிட்டு எழுந்து பால்கனிக்குச் சென்றேன். என் பின்னேயே அவளும் வந்தாள். “எனக்கும் ஒரு சிகரெட் குடேன்.”

இருவரும் படுக்கையறைக்குத் திரும்பினோம். மெத்தையின் மேல் முதலில் என்னைப் படுக்கச் சொன்னாள். பின்னர் அவளும் என்னருகில் படுத்துக் கொண்டாள். அவளது கணவனின் உடை என் உடலுக்குப் பொருந்தாது போனதாலும், ஜீன்ஸ் டீ-ஷர்ட்டோடு படுத்துப் பழக்கமில்லை என்பதாலும், உள்ளாடையோடு மட்டுமே படுத்திருந்தேன். “உன் நெஞ்சு மேல தலை வச்சுப் படுத்துக்கட்டுமா ப்ளீஸ்” என்றவளுக்கு

இடது கையை விரித்து இடம் கொடுத்தேன். ஈரம் முழுவதும் துவட்டப்படாத அவளது கூந்தலிலிருந்து ஹேர்வாஷின் மணம் நாசிக்கு இதமாயிருந்தது. "இந்த மெத்தை மேல படுத்து ஒரு மாசத்துக்கும் மேலாச்சு. புருஷன் செத்துட்டான்னா மெத்தைல கூடப் படுக்கக் கூடாதாம். தெரியுமா" என்றாள். பின்னர் "ஏதாச்சும் கிளுகிளுப்பா ஒரு கதை சொல்லேன்" என்றவளின் உச்சந்தலையில் முத்தமொன்றை வைத்தேன். வட்டுடையால் கைது செய்யப்படாத அவளது மார்பு சதை என் வயிற்றின் மேல் ஜெல்லியைப் போல அழுந்திக்கொண்டிருந்தது.

அவள் தலைமுடியைக் கோதிவிட்டபடியே மிக மிகக் கவனமாக என்னுடைய காதல் கதையை வேறு எவனோ ஒருவனின் காதல் கதையாகச் சித்தரித்து அவளிடம் சொல்லத் துவங்கினேன். ம்ம்ம் கொட்டிக் கொண்டேயிருந்தவளின் குரல் அடுத்த சில நிமிடங்களிலேயே தேய்ந்து மறைந்துபோனது.

22:15 hours

என்ட்ரி ஃபீஸைக் கட்டிக் கொண்டு உள்ளே நுழைந்தோம். *manowar*ன் ராக் இசை காதைக் கிழித்துக் கொண்டிருந்தது. டான்ஸ் ஃப்ளோரில் நான்கு யுவதிகளும் இரண்டு லாங் ஹேர் யுவன்களும் ஹெட் பேங்க் செய்துகொண்டிருந்தார்கள். என் கையை உதறித் தள்ளிவிட்டு இவளும் டான்ஸ் ஃப்ளோர்க்கு ஓடினாள். நான்கு என்பது ஐந்தென்றானது. மூன்று பாடல்களுக்குத் தொடர்ச்சியாய் ஆடினாள். பின்னர் கீழே வந்தாள். பியரை வரவழைத்துக் குடித்தாள். மீண்டும் ஃப்ளோரில் ஏறினாள். ஆடினாள். இறங்கினாள் - குடித்தாள் - ஏறினாள் - ஆடினாள். இவளோடு பழகிய இத்தனை நாட்களிலும் இத்தனை எனர்ஜியோடு இவள் நடந்துகொண்டு நான் பார்த்ததில்லை. ஒரு பியரை வரவழைத்துக் குடித்துவிட்டு நாமும் போய் ஹெட்பாங்க் செய்தால் என்னவென்ற ஆசை மனதினுள் ஓடியது. ஆனால் அளவுக்கு அதிகமாய் குடித்திருக்கும் இவளைக் கூட்டிச் செல்லவேண்டிய பொறுப்பு என்னோடு இருப்பதால் வேறு வழியின்றி ஆசையை அடக்கிக்

கொண்டேன்.

02:35 hours

எழுதி முடித்திருந்த பேப்பர்களை எடுத்து மடித்து என்னுடைய பேண்ட் பாக்கெட்டினுள் வைத்துக் கொண்டேன். விலகியிருந்த அவளது ஆடையை ஒழுங்குபடுத்திவிட்டு, அவள் நெற்றியில் முத்தமிட்டேன். தாடையில் தாறுமாறாய் வளர்ந்திருந்த தாடியின் ரோமம் அவளது மூக்கின் நுனியை உரசியிருக்க வேண்டுமென்று நினைக்கிறேன். வலது கை ஆட்காட்டி மற்றும் நடு விரலின் பின்பக்கத்தைக் கொண்டு தன் மூக்கை உரசிக் கொண்டே திரும்பிப் படுத்தாள். அவள் கணவனின் புகைப்படத்தின் முன் ஏற்றி வைக்கப்பட்டிருந்த விளக்கின் ஒளியில் அவள் முகம் கவலை ஏதுமற்ற குழந்தையொன்று தூங்குவதைப் போன்றிருந்தது. காலடி சப்தம் எதுவும் எழாதபடி மென்பாத நடை நடந்து அந்த அறையிலிருந்து வெளியே வந்தேன்.

My sex apparatus is on my head

நிர்வாணமாய் அமர்ந்திருந்த எங்கள் இருவருக்கும் நடுவில் அமைந்திருந்த கண்ணாடி மேஜையின் மேல், அவளின் பக்கம் நானே என் கைகளால் தயாரித்திருந்த மொஹிந்தோவும், என் பக்கம் அவளின் கைகளால் அவள் எனக்குத் தயாரித்திருந்த டபுள் ஷாட் எஸ்ப்ரெஸோவும், இருவராலும் சீந்தப்படாமல் அப்படியே இருந்தது. ஒவ்வொரு முறையும் திருப்திகரமான கலவிக்குப் பிறகாக என் இணைக்குப் பிடித்தவொன்றை நான் தயாரித்துக் கொடுப்பதும், எனக்குப் பிடித்த ஒன்றை அவர்கள் தயாரித்துக் கொடுக்க வேண்டும் என்பதையும் ஒரு வழக்கமாக்கி வைத்திருக்கிறேன். இன்று என் எதிரில் அமர்ந்திருப்பவள் எஸ்ப்ரெஸோ ஸ்பஷலிஸ்ட். இதைப் போலவே நேற்று என் முன் அமர்ந்திருந்தவள் ஃபில்டர் காஃபி ஸ்பஷலிஸ்ட். அதற்கும் முந்தைய தினம் என் எதிர் இருக்கையில் நிர்வாணமாய் அமர்ந்திருந்தவள் யாரென்று நினைவிலில்லை. யாரென்று நினைவிற்கு வந்தால் மட்டுமே அவர்களது தனித்துவம் எதிலென்று என்னால் சொல்ல முடியும்.

என் எதிரில் அமர்ந்திருந்தவளைப் பார்த்தேன். சினைப் பன்றியைப் போன்ற உடல்வாகு. ஒரு மாடலாக எத்தனை

எத்தனையோ பெண்களைப் பார்த்திருக்கிறேன். நாட்டில் பல ஆண்களின் உணர்வு நரம்புகளைத் தூண்டிவிட்டு வேடிக்கை பார்க்கும் அழகிகளின் பேட் வைத்த மார்பும் புட்டமும் என் உடலை அழுத்தும் அளவிற்கு மிக நெருக்கமாய்ப் பழகியிருக்கிறேன். ஆனால் எவளோடும் என் படுக்கையைப் பகிர்ந்துகொள்ள தோன்றியதில்லை. அழகு என்றுமே இரண்டாம் பட்சம் தான் எனக்கு. கலவியின் பொழுதே கம்பராமாயணத்தின் சுந்தரகாண்டத்தை நான் பேசுகையில் காண்டம் எல்லாம் வேணாம் என்று சிலேடை பேசும் பெண்களும், சுந்தரகாண்டத்தை விடவும் ஆரண்ய காண்டத்தின் சாகசம்தான் சுவாரஸ்யமென விவரிக்கும் பெண்களும் தான் எனக்குத் தேவையாக இருந்திருக்கிறார்கள். இருக்கிறார்கள். இவ்வளவு ஏன் என்னுடைய நண்பர்கள் பலராலும் தங்களுடைய நகக்கண்ணால் இவள் தோலை பார்த்துவிட மாட்டோமா என்று ஏங்கிய பெண்ணொருத்தி என்னிடம் வந்து நீ ஆம்பள தான என்று கேட்ட கேள்விக்கு அழகு பதுமைகள் புகைப்படத்திற்கு மட்டுமே தகுதியானவர்கள், புணர்வதற்கு அல்ல என்று சொல்லியதோடு அல்லாமல், பஞ்சதந்திரத்தில் கமல் சொல்வதைப் போல *my sex apparatus is on my head* என்று இடது கையால் புறம் ஒதுக்கியும் இருக்கிறேன். மற்றவர்களின் பார்வைக்கு கிளியிருக்க குரங்கை நாடும் மனம் என்னுடையது.

நிற்க, எனக்கு நினைவு வந்துவிட்டது, இரண்டு நாட்களுக்கு முன்பு வந்த பெண் மக்கியாட்டோ தயாரிப்பதில் திறமைசாலியாக இருந்தாள். அவள் எனக்கு மக்கியாட்டோவையும் நான் அவளுக்கு விர்ஜின் மேரியையும் தயாரித்துக்கொண்டோம். சரி, சொல்லிக்கொண்டிருந்த கதையை எங்கே நிறுத்தினேன்...? நானும் அவளும் நிர்வாணமாய் எங்களுக்கென எங்களால் தயாரிக்கப்பட்ட பானங்கள் எங்கள் மேஜையின் மேலே சிந்தப்படாமல் இருந்தது என்பதில்தானே...!

எங்கள் இருவருக்கும் இடையில் அழுத்தமான மௌனத்திரையொன்று வீழ்ந்திருந்தது. அதையும், என் நாவின் வறட்சியையும் போக்கும் விதமாகவும் எஸ்ப்ரெஸோவை எடுத்து

ஒரு மிடறு விழுங்கிவிட்டு சப்தம் எழும் விதமாகக் கோப்பையைக் கண்ணாடி மேஜையின் மீது வைத்தேன். அவளுடலில் சிறு அதிர்வு ஒன்று தெரிந்தது. பின்னர் தன்னிச்சையாய் நிகழ்வது போல அவள் தனது வலது கரத்தால் மொஹிந்தோவை எடுத்து ஒரே மிடறில் முழுவதையும் முடித்துவிட்டு, "நான் கிளம்ப வேண்டிய நேரம் வந்திடிச்சு" என்றாள். அவளைப் பார்க்காமலேயே சரியென்று தலையாட்டினேன். அவள் தன்னுடைய இருக்கையிலிருந்து எழுந்து உடைமாற்ற சென்றாள். நானோ அவள் குடித்து முடித்துவிட்டு கீழே வைத்திருந்த காக்டெய்ல் கோப்பையின் அடியைப் பார்த்துக் கொண்டிருந்தேன். கோப்பையின் கீழேயிருந்து துவங்கிய விரிசல் சிங்கில் மால்ட் விஸ்கியின் போதை நரம்பின் வழி மூளையைச் சென்றடைவதைப் போன்று மெதுமெதுவாகத் தன் பயணத்தைத் துவங்கியிருந்தது. ஓரக்கண்ணில் தெளிவில்லாத சித்திரமாய் அவள் தன்னுடைய உள்ளாடையை எடுத்து மாட்டுவதும் தெரிந்தது.

விரிசல் அதிகரித்துக்கொண்டேயிருக்க, உள்ளாடையை மாட்டிக் கொண்டவள் ஒருசில நொடிகள் நிதானித்து என்னைப் பார்ப்பது போன்றே ஒரு பிரமை என்னுள். ஒரு சில நொடிகளில் நொடிமுற்கள் மணல் மேல் நடக்கும் நத்தையாக மாறிப் பின்னர் அணைக்கட்டு நீரில் மிதக்கும் தக்கையாக மாறியிருந்தது. அவள் கோப்பையின் அடியிலிருந்து துவங்கியிருந்த விரிசல் மொத்த மேஜையையும் ஆக்கிரமித்திருந்தது. எந்த நேரத்தில் வேண்டுமென்றாலும் சில்லுசில்லாய் உடைந்து விழுந்துவிடும். எங்கே என்னுடைய காஃபி கோப்பையைக் கையில் எடுத்தால் கண்ணாடி நொறுங்கிவிடுமோ என்று கூடச் சற்று பயமாயிருந்தது.

இனிய லாவண்டரின் மணம் என்னை நெருங்கியது. என் தோளில் அழுத்தமாய் ஒரு மிருதுவான கையொன்று பதிந்தது. "பிள்ளைக்கு விளையாட ஏதாச்சும் ஒரு மினியேச்சரை வேணும்னா எடுத்துட்டு போ" என்றேன். "வேண்டாம் அது உன்னை ஞாபகப்படுத்தும்" என்றாள். "ஹ்ம்ம்" என்றேன்.

லாவண்டரின் மணம் சிறிது சிறிதாக என் நாசியை விட்டு விலகிச் சென்றுகொண்டேயிருந்தது. இருக்கையில் சாய்ந்தமர்ந்து அறையைச் சுற்றிப் பார்த்தேன். அறையின் ஒரு சுவர் முழுக்க விதவிதமான பைக் படங்களும் அந்தப் பைக்கின் மேல் நானும் வேறுபல பெண் மாடல்களும் நெருக்கமாய் அமர்ந்திருக்கும் படங்களுமாய் நிறைந்திருக்க, மற்றொறு சுவர் புத்தகங்களால் நிரம்பியிருந்தது. கிங் சைஸ் காட், பல லட்சங்களைத் தின்றிருந்த சூப்பர் பைக் மற்றும் சூப்பர் கார்களின் மினியேச்சர்கள் என அறை முழுக்க பொருட்களால், ஆனால் மனம் மட்டும் ஏனோ காலியாய். மேஜை மீதிருந்த எஸ்ப்ரஸோவை கையில் எடுத்தேன். அத்தனை நேரமும், அத்தனை பெரிய விரிசலிலும் உடையாதிருந்த கண்ணாடி, நான் பயந்திருந்தது போலவே காஃபி கோப்பையைக் கையில் எடுத்ததும் நொறுங்கி விழுந்தது.

செயற்கைக்கோள் பயணம்

அரைக்கண் போதையில் அவளைப் பார்த்த பொழுதே, அவள் கண்ணின் மணிகள் இரண்டும் எப்பொழுது மேல் இமைக்குள் தங்களை ஒளித்து வைத்துக் கொள்ளும் என்று ஏங்கத் துவங்கிவிட்டேன். அரைவிழிப் பார்வையிலிருந்த அந்த அழகியின் அருகிலிருந்த காலி இருக்கையில் போய் அமர்ந்து இடக்கையால் என் நாடிக்கு நானே முட்டுக் கொடுத்துக் கொண்டு அவள் முகம் பார்த்தேன். "என்ன அப்பிதி பாக்ற... போத கூதிப்போச்சா ஒனக்கும்" என மழலை பேசியபின், தன் நாவின் நுனியை அவள் வாயின் வலது ஓரமாய் வெளி நீட்டி அப்படியே இடது ஓரம் வரை கொண்டு வந்த பின்னர் உள்ளிழுத்துக் கொண்டவள், தன் இடது கையை மேஜையின் மேல் வைத்து அழுத்தி எழ முயல, அவள் உடலின் வலுவைத் தாங்க முடியாது அவளது கையே அவளைக் கைவிட்டது. எட்டி அவளைக் கைத்தாங்கலாகப் பிடித்துக்கொள்ளலாம் என்றுதான் நான் நினைத்தேன். ஆனால் என் கால்களோ என் எடையைத் தாங்க முடியாமல் தடுமாறி, அவள் மேலேயே என்னை விழவைத்துவிட்டது.

என் உடல் எடை தாங்க முடியாது அலறுவாள் என்று எதிர்பார்த்தேன், ஆனால் அவளோ அவளது குரல்வளையின் உச்ச டெஸிபல்லில் சிரிக்கத் துவங்கிவிட்டாள். அவளது சிரிப்போடு என் சிரிப்பும் இணைத்துக்கொண்டே, என் இரு கைகளையும் அவள் உடலின் பக்கவாட்டில் வைத்து எழ முயற்சித்தேன், சமநிலை தடுமாறி மீண்டும் அவள்மேல் விழுந்தேன். மற்றவர்களின் பார்வைக்கு. ஆனால் நிஜத்தை உணர்ந்துகொண்டவள் என்னைத் தன் மார்போடு கட்டியணைத்து சற்று புரண்டு, என்னுடலைத் தரை தொடவைத்து, உடல் தரைதொட்டதும் தன் அணைப்பை விலக்கியவளின் இடக்கை மேல் என்னுடலும், என் வலக்கை மேல் அவள் உடலும் சமைந்திருக்க, ஆயிரம் லட்சம் கோடியென எண்ணிலடங்கா விண்மீன்கள், குடையென விரிந்திருந்த கருநிற வானில் தெரிய, நட்சத்திரப் புள்ளியொன்று வடக்கிலிருந்து தெற்கு நோக்கி நிதானமான வேகத்தில் செல்வது தெரிந்தது

“அந்த ஒரு நச்சத்ரம் மத்தும் ஏன் இப்தி ஸ்லூவா போகுது. அதெக் கொஞ்சம் ஸ்பீதாப் போகச் சொல்லேன்” என்றாள்.

“ஹலோ ஹலோ ஸ்லோவா போற நச்சத்திரமே ஸ்பீடா போ ஸ்பீடா போ” என்று போனில் பேசுவதைப் போன்று கைவைத்து நான் அந்த நச்சத்திரத்துக்கு ஆணையிட்டேன்.

என்னுடையச் செய்கை அவளுக்குச் சிரிப்பை வரவழைத்தது. உரக்கச் சிரித்தாள். அவள் சிரிப்போடு நானும் என்னை இணைத்துக் கொண்டேன்.

என் முதுகின் கீழிருந்த அவள் கையை விடுவித்து, எழுந்து தரையில் அமர்ந்தாள். நான் படுத்திருந்தபடியே அவளைப் பார்த்தேன்.

அவள் தன் இரு கைகளையும் பின்பக்கமாக ஊன்றிக் கரிய வானில் தெரிந்த வெண்புள்ளிகளைப் பார்த்தபடியிருந்தாள்.

அவள் கண்ணில் ஏதோவொரு தேடல் தொடங்கியது.

நானும் எழுந்து அமர்ந்தேன். அவள் கண்களில் கண்ணீர் கோத்திருந்தது. சிரித்ததால் உருவான கண்ணீரென நினைத்தேன்.

வான் பார்த்துக்கொண்டிருந்தவள் திடீரென்று, "அவன் செத்துட்டான்ல" என்றாள்.

அவள் யாரைக் குறிப்பிடுகிறாள் என்பது தெரியாததால் நான் யார் என்று கேட்டேன்.

என் பேச்சைக் கவனிக்காதவளாக, "ஆமா அவன் செத்து தான் போயிட்டான்" என்றாள்.

அவளது இந்தத் திடீர் மாற்றம் எனக்குப் பிடிபடாததால், "யார் செத்துப்போனது" என மீண்டும் கேட்டேன்.

இப்பொழுதும் என் பேச்சைக் கேட்காதவளாக, "அவன் சாகாமல் இருந்திருக்கலாம்" என்றாள்.

அவள் கண்ணில் துளிர்த்திருந்த கண்ணீர் மிகைச் சிரிப்பினால் உண்டானதல்ல என்பது எனக்குப் புரிந்தது. அதனால் அமைதியானேன்.

"தோ தலைக்கு மேல இருக்கிற நட்சத்திரத்துல ஏதோவொரு நட்சத்திரமா அவன் இருந்து அங்கேருந்து என்னைப் பார்த்துட்டு இருப்பான்ல" சந்தேகத்தோடு கேட்டுவிட்டு, "ஒருவேளை கொஞ்சம் முன்ன ஒரு நட்சத்திரம் அப்படியே இங்கேருந்து அங்கே நகர்ந்து போச்சுதுல, அது அவன் தானோ. என்னைப் பார்க்கப் பிடிக்காமதான் அப்படிப் போயிட்டானோ."

அவள் மீண்டும் மீண்டும் அந்த வட்டத்தினுள் வளைய வந்தபடியே இருந்தாள். இப்பொழுது எனக்குத்தான் அவளுக்கு என்ன பதில் சொல்வது என்றோ அல்லது என்ன மாதிரியான ஆறுதலைச் சொல்வது என்றோ அல்லது இறந்து போனவனுக்கும் உனக்குமான உறவு என்னவென்று கேட்பதென்றோ அல்லது நீ இப்பொழுது குறிப்பிடும் அவன் யாரென்று கேட்பது என்றோ எதுவுமே தெரியாமல் அமர்ந்திருந்தேன்.

அவள் மெதுவாகக் கையூன்றி எழுந்து, டேபிளைப் பற்றிபடியே அவளது நாற்காலியில் அமர்ந்துகொண்டாள். நானும்

தரையிலிருந்து எழுந்து அவளுக்கு எதிரேயிருந்த நாற்காலியில் அமர்ந்துக்கொண்டேன்.

தன் போக்கில் பேச ஆரம்பித்திடும் குடிகாரர்களிடமும் பைத்தியக்காரர்களிடமும் தெளிவாய் இருந்தாலும் தெளிவற்றப் போதையிலிருந்தாலும் பேச முடியாது. அதாவது அவர்களின் பேச்சில் குறுக்கிட முடியாது. அவளது கண்ணீரில் சற்றுமுன் வரையிலும் எனக்கிருந்த போதை வடிந்து போயிருந்தது. ஆனால் இங்கு யார்தான் பிதற்றவில்லை. அவர்கள் குடித்திருக்காத பொழுதிலும் சரி, மனப்பிறழ்வு ஏற்படாத நிலையிலும் சரி. அதனால் அவளது பேச்சில் குறுக்கிடாது, அவளை மேலும் பேச வைக்க வேண்டிப் போத்தலிலிருந்த வோட்காவை அவளுடைய கோப்பைக்கு இடம் மாற்றினேன்.

கோப்பையிலிருந்த வோத்காவில் எலுமிச்சை நீரைக் கலக்கும் முன்னமே அவள் அப்படியே வாய்க்குள் ஊற்றிக் கொண்டாள். அது அவளுடைய உணவுக் குழாயை எரித்துக் கொண்டு பயணித்திருக்க வேண்டும். அவளது முகம் இறுகி சிறுத்துப் பின் விரிந்தது. அவள் குடித்து முடித்து வைத்திருந்த காலிக் கோப்பையில் எலுமிச்சை நீரை ஊற்றி அதன் மேல் துளி உப்பைத் தெளித்து அவளை நோக்கி நகர்த்தினேன்.

சற்றுமுன் வோத்காவை ஊற்றிக் கொண்டதைப் போலவே உப்பு தூவப்பட்டிருந்த எலுமிச்சை நீரையும் வாயில் ஊற்றிக் கொண்டாள். எலுமிச்சை நீர் அவளது உணவுக்குழாயின் எரிச்சலைத் தணித்திருக்க வேண்டும். அவளது முகத்தில் ஒரு தெளிவு வந்தது.

“அவன் இன்னும் சாகல” என்றாள். தலையை ஒன்றிரண்டு முறை இடவலமாக இல்லையென்பதாய் ஆட்டிக்கொண்டாள். அடுத்ததாக, “அவனுக்குச் சாவே கிடையாது” என்றாள். எனக்குத் திடுக்கென்றிருந்தது. சாவே இல்லாத மனிதன் ஒருவன் இருப்பானா...? அப்படி இருப்பானெனில், அவனைப் போல ஒரு பாவப்பட்ட பிறவி இந்த உலகில் எவனும் இருக்கமாட்டான் என்று மனதினுள் நினைத்துக் கொண்டேன்.

அவளது வயிற்றை ஒருமுறை ஆசுவாசமாய் தடவிக் கொண்டாள். ஒரு ஏப்பம் அவளது வாயிலிருந்து வெளியேறியது. சாரி என்று என்னிடம் மன்னிப்பு கேட்டுக் கொண்டாள். நான் பதிலுக்குப் பரவாயில்லை என்றேன். மறுபடியும் ஏப்பம் வருவதைப் போன்று அவளது முகம் சற்று உள்ளொடுங்கியது. ஆனால் ஏப்பம் எதுவும் வரவில்லை. ஆனால் மீண்டுமொருமுறை என்னிடம் சாரி என்றாள். கண நேரத்திற்கு ஒரு அழுகிய முட்டையின் வீச்சம் அவ்விடத்தில் நிலவியது. இரண்டாவது முறை அவள் மன்னிப்பு கேட்டுக்கொண்டது, வயிற்றிலிருந்து காற்றைப் பிரித்ததற்காக எனப் புரிந்துகொண்டேன். இயற்கை தானே என்று மறுபடியும் ஒருமுறை அவளுடைய மன்னிப்பை ஏற்றுக்கொண்டதாய் சைகை செய்தேன்.

அவள் மீண்டும் ஒருமுறை அவளுடைய வயிற்றை வாஞ்சையோடு தடவி, “அவன் மறுபடியும் வருவான்” என்றாள்.

முதல் முறை அவள் தடவிக்கொண்டது வோத்காவின் வேலை என்பதும், இம்முறை அவள் தடவிக் கொண்டதற்கு வோத்கா காரணமல்ல என்பதும் புரிந்தது. ஆனால் என்ன காரணம் என்பது புரியாமலும் இருந்தது. அதாவது அவள் பேசியதை வைத்துப் பார்க்கையில், அவனால் அவள் கர்ப்பம் தரித்திருக்கிறாள் என்பதைப் போலத் தெரிந்தது. அதே வேளையில் அவளது உடல் மொழியோ பசிகொண்ட வயிற்றைத் தடவிக்கொடுப்பதைப் போன்றிருந்தது.

சட்டென நான் எதிர்பார்த்திராத தருணத்தில், “நான் அவனை உன்கிட்டப் பார்க்கிறேன்” என்றாள். பின் அவளே அவசர அவசரமாக, அவளது கூற்றை மறுக்கும் விதமாக, “உன்கிட்ட அவனைப் பார்க்கிறேன்” என்றாள். பின் அதிலும் திருப்தி வராதவளாக, “அவனை நான் உன்னுள்ளே பார்க்கிறேன்” என்றாள். இல்லையென்பதாகத் தலையை இடவலமாக ஆட்டினாள். தன் சட்டையின் முதல் இரு பொத்தான்களையும் அவிழ்த்துவிட்டுக் கொண்டாள். பொத்தான் பிரிக்கப்பட்டச் சட்டையின் இடைவெளியின் வழியே அவள் மார்பைப் பிரிக்கும் கோடு தெரிந்தது. அடுத்ததாக இருக்கையிலிருந்து

எழுந்து நின்று தன்னுடைய ஜீன்ஸ் பேண்டின் பொத்தானையும் அவிழ்த்து உடலைத் தளர்த்திக் கொண்டாள்.

“இப்பத்தான் கொஞ்சம் ஃப்ரீயா மூச்சுவிட முடியுது” என்று சொல்லிவிட்டு, “உன் மூலமா அவன் தன்னைப் புதுப்பிச்சுக்கிட்டான்னு தோணுது” என்றாள்.

புழுங்க வைக்கும் பொய் ஜீவிதம்

மனிதனைத் தவிர்த்து மற்றனைத்து ஜீவராசிகளும் அந்தந்தக் கணத்தில் வாழ்ந்துகொண்டிருக்கின்றன என்ற நிஜத்தை அறிந்தபிறகாகத் தான் நானும் அந்தந்தக் கணத்திலேயே வாழப் பழகிக் கொண்டேன். உணவு உண்ணும் நேரத்தில் உணவைத் தவிர்த்து வேறெதுவும் யோசிப்பதில்லை என்பதில் துவங்கி விளையாடும் நேரத்தில் விளையாட்டில் மட்டுமே கவனத்தை வைத்திருப்பது வரை. *obviously* கலவியின் பொழுதும் கூட அதை எப்படி முழுமையாகவும் திருப்தியாகவும் அனுபவிப்பது என்பதை மட்டுமே என் சிந்தனைகள் சுற்றிச் சுற்றி வரும்.

என் மனதிற்குள் தோன்றுவதை அப்படியே சொல்லிவிடுகிறேன், உண்மையாகவே இந்தப் பொய் என்றவொன்று மட்டும் இல்லாது போயிருந்தால் வாழ்க்கை ஒரு சுவாரஸ்யமேயின்றி தேமேவென்றோ அல்லது காமாசோமாவென்றோ தான் கழிந்துகொண்டிருக்கும். பொய் சொல்வதில் நான் விற்பன்னன். அதிலும் கண்ணோடு கண் நோக்கிப் பொய் பேசுவதில் கைதேர்ந்தவன். மிகச் சாதாரண நேரத்திலும் கூடக் கண்ணோடு கண் நோக்கிச் சொல்லப்படும் பொய்கள் உண்மையென்ற உருக்கொள்ளும்பொழுது, கட்டிலின் மேல்

அரைநிர்வாணியாகவோ அல்லது முழு நிர்வாணியாகவோ படுத்திருக்கும் பெண்ணின் உடல் நோக்காமல் கண்ணை மட்டுமே நோக்கிச் சொல்லப்படும் பொய்கள், பொய்யாகவே கருதப்படுவதில்லை. ஆமாம் அந்த நேரத்தில் சொல்லப்படும் பொய்கள் அனைத்துமே உண்மையாக உருப்பெற்றுவிடுகின்றன; உருமாற்றமும் அடைந்து விடுகின்றன.

ஒரு காலத்தில் நான் எப்படி வாழ்ந்தேன் தெரியுமா என்கிற இறந்தகால கழிவிரக்கப் பொய்களில் துவங்கி, கிசுகிசுப்பாய் அவர்களுக்கு மட்டுமே கேட்கும் குரலில் நீ எவ்ளோ அழகா இருக்கிற தெரியுமா என்ற நிகழுக்கு வந்து இன்னும் ஒரு வருடத்தில் இந்தக் கட்டிடத்தையே எனக்குச் சொந்தமாக்கி விடுவேன் என்ற அழுத்தமான குரலில் எதிர்காலத்தில் பயணித்து, பொய்கள் பொய்கள் பொய்கள். எனக்கு இந்தப் பொய்கள் எல்லாம் ஒரு ஊக்கிகள், உடலோடு மனமும் இணைந்து முழுமையாக நிற்கும் அவர்களின் உடலை நான் தீண்ட வேண்டி என் கையிருக்கும் ஊக்குகள். ஒவ்வொரு பெண்ணிற்கும் ஒவ்வொரு உச்சநிலை, ஒவ்வொரு பெண்ணிற்கும் ஒவ்வொரு இடத்தில் உணர்ச்சிப் புள்ளிகள். அந்தப் புள்ளிகளை இனம் காண்பதிலும், ஊக்குகளை ஊக்கிகளாகக் கையாள தெரிந்துவிட்டதாலும் வந்த விளைவாக, அவர்களோடு கூடிக்களித்த இரவுகள் இன்பமயமாகவே கழிந்தன, என்றாலும் காலை அவர்கள் கண் திறக்கும் முன்னேயே கண் விழித்து, முந்தைய தினம் அவிழ்த்தெறிந்த ஆடைகளை நிதானமாக அணிந்துகொண்டு, அம்மணமாய் கட்டிலில் திளைத்திருந்த இரவையும், பொய்களால் உண்டான கனவுகளையும் நினைத்துக் கொண்டு கண்கள் மூடி உறங்கிக்கொண்டிருக்கும் அல்லது உறங்கிக்கொண்டிருப்பது போன்று பாசாங்கு செய்துக் கொண்டிருக்கும் அவர்களின் உடல்களைப் பார்க்கையில், இந்தச் சதைக் குவியலைத் தீண்டத்தான் எத்தனை பொய்கள் பேசவேண்டியிருக்கிறது என்று பெண்கள் மீதே வெறுப்பு வந்துவிடுகிறது.

மீண்டும் அப்பெண்கள் அழைக்கும்பொழுது அவர்கள் குரலில், முந்தைய நாளோ அல்லது முன்பு என்றோவொரு நாளிலோ

அவர்கள் காமத்தில் திளைத்த இரவின் ஞாபகச் சுவடுகளும், என் பொய்களின் நறுமணமும்தான் உணரமுடிகிறது. தங்களுடைய ஆழ்மனதின் ஆசையை வெளிக்காட்டக் கூடத் தைரியமின்றி அவர்களும் பொய் பொய்யாய்ப் பேசி, என்னை ஒரு *Marsupial mouse* போன்று நினைத்துக் கொண்டும், சித்தரித்துக் கொண்டும் பேசும் இப்பெண்களோடு காதல் கத்தரிக்காய் வழுதணங்காய்கள் எல்லாம் எங்ஙனம் என்னுள் தோன்றும். அவர்களின் அழைப்பை நிராகரிக்க மீண்டும் பொய்யைத் தான் கைக்கொள்ளவேண்டியதாகிறது. இணங்க வைக்க ஒருவகையான பொய்களெனில், நிராகரிக்க வேறு விதமான பொய்கள். ஒரு கட்டத்தில் நான் பேசுவதில் எது பொய் எது நிஜமென்று எனக்கே தெரியாத அளவிற்கு என்னைப் பொய் பேச வைத்ததைத் தவிர்த்து வேறு எந்தச் சாதனைகளும் இந்தப் பெண்கள் நிகழ்த்தியதாய் எனக்குத் தோன்றவில்லை.

இந்த மனமென்பது என்னதான் பெண்களின் மீது இத்தனை வெறுப்புமிழ்ந்தாலும், அவர்களின் உடலோடு இருந்த ஈர்ப்பு மட்டும் அதற்குக் குறைந்ததேயில்லை. சைஸ் ஸீரோக்களைப் பார்த்தால் சொக்கித்தான் போய்விடுகிறது. மகதலினாவை முதன்முதலாகப் பார்த்தபொழுது, நிஜமாகவே நானொரு *Marsupial mouse* தானோவென்று என்னை நினைக்க வைத்துவிட்டாள். வழக்கம் போலவே பொய்யென்னும் நறுமணம் மிக்க பூக்களை மாலையாகத் தொடுத்து அவள் கழுத்திலிட்டு, கட்டிலுக்கும் அழைத்து வந்துவிட்டேன். அவிழ்த்து, மடித்து வைத்திருந்த என் உடைகளையும் *gadget*களையும் பார்த்துக் கொண்டிருந்தவளிடம், எதிர்காலத்திய பொய்யொன்றை நான் சொல்ல, எதுவுமே பேசாமல் மென்நகையோடு தன் கைப்பையைத் திறந்து உள்ளிருந்து *bailey song*கை எடுத்து, ஒரு சுழற்று சுழற்றி என் கழுத்தில் வைத்து, “நாளைன்னு ஒரு நாள் நமக்கு இருக்கா” என்று அனல் கக்கும் பார்வையோடு கேட்டாள். இந்தக் கத்தி என் கழுத்தில் இறங்கவில்லையென்றால் உண்டு என்றேன். “*r u sure*” என்று தீர்க்கமான குரலில் என் கண்ணோடு கண் பார்த்துக் கேட்டவளிடம், இல்லையென்ற உண்மையைத்தான் சொல்ல முடிந்தது. “*then y d fcuk u r thinking bout d future.*

இந்த இரவு மட்டும்தான் நமக்கானது” என்று சொல்லிவிட்டு கட்டியணைத்தாள்.

விடிந்துவிட்டதைக் கூட அறியமுடியாத அந்த இருட்டு அறையில் இருவரும் கட்டியணைத்தபடியும் முத்தமிட்டுக் கொண்ட படியுமே இருந்தோம். பிரிய வேண்டிய வேளை வந்ததும், நெற்றியில் முத்தமிட்டுவிட்டு கிளம்பிச் சென்றாள். அந்த இரவுக்குப் பிறகாக அவளை மீண்டும் பார்க்கவில்லை. அழைத்துப் பேச மனம் யோசிக்கும், ஆனால் ஏதொவொன்று தடுத்துக்கொண்டே இருக்கும். அவளோடு கூடிக் கலந்த பிறகாக வேறு எந்தப் பெண்ணையும் தீண்டக் கூட மனம் ஒப்புக் கொள்ளவும் மாட்டேன் என்கிறது. இதோ இப்பொழுதும் கூடக் கையிலிருக்கும் காகிதத்தில் அவளது பொய்யான பெயரைத் தாங்கி நிற்கும் பத்து இலக்க எண்ணைப் பார்த்தபடியே தான் இருக்கிறேன். அவளாக அழைக்கமாட்டாள் என்று தெரிந்தும், அவள் எப்படியும் ஒருமுறையேனும் அழைத்துப் பேசுவாள் என்ற பொய்யான நம்பிக்கையைச் சுமப்பதிலும் ஒரு சுகமிருக்கத்தான் செய்கிறது என்று இந்த மனம் சொல்லும் பொய்யையும் கேட்டுக் கேட்டுச் சலித்துவிட்டது.

நீரில் மூழ்கித் தன்னை அழித்துக் கொண்டவனின் கையெழுத்துப் பிரதியில், நீரால் அழிந்து போனவைகளை விடுத்து, நீரால் அழிக்கப்படாத பக்கங்களைப் படித்து, அதில் விடுபட்டுப் போன கதைகளுக்குள் என் கதைகளைச் சேர்த்து அதை முழுமையாக்கி முடித்தபொழுது, என்னுள் வெற்றிடமொன்று முழுமையாகக் குடியேறியிருந்தது. ஒவ்வொரு நாளும் இந்த வெறுமை என்னுள் குடியேறாதிருக்க வேண்டியே ஏதேதோ செய்து, எங்கெல்லாமோ திரிந்து விதவிதமான வேஷங்களிட்டு என் வாழ்க்கையின் ஒவ்வொரு நாளையும் இந்த வெறுமைக்கு எதிராகப் போராடி சண்டையிட்டு வந்திருக்கிறேன். இன்றோ அந்த வெறுமை என்னை முழுமையாக ஆட்கொண்டுவிட்டது. இந்த வெறுமையிலிருந்து தப்பித்து ஓட வழியைத் தேடுவதா அல்லது இந்த வெறுமையோடு ஒன்றெனக் கலந்து ஒன்றுமில்லாமலாகி எல்லாமுமாகிப் போவதா...! எழுதி நிரப்பிய காகிதத்தைக் கையிலிருந்த தோள்பையினுள் வைத்தேன். பையினுள் இருந்த

கால்ட் 1911 பிஸ்டலை எடுத்து அதன் ஸ்ப்ரிங் ஆக்ஷனைச் சோதித்துப் பார்த்தேன். பழைய மாடல் பிஸ்டலாக இருந்தாலும் மிகச் சிறப்பாகவே பராமரித்திருக்கிறான். கேட்ரிட்ஜை எடுத்துப் பார்த்தேன். ஐந்து தோட்டா இன்னும் மிச்சமிருந்தது.

தோள்பையினுள் மீண்டும் கை நுழைத்து வேறு ஏதேனும் இருக்கிறதாவெனத் தேடினேன். கையில் நீளமாய் குழல் போன்றவொரு பொருள் தட்டுப்பட்டது. அதை வெளியெடுத்தேன். ஒருபக்கம் படமெடுத்திருக்கும் நாக வேலைப்பாடு அமைந்த மரச் சில்லமது. மணியென்று ஒன்று இருந்தால் ஓசை என்றவொன்றும் அதனோடு இருந்தே ஆகும் என்பதால், மீண்டும் அந்தப் பையினுள் தேடினேன். பொட்டலம் ஒன்று கிடைத்தது. ஒரு கையில் கால்ட்டும் மறுகையில் சில்லமும் இருக்க, என்னுள் குடியேறிய வெறுமையை எதிர்ப்பதா அல்லது அதோடு ஒத்துப்போவாதா என்பதை முடிவெடுக்க வேண்டிய கட்டத்திற்கு நான் வந்திருந்தேன்.

“எப்பொழுது நீ எதிர்க்க ஆரம்பித்தாயோ அப்பொழுதே நீ அவனை அல்லது அவளை அல்லது அதை எதிரியாகப் பாவிக்க ஆரம்பித்துவிட்டாய். எதிரி என்றான பின் அங்கே பால் பேதமோ திணைப் பேதமோ கிடையாது” என்று சடையேறிய மயிரோடு ஒரு பைத்தியக்காரன் நான் அமர்ந்திருந்த படித்துறையில் அமர்ந்து என்னிடம் கூறியபொழுது நான் சில்லத்தில் கஞ்சாவை நிரப்பி, அதைப் பற்ற வைத்து இழுக்க ஆரம்பித்திருந்தேன்.

“மஹாராஜ் எனக்கு ஒரு இழுவை கிடைக்குமா” பிச்சையாகக் கேட்பதைப் போலவும் இல்லாமல் அதிகாரமாய் கேட்பதைப் போலவும் இல்லாமல் நெடுநாள் பழகிய நண்பனைப் போன்றக் குரலில் அவன் கேட்டது எனக்கு மிகவும் பிடித்திருந்தது.

கஞ்சாவின் போதையோடு அவன் அழைத்த மஹாராஜ் என்கிற வார்த்தையின் போதையும் சேர்ந்துகொண்டது.

‘மஹாராஜ்’ மனதினுள் ஒருமுறை சொல்லிப் பார்த்துக் கொண்டேன்.

நான் மஹாராஜ் குனிந்து பார்த்தேன். ‘இடுப்பில் ஒரு துண்டு

மட்டும் அணிந்திருக்கும் மஹராஜ் நான்' என் உதட்டில் மெலிதாக ஒரு நகை தோன்றியது.

'மகாராஜனிடம் கையேந்தி நின்றுவிட்டால் அவன் அந்தக் கையை உதாசீனப்படுத்தக்கூடாது.'

சில்லத்தை அவனிடம் கொடுத்தேன். "நன்றி மஹராஜ் நன்றி" என்றபடியே ஆழமாய் ஒரு இழுப்பு இழுத்துவிட்டு என் கையில் அந்தச் சில்லத்தைத் திருப்பிக் கொடுத்தான். எங்களின் முன்னே கங்கை எவ்வித ஆர்ப்பரிப்பும் ஆரவாரமுமின்றி அமைதியாக நின்றது அல்லது நிற்பதைப் போன்று தெரிந்தது.

இடது புறத்தில் சடசட படபடவென நெருப்பில் மனித எலும்பு பொசுங்கி நொறுங்கும் சப்தம். பிணமெரியும் மணம். நான் இழுத்துக் கொண்டிருக்கும் கஞ்சாவின் போதையை விட மிகப்பெரிய போதை.

"என்ன மஹராஜ் உடலைப் பொசுக்குற போதையா" கேட்ட அவனுக்கு நான் பதிலெதுவும் சொல்லவில்லை. என் அமைதியைக் குலைத்துக் கலைத்துப் போட்டபடியே இருக்கும் இவனிடம் நான் என்ன பேசுவது. சில்லத்தை அவனிடம் நீட்டினேன்.

மீண்டும் ஒருமுறை அவன் என்னிடம், "நன்றி மஹராஜ் நன்றி" என்றபடியே சில்லத்தைப் பெற்றுக் கொண்டான். இம்முறை அவன் சென்றமுறை இழுத்ததைப் போலல்லாமல் மிக ஆழமாய் இழுத்து, கருவிழிகள் இரண்டும் மேலிமையினுள் செருக சில்லத்தை என்னிடம் திருப்பித் தந்தான்.

நாசி வழியே பிணமெரியும் புகையையும், வாய்வழியே இலையெறியும் புகையையும் நான் இழுத்துக் கொண்டிருக்கையில்,

> "நொடிக்கோர் உருவம்
> விநாடிக்கோர் நடனம்
> கொழுந்துவிட்டெரியும்
> நெருப்பின் கோர தாண்டவம்
> நின்று எரியட்டும்
> பெயர்த்தெடுத்த பற்களைக் கொண்டு

பல்லாங்குழியாட
நவதுவார உடலின் முதுகில் எட்டு குழி
பொக்கை வாய் கபாலம் ஒன்பதாவது”

கண்கள் சொருக அந்தப் படித்துறையில் படுத்திருந்தவன், மெல்லிய குரலில் பாடினான். ஆச்சரியமாகப் பார்த்த என் பார்வையைக் கண்டுகொள்ளாதவனாகப் பாடி முடித்தவன் தொண்டையிலிருந்து கேவல் சப்தமொன்று எழுந்தது. அந்தக் கேவல் சப்தமானது உண்டு களைத்த ஓநாயின் தொண்டையில் முள் சிக்கியிருக்க அது விடும் மூச்சென இருந்தது.

“இதே காட்ல தான் மஹராஜ் நான் வேலை பார்த்தேன். தினம் தினம் நூறு பிணத்தை எரிப்பேன் மஹராஜ். எரியத்தானே மஹராஜ் இந்த உடம்பு. இந்த அவதாரமே அழிவை நோக்கிய பயணம்தானே மஹராஜ்” என்று பேசியபடியே தொடர்ச்சியாகப் பிணமெரிந்தபடியே இருக்கும் அந்தக் காட்டைப் பார்த்தான்.

“மஹராஜ் அதோ அந்த மேடையிலதான் என்னோட கடைசி பிணத்தை எரிச்சேன் மஹராஜ்.” அவனது நீர் வற்றிய கண்கள் என்னிடம் எதையோ சொல்ல முயற்சித்தது.

“நான் அவளுக்குப் போட்டுவிட்டிருந்த மோதிரத்தை வச்சு தான் மஹராஜ் முகம் சிதைஞ்சு போயிருந்த அந்த உடம்பு அவளோட உடம்புதான்னு அடையாளம் கண்டுபிடிச்சேன் மஹராஜ்” அவனுடைய நீர் வற்றிய கண்ணின் வெறுமை பெரிய சூனியத்தினுள் என்னை அழைத்துச் சென்றது.

“மஹராஜ் இறந்த உடம்பு மரக்கட்டைக்கு ஒப்பானது மகராஜ். தோ இந்தக் கட்டைக்கும் அந்தக் கட்டைக்கும் எந்த வித்தியாசமும் கிடையாது மகராஜ். ஆனா உயிரோட இருக்கிறவன் கட்டை இல்லையே மஹராஜ். என் உடம்பெல்லாம் பத்திக்கிட்டு எரிஞ்சது மஹராஜ். இப்பவும் எரியுது மஹராஜ்” தன்னுடைய இரண்டு கைகளையும் என் முன் நீட்டிக் காண்பித்தான். பின் எதுவுமே பேசாமல் படியிறங்கிச் சென்று கங்கை நதியில் ஒருமுறை மூழ்கி எழுந்தான்.

“குழந்தையெனப் பிறந்து பிணமென முடியும் வாழ்க்கையின் நடுவே இருக்கும் பெயரைத் தக்க வைத்துக் கொள்ள எவ்வளவு

போராட வேண்டியது இருக்கிறது" என்று என்னையுமறியாமல் என் உதடுகள் முணுமுணுத்தது.

"மஹராஜ் என்னொட உடம்பை மாதிரி உங்களோட உடம்பும் எரியுது தானே மஹராஜ். இந்தக் குளிர்ந்த நதியில் என்னை மாதிரியே நீங்களும் ஒருமுறை மூழ்கி எழுந்திடுங்க மஹராஜ்" அவன் கண்ணில் இருந்த வெறுமை என்னை வெகுவாக ஈர்த்தது.

என் தோளில் சுமையாய்த் தொங்கிக்கொண்டிருந்த தோள்பையைப் பார்த்தேன். இந்தத் தோள்பையினுள் நான் சுமக்கும் என் வாழ்க்கையின் அனுபவங்கள்தான் எத்தனைச் சுமையானது. இறக்கி வைத்துவிடத் தோன்றினாலும், இறக்கி வைத்துவிட முடியாத அனுபவங்கள்.

"நாம் சுமக்கும் வரைதான் அது நமக்கு பாரம் மஹராஜ். இறக்கி வைத்துவிட்டால் அது நம் உடலுக்கு எவ்வித பாரமுமில்லை மஹ்ராஜ். அந்தப் பிணங்களைப் போல இந்தத் தோள்பையும் உணர்வுகளற்ற ஒரு கட்டைதான் மஹ்ராஜ். இறக்கி வைத்திவிட்டு மா கங்காவிடம் வாருங்கள் மஹ்ராஜ். மா கங்கா உங்களுக்காகவே காத்துக் கொண்டிருக்கிறாள் மஹராஜ்" இடுப்பளவு நீரில் மூழ்கி நின்றவன் மீண்டும் என்னை அழைத்தான்.

அனுபவங்களை வெறுமே பாரமெனத் தூர எறிந்துவிட்டோ அல்லது எரிதழல்க்கு உணவெனக் கொடுத்துவிட்டு நகரவோ மனமின்றி அந்தப் படித்துறையிலேயே அமைதியாக நின்றேன்.

"உன் அனுபவம் எங்கேயும் போய்விடாது மஹ்ராஜ். இதோ இந்தக் காற்றில் ஒன்றெனக் கலந்து, தன்னைத் தாங்கிக் கொள்ளத் தயாராயிருக்கும் இன்னொருவனை அது கண்டடைந்துவிடும் மஹராஜ். மா கங்காவின் மடி உனக்கெனக் காத்திருக்கிறது மஹராஜ்" என்று நெஞ்சளவு நீரில் மூழ்கி நின்றவன் தன் கைகளையே ஒருவிதமாகக் கோத்து பந்து போலாக்கி, அந்தப் பந்தில் வாய் வைத்து ஊதினான். அது சங்கின் ஒலியைப் போன்று ஒலித்தாலும், சங்கொலியை விடவும் ஓங்காரமாய்

ஒலித்தது.

என் கால்களில் நீர் சில்லிட்டது. குனிந்து பார்த்தேன். கங்கை என் கால் நனைத்து ஓடியது. என்னையுமறியாமல் நான் படியிறங்கியிருக்கிறேன். தோளில் பாரம் அழுத்தியது. தோள்பையை முதுகிலிருந்து இறக்கி படித்துறையில் வைத்தேன். கங்கை என்னுடைய தோள்பையை முத்தமிட்டாள்.

“உன் அனுபவங்களைத் தன் அனுபவங்களாகச் சுமக்க ஒருவன் வருவான் மஹராஜ். கங்கா மாத்தா வெகுநேரமாக உனக்காகக் காத்திருக்கிறா மஹராஜ்” கழுத்தளவு நீரிலிருந்து அழைத்த அவனுடைய குரல் உக்கிரமாய் இருந்தது.

படித்துறையிலிருந்து இறங்கி கங்கையில் கால் வைத்தேன்.

“வாங்க மஹராஜ் வாங்க. மா கங்கா நமக்காகத்தான் காத்திருக்கிறா மஹராஜ். வாங்க” இப்பொழுது அவனது குரல் எனக்கு மட்டுமே கேட்கும் விதமாக மென்மையாக மாறியிருந்தது.

மகுடியின் அசைவுக்கு ஏற்ப நடனமிடும் பாம்பென அவன் குரலுக்கு என் கால்கள் கட்டுப்பட்டன.

“வாங்க மஹராஜ் வாங்க.”

இடுப்புக்குக் கீழே குளிர் பரவியது. என் ஜனநேந்திர உறுப்பு ஒருமுறை விதிர்த்து சிலிர்த்தது. “இந்த ஒற்றை உறுப்புக்காகத் தானே இத்தனை போராட்டமும்” என்று வாய்விட்டே சொன்னேன்.

“ஆடி அடங்கிய பின் அந்த அரையடி நீள உறுப்பு வெறும் சதைத் துணுக்குதான் மஹராஜ். வாங்க மஹராஜ் வாங்க.”

மேலே சலனமற்றும் வெம்மையுமாய் தெரிந்த நதியின் கீழ் அதீத குளிரும் ஒரு மிகப்பெரிய சலனமும் இருந்ததை உடல் உணர்ந்தது. என்னையுமறியாமல் என் ஆணுறுப்பிலிருந்து சூடாய் நீர் கசிய என் உடல் நடுங்கியது.

“வெம்மையொழித்த உடலைக் கொண்டு

செத்தாரைப் போல் திரி
குளிரேறிய உடலுக்கு வெம்மைச் சுகம்
குளிரோ சமம்"

மீண்டும் அவனிடமிருந்து எந்தவொரு பிசிறுமின்றி பாடலொன்று வெளிவந்தது.

நின்ற இடத்திலிருந்து இறுதியாக ஒருமுறை திரும்பிப் பார்த்தேன். அங்கேயொரு மேடையின் மேலே சடசட படபடவெனச் சப்தம் எழுப்பியபடி பிணமொன்று எரிவது தெரிந்தது. எரியும் நெருப்பின் பின்னே ஒரு உருவம் வெற்று மார்புடன் நடந்து வருவதும் தெரிந்தது.

அவனுடைய கண்ணும் என்னுடைய கண்ணும் ஒரு நொடி சந்தித்துக்கொள்ள. என்னுள், 'தோள்பையினுள் சேர்த்து வைத்திருக்கும் என் அனுபவத்தை எடுத்துச் செல்ல ஒருவன் வந்துவிட்டான்' என்ற நினைப்பு தோன்றியது. அந்த நினைப்பு தோன்றிய அந்தக் கணமே என் மனம் குருவியின் குதத் தூவலாகியது.

நீரினுள் அடுத்த அடியை அழுத்தமாக எடுத்து வைத்தேன்.

"வ்வ்வா மஹ்ஹர்ராஜ்ஜ் வ்வ்வா."

கங்கை நீரில் மூழ்கினேன். நீரடி நீரோட்டம் என் உடலை அலைக்கழித்தது.

"மஹ்ராஜ் மாத்தா கங்கா நமக்காகத்தான் காத்திருந்தா மஹராஜ்ஜ்ஜ்ஜ்ஜ்"

நீரில் மூழ்கியபடி படித்துறையைப் பார்த்தேன். சற்றுமுன் தகனமேடையில் நான் பார்த்தவன் என்னுடையத் தோள்பையைக் கையில் எடுத்திருந்தான்.

முற்றும்

www.ingramcontent.com/pod-product-compliance
Lightning Source LLC
LaVergne TN
LVHW060310051026
849517LV00004B/1047
* 9 7 8 9 3 9 5 5 1 1 3 0 8 *